व्याकरणाचा शास्त्रशुद्ध विचार

मराठी भाषेच्या शास्त्रशुद्ध अभ्यासाचा पाया रचणारे आणि व्याकरणाकडे पाहण्याची परिपक्व भूमिका मांडणारे हे पुस्तक आहे.

दै. लोकसत्ता पुणे ३.७.९४

मराठीचे व्याकरण

डॉ. लीला गोविलकर
माजी मराठी विभागप्रमुख,
पेमराज सारडा महाविद्यालय,
अहमदनगर

मेहता पब्लिशिंग हाऊस

Please contact us at **Mehta Publishing House,** Pune 411030.
✆ +91 020-24476924 / 24460313 / Mob. No. 9545000513
Email : production@mehtapublishinghouse.com
Website : www.mehtapublishinghouse.com

◆ *या पुस्तकातील लेखकाची मते, घटना, वर्णने ही त्या लेखकाची असून त्याच्याशी प्रकाशक सहमत असतीलच असे नाही.*

MARATHICHE VYAKARAN by DR. LEELA GOVILKAR

मराठीचे व्याकरण : डॉ. लीला गोविलकर / मार्गदर्शनपर

Email : author@mehtapublishinghouse.com

प्रकाशक : सुनील अनिल मेहता, मेहता पब्लिशिंग हाऊस,
१९४१, सदाशिव पेठ, माडीवाले कॉलनी, पुणे - ४११०३०.

अक्षरजुळणी : चारूलता पाटील, अक्षरमुद्रा पेजमेकर्स, सम्राटनगर, कोल्हापूर.

मुद्रक : ट्रिनिटी अ‍ॅकॅडमी फॉर कॉर्पोरेट ट्रेनिंग लिमिटेड

मुखपृष्ठ : मेहता पब्लिशिंग हाऊस

प्रकाशनकाल : ऑक्टोबर, १९९३ / जानेवारी, १९९६ / जानेवारी, २००१ / डिसेंबर, २००६ / सुधारित पाचवी आवृत्ती : फेब्रुवारी, २०१७

किंमत : ₹ ४००

P Book ISBN 9788177660944
E Book ISBN 9789386454188
E Books available on : amazonkindle Apple Books Google Play Books

---

‘परम आदरणीय पूर्णवादी
विष्णू महाराज पारनेरकर
यांच्या चरणी सादर
समर्पण...’

- लीला गोविलकर

भू मि का

व्याकरण म्हणजे भाषेची रचना होय. मराठी व्याकरण म्हणजे मराठी भाषेची रचना होय. भाषेच्या परिचयाबरोबरच ती रचनाही आपण आत्मसात करीत असतो, पण या रचनेची वेगळी जाणीव आपल्याला नसते. ही जाणीव करून देण्याचा प्रयत्न शालेय पातळीपासून होत असतो. पण इतका बालपणापासून परिचय होऊनही व्याकरण हा विषय नावडता, दुर्बोध, रुक्ष व पुष्कळसा दुर्लक्षित राहतानाच दिसतो.

या विषयाचे अध्ययन-अध्यापन करताना मनात अनेक प्रश्न उपस्थित होतात. दादोबांच्या व्याकरणापासून मराठी व्याकरणाची एक परंपरा निर्माण झालेली दिसून येते. या सर्व व्याकरणकारांची व्याकरणे पाहताना, त्यांमध्ये विविधता, मतभिन्नता, वेगळेपणा आढळतो. मात्र व्याकरणाची कक्षा, व्याकरणाकडे पाहण्याची भूमिका, व्याकरणातील वर्ण-शब्द-विकरण, प्रयोग इत्यादींचे विवरण करताना व्यक्त झालेली त्यांची मते या सगळ्या घटकांमध्ये असलेली आंतरिक सुसंगती या सर्वच व्याकरणकारांना जाणवलेली आहे किंवा ती शोधण्याचा ते प्रयत्न करीत आहेत, याची जाणीव त्यांच्या व्याकरणातून प्रकट झालेली आढळते. पण तरीही प्रत्येक व्याकरणकाराला, विषय-आकलनाच्या संदर्भात काही मर्यादा आहेत. प्रत्येकाला त्याच्या-त्याच्या काळाच्या मर्यादा आहेत. तसेच, त्यांच्यासमोर आदर्श म्हणून असलेल्या भाषांच्या व्याकरणांतील प्रश्न व मराठीच्या व्याकरणातील प्रश्न यांचा मेळ कसा घालावा, हाही विचार त्यांना करावा लागला आहे. व्याकरण-लेखनाचे त्यांचे हेतूही भिन्न आहेत. शास्त्रीय पद्धतीने विषयाची मांडणी करण्याची जाणही मर्यादित आहे. प्रबंधासाठी या विषयाचा अभ्यास करताना मला याची जाणीव होऊ लागली.

प्रारंभीच्या काळात साहित्य, साहित्याचा इतिहास, अलंकार, वृत्त-छंदविचार, भाषाविषयक भाषाशास्त्रीय विचार या सगळ्यांचा समावेश ढोबळपणे 'व्याकरण' या

संज्ञेने होत असलेला जाणवतो. नंतरच्या काळामध्ये ती संज्ञा भाषाशास्त्रीय विचारांपुरती मर्यादित झाली आणि आज भाषाविज्ञानाच्या अभ्यासाने 'शब्दविषयक-वाक्यविषयक' विचाराशी ती सीमित झालेली दिसून येते. शुद्धाशुद्धविवेक, व्याकरणाभ्यासाचे प्रयोजन (उपयोग), व्याकरण बोलण्याचे की लिखिताचे, भाषा महत्त्वाची की व्याकरण, या विचारांवर या काळातील व्याकरणाकडे पाहण्याच्या बदलत्या भूमिकांचा परिणाम झालेला दिसून येतो. या अशा बदलत्या भूमिकांमुळे मराठीची रचनाविषयक तत्त्वे अधिक उलगडत जाऊ लागली. इतर भाषांपेक्षा तिचे वेगळेपण नेमके कोणते, तिच्यातील बदल कोणते आणि या कालपरत्वे, प्रदेशपरत्वे घडणाऱ्या बदलांतूनही तिचे स्थिरस्वरूपी विशेष कोणते आहेत, याचा शोध या व्याकरणातून स्पष्ट होऊ लागला. त्याची नोंद घेण्याच्या भूमिकेतून मराठीच्या व्याकरणाचा इतिहास पाहणे आवश्यक आहे.

मराठीची व्याकरणे, त्यांच्यामधील बदल, मतप्रवाह व विविध मतमतांतरांमधून तिच्या रचनेचे जाणवलेले वेगळेपण लक्षात घेण्याच्या प्रयत्नातून या लेखनात मराठी व्याकरणाचा इतिहास, प्रमुख मराठी व्याकरणकारांचा परिचय व मराठी व्याकरण-लेखनाची समीक्षा येणे स्वाभाविक आहे.

या सर्व मराठी व्याकरणातून मराठीच्या स्वतंत्र रूपाचा वेध कितीसा व कोणत्या काळापासून घेतला जातो? एकीकडून इंग्रजीचा शालेय व्याकरणाचा साचा आणि दुसरीकडून संस्कृतच्या समृद्ध व्याकरणाचा दबाव यांतून स्वविशेषाकडे लक्ष वेधले जात आहे, हेच महत्त्वाचे आहे. हे विशेष या दोन भाषांच्या व्याकरणाच्या साच्यांत बसविण्याचा प्रयत्न अनेक व्याकरणकार करतात. पण तरीही व्याकरणकारांना मराठीचे वेगळे स्वरूप, स्वतंत्रपणा नाकारता आला नाही. व्याकरण-कल्पना, वर्ण, शब्द, शब्दविभागणी, शब्दजातींची संख्या, विकरणव्यवस्था, प्रयोगव्यवस्था या सगळ्या व्याकरणातून मराठीचे आज जाणवणारे स्वतंत्र स्वरूप लक्षात घेणे, हा या पुस्तकाचा एक हेतू आहे.

आजही हा विषय दुर्लक्षित आहे, हे या विषयावरील प्रकाशित होणाऱ्या पुस्तकांची आकडेवारी पाहता लक्षात येते. शालेय पातळीवर भाषा येण्याच्या दृष्टिकोनातून हा विषय शिकविला जातो. 'कार्यात्मक पद्धतीने हा विषय शिकविला जाऊ लागल्याने भाषेशी असलेला व्याकरणशास्त्राचा संबंधही विद्यार्थ्यांच्या मनावर ठसायला मदत होते. मुळातच व्याकरण हा विषय केवळ शालेय पातळीवरचा नाही तो एक महत्त्वाचा भाषाविषय आहे. समाजाच्या व एकंदरीतच माणसाच्या विविधरूपी जडणघडणीशी त्याचा आंतरिक संबंध आहे. जसा समाज तशी होत असलेली भाषेचे शब्द, प्रत्यय व वाक्य यांची जडणघडण व्याकरण सांगत असते. समाजाच्या बदलत्या प्रवृत्तींची व स्वरूपाची प्रतिबिंबे स्पष्टास्पष्टापणे व्याकरण पकडून ठेवत असते. सामाजिक भाषाविज्ञानाने आणून

दिलेली ही भाषिक दृष्टी लक्षात घेऊन मराठीच्या व्याकरणांचा मागोवा या ग्रंथात घेतलेला आहे आणि आजच्या घडीला मराठीच्या व्याकरणाचे वर्णमाला ते प्रयोग या सर्व टप्प्यांवरील विशेष तर्कशुद्ध रीतीने आलेखित केले आहेत. सन २०००पर्यंतच्या मराठीच्या व्याकरणविषयक विवेचनाचा त्याला आधार घेतलेला आहे.'

या पुस्तकातील विसावे प्रकरण या दृष्टीने मराठीच्या व्याकरणाचा तात्त्विक आराखडा, त्याची तात्त्विक जडणघडण यांचे चित्र रेखाटणारे आहे. मराठी भाषा ही इंग्रजी-संस्कृतपेक्षा वेगळी आहे. इतक्या वर्षांच्या कालप्रवाहात तिच्यामध्ये तिचे असे खास विशेष येऊन तिचे वेगळेपण सिद्ध झालेले आहे. या दृष्टीने तिचे व्याकरण कसे सिद्ध होत गेले, ही गोष्ट एकत्रितपणे या विसाव्या प्रकरणात उकलून दाखविली आहे. या दृष्टीने मराठी व्याकरणाचा एक संदर्भग्रंथ म्हणून याचा उपयोग होऊ शकेल.

शालेय पातळीवरच्या अभ्यासक्रमात हा विषय शिकवला जात असल्याने हे व्याकरणविषयक विचारमंथन त्यांची अभ्यासक्रमाची मर्यादा लक्षात घेऊन त्यांच्यापर्यंत पोहोचण्यासाठी शालेय पातळीवरच्या व्याकरणांच्या पुस्तकाची उपलब्धी होणे आवश्यक आहे.

'मराठीचे व्याकरण' या माझ्या ग्रंथाची ही पाचवी आवृत्ती आहे. 'मेहता पब्लिशिंग हाऊस'चे श्री. अनिल व सुनील मेहतांचे या संदर्भातील साह्य अनमोल व प्रोत्साहक आहे. तसेच, प्रा. डॉ. द. दि. पुंडे यांच्याशी वेळोवेळी होणारी व्याकरणविषयक चर्चा या लेखनाला गती द्यायला कारणीभूत ठरली. महाविद्यालयीन विद्यार्थिवर्गासमोर शिकविताना या विषयाच्या अनेक प्रश्नांचे स्वरूप उलगडण्यास मदत झाली. सन १९७४मध्ये 'स्वाध्याय महाविद्यालय प्रकाशना'तर्फे याच विषयावरील माझे पूर्वीचे लेखन डॉ. वि. प. महाजन यांनी प्रकाशित केले होते. प्रस्तुत ग्रंथाच्या पाठीशी या सगळ्यांचे ऋण आहे.

माझ्या व्याकरणाच्या पुस्तकाची समीक्षा करणारे समीक्षक व मला व्याकरणविषयक विचारांमध्ये ज्यांनी सतत गुंतवून ठेविले, तो विद्यार्थिवर्ग यांचे ऋणही या लेखनातील वाटचालीला गती देणारे आहे.

- डॉ. लीला गोविलकर

अनुक्रमणिका

मराठी व्याकरणाची परंपरा

(१) प्रास्ताविक, (२) इंग्रजीचा परिणाम, (३) शास्त्रीय व्याकरणे, (४) संस्कृतचा परिणाम, (५) शालेय पातळीवरील अभ्यासक्रमाचा परिणाम, (६) भाषाविषयक जाणीव, (७) व्याकरणाचे प्रकार, (८) समारोप.

---

१. प्रास्ताविक

प्रत्येक भाषेला व्याकरण असावे लागते. नव्हे, ते असतेच. कोणतीही भाषा आपल्या जन्माबरोबर जी एक निश्चित स्वरूपाची रचना घेऊन येत असते, त्याच रचनेला व्याकरण असे ढोबळपणे म्हटले जाते. कोणतीही भाषा प्रथम 'बोलण्या'च्या स्वरूपात अवतरते आणि लेखनाच्या साह्याने विकसित होत जाते. लोकांच्या 'बोलण्यातील भाषेचे रूप' हा तिच्या आस्तित्वाचा कणा आहे. लेखनातील रूपाने ती स्थिरावत जाते. मराठीचे असे लेखननिविष्ट रूप थेट तेराव्या शतकापासून मिळते. तेराव्या शतकापासून मराठी भाषेमध्ये वाङ्मयनिर्मिती होत आलेली असल्याने तिला 'व्याकरण असणे' स्वाभाविक आहे. पण तिचे हे 'व्याकरण' (रचना) सांगण्याचा प्रयत्न मात्र कुणी केलेला आढळत नाही. हा शोध घेण्याचा, तिच्यातील नियमावली सांगण्याचा प्रयत्न अव्वल इंग्रजीच्या कालखंडात झाला. भारतात इंग्रजांनी रूढ केलेल्या शिक्षणपद्धतीमध्ये प्रादेशिक भाषांची जडणघडण समजून घेण्याची गरज निर्माण झाली होती. ही गरज पूर्ण करण्यासाठी मराठी भाषेचे व्याकरण पुस्तकरूपाने अवतरले. इंग्रजांनी रूढ केलेली शिक्षणपद्धती, मध्ययुगीन जीवनदृष्टीपेक्षा वेगळी असलेली ऐहिक जीवनदृष्टी व इंग्रजीचा प्रसार या सगळ्यांच्या एकत्रित परिणामातून मराठीच्या व्याकरणाची रूपरेषा निश्चित झाली. प्रारंभीच्या या मराठीच्या व्याकरण-लेखनामागे आणखीही एक हेतू स्पष्टपणे जाणवतो. येथील परकीय– म्हणजे इंग्रज अधिकारी– वर्गाला प्रादेशिक भाषा अवगत असणे आवश्यक

होते. मराठी प्रदेशातील इंग्रजांना मराठीचे ज्ञान मिळावे, या हेतूनेही हे मराठीचे व्याकरण-लेखन गरजेचे ठरले होते.

मराठीच्या व्याकरणाचा लिखिततील भाषारूपावर असलेला भर, मराठीच्या व्याकरणातील आदेशात्मकता, किंबहुना मराठी व्याकरणाचे एकंदर स्वरूप या सर्व गोष्टींवर मराठीच्या व्याकरणाची निर्मिती का, कशासाठी, कुणाच्या आज्ञेने व मार्गदर्शनाने झाली, याचा कमी-जास्त पण कायमस्वरूपी परिणाम राहिलेला जाणवतो. मराठीच्या व्याकरणाचा प्रारंभ इंग्रजी ब्रिटिश कालखंडामध्ये झाला. ब्रिटिशांच्या राजवटीमध्ये केवळ महाराष्ट्रातच नव्हे, तर सर्व भारतभर एक नवी जीवनपद्धती व नवी वास्तववादी व्यवहारी दृष्टी त्यांनी जाणीवपूर्वक अनुसरलेली होती. त्यांच्या राज्याच्या स्थिरतेसाठी त्यांनी अनेक क्षेत्रांमध्ये नवी धोरणे अवलंबिली. शिक्षणक्षेत्र हे त्यांपैकी एक महत्त्वाचे क्षेत्र आहे. ब्रिटिशपूर्व काळामध्ये जी कोणती शिक्षणपद्धती अस्तित्वात असेल, त्यापेक्षा ही शिक्षणपद्धती वेगळी होती. तिचे उद्देश वेगळे होते. मराठी/ भारतीय माणूस साक्षर करणे, हा वरवरचा उद्देश होता. स्वतःच्या राज्याच्या स्थिरतेच्या दृष्टीनेच त्यांनी या शिक्षणपद्धतीमध्ये प्रादेशिक भाषांच्या विकासाकडे लक्ष पुरविले आणि त्या भाषांच्या व्याकरणांवर अभ्यासक्रमामध्ये भर दिला. अर्थातच, त्यासाठी रचलेल्या मराठीच्या व्याकरणांना लेखनासाठी इंग्रजी व्याकरणांशिवाय दुसरा आदर्श नसल्याने ही व्याकरणे इंग्रजी धर्तीवर रचली गेली.

हे मराठीचे व्याकरण कसे लिहावे, याचा मराठीत तरी आदर्श नव्हता. 'मराठी भाषेचे पाणिनी' असे ज्यांना म्हटले जाते, त्या दादोबा पांडुरंग तर्खडकरांच्या व्याकरणाच्या प्रस्तावनेत त्यांनी म्हटले आहे :

"या देशात अद्यापि व्याकरण म्हणजे काय वस्तु आहे, हें बहुत जनांस माहीत नाही, व त्यांत आश्चर्य हे आहे, कीं त्यांत थोर थोर व्युत्पन्न व पुराणिक असतात, तेही, ते समजून घेण्याविषयी, तादृश श्रम घेत नाहीत." (दादोबा- प्रस्तावना पृ. ७)

व्याकरणाची गरज न भासल्यामुळे पूर्वी मराठीत व्याकरण-लेखन झाले नव्हते. त्याची आवश्यकता जाणवल्याने ज्या दादोबांसारख्यांना व्याकरण-लेखन करावयाचे होते, त्यांच्यासमोर साहजिकच इंग्रजी व्याकरणाशिवाय दुसरा आदर्श नव्हता. शालेय पातळीवर इंग्रजी भाषा शिकविण्यासाठी जी इंग्रजीची व्याकरणे त्या काळात लिहिलेली होती, त्या पद्धतीचा अवलंब करून हे पहिले मराठी व्याकरण तयार केले गेले. याचा अर्थ, विषय व मांडणी या दोन्ही दृष्टींनी अव्वल इंग्रजी काळातील हे मराठीचे व्याकरण पूर्णपणे इंग्रजी व्याकरणाच्या धर्तीवर लिहिले गेले आहे. पाणिनीच्या किंवा अन्य संस्कृत व्याकरणाच्या रचनेप्रमाणे सूत्र, पारिभाषिक (वा निरर्थक) संज्ञा यापेक्षा इंग्रजी व्याकरणाच्या रचनेप्रमाणे व्याख्या, त्याला पोषक अशी उदाहरणे, नियम व अपवाद या रचनेचा अंगीकार मराठीच्या व्याकरणलेखनाने केला. थोडक्यात, व्याकरणाची रचना व त्याच्यातील

विचार या दोन्हींवर इंग्रजी व्याकरण-लेखनांचा परिणाम झालेला होता. त्या कालात इंग्रजीतही भाषाविषयक विचार फारसा झालेला नसल्याने, व्याकरण ही संज्ञा भाषाशास्त्राला समांतर म्हणून योजली गेली. भाषाविषयक सर्व विभाग– शब्दसिद्धी, व्युत्पत्ती, अलंकार, छंद, वाङ्मयाचा इतिहास, अर्थशास्त्र, ध्वनिशास्त्र इत्यादी भाषाविषय– व्याकरणाच्या कक्षेतच विचारात घेतले जाऊ लागले.

शालेय पातळीवरच्या इंग्रजीच्या व्याकरणज्ञानाच्या आधारेच मराठीची शालेय पातळीवरची व्याकरणे सिद्ध झालेली आहेत. ब्रिटिश सरकारच्या दृष्टीने हीच मराठीची व्याकरणे महत्त्वाची होती. पण हा विचार करता-करता मराठीच्या व्याकरणाने तात्त्विक पातळीवरील विचार मांडायला सुरुवात केलेली दिसते. या व्याकरणकारांपैकी बहुसंख्य व्याकरणकार हे शिक्षक-अध्यापक होते. त्यांचा वर्षानुवर्षांचा मराठी शिकविण्याचा अनुभव हे त्यांचे प्रमुख भांडवल होते. तत्कालीन अभ्यासक्रमामध्ये इंग्रजी-संस्कृतचाही समावेश असल्याने या भाषांचाही (आजच्यापेक्षा किती तरी अधिक) या व्याकरणकारांना चांगला परिचय होता. या भाषांच्या व्याकरणांचा परिचयही मर्यादित स्वरूपामध्ये का होईना, होता. या ज्ञानाच्या आधारावर त्यांनी मराठी भाषेची व्यवस्था लावण्याचा प्रयत्न केला. कृष्णशास्त्री चिपळूणकर, गुंजीकर, दामले यांच्यासारख्या काही व्याकरणकारांच्या अभ्यासाचे क्षेत्र या व्याकरणकारांपेक्षा थोडे व्यापकही होते. शालेय पातळीवरील गरज, शालेय पातळीवरील विद्यार्थिवर्ग आणि त्यांच्याशी परिचित असलेल्या दादोबा, जोशींसारख्या काही व्याकरणकारांनी शालेय व प्रौढबोध अशा दोन्ही स्तरांवर स्वतंत्रपणे विचार मांडलेले दिसतात. खेर, केळकर, नवलकर यांच्यासारख्या काही व्याकरणकारांनी असा स्वतंत्र लेखनप्रपंच न करता, या दोन्ही प्रकारचे व्याकरण-लेखन एकत्रितपणे केले. मराठीतील सर्व 'प्रौढबोध' व्याकरणे ही अशी शालेय पातळीवरील व्याकरण-लेखनातूनच सिद्ध झालेली आहेत. कदाचित, या सगळ्यांचा शिक्षकी पेशा या व्याकरणांना आदेशात्मक रूप आणून द्यायला कारणीभूत झालेला असेल. तसेच, व्याकरणाचे प्रकार, व्याकरणाचे कार्य इत्यादी व्याकरणविषयक प्रश्नांचा आजच्या इतपतही विचार त्या काळामध्ये झालेला नव्हता. त्यामुळे या व्याकरणांचे स्वरूप काहीसे वर्णनात्मक, काहीसे ऐतिहासिक व काहीसे आदेशात्मक राहिलेले दिसते.

इंग्रजी राजवटीमध्ये मराठीचे व्याकरण-लेखन गरजपोटी करणाऱ्या या व्याकरणकारांना मध्ययुगीन काळामध्ये मराठीची व्याकरणे रचलेली आहेत की नाही, याची कल्पना नव्हती. एवढेच कशाला, 'या भाषेमध्ये कोणत्याही प्रकारचे वाङ्मय नाही, ती केवळ बोलीभाषा आहे; तीसुद्धा व्यापारी-शेतकरी यांच्यासारख्या वर्गाची असा मराठीविषयक गैरसमज एल्फिन्स्टन, रॉबर्ट मनी, जेम्स मोल्सवर्थ आदी जाणकारांच्या लेखनातून दृढ झालेला होता. पूर्वी मराठीत वाङ्मयच नव्हते, तर

त्याचा विचार करणारे व्याकरण कुठून असणार; असा मराठीतील पाणिनी समजल्या गेलेल्या दादोबांसारख्या व्याकरणकाराचा समज होणे अगदी स्वाभाविक वाटते. अशा तऱ्हेने, अव्वल इंग्रजी कालखंडात एक नवी व वेगळी परंपरा निर्माण करण्याच्या भूमिकेतून मराठीच्या व्याकरणाची सुरुवात झालेली आहे. 'मराठीच्या रचनेचा विचार आतापर्यंत कुणी केला नव्हता, तो आपण इंग्रजांच्या व इंग्रजीच्या प्रेरणेमधून करीत आहोत,' ही या प्रारंभकाळातील व्याकरणकारांची भूमिका होती.

कालांतराने मध्ययुगीन मराठी वाङ्मयाचा अभ्यास होऊ लागला. मध्ययुगीन काळातील मराठी वाङ्मयाची समृद्ध परंपरा ही आपल्या अभिमानाची गोष्ट आहे, याची सार्थ जाणीव होऊ लागली आणि इंग्रज येण्यापूर्वी रचलेली मराठी व्याकरणे उजेडात आली. इंग्रजपूर्व कालखंडामध्ये असलेली मराठीच्या व्याकरणांची परंपरा थेट महानुभावीय काळापर्यंत कालदृष्ट्या मागे जाऊ शकते, याची जाणीव झाली. महानुभाव पंथातील लेखक भीष्माचार्यांचे 'पंचवार्तिक' हे मराठीचे पहिले व्याकरण होय. त्यांनी पंथाच्या धार्मिक वाङ्मयाच्या अध्ययनासाठी हे व्याकरण रचले. चौदाव्या शतकातील हे व्याकरण कै. मो. स. मोनेंच्या 'मराठी भाषेचे व्याकरणकार व व्याकरणनिबंधकार' या पुस्तकामध्ये समग्र छापलेले आहे. महानुभाव पंथातील एक प्रमुख ग्रंथकार भास्करभट्ट बोरीकरांनी 'महाराष्ट्र भाषाभ्यास अथवा सुभाष्य' आणि आनेराज व्यासांनी 'द्वात्रिंशलक्षणरत्नाकर' अशी व्याकरणे रचलेली आढळतात. (य. खु. देशपांडे, महानुभावीय मराठी वाङ्मय, पृ. ३६) ही व्याकरणविषयक लेखनाची जाण संशोधनाने आणून दिली. या व्याकरणांचा प्रसार अर्थातच, पंथापुरता मर्यादित होता. पण यावरून 'मराठीच्या व्याकरणाची परंपरा थेट तेराव्या शतकापर्यंत मागे नेता येते,' याची जाणीव झाली. पुढील कालखंडात रामदासशिष्य गिरिधरस्वामी यांचा 'व्याकर्ण' नामक ग्रंथ आढळतो. या सर्व व्याकरणांचे स्वरूप आजच्या मराठीच्या व्याकरणांपेक्षा वेगळे आहे. मध्ययुगीन मराठीचा विस्तृत कालखंड लक्षात घेता, हे सर्व व्याकरण-लेखनाचे प्रयत्न दुर्लक्ष होण्याइतके अल्प आहेत; अत्यंत तुटपुंज्या स्वरूपाचे आहेत, अपवादात्मक आहेत आणि आजच्या व्याकरण-लेखनावर कोणताही परिणाम न करू शकणारे आहेत. मध्ययुगीन मराठी वाङ्मयाची समृद्धी लक्षात घेता असे वाटते की, या काळात या वाङ्मयाचा भाषिक दृष्टीने विचार करण्याची गरज का वाटली नसेल? संस्कृत व अपभ्रंश भाषांची व्याकरणपरंपरा असूनही मराठीचे व्याकरण का रचले गेले नाही? कारणे कोणतीही असोत; पण ते व्याकरण-लेखन अव्वल इंग्रजीच्या कालखंडातच जाणीवपूर्वक केले गेले, ही वस्तुस्थिती मान्य करायला पाहिजे. या दृष्टीने पाहता, मराठीच्या व्याकरणाच्या परंपरेत इंग्रजी व्याकरणाला असलेले स्थान किती महत्त्वपूर्ण आहे, हे लक्षात येते.

२. इंग्रजीचा परिणाम

वरील व्याकरण-लेखनाचे प्रयत्न वगळता मराठीचे व्याकरण रचण्याचा प्रयत्न (अल्प प्रमाणात) पोर्तुगीजांनी व इंग्रजांनी केला. या सर्व व्याकरणांचा एक हेतू 'परकीयांना मराठीचे ज्ञान करून देणे' हा आहे. फादर स्टीफन्सने याच हेतूने मराठीचे व्याकरण लिहिले. इ. स. १८०५मध्ये कॅरी या इंग्रजाने वैद्यनाथ शर्मांच्या साह्याने 'A Grammar of Mahratta language' हे व्याकरण रचले. इंग्रजी राजवटीतील मराठीचे हे पहिले व्याकरण एका इंग्रजाने रचले आणि तेही महाराष्ट्रात प्रकाशित न होता कलकत्त्याजवळच्या श्रीरामपूर येथे तयार झालेले आहे. यावरून त्या काळात मराठी माणसाला मराठी व्याकरणाची आवश्यकता मुळीच वाटली नव्हती, हे स्पष्ट होते. अत्यंत जुजबी नियम असलेले हे पुस्तक मराठी भाषक प्रदेशात नेमावयाच्या अधिकाऱ्यांना मराठी समजावे, वाचता यावे, बोलता यावे, या राजकीय हेतूने रचले होते. 'कॅरीचे व्याकरण अत्यंत अपुरे व चुकांनी भरलेले आहे' असे मत नोंदवून, महंमद इब्राहिम मखबांनी इंग्रजी व्याकरणाचाच आदर्श नजरेसमोर ठेवून 'A Grammar of Mahratta language' (१८२६) रचले. ही दोन्ही व्याकरणे इंग्रजीत आहेत. स्टीव्हन्सनचे १८३३मधील व्याकरणही इंग्रजीतच रचलेले आहे. चार ब्राह्मणांकडून मराठीतील वेगवेगळे शब्द कसे चालतात, ते समजून घेऊन त्याच्या आधारे मराठीच्या व्याकरणाचे नियम त्याने सांगितले. हे लेखन करताना त्याने मोल्सवर्थ आणि नेस्बिट यांच्याशी चर्चाही केली होती. बॅलेन्टाईनचे 'The Grammar of Marathi language' (१८३९), बर्जेसचे 'A Grammar of the Marathee language'(१८५४) ही इंग्रजांसाठी इंग्रजीमधून इंग्रजांनी लिहिलेली मराठीची व्याकरणे होत. बेल्लर्स व आसखेडकर यांचे मराठीचे व्याकरण (१८६८), नवलकरांचे 'The students' of Marathi Grammar' (१८८०), खेरांचे 'The higher Marathi Grammar' (१८९९; 2nd. Ed.) ही मराठी व्याकरणकारांनी लिहिलेली व्याकरणेही इंग्रजांसाठी असून इंग्रजीमध्ये आहेत. त्यांपैकी मराठीभाषक व्याकरणकारांच्या व्याकरणांमध्ये मराठी भाषेविषयीची समज अधिक असणे स्वाभाविक आहे. त्यातही खेर व नवलकर यांच्या व्याकरणांतील विचार व मराठीच्या रचनेबद्दलची त्यांची मते विचारात घेण्यासारखी आहेत.

इंग्रजीमध्ये रचलेल्या मराठीच्या प्रारंभीच्या व्याकरणांचा उद्देश इंग्रजांना मराठी भाषा शिकविणे, हा सांगितला जातो. सामान्यत: हा उद्देश मान्य व्हायलाही हरकत नाही. पण मराठी शिकण्याची गरज असलेला असा युरोपियनांचा वर्ग इथे कितीसा होता? आणि या व्याकरणांनी त्यांना मराठी लिहिता-वाचता किती प्रमाणात येऊ लागले? या प्रश्नांच्या उत्तरांचा आधार घेतला, तर इंग्रजांना मराठी येण्यासाठी ही व्याकरणे रचलेली

आहेत, या उद्देशाचा पुनर्विचार करावा लागतो. सन१८२५चे पंडितत्रयाचे वा अन्य मराठीतून रचलेली व्याकरणे तर इंग्रजांना मराठी शिकविण्याच्या उद्देशाने रचलेली नसल्याचे स्पष्ट आहे. प्रा. प्रियोळकरांनी या सर्व व्याकरण-लेखनामागचा सांगितलेला हेतू अधिक ग्राह्य वाटतो. ते म्हणतात की, त्या काळामध्ये नोकरीच्या प्रतिष्ठेच्या व जीवनात स्थिर होण्याच्या दृष्टीने इंग्रजी भाषा चांगल्या तऱ्हेने लिहिता-वाचता येणे, ही निकडीची गरज होती. स्वभाषेच्या शास्त्रशुद्ध आकलनाने इंग्रजी रचना तौलनिक दृष्टीने समजून घेणे स्वभाषकाला सुलभ असते. या दृष्टिकोनातून या प्रारंभीच्या (व नंतरच्याही) मराठीच्या व्याकरणांची रचना झालेली आहे. (मराठी व्याकरणाची कूळकथा, पृ. १३) 'व्याकरण शिकल्याने भाषा येते' हा तेव्हाचा भाषिक समज लक्षात घेतल्यास, मराठीच्या व्याकरणांच्या शास्त्रशुद्ध रचनेचा हा हेतू असल्याने ती सर्व व्याकरणे इंग्रजीच्या व्याकरणांच्या धर्तीवर जाणे अपरिहार्य कसे होते, ते स्पष्ट होते.

हा हेतू असल्यामुळेच पंडितत्रयांच्या 'संस्कृताध्ययनबलेकरून रचलेल्या' व्याकरणावरही इंग्रजीचा परिणाम असणे, हे स्वाभाविक आहे. हे पंडितत्रय संस्कृतचे जाणकार होते. संस्कृतमधील शब्द-शब्दजाती यांच्या आधारे त्यांना मराठीतील शब्दजाती सांगता आल्या असत्या; पण मराठी रचनेतील ज्या घटकांचा उलगडा इंग्रजी रचनेच्या आधारे करता येत नाही, त्या ठिकाणीच संस्कृतचा आधार या व्याकरणाने घेतलेला आहे. असे घडण्याचे कारण वरील विवेचनावरून अगदी स्पष्ट होते.

इंग्रजांनी रूढ केलेल्या या शालेय पातळीतील शिक्षणक्रमामध्ये इंग्रजी भाषा हा एक विषय होता. पुढील शिक्षणक्रमामध्ये इंग्रजी हे माध्यम होते. शालेय पातळीवर मराठी ही प्रादेशिक भाषा या प्रदेशात शिकवली जाई. सन १८५७मध्ये मुंबई विद्यापीठाच्या स्थापनेनंतर मराठीला काही काळाने महाविद्यालयीन पातळीवरही स्थान द्यावे लागले. जर मराठीच्या (व पर्यायाने प्रादेशिक भाषांच्या) विकासाची व शास्त्रशुद्ध अभ्यासाची निकोप भाषिक जाणीव ब्रिटिशांजवळ असती, तर विद्यापीठाच्या या अभ्यासक्रमामध्ये मराठीचा समावेश व्हायला १९३५ हे वर्ष उजाडावे लागले नसते. मराठीचे व्याकरण सिद्ध करण्यामागे ब्रिटिश सरकारचा हेतू मराठीच्या शास्त्रशुद्ध विकासाचा नव्हता, हे यावरून स्पष्ट होते. इंग्रजी शिक्षण– इंग्रजीतून शिक्षण– त्याद्वारा इंग्रजी संस्कृतीबद्दल प्रतिष्ठेची भावना मराठी समाजामध्ये त्यांना रुजवायची होती. इंग्रजीचा भक्तवर्ग त्यांना मराठीच्या व्याकरणाद्वारे घडवायचा होता. त्याचा हा पायाभूत प्रयत्न म्हणून शालेय पातळीपासून मराठीच्या व्याकरणाचा अभ्यास व लेखन केले गेले आहे.

आणखीही एका गोष्टीवरून याचे प्रत्यंतर मिळू शकते. दादोबांच्या 'महाराष्ट्र भाषेचे व्याकरण' या ग्रंथामध्ये त्यांनी व्याकरणाची व्याख्या पुढीलप्रमाणे केली आहे :

''व्याकरण म्हणून एक शास्त्र आहे, जेणेकरून भाषेचे तत्त्वज्ञान होते, म्हणजे तिचे आतील नियम कळतात, तेणेकरून शुद्ध कोणते आणि अशुद्ध कोणते, हे यथायोग्य समजते.''(११वी आवृत्ती, १८९९, छेदक १)

या व्याख्येमध्ये 'शास्त्र' या संज्ञेचा प्रथम दिलेला अर्थ 'जेणेकरून भाषेचे तत्त्वज्ञान होते, म्हणजे तिचे आतील नियम कळतात' हा आहे; याचा रोख काही प्रमाणात 'लक्ष्यलक्षणं व्याकरणम्' या कात्यायनाच्या प्रसिद्ध वार्तिकाशी जुळणारा आहे. व्याख्येतील शास्त्र याचा दुसरा अर्थ, 'तेणेंकरून शुद्ध कोणते आणि अशुद्ध कोणते, हे यथायोग्य समजते' हा आहे. यावर लिंडली मरेच्या शालेय इंग्रजी व्याकरणाचा परिणाम स्पष्टपणे जाणवतो. पण दादोबांच्या 'मराठी लघुव्याकरण' या पुस्तकामध्ये केवळ उत्तरार्धच राहिलेला दिसतो. संस्कृतमधील कात्यायनाच्या वार्तिकाशी जुळणारा भाग नंतर शालेय पातळीवरच्या व्याकरणात गाळला जातो, याचे कारण सहजपणे लक्षात येते. इंग्रजी भाषा आत्मसात होण्यासाठी आणि इंग्रज-इंग्रजीचे माहात्म जनमानसावर ठसविण्यासाठी हे मराठीच्या व्याकरणाचे लेखन झालेले आहे. म्हणून या व्याख्येतील संस्कृतशी जुळणारा पूर्वार्ध शालेय पातळीवरच्या दादोबांच्या व्याकरणामध्ये त्यांनी गाळून टाकला असावा.

ब्रिटिशपूर्व काळामध्ये मराठीला व्याकरणपरंपरा नव्हती. ही परंपरा ब्रिटिशांच्या काळात त्यांच्याच हेतुगर्भ मार्गदर्शनाने निर्माण झाली. त्यामुळे लॅटिनपद्धतीच्या इंग्रजीच्या व्याकरणाच्या अनुसरणात ही व्याकरणे कृतार्थता मानू लागली. 'पाणिनीचा जबरदस्त परिणाम आणि अवांतर गोष्टी यांच्यामुळे पाश्चात्त्यांनी आपल्या लॅटिनपुनित पारंपरिक व्याकरणाचा हळूहळू त्याग केला आणि आधुनिक भाषाविज्ञानाची पायाभरणी केली... ज्या पाश्चात्त्यांचेच अनुकरण करायचे, ते पाश्चात्त्यच संस्कृत शिक्षा आणि संस्कृत व्याकरण यांच्या प्रकाशात आपले भाषाविषयक विचार मुळापासून तपासून घेत आहेत; व्याकरणाची एक नवी पद्धतच बसवीत आहेत, या वस्तुस्थितीकडे डोळेझाक केली आणि लॅटिनपुनित शालेय व्याकरण म्हणजेच पाश्चात्त्य व्याकरण, असे समजून चाललो.' (डॉ. अशोक केळकर - पुरस्कार – डॉ. चं. द. इंदापूरकर-**मराठी भाषा व्यवस्था आणि अध्यापन** (१९८९) पृ. १३) संस्कृतची व्याकरण-परंपरा व त्यामागील दृष्टिकोन याकडे लक्ष न देणे याचे कारण या प्रारंभीच्या काळाशी निगडित आहे. अजूनही आपण पाणिनीने सांगितलेली मते पाश्चात्त्यांच्या अनुसरणामार्फत घेतो.

मराठीची सर्वच व्याकरणे लिखिताला प्रमाण समजून रचलेली आहेत, हा आपला समजही पूर्णांशाने योग्य नाही. प्रा. अ. का. प्रियोळकारांच्या जेजुइटांच्या व्याकरणांच्या संशोधनाने (१९३६) हा समज खोटा ठरविला आहे. इंग्रजांच्या आगमनापूर्वी इ. स. १६४०मध्ये पोर्तुगीज भाषेमध्ये कोकणी या मराठीच्या एका

मान्यवर बोलीच्या बोलण्यातील रूपाचे व्याकरण स्टीफन्सने सिद्ध केलेले होते. पोर्तुगीज धर्मोपदेशकांना कोकणीमधून प्रवचन देता यावे, हा त्या व्याकरणाचा उद्देश होता. या उद्देशानुरूप व्याकरणाची पातळी न गाठता 'भाषापरिचया'च्या पातळीवरचे त्याचे स्वरूप झाले आहे. या व्याकरणाने जसे बोलण्याला प्रमाण मानले आहे, तसेच, १८२४मधील 'महाराष्ट्र प्रयोगचंद्रिका' या मराठीच्या संस्कृतमधील व्याकरणानेही बोलण्यातील रूपांची उदाहरणे अनेक ठिकाणी दिलेली आहेत.

अर्थातच, मराठीच्या व्याकरणांची वाटचाल या मार्गाने झाली नाही, हे तर स्पष्टच आहे. यांचा परिचयही मराठीला फार उशिरा झाला. पण त्यांची माहिती असती; तरी मराठीची व्याकरणे या मार्गाने गेली असतीच, असे म्हणता येत नाही. ती अपवादात्मकच राहिली असती. याचे एक प्रमुख कारण म्हणजे, जेजुइटांच्या व्याकरणांचा उद्देश व इंग्रजांच्या मार्गदर्शनाखाली रचलेल्या या मराठीच्या व्याकरणांचा उद्देश एक नव्हता, वेगळा होता. इंग्रजांनी करवून घेतलेल्या व्याकरणांचा उद्देश शैक्षणिक पातळीवरचा होता; आणि दुसरे कारण म्हणजे, इंग्रजीची व्याकरणे लिखिताला प्रमाण मानणारी असल्यामुळे त्यांनी मराठीची व्याकरणे याच पद्धतीने सिद्ध करण्यावर भर देणे स्वाभाविक होते. जर आपली व्याकरणे जेजुइटांच्या मराठी व्याकरणांचेच अनुसरण करीत सिद्ध झाली असती, तर बोलींची व्याकरणे रचण्याची आजची दृष्टी मराठीला नवी राहिली नसती. किंवा, १८२४च्या संस्कृतमधील व्याकरणाचा प्रभाव मराठीच्या व्याकरणांवर राहिला असता, तर कदाचित लेखन व बोलणे या दोन्ही रूपांना प्रमाण मानण्याकडे मराठीच्या व्याकरणांनी लक्ष पुरविले असते. पण इंग्रजांनी आखून दिलेला उद्देश आणि इंग्रजीच्या व्याकरणाच्या मार्गाने मराठीत आलेली तत्कालीन भाषिक दृष्टी यामुळे मराठीची ही व्याकरणे लिखिताला प्रमाण मानून रचली गेली.

इंग्रजी भाषा सफाईदारपणे आणि चांगल्या पद्धतीने आत्मसात होण्यासाठी स्वभाषेचा शास्त्रशुद्ध अभ्यास करण्याकडे वळलेल्या या वर्गाला समोर ठेवून ही मराठी व्याकरणे लिहिलेली आहेत. मराठी व्याकरण-लेखनामागील उद्देश या मराठीच्या व्याकरण-लेखनाचे स्वरूप ठरविणारा आहे. त्यांच्या आकलनाच्या दृष्टीने ही व्याकरणे इंग्रजी व्याकरणाच्या साच्यातून तयार केली जाणे स्वाभाविकच आहे. इंग्रजीतील alphabet वरून मराठी वर्णमालेची कल्पना व व्याख्या, इंग्रजीतील word व parts of speech वरून शब्द व शब्दजाती यांच्या कल्पना, caseवरून विभक्तिव्यवस्था, Active-passive voice वरून प्रयोगव्यवस्था अशा व्याकरणातील प्रत्येक घटकाचा विचार करताना मराठी व्याकरण इंग्रजी व्याकरणावरून बेतले गेले. यामुळे इंग्रजी व मराठी या दोन्ही भाषांतून रचलेल्या या व्याकरणाला मराठीच्या स्वतंत्र विशेषांची फारशी जाणीव होणेही शक्य नव्हते. इंग्रजांना मराठी भाषा

लिहिता-वाचता येणे आणि मराठी तरुणांना इंग्रजी भाषा आत्मसात करता येणे हे उद्देश असल्याने, या मराठी व्याकरणांमध्ये तत्त्वचर्चेपेक्षा शब्द व वाक्य यांचाच जास्तीत जास्त भरणा असणे स्वाभाविक आहे. व्याकरणविषयक नियम व तत्त्वे यांच्यापेक्षा विपुल प्रमाणात शब्दसंग्रह व त्यांचा विविध प्रकारे होणारा उपयोग, तसेच विविध प्रकारची मराठी वाक्यरचना, या गोष्टींवर म्हणजे तपशिलावर या व्याकरणांचा भर आहे. (उदा. 'चा' हा प्रत्यय 'मी' व 'तू' या सर्वनामांना लागताना 'झा' असा होतो - 'माझा', 'तुझा'; किंवा 'करणे' याचे भूतकाळी रूप 'करला' असे नियमाप्रमाणे होत नाही, तर ते 'केला' असे होते, इत्यादी) त्यामुळे या व्याकरणांचे स्वरूप केवळ वर्णनात्मक न राहता, ऐतिहासिक दृष्टीने थोडा फार व्युत्पत्तीचा मागोवा घेत पुष्कळसे आदेशात्मक होणे स्वाभाविक होते.

या सर्वच व्याकरणांनी 'भाषा शिकणे व व्याकरण' याचा अतूट संबंध जोडून दिला. भाषा सरावाने लिहिता-बोलता येते; केवळ त्या भाषेचे व्याकरण शिकल्याने नाही, ही जाणीव त्या काळात नव्हती. कारण व्याकरण म्हणजे भाषेचाच सर्व प्रकारे विचार करणारे शास्त्र हा समज असल्याने, या शास्त्राच्या आधारे इंग्रज अधिकारी मराठी शिकू पाहत होते आणि नोकरीची अपेक्षा असलेला मराठी तरुणवर्ग इंग्रजी शिकू पाहत होता. इंग्रजीच्या व्याकरणांचा भर लिखिताला प्रमाण मानण्यावर असल्याने ही त्यांच्या आदर्शानुरूप सिद्ध होणारी मराठी व्याकरणेही लिखिताला आधार मानून लिहिली गेली. इंग्रजीतून रचलेल्या मराठी व्याकरणांवर हा परिणाम अधिक असला तरी सरसकट मराठी व्याकरणांवरही त्याचा परिणाम आहे. तसेच ही सर्व व्याकरणे रचणारे व्याकरणकार मराठी जाणणारे असल्याने दोन्ही भाषांच्या व्याकरणांच्या तुलनेतून त्यांना सुचलेले तात्त्विक पातळीवरचे विचार नंतरच्या काळातील व्याकरणकारांच्या व्याकरणांमधून येऊ लागले. त्यांचे मराठीच्या वेगळेपणाकडे लक्ष जाऊ लागले. मात्र भाषेच्या बोलण्यातील बदलत्या स्वरूपाकडे आपोआपच दुर्लक्ष झाले.

इंग्रजीतून लिहिलेल्या सरसकट सर्वच मराठी व्याकरणांबद्दल ही विधाने मान्य करता येत नाहीत, हेही लक्षात घ्यायला पाहिजे. तसेच १८०५च्या कॅरीच्या व्याकरणाच्या गंगोत्रीपासून ते थेट १८८०च्या खेर-नवलकर आदींच्या काळापर्यंतच्या मिशनरी व्याकरणांचे स्वरूप एकासारखे नसणे, हेही स्वाभाविक आहे. परकीयांना मराठी शिकविणे हा या सगळ्याच व्याकरणांचा उद्देश असला, तरी प्रत्येकाच्या व्याकरणविषयक चिंतनानुसार त्याच्या व्याकरणात बदल झालेला दिसून येतो. मुंबई विद्यापीठाच्या अभ्यासक्रमामध्ये मराठीला असलेले स्थान, भाषाशास्त्राच्या अभ्यासाची जाणीव, व्याकरणविषयक नवे चिंतन आणि इंग्रजीपेक्षा मराठीचे जाणवणारे वेगळे विशेष यांचा परिणाम या मिशनरी व्याकरणांवरही झाला. संस्कृत भाषेचा मराठीवर

असलेला परिणाम विसरून मराठीचे व्याकरण सांगता येणार नाही, ही जाणीवही खेर-नवलकर व जोशी यांच्या व्याकरणांतून जाणवू लागली. म्हणूनच विभक्तिविचार, आख्यातव्यवस्था, सामान्य रूप यांच्याबद्दल त्यांनी वेगळ्या तऱ्हेने विचार मांडले. मराठी व्याकरणाची परंपरा घडविण्यामध्ये मिशनरी व्याकरणांना एक विशिष्ट स्थान द्यावे लागते. तरीही त्यांच्या लेखनाच्या उद्देशाने त्यांना घालून दिलेल्या मर्यादा विसरता येत नाहीत. अशा मर्यादा ज्यांच्या व्याकरणाला नाहीत; ते दादोबा पांडुरंग तर्खडकर, कृष्णशास्त्री चिपळूणकर, रा. भि. गुंजीकर, रा. भि. जोशी, दामले आदींच्या लेखनांनी मराठी व्याकरणाची परंपरा घडवली, असे मराठी व्याकरणांचा इतिहास पाहता जाणवते.

३. शास्त्रीय व्याकरणे

आपला राज्यकारभार सुरळीत चालावा, या हेतूने हिंदी लोकांना पाश्चात्त्य ज्ञान देण्यासाठी ब्रिटिशांनी शाळा काढल्या. हे ज्ञान ज्या देशी भाषांतून द्यावयाचे, त्या देशी भाषांचा शास्त्रशुद्ध अभ्यास व्हावा; यासाठी अभ्यासक्रमानुसार क्रमिक पुस्तके लिहिली जाणे आवश्यक होते. हा प्रयत्न 'हैंदशाळा मंडळी' (१८२२) या संस्थेमार्फत सरकारने केला. मराठीला आवश्यक असलेले असे शालेय पातळीवरील व्याकरण जॉर्ज जार्विस याने चार पंडितांकडून १८२४मध्ये लिहवून घेतले. हे चार पंडित म्हणजे जगन्नाथशास्त्री क्रमवंत, रामचंद्रशास्त्री जान्हवेकर, बाळशास्त्री घगवे आणि गंगाधरशास्त्री फडके हे होत. त्यांपैकी जान्हवेकरांनी वेगवेगळ्या कामांत गुंतल्याने या कामात लक्ष घातले नाही. शास्त्री-पंडितांनी मराठीच्या विद्यार्थिवर्गासाठी मराठीत लिहिलेले हे पहिले व्याकरण होय. व्याकरणकार संस्कृतपंडित असल्याने हे व्याकरण 'संस्कृताध्ययनबलेंकरून' रचले गेलेले असणे अगदी स्वाभाविक आहे. पण शास्त्री-पंडितांनी रचलेल्या व्याकरणावर इंग्रजीचा परिणाम नसेल, असे समजणे चूक ठरेल. त्यांनी शब्दांच्या जाती इंग्रजीप्रमाणे आठ सांगितल्या आहेत. 'अविच्छिन्न परंपरागत लिपिशिक्षा, लोकव्यवहार, काही काही शास्त्रीय कल्पना आणि युक्ती यांते अवलंबून सुखबोधार्थ' हे व्याकरण रचले आहे, असे या पंडितत्रयांनी म्हटले आहे.

याचा अर्थ, मराठीचे व्याकरण इंग्रजांच्या व इंग्रजी व्याकरणाच्या प्रभावी सहवासातून प्रथम रचले गेले आणि इंग्रजांच्या अनुज्ञेने-आदेशाने संस्कृतपंडितांनी मराठीला व्याकरणाच्या 'आळ्यात' आणण्याचा प्रयत्न केला. रचणारे संस्कृत जाणकार असल्याने आणि संस्कृत ही मराठीचे मूळ असल्याने मराठी व्याकरणावर संस्कृत व इंग्रजी यांचा संयुक्त प्रभाव पडण्याची शक्यता निर्माण झालेली असली; तरी कालमाहात्म्य व शिक्षणपद्धती या दोन्हींमुळे १८२४च्या 'महाराष्ट्र भाषेच्या

व्याकरणा'वर संस्कृत व्याकरणापेक्षा इंग्रजी व्याकरणांचा परिणाम ठसठशीतपणे उमटलेला दिसतो. पुढची बहुसंख्य मराठी व्याकरणे या परिणामातून सुटलेली नाहीत.

सन १८२४ मध्ये मद्रास येथे वेंकटमाधवांनी 'महाराष्ट्र प्रयोगचंद्रिका' हे मराठीचे व्याकरण संस्कृतमध्ये रचले. (या व्याकरणाचा नामनिर्देश प्रथमत: राजवाडे यांनी केलेला आढळतो; १९७० मध्ये डॉ. अर्जुनवाडकरांनी ते प्रसिद्ध केले.) रचना व विषय या दोन्ही दृष्टींनी इंग्रजीच्या परिणामातून हे व्याकरण पूर्णपणे मुक्त आहे. संस्कृत व्याकरणरचनेच्या धर्तीवर याची सूत्रबद्ध रचना केलेली असून, संधिनियमांच्या स्पष्टीकरणार्थ बोलण्यातील भाषेची उदाहरणे घेतलेली आहेत. पण मध्ययुगीन काळातील मराठी व्याकरणांचा जसा मराठी व्याकरणपरंपरा घडविण्यात जरासुद्धा हातभार लागलेला नाही, तीच अवस्था या व्याकरणाचीही झाली.

सन१८२४मध्ये रचलेले पंडितत्रयांचे व्याकरण १९५४मध्ये छापले गेले. या व्याकरणाचा फारसा परिणाम पुढील व्याकरणांवर नाही. याच तीन पंडितांपैकी गंगाधरशास्त्री फडकेंनी १८३६मध्ये 'महाराष्ट्र भाषेचे व्याकरण' लिहिले. मराठीतील हे पहिले मुद्रित व्याकरण होय. व्याकरण-लेखनामागील आपली भूमिका त्यांनी पुढीलप्रमाणे स्पष्ट केली आहे :

"या भाषेचा अनुगम व या भाषेंतील विषय समजण्याने संस्कृतादिकांत प्रवेश करण्याची ज्यांची इच्छा, त्यांस फार उपयोगीं पडेल... याकरितां महाराष्ट्रादि भाषांची व्याकरणें आहेत."

फडकेंच्या मते, संस्कृताध्यनासाठीही मराठीचे व्याकरण गरजेचे आहे. त्यांच्या संस्कृतच्या अभ्यासाचा उपयोग त्यांना हे व्याकरण रचताना झाला असला, तरी इंग्रजीचा परिणाम या व्याकरणावरही आहे.

मराठी भाषा ही विविध रूपे धारण करीत आहे. त्या विविधतेपैकी कोणती तरी एक मध्यवर्ती प्रमुख मानून व्याकरण लिहिले पाहिजे, ही जाणीव फडके यांना आहे. 'पुणे प्रांतीची भाषा प्रमुख धरून आपण मराठीबद्दलचे नियम देत आहोत', अशी त्यांनी दिलेली कबुली याच भाषिक जाणिवेची निदर्शक आहे.

सन१८३६ मधील मुलांसाठी रचलेल्या बाळशास्त्री जांभेकरांच्या 'बालव्याकरणा'मध्ये अशी कोणतीच प्रगल्भता नाही. हे व्याकरण प्रश्नोत्तररूपी आहे, सोप्या भाषेत आहे. त्यामुळेच १८६३पर्यंत या व्याकरणाच्या चौदा आवृत्त्या निघाल्या.

सन१८३६ पर्यंतच्या काळात मुद्रित पुस्तके वा अन्य शास्त्रीय प्रकारचे लेखन कमी असल्याने मराठी भाषा विविध रूपे धारण करताना दिसत नाही. शब्द, प्रत्यय आणि वाक्यरचना यांमधील या विविधतेमधून मराठीचे एकच एक रूप आदर्श म्हणून लोकांसमोर ठेवावे, या हेतूने १८३६मध्ये आणखी एक मराठी व्याकरण

लिहिले गेले; ते म्हणजे दादाबो पांडुरंग तर्खडकरांचे 'मराठी भाषेचे व्याकरण' हे होय. दादोबांचा संस्कृत व इंग्रजी या दोन्ही भाषांशी परिचय असल्याने त्यांनी त्याचा उपयोग आपल्या व्याकरण-लेखनात केला. मराठी भाषेतील विविध रूपांनी निर्माण झालेला गोंधळ दूर करण्यासाठी, म्हणजे भाषा ही व्याकरणाच्या आळ्यात आणण्यासाठी त्यांनी व्याकरण रचले. बाळशास्त्री जांभेकर, मेजर कँडी यांच्याशी दादोबांनी जी व्याकरणविषयक चर्चा केली, तिचा परिणाम त्यांच्या व्याकरणात दिसतो. व्याकरणाची कक्षा, शुद्धाशुद्धविवेक, प्रयोगरचनेतील अशुद्ध वाक्यरचना इत्यादी विभागांतील त्याचे विचार व निर्णायक मते पाहता, त्या काळातील भाषेकडे पाहण्याचा दृष्टिकोन कळून येतो; भाषा व व्याकरण यांचे संबंध लक्षात येतात. व्याकरण प्रमुख, व्याकरणाने दिलेल्या नियमांप्रमाणे भाषेने चालले पाहिजे; भाषेच्या विविध रूपांपैकी एक शुद्ध व इतर अशुद्ध, इत्यादी समजांवर त्यांचे व्याकरण आधारलेले आहे. एक प्रकारे, लेखनातील विविधता त्यांना दोषास्पद वाटत होती. 'भाषेची विविध रूपे ही भाषेची नैसर्गिक विकासावस्था आहे', ही आजची भाषिक समज त्या काळात नव्हती.

साधारणपणे १८५०पर्यंत दादोबांच्या व्याकरणापेक्षा फडकेंच्या व्याकरणाचा प्रचार व प्रसार अधिक असावा. कारण १८५०पर्यंत फडकेंच्या व्याकरणाच्या चार आवृत्त्या निघाल्या, तर दादोबांच्या व्याकरणाच्या मात्र केवळ दोनच आवृत्त्या निघालेल्या दिसतात. दादोबांच्या व्याकरणाच्या पुढे एकंदर सात आवृत्त्या निघाल्या, हा भाग वेगळा. पण १८५०पर्यंत त्यांच्या व्याकरणाचा फारसा प्रभाव नसावा. दादोबांचे व्याकरणविषयक चिंतन त्यांच्या प्रत्येक आवृत्तीमधील नव्या विचारांच्या भरीने जाणवते. आपल्या व्याकरणाच्या प्रत्येक आवृत्तीमध्ये त्यांनी नवे विचार व्यक्त केलेले आहेत. त्यांच्या १८३६च्या व्याकरणानंतर प्रभाकर, दर्पण वगैरेंसारख्या नियकालिकांतून मराठीला लेखनामध्ये जे एक निश्चित रूप येऊ पाहत होते, त्याचीही नोंद करण्याचा प्रयत्न दादोबांच्या १८५०च्या व्याकरणाच्या दुसऱ्या आवृत्तीमध्ये दिसून येतो. संस्कृत व इंग्रजी या दोन्ही भाषांच्या परिचयाच्या आधारे त्यांनी मराठीचे स्वरूप, मराठीची रचना लक्षात घेण्याचा त्या काळात केलेला प्रयत्न पाहता, त्यांना 'मराठी भाषेचे पाणिनी' असे का म्हटले गेले, ते कळू शकते.

फडके, जांभेकर आणि तर्खडकर यांची ही तीन मराठी व्याकरणे १८३६या एकाच वर्षी रचली गेली. त्यामुळे मराठीतील पहिल्या व्याकरणकाराचे स्थान कोणाला द्यावे, याबद्दल कमी-अधिक चर्चा झाली. तो मान कुणी दादोबांकडे, कुणी फडकेंकडे, तर कुणी जांभेकरांकडे दिला. पण त्या सर्वांच्या व्याकरणांकडे नजर टाकली, तर हे स्पष्ट दिसते की, १८३६मध्ये प्रसिद्ध झालेल्या जांभेकरांच्या 'बालव्याकरणा'ची एकही प्रत आपल्यासमोर नाही. जी १८६३मधील आवृत्ती आहे, ती केवळ शालेय स्वरूपाची

आहे. फडके यांचे व्याकरण १८३६च्या जानेवारीमध्ये प्रसिद्ध झाले आणि दादोबांचे मात्र १८३६च्या डिसेंबरमध्ये प्रसिद्ध झाले. आपोआपच मराठीच्या आद्य व्याकरणकाराचा मान दादोबांकडे न जाता तो फडकेंकडे जातो. (१८२४च्या पंडितत्रयींपैकीही ते एक पंडित असल्याने त्यांचे हे आद्य स्थान योग्य वाटते. पण त्यांच्या पूर्वीही मराठीत व्याकरणे रचलेली असल्याने हा मान या दोघांच्या संदर्भात लक्षात घेणे अयोग्य आहे.) पण फडके हे आद्य व्याकरणकार आहेत असे समजले, तरी मराठी व्याकरणाला एक निश्चित दिशा दाखविण्याचे कार्य मात्र दादोबांनी केले. त्यांच्या हयातीत त्यांच्या व्याकरणाच्या सात आवृत्त्या निघाल्या. एवढ्यानेही समाधान न झाल्याने त्यांनी १८८१मध्ये 'महाराष्ट्र व्याकरणाच्या सातव्या आवृत्तीची पुरणिका' प्रसिद्ध केली. फडके यांच्या काळात वावरणाऱ्या या व्याकरणकाराने त्यांच्या मागून या क्षेत्रात प्रवेश करून त्यांच्यापेक्षा अधिक समर्थपणे व्याकरणाचा विचार केला, हे सिद्ध होते. एवढेच नव्हे, तर दादोबांच्या नावाचा व त्यांच्या व्याकरणाचा इतका मोठा प्रभाव तेव्हाच्या विद्या खात्यावर होता की, त्यांच्या प्रौढांसाठी असलेल्या व्याकरणाची छोटी शालेय आवृत्ती या शिक्षण खात्याने त्यांच्याकडून करवून घेतली. त्यांच्या हयातीत त्यांच्या या 'लघुव्याकरणा'च्याही बारा आवृत्त्या निघाल्या. मोठ्यांमध्ये/विचारवंतांमध्ये व छोट्यांमध्ये/शालेय पातळीवर दादोबांनी आपले व्याकरण किती लोकमान्य केले होते, ते या आवृत्त्यांच्या संख्यांवरून कळून येते.

गं. रा. टिळकांनीही एक लघुव्याकरण १८५८ मध्ये प्रसिद्ध केले होते. 'स्वभाषा शिकल्याने परभाषा शिकण्यास उपयोग होतो' या हेतूने लिहिलेले हे शालेय विश्वासाठी असलेले व्याकरण, दादोबांच्या लघुव्याकरणाच्या तुलनेत कमी पडले. दादोबांच्या लघुव्याकरणविषयक चिंतनाचा परिपाक त्यांच्या 'मोठ्यांशी' असलेल्या व्याकरणात झाला आणि विद्यार्थी नजरेसमोर ठेवून दादोबांची ही लघुव्याकरणे रचलेली असल्याने ती लोकमान्यता मिळवू शकली.

४. संस्कृतचा परिणाम

या शालेय पातळीवरील व्याकरणांची रचना जरी इंग्रजी व्याकरणरचनेसारखीच असली, तरी त्यांचा उद्देश वेगळा आहे. शिवाय ती मराठीतून लिहिलेली आहेत. या व्याकरणांसमोर शाळा-कॉलेजमधील मराठी जाणणारा विद्यार्थिवर्ग आहे. इंग्रजीसारखी परभाषा आकलन व्हावी, यासाठी ते स्वभाषेची रचना समजून घेत असतील; पण प्रमुख म्हणजे, शिक्षणक्रमाने जो अभ्यास नेमून दिलेला आहे, त्याच्या आधारे ते मराठी व्याकरण लिहीत आहेत. याचा अर्थ, शालेय व्याकरणाचे स्वरूप ठरविण्यामध्ये अभ्यासक्रम, मराठीला विद्यापीठीय पातळीवर मिळणारे महत्त्व आणि व्याकरणविषयक

चिंतन हे घटक (याच क्रमाने) महत्त्वाचे ठरतात. ही शालेय पातळी आणि ज्यांना भाषेची घटना-रचना-परंपरा समजून घ्यायची आहे असा व्याकरण-अभ्यासक, या दोघांसाठी वेगळ्या पातळीवरून लेखन करण्याचा प्रयोग दादोबा, जोशी यांच्यासारख्या काही व्याकरणकारांनी केला आणि प्रौढांसाठी असलेल्या त्यांच्या व्याकरणांमधूनच मराठी व्याकरणाची परंपरा घडत गेली. यांच्या जोडीला, केवळ प्रौढांसाठी लिहिलेली व्याकरणेही आहेत आणि केवळ व्याकरणविषयक निबंध लिहून विचार मांडणारे निबंधकारही आहेत. मराठी व्याकरणाचे स्वरूप उलगडून दाखविण्यामध्ये या सगळ्यांचा प्रमुख वाटा आहे.

दादोबांच्या व्याकरणातील उणिवा दाखविण्याच्या, म्हणजेच दोषदिग्दर्शन करण्याच्या हेतूने कृष्णशास्त्री चिपळूणकरांनी 'मराठी शाळापत्रकां'मधून व्याकरणविषयक लेख प्रसिद्ध केले. सन १८६५ पर्यंतच्या दादोबांच्या व इतरांच्या व्याकरणांतील गुण-दोष सांगणारे हे पंचवीस लेख 'व्याकरण म्हणजे काय', 'मराठीचे व्याकरण कसे असावे', या गोष्टींचे मार्गदर्शन करणारे आहेत. मराठी व्याकरणाने संस्कृत व्याकरणांचा आदर्श ठेवणे हितकारक आहे, एवढेच सांगून हे लेख थांबत नाहीत; तर त्यांनी मराठी व्याकरणातील वर्ण, शब्द, शब्दजाती, प्रत्ययव्यवस्था इत्यादी प्रमुख घटकांचा त्या दृष्टीने विचार केला आहे. दादोबांच्या व्याकरणातील विचारांपेक्षा हा विचार वेगळा आहे; पण केवळ संस्कृत व्याकरणाचे अनुकरण करण्यापेक्षा पुष्कळदा ते मराठीचा स्वतंत्रपणे विचार करू पाहतात. उदा. शब्दांची विभागणी, शब्दयोगी अव्यय इत्यादी घटकांचा त्यांनी केलेला विचार संस्कृतच्या आधारे केलेला नसून, स्वतंत्र आहे. सन १८०५च्या सुमारास निर्माण झालेल्या मराठी व्याकरणाला १८६५च्या सुमारास स्वतंत्र विचार करण्याइतके बळ आले.

त्यांच्या या व्याकरणविषयक निबंधांमुळे मराठी व्याकरणावरील इंग्रजीच्या प्रभावाला थोडा-फार पायबंद बसला. केवळ इंग्रजीच्या दडपणाखाली एकारले जाण्याची प्रक्रिया कमी होऊन काही प्रमाणात दोन्ही भाषांचा पगडा झुगारून स्वतंत्रपणे विचार करण्याची शक्यता निर्माण झाली.

मराठीचे आदर्श व्याकरण तयार करण्याचा एक प्रयत्न १८६३मध्ये झाला. 'दक्षिणा प्राईझ कमिटी'च्या वतीने, 'इंग्रजीच्या धर्तीवर अर्वाचीन शैलीमध्ये भाषेतील बदलांचे नियमबद्ध प्रतिबिंब ज्यामध्ये उमटू शकेल; भाषेची उत्पत्ती सांगणारे, शब्दांच्या प्रकृति-प्रत्ययांचे विवेचन करणारे, जुन्या-नव्या पंथांतील नियमांचीही जाणीव ठेवणारे असे व्याकरण लिहिल्यास बक्षीस देण्यात येईल', असे आश्वासन दिले होते. या जाहिरातीखाली कृष्णशास्त्री चिपळूणकरांची सही होती. जाहिरातीतील वर्णनावरून त्यांची आदर्श व्याकरणाची कल्पना कोणती होती, ते सहजपणे कळू शकते.

या जाहिरातीला अनुसरून मराठी व्याकरण लिहिण्याचा कृष्णशास्त्री गोडबोलेंचा

संकल्प, 'मराठी भाषेचे व्याकरण' लिहून, त्यांनी १८६७मध्ये सिद्धीस नेला. या व्याकरणामध्ये संस्कृत व प्राकृत या दोन्ही भाषांशी असलेला मराठीचा संबंध, प्राकृत भाषेचे संक्षिप्त व्याकरण आणि संस्कृत-प्राकृत शब्दकोश हे विभाग इतर व्याकरणांपेक्षा अधिक आहेत. त्यांच्या प्रथमावृत्तीमध्ये शब्दविचाराला अधिक महत्त्व दिलेले आहे, तर द्वितीयावृत्तीमध्ये (१८७४) वाक्यविचार व पद्यविचार हे नव्या पद्धतीवर रचून दाखिवले आहेत. या व्याकरणाने मराठीच्या व्याकरणाकडे शोधकपणे पाहण्याची दृष्टी दिली. त्यांच्या व्याकरणातून व्यक्त होणारी ऐतिहासिक दृष्टी लक्षणीय आहे. शालेय विश्वाची गरज म्हणून रचलेले हे व्याकरण शाळेपेक्षा ट्रेनिंग कॉलेजमधील विद्यार्थ्यांनाच अधिक मार्गदर्शक ठरले. परंतु त्यांच्या व्याकरणाचा व्हावा तितका प्रसार झाला नाही.

पाध्येशास्त्रींनी मराठीच्या केवळ 'स्वर-व्यंजनव्यवस्थे'चा १८६७ मध्ये मांडलेला विचारही मराठी वर्णमालेच्या विचाराला चालना देणारा आहे. त्यांनी संस्कृत वर्णकल्पनेच्या आधारे हा विचार मांडताना मराठीचा वेगळेपणा लक्षात घेतला आहे.

कृष्णशास्त्री चिपळूणकरांच्या निबंधांतील व्याकरणविषयक विचारांच्या आधारे रा. भि. जोशी यांनी 'प्रौढबोध मराठी व्याकरण' रचले. जोशींच्या व्याकरणाच्या १९२५पर्यंत एकंदर सात आवृत्त्या निघाल्या. दादोबांप्रमाणे रा. भि. जोशींनीही शालेय व प्रौढ अशा दोन्ही पातळ्यांवर लेखन केले. अनेक व्याकरणविषयक मुद्द्यांचा स्वतंत्रपणे विचार केला. अगोदरच्या व्याकरणकारांच्या तुलनेने जोशींचा इंग्रजी-संस्कृतशी अल्प परिचय आहे, असा दामलेंनी त्यांच्यावर आरोप केला आहे. कदाचित त्यामुळेच जोशींच्या व्याकरणात मराठीला चालना देणारा नवा विचार येऊ शकला असेल. विशेषतः वर्णमाला, शब्दयोगी अव्यय, विभक्तिप्रत्यय, प्रयोगरचना या घटकांचा विचार करताना त्यांनी मांडलेला विचार मराठीचे वेगळेपण शोधणारा ठरतो.

जोशींच्या व्याकरणावर टीका करण्यासाठी रा. भि. गुंजीकरांनी 'विविधज्ञानविस्तार'मध्ये लेख लिहिले. त्यांच्या या लेखांमधील महत्त्वाचा विचार म्हणजे, त्यांची भाषेतील शुद्धाशुद्धाची कल्पना हा होय. भाषेतील कोणत्याही रूपाला किंवा कोणत्याही प्रयोगाला अशुद्ध असे मानायला त्यांचा विरोध आहे. व्याकरण दुय्यम व भाषा प्रमुख हा त्यांचा भाषेकडे बघण्याचा दृष्टिकोन आहे. शब्द, शब्दांची विभागणी इत्यादींबद्दल मराठीने केलेला विचार कसा व का सदोष आहे, हे सांगताना त्यांनी 'संस्कृतची परंपरा मराठीने पाळली असती, तर यांतील अनेक वादग्रस्त मुद्द्यांचा प्रश्न कसा निर्माणच झाला नसता', हे वेगवेगळ्या उदाहरणांसह स्पष्ट केले. त्यांनी चिपळूणकरांचे लेख पाहिलेले नसूनही, त्यांचे विचार चिपळूणकरांच्या विचारांशी फार मोठ्या प्रमाणात जुळणारे आहेत.

रावजी सदाशिवशास्त्री गोडबोलेंचे १८९७मधील 'मराठी भाषेचे मध्यम व्याकरण'

शालेय दृष्टीने रचलेले आहे. वर्णमाला, भेदरूपव्यवस्था याबद्दलचे त्यांचे विचार लक्षात घेण्यासारखे आहेत.

मराठी व्याकरणांमध्ये अनेक मुद्द्यांवर चर्चा होऊ लागली होती. प्रत्येक जण आपापल्या भूमिकेतून मराठी समजून घेण्याचा प्रयत्न करीत होता. या सर्वांचा एकत्रित व सूत्रबद्ध विचार होण्याची आवश्यकता होती. उलट-सुलट अनेक विचार मांडले जात होते. त्या सगळ्यांचा विचार तपासून मराठी व्याकरणविषयक एक सलग सुसंवादी भूमिका मांडण्याचा प्रयत्न दामलेंच्या 'शास्त्रीय' मराठी व्याकरणाने केला. दामलेंनी त्यांच्या काळापर्यंत झालेला व्याकरणविचार 'शास्त्रीय' पातळीवर आणण्याचा प्रयत्न या व्याकरणात केला. त्यांना अशास्त्रीय व विरोधी वाटणारे विचार त्यांनी अत्यंत परखडणे खोडून काढले. त्यांनी 'शास्त्रीय' या शब्दामधूनच पूर्ववैयाकरणांबद्दलचे आपले मत प्रकट केले. 'आतापर्यंतची मराठीतील सर्वच व्याकरणे अशास्त्रीय आहेत. भाषेचा शास्त्रशुद्ध आणि सुसंगत, एक सूत्रबद्ध विचार प्रथमत: आपणच करीत आहोत', हा त्यांच्या 'शास्त्रीय' या शब्दयोजनेमधून उमटणारा सूर अनेकांना खटणारा असला तरी त्यांच्या व्याकरणाने मराठी व्याकरणाला प्रतिष्ठा आणून दिली, हे नाकारता येत नाही. दामले हे स्वत: तर्कशास्त्राचे प्राध्यापक असल्याने त्यांच्या एवढ्या मोठ्या व्याकरणातही तर्कशुद्ध व सुसंगत विचारसरणी आलेली आहे. त्या काळात ज्ञात असलेली भाषाविषयक समज व स्वत:चे चिंतन हे सुसंगत रीतीने त्यांनी या व्याकरणात मांडलेले आढळते.

'शास्त्रीय मराठी व्याकरणा'चा प्रथमदर्शनी लक्षात येणारा विशेष म्हणजे त्याची तर्कशुद्ध मांडणी हा होय. पूर्वसूरींच्या विचारांचे खंडन व स्वमताचे मंडन करीत त्यांनी मराठीचे स्वरूप स्पष्ट केले आहे. त्यांचे मराठीव्यतिरिक्त अन्य भाषांचे ज्ञान मर्यादित स्वरूपाचे असल्यानेच मराठीच्या जडण-घडणीचा विचार करताना अन्य भाषांच्या व्याकरणाचे साचे त्या विचाराच्या आड आले नाहीत. हे व्याकरण आकाराने विस्तृत आहे. कारण व्याकरणविषयक प्रत्येक प्रश्नाबद्दल विचार मांडताना दादोबांपासून ते थेट जोशी, नवलकर, खेर आदींच्या मतांची चिकित्सा करून, मग ते आपले मत मांडताना दिसतात. त्यामुळे मराठी व्याकरणाचा ऐतिहासिक दृष्टीने जाणवणारा विकास त्यांच्या व्याकरणात जाणवतो. त्यांच्यानंतरच्या कोणत्याच व्याकरणकाराला या 'शास्त्रीय मराठी व्याकरणा'तील विचारांची दखल घेतल्याशिवाय आपले व्याकरण लिहिणे शक्य होऊ नये, एवढे स्थान या व्याकरणाने निर्माण केले. त्यांच्या काळापर्यंत झालेला व्याकरण/ भाषाविषयक विचार आणि मराठी भाषेचे तत्कालीन स्वरूप याचे चित्र काही प्रमाणात दामलेंच्या व्याकरणावरून लक्षात यावे. 'व्याकरण हे भाडेचिठ्ठीसारखे असते. भाडेचिठ्ठी जशी वेळोवेळी बदलून, नवी करून घ्यावी लागते; तसेच काही काळानंतर त्या भाषेच्या व्याकरणातही भाषेत होणारे

बदल नोंदवावे लागतात'– ही रा. भि. जोशींनी व्यक्त केलेली व्याकरणविषयक भूमिका दामलेंच्या व्याकरणात अनुसरलेली दिसते.

त्यांच्या व्याकरणाचा आणखी एक विशेष जाणवतो. विशुद्ध व्याकरण किंवा Pure Grammar ही कल्पना त्यांच्या व्याकरणातून थोडी-फार डोकावते. सर्व भाषांमध्ये काही घटक समान असतात. त्या घटकांमागील विचारसरणी समान असते. जे बदल होत असतात, ते या समानतेला धक्का पोहोचविणारे नसतात. ही कल्पना त्यांच्या व्याकरण-विवेचनामध्ये अस्पष्टपणे जाणवते.

यामुळेच दामलेंच्या व्याकरणापाशी मराठी व्याकरणाचा प्रारंभकाळ संपून एका नव्या टप्प्यावर वाटचाल सुरू झाल्याचे जाणवते. मात्र दामलेंच्या या विचारांची दखल शालेय पातळीवरील व्याकरणांनी फारशी घेतली नाही. 'मराठी व्याकरणाची मूलतत्त्वे' सांगणारे ग. ह. केळकरांनीही दामलेंची दखल घेतलेली नाही. मात्र केळकरांच्या काळामध्ये ज्या ध्वनिशास्त्राच्या विचाराला चालना मिळालेली होती, त्याची मदत त्यांनी वर्णमालेच्या विवेचनात घेतली आहे; त्यांच्या प्रयोगविचारामध्ये सुद्धा Voice आणि प्रयोग यांमधील फरक लक्षात घेण्याचा प्रयत्न जाणवतो.

दामले यांच्यानंतर लक्षात घेण्यासारखे व्याकरण म्हणजे, १९५२मधील सबनीसांचे 'आधुनिक मराठीचे उच्चतर व्याकरण' हे होय. दामलेंची मते खोडण्याच्या भूमिकेतून हे व्याकरण लिहिले गेले. सबनीसांच्या या खंडनात्मक स्वरूपाच्या वृत्तीमुळे काही नवे विचार हाती लागत असले, तरी दामलेंची मते सहजासहजी खोडता येण्याइतकी अपक्व नाहीत, याचीच जाणीव प्रकर्षाने होते.

इतिहासकार राजवाडेंनीही दामलेंच्या विचारातील सदोषता 'सुबन्तविचार व तिङन्तविचार' या लेखामधून सांगितली. 'दामले सत्याच्या अगदी जवळ कसे जातात, पण पूर्ण सत्य त्यांना कसे गवसत नाही,' हे मत त्यांनी आपल्या नेहमीच्या परखडपणे सांगितले. संस्कृत व्याकरण व संस्कृत-व्युत्पत्ती यांनी राजवाडेंची विचारप्रणाली निश्चित केलेली असल्याने त्यांनी दाखविलेले दामलेंच्या विचारातील दोष आणि त्यांची मराठी व्याकरणाची रूपरेखा मराठीला पोषक ठरणारी नव्हती. मराठी भाषेची उत्पत्ती संस्कृत भाषेमधून झालेली आहे, असे मान्य केले; तरी ती स्वतंत्र भाषा आहे, याचे भान राजवाडेंच्या विचारात नाही. ते संस्कृत व्याकरणाच्या साच्यामध्ये मराठीचे व्याकरण बसविण्याचा खटाटोप करीत असल्याने, त्यांनी दाखविलेले दामलेंच्या विचारसरणीतील दोष केवळ नोंद घेण्याव्यतिरिक्त अधिक काही करू शकले नाहीत.

वि. का. राजवाडे हे एक भाषाभ्यासक होते; पण त्यांच्या या भाषाभ्यासाचा उपयोग मराठी व्याकरणाला यत्किंचितही झाला नाही. राजवाडेंच्या भाषाविषयक लेखनाबद्दल

भाषाभ्यासक ना. गो. कालेलकरांचा अभिप्राय पुरेसा बोलका आहे. ते लिहितात :

'...वि. का राजवाडे यांचे लेखन दुराग्रहाने भरलेले आहे. भाषेविषयीचे सत्य नियमानुसारी पद्धतीने दाखवून दिले पाहिजे, या मूलभूत सिद्धान्ताकडे दुर्लक्ष करून मन:पूत तर्कवाद आणि कल्पनाविलास यांच्या आहारी जाऊन ते केलेले आहे. त्यांनी प्रकाशित केलेली ज्ञानेश्वरीची प्रस्तावना आणि धातुपाठात त्यांनी दिलेल्या व्युत्पत्त्या यांसारख्या त्यांच्या लेखनातून ही गोष्ट स्पष्टपणे दिसून येते. केवळ पाणिनीचे व्याकरण मुखोद्‌गत असले आणि संस्कृतवर प्रभुत्व असले म्हणजे भाषाशास्त्रावर लिहिता येते, ही समजूत भ्रामकपणाची आहे.' (ना. गो. कालेलकर, **भाषा : इतिहास आणि भूगोल,** पृ. ९९)

राजवाडेंची भूमिका भाषाशास्त्रदृष्ट्या कशी घातक होती, याचे दिग्दर्शन या उताऱ्यावरून होऊ शकेल.

मराठी व्याकरणाच्या इतिहासात एक गमतीदार योगयोग जाणवतो.

(१) दादोबा हे व्याकरणकार, तर त्यांचे दोष दाखविणारे कृष्णशास्त्री चिपळूणकर हे केवळ व्याकरणविषयक निबंध लिहिणारे.

(२) रा. भि. जोशी हे व्याकरणकार, तर त्यांच्या उणिवा दाखवून देणारे रा. भि. गुंजीकर हे केवळ व्याकरणविषयक निबंध लिहिणारे.

(३) दामले हे व्याकरणकार, तर त्यांच्यावर टीका करणारे राजवाडे हे निबंधकार.

हे तीनही व्याकरणकार प्रामुख्याने इंग्रजीचा आदर्श समोर ठेवून व्याकरण लिहिणारे आहेत; तर हे तीनही निबंधकार संस्कृतचे जाणकार असून, मराठी व्याकरणाला संस्कृत धर्तीवर रचण्याचा आग्रह धरणारे आहेत. त्यामुळे इंग्रजीच्या प्रभावाखाली मराठी व्याकरणाचे स्वतंत्र रूप नष्ट होण्याची धास्ती कमी झाली. इंग्रजी व्याकरणाच्या साच्यातून मराठी व्याकरणाचा विचार करताना मराठीतील काही घटक दुर्लक्षित होत आहेत, काही उणिवा राहत आहेत, याची जाणीव संस्कृत अभ्यासकांमुळे होत राहिली. दामले व सबनीस यांच्या व्याकरणांच्या आधारे इंग्रजी व संस्कृत या दोन्ही भाषांपेक्षा मराठीचे असलेले वेगळेपण लक्षात येऊ लागले. तसेच, अरविंद मंगरूळकारांच्या 'मराठी व्याकरणाचा पुनर्विचार' (१९६५) या पुस्तकात, त्यांनी मराठी व्याकरणाचा विचार करताना ती संस्कृत व इंग्रजी या दोन्ही भाषांच्या व्याकरणांच्या दडपणांतून मुक्त असावी, हा मांडलेला विचार मराठीच्या वेगळेपणाची जाणीव देणारा आहे.

आतापर्यंतच्या या व्याकरणांनी मराठी व्याकरणाची परंपरा घडविली. या त्यांच्या कार्यात त्यांना तत्कालीन भाषाविषयक अभ्यासाचा उपयोग झालेला आहे. त्या-त्या काळातील भाषाशास्त्रीय विचारांचा स्पष्टास्पष्ट ठसा त्या-त्या काळातील

व्याकरणांवर उमटलेला आहे. जॉन बीम्स यांच्या 'कंपॅरेटिव्ह ग्रामर ऑफ मॉडर्न आर्यन लँग्वेजिस ऑफ इंडिया' हा ग्रंथ तीन भागांत १८७२, १८७५ व १८७९मध्ये प्रसिद्ध झाला. त्यामध्ये हिंदी, पंजाबी, सिंधी, गुजराती, मराठी, ओडिया व बंगाली या भाषांचे ध्वनी आणि व्याकरणातील रूपे यांचा तुलनात्मक अभ्यास केलेला आहे. सन १८७७मध्ये डॉ. भांडारकरांचे 'विल्सन फायलॉलॉजिकल लेक्चर्स'मधील 'संस्कृत अँड द डिराइव्हड लँग्वेजिस' हे व्याख्यान संस्कृत व आधुनिक आर्यभाषा यांचा संबंध प्रस्थापित करणारे होते. ग्रिअरसनचा १९२७-२८मध्ये प्रसिद्ध झालेला भाषिक पाहणीचा रिपोर्ट महत्त्वाचा आहे. पण याचा परिणाम मराठी व्याकरणावर होण्याचा संभव कमीच मानावा लागतो.

झ्यूल ब्लॉक यांच्या १९२०मधील La formation de la language marathe या प्रबंधामध्ये मराठीचा सर्वांगीण, सूक्ष्म व शास्त्रशुद्ध पद्धतीने अभ्यास केलेला आहे. त्याचाच सर्व भारतीय आर्य भाषांचा वेदकालापासून आजपर्यंतचा आढावा घेणारा 'Lindo-aryen' हा १९३५ मधला ग्रंथ भाषाभ्यासाच्या संदर्भात महत्त्वाचा आहे. ध्वनिशास्त्र, अर्थशास्त्र, व्युत्पत्तिशास्त्र या सगळ्या भाषिक घटकांचा अभ्यास १९५४ नंतरच्या काळात होऊ लागला. भाषाविषयक जुने समज बदलू लागले. त्याचा प्रभाव अरविंद मंगरूळकरांच्या विचारांवर आहे. अर्जुनवाडकर, कहाळेकर, सुहासिनी लद्दू, अशोक केळकर, रमेश धोंगडे, विश्वनाथ खैरे आदी लेखकांच्या विचारांतून नवी भाषावैज्ञानिक दृष्टी जाणवते. त्यामुळेच व्याकरणाचे क्षेत्र, व्याकरण : लेखनाचे की बोलीचे, व्याकरणाचे वर्णनात्मक-आदेशात्मक-ऐतिहासिक-तौलनिक इत्यादी प्रकारचे लेखन, व्याकरण व भाषा यांत महत्त्व कोणाला, यांचा नव्या दृष्टीने विचार होऊ लागला आहे. सबनीसांपर्यंतची व्याकरणरचना-परंपरा ही नव्या भाषाविज्ञानाच्या दृष्टीने साचेबंद, अशास्त्रीय व केवळ पारंपरिक म्हणून स्वीकारण्याच्या लायकीची आहे. इंग्रजीमधील स्वनिम, पदिम, वाक्य व अर्थ हा विचार मराठीला लावून दाखविला जात आहे. अशोक केळकर, रमेश धोंगडे (अर्वाचीन मराठी भाषा) यांची पुस्तके नव्या व्याकरणाला पोषक ठरणारी आहेत.

५. शालेय पातळीवरील अभ्यासक्रमाचा परिणाम

इंग्रजांना मराठीचा परिचय करून देणे आणि शालेय पातळीवरील मराठी विद्यार्थिवर्गाला स्वभाषेची ओळख करून देणे, हे दोन हेतू मराठी व्याकरण-लेखनाच्या प्रारंभापासूनचे आहेत. शालेय पातळी, ट्रेनिंग कॉलेज व महाविद्यालयीन अभ्यासक्रम हा या शालेय व्याकरणपरंपरेतील एक जोरदार प्रवाह आहे. मराठीत दादोबांपासून शालेय पातळीवरील व्याकरणे लिहिलेली दिसून येतात. दादोबा, रा. भि. जोशी यांच्यासारख्या जाणकार

व्याकरणकारांनी प्रौढ व शालेय या दोन्ही पातळ्यांवर लेखन केले असल्याने त्यांच्या व्याकरणविषयक चिंतनाचा भाग शालेय पातळीवर पोहोचू शकला; पण कृष्णशास्त्री चिपळूणकर, दामले, सबनीस आदींसारख्या व्याकरणकारांनी केवळ प्रौढांसाठी लेखन केले असल्याने त्यांच्या विचारांचा परिणाम शालेय पातळीवरील व्याकरणावर फारसा झाला नाही. कृष्णशास्त्री चिपळूणकर व दामले यांनी मांडलेला वेगळा विचार शालेय पातळीवर फारसा पोहोचला नाही. विभक्तिविचार, आख्यातविचार वा प्रयोगविचार या तीनही विषयांतील प्रौढ व्याकरणातील विचार अभ्यासक्रमात रुजला नाही. आजही स्थिती फारशी बदललेली नाही. अरविंद मंगरूळकर, अर्जुनवाडकर यांनी पारंपरिक पद्धतीने केलेला व्याकरणविचार आणि रमेश धोंगडे, अशोक केळकर, विश्वनाथ खैरे आदींनी भाषाविज्ञानाच्या पद्धतीने मांडलेला व्याकरणविषयक दृष्टिकोन रूढ शाळेतील अभ्यासक्रमामध्ये विचारात घेतलेला नाही.

उलट, शालेय अभ्यासक्रमाचाच प्रौढ व्याकरणावर परिणाम झाला आहे, असे काहीसे उलटे दृश्य दिसते. व्याकरण हा शालेय पातळीवरचा विषय समजला गेल्याने त्या अभ्यासक्रमानुसार व्याकरणविचार केला गेला आहे. व्युत्पत्ती, शब्दसिद्धी, समास, अलंकार, छंद (अक्षरगण, मात्रावृत्ते इ.), नंतरच्या काळात थोडेसे ध्वनिशास्त्र, शुद्धलेखन इत्यादी अनेक विषयांचा सामान्य परिचय असण्याची गरज लक्षात घेऊन शालेय पातळीवरील अभ्यासक्रम आखलेला असतो. या सगळ्याला 'व्याकरण' असे नाव दिले जाते. त्यामुळे प्रौढांसाठी किंवा थोडे-फार स्वतंत्र चिंतन असलेल्या व्याकरणातही हेच विषय विचारात घेतले गेले. अलंकार, छंद हे तर भाषाशास्त्राचे वा भाषाविज्ञानाचे विषयही नव्हेत; परंतु मराठीतील काही शालेय व्याकरणाच्या पुस्तकांमध्ये तर मध्ययुगीन मराठी वाङ्मयाच्या इतिहासाचा भागही अंतर्भूत केलेला आहे. तेव्हा (१) व्याकरण या विषयांसाठी कल्पना स्पष्ट नव्हती; आणि (२) शालेय अभ्यासक्रमात त्या-त्या छोट्या विषयांसाठी स्वतंत्र लेखन करणे गैरसोईचे होते. त्यापेक्षा भाषाविषयासंबंधीचे सर्वच्या सर्व विषय 'व्याकरण' या एकाच शीर्षकाखाली विचारात घेतले जात होते.

आजही या स्थितीमध्ये फारसा फरक झालेला आहे, असे म्हणता येत नाही.

याचा स्पष्ट परिणाम दामलेंसारख्या चोखंदळ व्याकरणकारावरही झालेला दिसतो. दामलेंचे 'शास्त्रीय मराठी व्याकरण' पृष्ठसंख्येने प्रचंड आहे. पण त्यांच्यातील व्युत्पत्तिशास्त्र, वाक्यपृथक्करणशास्त्र इत्यादी विभाग व्याकरणाचे नाहीत. शब्दसिद्धीचा त्यांनी दिलेला लांबलचक तक्ता व्याकरणाला फारसा पेलणार नाही. त्यांनी केवळ व्याकरणामध्ये येणारे विषयच घेतले असते, तर त्यांच्या व्याकरणाचा आकार मर्यादित झाला असता आणि प्रमुख म्हणजे तर त्यांच्या व्याकरणविषयक विचाराला अधिक स्पष्टता आली असती. पण (१) व्याकरण हा शालेय पातळीवरील विषय आहे, आणि (२) 'शालेय पातळीवरील व्याकरण' या शीर्षकाखाली विचारात घेतले

जाणारे सर्व विषय 'व्याकरण' म्हणूनच मानले पाहिजेत, या दोन गोष्टींचा परिणाम त्यांच्या व्याकरणावर आहे.

मराठी व्याकरणात वाक्यपृथक्करणशास्त्रासारखे वाक्यशास्त्र का घुसले, याचे सबनीसांनी सांगितलेले कारण पाहता, ते याच मताशी जुळणारे आहे. त्यांनी म्हटले आहे की, इंग्रजीतील Grammar and analysis याचा केवळ सोईसाठी एकत्रित विचार करणारी (इंग्रजी) व्याकरणे मराठी व्याकरणाने आपल्यासमोर ठेवल्याने मराठी वाक्यपृथक्करणशास्त्र हे ऐसपैस जागा अडवून बसले आहे. मराठी व्याकरणाच्या प्रारंभीच्या काळात आगरकरांनी 'वाक्यपृथक्करणा'चा आपल्या 'वाक्यमीमांसा' या पुस्तकात स्वतंत्रपणे विचार केला असला, तरी शालेय पातळीवर ते 'व्याकरण' या संज्ञेखालीच विचारात घेतले गेले.

शुद्धलेखन हा व्याकरणाचा महत्त्वाचा विषय नसताना, त्यावर व्याकरणामध्ये किती भर दिलेला असतो हे पाहता; आजही ही स्थिती फारशी बदललेली नाही, हे स्पष्ट होईल. आज भाषाविषयक विचार व समज यांना पोषक असे वातावरण मराठीत आहे. 'भाषा' हा केवळ शालेय पातळीवर अभ्यास करण्याचा विषय नसून; तो भूगोल, समाजशास्त्र, मानसशास्त्र इत्यादी अनेक मार्गांनी मानवी जीवनाला व्यापून दशांगुळे उरणारा विषय आहे, याची जाणीव मराठीत पुस्तकरूपाने प्रकट होत आहे. अशा काळातही 'भाषेच्या रचनेचा विचार करणारे व्याकरणशास्त्र' शालेय अभ्यासक्रमात केवळ साचेबद्ध पद्धतीचेच राहिलेले आहे. त्यामध्ये कालानुरूप भाषिक जाणिवा येण्याची गरज आहे.

६. भाषाविषयक जाणीव

आज भाषाशास्त्राचा अनेक अंगांनी विचार होत आहे. त्यामुळे व्याकरणाच्या विचाराला पुन्हा एकदा चालना मिळत आहे, वेगळे वळण मिळत आहे. ध्वनिशास्त्र, व्युत्पत्तिशास्त्र, अर्थशास्त्र, कोशशास्त्र, लिपिशास्त्र इत्यादी विषयांचा वेगळ्या दृष्टीने विचार करण्याची गरज जाणवल्याने, भाषाशास्त्र ही संज्ञा अपुरी ठरून भाषाविज्ञान ही नवी संज्ञा नवी दृष्टी व्यक्त करीत आहे. या नव्या दृष्टिकोनातून व्याकरणाच्या म्हणजेच भाषेच्या रचनेचा, जडण-घडणीचा विचारही घुसळून निघत आहे. भाषेचे प्रमुख रूप कोणते, व्याकरणाने यापैकी कोणत्या रूपाला प्रमाण मानावे, व्याकरण म्हणजे काय, व्याकरणाचे प्रयोजन काय, पारंपरिक स्वरूपाच्या व्याकरणाने भाषेच्या सर्वांगांचा अभ्यास होऊ शकतो काय, हे पारंपरिक व्याकरण भाषा लिहिता वा बोलता येण्याच्या दृष्टीने कितपत उपयोगी पडते, भाषेतील शब्दांच्या-वाक्यांच्या रचनेचा विचार करताना केवळ रूपदृष्टी कशी व किती प्रमाणात योजता येते, गणिती पद्धतीने भाषेतील रचना येते की

नाही; इत्यादी विविध प्रकारचे प्रश्न आज व्याकरणशास्त्राच्या संदर्भात भाषाविज्ञानाच्या लक्षात येऊ लागले आहेत. डॉ. अरविंद मंगरूळकरांना १९६५मध्ये 'मराठीच्या व्याकरणाचा पुनर्विचार' करावासा वाटला, तो याच नव्या भाषिक जाणिवेमुळे. या भाषाशास्त्रीय अभ्यासाचा परिपाक म्हणूनच, त्यांनी 'मराठी व्याकरणाचा विचार करताना तो इंग्रजी व संस्कृत या दोन्ही भाषांच्या व्याकरणांच्या प्रभावापासून व दडपणापासून मुक्त होऊन केलेला असावा', हे मत मांडले असावे.

व्याकरणाने भाषेतील बोलण्याच्या रूपाला प्रमाण मानावे, की लेखनातील? बोलण्यातील रूप हे भाषेचे खरे, अस्सल स्वरूप व्यक्त करीत असल्याने व्याकरणाने याच रूपाला प्रमाण मानावे, असा विचार जेस्पर्सननेही मांडला आहे. त्याला अनुसरून आज मराठीच्या अनेक बोलींची व्याकरणे लिहिली जात आहेत. या पार्श्वभूमीवर मराठीतील सबनीसांपर्यंतची (व आजची शालेय पातळीवरील व्याकरणे) व्याकरणरचना ही केवळ लेखनाला प्रमाण मानून रचलेली आहेत, हे खटकल्याशिवाय राहत नाही. पण या प्रवृत्तीचाही उगम इंग्रजी व्याकरणाशीच येऊन मिळतो, हे विसरून चालत नाही. इंग्रजीतील व्याकरणेही केवळ लिखिताचाच विचार करणारी असल्याने मराठी व्याकरणाने तो मार्ग अनुसरणे स्वाभाविक ठरणारे आहे. पाणिनीचे संस्कृतचे व्याकरण मात्र लेखन व बोलणे या दोन्हींचा विचार करून भाषेची घटना सांगते, याकडे मराठी व्याकरणाचे दुर्लक्ष झाले. एवढेच कशाला, १८२४मधील तंजावरचे वेंकटमाधवशास्त्री यांचे 'महाराष्ट्र प्रयोगचंद्रिका' या मराठीच्या व्याकरणानेही बोलण्यातील भाषेला प्रमाण मानले आहे, याचीही जाणीव मराठी व्याकरणाला ठेवता आलेली नाही.

७. व्याकरण-लेखनाचे प्रकार

तसेच, एका भाषेच्या विविध बोली असतात. या बोलींची व्याकरणे रचता येतात, ही कल्पनाही नव्हती. आदेशात्मक, वर्णनात्मक, ऐतिहासिक, तौलनिक असे व्याकरण-लेखनाचे प्रकार असतात, याची जाणीव नव्हती.

आदेशात्मक व्याकरणे सामान्यत: शाळा-कॉलेजांतील विद्यार्थ्यांसाठी लिहिलेली असतात. यामध्ये 'असे लिहावे', 'असा उच्चार करावा', असे भाषेच्या रचनेसंबंधी नियम दिलेले असतात. वाङ्मयीन व शासकीय पातळीवरील भाषेमध्ये एकसूत्रता राहावी आणि भिन्न बोलींतील विविधतेमधील एकसूत्रता ज्या प्रमाणभाषेमध्ये जाणवते, तिच्यातील नियमांवर या आदेशात्मक व्याकरणांचा भर असतो. ती प्रमाणभाषेचा विचार करणारी असतात. भाषेमध्ये असलेली नियमबद्धता शोधण्यापेक्षा तिचे पालन कसे होईल, यावर आदेशात्मक व्याकरणाचा भर असतो. एखाद्या शब्दाचे लेखन

कसे करावे, त्याचा उच्चार कसा करावा, (उदा. सिंह, कंस, इ. शब्दांचे लेखन व उच्चार) याचे मार्गदर्शन आदेशात्मक व्याकरण करीत असते.

संस्कृत-प्राकृत भाषांच्या अभ्यासातून मराठीतील ऐतिहासिक व तौलनिक व्याकरणांची निर्मिती झाली. एखाद्या भाषेच्या दोन अगर अधिक अवस्थांची तुलना ऐतिहासिक व्याकरणामध्ये अभिप्रेत असते, म्हणूनच याला 'द्वैकालिक' असेही म्हणतात. वर्ण, रूप, शब्द, प्रत्यय, वाक्यरचना इत्यादी संदर्भात भाषेमध्ये होणारे प्रभावी बदल वा या संदर्भात तिच्यावर होणारा परिणाम कालानुक्रमे सांगणे, हे कार्य ऐतिहासिक व्याकरण साधत असते. तौलनिक व्याकरणात दोन वा अधिक काळांतील एकाच वा अनेक भाषांचा तौलनिक विचार केलेला असतो. ही तुलना वर्ण, रूप, शब्द, प्रत्यय व वाक्यरचना या घटकांसंदर्भातच असते. ऐतिहासिक व तौलनिक व्याकरणांचा उपयोग सर्वसामान्यांसाठी नसतो, तर भाषेचा सखोल विचार करणाऱ्या विचारवंतांसाठी असतो. पण भाषेचे खरे स्वरूप जाणण्याच्या दृष्टीने हे दोन्ही प्रकार महत्त्वाचे असतात.

रा. भि. जोशी यांचे '**मराठी भाषेची घटना**' (१९१९), कृ. पां. कुळकर्णी यांचे '**मराठी भाषा : उद्‌गम व विकास**'(१९३३), दाते यांचे '**महाराष्ट्र भाषाभ्यास**' (१९३८) या ऐतिहासिक व्याकरणांमध्ये मराठीच्या उद्‌गमाचा विकास केलेला आहे. भांडारकर, आपटे, कत्रे, घाटगे यांचे लेखन ऐतिहासिक दृष्टीने भाषेचा विचार करते. मराठीच्या संदर्भात तिचे इतर आर्यभारतीय भाषांशी साम्य-भेद दाखविणारे तौलनिक व्याकरण झ्यूल ब्लोकने (La formation de la Language Marathe) लिहिले (१९१९).

विविध कालखंडांतील मराठीच्या भाषिक वैशिष्ट्यांचे स्वरूप स्पष्ट करणारी म्हणून शं. गो. तुळपुळे यांचे 'यादवकालीन मराठी भाषा' (१९४२) व 'An old Marathi Reader' (१९६०) या पुस्तकांचा उल्लेख करता येईल. राजवाडे यांचे 'श्री ज्ञानेश्वरीतील मराठी भाषेचे व्याकरण' (१९०९) याच परंपरेतील होय. ग्रामोपाध्ये यांचे 'पेशवे दप्तरातील मराठीचे स्वरूप'(१९४१), मु. श्री. कानडे यांचा 'दासबोधाचा भाषाशास्त्रीय अभ्यास', स. गं. मालशे यांचा 'क्रिस्तपुराणाचा वाङ्मयीन व भाषिक अभ्यास', यु. म. पठाण यांचे 'मराठी बखरीतील फार्सीचे स्वरूप' हे सर्व ऐतिहासिक व्याकरणाच्या कक्षेत येते. अशा प्रकारे जितकी विविध प्रकारची व्याकरणे रचली जातील, तितक्या प्रमाणात मराठी भाषेचे स्वरूप स्पष्ट होऊ शकेल, हे डॉ. अ. का. प्रियोळकरांचे कोकणी भाषेच्या निमित्ताने व्यक्त झालेले विचार मराठी व्याकरणाला गती आणून देणारे आहेत.

वर्णनात्मक व्याकरणे म्हणजे एखाद्या विशिष्ट काळातील भाषेचे स्वरूप जसे आहे तसे स्पष्ट करणे होय. त्यामध्ये योग्यायोग्य व शुद्धाशुद्ध याबद्दल मतप्रदर्शन

करण्याची गरज नसते. या वर्णनात्मक व्याकरणाच्या आधारे भाषेची घटना स्पष्ट व्हायला मदत होते.

व्याकरणाचे लेखन या विविध प्रकाराच्या भूमिकांतून करता येते, या दृष्टिकोनाचाही अभाव असल्याने भाषा कशी आहे, कशी असावी व तिची जुनी रूपे कोणती, या सगळ्या गोष्टी एकाच व्याकरणाने सांगण्याचा प्रयत्न मराठीने एकाच वेळी केला. त्यामुळे ती कुठल्याच एका प्रकाराला न्याय देऊ शकली नाहीत.

डॉ. ग. मो. पाटील, कहाळेकर, डॉ. सुहासिनी लद्दू, डॉ. दीक्षित, डॉ. अशोक केळकर, डॉ. अर्जुनवाडकर, रमेश धोंगडे, खैरे, इन्दापूरकर आदी अनेक भाषासमीक्षक नव्या दृष्टिकोनातून मराठी व्याकरणाचा विचार मांडत आहेत. तसेच महाविद्यालयाच्या अभ्यासक्रमामध्येही नव्या भाषाविज्ञानाने नवी व्याकरणदृष्टी प्रसृत करण्याला सुरुवात केलेली आहे. या सगळ्या गोष्टींचा विचार करता असे जाणवते की, मराठीला आज स्वत:चे रूप कसे आहे, हे शोधण्याची शक्यता निर्माण झालेली आहे. दुसऱ्या कोणत्या तरी भाषेच्या व्याकरणाच्या साच्यातून मराठीचे रूप समजून घेण्यापेक्षा तिचे स्वतंत्र व्यक्तिमत्त्व प्रतिबिंबित होईल, असा व्याकरणाचा आरसा तिला मिळण्याची शक्यता आज थोडी-फार तरी निर्माण झाली आहे.

मूलत:च व्याकरण हा रुक्ष विषय समजला जातो. प्रसिद्धी वा लोकप्रियता यापेक्षा केवळ स्वत:च्या समाधानासाठीच या विषयाचे श्रम घेतले जातात. अशी संख्या अगदी अल्प प्रमाणातच असणार, हेही नाकारता येत नाही. त्याचा परिणाम म्हणजे, या शास्त्राची प्रगती कासवाच्या गतीनेच होत असते. भाषाविषयक बदलते समज व भाषाविषयांची जाणकारी यावरच व्याकरणाचे स्वरूप पुष्कळ मोठ्या प्रमाणावर अवलंबून असते. या मुद्द्यांचा विचार करता, मराठी व्याकरणाच्या परंपरेचे व सद्य:स्थितीचे चित्र अगदीच निराशा करणारे नाही.

पण ही प्रगती कालखंडाच्या मानाने अगदीच नगण्य आहे. आतापर्यंतच्या सर्व मराठी व्याकरणांची कालक्रमानुसार एक निश्चित यादीही उपलब्ध नाही. पण त्यापेक्षा महत्त्वाचे कारण म्हणजे, आदर्श व्याकरणाच्या निकषावर टिकाव धरू शकतील अशी किती व्याकरणे मराठीत आहेत, या प्रश्नाचे उत्तर समाधानकारक नाही. या मराठी व्याकरणांमधून तेच ते प्रश्न व तीच ती उत्तरे अशी परिस्थिती जाणवत असल्याने व्याकरणामध्ये एक प्रकारचा साचेबंदपणा आलेला आहे, या विचारात पुष्कळसे तथ्य आहे.

कृ. श्री. अर्जुनवाडकरांचा १९९१मध्ये प्रकाशित झालेला 'मराठी व्याकरणाचा इतिहास' हा व्याकरणाच्या क्षेत्रातील आतापर्यंतच्या सर्व विकासाचा आढावा घेणारा ग्रंथ आहे. मराठी व्याकरणाच्या प्रत्येक टप्प्याचे मूल्यमापन करताना, व्याकरणकारांचे व्याकरणक्षेत्रातील गुण-दोष व्यक्त करताना त्यांचा व्याकरणाविषयीचा व्यासंग

जाणवतो. मराठी व्याकरणाच्या पुढील अभ्यासकांना त्यांच्या या ग्रंथातील मतांचे खंडन-मंडन केल्याशिवाय विचार करता येणार नाही. त्यांच्या या ग्रंथाची समीक्षा करण्यासाठी एखाद्या स्वतंत्र लेखाचीच आवश्यकता आहे.

८. समारोप

मराठी व्याकरणाचा प्रारंभ अव्वल इंग्रजी कालखंडात झाला. विषय, मांडणी व व्याकरणाकडे बघण्याचा दृष्टिकोन या सगळ्यावर इंग्रजी शालेय पातळीवरील व्याकरणाचा प्रभाव व परिणाम असणे स्वाभाविक आहे.

इंग्रजी अधिकारी वर्गाला मराठी शिकविणे, हा मिशनरी व्याकरणांचा उद्देश, मराठी व्याकरणाच्या निर्मितीला कारणीभूत ठरला. इंग्रजी आत्मसात करण्याच्या दृष्टीने स्वभाषेचे ज्ञान उपयुक्त असते, असे मराठी तरुण नोकरदारवर्गाला वाटल्याने मराठी व्याकरणे इंग्रजीच्या साच्यात बसती केलेली आहेत.

बदलती शिक्षणपद्धती, अभ्यासक्रमामध्ये भाषाशिक्षणाला प्राप्त झालेले महत्त्व यामुळे शालेय पातळीवरील व्याकरणाची गरज हा उद्देश या व्याकरणाच्या स्वरूपावर परिणाम करणारा ठरला.

इंग्रजीच्या परिणामाची तीव्रता संस्कृत पंडिती व्याकरणांनी कमी करून, संस्कृत व्याकरणाच्या पद्धतीवर विचार करण्याची दृष्टी पंडिती व्याकरणकारांनी व्याकरण-ग्रंथ व लेखन करून आणून दिली. म्हणून इंग्रजी व संस्कृत व्याकरणांच्या तौलनिक विचारातून मराठी भाषेचा व्याकरणविषयक विचारही घुसळून निघाला. सामान्यत: वर्ण, शब्द, शब्दजाती, प्रयोग, वाक्यपृथक्करण यांच्यावर इंग्रजीचा प्रभाव राहिला असला; तरी त्याबद्दलचे संस्कृतमधील विवेचनही मराठी व्याकरणात विचारार्थ घेतले गेले आणि विकरण-व्यवस्था प्रयोग या संदर्भात संस्कृतचा आधार घेतल्याशिवाय हा विचार पुढे जाऊ शकत नाही, याची जाणीव मराठी व्याकरणाला झाली.

भाषाविषयक बदलत्या विचारांचा परिणाम व्याकरणांनी वेळोवेळी विचारात घेतल्याने व्याकरण म्हणजे काय, व्याकरणाचा उपयोग काय, व्याकरण-भाषा-संबंध, व्याकरण लिखिताचे की बोलण्याचे, व्याकरणातील शुद्धाशुद्धविवेक इत्यादी महत्त्वाच्या प्रश्नांची मिळालेली उत्तरे व्याकरणाला गती द्यायला कारणीभूत ठरली.

❖

व्याकरणविषयक काही प्रश्न

(१) प्रास्ताविक, (२) व्याकरणाच्या ज्ञानाचा उपयोग, (३) भाषा-व्याकरण-संबंध, (४) व्याकरणाची कक्षा, (५) व्याकरणाने भाषेतील कोणते रूप प्रमाण मानावे, (६) तत्कालीन पर्यावरणाचा प्रभाव, (७) समारोप.

---

१. प्रास्ताविक

भाषेमधील एक महत्त्वाचा घटक म्हणजे शब्द हा होय. 'भाषेच्या विज्ञानानुसार भाषेचे पंचांग म्हणजे शब्द, रूप, अर्थ, श्रुती व व्याकरण' (विश्वानाथ खैरे : **मराठी भाषेचे मूळ**, पृ. १४). शब्द या महत्त्वाच्या घटकाद्वारे वाक्य तयार होत असते. वाक्यामध्ये योजलेले हे शब्द वेगवेगळ्या प्रकारचे असतात. काही शब्द फक्त कारकार्थ-उपपदार्थच दाखवितात, काह शब्द फक्त क्रियापद म्हणूनच येऊ शकतात, तर काही शब्द वाक्याच्या जुळणीचे कार्य करू शकतात. शब्दाच्या विविध प्रकारे कार्य करण्याच्या या क्षमतेनुसार वाक्याची रचना घडत असते. वाक्यामधील शब्दांची विशिष्ट प्रकारची रचना लक्षात घेणे, म्हणजे व्याकरण होय. एखाद्या भाषेचे व्याकरण लक्षात घेणे, म्हणजे ही रचना समजून घेणे होय. ही रचना समजून घेताना भाषेत किती प्रकारचे शब्द आहेत, हे कळू शकते. म्हणून शब्द, शब्दांच्या विविध जाती व त्यांच्या आधारे सिद्ध होणारी एक अर्थपूर्ण रचना (वाक्य) या घटकांना व्याकरणामध्ये विचारात घेतलेले असते.

प्रारंभीच्या काळातील मराठी व्याकरणांना आपल्या क्षेत्राची कल्पना आली नाही. त्यांच्यामध्ये त्यांनी सर्व भाषिक प्रश्नांचा विचार केलेला दिसून येतो. व्युत्पत्तिशास्त्र, ध्वनिशास्त्र, वाक्यपृथक्करणशास्त्र या भाषाशास्त्रांचा विचार व्याकरणामध्ये केला गेला. एवढेच नव्हे; तर साहित्यसमीक्षा, साहित्येतिहास, अलंकार, वृत्त इत्यादी सर्वच गोष्टी व्याकरणाच्या कक्षेमध्ये समजल्या गेल्या. यामुळे भाषेमध्ये व्याकरणाचा विचार नेमकेपणाने झाला नाही.

ज्या गोष्टी व्याकरणाच्या क्षेत्रात येऊ शकत नाहीत, त्यांचा विचार करण्यात व्याकरणाची शक्ती जशी खर्ची पडली; तशीच व्याकरणामध्ये ज्या गोष्टींचा विचार येणे आवश्यक होते, याकडे दुर्लक्ष केल्यानेही व्याकरणाचा विकास नेमकेपणाने होऊ शकला नाही. उदा. बोलणे आणि लेखन ही भाषेची दोन्ही रूपे व्याकरणाने नजरेसमोर न ठेवता फक्त लेखनालाच प्रमाण समजले. भाषा म्हणजे केवळ तिचे लिखितामधील रूप असे समजल्याने बोलण्यातील रूपाकडे तर दुर्लक्ष झालेच; पण व्याकरणाच्या नियमांमध्येही त्रुटी आल्या. नंतरच्या काळामधील मराठी व्याकरणाकडे बोलण्यातील रूपाला प्रमाण मानण्याचा आग्रह धरला; पण बोलण्यातील रूपांचा पुरेसा अभ्यास न झाल्याने ती फक्त भूमिकेच्या पातळीवरच राहिली.

या दृष्टिकोनापेक्षा आणखी एक दृष्टिकोन व्याकरणाच्या विकासामध्ये अडथळा आणताना दिसतो. भाषेचे एकच एक स्थिर स्वरूप असते, असे समजून त्या स्वरूपाची नियमावली देण्याकडे या मराठी व्याकरणांचा कल होऊ लागला. ‘भाषा ही कधी एकाच स्वरूपात राहू शकत नाही. विविध रूपांमध्ये प्रकट होणे ही तिची स्वाभाविक प्रवृत्ती आहे. ही तिची विविधता तिच्या विविध बोलींमधून प्रकट होत असते. बोलणे व लेखन या दोन्ही रूपांमधून ही व्यक्त होत असते. भाषेच्या विविधतेतही एक सूत्र असते. ठरावीक प्रकारचीच विविधता ती प्रकट करीत असते. त्या विविधतेमधील सूत्रबद्धता नियमावली शोधणे, त्यामध्ये व्यवस्था लावणे हे व्याकरणाचे क्षेत्र आहे, कार्य आहे,’ याची जाणीव मराठी व्याकरणाला फार काळापर्यंत नव्हती.

प्रारंभीच्या या व्याकरणांसमोर व्याकरणक्षेत्राची निश्चित कल्पना नव्हती. व्याकरण लिखिताचेच असते, हा इंग्रजी शालेय व्याकरणांवरून करून घेतलेला समज पक्का होता. भाषा स्थिर स्वरूपी असते, तिची नियमावली निश्चित असते, भाषेतील विविधता तिच्यामध्ये उणेपणा आणते; म्हणून शुद्धाशुद्ध सांगणे हे व्याकरणाचे कार्य आहे आणि भाषेचे नेमके आकलन होण्यासाठी विविध रूपे ही अडथळे ठरतील, अशी काहीशी भूमिका दिसून येते. भाषेच्या या व्याकरणज्ञानाचा उपयोग काय, याचाही विचार या व्याकरणांनी केला.

व्याकरण-लेखन जसजसे भाषेच्या अंगवळणी पडू लागले, शालेय पातळीवर हे नियम कळून घेणे जसजसे अगत्याचे झाले; तसतशी मराठी व्याकरणकारांना या प्रश्नांच्या उत्तरांची गरज आपोआपच निर्माण झाली.

ही व्याकरणाची गरज निर्माण झाल्याने या काळात जशी मराठी व्याकरणाच्या विचाराला चालना मिळाली, तसाच मराठीचा लिखित व्यवहारही याच कालखंडात प्राचीन काळाच्या तुलनेने लोकांच्या नजरेसमोर अधिक प्रमाणात येऊ लागला. पुस्तके, ग्रंथ, नियतकालिके, वर्तमानपत्रे, सरकारी कागदपत्रे, नियमपत्रके, साहित्य,

कथा-कादंबऱ्यादी साहित्यलेखन यांचा मुद्रणकलेच्या शोधामुळे होणारा विकास व व्याकरण-लेखन याचा संबंध लोकांच्या मनामध्ये नकळत जोडला गेला. भाषा व व्याकरण यांचा संबंध काय असावा, या प्रश्नाच्या विचाराला यामुळे चालना मिळाली. शालेय पातळीवरची व्याकरणे लिहिता-लिहिता व्याकरणाच्या या सगळ्याच प्रश्नांवर थोडफार विचार प्रत्येक व्याकरणकार करू लागला. व्याकरणाचा विचार १८३६ पासून करणाऱ्या दादोबांच्या १८५०च्या आवृत्तीमध्ये या प्रश्नांचा त्यांनी घेतलेला मागोवा याच प्रवृत्तीचा द्योतक आहे.

अर्थात, या व्याकरणविषयक विचारांमध्ये मराठी भाषेकडे बघण्याच्या व्याकरणकारांच्या दृष्टिकोनानुसार व भाषेच्या कमी वा जास्त परिचयानुसार फरक जाणवणे स्वाभाविक आहे. मराठी भाषेचे जुने वाङ्मयीन रूप अपरिचित असलेल्या आणि तिला केवळ व्यापारी व शेतकरी या वर्गांची बोली समजणाऱ्या कॅरी, मखबा यांच्यासारख्या व्याकरणकारांना तिच्यातील नियमबद्धता शोधताना अडचण न भासणे स्वाभाविक होते. कारण त्यांच्यासमोर तिचे एकच एक रूप होते. दादोबा व फडके यांच्यासमोरही प्रथमावृत्तीच्या वेळी तेच रूप असले, तरी नंतरच्या काळामध्ये मराठीच्या (कमीत कमी लेखनातील) उपयोगामध्ये असलेली रूपांची व वाक्यरचनांची विविधता त्यांच्या लक्षात येऊ लागली. वर्तमानपत्रे, नियतकालिके, पत्रलेखन, कथा-निबंध-कादंबरी, भूगोल, अर्थशास्त्र (लक्ष्मी-विद्या : economics) यांसारख्या पुस्तकांमधून भाषेचा वेगळेपणा व्यक्त होऊ लागला होता. आतापर्यंतच्या काळात इतके विपुल प्रमाणातील लेखन करण्याची व पाहण्याची, वाचण्याची सवय मराठीभाषकाला नव्हती. म्हणूनच या वेगवेगळ्या शब्दांपैकी, त्यांना लागणाऱ्या प्रत्ययांपैकी कोणते रूप मानावे; सगळीच रूपे प्रमाण मानली, तर भाषेमध्ये अराजक माजेल; तेव्हा एक प्रमाणरूप नेमून त्याचेच अनुकरण करण्यावर भर दिला पाहिजे, अशी भूमिका व्याकरणकारांच्या मनात दृढमूल होऊ लागली. मग भाषेचे एक असे प्रमाणरूप कोणते? तेच का? सर्व भाषेचे स्वरूप त्या विशिष्ट रूपामधून कसे व कितपत व्यक्त होऊ शकेल? भाषेची ही विविध रूपे ही सदोषता असून, तिचे एकच एक रूप असणे ही नैसर्गिकता, अशीही तत्कालीन व्याकरणकारांची भूमिका असणे शक्य आहे; आणि तिच्यातील वेगवेगळ्या स्वरूपांपैकी एकाच रूपामध्ये तिला आणणे, हे त्यांच्या मताने व्याकरणाचे कार्य असावे.

भाषेकडे पाहण्याचा हा तत्कालीन दृष्टिकोन लक्षात घेतल्यास व्याकरण प्रमुख आणि भाषा दुय्यम असे व्याकरणाला महत्त्वपूर्ण स्थान लाभणे योग्य ठरते. भाषेसंबंधी अधिक विचार होऊ लागताच आणि भाषेकडे बघण्याचा दृष्टिकोन बदलताच व्याकरणाचे कार्य कोणते, त्याचे प्रयोजन काय, भाषा व व्याकरण यांचे एकमेकांशी नाते कोणते; भाषा आहे तशी स्वीकारून व्याकरणाने

तिच्यातील नियम शोधायचे व त्यांची संगती लावून दाखवायची, भाषेची अंतर्गत रचना व्याकरणाने उलगडून दाखवायची की, भाषेच्या अभ्यासातून शोधलेल्या नियमांच्या आधारे भाषेला त्या नियमांत आणण्याचा प्रयत्न करायचा– इत्यादी प्रश्नांबद्दल एक निश्चित भूमिका घेतल्याशिवाय या व्याकरणकारांना व्याकरण लिहिणे शक्य नव्हते. यांसारख्या प्रश्नांच्या चिंतनातून त्यांच्या व्याकरणांत उलट-सुलट मते व्यक्त होऊ लागली.

शिवाय शालेय पातळीवरील व्याकरण हे त्या व्याकरणांचे प्रमुख उद्दिष्ट असल्याने, विद्यार्थ्यांना समोर ठेवून लिहिण्यामुळे आदेशात्मक व नियमबद्धतेवर भर देण्याची भूमिका या व्याकरणांना घ्यावी लागली. शब्दांचे उच्चार असेच करावेत, लेखन या पद्धतीनेच शुद्ध समजले जाईल, विशिष्ट प्रत्यय योजणे हे व्याकरणमान्य व पर्यायाने समाजमान्य, विशिष्ट नियम पाळणारी वाक्यरचना समाजात प्रतिष्ठित ठरेल, असे आदेश व योग्यायोग्याचा निर्णय देण्याकडे या सर्वच व्याकरणांचा कल आहे.

प्रत्येक काळातील व्याकरणासमोरचे प्रश्न सामान्यपणे पुढीलप्रमाणे सांगता येतील :-

१. व्याकरणज्ञानाचा उपयोग काय? व्याकरण कशासाठी शिकायचे? व्याकरण शिकल्याने भाषा लिहिता-बोलता येते काय? भाषा व व्याकरण यांचा संबंध काय?

२. व्याकरणशास्त्राची कक्षा कोणती? भाषाशास्त्राच्या अनेक शाखा आहेत. व्युत्पत्तिशास्त्र, कोशशास्त्र, अर्थशास्त्र, ध्वनिशास्त्र, शब्दशास्त्र, वाक्यशास्त्र (वाक्यपृथक्करणशास्त्र), बोलीभाषा, भाषेचा ऐतिहासिक दृष्टीने अभ्यास, इत्यादी. भाषा ही समाज-व्यक्तिजीवनाचा आरसा असल्याने तिचा सामाजिक, भौगोलिक, मानसशास्त्रीय अशा अनेक प्रकारे विचार करावा लागतो. यांपैकी व्याकरणामध्ये कोणत्या शाखेचा विचार गृहीत धरलेला आहे?

३. व्याकरणाने भाषेच्या कोणत्या रूपाला प्रमाण मानावे? लेखन व बोलणे ही भाषेची दोन रूपे आहेत. पण समाजस्तरपरत्वे, प्रदेशपरत्वे, व्यवसायपरत्वे भाषेचे लेखन आणि बोलणे यांच्यामध्ये आणखी अनेक रूपे निर्माण होताना दिसतात. या सर्व रूपांपैकी व्याकरणाने कोणत्या रूपाला प्रमाण मानावे? लेखन वा बोलणे एवढ्या उत्तराने भागणार नाही. बोलणे म्हटले तर– कोणत्या पातळीवरील, कोणत्या समाजस्तराचे बोलणे याचेही उत्तर द्यावे लागते. तेव्हा भाषेच्या अशा कोणत्या एका रूपाला प्रमाण मानल्याने भाषेच्या समग्र रूपांची रचना व्याकरणाला सांगता येईल?

२. व्याकरणज्ञानाचा उपयोग

व्याकरण कशासाठी शिकायचे? या प्रश्नाचे प्रत्येक व्याकरणकाराचे उत्तर तत्कालीन भाषाविषयक समजावर व ज्ञानावर अवलंबून आहे. व्याकरण-लेखनमागाचा आपला उद्देश सांगताना दादोबांनी म्हटले आहे :

"इचा मुख्य उद्देश हाच, की जितकें साधले तितके करून, आजपावेतों जिला नियमांत आणण्याविषयी कोणी प्रयत्न केलाच नाही, म्हणोन अत्यंत विस्खलित झालेली, व व्याकरणरूप फणीने जिला, कोणी विंचरलेच नाही, म्हणोन जीत अनेक ग्रंथि जमून फारच गुंतलेली अशी जी ही मराठी भाषा, तिला, काही तरी नियमांत आणावी, आणि दीर्घकाळ ग्रंथींत जी तिची गूत, ती हाती घेऊन तिचे पदर सोडवून काही तरी उकलण्याच्या धोरणांत आणून बसवावी." (दादोबा- दुसरी आवृत्ती-प्रस्तावना, पृ. ९)

भाषेमध्ये एकसूत्रीपणा आणणे, हा त्यांच्या दृष्टीने प्रमुख उद्देश होता. त्यांच्यासमोर मराठी भाषेची जी विविध रूपे होती, विविध प्रकारचे शब्द-वाक्य-नमुने होते; त्यांपैकी एक रूप ठरवून द्यायचे व त्याचाच प्रसार करायचा, हे त्यांच्या मते व्याकरणाचे कार्य होते. मराठीतील या विविध रूपांचा गुंता काढून टाकून तिला विशिष्ट प्रकारच्या नियमांच्या आळ्यात आणणे, हा त्यांच्या व्याकरण-लेखनामागचा हेतू होता. यामुळेच त्यांनी व्याकरणात अनेक ठिकाणी 'हे रूप शुद्ध व दुसरे अशुद्ध' असा आग्रह धरला. 'करीत' की 'करत', 'त्यांणे' की 'त्यांने', 'मी' की 'म्यां', 'करिवितो', 'करवतो', 'करीवतो', यांपैकी कोणते योग्य?– इत्यादी. अनेक ठिकाणी त्यांनी एका रूपाच्या बाजूने कौल दिला आणि व्युत्पत्ती वा अन्य मार्गाने त्या रूपाची वकिली केली आहे. काही ठिकाणी तर भाषेच्या प्रचारात असलेल्या रूपांपेक्षा व्याकरणदृष्टीने शुद्ध ठरणाऱ्या वेगळ्याच रूपांचा त्यांनी धरलेला आग्रह त्यांनी धरलेल्या व्याकरणाच्या कार्याशी जुळणारा आहे. या त्यांच्या व्याकरणाच्या उद्देशामुळेच व्याकरणात शुद्धाशुद्धविवेकाचा प्रवेश झाला.

व्याकरणाने भाषेला एकरूपता आणून द्यायची आहे. तिच्यातील अनेक प्रकारांनी योजल्या जाणाऱ्या रूपांपैकी एकाचा पाठपुरावा करून, इतर रूपांच्या प्रसाराला आळा घालायचा आहे. म्हणजे, एक शुद्ध व इतर अशुद्ध, एक योग्य व इतर अयोग्य, एक प्रमाण व इतर अप्रमाण– या दृष्टीनेच त्यांनी व्याकरणाची व्याख्या केली आहे.

'व्याकरण म्हणजे एक शास्त्र आहे, जेणेंकरून भाषेचे तत्त्वज्ञान होतें. म्हणजे तिचे आंतील नियम कळतात, तेणेंकरून शुद्ध कोणतें आणि अशुद्ध कोणते, हे यथायोग्य समजतें.' (दादोबा, पृ. १)

व्याकरणाचा त्यांनी शुद्धाशुद्धाशी जोडलेला संबंध या व्याखेवरून स्पष्ट होतो. त्यांच्या काळामध्ये 'दर्पण', 'प्रभाकर' इत्यादी नियकालिकांमधून गद्यलेखनाला वाव मिळत होता. त्या लेखनातील विविध रूपांपैकी एका रूपाचा प्रसार व्हावा, यासाठी दादोबांनी व्याकरणावर शुद्धाशुद्धतेची जबाबदारी सोपवली. भाषेतील विविध प्रकारची रूपे देऊन भाषेची घटना स्पष्ट करणे, हा जो आजच्या काळातला व्याकरणाचा उद्देश होता; तो दादोबांच्या नजरेसमोर नव्हता. त्यांच्या या उद्देशाबद्दल दामलेंनी म्हटले आहे की, दादोबांचा हा व्याकरण-लेखनाचा उद्देश त्यांच्या काळाला योग्य असला; तरी काळ बदलल्यानंतर आणि भाषेचा जसजसा विकास होत जातो, तसतसा व्याकरणाचा उद्देशही बदलत जातो. (दामले, पृ. ४६३, ४६४)

भाषेमध्ये एकसूत्रता व स्थिरता आणण्याचे कार्य व्याकरणाच्या गळ्यात टाकल्याने पुढील दोन गैरसमज दृढ झाले :

(१) ज्या भाषेचे व्याकरण लिहावयाचे, त्या भाषेपेक्षा व्याकरण हे अधिक महत्त्वाचे असते; आणि –

(२) व्याकरणामध्ये ज्या रूपांना स्थान दिलेले असते, त्यांना शुद्ध म्हणताना तीच रूपे केवळ चांगली व भाषेत योजण्याला लायक होत आणि व्याकरणामध्ये ज्या रूपांना स्थान नाही ती अशुद्ध, वाईट व भाषेत योजण्याची लायकीची नसतात.

'शुद्धाशुद्ध सांगणे हे व्याकरणाचे कार्य नव्हे', असे गुंजीकरांचे मत आहे. भाषेमध्ये जे-जे प्रचार आहेत, ते-ते सर्व प्रचार व्याकरणाने शोधून काढावेत; त्या सर्व रूपांमधून व्यक्त होणारे नियम उदाहरणांसह नमूद करावेत– अशा तऱ्हेने व्याकरणाने भाषेचे स्वरूप लक्षात आणून द्यावे. भाषेचे स्वरूप लक्षात आणून देणे हे व्याकरणाचे कार्य होय. अर्थात, भाषा प्रमुख व व्याकरण दुय्यम, ही आपली भूमिका व्याकरणाने कधीही विसरू नये. गुंजीकरांनी मांडलेली हीच भूमिका दामलेंनी 'प्रयोगशरणाः वैयाकरणाः' असे सांगून प्रतिपादन केली आहे. भाषेमधील ही विविधता कोणत्या नियमांमधून स्पष्ट करता येईल म्हणजे या विविधतेमधून भाषेतील कोणती रचना स्पष्ट होते, ते व्याकरणाने सांगावे, असे आपले मत त्यांनी मांडले आणि प्रयोगविचारात कोणत्याही वाक्यरचनेला अशुद्ध न म्हणता संकीर्ण असे म्हणून, ते आपले मत आपल्या व्याकरणात उपयोगात आणले.

शुद्धाशुद्धाचा विचार मांडणाऱ्या दादोबांच्या भाषाविषयक भूमिकेपेक्षा तिला विरोध करणाऱ्या गुंजीकरांची भाषाविषयक भूमिकाच वेगळी होती. भाषेमध्ये प्रचारात असलेल्या रूपांना अशुद्ध म्हणण्याचा अधिकार व्याकरणाला नाही, हे मत मांडताना गुंजीकर म्हणतात :

"व्याकरण म्हणजे काय? रूढींमध्ये जे प्रयोग असतील, ते सिद्ध धरून, त्यांमध्ये जे अंतर्गत नियम दिसतील, ते उघड करणें, याचे नाव व्याकरण. असे असता रूढींत असलेला प्रयोग व्याकरणदृष्ट्या अशुद्ध, याचा अर्थ काय? काही नाही... प्रथमत: व्याकरण सिद्ध करून नंतर भाषा उत्पन्न केली, असें नाही, तर आधी भाषा आणि मग व्याकरण, असा क्रम आहे."(गुंजी. पृ. १६६)

या उताऱ्यावरून त्यांची केवळ व्याकरणाकडेच पाहण्याची नव्हे, तर भाषेकडे पाहण्याचीही दृष्टी लक्षात येते. भाषेत काही शब्दप्रयोगांचा किंवा काही वाक्यप्रयोगांचा प्रचार कमी असेल, काहींचा विपुल असेल, काहींमध्ये काटेकोरपणे नियम पाळलेले असतील, काहींमध्ये या नियमांचे काटेकोर पालन केलेले नसेल; पण तेवढ्यावरून व्याकरणाने त्यांच्यावर शुद्ध वा अशुद्ध असे शिक्के मारू नयेत. या सर्व रूपांमधून भाषेचे जे विविधांगी रूप व्यक्त होत असते, ते लक्षात घ्यावे. उलट, त्यांना अशुद्ध म्हणण्यापेक्षा या सगळ्यांमधून व्यक्त होणाऱ्या रचनेचे नियम शोधून, त्यांना एका सूत्रामध्ये कितपत आणता येईल, याचा विचार व्याकरणाने केला पाहिजे. हा दृष्टिकोनातील बदल व्याकरणाच्या दृष्टीने योग्य आहे.

'तू काम केलेस' यासारख्या वाक्यरचनेला इतर व्याकरणकारांनी जसे 'अशुद्ध' म्हटले, तसे गुंजीकरांनी अशुद्ध म्हटले नाही; तर 'सर्वसामान्य प्रचलित असलेले नियम न पाळणारी रचना' असे त्या रचनेचे विश्लेषण केले. (गुंजी., पृ. १६९) याचे कारण त्यांची भाषेकडे बघण्याची दृष्टी इतरांपेक्षा वेगळी आहे. 'तू काम केले' हे कर्मणी प्रयोगाचे नियम पाळणारे वाक्य आहे. पण 'तू काम केलेस' या रचनेमध्ये क्रियापदाला 'स' हा प्रत्यय का लागला असेल, याचा विचार करता, ते कारण त्या वाक्याच्या द्वितीयपुरुषी कर्त्यामध्ये त्यांना सापडले. 'प्रथमपुरुषी वा द्वितीयपुरुषी कर्ता असल्यास त्याचा परिणाम कर्मणी वा भावे या दोन्ही प्रयोगांतील क्रियापदांच्या रूपावर होत असतो,' असा नियमाला अपवादभूत नियम त्यांनी या रचनेच्या आधारे शोधून काढला.(गुंजी., पृ. १६९)

दामलेही याच भाषिक दृष्टिकोनातून शुद्धाशुद्धाच्या आग्रहाला विरोध करतात. पण दादोबांची शुद्धाशुद्धाची भूमिका १९५२च्या सबनीसांनी मान्य करावी व तिचे समर्थन करावे, ही गोष्ट सबनीसांच्या वेगळ्या विचारसरणीची द्योतक आहे. सबनीसांच्या मते, व्याकरणकाराने सांगितलेले नियम मनाने सांगितलेले नसतात; ते अधांतरी, चुकीचे किंवा बिनबुडाचे नसतात. भाषेचा अभ्यास करून, भाषेचे अवलोकन करून, त्यांच्या हाती जे निष्कर्ष लागलेले असतात; तेच निष्कर्ष व्याकरणकार मांडत असतो. जे नियम भाषेमध्ये अधिक प्रमाणावर पाळले जातात, त्यांचा प्रसार व प्रचार व्हावा, या दृष्टीने तो व्याकरणात त्यांना शुद्ध म्हणतो आणि ज्यांचा कमी प्रसार

व्हावा, अशा वाक्यप्रचारांना तो अशुद्ध म्हणतो. तेव्हा त्याने सांगितलेले शुद्धाशुद्ध हे त्याच्या भाषिक अवलोकनातून आलेले नियम असल्याने व्याकरणाने शुद्धाशुद्ध सांगण्यात काही चूक नाही. (सबनीस, पृ. २०९ ते २१३)

सबनीसांच्या काळामध्ये दादोबांच्या काळापेक्षा भाषिक समज अधिक विकसित झालेली होती. त्याचा परिणाम सबनीसांच्या विचार करण्याच्या पद्धतीत दिसतो. शुद्ध म्हणजे नियमबद्ध व अशुद्ध म्हणजे नियमात न बसणारे, असा ते शुद्धाशुद्धाचा अर्थ करतात.

भाषाविषयक प्रगत अभ्यासाला भाषेची विविधरूपता मान्य आहे. व्याकरणाने भाषेतील एकाच रूपाला मान्यता देणे म्हणजे भाषेच्या विविधतेला, तिच्या स्वाभाविक विकासाला अडथळा करण्यासारखे आहे, ही भाषाविषयक समज असलेल्या काळात सबनीसांनी शुद्धाशुद्धाचा धरलेला आग्रह आणखी एका वेगळ्या गोष्टीकडे लक्ष वेधून घेतो. त्यांच्या नजरेसमोर कदाचित आदेशात्मक व्याकरणाची अस्पष्ट कल्पना असेल. व्याकरणाने असा कोणताही आग्रह न धरता भाषेचे स्वरूप आहे तसेच रेखाटावे, असे म्हणणाऱ्या गुंजीकर-दामलेंसारख्या व्याकरणकारांसमोर वर्णनात्मक व्याकरणाचा आदर्श असू शकेल. आदेशात्मक, वर्णनात्मक, तौलनिक, ऐतिहासिक इ. व्याकरणाचे प्रकार परिचित नसल्याने या व्याकरणात या प्रत्येक प्रकारचे काही गुणविशेष प्रकट झाले आहेत. त्यामुळे धड ना आदेशात्मक, धड ना वर्णनात्मक अशी मधली-मधली स्थिती या व्याकरणांची झाली आहे आणि त्यामधूनच शुद्धाशुद्धाबद्दल मते मांडली गेली आहेत.

शुद्ध व अशुद्ध हे शब्दप्रयोग या गोंधळात भर घालणारे आहेत. या संज्ञांचा दादोबांचा व सबनीसांचा अर्थ थोडा वेगळा आहे. प्रत्येक भाषेमध्ये नियम तयार होत असतात. भाषेच्या वापरामध्ये बहुसंख्य प्रमाणावर हे नियम पाळले जात असतात. वाहने रस्त्याच्या डाव्या बाजूने चालवावीत की उजव्या, यांच्यासंबंधीच्या नियमांसारखे ते आपणच ठरविलेले असतात. त्यामध्ये अमुक नियम चांगला व दुसरा वाईट, असे नसते. 'ने' हा शुद्ध व 'णे' हा प्रत्यय वाईट, असे नसून त्याचा प्रसार किती व कोणत्या समाजामध्ये, या गोष्टी लक्षात घेतलेल्या असतात.

शुद्धाशुद्धाचा विचार करताना डॉ. ग्रामोपाध्ये म्हणतात की, भारतामध्ये व्याकरणशास्त्राची सुरुवात झाली, ती अपभ्रष्ट शब्दांपासून संस्कृत शब्द वेगळे ठेवण्याच्या कल्पनेमधून; म्हणजे शुद्धाशुद्धाच्या दृष्टिकोनातून होय. दादोबा हाच दृष्टिकोन बाळगतात. एवढेच नव्हे, तर जशी पाणिनीला त्याच्या काळी विशिष्ट भाषा सुसंस्कृत म्हणून प्रसारित करण्याची व स्थिर करण्याची गरज भासली, तशीच गरज दादोबांना जाणवली. म्हणून ग्रामोपाध्येंच्या मते, दादोबांनी व्याकरणाचा मानलेला उद्देश संस्कृतपरंपरेला धरूनच होता (डॉ. ग्रामो., पृ. १३३, १३४). या संस्कृतपरंपरेशी

प्रत्यक्ष परिचय नसूनही दादोबांनी ती अनुसरली होती, हे विशेष होय.

या संस्कृतपरंपरेनंतर त्यांनी शुद्धाशुद्धाच्या संदर्भात मांडलेला विचार लक्षात घेण्यासारखा आहे. ते म्हणतात की, भाषेमध्ये हे शुद्धाशुद्ध सतत बदलते असते. आज ज्याला आपण शुद्ध रूप असे मानतो, त्यालाच उद्या अशुद्ध म्हटले जाण्याची शक्यता नाकारता येत नाही. जी शब्दरूपे व जे वाक्यप्रयोग दादोबांच्या काळी शुद्ध समजले जात असत, त्यांपैकी काही आज अशुद्ध समजले जातात आणि त्यांच्या काळी जी शब्दरूपे व जे वाक्यप्रयोग अशुद्ध समजले गेले होते (व म्हणून भाषेत ती योजू नयेत, असा सल्ला व्याकरणशास्त्र देत होते), ते आज लोकांमध्ये रूढ होऊन बसले आहेत. आज ते शुद्ध समजले जातात. लोकांच्या बोलण्या-लेखनामधून त्यांचा सर्रास वापर होऊ लागल्याने व्याकरणाला त्या रूपांना शुद्ध म्हणून संमती देण्याशिवाय पर्याय राहिला नाही. म्हणूनच शुद्ध म्हणजे शिष्टसंमत, एवढाच अर्थ ध्यानात ठेवला पाहिजे. अर्थातच, दादोबांच्या काळातील रूपांना आज शिष्टसंमती नसली, तरी आजही शिष्टसंमत रूपे व शिष्टसंमत नसलेली रूपे असे दोन विभाग भाषेत दिसतातच. भाषेच्या रूपासंबंधी असे दोन विभाग प्रत्येक काळामध्ये दिसून येणारच. तेव्हा शुद्धाशुद्धाविवेक हा प्रत्येक काळातील भाषेच्या संदर्भात आवश्यक असतो. भाषेच्या काही अवस्थांमध्ये तर शुद्धाशुद्ध ठरविण्याचा अधिकार व्याकरणाला आपल्या हातांत घ्यावा लागतो, हे आपले मत ते सांगितल्याशिवाय राहत नाहीत (ग्रामो., पृ. १३७, १३८). सबनीसांच्याही नंतरच्या काळातील डॉ. ग्रामोपाध्येंचे हे मत 'भाषाविचार' करताना त्यांनी १९६४ मध्ये व्यक्त केले आहे, हे लक्षात घ्यायला पाहिजे.

शुद्धाशुद्धकल्पना डॉ. ग्रामोपाध्ये यांच्या काळापर्यंत अधिक स्पष्ट झाली. व्यवहारातील शुद्धाशुद्ध व भाषेतील शुद्धाशुद्ध या दोन्ही कल्पना पूर्णपणे वेगळ्या आहेत. व्यवहारामध्ये शुद्ध तूप, शुद्ध अन्न इ. 'शुद्ध' हे नेहमीच स्वीकारणीय व चांगले असते. ते काल चांगले व आज अशुद्ध असे असत नाही. व्यवहारात शुद्ध म्हणजे स्वीकारणीय, चांगले आणि अशुद्ध म्हणजे त्याज्य होय. त्यांच्यामध्ये काल-आज-उद्या या काळाच्या संदर्भात बदलाची (शुद्धाचे अशुद्ध किंवा अशुद्धाचे शुद्ध ठरण्याची) शक्यता नसते. पण व्याकरणामध्ये शुद्धाशुद्ध याचा असा अर्थ मानलेला नसतो. समाजाने ज्या रूपांचा स्वीकार केला आहे, ती शुद्ध आणि ज्या रूपांचा उपयोग क्वचित होतो किंवा ज्यांचा स्वीकार केलेला नाही, ती रूपे अशुद्ध होय. समजा– या समाजामध्ये काही बदल झाला, तर शुद्धाशुद्ध बदलेल. समाजातील एखाद्या बोलीचा विचार करायचा, तरीही शुद्धाशुद्ध बदलणे स्वाभाविक आहे. किंबहुना, एका बोलीमध्ये जे शुद्ध ते दुसऱ्या बोलीमध्ये अशुद्ध असेही ठरू शकेल. पण तरीही शुद्धाशुद्धविचारांची गरज संपत नाही.

डॉ. अरविंद मंगरूळकारांनी मांडलेली भूमिका ही शुद्धाशुद्धाची कल्पना लक्षात येण्याच्या दृष्टीने महत्त्वाची आहे. त्यांनी म्हटले आहे की, आपण भाषेच्या कोणत्या स्वरूपाचे व्याकरण लिहीत आहोत, याचे भान व्याकरणकाराने सतत ठेवले पाहिजे. मराठी भाषा बोलणाऱ्या एका वर्गामध्ये 'पाणी' हा शब्द शुद्ध आहे, तर दुसऱ्या वर्गामध्ये 'पानी' हा शब्द शुद्ध आहे. एका वर्गामध्ये 'खूप', 'पुष्कळ' हे शब्द शुद्ध आहेत; तर दुसऱ्या वर्गामध्ये 'लई', 'मस' हे शब्द शुद्ध आहेत. दोन्ही वर्ग किंवा स्तर मराठी भाषक असूनही एका वर्गातील शुद्ध हे दुसऱ्या वर्गात अशुद्ध ठरणारे आहे. तेव्हा आपण यापैकी कोणत्या वर्गाचे व्याकरण लिहीत आहोत, हे व्याकरणाने निश्चित केले; तरच त्याला शुद्धाशुद्ध ठरविणे सोपे जाईल (मंग., पृ. १७, १८). आतापर्यंतची सर्व मराठी व्याकरणे एका विशिष्ट वर्गाच्या भाषेला प्रमाण मानून लिहिलेली आहेत, याबद्दल वाद असण्याची शक्यता नाही; आणि मंगरूळकरांच्या वरील दृष्टिकोनातून विचार केल्यास या व्याकरणांनी केलेला शुद्धाशुद्धाचा विवेक सदोष ठरत नाही.

पण मंगरूळकारांना सुचवायचे आहे, ते यापेक्षा वेगळे आहे. 'पाणी', 'खूप', 'पुष्कळ' इ. शब्दांना शुद्ध असे का म्हटले जाते आणि 'पानी', 'लई', 'मस' इ. शब्दांना अशुद्ध असे का म्हटले जाते व ते कसे सदोष आहे, या मुद्द्याकडे त्यांना लक्ष वेधून घ्यायचे आहे. 'पाणी, खूप, पुष्कळ' या गटातील रूपांना व्युत्पत्तीच्या दृष्टीने संस्कृतचा आधार आहे, म्हणून त्यांना शुद्ध म्हणायचे असेल; तर त्याला त्यांचा स्पष्ट विरोध आहे. केवळ संस्कृतच्या मूळ रूपामागे जाणे, म्हणजे शुद्ध आणि त्यापेक्षा वेगळे म्हणजे अशुद्ध, या मताला त्यांचा विरोध आहे.

तसेच 'पाणी', 'खूप', 'पुष्कळ' ही भाषा योजणारा समाजस्तर समाजात प्रतिष्ठित समजला जातो आणि 'पानी', 'लई', 'मस' म्हणणारा गट समाजात प्रतिष्ठित मानलेला नाही; म्हणून जर एका गटाला 'शुद्ध' वा दुसऱ्या गटाला 'अशुद्ध' असे म्हणायचे असेल, तर तेही त्यांना मान्य नाही; भाषाशास्त्राच्या दृष्टीने भाषेला ही दोन्ही रूपे सारखीच आहेत. एकाला कमी प्रतीचे व दुसऱ्याला श्रेष्ठ प्रतीचे मानायला भाषिक विकासात स्थान नाही. दोन्ही रूपे त्या-त्या समाजात शुद्ध व दुसऱ्या समाजात अशुद्ध ठरतात.

शुद्धाशुद्धाचा हा सगळा विचार प्रामुख्याने शब्दपातळीवरचा आहे. या सर्व विवेचनाचा रोख पाहता, भाषेत शुद्धाशुद्धविवेक करावा लागतो आणि ते कार्य व्याकरण करते, याबद्दल विरोधी भूमिका व्यक्त केली जात नाही. (कारण ज्या गटात 'पानी' हा शब्द शुद्ध समजला जातो, त्या गटात 'पाणी' हा शब्द अशुद्धच समजला जातो.) तर, यात शुद्धाशुद्धामागे असलेल्या कारणांचा शोध घेण्याचा प्रयत्न हे भाषातज्ज्ञ करीत आहेत आणि 'भाषेतील कमी-जास्त प्रचार', यापेक्षा त्याचे स्वतंत्र वेगळे कारण मिळत नाही.

ग्रामोपाध्ये यापेक्षा शुद्धाशुद्धाचा वेगळ्या पद्धतीने जो विचार करतात, तो लक्षात घेण्यासारखा आहे. त्यांच्या मते, भाषेमध्ये कधी कधी त्यांच्या विशिष्ट रूपांमुळे किंवा अर्थामुळे शुद्धाशुद्धता निर्माण होते. भाषेला जो अर्थ प्राप्त होतो, तो तिच्यातील शब्द व त्याला होणारा विशिष्ट विकार या दोन्हींमुळे होय. जेव्हा या विकारांची व अर्थाची फारकत होते, तेव्हाही भाषेमध्ये शुद्धाशुद्ध येऊ शकते. उदा.- वाचले, वाचतो इत्यादी पदांमधील विकारदर्शक प्रत्ययांचा अर्थ लक्षात न घेता 'तो' पुस्तक वाचले', 'ती पोथी वाचतो' असे वाक्यप्रयोग केले, तर ते शिष्टसंमत नसल्याने अशुद्ध ठरतील, (ग्रामो. पृ. १४२). शिष्टसंमत असलेले भाषेचे नियम या रचनेत पाळलेले नाहीत, म्हणून त्यांना अशुद्ध म्हणायला हवे.

भाषेमध्ये जी रूपे प्रचारात आहेत, त्या सगळ्यांचा विचार करून, त्यांच्या प्रसारातील तर-तम भाव लक्षात घेऊन व्याकरणाने त्यांच्यातून जाणवणारी नियमबद्धता शोधावी. नियमांचे पालन करणारी रूपे ती शुद्ध वा योग्य असे म्हणावे; आणि नियमांचे पालन न करणारी ती अशुद्ध वा अयोग्य असे म्हणावे, हा शुद्धाशुद्धाचा अर्थ मानावा लागतो.

ही नियमबद्धता तीन पातळ्यांवरील असू शकते.

(१) **शब्दपातळी** - पाणी/ पानी, काढले/ काहाडले, परिस्थिती/ परस्थिती, स्वप्निल/ स्वप्नील, तज्ञ/ तज्ज्ञ, मंदीर, वीहीर, मि, तु, तूम्ही, भाषा/ भाशा इत्यादी.

(२) **प्रत्ययपातळी** - गप्पा-गप्पे (अनेकवचन), सिंहे (अ.व.), गुलाबे, त्याने/ त्याणे/ त्याणी, त्याच्याकडून/ त्याचेकडून, तिला/ तिजला, मला/ माला, तूस, करीत/ करत, घरी/ घरला/ घराकडे, लाडूला/ लाडवाला, लिंबूचे/ लिंबाचे इत्यादी.

(३) (अ) **वाक्यपातळी** - ती पुस्तक वाचले, तिने पुस्तक वाचतो, ती चहा पिली, पुस्तक वाचले तिने इत्यादी.

(आ) **शब्दप्रयोग** - साडी घालणे/ नेसणे, भाजी कापणे इत्यादी.

याव्यतिरिक्त लेखन आणि उच्चार यांच्या संदर्भातही शुद्धाशुद्धाचा प्रश्न लक्षात घेतला जातो. या दृष्टीने 'शुद्धलेखन' हा शब्दप्रयोग रूढ झालेला आहे. जसे आपण बोलतो, तसेच्या तसे लेखन करू शकणारी लिपी कोणत्याही भाषेजवळ नाही. उच्चारातील बारकावे टिपण्याचे सामर्थ्य कोणत्याही लिपीजवळ नाही. पण सामान्यत: एका वर्णाला एकच लिखित चिन्ह आणि एका लिखित चिन्हाचा एकच वर्ण अशी अवस्था असलेली लिपी आदर्श समजली जाते. म्हणूनच शुद्धलेखन म्हणजे उच्चार व लिपी यांचे करारपत्र मानले जाते. आपल्याला परिचित असलेल्या रोमन व

देवनागरी या दोन्ही लिप्यांमध्ये काही प्रमाणात गुणवैशिष्ट्ये असली, तरी प्रत्येकीत अपुरेपणा आहेच. पण मराठीच्या संदर्भात विचार करता देवनागरी लिपी (बाळबोध लिपी) ही सोईची ठरते. (शुद्धलेखनाचा सविस्तर विचार एका प्रकरणात केलेला असल्याने या ठिकाणी त्याचा अधिक विचार करण्याची आवश्यकता नाही.)

वर उल्लेख केलेल्या तीनही पातळ्यांवर शुद्धाशुद्धाचा विचार केला जातो. शब्दपातळीवर शब्द वेगवेगळ्या समाजस्तरांप्रमाणे दोन्हीही शुद्ध व अशुद्ध ठरू शकतात. पण काही शब्दांच्या संदर्भात उच्चारानुसारी दृष्टिकोनातून शुद्धाशुद्ध ठरविले जाते. प्रत्ययपातळीवर प्रत्ययांसंबंधीच्या नियमाकडे लक्ष द्यावे लागते. बोलण्यापेक्षा लेखनात ही नियम पाळण्याची प्रवृत्ती अधिक असते; त्यातही शास्त्रीय पातळीवरील लेखनाला समाजमान्य असलेल्या रूपांची निवड करावी लागते. म्हणूनच 'तिला', 'मला', 'करीत', 'त्याने', 'त्याच्याकडून', 'घरी', 'घराकडे' इत्यादी समाजमान्य प्रयोग ते लेखन शुद्ध मानते. 'सिंहे', 'गप्पे', 'गुलाबे' या रूपांना (त्यांनी नियम पाळलेला असूनही) ती प्रचारात नसल्याने अशुद्ध म्हटले जाते. तसे 'घराला', 'लाडवाला', 'लिंबाला' या रूपांमध्ये (प्रत्ययाच्या आधी शब्दाच्या रूपांमध्ये बदल करण्याची) सामान्यरूप करण्याची खास मराठी लकब पाळलेली असल्याने त्याला मान्यता दिली जाते.

वाक्यपातळीवर ही शुद्धाशुद्धता किंवा ही नियम पाळण्याची प्रवृत्ती अधिक स्पष्ट होते. वाक्यरचनेत कर्ता-कर्म-क्रियापद यांचे एकमेकांशी (अर्थव्यक्तीसाठी) असलेले नाते प्रत्ययांवरून, शब्दांच्या स्थानावरून व्यक्त होत असते. ते नाते जेव्हा 'मी आली, आलं, आल्ये' यांसारख्या रूपांमध्ये पाळले जात नाही, तेव्हा त्यांना सदोष किंवा अशुद्ध म्हटले जाते. ही रूपे एखाद-दुसऱ्या व्यक्तीच्या बोलण्यात असली, तरी त्याला रूढीने मान्यता आलेली नाही.

या सर्व विवेचनावरून शुद्धाशुद्धविवेकामागील प्रत्येक व्याकरणकाराची भूमिका त्याच्या भाषाविषयक समजावर कशी आधारित होती, हे स्पष्ट होईल. व्याकरणाचा उद्देश हा शुद्धाशुद्ध शोधणे किंवा दुसरी भाषा (शुद्धाशुद्ध शोधण्याच्या आधाराने) शिकणे असा नसून, भाषेची अंतर्गत रचना समजून घेणे हा आहे. व्याकरणाने भाषा शिकता येत नाही, हे मत आता भाषाशास्त्राने मान्य केले आहे. पण येत असलेल्या भाषेची अधिक ओळख करून घेणे, तिच्यातील शब्द, प्रत्यय व वाक्य या तीन पातळ्यांवरील सूक्ष्म रचनांपैकी योग्यायोग्य ओळखणे, हे व्याकरणाचे प्रयोजन ठरते. अर्थात, हे प्रयोजन प्रौढ व तात्त्विक पातळीवर पाळले जाते आणि तेच प्रयोजन शालेय पातळीवर उदाहरणांच्या माध्यमातून सांगणे आवश्यक असते. शालेय पातळीवरील व्याकरणे ही प्रामुख्याने आदेशात्मक प्रकारची असावी लागतात आणि 'शुद्धाशुद्ध सांगणे' हे आदेशात्मक व्याकरणाचे प्रयोजन असते. भाषेचे स्वरूप जसे आहे, तसे उलगडून दाखविणे हे वर्णनात्मक व्याकरणाचे

प्रयोजन असते. त्या विशिष्ट कालखंडापर्यंत त्या भाषेचे स्वरूप कसकसे बदलत आलेले आहे, ते रेखाटणे हे ऐतिहासिक व्याकरणाचे स्वरूप असते. तौलनिक व्याकरणाचे स्वरूप दोन वा अन्य कालखंडातील भाषांच्या स्वरूपांची तुलना करून भाषेच्या रचनेतील सुसूत्र नियमावली शोधणे हे असते. ही तुलना कधी एकाच भाषेच्या विविध काळांतील किंवा वेगवेगळ्या प्रदेशांतील रूपांची तुलना असू शकते किंवा दोन भिन्न भाषांचाही तुलनात्मक दृष्टीने विचार केलेला असू शकतो. भाषेचा तात्त्विक विचारही व्याकरणाला करता येतो. (उदा.– मराठीतील प्रत्यय व्यवस्थेमध्ये तृतीयेचा 'ने' हा प्रत्यय सांगितलेला आहे. पण मी, तू या सर्वनामांना तो कधीही लागत नाही. म्हणून त्यांच्या संदर्भात तृतीयेचा शून्य प्रत्यय म्हणावे, की अपवाद? इ.)

या सगळ्याचा शुद्धाशुद्धाच्या दृष्टीने थोडक्यात निष्कर्ष :

(१) 'शुद्धाशुद्ध' सांगणे वा न सांगणे व व्याकरणाचे प्रयोजन, ते कोणत्या प्रकारचे व्याकरण आहे, यावर अवलंबून राहते.

(२) व्याकरणातील 'शुद्धाशुद्ध' सतत बदलते असू शकते; परंतु प्रत्येक काळात आणि प्रत्येक भाषेत व तिच्या प्रत्येक बोलीमध्ये शुद्धाशुद्धाची जाणीव असते.

(३) शुद्ध म्हणजे, त्या काळातील नियमबद्ध व शिष्टसंमत प्रचारात असलेली रूपे आणि अशुद्ध म्हणजे, नियमबाह्य व शिष्टसंमत नसलेली रूपे.

(४) संस्कृतसारखे ते शुद्ध, हे म्हणणे अयोग्य आहे.

(५) उच्चारानुसारी ते शुद्ध, या म्हणण्यालाही लिपीची बंधने मान्य करावी लागतात.

(६) शब्द, प्रत्यय, वाक्य व उच्चार या दृष्टींनी शुद्धाशुद्धाचा विवेक भाषेमध्ये केलेला असतो; तो लक्षात आणून देणे, हे कार्य व्याकरण करत असते.

व्याकरणाचे अनेक उपयोग सांगितलेले आहेत. त्यांपैकी 'शुद्ध कोणते व अशुद्ध कोणते, हे यथायोग्य समजते' हा एक उपयोग झाला. चिपळूणकरांनी आणखीही काही उपयोग सांगितले आहेत. त्यांच्या मते, उत्तम वक्ता वा उत्तम ग्रंथकार होण्यासाठी, दुसरी भाषा शिकण्यासाठी, विचारशक्ती प्रगल्भ होण्यासाठी व या सर्व उपयोगांबरोबरच जुनी मराठी कविता समजून घेण्यासाठी व्याकरणाचा उपयोग होतो. (चिप., पृ. ५ ते ८)

या उपयोगांपैकी काही उपयोगांबद्दल सबनीसांनी विरोध दर्शविला आहे. त्यांच्या मते– उत्तम वक्ता किंवा उत्तम ग्रंथकार होण्यासाठी प्रतिभेची आवश्यकता असते, व्याकरणज्ञानाची नव्हे. व्याकरणाचे नियम चांगले घोकून काढले आणि त्या नियमांनुसार त्याला व्याकरणही उत्तम चालविता येत असले; तरी प्रतिभादेवीची कृपा नसेल, तर

त्याला साधे लेखनही करता येणार नाही. भाषा शुद्ध व चांगली लिहिता येणे, हे 'गाता गळा व लिहिता हातवळा' या म्हणीप्रमाणे एक प्रकारचे निव्वळ सरावाने सुधारणारे कसब आहे. यासाठी केवळ पढीक ज्ञानाचा फारसा उपयोग होत नाही. (सब., प्रस्तावना, पृ. १३)

व्याकरण हे एक शास्त्र आहे. कोणतेही शास्त्र त्या-त्या कलाविषयाला योग्य वळण लावण्याचा प्रयत्न करते. जसे संगीताचे शास्त्र जाणून घेतल्याने कुणाला गाता येईल असे नाही; पण उत्तम गवयाला संगीतज्ञानामुळे आपली प्रगती झपाट्याने व एका निश्चित दिशेने करता येईल. तसेच व्याकरण शिकल्याने कुणालाही उत्तम वक्ता येणार नाही किंवा दुसरी भाषा सफाईने बोलता येईल असे नाही; पण उत्तम वक्त्याला आपले भाषण प्रभावी व परिणामकारक करण्यासाठी व्याकरणाचा उपयोग निश्चितपणे होत असतो.

व्याकरणशास्त्र हे व्यवहारोपयोगी शास्त्र नसून, ते शालेय अभ्यासातील भूमिती-बीजगणित यांसारखे शुद्ध स्वरूपाचे शास्त्र आहे; हे सबनीसांचे मत व्याकरणाच्या उपयोगावर प्रकाश टाकणारे आहे. (सब., प्रस्ता., पृ. १७ ते २०)

व्याकरण शिकल्याने भाषेतील शुद्धाशुद्ध कळते, त्यानुसार बोलता येते, लिहिता येते– पर्यायाने व्याकरण शिकल्याने भाषा येते, हा समज आज व्याकरणकारांना मान्य नाही. भाषा शिकण्याचे एक किंवा एकमेव प्रभावी साधन म्हणून व्याकरणाकडे पाहिले गेल्याने, व्याकरणाच्या शुद्धाशुद्धाच्या संदर्भातील भूमिकेचे स्वरूप अधिक दृढ झाले. भाषेच्या नेमक्या व प्रभावी वापरासाठी शब्दांच्या शुद्ध रूपांची गरज मानली गेली. ही गरज फक्त व्याकरणशास्त्र लक्षात घेते असे नसून; अर्थशास्त्र, वाक्यशास्त्र, कोश या सगळ्या शास्त्रांच्या अभ्यासाने भाषेचे शास्त्रशुद्ध स्वरूप कळू शकते, केवळ व्याकरणशास्त्राच्या अभ्यासाने नव्हे.

भाषाविषयक समजही 'पी हळद व हो गोरी' अशी झटपट येणारी नसते. तसेच व्याकरण हे शास्त्र आहे आणि भाषा बोलता/ लिहिता येणे ही कला आहे. शास्त्राची माहिती बोलणाऱ्याला जितक्या व ज्या प्रमाणात वापरात आणता येईल, त्यावरच त्याचे बोलणे/ लिहिणे प्रभावी होत असते.

३. भाषा-व्याकरण-संबंध

व्याकरणाचा उपयोग लक्षात घेताना भाषा-व्याकरण-संबंध निश्चित करावा लागतो. कोणत्याही भाषेला तिच्या जन्माबरोबरच व्याकरण प्राप्त झालेले असते. जन्माला येणाऱ्या माणसाला जसे शरीर प्राप्त झालेले असते, तसेच भाषेला भाषा म्हणवून घेण्याइतके अस्तित्व येताक्षणीच तिचे व्याकरण (तिची स्वतःची जडण-

घडण) प्राप्त झालेले असते. अर्थातच, सामान्यतः भाषा प्रमुख आणि व्याकरण दुय्यम असे मानले जाते; पण सबनीसांचे विचार व्याकरणाला भाषेपेक्षा अधिक महत्त्व देणारे आहेत. ते म्हणतात :

"भाषा ... अगदी आरंभी बोलीच्या स्वरूपात असून पुढे शब्दसंग्रह, सारस्वत, इत्यादिकांची वृद्धी व व्याकरणाची नियमनें यांच्या योगाने ती भाषा या भारदस्त संज्ञेस पात्र होते. म्हणूनच एका महत्त्वाच्या अर्थाने व्याकरण हे आधी व मग अभिजात स्वरूपांत भाषा असाच निर्वाळा द्यावा लागतो." (सब., प्रस्ता., पृ. ११)

त्यांच्या मते, बोलीच्या स्वरूपामधून अभिजात भाषेकडे होणाऱ्या भाषेच्या विकासाला व्याकरण हातभार लावत असते.

भाषा व व्याकरण यांच्या संबंधाबद्दल मंगरूळकरांनी म्हटले आहे की :

"... 'आधी भाषा, नंतर व्याकरण ' किंवा 'आधी व्याकरण व नंतर भाषा' ही दोन्ही मते सदोष आहेत. 'आधी भाषा व नंतर व्याकरण' असे म्हटले; तर 'गोवत्स न्यायाने' व्याकरणाने भाषेच्या मागोमाग गेले पाहिजे, असा अर्थ निघतो. जगातील काही भाषांची व्याकरणे अजून लेखननिविष्ट झालेली नसतीलही. पण याचा अर्थ असा नव्हे की, त्या भाषांना व्याकरणच नाही. प्रत्येक भाषा आपापल्या परीने आपली नियमव्यवस्था म्हणजेच व्याकरण घेऊनच विद्यमान असते. या अर्थाने भाषा व व्याकरण यांचे साहचर्य आहे, ती एकाच वेळी अस्तित्वात असतात. ज्या वेळी ती भाषा या पदास पोहोचते, त्याच वेळी तिला व्याकरण असतेच. कालपरत्वे भाषेचे स्वरूप जसजसे बदलत जाईल, तसतसे तिचे व्याकरणही बदलत जाणे स्वाभाविक आहे." (मंग., पृ. ७,८)

या ठिकाणी मंगरूळकरांनी व्याकरण या संज्ञेचे (१) व्याकरण-लेखन व (२) भाषेची अंगभूत जडण घडण, घटना, रचना हे दोन्ही अर्थ होऊ शकतात, हे लक्षात आणून दिले आहे. भाषा महत्त्वाची की व्याकरण महत्त्वाचे, हा प्रश्न व्याकरण या संज्ञेच्या पहिल्या अर्थाच्या संदर्भात उपस्थित होतो. व्याकरण या संज्ञेच्या दुसऱ्या अर्थाच्या संदर्भात कोणीच कुणाचे अनुसरण करीत नसतात.

व्याकरणाचे पुस्तक हे भाषेच्या नंतरच लिहिलेले असते. भाषेची रचना व नियमावली स्पष्ट करणे आणि त्या आधारे सुसूत्रता राखणे हे व्याकरण-लेखनाचे कार्य ठरते. पण त्यामुळे भाषेचे प्रमुख स्थान व्याकरण-लेखन कधीही घेऊ शकत नाही. भाषेचे स्थान प्रमुख व व्याकरणाचे स्थान दुय्यम ठरते. जसे साहित्यशास्त्र हे नेहमी साहित्यकृतीला शरण असते, तसेच व्याकरण (कोणतेही भाषाशास्त्र) हे भाषाशरणच असते. कथा-कादंबऱ्या इ. साहित्यकृती प्रमुख व त्यांचे रसग्रहण

करणारे साहित्यशास्त्र /समीक्षाशास्त्र त्या कृतींना अनुसरूनच लिहिले जात असते. तीच स्थिती भाषेच्या संदर्भात व्याकरणाची असावी लागते.

साहित्यशास्त्र हे साहित्यशरण असते. पण याचा अर्थ जे-जे लिहिले जाते, ते-ते सर्व श्रेष्ठ वा चांगले साहित्य आहे, असे समजून साहित्यशास्त्र त्याचा विचार करते, असे नाही. त्यांपैकी अनेक लेखनकृती का फसल्या, का चुकल्या, यांचेही विश्लेषण साहित्यशास्त्र करीत असते. तीच गोष्ट भाषा व व्याकरण यांच्या संदर्भातही गृहीत धरावी लागते. प्रत्येक व्यक्तीचे बोलणे-लेखन, समाजस्तरांनुसार घडणारे बदल, या सगळ्यांचा आहे तसाच्या तसा स्वीकार भाषा करत नसते. त्यातून तर-तम भावाने ती आपली रचना घडवीत असते. ही तिची जडण-घडण सांगण्याचे, लक्षात घेण्याचे कार्य व्याकरण करीत असते. म्हणून व्याकरण दुय्यम असे म्हटले, तरी ते कमी प्रतीचे ठरत नाही.

४. व्याकरणाची कक्षा

व्याकरण म्हणजे भाषाशास्त्र, असा व्याकरणाच्या प्रारंभकाळी असलेला समज नंतरच्या काळात बदलत गेला. भाषेचा विचार करणारी अनेक शास्त्रे आहेत, व्याकरण हे त्या शास्त्रांपैकी एक आहे; हा समज जसजसा दृढ होऊ लागला, तसतशी व्याकरणविषयक समजाला निश्चित दिशा मिळू लागली आणि त्यामुळे व्याकरणाचा उपयोग काय असू शकतो, याबद्दलचा विचारही स्पष्ट होऊ लागला. व्याकरणाच्या प्रारंभीच्या काळात व्याकरणाला 'भाषेचे तत्त्वज्ञान सांगणारे शास्त्र' असे दादोबा समजतात. चिपळूणकरही 'व्याकरण म्हणजे भाषेचे शास्त्र होय. यात भाषाघटक जे शब्द, त्यांची उपपत्ति, घटना, जाती, परस्परांशी संबंध वगैरेविषयक विवेचन असते.' (चिप., पृ.६) असेच मानतात. 'व्याकरणात विद्वान कसे बोलतात आणि लिहितात, याचे पद्धतशीर निरूपण केलेले असते' (कृ. य. गोडबोले, पृ.१), हेच स्वरूप कृ. य. गोडबोले मानतात. यावरून या प्रारंभीच्या काळात व्याकरणशास्त्राला भाषाशास्त्र असेच समजले जात होते, हे लक्षात येते.

भाषाशास्त्राच्या अनेक शाखा आहेत व या प्रत्येक शाखेचे क्षेत्र ठरलेले आहे. व्याकरणाचे असे आखून घेतलेले निश्चित क्षेत्र कोणते, हे स्पष्ट होणे आवश्यक आहे.

रा. भि. जोशी, मो. के. दामले यांच्यासारख्या काही व्याकरणकारांनी व्याकरणाला केवळ भाषाशास्त्र असे न समजता, त्याला वाक्यशास्त्र समजून त्या दृष्टीने विचार केला आहे. (जोशी, पृ. २०; दामले, पृ. ५) त्यांच्या मते, वाक्यामध्ये शब्द गृहीत असल्याने व्याकरण हे शब्दाचाही विचार आपोआप करू शकते. वर-वर पाहता व्याकरणात शब्दांचा अधिक विचार केलेला दिसत असला, तरी

तो विचार शब्द हे वाक्याचे घटक म्हणून केलेला असतो. पण त्यावरून व्याकरण हे शब्दशास्त्र असे मानता येत नाही, या त्यांच्या मताशी विरोधी मत म्हणून 'व्याकरणाला केवळ शब्दशास्त्र' मानणारे चिपळूणकर, गुंजीकर यांच्यासारख्या फार थोड्या व्याकरणकारांचा निर्देश करता येईल. (चिप., पृ. २३; गुंजी., १३७, १९१) गुंजीकरांनी व्याकरण या शब्दाचा अर्थ शोधताना असे म्हटले आहे की, ''कृ धातूस 'वि' व 'आ' हे उपसर्ग लागून 'व्याकरण' हे भाववाचक नाम तयार झाले आहे. त्याचा अर्थ, विशेषकरून 'मर्यादा करणे' हा आहे.'' (गुंजी, पृ. १३७) पुढे व्याकरण या शब्दाचा अर्थ देताना त्यांनी असे म्हटले आहे की, 'व्युत्पाद्यन्ते प्रकृतिप्रत्ययादिभिः प्रदर्श्यन्ते शब्दाः अनेन इति व्याकरणम्' (गुंजी., पृ. १९१). त्यांच्या व्याकरणाच्या व्याख्येमध्येही याच मुद्द्यावर भर दिलेला आहे. 'शब्द व त्याला लागणारे विविध प्रकारचे प्रत्यय आणि वाक्यांतील शब्दांचा परस्परांशी येणारा संबंध' हाच व्याकरणाचा विषय आहे, हे गुंजीकरांचे मत स्पष्ट आहे. दादोबा, जोशी आदींच्या व्याकरणाच्या व्याख्या कशा सदोष आहेत, हे सांगताना गुंजीकारांनी म्हटले आहे– या सर्व व्याख्या 'व्याकरण' या शब्दाच्या नसून त्या Grammar या शब्दाच्या आहेत. 'ग्रामा' म्हणजे अक्षर किंवा लिहिणे व त्यावरून 'ग्रामर' म्हणजे लिहिण्याची (व बोलण्याची) विद्या हा अर्थ मराठीतील व्याकरण शब्दाच्या व्याख्येमध्ये दिला जातो, ते योग्य नव्हे. मराठीतील व्याकरण शब्दाची व्याख्या Grammar या शब्दाच्या व्याख्येपेक्षा वेगळी व स्वतःचा अर्थ प्रकट करणारी पाहिजे. (गुंजी., पृ. १९१) हा गुंजीकरांचा विचार मराठी 'व्याकरणा'च्या व्याख्येवरील संस्कृत व इंग्रजीचा असलेला प्रभाव व्यक्त करतो.

'व्याकरणाचा निश्चित विषय शब्द' अशी संस्कृतशी जुळणारी व 'व्याकरण' या शब्दातून जाणवणारी एक भूमिका गुंजकरांदी व्याकरणकारांची; तर 'व्याकरण म्हणजे वाक्यशास्त्र होय' ही जोशी, दामले यांची Grammar या शब्दातील अर्थाशी जुळणारी भूमिका आहे. पण शब्द व वाक्य यांच्या संदर्भातील व्युत्पत्तिशास्त्र, ध्वनिशास्त्र, अर्थशास्त्र, वाक्यपृथक्करण इ. अनेक विषय पुष्कळशा मराठी व्याकरणांत समाविष्ट केलेले आहेत. या सर्व व्याकरणांवर टीका करताना सबनीसांनी व्याकरणाची कक्षा कोणती, हा प्रश्न विचारात घेतला आहे. त्यांनी म्हटले आहे की, भाषेच्या अनेक शाखांपैकी व्याकरण हे एक शास्त्र आहे. वाक्यपृथक्करण हे वाक्यशास्त्र आहे. पण कोश, व्युपत्ती व व्याकरण ही तीनही शब्दशास्त्रे आहेत. व्याकरणाची व या इतर शब्दशास्त्रांची कक्षा वेगवेगळी आहे. कोशामध्ये शब्दाच्या रूपाकडे व व्युत्पत्तीकडे दुर्लक्ष करून केवळ अर्थालाच महत्त्व दिलेले असते. व्युत्पत्तिशास्त्रामध्ये अर्थ व रूप यांना सारखेच महत्त्व असते आणि व्याकरणामध्ये शब्दांच्या रूपाला

सगळ्यात जास्त महत्त्व असून, अर्थाला कमी प्रमाणात महत्त्व असते (सब., प्रस्ता., पृ. ३१). यावरून शब्दशास्त्र म्हणजे व्याकरणशास्त्र असे समजणाऱ्या व्याकरणकारांनी शब्दविषयक कोणता विचार व्याकरणाने केलेला असतो, तेही स्पष्ट होते.

व्याकरणाचा भाषेच्या इतर शास्त्रांशी कोणत्या प्रकाराचा संबंध असतो, हे स्पष्ट करताना ते म्हणतात की– व्याकरणात स्पष्टीकरणासाठी किंवा प्राथमिक स्तरावरील विचारांसाठी व्युत्पत्तिशास्त्र, ध्वनिशास्त्र, छंदशास्त्र, अर्थशास्त्र इत्यादींची मदत घ्यावी लागते. भाषाशास्त्राची ही विविध शास्त्रे एकमेकांना कुठे ना कुठे तरी छेदून जात असतात. पण केवळ तेवढ्याच कारणावरून त्या शास्त्रांना व्याकरणात समाविष्ट करणे योग्य नव्हे. तसे केल्याने या इतर शास्त्रांच्या विकासाला तर अडथळा येतोच, पण त्यापेक्षाही व्याकरणशास्त्राचा विकास अधिक प्रमाणात कुण्ठित होतो.

व्याकरणामध्ये ज्या शब्दसिद्धीचा विचार पृष्ठसंख्या अडवून बसलेला आहे, तो व्युत्पत्तिशास्त्राचा भाग आहे. मराठी शब्दांची व्युत्पत्ती शोधताना संस्कृत, प्राकृत, अपभ्रंश या क्रमाने ही व्युत्पत्ती शोधली जाते. तसेच मराठीत संस्कृत शब्द विपुल प्रमाणात असल्याने त्यांच्या व्युत्पत्तीमध्ये असलेले उपसर्ग, प्रत्यय इत्यादींचा विचार येतो. त्यांच्या जोडीला फारसी, द्रविडी, पोर्तुगीज वगैरे भाषांतून आलेल्या प्रत्ययांनी वा उपसर्गांनी साधलेले मराठी शब्दही शब्दसिद्धीच्या विभागात विचारात घेतले जातात. हा सगळा विचार व्याकरणाचा नाही; हा विचार व्युत्पत्तिशास्त्राचा आहे. मात्र व्युत्पत्तिशास्त्राच्या आधारे व्याकरणाला शब्दाच्या शुद्धाशुद्धतेचा निर्वाळा देता येत असल्याने या माहितीचा व्याकरणाला उपयोग करून घेता येतो. उदा– अज्ञान की आज्ञान, आसेतुहिमाचल की असेतुहिमाचल, सुशीला की सुशिला– याच्या शुद्धतेसाठी व्युत्पत्तिशास्त्राचा उपयोग होत असल्याने त्यांची जुजबी माहिती आवश्यक असते.

तीच गोष्ट ध्वनिशास्त्राची. ध्वनिशास्त्राच्या आधारे व्याकरणाला 'वर्ण' ही कल्पना स्पष्ट करता येते. मूलध्वनी म्हणजे वर्ण असा वर्णाचा निकष ध्वनिशास्त्राच्या आधारे व्याकरण ठरविते. पण ध्वनीची व्युत्पत्ती कशी झाली, त्याची व्युत्पत्ति -स्थाने कोणती, ध्वनिनिर्मितीसाठी शरीरातील कोणकोणत्या अवयवांचे साह्य घेतले जाते, हा सगळा विचार ध्वनिशास्त्राचा आहे. व्याकरण त्याच्या मदतीने वर्णकल्पना स्पष्ट करते. पण हा भाग व्याकरणातील घटक समजून काही व्याकरणकारांनी त्याचा विचार केलेला दिसून येतो.

छंदशास्त्र व अलंकारशास्त्र हे साहित्याचा विभाग होऊ शकतात; त्याचा व्याकरणामध्ये समावेश होत नाही, हे आता स्पष्ट झालेले आहे. तसेच शब्दाच्या अर्थाचा मागोवा घेणारे अर्थशास्त्र हे व्याकरणाच्या कक्षेमध्ये येत नाही, ही जाणीवही आजच्या व्याकरणास झालेली आहे.

व्याकरणाला शब्दशास्त्र असे समजणाऱ्या सबनीसांनी व्याकरणशास्त्र व वाक्यपृथक्करण यांच्या कक्षा स्पष्ट करताना असे म्हटले आहे की, व्याकरण हे शब्दाचा शब्द म्हणून विचार करते; तर वाक्यपृथक्करण हे वाक्याचा एक भाग म्हणून शब्दाचा विचार करीत असते. ते वस्तुत: वाक्याच्या भागाचा विचार करीत असते. व्याकरणात शब्दाच्या घटकांचा म्हणजे वर्णाचा, शब्दजातीचा, लिंग-वचन-पुरुष-काळ-अर्थ वगैरे विकारांचा व शब्दांच्या कर्ता-कर्मादी परस्परसंबंधांचा विचार अपेक्षित असतो. वाक्यपृथक्करणामध्ये शब्दाच्या रूपापेक्षा अर्थावर भर असतो आणि अर्थावरून पडणारे उद्देश (ज्याच्याबद्दल बोलायचे ते पद) आणि विधेय (जे बोलायचे ती पदे) व त्यांचा विस्तार, पूरक इत्यादी विभागांचा विचार अपेक्षित असतो. (सब., प्रस्ता., पृ. २६, २७) व्याकरण व वाक्यपृथक्करण ही दोन्ही अलग भाषाशास्त्रे आहेत, याचे प्रत्यंतर त्यांच्यातील पारिभाषिक संज्ञांकडे पाहिले तरी येऊ शकते. व्याकरणातील कर्ता, कर्म इ. संज्ञा न योजता उद्देश, विधेय व त्यांचा विस्तार या संज्ञा वाक्यपृथक्करणात योजलेल्या असतात.

शालेय पातळीवरील विद्यार्थ्याला ध्वनिशास्त्र, छंदशास्त्र, अलंकारशास्त्र, मराठी वाङ्मयाचा ढोबळ इतिहास, व्युत्पत्तिशास्त्र या सगळ्यांची ओळख करून देण्याच्या भूमिकेतून हे विषय व्याकरणामध्ये घातले गेले. शालेय पातळीवर विद्यार्थ्याला या विषयाचा ढोबळ परिचय करून देणे, याच दृष्टीने व्याकरणाकडे अजूनही पाहिले जाते. म्हणून भाषाशास्त्रातील व साहित्यशास्त्रातील काही विभाग व्याकरणात आणले गेले. त्यामधूनच ते व्याकरणाचेच विषय आहेत, अशी समजूत दृढावली आणि व्याकरणातील शब्द, प्रत्यय, विकरण व वाक्य (प्रयोग) या शब्दाच्या परस्परसंबंधांकडे पुरेसे लक्ष दिले गेले नाही.

व्याकरण हे शालेय पातळीवरील भूमिती, बीजगणित अशा प्रकारचेच एक शास्त्र आहे, हा समज या वरील दृष्टिकोनातून बळावला. व्यवहारात त्याचा उपयोग नाही, हीच भूमिका हळूहळू तयार होऊ लागली. आज भाषेकडे बघण्याचा दृष्टिकोनच बदललेला आहे. भाषाशास्त्राच्या प्रत्येक शाखेकडे या नव्या दृष्टीने बघितले जात आहे. हीच नवी दृष्टी आज व्याकरणाचा वेगळ्या दृष्टीने विचार करू लागली आहे. भाषा ही आपल्या जीवनाचा एक अविभाज्य घटक आहे. म्हणूनच तिचे शब्दाचे परस्परसंबंध लक्षात घेणारे व्याकरणशास्त्र आज केवळ शालेय पातळीवरचे समजणे गैर ठरत आहे. भाषा व व्याकरण यांना अलग काढता येत नसते किंवा गोवत्सन्यायाने व्याकरण भाषेमागून जात नसते. ते भाषेबरोबरच जन्माला येत असते. या भूमिकेमुळेच व्याकरण शिकविण्यासाठी कार्यात्मक व्याकरणपद्धतीचा स्वीकार भाषेने केला.

वाक्यपृथक्करण हा व्याकरणाचा विभाग नव्हे असे म्हणताना, व्याकरणातील

प्रयोगांमध्ये वाक्याचा विचार केलेला असतो, हे विसरून चालणार नाही. प्रयोगविचार हा व्याकरणाचा शेवटचा विभाग आहे. त्यामध्ये वाक्याचा विचार असला तरी त्यामध्ये कर्ता-कर्म-क्रियापद यांच्या परस्परसंबंधांच्या दृष्टीने वाक्याचा विचार केलेला असतो. वाक्यपृथक्करणामध्ये मात्र वाक्यांचे प्रकार– केवल, मिश्र, संयुक्त आणि त्यांचे उपविभाग– यांचा अर्थदृष्टीने तपशिलात जाऊन विचार केलेला असतो. त्याला व्याकरणाचा आधार घेता येतो. व्याकरणातील कर्ता म्हणजे उद्देश्य असते, असे म्हणता येत नाही; तर कर्तरी, कर्मणी व भावे प्रयोगाच्या संदर्भात उद्देश्य हे कर्ता किंवा कर्म कोणतेही असू शकते. उदा.– 'शिपायाकडून चोर पकडला जातो.' या नव्या कर्मणीच्या वाक्यात 'कर्म' (चोर) हे उद्देश्य होऊ शकते. वाक्यपृथक्करण हे काहीशा प्रमाणात अर्थावर भर देणारे शास्त्र असल्याने, रूपावर भर असलेल्या व्याकरणामध्ये जसे प्रत्ययाच्या आधाराने कर्ता-कर्म हे निश्चित करता येतात, तसे वाक्यपृथक्करणामध्ये उद्देश्य निश्चित करणे जमतेच असे नाही. उदा.– 'राम आंबा खातो' या वाक्यामध्ये 'राम' हे उद्देश्य असे समजले जाते. पण बोलणाऱ्या व्यक्तीला 'रामा'बद्दल बोलायचे असते, हा अर्थ काढायला पुरावा कोणता? कदाचित बोलणाऱ्या व्यक्तीला 'आंबा' (राम आंबा खातो; पेरू, केळी इ. फळे खात नाही, असेही सांगायचे असेल.) हे उद्देश्य मानायचे असेलही; पण रूपदृष्टीच्या मदतीने हा प्रश्न सोडविला जातो आणि 'राम' हे कर्तापद म्हणून त्याला उद्देश्य समजले जाते. वा. म. जोशी यांच्या मते, वाक्यपृथक्करण हे रूप आणि अर्थ यांच्या अधले-मधले शास्त्र आहे.

या सगळ्या विवेचनाचा अर्थ लक्षात घेता असे जाणवते की, प्रयोगविचार हा व्याकरणातील अखेरचा विभाग आहे. प्रयोगविचार व वाक्यपृथक्करण यांच्यातील फरक लक्षात न घेतल्याने व्याकरणाच्या कक्षेत वाक्यपृथक्करण घुसले आहे. मात्र, व्याकरणाला शब्दशास्त्र म्हणताना संस्कृत व्याकरणानेही प्रयोगांचा विचार– म्हणजे वाक्यरचनेचा विचार केला आहे. मराठीतही ते गृहीतच आहे. तेव्हा शब्दशास्त्र असे म्हटले, तरी प्रयोगविचारांच्या मार्गाने व्याकरणाला वाक्यविचार करावा लागतो आणि व्याकरणाला वाक्यशास्त्र असे म्हटले, तरी वाक्यपृथक्करणाच्या विचाराला व्याकरणाच्या कक्षेत केवळ आगंतुकाचेच स्थान द्यावे लागते.

"शब्द कुठलेही असले, तरी भाषेची अस्मिता रूपांवरून आणि वाक्यरचनेवरूनच ठरत असते. 'डिफेंडंटने ॲफिडेव्हिट फाइल केले नाही' हे वाक्य मराठी, तर 'पटेल हॅज नॉट मेड पक्का बंदोबस्त' हे वाक्य इंग्रजी ठरते," हा 'मराठी भाषेचे मूळ'मधील विश्वनाथ खैरे यांचा विचार व्याकरणाच्या कक्षेसंबंधी निश्चित मत देणारा आहे. वाक्यातील शब्द इंग्रजी असूनही तिची रचना मराठी असू शकते आणि व्याकरण या रचनेकडे लक्ष देत असते, ही त्यांची व्याकरणविषयक कल्पना आहे. याचा अर्थ,

व्याकरणातील वाक्यरचनेचा विचार शब्दाशब्दांचे कर्ता-कर्मादी किती प्रकारचे संबंध असू शकतात, हा आहे.

५. व्याकरणाने भाषेतील कोणते रूप प्रमाण मानावे?

विविधरूपिणी असणे हा भाषेचा स्वभावधर्म आहे, ती भाषेची नैसर्गिक प्रवृत्ती आहे. एका प्रदेशातील मराठी तशीच्या तशी दुसऱ्या प्रदेशात बोलली जात नसते, लिहिलीही जात नसते. प्रत्येक कालखंडातील तिच्या रूपांमध्येही अशीच विविधता असते. पण जर मराठीचे व्याकरण सिद्ध करायचे असेल, तर व्याकरणाने भाषेच्या या विविध प्रकारांपैकी कोणत्या रूपाला मध्यवर्ती कल्पून व्याकरण रचावे? सर्वसामान्यपणे मराठीची आतापर्यंतची व्याकरणे ही मराठीच्या लेखनरूपाला प्रमाण मानून रचलेली आहेत. लेखनातील भाषा वा बोलण्यातील भाषा यांच्यातील फरकाची जाणीव या व्याकरणकारांना महत्त्वाची वाटली नाही; इतकेच नव्हे, तर व्याकरणाने लेखनातील रूपेच सांगावीत, बोलण्यातील रूपे सांगण्याची आवश्यकता नाही, असा समज या व्याकरणकारांचा असावा.

लिखित भाषेला मध्यवर्ती किंवा प्रमाण मानण्याचे कारण सांगताना चिपळूणकरांनी म्हटले आहे :

"भाषेचे भाग दोन. एक– बोलण्याची भाषा व दुसरी– लिहिण्याची भाषा. त्यांत पहिल्या प्रकारच्या भाषेपेक्षा दुसऱ्या प्रकारची भाषा विशेष स्थिर असते, म्हणजे तीत तितका लवकर फेरफार होत नाही; व या कारणामुळे ती व्याकरणाच्या आळ्यांत राहण्यास विशेष योग्य असते." (चिप., पृ. ११)

त्यांनी जुने पद्यरूप हेही प्रमाण मानले. त्यांच्या मते, लेखनातील सर्वांत श्रेष्ठ भाग म्हणजे कविता होय. म्हणून या सर्वश्रेष्ठ भागातील नियमव्यवस्था व्याकरणाने शोधावी. (चिप., पृ. ११) आज ही भूमिका मान्य होणार नाही.

सबनीसांचे मत पुढीलप्रमाणे :

"...व्याकरणाच्या दृष्टीने बोललेल्या भाषेपेक्षा लिहिलेल्या भाषेला, पद्यापेक्षा गद्याला व काव्यनाटकादि कलात्मक वाङ्मयांत योजलेल्या भाषांपेक्षाही इतिहास, तत्त्वज्ञान, शास्त्र इत्यादी वाङ्मयांतील भाषेला अधिक महत्त्व असते." (सब., प्रस्ता., पृ. ११)

लेखनाच्या भाषेचे नियम सांगितले की, त्यामध्ये बोलण्याच्या भाषेतील नियमही आपोआप व्यक्त होतात, असेच या सर्व व्याकरणकारांचे मत आहे. बोलण्याची

भाषा व लिहिण्याची भाषा यामध्ये फारसा फरक नाही आणि लेखनाची भाषा ही बोलण्याच्या भाषेपेक्षा अधिक महत्त्वाची असते, हा समज जेस्पर्सनला मान्य नाही. दोन्ही प्रकारच्या भाषांचे स्वरूप स्पष्ट करताना त्याने म्हटले आहे :

"...A written work is mummified until some one imparts life to it by transposing it mentally into the corresponding spoken word.... and thus we are in many ways reminded of the important truth that grammar should deal in the first instance with sounds and only secondarily with letters."

(जेस्पर्सन, पृ. १४)

जेस्पर्सनप्रमाणे मंगरूळकरही बोलण्याची भाषा प्रमुख व लेखन दुय्यम असे मानतात. बोलण्याच्या भाषेला व्याकरणाने प्रमाण मानून तिचे नियम व्याकरणाने सांगावेत, असे आपले मत सांगताना त्यांनी म्हटले आहे की, आजपर्यंतची सर्व मराठी व्याकरणे ही लेखनाला प्रमाण समजून लिहिलेली आहेत. बोलण्याची भाषा ही नेहमीच उपेक्षित राहिलेली आहे. वस्तुत: बोलण्यातील भाषा हाच भाषेचा मूळ झरा आहे. लेखनातील भाषा ही अर्थाशी साक्षात संबंधित नसते; ती ध्वनीच्या द्वाराच अर्थाशी संबंधित असते. हा संबंध पुढील आकृतीने स्पष्ट करता येतो. (मंगरूळकर, पृ. ३२ ते ३४)

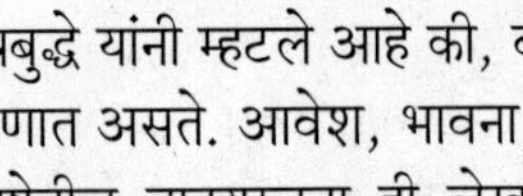

पण व्याकरण हे बोलण्याच्या भाषेचे असावे, या भूमिकेला विरोध करताना डॉ. पु. ग. सहस्रबुद्धे यांनी म्हटले आहे की, बोलण्याच्या भाषेमध्ये नियम पाळण्याची प्रवृत्ती कमी प्रमाणात असते. आवेश, भावना, वक्तृत्व इ. गोष्टींना महत्त्व असलेल्या बोलण्याच्या भाषेतील वाक्यरचना ही लेखनाच्या भाषेतील वाक्यरचनेपेक्षा कमी नियमबद्ध असते. म्हणून अशा बोलण्याच्या भाषेवरून व्याकरण रचणे, हे भाषेचे समग्र स्वरूप व्यक्त होण्याच्या दृष्टीने योग्य नव्हे. (मंग., प्रस्ता., पृ. २६, २७)

लेखन आणि बोलणे ही भाषेची दोन रूपे असली, तरी बोलणे हे मूळ रूप आहे, याबद्दल वाद असण्याचे कारणच नाही. पण भाषेची घटना शोधताना व्याकरणाने यांपैकी कोणत्या रूपाला प्रमाण मानावे, याचे उत्तर शोधताना केवळ मूळ रूप लक्षात घेऊन पुरणार नाही. बोलण्यातील ध्वनी हा चंचल, अस्थिर आणि नाशवंत असून त्याला स्थिरता देण्यासाठी लिपीचा आधार घेतला जातो. कोणतीही

लिपी आदर्श नसल्यामुळे बोलण्यातील ध्वनीला ती जशीच्या तशी पकडू शकत नाही; पण तरीही बोलण्यातील भाषेचे जे संदेशन करणे हे कार्य, ते लेखन साधू शकते.

लेखनाचा उद्देश बोलण्याच्या उद्देशापेक्षा थोडा वेगळा आहे, हे प्रथम लक्षात घ्यायला हवे. केवळ संदेशन, केवळ देवाण-घेवाण हे बोलण्यातील भाषेचे एकमेव व प्रमुख कार्य होय. तर या संदेशनाला स्थिरता देण्याचे कार्यही संदेशन करत असताना लेखनातील भाषा साधू शकते. बोलण्यातील भाषेमधील अस्थिरता लेखनात तुलनेने कमी असते. शिवाय बदलत्या बोलण्यामधील स्थिर होऊ पाहणारे नियम लेखनाला स्वीकारावे लागतात. उदा.– दादोबांच्या काळातील ग्यां, त्वां, त्याणे ही रूपे बोलण्यात असल्याने लेखनातही ती आलेली आहेत; पण आजच्या बोलण्यातून ही रूपे फार मर्यादित स्वरूपाला बोलली जात असल्याने ती लेखनातही येईनाशी झालेली आहेत. तेव्हा बोलण्यामध्ये जे नियम बहुप्रसारित आहेत, स्थिरतेची पातळी गाठणारे आहेत; ते नियम लेखनातही स्थिर होऊ पाहतात.

बोलण्याच्या भाषेत प्रदेशपरत्वे, व्यक्तिपरत्वे, प्रसंगपरत्वे भिन्नता येते. भाषा म्हणजे ही भिन्नता नव्हे. या भिन्नतेमागे जे भाषेचे स्वरूप दडलेले असते, ते प्रमाण मानण्याकडे व्याकरणशास्त्राचा कल असतो. बोलण्यातील भाषेची प्रवृत्ती नियम पाळण्यापेक्षा नियमभंग करण्याकडे अधिक असते. ती संदर्भावर भिस्त ठेवते. पण लेखनातील भाषेची प्रवृत्ती नियम पाळण्याकडे व संदर्भावर फारसे न विसंबण्याकडे असते. ती नि:संदिग्ध असते.

बोलण्यात नियम मोडण्याकडे कल असतो, असे नेहमी म्हटले जाते; पण नियम असतात, म्हणूनच ते मोडणे शक्य असते. हे नियम त्रिकालाबाधित नसून, भाषेच्या उपयोगातून तयार झालेले असतात. (उदा.– मराठी वाक्यरचनेत कर्ता-कर्म-पूरक... क्रियापद अशी विधान-वाक्याची रचना असते, तर इंग्रजी वाक्यरचनेत कर्ता-क्रियापद-कर्म-पूरक..... अशी विधान-वाक्याची रचना असते.) हे नियम बोलण्यामध्ये अगदी काटेकोरपणे पाळले जात नसले आणि लेखनामध्ये ते कटाक्षाने पाळले जात असले; तरी याचा अर्थ असा नव्हे की, ते नियम अस्तित्वातच नाहीत किंवा ते केवळ लेखनाचेच नियम आहेत. भाषेचा हा नैसर्गिक विकास लक्षात घेऊन व लेखनविरोधी बोलणे असा ढोबळ विभाग न मानून भाषेचे व्याकरण रचले जावे. मात्र, लेखनाला महत्त्व देतानाही बोलण्याचे भाषारूप नाकारता कामा नये.

लेखनाला महत्त्व देतानाही बोलण्याचे भाषारूप नाकारणे योग्य नाही आणि बोलण्याला प्रमाण मानूनही लेखनाकडे दुय्यम म्हणून दुर्लक्ष करू नये. बोलणे व लेखन या दोन्हींच्या आधारे भाषेतील नियमावली शोधणे आणि त्या नियमावलीच्या एकत्रित अभ्यासाने शब्दांची नियमव्यवस्था निश्चित करणे, ही व्याकरणाची दृष्टी असायला पाहिजे. बोलणे आणि लेखन हे एकमेकांपेक्षा वेगळे नसते. ते भाषेची

विविध रूपे व्यक्त करीत असतात. बोलण्यामध्ये विविध बोली, व्यवसाय, विशिष्ट प्रसंग, व्यक्तिविशेष यांमुळे विविधता येते; तर लेखनाला साहित्यप्रकार, शास्त्रीय वा वर्तमानपत्री लेखन, सरकारी पत्रके इत्यादींमुळे विविधता येत असते. पण या सगळ्यांमध्ये एकसूत्रता असते. भाषेतील रूपे अधिक लवकर बदलत असतात. पण त्यांतील काही स्थिरावतात, लेखनात स्थान मिळवितात. त्यांच्या आधारे व्याकरणशास्त्र नियमावली शोधू शकते.

६. तत्कालीन पर्यावरणाचा प्रभाव

व्याकरणशास्त्राच्या संदर्भात उपस्थित होणाऱ्या प्रश्नांचा विचार करताना त्या विचारांवर तत्कालीन भाषिक विचारांचा प्रभाव असल्याचे जाणवले. १) तत्कालीन भाषिक समज, २) व्याकरण-लेखनामागील उद्देश व ३) त्या काळातील शास्त्रीय लेखनातील तर्कशुद्धतेची कल्पना– या गोष्टींचा प्रभाव या व्याकरण-लेखनांवर झालेला जाणवतो.

मराठीत होऊ लागलेल्या ध्वनिशास्त्राच्या अभ्यासाचा परिणाम जोशी, केळकर यांच्या व्याकरणग्रंथांवर काही प्रमाणात झालेला दिसतो. केळकरांच्या व्याकरणात ध्वनिनिर्मितीचाही विचार आला आहे. त्या काळामध्ये व्याकरणाच्या कक्षेबद्दल विचार झालेला नसल्याने ध्वनिशास्त्र, वाक्यशास्त्र, व्युत्पत्तिशास्त्र, शुद्धलेखन, विरामचिन्हे इ. अनेक व्याकरणबाह्य विषय दामले, केळकर, जोशी यांच्या व्याकरणांमध्ये विस्ताराने आलेले आहेत. सबनीसांच्या १९५२च्या व्याकरणामध्ये याचा पुष्कळसा काटेकोर विचार झाला; पण त्याचा शालेय व्याकरणांवर फारसा परिणाम झाला नाही.

पारंपरिक व्याकरणातील ज्या उणिवा आज जाणवू लागल्या आहेत, त्यांचा संबंध प्रामुख्याने भाषाविज्ञानाच्या विकसित ज्ञानाशी तरी आहे किंवा आजच्या व्याकरणविषयक नव्या विचारांशी तरी आहे. तत्कालीन भाषिक समजाचा व्याकरणावर होणारा परिणाम त्याच्या लेखनाला वेगळेपणा आणत असतो, याचे प्रत्यंतर मराठीच्या व्याकरणांच्या प्रारंभकाळापासून येते. व्याकरण म्हणजेच सबकुछ भाषाशास्त्र, असे समजण्याची प्रारंभीची भूमिका असो किंवा व्याकरणाने लिखिताला प्रमाण मानण्याची भूमिका असो; त्यांचा संबंध तत्कालीन भाषिक समजाशी असतो. ही भाषिक समज जसजशी बदलते, विकसित होते; तसतशी भाषेकडे बघण्याची दृष्टीही बदलते आणि त्याचा परिणाम व्याकरण-लेखनाच्या उद्देशापासून ते थेट प्रयोगापर्यंत होत असलेला दिसतो. उदाहरणादाखल भाषेच्या लिखितरूपाला प्रमाण मानण्याचा मुद्दा घेऊ.

मराठीची सर्व व्याकरणे लिखितरूपाला प्रमाण मानून रचलेली आहेत. प्रारंभीच्या

काळातील या व्याकरणांनी लिखिताला प्रमाण मानण्यामागे तत्कालीन भाषिक समज कारणीभूत आहे, असे जाणवते. या प्रारंभीच्या व्याकरणांमागे इंग्रजी व्याकरणांचा आदर्श होता. आपले सर्वच क्षेत्रांतील आदर्श अजूनही इंग्रज आणि इंग्रजीच्या आदर्शांवर बेतलेले असल्याने प्रारंभीच्या काळामध्ये मराठीच्या व्याकरणाने तोच नमुना गिरविला, तर त्यात आश्चर्य वाटायला नको. बोलण्यातील भाषारूपाला प्रमाण मानण्याची कल्पना आज बहुतांशी मान्य असली, तरी काही व्याकरणकारांना ती योग्य वाटत नाही, हे 'मराठी व्याकरणाचा पुनर्विचार'च्या (अरविंद मंगरूळकर) डॉ. पु. ग. सहस्रबुद्धेंच्या प्रस्तावनेवरून स्पष्ट होते. पाणिनीच्या व्याकरणानेही लेखन आणि बोलणे या भाषेच्या दोन्ही रूपांना प्रमाण मानलेले आहे. १) केवळ लिखितरूप, २) केवळ बोलण्यातील रूप, ३) लिखित व बोलणे ही दोन्ही रूपे प्रमाण मानून व्याकरण सिद्ध व्हावे– याबद्दलच्या भाषिक पातळीवरचा वैचारिक संभ्रम आजच्या व्याकरणांवर परिणाम करताना दिसतो.

तत्कालीन भाषिक समजाचे त्या काळातील विशिष्ट व्याकरणकाराचे आकलन त्याच्या व्याकरणातून जाणवत असते. काही व्याकरणकारांनी हे भाषिक आकलन पुरेसे करून घेतलेले असतेच, असे नाही किंवा त्यांची पारंपरिक बैठक व ही नवी भाषिक दृष्टी यांचा मेळ त्यांना सुसंगत तऱ्हेने घालता येतोच, असे नाही. या दृष्टीने डॉ. सु. बा. कुलकर्णींचे पुढील उद्‌गार वस्तुस्थितीची जाणीव करून देणारे आहेत. ते म्हणतात–

''गेल्या वीस-पंचवीस वर्षांत जागतिक भाषाशास्त्रविषयक विचारात बरीच क्रांती झाली आहे. वर्ण (Poneme) व रूप (Morpheme) या भाषिक घटकांच्या तत्त्वांचा शोध लागल्याने भाषेच्या अर्थाधिष्ठित विश्लेषणापेक्षा रचनाप्रधान (Structural) विश्लेषणास महत्त्व प्राप्त झाले आहे. दुर्दैवाने हे नवे विचार मराठीच्या व्याकरणप्रांतात अजून शिरलेले नाहीत.'' (सु. बा. कुलकर्णी, 'मराठीची व्याकरण परंपरा' अंतर्भूत ग. ह. केळकर (१९६६, आवृत्ती ४ थी) **'मराठी व्याकरणाची मूलतत्त्वे'** यामध्ये परिशिष्ट २ मधून, पृ. २९५)

या भाषावैज्ञानिक दृष्टिकोनातून मराठी भाषेची व्यवस्था लक्षात घेण्याचा प्रयत्न **'मराठी भाषा'** - (रमेश धोंगडे), **'मराठी भाषा : व्यवस्था आणि अध्यापन'** - (डॉ. चं. द. इंदापूरकर) यांसारख्या ग्रंथांच्या रूपाने होत आहे. अजूनही हा प्रयत्न शालेय पातळीवर पोहोचलेला दिसत नाही. जोपर्यंत हे प्रयत्न शालेय पातळीवर स्वीकारले जात नाहीत, तोपर्यंत त्यांच्यामध्ये स्थिरता येत नसते.

मराठीतील शुद्धाशुद्धविवेकावरही कालदृष्टीने बदलत जाणाऱ्या भाषिक समजाचा परिणाम घडलेला आहे. लिखित मराठी पाहण्याची फारशी सवय नसलेल्या मराठी

सुशिक्षित समाजाला, 'लिखितातील विविध रूपांमुळे मराठीतील नियमबद्धता, एकविधता आणि बांधीवपणा नष्ट होईल', असे वाटले. उच्चारांत विविधता असली, तरी लेखन एकाच प्रकारचे असावे; या दृष्टीने शुद्ध कसे लिहावे, हे सांगण्याची भूमिका प्रारंभीच्या व्याकरणाने घेतली. पण गुंजीकरांच्या काळापर्यंत हे विविधरूपी लेखन पाहण्याचा सराव झाला. अशी विविधता ही भाषेच्या प्रवाहीपणाची व विकासाची द्योतक असते; ती धोकादायक नसून, उलट प्रत्येक जिवंत भाषेची ती स्वाभाविक प्रवृत्ती असते, ही भाषिक समज आल्याने गुंजीकरांच्या लेखनातील शुद्धाशुद्धाबद्दलची भूमिका बदलली. याच पद्धतीने नंतरच्या काळातील व्याकरणांतून व्यक्त झालेली शुद्धाशुद्धाबद्दलची भूमिका व तत्कालीन भाषिक समज यांची सांगड घालता येते.

मराठीच्या व्याकरणाला इंग्रजीच्या किंवा संस्कृतच्या साच्यामध्ये बसते करणे, हाही एक प्रकारे भाषिक समजाचाच परिपाक आहे. मराठीचे व्याकरण सिद्ध करण्यासाठी व्याकरणशास्त्राचा परिचय आवश्यक की अनावश्यक आणि त्यासाठी इंग्रजी, संस्कृत, बंगाली वा अन्य भाषा यांच्या व्याकरणाचे ज्ञान कितपत पोषक ठरते, याबद्दलच्या मतमतांतरांमध्येही भाषिक समजाचा प्रभाव आहेच. मराठीच्या व्याकरणाची दुसरी आवृत्ती काढताना दादोबांना संस्कृत व्याकरणाचा अभ्यास करण्याची गरज भासली. कृष्णशास्त्री चिपळूणकरांनीही संस्कृतच्या व्याकरणाच्या आधारेच बिंदू व विसर्ग (:) यांना वर्ण मानले नाही; आणि गुंजीकरांसारख्या संस्कृततज्ज्ञाला, मराठीतील विभक्तिविचार संस्कृतच्या धर्तीवर नेल्याने त्यामधील गुंता व वाद कमी होतील, असे वाटले. संस्कृतमध्ये असलेली वर्णमाला, संस्कृतमध्ये असलेली विभक्तिसंख्या, विभक्तिव्यवस्था मराठीने तशीच्या तशी स्वीकारावी, या गोष्टींकडे अनेक व्याकरणकारांचा कल दिसून येतो. मराठी ही संस्कृतोद्भव भाषा असली, तरी ती एक स्वतंत्र भाषा आहे. तिच्यामधील अनेक घटकांचा विचार करताना संस्कृत व्याकरणाची तिला मदत होईल, हे निश्चित. पण तिला संस्कृतच्या (किंवा इंग्रजीच्या) साच्यामध्येच बसवायची; ही भूमिका स्वीकारल्यामुळे मराठीच्या वेगळ्या विशेषांकडे जितक्या प्रमाणात लक्ष द्यायला पाहिजे होते, तेवढे दिले गेले नाही.

'शास्त्र, शास्त्रीयता, शास्त्रशुद्ध दृष्टिकोन' या कल्पनाही त्या-त्या काळाच्या संदर्भातच लक्षात घ्याव्या लागतात. दामलेंच्या व्याकरणातील 'शास्त्रीयते'लाही अशीच कालसापेक्षतेची मर्यादा आहे. त्यांच्या 'शास्त्रीय मराठी व्याकरणा'मध्ये अनेक ठिकाणी डॉ. कृ. श्री. अर्जुनवाडकरांना 'शास्त्रच्युती' जाणवते. त्यांच्या या 'शास्त्रच्युती'बद्दल अर्जुनवाडकर म्हणतात– "दामले एक तर विसराळू असले पाहिजेत, नाही तर हे प्रकार चालवून घेणारे त्यांचे 'शास्त्र' तरी मुलखावेगळे असले पाहिजे". (कृ. श्री.

अर्जुनवाडकर, **'मराठी व्याकरणाचा इतिहास'**, पृ. २१९, २२०)

अर्जुनवाडकर संपादित दामलेंच्या शास्त्रीय मराठी व्याकरणाच्या १९७०च्या आवृत्तीचे परीक्षण करताना डॉ. अशोक केळकरांनी दामलेंच्या या प्रकारच्या शास्त्रीयतेमागचे कारण शोधले आहे. ते म्हणतात– 'खरा प्रकार असा आहे की, दामलेंचे शास्त्र तत्कालीन (आणि पर्यायाने भारतीय) बौद्धिक जीवनाचे प्रतिबिंब आहे. स्वत्वाभिमान आणि आत्मपरीक्षण, श्रद्धा आणि बुद्धिवाद, पौर्वात्य आणि पाश्चात्त्य तत्त्वनिष्ठा आणि लोकसंग्रह या द्वंद्वात सापडलेल्या टिळक-पिढीचे दामले हे प्रतिनिधी आहेत.' (समाज प्रबोधन पत्रिका, मार्च १९७१)

डॉ. अशोक केळकरांना दादोबांच्या लेखनातही अशाच प्रकारची त्रुटी जाणवलेली आहे. (तत्रैव) कुठल्याही शास्त्राच्या प्रारंभीच्या काळातील लेखनात शास्त्रीयतेची जाण मर्यादित प्रमाणातच असते. मराठीच्या व्याकरणाच्या प्रारंभीच्या काळात जी मर्यादित शास्त्रदृष्टी असते, ती लक्षात घेऊन त्या व्याकरणाचे मूल्यमापन केल्यास त्यांना न्याय मिळू शकतो; त्या काळाच्या चौकटीत त्यांचे कार्य कळू शकते. पण 'शास्त्रीय मराठी व्याकरणा'ने मराठीच्या व्याकरणांची प्राथमिक अवस्था संपुष्टात आणली, असे म्हटले जाते. या ग्रंथाची पृष्ठसंख्या, त्यामध्ये विवेचिलेले विविध विषय, पूर्वसूरींच्या मतांचा खंडनमंडनात्मक पद्धतीने घेतलेला परामर्श आणि त्या आधारे केलेले स्वमतप्रस्थापन यामुळे या व्याकरणग्रंथाने मराठीच्या व्याकरणाची प्राथमिक अवस्था ओलांडली, असे म्हटले जाते. या व्याकरण-लेखनामागचा उद्देशही अगोदरच्या व्याकरण-लेखनापेक्षा वेगळा आहे. कुणाच्या मागणीवरून, आज्ञेवरून किंवा शालेय वा अन्य विद्यार्थी नजरेसमोर ठेवून हे लेखन केलेले नाही. हा उद्देशही मराठीच्या व्याकरणाची विकासावस्था जाणवून देणारा आहे. एवढे असूनही त्यांच्या 'शास्त्रीयते'ला मर्यादा आहे. पूर्वसूरींच्या व्याकरणाचा अभ्यास करताना त्यामध्ये जी वैचारिक विसंगती त्यांना जाणवली, ती दूर करून व्याकरणाचा एक सलग आलेख रेखाटणे, हा त्यांच्या 'शास्त्रीय' शब्दाचा अर्थ आहे. संस्कृत-इंग्रजी भाषांचा त्यांचा अभ्यास आणि व्यासंग मर्यादित आहे. तर्कशास्त्राच्या कसोटीवर त्यांनी सर्व विधाने तपासून घेतली आहेत. तोच त्यांचा प्रमुख आधार आहे. त्यांच्या व्याकरण-लेखनातील शास्त्रीयतेचा या दृष्टीने विचार करावा लागतो. अशी कालसापेक्षता सर्वच ठिकाणी जाणवते. कृष्णशास्त्री गोडबोलेंच्या 'मराठी भाषेचे नवीन व्याकरण' यामधील 'नवीन', जोशींच्या 'प्रौढबोध मराठी व्याकरण' यामधील 'प्रौढबोध', खेरांच्या A Higher Marathi grammar मधील Higher, केळकरांच्या 'मराठी व्याकरणाची मूलतत्त्वे' यामधील 'मूलतत्त्वे' या सर्व शब्दांचा काटेकोर किंवा व्यापक अर्थ घेण्यापेक्षा, तो त्या काळाच्या संदर्भातच घ्यावा लागतो.

समारोप

व्याकरणज्ञानाचा उपयोग, व्याकरणाचे क्षेत्र, व्याकरण-भाषा-संबंध, भाषेतील शुद्धाशुद्धाचा विवेक आणि व्याकरणभाषेतील कोणत्या रूपाला व्याकरणाने प्रमाण मानावे या संदर्भातील प्रत्येक व्याकरणकाराने केलेला विचार कालदृष्टीने पाहता, व्याकरणाची वाढती समज व्यक्त करतो. भाषाभ्यासाच्या वाढत्या कुतूहलाने या प्रश्नांची उत्तरे व्याकरणाला पोषक ठरू लागतात. तत्कालीन व भाषिक पर्यावरण, व्याकरण-लेखनाची शालेय अभ्यासक्रमातील निकडीची गरज, इंग्रजी व्याकरणांशिवाय व्याकरण-लेखनाचा दुसरा आदर्श नसणे, या सगळ्यांचा परिणाम या प्रश्नांच्या उत्तराशी संबंधित आहे.

❖

मराठीची वर्णमाला

१) प्रास्ताविक, २) वर्णकल्पना, ३) मराठी वर्णमाला, ४) मराठी स्वरमाला, ५) मराठी व्यंजने, ६) समारोप.

१. प्रास्ताविक

व्याकरणाला शब्दशास्त्र म्हटले जाते. शब्द, शब्दांना लागणारे सर्व प्रकारचे प्रत्यय (विकरणात्मक प्रत्यय) व त्यांच्या परस्परजुळणीमधून सिद्ध होणारी वाक्यरचना हे व्याकरणाचे क्षेत्र आहे. शब्द व प्रत्यय यांचे विभाजन केले, तर वर्ण मिळतात. 'वर्ण' हे शब्द आणि प्रत्ययांचे रूप आहे. म्हणून व्याकरणविचाराचा प्रारंभ 'वर्ण-विचारा'पासून होतो.

वर्ण हा ध्वनिरूप असतो. (लेखनात लिपीरूप असतो.) आपण बोलताना एकापाठोपाठ, कधी कधी अंतर ठेवून मुखावाटे जे ध्वनी उच्चारत असतो; त्यांचा विचार वर्णविचारात केला जातो. आपण ध्वनी उच्चारत असतो; 'वर्ण' उच्चारत नसतो, हे प्रथम लक्षात घ्यायला पाहिजे. या दृष्टीने 'वर्ण' अमूर्त आहे, 'ध्वनी' वास्तव आहे.

'वर्ण' हा व्याकरणाचा विभाग आहे. पण वर्णकल्पना स्पष्ट करण्यासाठी ज्या ध्वनिशास्त्राची मदत घेतली जाते, ते ध्वनिशास्त्र व्याकरणामध्ये येत नाही. ध्वनिशास्त्राने ध्वनींचे जे प्रकार मानले आहेत; जे वर्गीकरण केले आहे, त्याच्या आधारे, व्याकरण वर्णकल्पना स्पष्ट करीत असते. कारण व्याकरण दृष्टीने पाहता, वर्णाशिवाय शब्द, प्रत्यय व वाक्य हा प्रपंच निर्माण करता येत नाही. म्हणून व्याकरणाचा प्रारंभ वर्णविचारापासून होतो.

वर्ण व ध्वनी यांचा संबंध मंगरूळकारांनी पुढीलप्रमाणे स्पष्ट केला आहे. ते म्हणतात की, भाषेच्या विश्लेषणासाठी वर्णकल्पना केवळ उपयुक्तच आहे असे

नाही, तर ती मूलभूत व आवश्यकही आहे; पण ती अमूर्त आहे. ध्वनी हे मूर्त; तर त्यांचे यथायोग्य व आवश्यक तेवढे वर्गीकरण करणारी वर्णकल्पना मात्र अमूर्त. भाषेमध्ये, म्हणजे बोलताना आपण ध्वनी उच्चारत असतो, वर्ण नव्हे (मंगरू., पृ. ४४)

वर्ण-ध्वनी संबंध अशा प्रकारे स्पष्ट केला जातो.

२. वर्ण कल्पना

वर्णाची कल्पना समजून घेण्यासाठी आपणास ध्वनिशास्त्राचा आधार घ्यायला लागतो. मुख-कंठामधील अवयवांच्या साह्याने जे विविध प्रकारचे ध्वनी आपण निर्माण करू शकतो, त्या ध्वनींचा सांगोपांग विचार ध्वनिशास्त्रामध्ये केलेला असतो. ध्वनींचे स्वरूप समजावून देताना मंगरूळकरांनी म्हटले आहे :

"मुख-कंठामधील शारीर यंत्राच्या द्वारे जे ध्वनी निर्माण होतात आणि कानांनी ग्रहण करिता येतात, त्यांचाच भाषेमध्ये समावेश होतो... भाषा ही ध्वनिरूप असते." (मंग., पृ. ४१)

कंठामधून बाहेर पडणाऱ्या या ध्वनीला तोंडामधील कोणत्या ना कोणत्या तरी भागाची मदत घ्यावी लागते. या अशा प्रकाराच्या मदतीनेच त्याला विशेष असे स्वरूप प्राप्त होते.

अशा प्रकाराच्या सर्व ध्वनींची मोजदाद करायची किंवा वर्गवारी करायची, तर ते अशक्य आहे. कारण हे ध्वनी अक्षरश: अनंत आहेत. एकदा उच्चारलेला ध्वनी तसाच्या तसा परत उच्चारणे, हे खरोखरी अशक्य असल्याने ध्वनिसंख्या अमर्याद होते. वर-वर पाहता जे ध्वनी आपणास एकच वाटतात, ते तत्त्वत: मात्र एकमेकांपासून भिन्न असतात. त्यामुळेच प्रत्येक ध्वनीला स्वत:चे असे व्यक्तित्व किंवा वेगळेपण प्राप्त होते. याचा अर्थ, ध्वनी ही एक वास्तव घटना आहे. शब्दांमध्ये असलेले हे ध्वनी लक्षात घेऊन व्याकरण हे वर्णाचा मागोवा घेत असते. या ध्वनींचा अभ्यास करून ध्वनिशास्त्र त्यांच्यातील मूलध्वनींचा ज्यांचे अधिक विभाजन होऊ शकत नाही, अशा ध्वनींचा–शोध घेते. सामान्यत: हे मूलध्वनी म्हणजेच वर्ण होत, असे मानून या वर्णाचा विचार व्याकरणशास्त्र करत असते.

मूलध्वनी म्हणजे वर्ण, असे जे म्हटले जाते, ते मूलध्वनींचे हे स्वरूप लक्षात घेऊनच. परंतु जगामध्ये असे मूलध्वनी विपुल आहेत. या सर्वच्या सर्व मूलध्वनींचा उपयोग कोणतीही भाषा करीत नसते. जेवढे म्हणून मूलध्वनी आहेत, तेवढ्या सर्वांचा स्वीकार करण्याची गरज कोणत्याही भाषेला वाटत नाही. आपले भाषिक व्यवहार सहजपणे करण्यासाठी प्रत्येक भाषेला जे मूलध्वनी आवश्यक वाटतात, तेवढेच ध्वनी ती वर्ण म्हणून स्वीकारते. इंग्रजीने किंवा संस्कृतने निवडलेले मूलध्वनी

हे मराठीने निवडलेल्या मूलध्वनींपेक्षा थोडे-फार वेगळे असणारच. प्रत्येक भाषेमध्ये काही मूलध्वनी सारखे दिसत असले, समान असले; तरी काही मूलध्वनी वेगळे/भिन्न असतात. त्यामुळे प्रत्येक भाषेच्या स्वतंत्रपणाची सुरुवात वर्णमालेपासून होते, असे म्हणावे लागते.

बोलताना आपण अनेक ध्वनी उच्चारत असतो. त्या ध्वनींचे विभाजन करून मूलध्वनी शोधता येतो. या मूलध्वनींचा संबंध वर्णमालेशी असतो. मराठीच्या वर्णाच्या व्याख्येमधून मूलध्वनीचा निर्देश प्रामुख्याने आढळतो. ध्वनिशास्त्राच्या माहितीमधून आलेला हा बारकावा केळकर आणि मंगरूळकर यांच्या वर्णविचारामध्ये दिसून येतो. सर्व व्याख्यांमधील लक्षात घेण्यासारखी म्हणून 'शब्द ज्या ध्वनींचे बनलेले असतात, त्या ध्वनींचे अंत्यावयव म्हणजे वर्ण' ही मंगरूळकरांनी सांगितलेली व्याख्या उल्लेखिता येईल. या व्याख्येवरून वर्णाची कल्पना स्पष्ट होते.

या निकषाच्या आधारे, मराठी वर्णमालेचा विचार करू लागल्यावर मराठी वर्णमालेतील अनेक वर्णांना वर्णत्व नाकारावे लागते. दीर्घ इ (ई), दीर्घ उ (ऊ), ऐ (आइ), औ (आऊ), ख् (क्ह), घ् (ग्घ्) इ. अनेक वर्ण हे मूलभूत ध्वनी ठरू शकत नाहीत. ते मूलभूत ध्वनी नाहीत, याची जाणीव मंगरूळकरांच्या पूर्वी जोशी, केळकर आदींच्या व्याकरणांमधून व्यक्त झालेली आहे; पण त्यांचा समावेश वर्णमालेमध्ये अजूनही केलेला आहे.

३. मराठी वर्णमाला

एका भाषेची वर्णमाला ही तंतोतंत दुसऱ्या भाषेच्या वर्णमालेसारखी कधीच असत नाही. मात्र प्रत्येक भाषेची वर्णमाला ही त्या भाषेच्या भाषिक व्यवहाराच्या दृष्टीने संपूर्ण व्यवस्थित व सुसंगत असते. वर्णमालेचा हा विशेष सांगताना मंगळूरकर म्हणतात :

"कोणत्याही भाषेची वर्णमाला या दृष्टीने पाहिली, तर ती प्राय: सममान (Symmetrical) आणि व्यवस्थित (Ordered) असते. ज्या उच्चारस्थानांच्या द्वारा वर्ण निर्माण होतात, ते लक्षात घेता वर्णमालेचे चित्र नेहमी सममान आणि आखबंद होण्याकडे झुकते, असे दिसेल." (मंग., पृ. ४४)

मराठी वर्णमाला समजून घेताना हे विशेष स्पष्ट होतील.

मराठी वर्णमालेमधील दोषांचा निर्देश नंतरच्या अनेक व्याकरणांत केलेला आहे. या दोषांचा निर्देश करताना मंगरूळकरांनी म्हटले आहे की, एका भाषेची

वर्णमाला तशीच्या तशी दुसऱ्या भाषेला उपपन्न होऊ शकत नाही. म्हणूनच, आज रूढ असलेली मराठी वर्णमाला ही युक्तिहीन व अघळपघळ झालेली आहे. काही बाबतींत ती डगळ आहे; तर ज्यांची नोंद घेणे आवश्यक आहे, अशा वर्णांची नोंद तिने केलेली नाही, त्यामुळे ती अपुरी आहे.

मराठीने आपली वर्णमाला स्वतंत्र न मानता संस्कृतची वर्णमाला हीच आपली वर्णमाला म्हणून स्वीकारली. मराठी भाषेमध्ये कोणकोणते ध्वनी आढळतात, ते लक्षात घेऊन आणि त्यांचे वर्गीकरण करून मराठीने आपली वर्णमाला तयार करण्याची शास्त्रीय पद्धती अनुसरली नाही. संस्कृतपेक्षा मराठी भाषा वेगळी आहे, असे न मानता ही वर्णमाला स्वीकारल्याने; ज्या वर्णांना मराठी वर्णमालेमध्ये स्थान दिलेले आहे, ते वर्ण मराठीत आढळतात की नाहीत याचीही दखल घेतली गेली नाही आणि ते मूलध्वनी आहेत की नाहीत, तपासून बघण्याची गरजही अनेक व्याकरणकारांना भाषेचे ज्ञान नसल्याने वाटली नाही.

केवळ मराठीतच नव्हे, तर संस्कृतच्या वर्णमालेतील वर्णही मूलध्वनींच्या निकषावर न उतरणारे आहेत; पण तरीही त्यांना संस्कृत वर्णमालेमध्ये वर्ण म्हणून स्थान आहे. त्यांना संस्कृत-मराठीने स्वीकारलेल्या देवनागरी लिपीमध्ये लिखित-चिन्हे आहेत, म्हणून त्यांचा वर्णमालेत स्वीकार झालेला आहे, असे म्हणता येत नाही. लिपीमध्ये चिन्ह असल्याने ते वर्ण स्थिरावले गेले, असे फार तर म्हणता येईल. मग मूलध्वनी नसताना वर्षानुवर्षे हे वर्ण का मानले गेले असावेत? याचा अर्थ, वर्ण निश्चित करताना मूलध्वनी या निकषाबरोबर आणखी एखादा निकष संस्कृतमध्ये मानला जात होता काय? त्या भाषेची जी काही खास वैशिष्ट्ये आहेत, त्यांचाही विचार वर्ण ठरविताना लक्षात घेतला जात असावा काय? या दृष्टीने विचार केला, तर 'वर्ण म्हणजे मूलभूत ध्वनी' या व्याख्येमध्ये आणखी भर घालण्याची आवश्यकता आहे, असे म्हणावे लागते.

संस्कृतच्या वर्णमालेमध्ये मूलध्वनीचा निकष पाळलेला दिसत नाही, हे लक्षात घेऊन कृ. य. गोडबोले, जोशी आदी काही व्याकरणकारांनी मराठी वर्णमालेतील असे मूलध्वनी कोणते, त्याचा शोध घेण्याचा प्रयत्न केला. गोडबोलेंनी 'अ', 'इ', 'उ' हे तीन मुख्य स्वर, वर्गीय व्यंजनांपैकी पहिले व तिसरे व्यंजन, ङ् (अनु.), श्, ह्, ऋ, ऌ अशी पंधरा व्यंजने ही मराठीची वर्णमाला म्हणून मानावी आणि या वर्णांच्या परस्पसंयोगाने सर्व वर्णमाला सिद्ध होते, असा विचार व्यक्त केला.

'अ, इ, उ, ऋ, ऌ' हे पाच स्वर व फक्त सात व्यंजने – 'वर्गीय व्यंजनांपैकी पहिले, शिवाय ट्-वर्गाला मृदुत्व येऊन त-वर्ग तयार होतो, म्हणून ते वर्ग गाळला; अनुनासिक व्यंजन म्, विसर्ग-ह्, स् अशी व्यंजने'– यांच्या एकमेकांशी होणाऱ्या

संयोगाने मराठीची रूढ वर्णमाला तयार झाली, असे जोशींचे वर्णमालेचे विवेचनही भाषिक दृष्टीने लक्षात घेण्यासारखे आहे.

मराठी वर्णमालेसंबंधीचा हा त्यांचा विचार इतर व्याकरणकारांपेक्षा वेगळा आहे. पण त्यांनीही मराठी वर्णमालेवर असलेल्या संस्कृतच्या वर्चस्वाबद्दल कोणताच विचार मांडलेला नाही.

मराठीने स्वर आणि व्यंजन ही वर्णांची विभागणीही संस्कृतवरून स्वीकारली. दामलेंचा काही प्रमाणात असलेला विभागणीचा वेगळेपणा वगळल्यास, इतर सर्व व्याकरणकारांनी स्वर-व्यंजन हीच विभागणी मान्य केली आहे. (ज्यांचा उच्चार स्पष्टपणे होतो, अशा वर्णांना स्वर आणि ज्यांच्या उच्चारला स्वरांची मदत घेतल्याने स्पष्टता येते, अशा वर्णांना व्यंजने असे म्हटले जाते.) पण या निकषाचा काटेकोर वापर करण्यापेक्षा, संस्कृतने ज्या वर्णांना स्वर म्हटले व ज्या वर्णांना व्यंजने म्हटले, त्यांनाच मराठीने अनुक्रमे स्वर आणि व्यंजने म्हटले आहे.

मराठीने स्वीकारलेली ही स्वर-व्यंजनांची विभागणी ध्वनिशास्त्रदृष्टीने कितपत शास्त्रीय ठरते? ही विभागणी व्यावहारिक दृष्टीने उपयुक्त असली तरीही शास्त्रीय दृष्टीने काटेकोर नाही. कारण एखाद्या भाषेतील स्वर दुसऱ्या भाषेत व्यंजनाच्या विभागात पडतो. एवढेच नव्हे, तर कालपरत्वेही स्वरांचे उच्चारण बदलत जाऊन ती व्यंजने होतात. (ऋ, ऌ ही उदाहरणे या दृष्टीने लक्षात घेण्यासारखी ठरतात.) ध्वनीच्या निर्मितीच्या वेळी मुखप्रदेशात व कंठदेशी जेव्हा कमीत कमी प्रतिबंध होतो, तेव्हा निर्माण झालेल्या ध्वनीला 'स्वर' असे म्हणतात. ध्वनिनिर्मितीतला हा प्रतिबंध सापेक्ष स्वरूपाचा असतो. त्यामुळे हा प्रतिबंध जसजसा वाढत जाईल, तसतसा स्वर हा व्यंजनाकडे झुकू लागतो. (मंग., पृ. ५५) म्हणून स्वर-व्यंजने ही विभागणी केवळ कार्यकारी स्वरूपाची व ती वर्णाच्या कार्यपरत्वे बदलती राहू शकते, हे मंगरूळकरांचे मत भाषिक पातळीवरून महत्त्वाचे ठरते.

स्वर व व्यंजने या विभागणीमध्येही मराठीने संस्कृतचे पूर्णपणे अनुकरण केले आहे. ज्याला स्वर म्हणतो, ते उच्चारण प्रवाही आहे की नाही याचा विचार करण्याची गरज मराठीने दाखविली नाही. उदा.– ऋ, ॠ, ऌ या वर्णांचे उच्चारण प्रवाही नाही. त्यांचे नेमके उच्चारण पूर्वी संस्कृतमध्ये कसे केले जात असे, हे आज सांगता येणे कठीण आहे. पण तरीही, त्यांचा समावेश स्वरामध्ये करण्याचा अट्टहास मराठी व्याकरण करताना दिसते.

तसेच, संस्कृतमध्ये 'अ'चे दीर्घ उच्चारण म्हणून 'आ' हा स्वर मानला जातो. पण आज 'अ'चा दीर्घ उच्चार केला तरी 'आ' हा स्वर मिळत नाही आणि 'आ'चा उच्चार ऱ्हस्व केला तरी 'अ' हे उच्चारण मिळत नाही. लिपीमधील लिखित चिन्हे

तीच राहिली असली तरी मराठीमध्ये तरी हे दोन्ही उच्चार स्वतंत्र झालेले आहेत. त्यांची उच्चारस्थानेही वेगळी आहेत. पण तरीही अ, आ यांना एकमेकांचे ऱ्हस्व-दीर्घ असेच समजले जाते.

स्वरांचे उच्चारण प्रवाही असते. बोलणाऱ्याच्या इच्छेप्रमाणे ते उच्चारण कमी-जास्त लांबविता येते. व्यंजनाची स्थिती नेमकी यांच्या विरुद्ध आहे. उदा.- 'अ' ते 'ऊ, ए, ओ' यांचे उच्चारण बराच काळपर्यंत करता येते. पण 'क्, ख्, प्' इत्यादींसारख्या सर्व व्यंजनसदृश वर्णांचे उच्चारण असे प्रवाही होऊ शकत नाही. यावरून एक निष्कर्ष निघतो; तो म्हणजे, जरी स्वर-व्यंजनांची संख्या कार्यपरत्वे बदलती असली, तरी ही विभागणी मान्य होण्यासारखी आहे.

(१) वर्णाला अक्षर बनवण्यासाठी मदत करणारा वर्ण किंवा स्वतःच अक्षर असलेला वर्ण, प्रवाही व स्पष्ट उच्चारण असलेला वर्ण = स्वर.

(२) अक्षर बनवण्यासाठी दुसऱ्या वर्णाची मदत स्वीकारणारा वर्ण, अस्पष्ट उच्चारण असलेला वर्ण = व्यंजन.

वर्णाचे दोन विभाग मानले जातात.

ही विभागणी मान्य करून मराठीतील स्वर व व्यंजने यांचा विचार करताना असे लक्षात येते की, शास्त्रीयतेच्या काटेकोर निकषांवर अनेक स्वर-व्यंजने नव्याने विचारात घ्यावी लागतात.

वर्णकल्पना समजून घेताना आणि एखाद्या भाषेची वर्णमाला निश्चित करताना, त्या वर्णाला लिखित चिन्ह आहे की नाही, हा अत्यंत गौण पातळीवरचा प्रश्न आहे. त्या भाषेला लिपी आहे की नाही, याचाही विचार वर्णाच्या संदर्भात अनावश्यक ठरतो. तो विशिष्ट वर्ण त्या भाषेमध्ये आहे की नाही, एवढ्याच प्रश्नाचा विचार आवश्यक असतो आणि ध्वनिशास्त्राची मदत घेऊन हे निर्णय ठरविले जातात. मराठीची बहुसंख्य व्याकरणे लिखिताला प्रमाण मानून रचलेली आहेत. त्यामुळे काही व्याकरणांत या मुद्द्याचा निर्देश येतो. वर्ण व लेखाकार (लिखित चिन्ह : लिपीने नेमलेले त्या वर्णाचे लेखनातील चिन्ह.) यांचा संबंध स्पष्ट करताना केळकरांनी म्हटले आहे की, एका वर्णाला एकच लेखाकार आणि एका लेखाकाराला एकच वर्ण (एकच उच्चार) ही व्यवस्था आदर्श लिपीमध्ये असायला पाहिजे. (केळ., पृ. १७) जर एखाद्या भाषेच्या लिपीमध्ये एका वर्णाचे लेखन भिन्न प्रकारे होत असेल, तर तो लिपीच्या दृष्टीने दोष आहे. तसेच, जर एकच लेखाकार एकापेक्षा अधिक वर्णांचा उच्चार दर्शवीत असेल, तर हाही त्या भाषेच्या लिपीमधील दोष आहे. अशा प्रकारचा देवनागरी लिपीमधील दोष औ = अव् किंवा च-वर्गाचे दोन उच्चार इत्यादी, हे मराठीच्या वणविचारात संभ्रम उत्पन्न करतात.

भाषेने स्वीकारलेली लिपी व त्या लिपीमधील वर्णमालेचे लेखाकार यावरून वर्णविचार केलेला नसावा. बोलणे व त्या उच्चारणाला लिपीमध्ये चिन्ह असणे वा नसणे याचा संबंध भाषेच्या शुद्धाशुद्धतेशी संबंधित आहे. वर्णनिश्चिती करताना तो अनावश्यक आहे.

४. मराठी स्वरमाला

मराठीतील स्वरांच्या संदर्भात असलेल्या वादांचा विचार पाच विभाग करून करता येतो.

(१) अ आ, (२) इ ई, उ ऊ, (३) ऋ ॠ, ऌ ॡ, (४) ए, ऐ, ओ, औ, (५) अं, अः.

(१) अ, आ - या दोन स्वरांबद्दल मराठीला विचार करावा लागतो. संस्कृतमध्ये 'आ' हा स्वर 'अ' या स्वराचा दीर्घ आहे. मराठीमध्ये लेखाकार तोच राहिला असला, तरी उच्चारामध्ये मात्र बदल झालेला आहे, हे आजचे मराठीतले 'आ'चे उच्चारण पाहता स्पष्टपणे लक्षात येते. मराठीतील उच्चारणात 'आ' हा स्वर 'अ' या स्वराचा दीर्घ नाही. जसे 'इ' या स्वराचा उच्चार अधिक वेळ केला, तर 'ई' हा उच्चार मिळू शकतो; तसे 'अ' पुष्कळ वेळ प्रवाही ठेवला, तरी त्यामधून 'आ' हा उच्चार मिळू शकत नाही. मराठीत हे दोन्ही स्वर स्वतंत्र व पृथक् आहेत. त्यांची उच्चारस्थानेसुद्धा परस्परांपासून भिन्न आहेत. ते मूलध्वनी आहेत. म्हणून मराठीत ते स्वतंत्र स्वर ठरतात.

मराठीमध्ये 'अ'चा दीर्घ 'अ' व 'आ'चा ऱ्हस्व 'आ' असेच मानावे लागते. त्यांचा हा ऱ्हस्व-दीर्घ स्वरूपाचा वेगळेपणा स्पष्ट करण्यासाठी मराठीच्या (देवनागरी) लिपीत स्वतंत्र लेखाकार नाही. त्यांच्या उच्चारात असलेला हा ऱ्हस्व-दीर्घाचा फरक 'गवत्' या शब्दामधील 'ग' आणि 'व'मधील 'अ' हा उच्चार ऱ्हस्व-दीर्घ स्वरूपाचा आहे. तसेच 'घर' या शब्दामधील 'घ'मधील 'अ'चा उच्चार आणि 'घराचा' या शब्दामधील 'घ'मधील 'अ'चा उच्चार अनुक्रमे दीर्घ व ऱ्हस्व आहे. 'दार' या शब्दामधील 'दा'मधील 'आ'चा उच्चार व 'दाराच्या' या शब्दामधील 'दा'मधील 'आ'चा अनुक्रमे दीर्घ व ऱ्हस्व आहे. याचा अर्थ, मराठीत 'अ' व 'आ' हे उच्चारदृष्टीने एकमेकांचे ऱ्हस्व-दीर्घ नसून, ते मूलध्वनी व म्हणून स्वतंत्र स्वर ठरतात.

(२) इ ई, उ ऊ - या वर्णाच्या संदर्भातील ऱ्हस्व-दीर्घ यांना स्वर मानावे की नाही, हा प्रश्न आहे. दीर्घ स्वर मूलध्वनी ठरत नसल्याने हा प्रश्न उपस्थित होतो.

संस्कृतमध्ये प्रत्येक स्वराचे ऱ्हस्व-दीर्घ-प्लुत असे विभाग केलेले असतात. त्यांचे पुन्हा उदात्त, अनुदात्त व स्वरित असे विभागही होतात. या सर्वांचे अनुनासिक व निरनुनासिक असे उपविभाग करता येतात. याचा अर्थ, एक लेखाकार हे अनेक प्रकारचे उच्चार संस्कृतमध्ये व्यक्त करू शकतो. या सगळ्या उच्चारांचा समावेश एका वर्णात केलेला असतो. पण मराठीमध्ये प्रत्येक स्वराच्या उच्चाराचे इतके काटेकोर विश्लेषण केलेले नाही. फक्त ऱ्हस्व-दीर्घ हीच जाणीव मराठीमध्ये स्पष्टपणे व्यक्त झालेली आहे; तीही प्रामुख्याने 'इ' व 'उ' या दोन स्वरांबाबतच.

मराठी स्वरांमध्ये 'अ, आ, इ, उ, ए, ओ, ऐ, औ' या सर्व स्वरांचे ऱ्हस्व व दीर्घ असे दोन्ही प्रकारचे उच्चारण होते; पण ते दर्शविण्यासाठी स्वतंत्र लेखाकार नाही आणि म्हणूनच त्यांना वर्णत्व देण्यासंबंधीचा प्रश्नही उपस्थित झाला नाही. फक्त इ व उ या दोनच स्वरांचे ऱ्हस्व व दीर्घ उच्चार दर्शविण्यासाठी स्वतंत्र लेखाकार असला, तरी त्यामुळे ते वर्ण ठरत नाहीत. पण लिपीच्या दृष्टीने विचार करता, जर ऱ्हस्व व दीर्घ यांच्यासाठी स्वतंत्र लेखाकार मानायचा असेल; तर तो फक्त इ व उ यांच्यापुरताच नको, तर तो सर्व स्वरांसाठी असला पाहिजे. मराठीच्या देवनागरी लिपीमध्ये तो केवळ 'इ' व 'उ'पुरताच आहे. मंगरूळकरांसारख्यांनी 'इ' व 'उ' यांना स्वतंत्र लेखाकार आहे म्हणून ते 'वर्ण' मानावेत, या विचाराला विरोध केला आहे, तो योग्यच आहे.

त्यापेक्षा महत्त्वाचा मुद्दा– स्वराच्या दीर्घ उच्चाराला मूलध्वनी म्हणता येत नाही, हा होय. जर ते मूलध्वनी ठरू शकत नसतील, तर त्यांना वर्णमालेत स्थान देता येत नाही; तसेच, मराठीमध्ये ऱ्हस्व-दीर्घत्व हे अर्थभेदकारक नाही. शब्दातील वर्णाचे ऱ्हस्वत्व वा दीर्घत्व तो शब्दाच्या आदि-मध्य-अवस्थानी कुठे आहे, हे लक्षात घेता कळू शकते. म्हणून ई व ऊ यांना वर्णमालेत स्थान देणे शास्त्रीय दृष्टीने योग्य नाही.

याला विरोध पुढील कारणांसाठी केला जातो :

(१) सूत-सुत, दीन-दिन इत्यादी अतिशय थोड्या शब्दांमध्ये का होईना, हे वर्ण अर्थभेदकारक आहेत; म्हणून त्यांना वर्ण समजावे.

(२) व्यावहारिक पातळीवरील अडचण म्हणजे जर लेखनातून ही चिन्हे घालवून टाकली तर वीहीर किंवा विहिर, नदि, मि, तु असे पाहण्याची सवय करावी लागेल. ती सवय करण्यापेक्षा ही चिन्हे कायम ठेवावीत; पण त्यासाठी त्यांना वर्ण म्हणण्याचा आग्रह मात्र शास्त्रपूत नव्हे.

मराठीतील शुद्धलेखनाचा भर प्रामुख्याने 'इ' आणि 'उ' यांच्या ऱ्हस्व-दीर्घ लेखनावरच अधिक आहे, हे शुद्धलेखनाचे नियम पाहता स्पष्ट होते. उच्चारातील सूक्ष्मता व बारकावा टिपण्याचे ते लिपीतील एक साधन आहे. उच्चार व व्युत्पत्ती

या दोन्ही गोष्टींशी त्याचा निकटतम संबंध आहे. म्हणून ते लेखाकार वर्णमालेत असणे आवश्यक ठरले आहे; पण त्यांना वर्ण म्हणता येत नाही.

(३) ऋ, ॠ, ऌ, ॡ - या वर्णांपैकी 'ऋ', 'ऌ' हे मूलध्वनी आहेत, याबद्दल वाद नाही. दीर्घ ऋ (ॠ) व दीर्घ ऌ (ॡ) हे मूलध्वनी नाहीत म्हणून त्यांना वर्ण म्हणता येत नाही, हेही उघड आहे. या वर्णांबद्दल वाद आहे तो (१) हे वर्ण मराठी शब्दांमध्ये दिसतात की दिसत नाहीत? मराठी शब्दांच्या उच्चारात हे वर्ण आहेत की नाहीत? आणि (२) जर हे वर्ण मराठीमध्ये असतील, तर त्यांचे उच्चारण स्वरसदृश आहे की व्यंजनसदृश? ते संस्कृतमध्ये 'स्वर' ठरत असले, तरी त्यांचे मराठी शब्दांतील उच्चारण स्वर व व्यंजने यापैकी कोणत्या गटाकडे झुकणारे आहे? या दोन मुद्द्यांच्या अनुषंगाने या वर्णांचा विचार मराठीत केलेला आहे.

ॡ (दीर्घ ऌ) हा वर्ण तर संस्कृत व मराठी या दोन्ही भाषांमध्ये नाही. पण तो संस्कृतमध्ये आहे की नाही यापेक्षा तो मराठीत नाही, हे लक्षात घेणे महत्त्वाचे आहे.

दीर्घ ऋ (ॠ) हा वर्णही एखाद-दुसऱ्या संधीचा अपवाद वगळता मराठीत नाही. अर्थातच, ते लेखाकार असेल तरी दीर्घत्व हे मूलध्वनी ठरत नसल्याने त्यांना वर्ण म्हणता येणार नाही, हे स्पष्टच आहे. म्हणून 'ऋ' व 'ऌ' या दोनच स्वरांचा विचार संभवतो.

ऋ व ऌ हे शुद्ध स्वर नाहीत, त्यांच्या उच्चारात प्रवाहित्व नाही; तरीसुद्धा त्यांना संस्कृतने स्वरांमध्ये का समाविष्ट केले असेल? चिपळूणकरांच्या मते, या दोन्ही वर्णांतील जो विशिष्ट प्रकारचा 'अ'चा उच्चार आहे, तो मात्र शुद्ध आहे. म्हणून त्यांना संस्कृतने स्वरांमध्ये स्थान दिले असावे.

पाध्येशास्त्रींनी मराठी स्वर-व्यंजनव्यवस्था विचारात घेतली. त्यांच्या मते, पूर्वी संस्कृतमधील 'ऋ'च्या उच्चारात 'र्'चे मिश्रण नव्हते. या 'ऋ'च्या जुन्या उच्चारामध्ये 'अ' व 'ई' यांच्या मधला उच्चार अभिप्रेत होता. तो जुना उच्चार लक्षात घेता, क् + ऋ = कृ आणि क् + र् + ऋ =क्रृ यांच्या उच्चारांतील फरक कळू शकतो. आज तोच जुना लेखाकार असला, तरी त्याच्या उच्चारात मात्र लक्षणीय बदल झाला आहे. जुना उच्चार लक्षात घेऊन त्यांनी ऋ = अृ आणि ॠ = अॄ अशी नवी चिन्हे सुचविली आहेत. अर्थातच, वर्ण ठरविताना त्यांना कोणते लेखाकार आहेत, यापेक्षाही आजचे त्यांचे उच्चारण कसे आहे, हा महत्त्वाचा प्रश्न आहे.

त्यांचा 'ऌ'बद्दलचा विचारही असाच स्वतंत्र व त्यांचा संस्कृतचा अभ्यास सुचविणारा आहे. ते ऌ व ॡ यांना स्वर मानीत नाहीत. ती अनुक्रमे अृ व अॄ हे स्वर मिसळून 'ल्'च्या बाराखडीतील तयार झालेली अक्षरे आहेत, असे ते मानतात.

त्यांच्या या स्वतंत्र विचाराचा मराठी व्याकरणावर कोणताही परिणाम नाही; पण भाषिक दृष्टीने विचार करताना ऋ व ऌ या स्वरांबद्दलची ही माहिती फारशी उपयुक्त नाही. 'ऋ व ऌ यांच्या आजच्या उच्चारात संस्कृतच्या त्यांच्या उच्चारापेक्षा बदल झालेला आहे,' हे त्यांचे मत मात्र आजच्या 'ऋ + ऌ'च्या उच्चाराला गती देणारे आहे.

'हे दोन वर्ण मराठीत ऐकू येतात, म्हणून त्यांना मराठी वर्णमालेमध्ये स्थान द्यायला पाहिजे,' असे म्हणून, ध्वनिशास्त्र दृष्टीने त्यांचे विश्लेषण करताना मंगरूळकरांनी म्हटले आहे :

"ऋ-ऌ यांच्या उच्चारांत जिव्हेचा पश्चार्ध आक्रसून किंचित जाडसर होतो आणि तिच्या अशा आक्रसलेल्या अवस्थेत जिव्हाग्राच्या मूर्ध्याला ईशत्स्पर्श दंतमूलाला स्पर्श अनुक्रमे होतो. अर्थात, उच्चारणात प्रतिबंध येतो आणि त्यांचे उच्चारण प्रवाही स्वरूपाचे राहू शकत नाही. ही स्थिती ऋ-ऌ यांना स्वरसंज्ञा देण्यास अनुकूल नाही, त्यामुळे ऋ-ऌ हे स्वर न ठरता व्यंजने ठरू लागतात." (मंग., पृ. ५९)

पण ध्वनिशास्त्र दृष्टीने ती व्यंजने ठरतात हे मान्य करूनही, त्यांना व्यंजने म्हणायला मंगरूळकर तयार नाहीत. त्यांच्या मते, या दोन्ही वर्णांमध्ये स्वरांचेही काही गुणधर्म आहेत. (१) ऋ व ऌ हे इतर स्वरांप्रमाणेच व्यंजनामध्ये मिसळतात. उदा.– क् + आ, क् + इ, क् + ऋ, ऌ इत्यादी आणि (२) 'अमृत', 'सुकृत' यांसारख्या शब्दांमध्ये 'ऋ'च्या पूर्वीच्या अक्षरावर आघात येत नाही. हे लक्षणही स्वरांचे आहे. कारण 'ऋ'ला व्यंजन म्हटले, तर 'क् + ऋ', ही संयुक्त व्यंजने ठरतील, अक्षरे नव्हेत आणि संयुक्त व्यंजनाच्या अगोदरच्या अक्षरावर आघात येतो. उदा.– कन्या, चिन्ह इत्यादी. पण अमृत, सुकृत यांच्या उच्चारणात अगोदरच्या अक्षरावर असा आघात येत नाही, याचे कारण 'ऋ'चे उच्चारण स्वरसदृश आहे, हे होय.

थोडक्यात, त्यांच्या मते, या दोन वर्णांमध्ये स्वर आणि व्यंजने या दोन्हींचे गुणधर्म आहेत. यापैकी त्यांच्या कोणत्या विशेषावर भर द्यायचा, हे ठरवून त्यांना स्वर वा व्यंजने हे ठरवावे लागेल. या अडचणीतून मार्ग काढण्यासाठी त्यांनी पुढील पर्याय सुचविला. त्यांनी म्हटले की, 'र्' आणि 'ल्' ही दोन्ही व्यंजने मराठीत मानलेली आहेतच. मग ऋ, ऌ हे स्वर वा व्यंजने यांपैकी काहीच न मानता, 'ऋ-ऌ'मध्ये असलेले स्वरत्व तेवढे लक्षात घ्यावे; म्हणजे स्वरमालेमध्ये एक अधिक तालव्य स्वर 'इ' वर्णापुढे मानावा. कारण ऋ, ऌ च्या उच्चारामध्ये हाच स्वर आढळतो. हा वेगळा उच्चार इॅ या लेखाकाराने दर्शविता येईल. या इॅ-स्वराचा र् आणि ल् या व्यंजनाशी योग केला, म्हणजे अनुक्रमे ऋ आणि ऌ हे उच्चार सिद्ध होतील.

अर्थात, ऋ = र्इॅ व ऌ = ल्इॅ असे त्याचे उच्चारण दृष्टीने स्पष्टीकरण देता येईल. हा मार्ग सुचवूनही त्यांनी स्वतः मात्र 'ऋ' हाच वर्ण स्वरमालेमध्ये ठेवला

आहे. अर्थात 'ऌ' हा वर्ण एकाच शब्दामध्ये (क्लृप्ती) येत असल्याने तो मानण्याची गरज नाही, असे मत ते देतात.

'ऋ'चे ऋषी, वृक्ष, तृतीय इत्यादी शब्दांतील शुद्ध उच्चारण जरी आज लक्षात घेतले; तरी ते 'अ', 'आ' इत्यादी स्वरांसारखे प्रवाही नाही. तेव्हा त्यांना स्वर मानता येणे कठीण. अमृत, सुकृत यांसारख्या शब्दांमध्ये मागील अक्षरांवर आघात येत नसल्याने त्यांना स्वर मानावे; तर मराठीत कण्या, वह्या असे अनेक शब्द अगोदरच्या अक्षरावर आघात न घेता उच्चारले जातात. म्हणून 'य्'ला कोणी स्वर मानीत नाही. पण 'ऋ', 'ऌ'ना व्यंजनेही मानता येत नाही. कारण क्, च्, ट् इत्यादी व्यंजनांमध्ये स्वर मिसळून जशी अक्षरे सिद्ध होतात, तशी ऋ, ऌ यांची बाराखडी सिद्ध करता येत नाही; आणि अनुक्रमे र् व ल् यांच्या उच्चारांशी त्यांचे फार जवळचे साम्य आहे.

मंगरूळकरांच्या काळापर्यंत निदान या वर्णांचे उच्चारण होत होते; पण आजच्या मराठीत हे वर्ण उच्चारांत आहेत काय, याचे उत्तर नकारार्थी द्यावे लागते. लेखनात ऋषी, वृक्ष, अमृत, गृह असे लिहिले जात असले; तरी अनुक्रमे उच्चारण रुषी/ रिशी, व्रुक्ष/ व्रिक्ष, अम्रुत, ग्रुह असेच केले जाते. मराठी शब्दांतून या वर्णांचे उच्चार दुर्मिळ म्हणण्याइतकेसुद्धा राहिलेले नाहीत. म्हणून जे वर्ण आजच्या मराठीत नाहीत, त्यांचा विचार केवळ ऐतिहासिक दृष्टीनेच करावा लागेल. मात्र ई, ऊ यांना जसे लेखनात स्थान आहे, तसेच या चिन्हांना लेखनात स्थान असायला हरकत घेतलीच पाहिजे, असे नाही.

(४) ए, ऐ, ओ, औ - या स्वरांना संस्कृतमध्ये ऱ्हस्व-दीर्घत्व नाही. पण मराठीत मात्र यांचे ऱ्हस्व व दीर्घ असे दोन्ही प्रकारचे उच्चार ऐकू येतात. या सर्व स्वरांचा संस्कृत उच्चार हा दीर्घ आहे.

केवळ मूलध्वनी म्हणजेच वर्ण असे मानायचे; तर ऐ, औ हे संयुक्त स्वर ठरतात म्हणून त्यांना वर्ण म्हणता कामा नये. त्यांना संयुक्त स्वर म्हणायला दामलेंनी हरकत घेतली. त्यांच्या मते– ए, ओ, ऐ, औ हे ज्या स्वरांचे संयोग आहेत; त्यांच्यापासून त्यांचे उच्चार भिन्न आहेत. त्यांच्या उच्चारणामध्ये त्यांच्या अवयवांचा मागमूसही आढळत नाही. 'ए', 'ओ' या स्वरांबद्दल हे मत मान्य होण्यासारखे नसून, ते फार तर 'ऐ', 'औ' यांच्याबद्दल विचारात घेण्यासारखे ठरेल.

कालेलकरांच्या मते, मराठीमध्ये ऐ व औ हे दोनच संयुक्त स्वर आहेत. ए आणि ओ हे संयुक्त स्वर नव्हेत. पण या वर्णांच्या संदर्भात कालेलकरांचा प्रश्न वेगळाच आहे. त्यांनी म्हटले आहे की, जर या संयुक्त स्वरांचा समावेश स्वरांमध्ये करायचा असे ठरविले; तर मराठीत संयुक्त स्वर अनेक आहेत, त्यांनाही स्वरमालेत समाविष्ट करावे लागेल. उदा. देवळात-एव्, कावळा-आव्, पायदळ-आय्, सोवळा-

ओव्, सोयरा-ओय् इत्यादी. पण मराठीत त्यांना एकतादर्शक लेखाकार नाहीत. म्हणून या सर्व संयुक्त स्वरांना स्वरमालेमध्ये समाविष्ट करता येत नाही. त्यामुळे केवळ ऐ-(अई) व औ-(आऊ) यांनाही लेखाकार असला, तरी संयुक्त स्वर म्हणून स्वरमालेत अंतर्भूत करू नये.

कालेलकारांनी निर्दिष्ट केलेल्या उदाहरणात संयुक्त स्वरांमध्ये व्यंजनाची मदत घेतलेली दिसते. पण ऐ व औ या संस्कृत स्वरांमध्ये दोन स्वरांचे संयुक्त रूप ऐकू येते. त्यामध्ये व्यंजनसदृश उच्चारण नाही. पण हा मुद्दा वगळला; तरी जर केवळ मूलध्वनीचा निकष मानायचा, तर ऐ व औ यांना स्वरमालेत समाविष्ट करता येत नाही. त्यांच्यातील अ, इ, आ, उ यांचा समावेश स्वरांमध्ये केलेला असला की, त्यांच्या संयोगाने ऐ, औ हे वर्ण सिद्ध होऊ शकतात.

ए आणि ओ या दोन वर्णांना, ते मूलध्वनी असल्याने स्वर मानायला हरकत येत नाही.

(५) अं, अः - यांना बिंदू व विसर्ग असे म्हणतात. खरे म्हणजे, यांचे लेखन –ं व ।: (अनुक्रमे) असे करायला पाहिजे पण आपण साधारणपणे 'अ'मध्ये मिसळून बिंदू व विसर्ग यांचे उच्चारण करतो आणि तसेच दाखवितो. त्यांना संस्कृतने वर्णसुद्धा मानलेले नाही. बिंदू मानण्याऐवजी संस्कृतमध्ये स्वरांचे अनुनासिक व निरनुनासिक असे दोन विभाग केलेले आहेत.

मराठीत यांचा समावेश स्वरांमध्ये केला आहे; पण त्यांना स्वर म्हणता येणे कठीण आहे, याची जाणीव पुष्कळ व्याकरणकारांना आहे. ते स्वरही नाहीत व व्यंजनेही नाहीत; किंबहुना, त्यांना वर्ण म्हणणेही कठीण आहे, ही जाणीव असूनही पुष्कळशा व्याकरणकारांनी त्यांना स्वरांमध्ये अंतर्भूत केले आहे. कोणत्या तरी मार्गाने त्यांची ओळख करून देणे आवश्यक आहे, हे लक्षात घेऊन त्यांचा परिचय स्वरांबरोबर करून दिलेला आहे. पण ही अशी तडजोड चिपळूणकर व सबनीस या दोघांनी स्वीकारली नाही. या दोघांनी त्यांचे वर्णत्व नाकारले. अर्थातच, त्यांचा स्वर- व्यंजनांमध्ये कुठेच समावेश करण्याची गरज त्यांना वाटली नाही. काना, मात्रा, वेलांट्या ही जशी नुसती लेखनातील चिन्हे आहेत; तसेच बिंदू-विसर्ग यांना केवळ लेखनातील चिन्हांचे स्थान द्यावे, असे मत या दोघांनी व्यक्त केले.

बिंदू-विसर्गाच्या संदर्भात पहिला वादाचा मुद्दा उपस्थित होतो तो हा की, यांना वर्ण म्हणावे की नाही? यांचा समावेश वर्णमालेमध्ये केला, तर दुसरा वादग्रस्त मुद्दा निर्माण होतो, तो म्हणजे–त्यांचा अंतर्भाव स्वरांमध्ये करावा, की व्यंजनांमध्ये? कारण त्यांचे स्वरूप पूर्णतया ना स्वरासारखे, ना व्यंजनासारखे.

–ं या चिन्हाला बिंदू म्हणावे आणि या बिंदूचे अनुस्वारी व अनुनासिक असे दोन उच्चार मानावेत, हा विचार प्रथमत: गुंजीकरांनी मांडला. त्यांच्या मते, बिंदूच्या खणखणीत उच्चाराला अनुस्वार असे म्हणतात आणि त्यांच्या अस्पष्ट उच्चाराला अनुनासिक असे म्हणतात. संरक्षण, शंका इत्यादी शब्दांमधील बिंदूचा उच्चार स्पष्ट असल्याने तो अनुस्वार ठरतो; पण कां, कोठें इत्यादी शब्दांमधील बिंदूचा उच्चार अनुनासिक आहे.

बिंदूची अशी विभागणी केल्यावर त्यांनी पुढे असे म्हटले की, अनुनासिक हा वर्ण ठरू शकत नाही; पण अनुस्वार मात्र वर्ण ठरतो. शंका, पंखा, तोंड इत्यादी शब्दांमध्ये त्याला अनुनासिक व्यंजनाचा पर्याय आहे. उदा.– शङ्का, पङ्खा, तोण्ड इत्यादी. या लेखनातील पर्यायाने किंवा लेखाकारांमुळे अनुस्वारांचे व्यंजनाशी असलेले साम्य लक्षात येते. म्हणून गुंजीकरांच्या मते, अनुस्वाराला–म्हणजे–बिंदूला व्यंजनामध्ये अंतर्भूत करावे.

–ं या लेखाकाराने दर्शविलेल्या उच्चारणाचे अनुस्वार व अनुनासिक असे सांगण्याची आणि त्यासाठी त्या लेखाकाराला बिंदू असे म्हणण्याची गरज मराठीच्या संदर्भात गुंजीकरांना जाणवली. –ं या चिन्हाला बिंदू असे म्हणण्याची आवश्यकता संस्कृतला जाणवली नाही; कारण संस्कृतमध्ये बिंदूचा अनुस्वार हा एकच एक उच्चार आहे, अनुनासिक (म्हणजे अस्पष्ट) उच्चार नाही. या खणखणीत उच्चारालाही संस्कृतने स्वर मानलेले नाही.

आजच्या मराठीत अनुनासिक्य उच्चार– म्हणजे बिंदूचा अस्पष्ट उच्चार– करण्यात येत नाही. कां, नांव, कांही, नाहीं, कोठें, आहें, मीं, तूं इत्यादी शब्दांमधील बिंदूंचे अस्पष्ट उच्चारण लेखनातून व बोलण्यातून ऐकू येत नाहीसे झाले आहे. त्यामुळे आजच्या मराठीतही केवळ अनुस्वार हेच बिंदूचे एकमेव उच्चारण मानावे लागते.

बिंदू-विसर्गाला व्यंजने मानायला दामलेंचाही विरोध आहे. त्यांचा विरोध पुढील कारणांसाठी :

(१) स्वर नेहमी व्यंजनाच्या स्पष्टोच्चाराला मदत करतो. व्यंजनाच्या स्पष्टोच्चाराला मदत करणारा स्वर नेहमी व्यंजनानंतर येतो. बिंदू-विसर्ग यांच्या उच्चारालाही स्वरांची मदत लागतेच; पण त्यांच्या उच्चारालाही मदत करणारा हा स्वर बिंदू-विसर्गापूर्वी यावा लागतो. ज्याप्रमाणे व्यंजनापुढे स्वर आल्यास ते व्यंजन स्वरामध्ये मिसळून जाते, त्याप्रमाणे बिंदू-विसर्गाच्या पुढे आलेल्या स्वरांमध्ये बिंदू-विसर्ग मिसळून जाऊ शकत नाहीत.

(२) वर्गीय अनुनासिक व्यंजने (ङ्, ञ्, ण्, न्, म्) हे बिंदूचे पर्याय आहेत. बिंदूचे लेखन या वर्गीय अनुनासिक व्यंजनांनी करता येते. याचा अर्थ असा आहे की,

बिंदूचे इतक्या प्रकारचे उच्चारण शक्य आहे; पण हे उच्चारण नियमबद्ध आहे. बिंदूला व्यंजनांचा पर्याय असला तरी, व्यंजनांना बिंदूचा पर्याय नेहमीच असतोच, असे म्हणता येत नाही. बिंदू व अनुनासिक व्यंजने यांच्यामध्ये असलेला फरक पुढीलप्रमाणे :

सर्व वर्गीय अनुनासिक व्यंजने स्वरान्त आहेत. म्हणजे ङ्, ञ्, ण्, न्, म् ही स्वरान्त होऊ शकतात. त्यांच्या पुढे येणारा स्वर त्यांच्यामध्ये मिसळू शकतो. ङ्, ञ् यांनाही अक्षरत्व येऊ शकते, पण बिंदू मात्र केवळ स्वरादी असतो. अनुनासिक व्यंजने ही व्यंजने असल्यामुळे त्यांच्या अखेरीला स्वर येऊ शकतो, त्यांची बाराखडी असू शकते. तशी स्थिती बिंदूची नसते.

बिंदूबद्दल अनुनासिक व्यंजने येऊ शकतात; पण प्रत्येक शब्दामधील अनुनासिक व्यंजनाबद्दल बिंदू येऊ शकेलच, असे म्हणता येत नाही. उदा.– सम्राट = संराट किंवा वाङ्मय = वांमय.

(३) बिंदू-विसर्गाला व्यंजने मानल्यास मराठीतील अनेक अकारान्त शब्द– जे आज स्वरान्त ठरत आहेत, ते– व्यंजनात ठरतील. उदा.– बोलणें, नृत्यें.

(४) स्वरांची मदत न घेता व्यंजनाचा अस्पष्ट उच्चार तरी करता येतो; पण स्वरांच्या मदतीशिवाय बिंदू-विसर्गाचा अस्पष्ट उच्चारही तरी करता येणे शक्य नाही, हे कारण अत्यंत महत्त्वाचे आहे. ज्याला अस्पष्ट स्वरूपाचे उच्चारणही नाही, त्याचे वर्णत्व कसे मान्य करता येईल?

(५) दोन व्यंजने एकमेकांजवळ आल्यास संयुक्त व्यंजन तयार होते. उदा.– क् + व् = क्व्; पण बिंदू-विसर्गाच्या संदर्भात असे संयुक्त व्यंजन तयार होऊ शकत नाही. उदा.–

क् + ं = ? किंवा क् + ाः = ?
ं + क् = ? किंवा ाः + क् = ?

याला कारण स्वरांची मध्यस्थी असल्याशिवाय बिंदू-विसर्ग व्यंजनाच्या जवळ कधीही येऊ शकत नाहीत.

या सर्व कारणांमुळे बिंदू-विसर्गांना व्यंजने म्हणणे शक्य नाही, तसेच त्यांचा अंतर्भाव स्वरांमध्येही होऊ शकत नाही. कारण व्यंजनाच्या उच्चाराला मदत करणे, हे स्वरांचे प्रमुख कार्य होय. हे कार्य बिंदू-विसर्गाकडून होत नाही. एवढेच नव्हे, तर त्यांच्याच उच्चाराला त्यांना स्वरांची मदत घ्यावी लागते. तसेच, स्वरांचे उच्चार प्रवाही असतात, तसे बिंदू व विसर्ग यांचे उच्चारण प्रवाही असत नाही.

स्वर व व्यंजने यांच्यापेक्षा बिंदू-विसर्गाचे असलेले हे वेगळेपण स्पष्ट करण्यासाठी दामलेंनी वर्णमालांची इतरांपेक्षा वेगळी विभागणी मानली, ती पुढीलप्रमाणे :

वर्ण

स्वर | स्वरेतर

स्वरेतर: स्वरादी (अं, अ:) | स्वरान्त (व्यंजने)

याचा अर्थ– अं, अ: स्वर नाहीत; मात्र व्यंजनेही नाहीत, पण स्वरांची मदत घेतात. व्यंजनेही स्वरांची मदत घेतात. म्हणून दोघांचा समावेश स्वरेतर या गटात ते करतात.

स्वर-व्यंजनांच्या नेहमीपेक्षा वेगळ्या प्रकारच्या या विभागणीला शास्त्रीय दृष्टीने, भाषिक दृष्टीने फारसा अर्थ नाही. दामलेंचा २ (आ) मधील विचार सदोष आहे. बिंदूला अनुनासिक व्यंजनांचा असलेला पर्याय एका अटीवर आहे. बिंदूच्या पुढे ज्या वर्गातील व्यंजन आलेले असेल, त्याच वर्गातील अनुनासिक व्यंजनाचा पर्याय त्या ठिकाणच्या बिंदूला असू शकतो. उदा.–

गंगा = गङ्गा, रंजक = रञ्जक, बंड = बण्ड
तंतू = तन्तू, पंपा = पम्पा, इत्यादी.

पण चंपक = याचे उच्चारण चन्पक असे होऊ शकत नाही. कारण बिंदूला कोणत्याही वर्गीय अनुनासिकांचा कोणत्याही शब्दांमध्ये पर्याय आहे, असे नाही. जेथे जेथे अनुनासिक व्यंजन असेल, तेथे तेथे त्याला बिंदूचा पर्याय असतो, असे नाही. या दृष्टीने सम्राट किंवा वाङ्मय या शब्दांचा विचार करू या. सम् + राट् किंवा वाङ्मय या शब्दांमधील अनुक्रमे 'म्' किंवा 'ङ्' या अनुनासिक व्यंजनांपुढे अनुक्रमे प-वर्गीय किंवा क-वर्गीय व्यंजन आलेले नाही; तर 'र्' व 'प' - वर्गीय व्यंजन आलेले आहे, म्हणूनच त्यांना बिंदूचा पर्याय असू शकत नाही.

बिंदू-विसर्गांना संस्कृतने वर्ण मानलेले नाही, हे बिंदू-विसर्गाचा अत्यंत तर्कशुद्ध पद्धतीने विचार करणारे दामले विसरतात. लिपीमध्ये चिन्ह आहे, म्हणून ते त्यांचा विचार करतात. (पण समजा– लिपीमधील – ं हे चिन्ह काढून टाकले; तर सिंह, संसार, कंस, संशय, अंश या वर्गीय व्यंजनांव्यतिरिक्तच्या व्यंजनांपूर्वी येणाऱ्या बिंदूचा उच्चार दर्शविण्यासाठी भाषेजवळ दुसरा पर्याय नाही.) पण त्यांना स्वतंत्रपणे उच्चार नसल्याने ते वर्णच ठरू शकत नाहीत. स्वरांचे अनुनासिक व निरनुनासिक असे उच्चारण दर्शविणे, एवढेच त्यांचे कार्य ठरते.

(६) अॅ, ऑ- प्रत्येक भाषेत कालपरत्वे नवे वर्ण येत असतात आणि जुने उच्चारण बदलत जात-जात नष्टही होत असते. मराठीत अ-आ यांपैकी एकाचे

मूळ संस्कृतमधील उच्चारण बदलून गेले आणि ऋ, ॠ, ऌ यांचे उच्चारण बदलत (कमी प्रमाणात होत-होत) जाऊन लुप्त झाले आहे. तसेच अॅ (बॅट्, बॅंक्, हॅट...) व ऑ (ऑफिस, काँग्रेस...हॉकी) हे नवे वर्ण-नवे स्वर मराठीत रुळले आहेत.

अव्वल इंग्रजी कालखंडात इंग्रजी भाषेच्या सहवासाने मराठीत आलेले स्वर मराठीने अॅ = या (ब्याट्, ब्यांक्...) आणि ऑ = हा/ आ (हाफिस, कांग्रेस...) या वर्णांशी तडजोड करून ठेवण्याचा प्रयत्न केला; पण आज मात्र त्या स्वरांना मराठीत मान्यता मिळालेली आहे.

या सगळ्या विवेचनानुसार मराठीतील स्वर पुढीलप्रमाणे- अ, आ, इ, उ, ए, ओ, अॅ, ऑ = ८ स्वर. अर्थात ई, ऊ, ऋ (ऌ- क्वचित), ऐ (अै), औ व बिंदू-विसर्ग ही लेखनातील चिन्हे भाषेच्या वर्णमालेचा परिचय करून देताना शालेय स्तरावर शिकवली जातात. रूढी, सोय व व्यवहार या दृष्टीने त्यांचा वापर टाळणे अशक्य आहे. पण हे लेखाकार म्हणजे स्वर वा वर्ण नव्हेत.

५. मराठी व्यंजने

मराठीतील व्यंजनांची संख्या निश्चित करताना प्रथमतः व्यंजनमालेतील व्यवस्था लक्षात घ्यायला पाहिजे.

मराठीमध्ये स्पर्श व्यंजने एकंदर २५ आहेत. त्यांची पाच विभागांमध्ये विभागणी केलेली आहे. मुख-कंठ-प्रदेशांतील प्रतिबंधानुसार ही विभागणी केली आहे. ही विभागणी पुढीलप्रमाणे :

क-वर्ग (कंठस्थ) - क्, ख्, ग्, घ्, ङ्

च-वर्ग (तालव्य) - च्, छ्, ज्, झ्, ञ्

ट-वर्ग (मूर्धन्य) - ट्, ठ्, ड्, ढ्, ण

त-वर्ग (दंत्य) - त्, थ्, द्, ध्, न्

प-वर्ग (ओष्ठ्य) - प्, फ्, ब्, भ्, म्

मराठी वर्गीय व्यंजनांमध्ये एक व्यवस्था आहे.

(१) क-वर्ग ते प-वर्ग ही मांडणी कंठाकडून ओठांकडे अशी आहे. क-वर्गीय व्यंजनांचा उच्चार कंठाजवळ (प्रतिबंध होऊन निर्माण झालेले), तर प-वर्गीय व्यंजनांचा उच्चार ओठांजवळ (हवेला प्रतिबंध होऊन निर्माण झालेले) आणि इतर सर्व वर्ग त्यांच्या मध्यभागात येतात.

(२) प्रत्येक वर्गातील पाच व्यंजनांतही एक क्रम आहे. पहिली दोन व्यंजने- कठोर-अघोष, दुसरी दोन व्यंजने- मृदु-घोषयुक्त व पाचवे व्यंजन- अनुनासिक.

(३) या वर्गांतील अनुक्रमे दुसरे व चौथे व्यंजन प्रथम व तृतीय व्यंजनामध्ये 'ह' मिसळून सिद्ध झालेले असते.

'य्', 'व्', 'र्', 'ल्' यांना 'अर्धस्वर' असे म्हणतात. 'इ', 'उ', 'ऋ', 'ऌ' या स्वरांच्या बदली अनुक्रमे संधीमध्ये ही व्यंजने येतात. म्हणून त्यांना 'अर्धस्वर' असे म्हटले जाते.

'श्', 'ष्', 'स्' यांना 'उष्म वर्ण' म्हणतात; 'ह्' या वर्णाला 'महाप्राण' असे म्हणतात. 'ळ्' हा वर्णही मराठीत मानलेला आहे.

या वर्णमालेतच्या तक्त्यामध्ये 'क्ष्', 'ज्ञ्' हे दोन वर्ण दिलेले असतात. परंतु यांना वर्ण म्हणता येत नाही, कारण ही संयुक्त व्यंजने आहेत. क् + ष् = क्ष् = क्ष् आणि द् + न् + य् = ज्ञ. म्हणून मराठी वर्णमालेमधून हे वर्ण वगळणे आवश्यक आहे. संयुक्त व्यंजनाची जाणीव त्यांच्या लेखाकारातून होत नसली, तरी ते मूलध्वनी नव्हेत.

ही प्राथमिक माहिती घेतल्यावर मराठी व्यंजनांपैकी ज्या व्यंजनांबद्दल वाद आहेत, त्यांचा विचार करू या. ही वादग्रस्त व्यंजने म्हणजे (१) स्, (२) स्, श्, ष् (३) ड् (४) फ (५) च - वर्गीय व्यंजने.

(१) स् - या वर्णाचे दोन उच्चार आहेत, असे पंडितत्रयांनी म्हटले असले, तरी दुसऱ्या कोणत्याही व्याकरणकारांनी त्याच्या दोन प्रकाराच्या उच्चारांचा निर्देश केलेला नाही.

(२) स्, श्, ष् - मराठीत भाषा, षट्कार, भाष्य इ. शब्दांमध्ये असलेला ष् उच्चारात राहिलेला नाही. त्यांच्या जागी केवळ 'श्'चा उच्चार करण्याकडे प्रवृत्ती आहे. (भाशा, भाश्य इत्यादी.)

(३) ड् - या वर्णाचा उच्चार दोन प्रकारचा होत असल्याची जाणीव प्रथमत: दादोबांना झाली. इंग्रजीच्या अनुकरणाने पुष्कळ शब्दांमध्ये 'ड्'चा उच्चार 'र्' सारखा केला जात असे. पण दादोबांनी सांगितलेल्या या दोन प्रकारच्या 'ड्'च्या उच्चारांमध्ये हा 'र्'चा उच्चार अभिप्रेत नाही. दामलेंच्या मते, हा जो 'ड्'च्या उच्चारामध्ये वेगळेपणा आहे, तो 'ड्' या व्यंजनाच्या उच्चारात नसून 'ड' या अक्षराच्या उच्चारात आहे. सर्वच मूर्धन्य अकारान्त अक्षरांच्या उच्चारांमध्ये असा फरक दिसून येतो, हे त्यांचे मत विचारात घेण्यासारखे आहे.

मंगरूळकरांच्या मते, ट-वर्गीय व्यंजनांचे म्हणजेच सर्व मूर्धन्य व्यंजनांचे उच्चार दोन होतात :

(१) प्रवाहस्थ उच्चार, (२) उत्प्रवाही उच्चार.

हे मत सिद्ध करण्यासाठी त्यांनी (१) डफ, मंडई, सडक- (ड-वर्ण) व (२) ढोर, पांढरा, कढई (ढ-वर्ण) –असे शब्दांचे दोन गट घेतले. डफ, मंडई यांच्यातील 'ड' आणि ढोर, पांढरा यांच्यातील 'ढ' हे उच्चार 'प्रवाहस्थ' आहेत. ट्, ठ्, ड्, ढ्, ण् यांच्या मालिकेत बसणारे आहेत. पण 'सडक'मधील 'ड' व 'कढई'मधील 'ढ' यांचे उच्चारण मात्र प्रवाहातून फुटून निघाल्यासारखे आहे; म्हणजे 'उत्प्रवाही' आहे. प्रवाहस्थ उच्चारांच्या वेळी जिव्हाग्र प्रतिवेष्टित करून, त्याचा आपण मूर्ध्याला काहीसा जोरदार स्फुटित स्पर्श करतो. हा उच्चार स्पष्टस्पृष्ट असतो. उत्प्रवाही उच्चारांच्या वेळी आपण जिव्हाग्र जरी प्रतिवेष्टित करीत असलो, तरी त्याचा मूर्ध्याला होणारा स्पर्श स्फुटित, रेटून केलेला अथवा जोरदार नसतो. तो मृदू, ईषत्स्पृष्ट आणि ताडित असतो. (मंग., पृ. ७१)

याचा अर्थ स्पष्ट आहे की, या वर्णांचे दोन प्रकारचे उच्चार होतात. या वर्णांच्या शब्दांतील स्थानांवरून त्यांचे उच्चारण कोणत्या प्रकारचे आहे, ते कळू शकते. प्रवाहस्थ उच्चार असलेले ड-ढ वर्ण हे कधीही स्वरमध्यपतित नसतात. म्हणजे ते दोन स्वरांच्या मधे कधीही येत नाहीत; तर उत्प्रवाही उच्चार असलेले ड-ढ हे कायम स्वरमध्यपतितच असतात. त्यामुळे त्यांचे उच्चार कळू शकतात. अर्थात, उत्प्रवाही ड-ढ वर्णांना प्रवाहस्थ ड-ढ वर्णांचे अनुचर म्हणता येईल; त्यांना स्वतंत्र वर्ण मानण्याची गरज नाही (मंग., पृ. ७१), हे मंगरूळकरांचे मत पटणारे आहे. या अशा ठिकाणी दामले, दादोबा यांच्यासारख्या व्याकरणकारांनी केवळ लेखाकारांवर वा लेखनावर भिस्त न ठेवता, उच्चारणाचा आधार घेतलेला आहे.

(४) च-वर्गीय व्यंजने - संस्कृतमध्ये च-वर्गीय व्यंजनांचा केवळ एकच उच्चार आहे. तो म्हणजे तालव्योच्चार होय. पण मराठीत मात्र च-वर्गीय व्यंजनाचे दोन प्रकारचे उच्चार– तालव्य व दंत्यतालव्य– आहेत. मराठीतील तालव्य उच्चार संस्कृतमधून आलेला असला, तरी दंततालव्य उच्चार मात्र दुसऱ्या कोणत्या तरी भाषेच्या सहवासाने आलेला आहे.

चार, विचार - **तालव्य;** तर चारा, चरणे - **दंत्यतालव्य.**

राजा, जग (नाम) - **तालव्य;** तर जगणे, जागा - **दंत्यतालव्य.**

छत्री, छाया - **तालव्य.**

झापणे, झाकी - **तालव्य;** तर झार, झावळी - **दंत्यतालव्य.**

चामर, चञ्ची - **तालव्य;** तर चवरी - **दंत्यतालव्य.**

या शब्दांमधून हे दोन स्वतंत्र वर्ण आहेत, हे जाणवते. एकाच लेखाकाने ते दर्शविले जात असले, तरी ते मूलध्वनी आहेत.

पाध्येशास्त्री यांच्या मते– तालव्य च-वर्ग, मूर्धा च-वर्ग व दंत च-वर्ग असे तीन प्रकारचे च-वर्गाचे उच्चार मराठीत ऐकू येतात. पण च-वर्गाचे हे तीन प्रकारचे उच्चार कोणत्याच व्याकरणकाराने मांडलेले नाहीत. त्यामुळे या तिसऱ्या उच्चाराचा विचार करण्याची गरज नाही. तसेच मंगरूळकरांनी च-वर्गाचा दंत्यतालव्य हा उच्चार न मानता, त्या उच्चाराचे खरे स्वरूप दंतमूलीय आहे, असे म्हटले आहे. कारण त्यांच्या उच्चारांमध्ये जिव्हाग्र वरच्या दंतपंक्तीच्या मुळाला स्पर्श करते. हे दंतमूलीय वर्ण शब्दाच्या आदि-मध्य-अवसानी कुठेही येतात. त्यांचे शब्दामधील स्थान अनुमेय नाही. म्हणून हे वर्ण तालव्य च–वर्गीय वर्णापेक्षा स्वतंत्र मानणे आवश्यक आहे.

काही व्याकरणकारांनी दंतमूलीय च-वर्गीय व्यंजनामध्ये 'छ्' हा वर्ण दिलेला नाही. याचे कारण सांगताना मंगरूळकरांनी म्हटले आहे की, मराठीत छ-वर्ण हा स्वतंत्रपणे येत नाही. जेव्हा तो स्वतंत्रपणे येतो, तेव्हा तो तालव्य असतो. पण उत्सव, वत्सला यांसारख्या शब्दांमध्ये आपण 'त्स' असे लेखन करीत असलो, तरी स्वरूपत: व उच्चार लक्षात घेता, 'च्छ' असे लेखन करायला पाहिजे. या 'च्छ्' - मधील 'ह्' हा अघोष आहे. यासाठी छ-वर्णही दंतमूलीय मानणे योग्य ठरेल.

(५) फ-वर्ण - मराठीतील प-वर्गीय व्यंजने ओष्ठ्य आहेत. कॉफी, फारसी, इत्यादी शब्दांमध्ये येणारा फ-वर्ण केवळ ओष्ठ्य नसून दंत्योष्ठ आहे. पण त्या वर्णासाठी स्वतंत्र लेखाकार असण्याची गरज नाही. त्याचा समावेश ओष्ठ्य वर्णात होऊ शकतो. मराठीतील अनेक शब्दांतील मूळचा ओष्ठ्य 'फ' हल्ली दंत्योष्ठ उच्चारला जातो. फराळ, सफर इत्यादी.

(६) अनुनासिक व्यंजने - मराठीमध्ये पुढील प्रकारची पाच अनुनासिक व्यंजने मानलेली आहेत. 'ङ्, ञ्, ण्, न्, म्, : या पाचांमध्ये मंगरूळकरांनी तालव्य च-वर्ग व दंतमूलीय च-वर्ग असे दोन प्रकारचे च-वर्ग मानले असल्याने ञ् हे अनुनासिक व्यंजनही तालव्य व दंतमूलीय असे दोन प्रकारचे सांगितले आहे. एकंदरीत ही सहा अनुनासिक व्यंजने मानणे मराठीच्या दृष्टीने व्यवहार्य व शास्त्रपूत आहे.

इंग्रजीमध्ये m, n यांच्याद्वारा व्यक्त होणारी दोनच अनुनासिके लेखनात दिसतात, तरी उच्चारदृष्टीने त्यांचे अनुनासिक वर्ण अधिक आहेत. उदा.– young = ङ्, song =ङ्, mind = ण्, pinch = ञ् इत्यादी.

(७) हकारयुक्त व यकारयुक्त व्यंजने - मराठीच्या वर्गीय व्यंजनमालेतील दुसरी व चौथी व्यंजने हकारयुक्त आहेत. (ख्, घ्, छ्, झ्, ठ्, ढ्, थ्, ध्, फ्, भ्) अगोदरच्या व्यंजनामध्ये 'ह' मिसळून ती सिद्ध होत असल्याने (उदा.– क् + ह = ख् , ग् + ह = घ, इत्यादी) ती मूलध्वनी ठरत नाहीत. यामुळे त्यांना वर्णमालेमध्ये

स्थान द्यावे की नाही, हा विचार करण्याची आवश्यकता काही व्याकरणकारांना जाणवली. कृ. य. गोडबोलेंनी याच दृष्टिकोनातून हकारयुक्त ध्वनींना वर्ण म्हणायला विरोध केला आणि वर्गीय व्यंजनांपैकी फक्त प्रथम व तृतीया व्यंजनांना वर्णमालेमध्ये स्थान दिले. जोशींचा विचारही याच पद्धतीचा आहे. जोशींनी फक्त सात वर्गीय व्यंजने (क्, च्, ट्, प्, म्, ह्, स्) वर्ण म्हणून स्वीकारून त्यांच्या एकमेकांशी होणाऱ्या संयोगाने मराठी वर्णमाला तयार होते, असा विचार मांडला आहे. याचा अर्थ, हकारयुक्त व्यंजने वर्णनिकषावर टिकणारी नाहीत याची जाणीव मराठी व्याकरणकारांना पूर्वीपासून आहे.

हकारयुक्त व्यंजने मूलध्वनी ठरत नसली, तरी त्यांना वर्णमालेत स्थान द्यावे, असे म्हणताना राजवाडेंनी पुढील युक्तिवाद केला आहे. त्यांनी म्हटले की, क् + ह् यांचा संधी ख् असा नसून ग्घ् असा होतो. 'क'मध्ये अल्पप्राण आहे व 'ख्'मध्ये महाप्राण आहे. पण महाप्राण आहे म्हणजे 'ह्' आहे, असे नव्हे. इंग्रजीमध्ये ख = kh असे समजतात. पण राजवाडेंना उच्चारदृष्टीने ते पटत नाही.

मंगरूळकरांसारख्या काही व्याकरणकारांनी ख्, घ् यांसारख्या वर्णांना वर्णमालेमध्ये ठेवायला विरोध करणे स्वाभाविक आहे. याच प्रकारची भूमिका असलेल्या कालेलकरांनी म्हटले आहे की, वर्गीय द्वितीय व्यंजने अर्धस्फोटक असून त्यांच्यामध्ये स्फोट व घर्षण यांचे मिश्रण आहे. हे ध्वनी ख्, घ्, छ्, झ् असे एकाक्षराने दाखविलेले असले तरी क्ह, ग्ह, च्ह, ज्ह अशा प्रकारचे लेखन हे त्या उच्चाराचे निदर्शक आहे; म्हणून उच्चारदृष्टीने ते वर्ण नाहीत.

मंगरूळकरांच्या मते, मराठीत 'ह्' वर्ण दोन प्रकारचा आहे. (१) ह् - अघोष व (२) ह - सघोष. वर्गीय दुसऱ्या व्यंजनामध्ये 'अघोष ह्' आहे, तर वर्गीय चौथ्या व्यंजनामध्ये 'सघोष ह्' आहे. हे दोन प्रकारचे 'ह्' वर्ण स्वीकारावेत व द्वितीय-चतुर्थ वर्णांचा त्याग करावा. ही द्वितीय-चतुर्थ व्यंजने संयोगाभास असली तरी ती मूलध्वनी नाहीत, म्हणून त्यांचा वर्णमालेत समावेश करू नये.

अर्थातच, ही द्वितीय-चतुर्थ व्यंजने संयुक्त व्यंजने नाहीत, हे मान्य झालेले आहे. ते केवळ संयोगाभास असलेले आहेत; पण त्यांचा वर्णमालेत समावेश करणे मूलध्वनींच्या निकषामुळे या व्याकरणकारांना सयुक्तिक वाटत नाही.

असे हकारयुक्त संयोगाभास असलेले आणखी काही वर्ण मराठीत आढळतात.

उदा.– तान्ही, केव्हा, दोन्ही, आम्ही, पन्हे, कण्हेर यांच्या उच्चारणात संयोगाभास आहे; पण त्यासाठी वर्णमालेत स्वतंत्र लेखाकार (लिखित चिन्ह) नसल्याने त्यांचे लेखन संयुक्त व्यंजनांसारखे केले जाते.

यापेक्षा यकारयुक्त व्यंजनाचा संयोगाभास असलेले शब्द मराठीत खूप आहेत. उदा.– कण्या, लिप्या, त्याच्या, पऱ्या, जुन्या, दऱ्या, काथ्या, ह्या इत्यादी.

यांसारख्या शब्दांचे उच्चारण संयोगाभासाचे असूनही त्यांना भाषेत स्वतंत्र लेखाकार नसल्याने त्यांचेही लेखन संयुक्त व्यंजनांसारखे करावे लागते.

संस्कृतमध्ये 'कन्या' या शब्दातील 'न्या' या संयुक्त व्यंजनाचे उच्चारण 'कन्न्या' असे होते. 'पुण्य' याचे उच्चारण 'पुण्ण्य' असे होते. म्हणजे संयुक्त व्यंजनामधील पहिल्या व्यंजनाच्या उच्चारावर आघात येतो. मराठीतही संस्कृतमधून आलेल्या धन्य, कल्याण, पुण्य, वन्य, मान्य इ. अनेक शब्दांमधील संयुक्त व्यंजनांचे उच्चारण असे संस्कृत-उच्चारणाप्रमाणेच होते.

याच्या जोडीला मराठीत कण्या, राण्या, तिच्या, वाण्या (ने), माळ्या (ने), माळ्या(वर), काळ्या, इत्यादी अनेक शब्दांमधील लेखन संयुक्त व्यंजनांसारखे दिसत असले तरी त्यांचे उच्चारण मात्र तसे नाही. यासारखे उच्चारण पन्हे, कण्हेर इत्यादी हकारयुक्त शब्दांमध्येही दिसून येते. म्हणून या उच्चारणाचा विचार व्हायला पाहिजे. हे उच्चारण मूलध्वनीही नाही आणि संयुक्त व्यंजनोच्चारणही नाही; ते संयोगाभासोच्चारण आहे.

संस्कृत आणि मराठी या दोन्ही भाषांच्या वर्णमालेतील पंचवर्गीय द्वितीय व चतुर्थ वर्ण हे असे संयोगाभासच आहेत. त्यांना वर्णमालेत स्थान देण्यामागे संस्कृत भाषेची दृष्टी कदाचित मूलध्वनींबरोबरच संयोगाभासासारख्या भाषाविशेषांचा निकषही वर्णमालेसाठी स्वीकारत असेल.

वर्णमालेतील उणिवा सांगताना मोडकांनी 'य'कारयुक्त व्यंजनाचा विचार केला आहे. त्यांनी म्हटले की, एखाद्या व्यंजनाच्या उच्चाराचे पर्यवसान अर्धवट 'य' - कारन्त झाले, म्हणजे असे उच्चारण तालुप्रवण समजतात. हा प्रकार संस्कृतमध्ये नसला तरी मराठीमध्ये आहे. हे तालुप्रवणोच्चार संयुक्त व्यंजनासारखे दिसले तरी (१) ते उच्चारामध्ये संस्कृत व्यंजनासारखे नाहीत, (२) त्यांच्यामागील स्वराला गुरुत्व येत नाही, (३) यातील आद्य व्यंजनाचा उच्चार मागील स्वराबरोबर होत नाही. या तीन कारणांमुळे हे उच्चारण संयुक्त व्यंजने नाहीत, तर केवळ संयोगाभास आहेत.

संयोगाभासासाठी वर्णमालेत लेखाकार असावा की नाही, त्यांचा वर्णमालेत समावेश करावा की नाही, या मुद्द्यांवर मराठी व्याकरणामध्ये विविध मते व्यक्त झालेली आहेत.

माधवराव पटवर्धनांनी य् व ह् या दोन्ही वर्णांना अर्धस्वर म्हटले आहे. इतर स्वरांप्रमाणे हे दोन वर्ण व्यंजनांमध्ये सहजपणे मिसळून जातात; संयुक्त व्यंजनांप्रमाणे वेगळे राहत नाहीत. कोणताही हकारहीन वर्ण हकारयुक्त उच्चारता येतो. तो उच्चारताना पूर्वाक्षरावर आघात येत नसल्याने तो संयुक्त व्यंजन ठरत नाही.

जर या यकारयुक्त संयोगाभासांसाठी भाषेत लिखित चिन्ह नाही, तर त्याच

स्वरूपाच्या हकारयुक्त संयोगाभासांसाठी भाषेत - ख्, घ्, छ्, झ् असे लेखाकार आहेत. तेव्हा भाषेमध्ये अशा सर्व प्रकारच्या संयोगाभासासाठी चिन्हे असावीत. तसे नसल्याने ख, घ... पेक्षा (क)ण्या, (म)ण्या, जुन्या, नद्या इत्यादी ठिकाणच्या संयोगाभासाकडे संयुक्त व्यंजन म्हणून पाहिले जाते.

संस्कृतपेक्षा मराठीच्या उच्चारणामध्ये आलेले हे संयोगाभास का लक्षात घेतले गेले नसतील, याचे कारण उघड आहे. संस्कृतपेक्षा मराठी वर्णमाला वेगळी होत आहे याची जाणीव संस्कृतच्या प्रभावाने मराठी व्याकरणकारांना झाली नाही.

त्याच्या जोडीला भाषाविज्ञानाच्या ज्ञानामुळे 'वर्ण म्हणजे मूलध्वनी' हा निकष मानण्यावर भर दिला गेल्यामुळे संयोगाभासांना वर्णमालेत स्थान देण्याला हा निकष आड येऊ लागला. संस्कृतच्या काळामध्ये जे संयोगाभास होते, त्यांना त्या भाषेने वर्णमालेत समाविष्ट केले; पण ही दृष्टी मराठीने नव्याने तयार केलेल्या संयोगाभासांबद्दल ठेवली नाही.

इंग्रजीच्या रोमन लिपीने या संयोगाभासाच्या उच्चारणाला संयुक्त व्यंजनासारखे रूप दिले गेले. जुन्या, कन्या - (Junya , kanya) (संयोगाभास), कल्याण (kalyan) (सं. व्यं.) या दोन्हींचे रोमनमधील लेखन सारखेच होऊ लागल्याने संयोगाभासांचा समावेश संयुक्त व्यंजनामध्ये झाला आणि मराठीत आघातयुक्त संयुक्त व्यंजन व निराघात संयुक्त व्यंजन असे संयुक्त व्यंजनाचेच दोन उच्चार मानण्याकडे प्रवृत्ती झाली.

हा यकारयुक्त संयोगाभास मराठीत केव्हा आला व कसा रुळला, याबद्दल निश्चित माहिती करून घेणे कठीण आहे. पण काही तर्क करता– (१) तो- त्याचे, गाणे- गाण्याने, पुणे- पुण्याला यांसारख्या शब्दांमध्ये 'सामान्यरूप' दर्शविण्यासाठी यकार आलेला आहे. (२) कण्या, राण्या अशा ठिकाणी अनेकवचनदर्शक 'य' आलेला आहे. यावरून सामान्यरूप आणि वचनविकार यांच्यामार्फत हा उच्चार स्थिरावला, असे म्हणता येईल. हा विचार लक्षात घेता, मराठीची व्यंजनमाला पुढीलप्रमाणे -

क-वर्ग ते प-वर्ग	३०
ह, य, व, र, ल	५
स, श	२
ळ	१
	३८

समारोप

व्याकरणासारख्या शब्दशास्त्राची सुरुवात वर्णविचारापासून होत असते. वास्तवातील ध्वनींचे विश्लेषण करून ध्वनीच्या आधारे वर्ण निश्चित केला जातो. पण ध्वनीचा विचार करणाऱ्या ध्वनिशास्त्राचा व्याकरणात समावेश करता कामा नये. ध्वनिशास्त्र हे व्याकरणाला साह्यभूत होणारे स्वतंत्र भाषाशास्त्र आहे.

प्रत्येक भाषेचा वेगळेपणा तिच्या वर्णमालेपासून व्यक्त व्हायला सुरुवात होत असते. एका भाषेची वर्णमाला दुसऱ्या भाषेच्या वर्णमालेसारखी तंतोतंत कधीही असू शकत नाही. संस्कृतपेक्षा काही वेगळे वर्ण मराठीतही आलेले आहेत. पण संस्कृतपेक्षा मराठीची वर्णमाला वेगळी असू शकत नाही, अशा पूर्वग्रहामुळे मराठीच्या उच्चारणात असलेल्या या वेगळ्या वर्णांचा विचार व समावेश मराठीच्या वर्णमालेत केला गेला नाही.

प्रत्येक भाषेमध्ये असे काही वर्ण वेगळे असले, तरी त्या सगळ्या वर्णांच्या आधाराने सिद्ध होणारी तिची वर्णमाला व्यवस्थित व सममान असते. या दृष्टीने मराठीने स्वीकारलेली वर्णमाला स्वर-व्यंजनविभागणी, ऱ्हस्व-दीर्घता व संयोगाभास (य् व ह् यांची स्वराप्रमाणे व्यंजनाला उच्चारणाला साह्य करणारी उच्चारण पद्धती) या दृष्टीने व्यवस्थित व सममान आहे.

स्वर-व्यंजनविभागणी, ऱ्हस्व-दीर्घता व संयोगाभास या प्रवृत्ती मराठीने संस्कृतवरूनच स्वीकारलेल्या आहेत. मात्र, त्यांमध्ये काही प्रमाणात बदल केला आहे; हा बदल लिपीमध्ये जतन झालेला नाही. १. मराठीत अ-आ यांचा एकमेकांशी असलेला संबंध ऱ्हस्व-दीर्घतेचा नसून स्वतंत्र स्वराचा आहे. २. ऋ, ऌ या स्वरांचे उच्चारण मराठीने बदलून टाकले आहे. ते पुष्कळसे व्यंजनसदृश झाले आहे. ३. च-वर्गीय व्यंजनांचे लेखनात एक चिन्ह राहिलेले असले, तरी या वर्गाचे उच्चारण तालव्य व दंत्यतालव्य असे झाले आहे. ४. संस्कृतमधील हकारयुक्त संयोगाभासाच्या (ख्, घ्- इत्यादी महाप्राणयुक्त वर्ण) जोडीला नवे हकारयुक्त व यकारयुक्त संयोगाभासाचे उच्चारण रूढ झाले आहे. पण या सगळ्यांची दखल मराठीच्या वर्णमालेत घेतलेली नाही आणि त्यांच्यासाठी स्वतंत्र लिखित चिन्हे लिपीत सिद्ध केली नाहीत.

संस्कृत वर्णमालेतील अनेक वर्ण 'वर्ण म्हणजे मूलभूत ध्वनी' या वर्णाच्या निकषावर टिकत नाहीत. मराठीची वर्णमाला संस्कृतची नक्कल असल्याने, मूलध्वनीच्या निकषावर तिच्यातील अनेक वर्ण टिकू शकत नाहीत. यासाठी संस्कृतचा 'वर्णा'चा निकष कोणता होता, याचा विचार करताना; 'ऱ्हस्व-दीर्घता', हकारयुक्त संयोगाभास यांसारखे संस्कृत वर्णांचे वेगळेपण वर्णकल्पनेत गृहीत धरले आहे काय? मराठीची वर्णमाला निश्चित करताना या विशेषांचाही विचार करायला पाहिजे.

❖

शब्दविचार

(१) प्रास्ताविक, (२) शब्दाची व्याख्या, (३) पदकल्पना, (४) प्रत्ययविचार, (५) उपसर्ग, (६) शब्दाची विभागणी, (७) शब्दविभागणीमागील निकष, (८) प्रातिपदिक, (९) अव्यये, (१०) धातू, (११) शब्दजातीच्या व्याख्या, (१२) समारोप.

---

१. प्रास्तविक

व्याकरणामध्ये शब्द हा महत्त्वाचा अभ्यासविषय आहे. मराठीच्या संदर्भात शब्द, पद, प्रत्यय व त्यांची अंतर्गत नियमबद्ध रचना यांचा विचार व्याकरणामध्ये केला जातो. शब्दाच्या सिद्धीचा किंवा शब्दाच्या निर्मितीचा वर्णाशी निकटतम संबंध असल्याने वर्णमालेचा विचार प्रत्येक व्याकरण करीत असते. पण व्याकरणाचे खरे लक्ष्य शब्द हेच असते.

शब्दाचे प्रथम लक्षात येणारे बाह्य रूप म्हणजे वर्ण व वर्णसमूह होय. आपण बोलताना एकामागोमाग ध्वनींचे उच्चारण करीत असतो. त्या ध्वनींच्या द्वारा आपण काही अर्थ व्यक्त करीत असतो. पण प्रथमत: आपल्याला जाणवतो, ते हे शब्दाचे वर्णाच्या द्वारा प्रकटत असलेले बाह्य रूप होय. वर्णशिवाय शब्दाला अस्तित्व नाही. वर्ण हेच शब्दाचे रूप होय. म्हणून व्याकरणाला वर्णकल्पना समजून घेणे अगत्याचे ठरते.

बोलताना आपण नुसतेच कोशामधील शब्द उच्चारत नसतो, तर शब्दांना जोडून प्रत्ययांची योजना करीत असतो. उदा.– 'त्या मुलाने खोडकरपणा केला', 'तिच्याजवळ शिकण्यासारखे खूप आहे' इत्यादी वाक्यांमधील त्या मुलाने, शिकण्यासारखे, केला, आहे इत्यादी रूपे हे नुसते शब्द नव्हेत; तर ती पदे आहेत, म्हणजेच प्रत्यययुक्त शब्द आहेत. म्हणून शब्द म्हणजे काय, ते समजून घेताना शब्द आणि वाक्यात

प्रत्ययासह आलेला शब्द या दोन्ही रूपांची जाणीव ठेवावी लागते. थोडक्यात– शब्द, त्याला लागणारे प्रत्यय व प्रत्ययान्वित शब्द अशा तीन प्रकारांनी शब्दपरिचय करून घ्यावा लागतो. या दृष्टीने शब्दविचार, प्रत्ययविचार आणि प्रत्ययांच्या द्वारा शब्दांनी एकमेकांशी प्रस्थापित केलेले संबंध यांचा विचार व्याकरण करीत असते. त्यांपैकी शब्दविचारांमध्ये शब्दाच्या विविध जाती; प्रत्ययविचारात लिंग-वचन-विभक्ती-आख्यात-पुरुष इत्यादी प्रकारचे अर्थसंबंध व्यक्त करणारे प्रत्यय; आणि प्रत्यायान्वित शब्दाच्या विचारात मराठीतील प्रयोगविचार अशी विभागणी करता येते.

जसे शब्दाचे मूळ रूप समजून घेणे आवश्यक असते, तसेच शब्दाचे प्रत्ययान्वित रूप समजून घेणेही व्याकरणाच्या दृष्टीने आवश्यक असते. शब्दाचे हे द्विस्तरीय रूप स्पष्ट करताना 'मराठी व्याकरणाच्या मूलतत्त्वांचा' विचार करणारे ग. ह. केळकर यांनी यंत्राचा दाखला घेतला आहे. त्यांनी म्हटले आहे की, एखाद्या यंत्रांची संपूर्ण माहिती करून घ्यायची असेल तर, ती दोन दृष्टींनी करून घ्यावी लागते. एकदा ते यंत्र स्थिर स्थितीत असताना आणि एकदा त्या यंत्राने गती घेतल्यानंतर, त्याच्या विविध भागांच्या हालचाली घडत असताना. प्रथम स्थितीत त्याचे भाग वेगवेगळे करून, सांधे-खिळे-जोड वगैरे तपासून ते कसे कलेले आहेत, ते पाहावे लागते. यंत्राची अशी स्थिर स्थितीमध्ये माहिती घेतल्यावर ते यंत्र जोडून, चालवून पाहिले पाहिजे. म्हणजे त्याच्या रचनेत काय काय फरक होतात, प्रत्येक भाग आपापले काम करण्यास समर्थ आहे की नाही, ते भाग कसे चालतात किंवा फिरतात, या सर्व गोष्टी कळू शकतील. शब्दांचे ज्ञानही या प्रकारच्या दोन्ही दृष्टींनी घेणे आवश्यक आहे. पहिल्या प्रकारच्या शब्दांच्या अभ्यासाला 'शब्दस्थितिशास्त्र' व दुसऱ्या प्रकारच्या शब्दांच्या अभ्यासाला 'शब्दगतिशास्त्र' असे म्हणावे. (केळकर, पृ. ५,६) अर्थात, शब्द म्हणजे काय, ते समजून घेणे ही शब्दविचाराची प्रथम पायरी आहे.

२. शब्दाची व्याख्या

मराठीतील प्रत्येक व्याकरणकाराने शब्दाची व्याख्या केलेली आहे. 'रूढीने किंवा संकेताने ज्या ध्वनिसमूहाला अर्थ प्राप्त झालेला असतो, त्याला शब्द असे म्हणतात.' कमी-जास्त स्वरूपात मराठीतील शब्दव्याख्या याच प्रकारची आहे. व्याकरणाचे लक्ष रूपाकडे असते. ते रूपविमर्शाचे शास्त्र आहे, हे लक्षात ठेवल्यास या व्याख्येमधील ध्वनिसमूहाचा उल्लेख रूपदृष्टी व्यक्त करणारा आणि अर्थ असण्याचा उल्लेख अर्थदृष्टी व्यक्त करणारा आहे.

ही व्याख्या (मराठी) शब्दाचे सर्व विशेष व्यक्त करते काय? या व्याख्येतील

शब्दरचना पाहिली, तर ध्वनिसमूहाला अर्थ कसा प्राप्त होतो, हे सांगण्याचे कार्य व्याख्येच्या कक्षेत येत नाही, हे 'रूढीने वा संकेताने ज्या ध्वनिसमूहाला अर्थ...' या शब्दांवरून स्पष्ट होते. मात्र ज्या ध्वनिसमूहाला अर्थ प्राप्त झालेला असतो, अशाच ध्वनिसमूहाला 'शब्द' असे व्याकरण म्हणते. याचा अर्थ– अर्थ प्राप्त न झालेले ध्वनिसमूह भाषेत असतील, तर त्यांच्यापेक्षा 'शब्द' वेगळा काढता आला पाहिजे. म्हणजेच ध्वनिरूप असलेला प्रत्यय व ध्वनिरूप असलेला शब्द यांच्यातील वेगळेपणा 'अर्थ' या वैशिष्ट्याशी संबंधित आहे.

वर्णमालेचा विचार करताना 'भाषा ही ध्वनिरूप असते' हे आपण लक्षात घेतले. याच ध्वनिरूपाचा आविष्कार जसा शब्दांमधून झालेला आढळतो; तसेच पद, प्रत्यय, उपसर्ग, इत्यादींमध्येही ध्वनीच असतो. म्हणून या सर्वांपेक्षा शब्दाचा वेगळेपणा व्याकरणाने लक्षात घ्यायला हवा. मराठीच्या वर्णमालेतील वर्णांच्या आधारावरच शब्द, पद, प्रत्यय, उपसर्ग अवलंबून असतात; आणि भाषेमध्ये स्वरांचे साह्य घेऊन व्यंजनांची अक्षरे बनत असतात. अशा अक्षरांमधून शब्द, प्रत्ययादी विभाग सिद्ध होत असतात, असे आपण म्हणत असलो; तरी आपण प्रत्यक्षात शब्द उच्चारीत नसतो, प्रत्यक्ष उच्चारतो तो ध्वनी असतो. जेव्हा एकापाठोपाठ उच्चारलेल्या या ध्वनींचे आपण अर्थदृष्टीने विभाजन करू लागतो, तेव्हा शब्द व प्रत्यय यांचे वेगळेपण आपोआपच कळून येते. उदा.– 'रामाने रावणास मारिले.' असा ध्वनींचा समुच्चय जेव्हा आपण उच्चारतो; तेव्हा अर्थदृष्टीने त्याची फोड रामा/ने, रावणा/स, मारि/ले अशा प्रकारे केली जाते. कारण या ध्वनीपैकी 'राम, रावण, मारणे' या ध्वनिसमूहांना काही तरी अर्थ आहे. पण 'ने', 'स', 'ले' यांना कोणत्याही प्रकारचा अर्थ नाही. ज्यांना अर्थ आहे ते शब्द व ज्यांना अर्थ नाही ते प्रत्यय, हा त्यांच्यातील प्रमुख भेद मानला जातो.

चिपळूणकरांना हे मत मान्य नाही. त्यांच्या मते, प्रत्ययांनासुद्धा अर्थ असतो. कारण प्रत्यय म्हणजे शब्दांची अवशिष्ट रूपेच असतात. शब्दामधील मागची वा पुढची अक्षरे काळाच्या ओघामध्ये कधी कधी झिजून जातात; पण त्यामुळे त्यांना ते प्रत्ययाचे रूप प्राप्त होत असते. प्रत्यय हे पूर्वीचे शब्दच असल्याकारणाने शब्दांपासून बनलेल्या या प्रत्ययांनाही अर्थ असणे अपरिहार्य आहे. मग शब्द व प्रत्यय यांच्यातील फरक कोणता? या प्रश्नाला त्यांचे उत्तर असे की, शब्द व प्रत्यय या दोघांना अर्थ असला; तरी शब्दाचा भाषेमध्ये स्वतंत्रपणे उपयोग होऊ शकतो, तसा प्रत्ययांचा कधीच स्वतंत्रपणे उपयोग होऊ शकत नाही. त्यांच्या या मतानुसार, ज्या ध्वनिसमूहाला स्वतंत्र अर्थ व भाषेमध्ये स्वतंत्र उपयोग आहे, त्याला शब्द असे म्हणावे; आणि ज्याला थोडाफार अर्थ आहे, पण स्वतंत्र उपयोग नाही, तो प्रत्यय होय. 'स्वतंत्र उपयोग व (स्वतंत्र) अर्थ असणे यांचा परस्परसंबंध असतो, की

नाही?' याचा विचार करताना डॉ. सुहासिनी लद्दूंनी आपले मत सांगितले की, स्वतंत्र उपयोग हा स्वतंत्र अर्थ असण्यावरच अवलंबून असतो.

या दोघांच्या मतांचा एकत्रित संदर्भ जोडल्यास असे म्हणता येते की, स्वतंत्र उपयोग होण्याइतका अर्थ ज्या ध्वनिसमूहांना नाही, ते प्रत्यय होत. म्हणजे पुन्हा शब्दांच्या संदर्भात 'अर्थ असणे, पुरेसा व स्वतंत्र अर्थ असणे' हाच निकष ठरतो. शब्दाच्या व्याख्येमध्ये 'अर्थ असणे' या विशेषाबरोबरच 'स्वतंत्र उपयोग असणे' याचा निर्देश असावा काय? याला नकारार्थी उत्तर देताना हे लक्षात घ्यावे लागते की, अर्थ असणे व स्वतंत्र उपयोग होणे या दोन्ही गोष्टी एकमेकींवर अवलंबून आहेत. स्वतंत्र उपयोग होण्याइतका अर्थ प्रत्ययांना नसतो. जरी व्युत्पत्तिशास्त्रदृष्टीने शब्दांपासून प्रत्यय सिद्ध झालेले असले, तरी प्रत्ययांच्या अवस्थेत असताना ते शब्द नसतात. म्हणूनच प्रत्ययांना अर्थ असतो, असे आज कोणीच मान्य करीत नाही.

इंग्रजी व मराठी या दोन भाषांतील स्वरूपभिन्नतेमुळे शब्दांच्या 'स्वतंत्र उपयोग' या वैशिष्ट्याबद्दल वेगळा विचार करावा लागतो. इंग्रजीतील अर्थ असलेला प्रत्येक ध्वनिसमूह भाषेमध्ये स्वतंत्रपणे येऊ शकतो. पण मराठीत तसे होत नाही. उदा.- इंग्रजीत On the table यामधील On, the, table हे तीन अर्थ असलेले व स्वतंत्र उपयोग असलेले ध्वनिसमूह असल्याने ते शब्द ठरतात. पण मराठीत 'टेबलावर' या ध्वनिसमूहात 'टेबल' व 'वर' हे दोन स्वतंत्र शब्द मानले जात असूनही 'वर' या शब्दयोगी अव्ययाचा स्वतंत्र उपयोग भाषेत कधीच होत नाही. दारातून, घरामध्ये, मजल्यावरून, शिक्षकांकरवी इत्यादी शब्दांती in, into, by, out, to इत्यादी इंग्रजी शब्दांच्या पर्यायाशी जुळणारे हे 'आतून', 'मध्ये', 'वरून', 'करवी' इत्यादी शब्द मराठीत स्वतंत्रपणे योजले जात नाहीत. म्हणून मराठीच्या संदर्भात शब्दाच्या व्याख्येमध्ये स्वतंत्र उपयोग हा 'अर्थ असणे' या वैशिष्ट्यापेक्षा वेगळा ठरतो. कडून, वर, मध्ये, मधून इत्यादी सर्वच शब्दयोगी अव्ययांच्या संदर्भात एक वेळ त्यांना अर्थ आहे असे मान्य केले; तरी त्याला स्वतंत्र उपयोग नाही, हे मान्य करावे लागते.

३. पदकल्पना

शब्दयोगी अव्ययांना अर्थ आहे, असे म्हणणे शक्य नाही, हा भाग वेगळा. (अर्थ असणे ही कल्पना उपयोगावर अवलंबून असते. इंग्रजीत Preposition चा स्वतंत्र उपयोग होत असल्याने, त्यांना अर्थ आहे आणि त्यामुळे Preposition ही स्वतंत्र शब्दजाती इंग्रजीत मानता येते.) पण शब्दयोगी अव्ययांना 'अर्थ आहे', असे मानले, तर ते शब्द ठरू शकतील; पण स्वतंत्र उपयोग नसल्याने पद ठरू शकणार नाहीत. 'अर्थ असण्या'चा संबंध शब्दाशी, तर स्वतंत्र उपयोग असण्याचा संबंध

पदाशी असतो. पद हा वाक्याचा घटक असतो. इंग्रजीला पदकल्पना अनावश्यक असल्याने त्या भाषेची शब्दाची कल्पना मराठीपेक्षा वेगळी असू शकते. मराठी ही प्रत्ययांचा उपयोग करणारी भाषा आहे. इंग्रजीत प्रत्ययांचा वापर अत्यंत मर्यादित स्वरूपाचा असतो. धातूला लागणारे s, es, ed, नामाला लागणारे वचनदर्शक es, s प्रत्यय वगळता, इंग्रजीत प्रत्ययांवर भर दिलेला आढळत नाही. इंग्रजी वाक्यरचनेत प्रत्ययान्वित शब्दावर भर नसतो. म्हणून त्या भाषेत पदकल्पना अनावश्यक ठरते. शब्द व पद यांच्यामध्ये भिन्नता असण्याची गरज इंग्रजीला नाही; पण मराठीला आहे. मराठीमध्ये कोशामधील शब्द आणि वाक्यामध्ये येणारा प्रत्ययान्वित (व प्रत्ययांचा आभास असलेला) शब्द म्हणजेच पद यांचा एकमेकांशी असलेला संबंध लक्षात घ्यावा लागतो.

पदाचा संबंध प्रामुख्याने वाक्याशी असतो. शब्दाला चरम प्रत्यय (म्हणजे विभक्ती, लिंग, वचन, आख्यात, पुरुष इत्यादी प्रकारचे प्रत्यय) लागून पद सिद्ध होते. उदा.– 'रामाने' हे पद आहे. 'राम' या शब्दाला विभक्तीचा 'ने' हा प्रत्यय लागून 'रामाने' हे पद सिद्ध झाले. तसेच 'जेवतो' हे पद आहे. 'जेव(णे)' या धातूला वर्तमानकालदर्शक 'तो' हा प्रत्यय लागून 'जेवतो' हे पद सिद्ध झाले. शब्द ही संज्ञा सर्वसाधारणपणे कोणत्याही प्रकाराच्या शब्दाबद्दल आपण योजतो. 'विद्यार्थी' हाही शब्द आणि 'विद्यार्थ्यांकडून' हाही आपल्या नेहमीच्या दृष्टीने शब्दच असतो. पण व्याकरणामध्ये मात्र प्रकृतिशब्दाला म्हणजे प्रत्ययरहित शब्दालाच 'शब्द' असे म्हटलेले असते आणि शब्दाच्या विकृत रूपाला म्हणजे प्रत्ययान्वित रूपाला 'पद' असे म्हटलेले असते. थोडक्यात, वाक्यामध्ये योजलेले ते पद व कोशामध्ये दिलेला तो शब्द, असे वर्गीकरण मराठीत मानले जाते.

वाक्यामध्ये योजलेले ते पद होय; वाक्यामध्ये शब्द कधीच येऊ शकत नाही, ही कल्पना मराठीने संस्कृतवरून घेतली. मराठीच्या दृष्टीने ही 'पद'ची कल्पना अधिक स्पष्ट व्हायला पाहिजे. शब्दजातीमधील नाम-सर्वनाम-विशेषण-धातू या चार जाती विकार स्वीकारणाऱ्या आहेत. म्हणजे त्यांना लिंग-वचन-विभक्ती-आख्यात इत्यादींचे प्रत्यय लागू शकतात; पण क्रियाविशेषणादी शब्दजाती मात्र कोणत्याच प्रकारचे विकार स्वीकारीत नाहीत, म्हणून त्यांना 'अव्यये' किंवा 'अविकारी' असे म्हटले जाते. पण प्रश्न आहे तो हा की, 'वाक्यामध्ये योजलेले ते पद' असे म्हटले जाते; तेव्हा या अविकारी शब्दांना कोणताही प्रत्यय लागत नसतानाही, केवळ वाक्यामध्ये योजलेले असल्याने 'पद' असे म्हणायचे, की पदाची कल्पना फक्त सविकारी शब्दजातींपुरतीच मर्यादित ठेवायची? जर अव्ययांना पद म्हटले, तर 'प्रत्ययान्वित शब्दाला पद म्हणतात' असे म्हणणे सदोष ठरेल आणि जर वाक्यात योजलेल्या अव्ययांना शब्द म्हटले, तर 'वाक्यामध्ये केवळ पदच असते, शब्द

नसतात,' असे म्हणणे सदोष ठरेल. तसेच, काही वेळा नामाला प्रत्यय नसतो. उदा.– 'विद्यार्थी अभ्यास करतात' या वाक्यामध्ये विद्यार्थी व अभ्यास या दोन्ही शब्दांना प्रत्यय लागलेला नाही. मग त्यांना शब्द म्हणायचे, की पद? या दोन्ही प्रकारच्या प्रश्नांचा विचार करून 'पदा'ची कल्पना निश्चित करायला पाहिजे. यासाठी वाक्यामध्ये योजलेल्या शब्दाला तो प्रत्यक्ष प्रत्ययान्वित असो वा नसो वा अविकारी शब्दजातीतील असो– 'पद' असेच म्हणावे, हा विचार 'पद'कल्पनेला स्पष्टता आणणारा आहे.

शब्द व पद या संज्ञा संस्कृतमध्ये अधिक काटेकोरपणे योजल्या जातात. संस्कृतमध्ये कोशामधील शब्द जसाच्या तसा वाक्यामध्ये कधीच येत नाही. उदा.– मूळ शब्द देव, चंद्रमस्, राम इ. वाक्यात योजताना देवः, चंद्रमाः, रामः इत्यादी कोणता ना कोणता प्रत्यय घेऊन आलेला असतो; त्याच पद्धतीचे अनुकरण मराठीत स्वीकारले गेले.

४. प्रत्ययविचार

व्याकरणातील शब्दविचाराच्या विभागात पदविचाराला स्थान नसले, तरी इंग्रजी-मराठी भाषांच्या जडण-घडणीतील वेगळेपणा लक्षात येण्याच्या दृष्टीने पदविचार अगत्याचा ठरतो. मराठीतील शब्दकल्पना स्पष्ट करताना किंवा शब्दाच्या व्याख्येचे स्पष्टीकरण करताना, शब्द व पद लक्षात घ्यावे लागतात. त्याद्वारा शब्दकल्पना स्पष्ट होते. शब्दाची स्पष्ट कल्पना येण्यासाठी मराठीतील प्रत्ययांची माहिती असणे आवश्यक ठरते. इंग्रजी भाषेत वाक्यरचनेचा भर शब्दाच्या वाक्यातील स्थानावर असतो; प्रत्ययांवर जवळजवळ नसतोच. मराठी वाक्यरचेनत मात्र शब्दाला जोडलेला प्रत्यय- विशेषतः विभक्तिप्रत्यय-लक्षात घेण्याची आवश्यकता असते. 'He had read a book' या अर्थाचे मराठी वाक्य 'त्याने पुस्तक वाचलेले होते' होय. यामधील प्रत्ययनिष्ठता लक्षात येते. म्हणून प्रत्ययांवर भर देत असलेली मराठी वाक्यरचना इंग्रजी वाक्यरचनेपेक्षा वेगळ्या स्वरूपाची आहे. त्यासाठी मराठीतील प्रत्ययांचा परिचय करून घेणे अगत्याचे ठरते.

प्रत्ययांना थोडासा अर्थ असतो, की प्रत्यय निरर्थक असतात; याबद्दल वाद असला, तरी एक निश्चित की– प्रत्ययांचा स्वतंत्रपणे उपयोग कधीही होत नसतो. प्रत्ययांचे दोन विभाग पडतात.

(१) चरम प्रत्यय किंवा विकारी प्रत्यय
(२) चरमेतर प्रत्यय

चरम प्रत्यय म्हणजे प्रामुख्याने विभक्तिप्रत्यय व आख्यातप्रत्यय होत. ज्या

प्रत्ययांमुळे शब्दांची वाढ खुंटते, ज्या प्रत्ययांनंतर साधारणपणे दुसरा कोणताही प्रत्यय लागू शकत नाही किंवा जे प्रत्यय शब्दाला लागले असता, त्याला पदत्व प्राप्त होते, अशा प्रत्ययांचा समावेश चरम प्रत्ययांमध्ये केला जातो. उदा.– 'राम' या शब्दाला 'ने' हा चरम प्रत्यय लागल्याने 'रामाने' या शब्दाची वाढ खुंटते.म्हणजे त्याला पुढे कोणताही प्रत्यय लागू शकणार नाही; त्यामुळे 'रामाने' हे पद तयार होते. या चरम प्रत्ययांपेक्षा वेगळे प्रत्यय म्हणजे चरमेतर प्रत्यय होत. चरमेतर प्रत्ययांमुळे शब्दाला पदत्व प्राप्त होत नाही, तर एका शब्दापासून दुसरा शब्द तयार होऊ शकतो. उदा.– त्व, पण, पणा, गिरी इत्यादी चरमेतर प्रत्यय होत. अक्षरत्व, शहाणपण, खाबूगिरी असे दुसऱ्या शब्दांना जोडून नवे शब्द सिद्ध करू शकतात. खानावळ, करणावळ, समाज-सामाजिकता, इह-ऐहिकता, बाल-बाल्य असे हे प्रत्यय शब्दसिद्धीचे प्रत्यय मानले जातात.

विभक्तिप्रत्यय व आख्यातप्रत्यय हे चरम प्रत्यय होत. हे पूर्णपणे निरर्थक असतात, हे पटू शकते. 'त्याला दूध आवडते.' यामधील 'ला' किंवा 'ते' या प्रत्ययांना कोणताही अर्थ नाही, हे लक्षात येते. ते ज्या शब्दाला जोडून आलेले आहेत, त्या शब्दाचे वाक्यातील कार्य व स्थान कोणते, हे सांगण्याचे कार्य हे चरम प्रत्यय करीत असतात. परंतु पण, इ, गिरी, इत्यादी चरमेतर प्रत्ययांच्या संदर्भात त्यांना थोडासा अर्थ असावा, अशी भूमिका काही व्याकरणकार घेतात. पण हा अर्थ त्यांना शब्दाचे स्थान देण्याइतका नसतो.

शब्दांचा 'अर्थ असणे' हा विशेष स्पष्ट होण्यासाठी पद व प्रत्यय यांचा थोडक्यात परिचय करून घेतला. आता उपसर्गाचा विचार करू.

५. उपसर्ग

शब्दाच्या संदर्भात उपसर्गाचा विचार महत्त्वाचा आहे. पण संस्कृतमध्ये उपसर्गाचा जितका विचार करावा लागतो, तितका विचार करण्याची गरज मराठीला नाही. संस्कृतमध्ये उपसर्गामुळे मूळ धातूचा अर्थ फार मोठ्या प्रमाणात बदलला जातो. हा उपसर्ग धातूला अगोदर जोडला जातो. उपसर्ग शब्दाच्या पूर्वी येतो व प्रत्यय शब्दाच्या नंतर येतो. उपसर्गाचा समावेश शब्दामध्ये सबनीस करतात. पण त्याचे स्वरूप पुष्कळसे प्रत्ययांशी जुळणारे असल्याने त्यांना शब्द मानणे योग्य नाही. आसेतुहिमाचल (आ), आजन्म (आ), आहार, विहार, दररोज, प्रतिक्षणी इत्यादी ठिकाणी त्यांच्यामुळे शब्दाच्या अर्थामध्ये फार मोठा बदल घडत असला, तरी त्यांना अर्थ आहे, असे समजून शब्द मानणे योग्य नाही. प्रत्ययांपेक्षा त्यांचे स्वरूप काहीसे वेगळे असले, तरी मराठीच्या दृष्टीने प्रत्यय व उपसर्ग यांच्यामध्ये फार फरक केला

जात नाही. शब्दाच्या आधी लागणारा प्रत्यय म्हणजे उपसर्ग, असे पुष्कळदा समजले जाते.

शब्द व प्रत्यय, उपसर्ग व पद यांच्यातील फरक स्पष्ट केल्यावर आता पुन्हा शब्दाची कल्पना जाणून घेऊ या.

शब्दाला अर्थ असतो, हे पटवून देताना म्हणजेच 'A significant articulate sound' ही शब्दाची व्याख्या पटवून देताना खेरांनी त्यांचे प्रत्ययांपेक्षा असलेले वेगळेपण स्पष्ट केले आहे. त्यांनी म्हटले आहे :

"This definition obviously excludes all terminations, prefixes, affixes, particles, etc... It is true that these serve to add to the meaning of words, but they have no independent existence. NO one can understand anything by word like प्रति, पर, स, ला, ने, शी - etc. uttered singly. They might formerly have been distinct words but now they have ceased to be so and cannot, therefore, claim to rank among words." (खेर, प्रस्ता., पृ. १८)

स्वतंत्रपणे अर्थबोध करण्याचे वैशिष्ट्य हे यावरून स्पष्ट व्हावे. पण ध्वनिसमूहाला असा अर्थ कसा प्राप्त होतो? हा अर्थ वस्तुतः रूढीने, संकेताने प्राप्त होतो. समाजाने भाषिक व्यवहारामध्ये त्या ध्वनिसमूहाला तो विशिष्ट अर्थ असावा, हे मान्य केलेले असते. तोच विशिष्ट अर्थ त्याच ध्वनिसमूहाला त्या भाषेमध्ये कसा व का प्राप्त झाला, हा व्याकरणाचा विषय नसून, फार तर व्युत्पत्तिशास्त्र (वा समाजशास्त्र) इत्यादी शास्त्रांचा विषय आहे. या सर्व विवेचनावरून शब्दांच्या व्याख्येमध्ये पुढील लक्षणांचा निर्देश असणे आवश्यक ठरते.

(१) तो एक ध्वनी किंवा ध्वनिसमूह असायला पाहिजे,

(२) त्याला रूढीने किंवा संकेताने कोणता तरी अर्थ प्राप्त झालेला असला पाहिजे,

(३) त्याचा भाषेत स्वतंत्रपणे उपयोग होत असला पाहिजे.

शब्दाच्या या लक्षणांपैकी काही लक्षणांना विरोध झाला. उदा.– शब्दाला 'अर्थ असणे' आवश्यक आहे, या वैशिष्ट्याला रा. भि. गुंजीकरांनी पुढीलप्रमाणे विरोध केला :

"शब्दाला अर्थ असणे हे प्रकियेच्या कारणाने जरी अवश्य आहे, तरी व्याकरणामध्ये केवळ अर्थशून्य ध्वनीलाही शब्द म्हणतच नाहीत, असे समजू नये. इतकाच भेद, की सार्थ शब्दापासून मात्र स्वतंत्रपणे पदसिद्धी होऊ शकते, तशी अर्थहीन शब्दांपासून होऊ शकत नाही. अर्थहीन शब्दालाही आधी सार्थत्व

द्यावे लागते, म्हणून सार्थ शब्दाला विशेषेकरून 'शब्द' ही संज्ञा लावितात.'' (गुंजीकर, पृ. २१४)

गुंजीकरांच्या या विवेचनातील विचाराला अनुसरून सबनीसांनी 'अर्थाचा' उल्लेख शब्दाच्या व्याख्येमध्ये केला नाही. व्याख्येच्या स्पष्टीकरणामध्ये सबनीसांनी गुंजीकरांच्या विचाराचा निर्देश करून 'अर्थनिरपेक्ष आवाज म्हणजे शब्द' असे आपले निर्णायक मत दिले.

सबनीसांनी अर्थनिरपेक्ष दृष्टीने शब्दाचे पूर्णार्थ शब्द, अर्धार्थ शब्द, ईषदर्थ शब्द व निरर्थक शब्द असे चार विभाग केले. इतरांच्या विभागणीपेक्षा त्यांची ही विभागणी वेगळी आहे. पण त्यांना अभिप्रेत असलेली अर्थनिरपेक्षतेची कल्पना त्यांना स्पष्ट करता आलेली नाही.

केवळ 'एक अर्थ असणे' हे बंधनही निकष ठरू शकत नाही, हे स्पष्ट करताना जेस्पर्सनने म्हटले आहे की, (१) Triangle व (२) Three-sided rectilinear figure यांचा अर्थ एकच असला; तरी पहिला शब्द आहे, तर दुसरा शब्दसमूह हा एक शब्द मानता येत नाही. याचा अर्थ, शब्द व शब्दसमूह यांच्यातील फरकाकडेही शब्दाचे लक्ष असायला पाहिजे. शब्दविचारात एका शब्दाचा विचार अभिप्रेत असतो, शब्दसमूहाचा नाही. जसे– 'राजवाडा' हा एक शब्द म्हणून शब्दविचारात त्याचा विचार करता येतो. पण 'राजाचा वाडा' या शब्दसमूहाचा विचार शब्दविचारात करता येणे कठीण आहे. अशी उदाहरणे लक्षात घेता, 'अर्थ असणे' हा विशेषही कसा संमिश्र व गुंतागुंतीचा आहे, हे कळू शकते.

गुंजीकर, सबनीस व जेस्पर्सन या तिघांचा हा विचार लक्षात घेऊनही 'अर्थ असणे' हा शब्दाचा निकष मानण्याशिवाय शब्दाला गत्यंतर नाही. कारण 'अर्थ नसणे व तरीही शब्द असणे' ही स्थिती केवळ काही अपवादात्मक शब्दांमध्येच दिसते. म्हणून त्या शब्दांचा केवळ अपवाद करून, 'अर्थ असणे' हा शब्दाचा निकष मानावा लागतो.

शब्द म्हणजे काय, हे इथपर्यंत लक्षात घेतले. या प्रकारे अर्थपूर्ण असलेला हा ध्वनिसमूह किती प्रकारचा असतो, म्हणजेच शब्दजाती किती असतात व त्यांच्या विभागणीमागील निकष कोणता, याचा विचार करणे आवश्यक आहे.

शब्दाची व्याख्या दिल्यावर प्रत्येक व्याकरणकाराने त्या व्याख्येच्या स्पष्टीकरणार्थ मराठीतील शब्द उदाहरणादाखल दिलेले आहेत. पण प्रामुख्याने या उदाहरणांत सर्व शब्दजातींतील शब्दांचा समावेश असण्याची शास्त्रीयता फारच थोड्या व्याकरणकारांनी पाळली आहे.

६. शब्दाची विभागणी

भाषेमध्ये एकंदर किती प्रकारचे शब्द आहेत, त्याच्या आधारे शब्दांची विभागणी केली जाते; जाती ठरविल्या जातात. मराठी शब्दांबद्दल असा शास्त्रीय पद्धतीने विचार न होता, इंग्रजीमध्ये जशा शब्दांच्या आठ जाती मानल्या गेल्या, त्याच पद्धतीला अनुसरून मराठीतही नाम-सर्वनाम-विशेषणादी आठ शब्दजाती मानल्या गेल्या. आठ शब्दजातींची ही केवळ विभागणीच नव्हे, तर शब्दजातींच्या संज्ञांवरही इंग्रजीचा परिणाम आहे; याची जाणीव प्रथमतः गुंजीकरांनी करून दिली.

संस्कृतमधील शब्दाची विभागणी नाम, आख्यात, निपात व उपसर्ग अशी चारांमध्ये केलेली आहे. पण प्रामुख्याने प्रातिपदिक (यामध्ये अव्ययांचाही समावेश केला जातो) व धातू असे दोनच विभाग संस्कृतने मानले. अर्थात, मराठीला या माहितीचा फारसा उपयोग नाही. कारण मराठीने प्रातिपदिक, धातू, नाम, सर्वनाम, विशेषण हेच संस्कृतमधील शब्द योजलेले असले, तरी त्यांचा अर्थ थोडाफार बदललेला आहे.

मराठीमधील १८२४चे पहिले समजले जाणारे पंडित्रयांचे व्याकरण हे 'संस्कृताध्ययनबलेंकरून' अवतरले असले, तरी त्याच्यामध्येही शब्दांच्या जाती आठच मानल्या आहेत. त्या व्याकरणावर इंग्रजीचा कोणताही परिणाम नाही, असे त्याच्या प्रस्तावनेमध्ये संपादक प्रियोळकरांनी म्हटले असले, तरी ते शब्दांच्या जातींच्या संदर्भात पटत नाही. त्यांच्या शब्दजातीच्या प्रकरणाचे 'भाषण प्रकार विचार' हे शीर्षक तर त्यांच्यावर असलेल्या इंग्रजीचा परिणाम स्पष्ट करणारे आहे.

सर्वसाधारणपणे मराठीत शब्दाच्या आठ जाती मानलेल्या असल्या, तरी त्या मानण्याच्या पद्धतीमध्ये पुढीलप्रमाणे विविधता आहे :

(१) केळकरांसारख्या काही व्याकरणकारांनी शब्दांच्या आठ जाती एकाच पातळीवर मानल्या.

(२) फडकेंनी नाम, सर्वनाम, विशेषण, धातू व अव्यये असे पाच विभाग करून, नंतर अव्ययांचे क्रियाविशेषणादी चार उपविभाग केले.

(३) चिपळूणकरादी काही व्याकरणकारांनी प्रतिपादिक, धातू व अव्यय असे तीन प्रमुख विभाग करून नंतर प्रातिपदिकाचे नाम, सर्वनाम व विशेषण असे तीन उपविभाग आणि अव्ययांचे चार उपविभाग मानले. गुंजीकरांनी प्रातिपदिक व धातू असे दोनच विभाग मानले.

(४) दादोबा, खेर, दामले, मंगरूळकर आदी काहींनी सव्यय-अव्यय किंवा विकारी-अविकारी असे दोन प्रमुख विभाग केले. मंगरूळकरांचा अपवाद वगळून इतरांनी या विभागांचे प्रत्येकी चार उपविभाग केले.

याचा अर्थ, कोणत्या ना कोणत्या प्रकारे शब्दांच्या आठ जाती मानल्या गेल्या. याला अपवाद फक्त चिपळूणकरांचा. त्यांनी नऊ जाती मानल्या. त्यांच्या मते, शब्दयोगी अव्ययांमधील शुद्ध शब्दयोगी अव्यये म्हणजेच 'च, हि, ना, सुद्धा'– ही शब्दयोगी अव्ययांमध्ये अंतर्भूत होऊ शकत नाहीत. कारण शब्दयोगी अव्यये नामाला लागताना नामाचे जसे सामान्यरूप होते, तसे ही शुद्ध शब्दयोगी अव्यये नामाला लागताना नामाचे सामान्यरूप होत नाही. म्हणून त्यांचा समावेश प्रथमत: उभयान्वयी अव्ययांमध्ये करावा, असे चिपळूणकरांनी म्हटले. पण उभयान्वयी अव्ययांच्या व्याख्येप्रमाणे त्यांचा त्या शब्दजातीमध्येही समावेश होऊ शकत नाही, हे त्यांच्या लक्षात आल्यामुळेही या अल्प शब्दांसाठी नववी स्वतंत्र शब्दजाती मानावी, असे त्यांनी म्हटले.

पण नऊ शब्दजाती मानायला दामलेंनी विरोध केला. त्यांचा युक्तिवाद पुढीलप्रमाणे :

कोणत्याही भाषेमध्ये शब्दाच्या आठ जातींपेक्षा अधिक जाती मानलेल्या नाहीत. सर्व भाषांना एखादे समान तत्त्व असणे आवश्यक आहे असे मानले, तर मराठीने नऊ शब्दजाती मानण्याने या तत्त्वाला विरोध होतो. म्हणजे शब्दाच्या आठ जाती मानणे हे त्यांच्या दृष्टीने विश्वव्यापक व अनपवादक तत्त्वाला विरोध होऊ नये, यासाठी आवश्यक ठरते. असा विरोध येत नसता, तर त्यांनी नऊ शब्दजाती मानल्या असत्या.

या वेळी संस्कृतमध्ये पाणिनी, पतंजली यांनी आठ शब्दजाती मानलेल्या नाहीत, याचे दामलेंना स्मरण झाले नाही.

या सर्व विवेचनाचा अर्थ असा नव्हे की, नऊ शब्दजाती मानणे योग्य आहे. वस्तुत: शब्दयोगी अव्यये हीच शब्दजाती वादग्रस्त आहे, त्यातच शुद्ध शब्दयोगी अव्ययांचे वेगळेपण लक्षात घ्यायला पाहिजे. पण त्यासाठी शब्दांचे एकंदर किती प्रकार मराठीत आहेत, त्यांची नोंद घ्यायला पाहिजे.

नऊ शब्दजाती मानून चिपळूणकरांनी अव्ययांच्या विभागणीत एका शब्द-जातीची भर घातली, तर कृ. य. गोडबोले यांनी अव्ययांचे विभाग दोनच मानले. (१) शब्दयोगी अव्यये व (२) उभयान्वयी अव्यये. त्यांनी क्रियाविशेषण अव्ययांचा समावेश नामामध्ये केला. 'केवलप्रयोगी अव्यये' मानण्याची आवश्यकता नाही, हे मत स्पष्ट करताना ते म्हणतात की, केवलप्रयोगी अव्ययांचा वाक्यामध्ये उपयोगच नसतो, म्हणून ते शब्द व्याकरणामध्ये अनावश्यक आहेत.

वाक्यमीमांसेच्या दृष्टीने ही शब्दजाती मानण्याची गरज नाही, असे आगरकरांचेही मत आहे. वाक्यदृष्टीने शब्दाची विभागणी करताना, शब्दाकडून होत असलेले कार्य व शब्दांचा अर्थ या दोन गोष्टी लक्षात घेणे आवश्यक असते. पण वाक्यदृष्टी वगळून

व्याकरणदृष्टीने विचार केला, तरी केवलप्रयोगी अव्यये मानण्याची गरज वाटत नाही. कारण ती अव्यये वाक्यार्थाला मदत करीत नाहीत आणि त्यांच्यामध्ये वाक्याचा समग्र अर्थ व्यक्त करण्याचे सामर्थ्य असले, तरी ती कोणतेही विधान स्पष्टपणे करीत नाहीत.

शुद्ध शब्दयोगी अव्यये व केवलप्रयोगी अव्यये या दोन शब्दजातींबद्दल वाद वरील प्रकारचा आहे.

सबनीसांनी सव्यय-अव्यय ही विभागणी मानली असली, तरी त्यांनी ही विभागणी वेगळ्या प्रकारे केली. त्यांनी मानलेले शब्दविभाग पुढीलप्रमाणे :

(१) **पूर्णार्थ शब्द :** ज्या शब्दाला काही निश्चित व पूर्ण अर्थ आहे.

(२) **अर्धार्थ शब्द :** ज्या शब्दाला अर्धवट व मर्यादित स्वरूपाचा अर्थ आहे.

(३) **ईषदर्थ शब्द :** ज्या शब्दास थोडा अर्थ असतो, पण वाक्यामध्ये येण्याइतका पूर्ण नसतो.

(४) **निरर्थक शब्द :** ज्या शब्दांना अर्थदृष्टीने स्वतंत्र अस्तित्व नसते व जे वाक्यात दुसऱ्या शब्दाला नेहमी जोडूनच येतात.

सबनीसांच्या मते, पूर्णार्थ शब्दादी विभाग हे प्रकृतिशब्दाचे विभाग असून, विकारी-अविकारी हे विभाग प्रातिपदिक शब्दाचे होत. (प्रातिपदिक म्हणजे पद या अवस्थेला पोहोचण्यास योग्य असा शब्द.) त्यांच्या मते, शब्दयोगी अव्यये शब्द ठरतात, पण ती प्रातिपदिके नाहीत.

सबनीसांच्या या वेगळ्या प्रकारच्या विभागणीचा परिणाम पुढील व्याकरणांवर झाला नाही.

या तीन वा पारंपरिक पद्धतीने आठांमध्ये विभागलेल्या शब्दजातींमधील सदोषता मंगरूळकर स्पष्ट करतात. त्यांच्या मते– व्याकरण हे रूपविमर्शाचे शास्त्र आहे, म्हणजे व्याकरणामध्ये शब्दाच्या रूपाला सर्वाधिक महत्त्व असायला पाहिजे. या दृष्टीने विकार न स्वीकारणारे – नाम - सर्वनाम - विशेषण- धातू – यांना प्रत्यय लागतात, म्हणून ते विकारी; आणि क्रियाविशेषणादी सर्व अव्यये यांना कोणतेच प्रत्यय कधीच लागत नाहीत, लागता कामा नयेत– म्हणून ते अव्यय– अविकारी होय. मराठीत हा निकषही काटेकोरपणे पाळला जात नाही. उदा.– विशेषण ही शब्दजाती विकारी मानली जाते. (उदा.– चांगला, चांगली, चांगले, हिरवा, हिरवी, हिरवे, हिरव्या, चांगल्या इत्यादी) पण अकारान्त विशेषणे मात्र कायम अविकारी राहतात. (उदा.– हुशार, कुरूप, सुंदर इत्यादी) आणि क्रियाविशेषण अव्यय ही अविकारी शब्दजाती; पण त्यामध्येही प्रत्ययान्वित शब्दांचा भरणा आढळतो. (उदा.–

तिकडून, वरून, मधून इत्यादी) म्हणून सव्यय-अव्यय हा एकमेव निकष मानून त्यांनी पुढीलप्रमाणे विभाग केले.

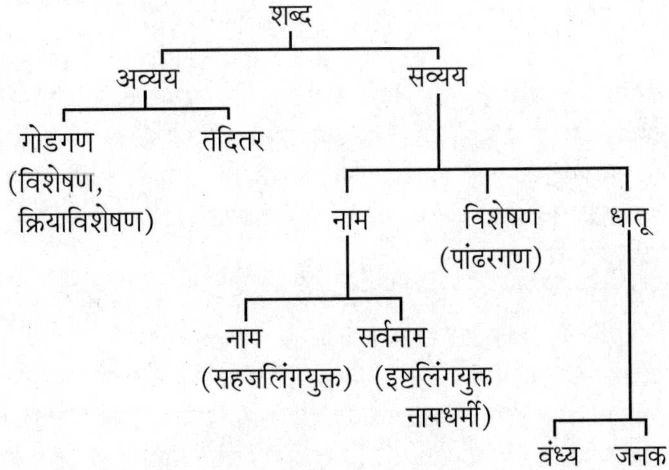

या त्यांच्या विभागणीमध्ये केवळ रूपदृष्टीवर भर दिलेला आहे. व्याकरण हे ते रूपविमर्शाचे शास्त्र मानत असल्याने त्यावर आधारलेली ही विभागणी त्यांच्या दृष्टीने परिपूर्ण आहे.

या विभागणीमध्ये अव्यय व सव्यय यांचे जे उपविभाग केले आहेत, त्यामागील निकष कोणता? अव्ययांचे – (१) गोडगण व (२) तदितर – म्हणजे उभयान्वयी, केवलप्रयोगी यांच्यामध्ये फरक कोणता? तसेच सव्ययाच्या (१) नाम, (२) विशेषण व (३) धातू या विभागणीमागील सूत्र कोणते? याचा विचार करताना रूपविमर्शाच्या जोडीलाच अर्थदृष्टी व कार्यदृष्टी या निकषाकडे लक्ष द्यावे लागते. संस्कृतमध्ये धातू व अधातू (अधातूमध्ये – नाम, सर्वनाम, विशेषण व सर्व अव्यये) या दोनच शब्दजाती मानतात. 'धातू' व 'अधातू' यामागील अर्थाचा व त्याच्या वाक्यातील कर्त्याचा विचार केलेला जाणवतो. प्रमुख म्हणून रूपदृष्टी महत्त्वाची असली तरी उपविभागणी करताना ती दृष्टी पुरेशी नाही, हे लक्षात घ्यायला पाहिजे.

शब्दांच्या संदर्भातील भाषेचा व्यवहार रूप-अर्थ-कार्य यांना मानणारा आहे. अनेक विशेषणे कालपरत्वे नामामध्ये समाविष्ट होताना दिसतात. उदा.– गायक म्हणजे गाणारा/ गाणारी व्यक्ती. पण ते नामामध्ये समाविष्ट झाले आहे. वादक, नर्तक. 'रमविणारा वा रंजन करणारा तो राम' या अर्थाने असलेला विशेषण जातीमधला शब्द विशेषनाम झाला आहे. विशेषणांजवळ गुणदृष्टीने वस्तुद्योतकत्व असल्याने त्या गुणांच्या समुच्चयाला प्रत्यक्षता लाभली व त्याचा कारकार्थासारखा

उपयोग होऊ लागला की, ते शब्द विशेषणे न राहता नामे ठरतात. या अर्थकार्यदृष्टीच्या विचारामुळे मराठीतील विशेषणांपैकी 'गोडगणा'तील विशेषणे जरी अव्ययी असली तरी त्यांचा समावेश विकारी शब्दजातीमध्ये करावा लागतो.

तीच गोष्ट क्रियाविशेषण अव्ययांच्या संदर्भात. विशेषण व क्रियाविशेषण या नावांमधूनच कार्यदृष्टी व्यक्त होते. क्रियाविशेषणाचे कार्य हे अव्ययी वा सव्ययी अशा दोन्ही प्रकारच्या शब्दांनी होते. पण जेव्हा ते सव्ययी असते, तेव्हा विभक्तिप्रत्ययान्वित वा शब्दयोगी अव्यय लागून आलेले असते. 'वर, खाली, मध्ये, हळू, जलद' यांसारख्या क्रियाविशेषण अव्ययांना वस्तुद्योतकत्व, क्रियाद्योतकत्व नाही. त्यांना फक्त अर्थ आहे.

म्हणूनच अशा प्रकारची केवळ रूपाला महत्त्व असलेली विभागणी भाषेमधील शब्दांचे कार्य व्यक्त करू शकत नाही.

या विभागणीमध्ये त्यांनी शब्दयोगी अव्ययांचा अंतर्भाव केलेला नाही, हे त्यांच्या 'शब्दा'च्या निकषाला धरून आहे. या शब्दजातीला सबनीसांनी 'शब्द' म्हटले आहे; पण ते 'पद' होऊ शकत नाही, हा त्यांचा विचार 'पद'कल्पनेशी जुळणारा आहे. 'ज्याला अर्थ आहे असा वर्णसमूह म्हणजे शब्द', पण 'ज्याची वाक्यामध्ये स्वतंत्रपणे योजना करता येते ते पद' ही त्यांची दृष्टी यामधून व्यक्त होते. यामुळे शब्दयोगी अव्ययांचे प्रत्ययांपासून असलेले वेगळेपणही त्यांनी दाखविले आहे.

शब्द आणि पद यांचा मराठीमध्ये असलेला हा वेगळेपणा इंग्रजीच्या शब्दविभागणीमध्ये येऊ शकत नाही. इंग्रजीला त्याची आवश्यकता नाही. पण इंग्रजीतील Preposition सारखी शब्दजातीवरून मानलेली मराठीतील शब्दयोगी अव्यय ही शब्दजाती रूप-अर्थ दृष्टीने वेगळी असल्याने मराठीला वेगळा विचार करण्याची गरज भासली. Preposition जसे वाक्यात स्वतंत्रपणे येते, तसे शब्दयोगी अव्यय येऊ शकत नाही. पण Preposition जे कारकार्थ दाखविण्याचे कार्य करते, ते कार्य मात्र ही शब्दयोगी अव्यये करतात. मराठीत कारकार्थ प्रकट करण्याचे कार्य सामान्यत: विभक्तिप्रत्यय करतात. पण प्रत्यय हे निरर्थक असतात. तसे निरर्थकत्व शब्दयोगी अव्ययांजवळ नाही, त्यांना 'अर्थ' आहे. या विचारांच्या आधारे सबनीसांनी त्यांना 'शब्द' म्हणण्यामागची भूमिका मराठीचे शब्दजातीमधील वेगळेपण स्पष्ट करणारी आहे.

शब्दयोगी अव्ययांचा शब्दजातीमध्ये समावेश करायचा, तर मराठीला शब्द व पद यांच्या फरकाची जाणीव ठेवायला पाहिजे. शब्दयोगी अव्ययांव्यतिरिक्त ज्या शब्दजाती मानल्या जातात, त्या प्रामुख्याने पदांची विभागणी देणाऱ्या मानाव्या लागतील. पण 'शब्द' व 'पद' यामधील हा फरक कुणी विभागणीच्या दृष्टीने लक्षात घेतलेला नाही.

७. शब्दविभागणीमागील निकष

शब्दांच्या विभागणीमागील निकष कोणता, याचा विचार फारसा कुणीच केला नाही. पण प्रातिपदिक, धातू व अव्यय अशी तीन प्रकारांत शब्दविभागणी करणाऱ्या चिपळूणकरांजवळ आणि संस्कृतला अनुसरून प्रातिपदिक व धातू असे दोनच विभाग स्वीकारणाऱ्या गुंजीकरांजवळ शब्दविभागणीचा कोणता तरी निकष होता. प्रातिपदिकामध्ये नाम-सर्वनाम-विशेषण यांचा एकत्रित समावेश करताना चिपळूणकरांना त्या शब्दजातीमधील वस्तुद्योतक विशेषाची जाणीव झालेली आहे. गुंजीकरांनाही प्रातिपदिकांचा भाषेतील कर्ता-कर्मादी म्हणून होणारा वापर आणि त्यांना लागणारे लिंग-वचन-विभक्तींचे समान प्रत्यय लक्षात घ्यावेसे वाटले आहेत. याचा अर्थ, वस्तुदर्शकत्व (वस्तू वा व्यक्ती दर्शविण्याचे सामर्थ्य) या तीनही शब्दजातींजवळ आहे. त्यांना लागणाऱ्या प्रत्ययांमध्येही समानता आहे. त्यांचा वाक्यामधील उपयोगही कर्ता-कर्मादी एकसारखाच आहे. म्हणून रूपदृष्टीने– विकार होणे व विकारदर्शक- एकाच प्रकारचे प्रत्यय लागणे, सामान्यरूप होणे, अर्थदृष्टीने– वस्तुद्योतकत्व व कार्यदृष्टीने– कर्ता-कर्मादी संबंध दर्शविणे– या प्रकारे तीनही पातळ्यांवर नाम-सर्वनाम-विशेषण या तीन शब्दजाती एकाच विभागात येऊ शकतात.

याच प्रकारच्या निकषाच्या आधारावर धातू ही स्वतंत्र शब्दजाती गुंजीकर मानतात. धातू या शब्दजातीचे रूप इतर शब्दजातींपेक्षा वेगळे आहे. कारण त्याला प्रत्यय लागत असल्याने ती विकारी शब्दजाती असली, तरी तिला लागणारे प्रत्यय व प्रातिपदिकाला लागणारे प्रत्यय यांमध्ये भिन्नता आहे. धातूला लागणारे आख्यात-प्रत्यय (काळ व अर्थदर्शक प्रत्यय) इतर कोणत्याही शब्दजातीला लागत नाहीत. अर्थदृष्टीने ही शब्दजाती क्रियाद्योतक असून ही कधीही वस्तुद्योतक होऊ शकत नाही. (तो काम करतो. –क्रियादर्शक) कार्यदृष्टीने क्रियापद वा धातुसाधित म्हणून येणे हा विशेष धातूव्यतिरिक्त इतर कोणत्याही शब्दजातीजवळ नाही.

संस्कृतला अनुसरून अव्ययांचा अंतर्भाव गुंजीकरांनी प्रातिपदिकांमध्ये केलेला असला, तरी मराठीत अव्ययांचा उपयोग संस्कृतमधील त्यांच्या उपयोगापेक्षा वेगळा आहे; हे लक्षात घेऊन चिपळूकरांनी सुचविलेली अव्यये, तिसरी शब्दजाती योग्य आहे. ज्यांचा वस्तुद्योतक किंवा क्रियाद्योतक असा कोणताही उपयोग होत नसून, केवळ वाक्याचा अर्थामध्ये भर घालण्याच्या किंवा अर्थ स्पष्ट करण्याच्या किंवा वाक्य-शब्द जोडण्याच्या दृष्टीने जे शब्द वाक्यरचनेला आवश्यक ठरतात, त्यांचा समावेश अव्यय या शब्दजातीत केला आहे. अव्यय ही तिसरी विभागणी रूपदृष्टीने अविकारी, कोणतेही प्रत्यय न स्वीकारणारी; अर्थदृष्टीने वस्तुद्योतक वा क्रियाद्योतक नसलेली, पण वाक्याच्या अर्थाला पोषक; तर कार्यदृष्टीने क्रियाविशेषण, उभयअन्वय,

इत्यादी म्हणून योजलेली, केवळ भाषिक पातळीवरच कार्य असलेली– अशा स्वरूपाची ठरते.

त्यामुळे रूपदृष्टी व कार्यदृष्टी लक्षात घेतल्यास केवळ रूपदृष्टीने केलेल्या विभागणीतील त्रुटी कमी होतील. मंगरूळकरांनी रूपदृष्टीचा निकष मानून काही शब्दजातींच्या संदर्भात या विभागणीचा अपुरेपणा व्यक्त केला आहे. त्यांच्या मते–जर शब्दांच्या विभागणीमध्ये विकारित्वाचा निकष तंतोतंतपणे, काटेकोरपणे पाळायचा असे ठरविले; तर ही रूढ विभागणी सदोष ठरते. कारण ज्या विशेषणासारख्या शब्दजातीला व्याकरणामध्ये विकारी असे म्हटले आहे, ती विकारी व अविकारी अशा दोन्ही प्रकारची आहे. सर्वनाम ही शब्दजाती मानण्याचीही आवश्यकता नाही. शब्दयोगी अव्ययांपैकी काही अव्यये क्रियाविशेषण अव्ययांमध्ये समाविष्ट करावी लागतात. अविकारी असे ज्या क्रियाविशेषणादी शब्दजातींना म्हटले जाते, त्यांच्यामध्ये अनेक प्रत्ययान्वित शब्दांचा भरणा केलेला दिसून येतो. हे दोष टाळायचे असतील; तर कोणती विभागणी मानावी, हे त्यांनी वेगळी विभागणी देऊन स्पष्ट केले आहे.

आता त्यांच्या विभागणीचा विचार करू या.

रूपदृष्टीने विशेषण ही शब्दजाती विकारी आहे, पण ती विकारित्वाचा निकष तंतोतंत पाळू शकत नाही. तरीही विशेषणजातीचा समावेश प्रातिपदिकात का केला जातो; याचा विचार करताना असे जाणवते की, विशेषणामध्ये विकारी शब्दाच्या जोडीला अविकारी शब्दही आढळत असले, तरी वस्तुद्योतकत्वाचा त्यांचा विशेष त्या अविकारी विशेषणांमध्येही असतोच. (१) वस्तुद्योतकत्वाच्या विशेषामुळे ही शब्दजाती नामाच्या जवळ येणारी राहते. 'सुंदर अक्षर' किंवा 'चांगले अक्षर' या दोन्ही उदाहरणांतील विशेषणाचा रोख नामाकडे असतो. (२) शिवाय त्या सगळ्या विशेषणांचा उपयोग भाषेमध्ये नामासारखा केला जातो. उदा– 'जातीच्या सुंदरांना काहीही शोभते' किंवा 'शहाण्याला शब्दांचा मार' या वाक्यामध्ये सुंदर = सुंदर व्यक्ती, शहाणा = शहाणा मनुष्य असे नामाचे प्रतिनिधित्व करण्याचे कार्यही विशेषण अनेकदा करीत असते. असा त्याचा उपयोग भाषेमध्ये केला जातो, तो वस्तुद्योतकत्वाच्या विशेषामुळेच. (३) अनेक विशेषणे कालांतराने नामे ठरतात. उदा.– गायक, नर्तक, पालक इत्यादी. प्रारंभी ती भाषेत विशेषणे म्हणून आली, नंतर नामे म्हणून रुळली. याचा अर्थ कोणत्याही शब्दजातीचा विचार करताना केवळ रूपदृष्टी योजून भागत नाही, तर त्याच्या बरोबरीने अर्थ व कार्य या दृष्टींचा विचार करून ती शब्दजाती निश्चित करावी लागते. म्हणून मराठीच्या संदर्भात पाहता, रूप-अर्थ-कार्य या तीनही

दृष्टींच्या निकषांवर पुढील शब्दजाती प्रमुख ठरतात आणि त्यांचे उपविभाग म्हणून आठाच्या विभागणीचा आधार घेता येतो. ही विभागणी पुढीलप्रमाणे

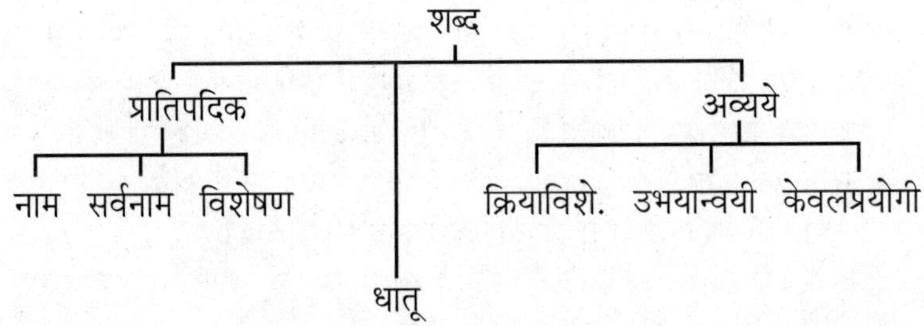

केवळ रूपाचा निकष मानणे जेस्पर्सनलादेखील मान्य नाही. त्याने आक्षेप घेतला की, तसे मानले तर must सारखा शब्द हा the, then, for, as यांच्या वर्गवारीत जाऊन बसेल. त्याला आपण धातू म्हणतो, ते त्याचा अर्थ व वाक्यातील त्याचे कार्य पाहून. म्हणून जेस्पर्सनचे मत असे आहे :

"In my opinion, everything should be kept in view, form-function, and meaning; but it should be particularly emphasised that form, which is the most obvious test, may lead to our recognizing some word-classes in one language, which are not distinct classes in other languages, and that meaning, though very important, is most difficult to deal with, and especially that it is not possible to base a classification on short and easily applicable definition."(जेस्पर्सन, पृ. ६०).

त्यांनी पुढे असे म्हटले आहे की, कोणतीही भाषा एखाद्या नियमाचे काटेकोरपणे पालन करू शकत नाही. केवळ रूपाचा निकष मानला, तर इंग्रजीतही अनेक शब्द हे एकापेक्षा अधिक शब्दजातींमध्ये येऊ शकतात; मानावे लागतात. तसेच, शब्दांना लागणाऱ्या प्रत्ययांवरून किंवा त्यांच्या वाक्यातील कार्यावरून त्या शब्दाची जात ठरवणेही कठीण जाते. कारण रूपदृष्टीने सारखे दिसणारे प्रत्यय दोन भिन्न जातींच्या शब्दांनाही जोडले गेलेले भाषेमध्ये दिसून येतात; अर्थातच ते भिन्न प्रकारची कार्ये करतात. उदा.– s हा प्रत्यय नामाला लागला, तर तो अनेकवचनदर्शक ठरतो आणि धातूला लागला, तर तो एकवचनदर्शक ठरतो. तसेच, रूपदृष्टीने सारखे दिसणारे शब्दही नाम व धातू या एकमेकांपासून सर्वस्वी भिन्न अशा शब्दजातींमध्ये येऊ शकतात. (उदा.– Love, to love इत्यादी).

यावरून कोणत्याही भाषेतील शब्दांची विभागणी करताना जेस्पर्सनने सांगितलेला रूप, कार्य व अर्थ (form, function, and meaning) हा निकष एकत्रितपणे योजणे आवश्यक ठरते. कोणताही एकच निकष मानला, तर तो निकष भाषा संपूर्णपणे पाळताना दिसत नाही. या तीन निकषांमध्ये रूप हा प्रमुख निकष मानावा आणि अर्थ-कार्य हे त्या मानाने दुय्यम स्वरूपाचे निकष मानावेत.

या तीन प्रकारच्या निकषांचा विचार करता, शब्दयोगी अव्ययांना पदत्व नसल्याने शब्द म्हणणे कठीण जाते, हे लक्षात येईल. कारण त्यांना स्वतंत्र असे कोणतेही कार्य नाही, पूर्ण अर्थ नाही आणि ते वाक्यामध्ये स्वतंत्रपणे योजताही येत नाहीत.

आता प्रातिपदिक, अव्यय व धातू यांचे स्वरूप ढोबळ प्रमाणात लक्षात घेऊ या.

८. प्रातिपदिक

ही संज्ञा व ही कल्पना संस्कृतवरून आलेली असली, तरी मराठीतील काही व्याकरणकारांनी हा शब्द वेगळ्या अर्थाने योजला आहे. संस्कृतमधील प्रातिपदिकाची कल्पना 'प्रतिपदं गृह्णाति तत् प्रातिपदिकम्' अशी आहे. 'अर्थवदधातुरप्रत्यय: प्रातिपदिकम्' अशी प्रातिपदिकाची व्याख्या संस्कृतमध्ये आहे. धातू व प्रत्यय यांच्यापेक्षा भिन्न व अर्थपूर्ण असा शब्द म्हणजे प्रातिपदिक होय. स्वार्थ, द्रव्य, लिंग, संख्या व कारक असे त्याचे पंचविध स्वरूप आहे. स्वार्थ म्हणजे प्रवृत्तिनिमित्त. हे जाती, गुणक्रिया व संज्ञा प्रकारचे असते.

मराठीने इतक्या सखोलपणे प्रातिपदिक या संज्ञेचा अर्थ दिलेला नाही. इंग्रजीमधील नाम, सर्वनाम, विशेषण या शब्दजातींना एकत्रित करून मराठीने त्यांना 'प्रातिपदिक' असे नाव दिले. चिपळूणकरांनी 'संख्या, लिंग इत्यादिकांनी परिच्छिन्न' अशा वस्तूचा बोध करणाऱ्या शब्दाला प्रातिपदिक असे म्हटले. प्रातिपदिक या अर्थाने कृष्णशास्त्री गोडबोलेंनी 'नाम' हीच संज्ञा योजली आणि त्या नामाचेच (१) पदार्थवाचक नाम, (२) विशेषण व (३) क्रियाविशेषण असे तीन विभाग केले. मात्र, त्यांनी क्रियाविशेषण अव्ययांचा समावेश कोणत्या कारणाने नामामध्ये केला, ते कळत नाही. त्यांच्या या विभागणीचा परिणाम पुढील व्याकरणांवर झाला नाही.

गुंजीकरांची मात्र प्रातिपदिकाची जी कल्पना आहे, ती पुष्कळशी संस्कृतमधील प्रातिपदिकाच्या कल्पनेशी जुळणारी आहे. गुंजीकारांच्या मते, अव्ययेही प्रातिपदिकांमध्येच येतात. आजच्या मराठी व्याकरणात त्यांचा जो वेगळा वर्ग देतात, हे त्यांना पटत नाही.

मराठीने ही विभागणी मानायची, तर प्रातिपदिकांमध्ये नाम-सर्वनाम-विशेषण अशा तीन शब्दजातींचा समावेश करायला पाहिजे. या तीन शब्दजातींना समान असलेले तत्त्व लक्षात घेऊन प्रातिपदिकांची व्याख्या मराठीने करावी.

९. अव्यये

प्रादिपदिक-धातू-अव्यय किंवा विकारी-अविकारी यांपैकी कोणताही विभागणी मानणाऱ्या व्याकरणकारांनी दिलेल्या अव्ययाच्या व्याख्या एकासारख्याच आहेत. विकारी नसणे, हेच एकमेव वैशिष्ट्य त्या व्याख्यांमधून लक्षात घेतलेले आहे.

कृष्णशास्त्री गोडबोलेंच्या मते, 'अव्ययांना स्वत:चा अर्थ नसतो व ती शब्दांच्या किंवा वाक्यांच्या मधील संबंध दाखवितात.' त्यांनी शब्दयोगी अव्यये व उभयान्वयी अव्यये हेच अव्ययांचे दोन विभाग मानले असल्याने, या दोन प्रकारांचेच वैशिष्ट्य त्यांच्यामधून व्यक्त होणे अगदी स्वाभाविक आहे.

अविकारी असणे, हेच अव्ययाचे प्रमुख लक्षण होय. पण तेच लक्षण अव्ययांमधील अनेक शब्दांच्या संदर्भात काटेकोरपणे पाळले गेले नसल्याची जाणीव मंगळूरकरांनी करून दिली. क्रियाविशेषण अव्यये व शब्दयोगी अव्यये यांच्या विभागातील अनेक प्रत्ययान्वित शब्दांचा भरणा हेच सिद्ध करतो. त्यामुळे, पण, परंतु, आणि, हळू इत्यादी फारच थोड्या शब्दांना खऱ्याखुऱ्या अर्थाने अविकारी असे मानता येईल. या विभागात इकडून, पासून, जोगा इ. अनेक विकारी शब्दांना असलेले स्थान सदोष आहे. या विकारी शब्दांच्या संदर्भात चिपळूणकरांची असलेली भूमिका पुढील अवतरणातून स्पष्ट होते. त्यांनी म्हटले आहे :

"अव्ययांच्या वर्गात घातलेले कितीएक शब्द मूळचे प्रातिपदिकांस विभक्ति-प्रत्यय लागून झालेले आहेत... तरी सांप्रत ह्या शब्दांपासून साधारण लोकांस जो अर्थबोध होतो, तो प्रकृतिप्रत्ययभेद मनात येऊन होत नाही; यास्तव त्यांस अव्यये मानिली आहेत." (चिप., पृ. १९१,३२३)

ज्या शब्दांमधील प्रत्ययांची जाणीव लुप्त झालेली आहे, त्यांना अविकारी मानायला हरकत नसावी– हे त्यांचे मत मान्य केले (आणि ते मान्य होण्यासारखे आहेही), तर पुष्कळशा शब्दांना अविकारी म्हणता येईल. 'वरून, पुढे, इकडे, मधून' वगैरे शब्दांना केवळ याच भूमिकेच्या पाठिंब्यांवर अविकारी म्हणता येईल. हा विचार प्रामुख्याने क्रियाविशेषण अव्ययांच्या संदर्भात करावा लागतो. उभयान्वयी व केवलप्रयोगी अव्ययांमध्ये असे अपवाद नाहीत आणि शब्दयोगी अव्ययांच्या संदर्भात त्यांना शब्द म्हणता येते की नाही, याचाच विचार प्रथम करावा लागतो. जरी त्यांचा समावेश शब्दजातीत केला, तरी ते 'पद' ठरू शकत नसल्याने त्यांना 'अव्यये' म्हणताना अधिक विचाराची आवश्यकता भासते.

१०. धातू

धातू ही नेहमीच विकारी शब्दजाती आहे. ती इतर कोणत्या विभागात येऊ

शकत नाही आणि या शब्दजातीचे उपविभागही होत नाहीत; ती क्रियादर्शक आहे. इतर कोणतीही विभागणी मानली किंवा मानली नाही, तरी प्रातिपदिक व धातू (किंवा क्रिया) ही विभागणी मानावी लागते. रूपदृष्टीने विकारी, अर्थदृष्टीने क्रियाद्योतक व कार्यदृष्टीने क्रियापद व धातुसाधित म्हणून येणे हे तिचे प्रमुख विशेष आहेत.

११. शब्दजातीच्या व्याख्या

प्रत्येक शब्दजातीच्या व्याख्येमध्ये रूप-अर्थ-कार्य या तीनही दृष्टींचा विचार अभिप्रेत असतो. पण या दृष्टीने सर्व शब्दजातींच्या व्याख्या तपासल्या, तर त्यांत अपुरेपणा व विविधता जाणवते. उदा.– नामांची व्याख्या- 'विकारी वस्तुदर्शक शब्द' अशी दिलेली आढळते. या व्याख्येत या शब्दजातीच्या कार्याचा उल्लेख आवश्यक ठरतो. म्हणून 'कारकार्थ व पदपदार्थ व्यक्त करणारी, विकारी, प्रत्यक्ष वस्तुद्योतक शब्द' ही व्याख्या नामाच्या तीनही विशेषांचा उल्लेख करणारी आहे.

सर्वनामाची व्याख्या देताना तर या तीन विशेषांचा उल्लेख करणे कठीण झालेले दिसते. कारण वाक्यरचना पुरुष दृष्टीने निश्चित करणे या कार्यदृष्टीने असलेल्या विशेष्याकडे लक्ष दिले गेले नाही. 'संदर्भाने वस्तुद्योतक असलेला विकारी शब्द' या व्याख्येमध्ये 'पुरुषदृष्टीने वाक्यरचना ठरविण्याचे कार्य करणारा' हा विशेष यायला पाहिजे.

विशेषणाच्या व्याख्येमध्ये मात्र कार्याचा उल्लेख आढळतो. 'विशेषण हेच कार्य असलेला गुणदर्शक विकारी शब्द'. विशेषणाला गुणांच्या मार्गाने वस्तुद्योतकत्व असते.

धातूच्या व्याख्येतही 'प्रामुख्याने क्रियापद हेच प्रमुख कार्य असलेला, क्रियाद्योतक विकारी शब्द' अशी कार्यदृष्टीने जोड देता येते.

क्रियाविशेषण अव्ययाची व्याख्या देतानाही क्रियाविशेषण म्हणून येणे हेच त्याचे प्रमुख कार्य त्याच्या नावामधून व्यक्त होत आहे. पण क्रियाविशेषण कार्याची निश्चिती करण्याच्या दृष्टीने– म्हणजे क्रियापदातील क्रियेबद्दल वेळ, गती, स्थळ, काळ, रीती या प्रकारची माहिती ही क्रियाविशेषणामध्ये अभिप्रेत आहे.

या सर्व अव्ययांना वस्तुद्योतक वा क्रियाद्योतक अर्थ नाही. विशेषणाला जसे गुणांमार्फत वस्तुद्योतकत्व आहे, तसेही क्रियाविशेषणाबद्दल म्हणता येत नाही. उभयान्वयी अव्यय, केवलप्रयोगी अव्यय यांचे कार्य त्यांच्या नावामधून व्यक्त होत असले, तरी अर्थदृष्टीने त्याचा विशेष सांगणे सोपे नाही. त्यांना वस्तुद्योतकत्व नाही, पण अर्थ आहे. त्यामुळे व्याख्येमध्ये त्यांच्या कार्याचा उल्लेख येतो, पण अर्थदृष्टीचा उल्लेख केलेला आढळत नाही.

शब्दयोगी अव्ययाच्या संदर्भात तर ही अर्थाची जाणीव खूपच अस्पष्ट आहे. त्याचा स्वतंत्र उपयोगही होऊ शकत नाही, म्हणून त्याच्या 'अर्थ असण्याला'ही

मर्यादा आलेली आहे. 'शब्दाला जोडून येणे' ही रूपदृष्टी व कारकार्थ उपपदार्थ व्यक्त करणे ही कार्यदृष्टी, यावरच व्याख्यांमध्ये भर असतो.

१२. समारोप

शब्दाच्या व्याख्येतील 'अर्थ असणे' या विशेषाचा बारकाईने विचार, प्रत्यय, पद व उपसर्ग या कल्पनांचा परिचय आणि मराठीला असलेली 'पद'कल्पनेची आवश्यकता लक्षात घेतली. शब्दाच्या व्याख्येवर इंग्रजीचा जसा परिणाम आहे, तसाच शब्दविभागणीवरही हा परिणाम आहे. संस्कृत-इंग्रजी या दोन्हींच्या परिणामातून केलेला विभागणीविचार मराठीला मानवण्यासारखा आहे. या विभागणीमध्ये रूपदृष्टी, अर्थदृष्टी व कार्यदृष्टी हे जेस्पर्सनने सांगितलेले तीन निकष मानावे लागतात. त्यादृष्टीने मराठीत प्रातिपदिक अव्यय व धातू हे प्रमुख विभाग ठरतात.

❖

प्रातिपदिकविचार : नामजातीसंदर्भात

(१) प्रास्ताविक, (२) नामाची व्याख्या, (३) नामाची विभागणी, (४) भाववाचक नामे, (५) विशेष-सामान्य नामे, (६) समारोप.

---

१. प्रास्ताविक

शब्दजातीच्या विचाराचा प्रारंभ नाम या शब्दजातीच्या विचारापासून केला जातो. नाम ही प्रातिपदिकातील सर्वांत महत्त्वपूर्ण शब्दजाती आहे.

काही व्याकरणांमध्येच सर्वच शब्दजातींच्या विचारांची मांडणी आज परिचित असलेल्या मांडणीपेक्षा वेगळ्या प्रकारे केलेली आढळते. उदा.– नामजातीचा विचार करताना नामाची व्याख्या, नामाची विभागणी, नामाला होणारे विकार व ते विकारदर्शक प्रत्यय, नामाचे सामान्यरूप इत्यादी व्याकरणकक्षेमध्ये येणारा नामविषयक सर्व विचार या व्याकरणात एकाच विभागात केलेला दिसून येतो. सर्वनाम, विशेषण इत्यादी सर्व शब्दजातींचा विचार या व्याकरणकारांनी या प्रकारे केलेला आहे.

या प्रकारच्या रचनेवरून त्यांची भाषिक समज लक्षात घेता येते. त्यांच्या मते, शब्दविचार व प्रयोगादी वाक्यविचार हे व्याकरणाचे विभाग होत. सव्यय शब्दजातींना होणारे विकार, त्यांना लागणारे प्रत्यय म्हणजेच विकरणविचार स्वतंत्रपणे लक्षात घेण्याची आवश्यकता या व्याकरणकारांना वाटलेली नाही.

खेर, दामले, सबनीस यांच्यासारख्या काही व्याकरणकारांनी या विभागाची मांडणी वरील प्रकारे केलेली नाही. शब्दजातीच्या विचारामध्ये एका शब्दाचा विचार केला जावा, पदाचा विचार नसावा या दृष्टीने त्यांनी नामाची व्याख्या, नामाची विभागणी व त्या संदर्भातील वादग्रस्त मुद्दे यांचा विचार 'नामविचारात'त केला आहे. त्यांनी प्रत्ययांचा विचार स्वतंत्रपणे केला आहे. यामुळे प्रत्येक शब्दजातीचा 'शब्द' म्हणून असलेला वेगळेपणा लक्षात येतो. विकार स्वीकारणाऱ्या शब्दजाती व विकार

न स्वीकारणाऱ्या शब्दजाती हा मराठी शब्दजातीचा रूपदृष्टीने असलेला वेगळेपणा 'विकरणा'चा स्वतंत्र विचार करण्याने अधिक स्पष्ट होतो. तसेच, मराठीमध्ये शब्द व पद या कल्पनाही वेगळ्या आहेत. सविकारी शब्दांच्या संदर्भात प्रत्ययान्वित शब्द म्हणजे पद असे मानले जाते. ही कल्पनाही खेर-दामले-सबनीस यांच्या या मांडणीतून स्पष्ट होते. या व्याकरणकारांनी शब्दजातींचा विचार केल्यानंतर विकरणांचा विचार केला आहे. त्यानंतर प्रयोगविचार येतो. यामुळे शब्द-पद-पदसमूहांनी सिद्ध झालेले वाक्य हा एकापुढचा एक क्रम जाणवतो.

नामाची व्याख्या

प्रत्येक व्याकरणकाराने नामाची व्याख्या दिलेली आहे. त्यापैकी 'नाव म्हणजे नाम', 'वस्तूचे ठेविलेले नाव म्हणजे नाम' यांसारख्या नामाच्या व्याख्यांवर इंग्रजीतील Noun च्या व्याख्येचा परिणाम दिसून येतो. 'सत्त्वप्रधानानि नामानि', 'सत्त्वाभिधायकं नाम' या संस्कृतमधील नामविषयक माहितीचा परिणामही मराठी नामव्याख्यांच्या विचारावर थोडाफार झालेला आहे.

नाम या शब्दजातीमध्ये ज्या शब्दांचा समावेश केला जातो, ते शब्द कोणत्या तरी वस्तूचे दर्शक असतात; म्हणजेच वस्तुदर्शकत्व हे नामाचे लक्षण ठरते. वस्तुदर्शकत्वाला म्हणजेच वस्तूच्या नावाला नाम म्हणता येईल काय, याचा विचार करताना चिपळूणकरांनी म्हटले आहे :

"कोणत्याही वस्तूचा ज्या शब्दापासून बोध होतो, असा अर्थ धरल्यास तें लक्षण भाषाघटक सर्व शब्दांवर येतें. कारण ते सर्व शब्द अर्थबोधक असतातच; आतां 'वस्तूचें नांव' याचा अर्थ वस्तूचा लिंग व संख्या यासहवर्तमान बोध करणारा शब्द असा धरल्यास वर लिहिल्याप्रमाणेंच लक्षण झालें." (चिप., पृ. ४६)

चिपळूणकरांच्या टीकेचा रोख प्रामुख्याने दादोबांच्या 'कोणत्याही एखाद्या वस्तूचे नाव म्हणजे नाम' या नामाच्या व्याख्येकडे आहे; पण अर्थबोधकत्व व वस्तुदर्शकत्व यांमधील वेगळेपणा लक्षात घेतल्यास 'शब्द' व 'नाम' या कल्पना स्पष्ट होतील. शब्दाला अर्थबोधकत्व असते; नाम हे प्रथमत: शब्द असल्याने त्यांना अर्थबोधकत्व असणे अपरिहार्यच असते, पण त्याच्या 'वस्तुदर्शकत्वा'मुळे त्यांना 'नाम' या शब्दजातीमध्ये समाविष्ट केले जाते.

काही व्याकरणकारांच्या मते, दादोबांची नामाची व्याख्या भाववाचक नामांना लागू शकत नाही. कारण भाववाचक नामे कोणत्याही वस्तूची नावे नसतात.

नामाची व्याख्या करताना काही व्याकरणकारांनी 'पदार्थ', 'वस्तू' इत्यादी

शब्दांची योजना केलेली दिसून येते. या शब्दांबद्दल गुंजीकरांचा आक्षेप आहे. त्यांच्या मते– 'संशय', 'आकाश', 'पोकळी', 'अभाव' ही नामेच आहेत. पण ती कोणत्याही पदार्थांची नावे ठरू शकत नाहीत किंवा 'त्यांच्या पदार्थाचा नुसता संस्कार तरी मनाच्या ठायी कसा व्हावा?' त्यांनी पुढे म्हटले आहे की, जे काही सत्यत्वेकरून आहे, ते वस्तू असल्यामुळे. वस्तू ही कल्पनाच अमर्याद आहे. थोडक्यात, त्यांच्या मते– 'पदार्थ', 'वस्तू' यांसारखे शब्द व्याख्येमध्ये योजणे सदोष आहे.

संस्कृतमधील नामविचाराची ओळख करून देताना ते म्हणतात की, संस्कृतमध्ये नाम व विशेषण या स्वतंत्र शब्दजाती न मानल्यामुळे वस्तुदर्शकत्व हे लक्षण विशेषणालाही लावता येते. पण मराठीने इंग्रजीच्या अनुकरणाने नाम व विशेषण या दोन स्वतंत्र शब्दजाती मानल्यामुळे, या दोन्ही शब्दजातींची स्वतंत्रपणे लक्षणे सांगण्याची जबाबदारी मराठीवर आली आणि या दोन शब्दजातींचे वेगळेपण लक्षात आणून देणारी निर्दोष लक्षणे देणे मराठीला कठीण गेले. त्यापेक्षा मराठीने संस्कृतमधील 'अभिधेयत्वं पदार्थम्।' हेच लक्षण नजरेसमोर ठेवून 'नाम म्हणजे कशाचेही नाम' अशा प्रकारची व्याख्या प्रमाण मानायला हरकत नाही, असे मत त्यांनी नोंदविले.

सर्व व्याकरणकारांच्या नामाच्या व्याख्येतील सदोषता दामलेंनी स्पष्ट केली. कोणती व्याख्या कशी असावी, याबद्दलही त्यांनी आपले मत आपोआपच दिले. त्यांनी म्हटले,

"ज्या लक्षणांत लक्ष्यपद स्पष्टपणें किंवा कमजास्त गुप्तपणें आलेलें असतें, तें लक्षण कसलें?....... त्याचप्रमाणें एका शब्दाचा अर्थ दुसऱ्या शब्दानें सांगणें म्हणजे एकास दुसरा प्रतिशब्द देणें हें त्या शब्दाचें लक्षण करणें किंवा त्याची व्याख्या सांगणें नव्हें..... कोणत्याही पदाचें लक्षण करणें म्हणजे त्याचा ज्या जातींत अंतर्भाव होत असेल, ती जात आणि लक्ष्यपदाचा असाधारण धर्म किंवा व्यावर्तक, म्हणजे त्या जातींतील अन्य उपजातीपासून दिलेल्या पदाचे अर्थास भिन्न करणारा धर्म, या दोन गोष्टी सांगणें होय... लक्षण म्हणजे जाति अधिक असाधारण धर्म." (दामले, पृ. ८४,८५)

त्यांच्या या व्याख्येच्या कल्पनेप्रमाणे व्याख्येमध्ये विकारित्व व वस्तुद्योतकत्व या दोन लक्षणांचा निर्देश असायला पाहिजे. त्यांच्या नामाच्या व्याख्येत हे विशेष सांगितलेले आहेत.

दादोबांच्या व्याख्येतील दोष सबनीसांनी सांगितले. सबनीसांनी म्हटले आहे की, 'कोणत्याही वस्तूचे नाव म्हणजे नाम' ही व्याख्या सामान्यनामाला लागू शकत नाही. कारण सामान्यनामे ही त्या वस्तूची नावे नसतात. घोडा हे त्या प्राण्याचे नाव नव्हे, त्याचे नाव दुसरेच कोणते तरी असेल व त्याला विशेषनाम असे म्हणता

येईल. दादोबांनी नामाव्यतिरिक्त ज्या इतर सात शब्दजातींच्या व्याख्या दिल्या आहेत, त्यांमध्ये केलेले विधान हे 'शब्दासंबंधी' आहे. पण त्यांनी नामाच्या व्याख्येमध्ये मात्र जे विधान केले आहे, ते शब्दासंबंधी नसून 'नामासंबंधी' आहे. वस्तुतः नामाच्या व्याख्येमध्ये नामाचा निर्देश करणे सदोष आहे.

या सर्व विवेचनाचा निष्कर्ष असा की, नामाच्या व्याख्येमध्ये 'नाव' हा शब्द योजता कामा नाही; आणि 'वस्तू', 'पदार्थ' इत्यादी शब्द योजल्यास त्यांच्याबद्दलच्या निश्चित व मर्यादित अर्थाची जाणीव अगोदर करून द्यायला पाहिजे.

मंगरूळकरांनीही 'वस्तू'चा व्यापक अर्थ घेतलेला आहे. त्यांच्या मते, 'म्हैस हळू चालते' या वाक्यामध्ये 'म्हैस' आणि 'हळू' चालणे या दोन्हीही वस्तू ठरू शकतील. कारण दोन्हीही अनुभवाचे विषय आहेत. 'हळू' व 'चालणे' हीसुद्धा याच दृष्टीने नामे ठरू शकतील. पण वस्तूचा इतका व्यापक अर्थ घेण्याची गरज व्याकरणात नसल्याने नामाच्या व्याख्येमध्ये वस्तूचा मर्यादित अर्थाने निर्देश करावा, असे उत्तर मंगरूळकरांच्या मताबद्दल देता येईल.

व्याख्या ही अव्याप्ती व अतिव्याप्ती या दोषांपासून मुक्त असावी लागते. शब्दाचे स्वरूप लक्षात घेताना जसे रूप, अर्थ व कार्य यांची सांगड घालण्याची आवश्यकता जेस्पर्सनने व्यक्त केली आहे, तीच काळजी नामाची व्याख्या करतानाही घ्यायला पाहिजे. नामाच्या व्याख्येत प्रामुख्याने रूप व अर्थ या दृष्टीने विचार केला जातो. रूपदृष्टीने विचार करता ती विकारी शब्दजाती आहे व अर्थदृष्टीने ती वस्तुद्योतक आहे. नामाची व्याख्या शब्दाच्या व्याख्येनंतर येत असल्याने व नाम हा शब्दच असल्याने नामाच्या व्याख्येमध्ये 'शब्द' ही संज्ञा येणे आवश्यक ठरते. या दृष्टीने 'विकारी वस्तुदर्शक शब्दास नाम असे म्हणतात', ही व्याख्या नामाचे स्वरूप स्पष्ट करू शकते.

चिपळूणकर, गुंजीकर यांच्यासारख्या काही व्याकरणकारांच्या मते, सर्वनाम हा नामाचाच विभाग आहे. त्यामुळे नामाचे लक्षण सर्वनामाचा समावेश करणारे असावे. विशेषणापेक्षा असलेले नामाचे वेगळेपण सांगताना चिपळूणकरांनी म्हटले आहे :

"ज्या प्रातिपदिकांचा स्वतंत्रपणे प्रयोग होतो, त्यास नाम असे म्हणतात; व ज्याचा अन्वय दुसऱ्या प्रातिपदिकावर होतो, त्यास विशेषण म्हणतात." (चिप., पृ. १०२)

चिपळूणकर प्रातिपदिकाची व्याख्या देत असल्याने त्यांचे हे विवेचन मान्य होण्यासारखे आहे. प्रातिपदिकात नाम-सर्वनाम-विशेषण हे (त्यांच्या मते, नाम व विशेषण हे दोनच) तीन उपविभाग असल्याने नामाची व्याख्या निश्चित करताना त्याची विशेषणाशी तुलना करण्याची गरज त्यांना भासली. सर्वनाम ही स्वतंत्र शब्दजाती मानावी की नाही, हा विचार सर्वनामाचे स्वरूप लक्षात घेतल्यावर कळून

येईल. पण रूपदृष्टीने, अर्थदृष्टीने व कार्यदृष्टीने नाम-सर्वनाम-विशेषण यांच्यातील साम्य-भेद लक्षात घेता येतात; ते पुढीलप्रमाणे :

रूपदृष्टीने

नाम - विकारी - लिंग, वचन, विभक्ती
सर्वनाम - विकारी - लिंग, वचन, विभक्ती
विशेषण - विकारी - केवळ सामान्यरूप होणे

अर्थदृष्टीने

नाम - प्रत्यक्ष वस्तुद्योतक
सर्वनाम - संदर्भाने वस्तुद्योतक
विशेषण - अप्रत्यक्ष, गुणांमार्फत वस्तुद्योतक

कार्यदृष्टीने

नाम - कर्ता - कर्मादी - कारकार्थ, उपपदार्थ, इत्यादी.
सर्वनाम - वाक्यरचना निश्चित करणे
विशेषण - विशेषण म्हणून येणे हेच कार्य

यापैकी नामाचे विशेष लक्षात घेणारी व्याख्या वर आलेली आहे.

३. नामाची विभागणी

नामाच्या विभागणीचा निकष कोणता? नामाची अशी विभागणी शास्त्रीय पातळीवर मानता येते काय? की, ती केवळ व्यावहारिक व उपयुक्ततेच्या भूमिकेतून केलेली आहे? तिची आवश्यकता किती? या प्रश्नांच्या अनुषंगाने नामविभागणीचा विचार करावा लागतो.

नामाची विभागणी सिद्ध-साधित व त्यापेक्षाही परिचित असलेली म्हणजे सामान्य-विशेष-भाववाचक ही होय. त्यातच काही व्याकरणकारांनी समुदायवाचक व द्रव्यवाचक (पदार्थवाचक) विभागणींची भर घातली आहे. त्यांपैकी सिद्ध व साधित अशा प्रकारची विभागणी ही केवळ नामापुरतीच संभवनीय नसून ती सर्व प्रकारच्या शब्दांची विभागणी ठरू शकते. म्हणून नामाच्या विचारात तिचा विचार करण्याची गरज नाही.

सामान्य, विशेष, भाववाचक, द्रव्यवाचक व समुदायवाचक या नामाच्या विभागणीची आवश्यकता विचारात घेण्याआधी त्या-त्या विभागांचा परिचय करून घेणे आवश्यक ठरते.

(अ) विशेषनाम

'ठेवलेली नामे म्हणजे **विशेषनामे**' किंवा 'ज्या नामांनी एका धर्मीचा... बोध होतो, त्यास **विशेषनाम** असे म्हणतात...' उदा.– राम, श्रीकृष्ण, हनुमान, हिमालय, नर्मदा, इत्यादी.

विशेषनामे ही व्यक्तींना, वास्तूंना, प्रदेशांना ठेवलेली नामे असतात. ती निरर्थक असतात, केवळ खुणेसारखी असतात. ती निरर्थक असतात, याचा अर्थ त्या शब्दांमधून कोणताच अर्थ व्यक्त होत नसतो असे नाही; तर त्या नावातून व्यक्त होणारा अर्थ व तो नाव धारण करणारी ती व्यक्ती (वा वस्तू) यांचा संबंध असतोच, असे नाही. उदा.– सुभाष नावाच्या व्यक्तीचा आवाज कर्कश असेल, बोलणे कठोर असेल किंवा सुभाषचंद्र या नावाशी निगडित असलेल्या शूरपणाचा अंशही तिच्याजवळ नसेल, ती भित्री असेल, शूरही असेल किंवा यापेक्षा वेगळी असेल. विशेषनामावरून त्या व्यक्तीच्या गुणावगुणांचा बोध होऊ शकत नाही. म्हणून स्वेच्छेने, केवळ खुणेसाठी, ओळखण्यासाठी ठेवलेले नाव ते विशेषनाम, असे यामुळे म्हटले जाते.

एवढेच नव्हे, तर ते नाव व्यक्तीचे आहे, स्त्री-पुरुषांपैकी कोणाचे आहे, गावाचे-घराचे-कुत्र्यामांजराचे किंवा कोणत्या तरी पाळीव प्राण्याचे आहे, याचाही बोध त्या नावावरून होऊ शकत नाही. उदा.– गंगा, यमुना, जॅकी, इत्यादी ही नावे व्यक्तींची असू शकतील; तशीच घरांची, गाई-म्हशींचीही असू शकतील. त्याचा बोध त्या नावावरून होणार नाही. म्हणून त्यांना केवळ व्यक्तिसूचक असे म्हटले जाते.

विशेषनामे ही एकत्वसूचक असतात, हा त्याचा आणखी एक विशेष मानला जातो. 'समर्थ विद्यालय', 'भारत' इत्यादी नामांमधून समुदायाचा बोध होत असला, तरी ती एकत्व सुचवितात, हे लक्षात घ्यायला पाहिजे. टेबल-खुर्ची, जमीन इत्यादी सामान्यनामांप्रमाणे ती जातीचा व तद्दर्शक समूहाचा बोध करीत नाहीत. म्हणूनच त्यांना अनेकवचन शक्य नसते. लिंगप्रत्यय वा वचनप्रत्यय लावण्याचा फारसा प्रश्न नसला, तरी त्यांना लिंग, वचन असते.

(आ) सामान्यनाम

'ज्या नामांनी अनेक धर्मींचा... बोध होतो, त्यांस **सामान्यनामे** असे म्हणतात.'

विशेषनामाशी तुलना करताना सामान्यनामाचे विशेष लक्षात येतात. सामान्यनाम अर्थपूर्ण असते. ते केवळ एक व्यक्ती वा ती जाती असे स्वतंत्र न सुचविता व्यक्ती-सह जाती सुचविते. (उदा.– गाय म्हणता क्षणी गाय ही जाती व एक गाय हे दोन्ही

अर्थ गाय या नामातून सुचवले जातात, म्हणून ते सामान्यनाम) त्याला एकवचन-अनेकवचन असा वचनविकार संभवतो. नामाच्या व्याख्येत प्रामुख्याने सामान्यनामाचे लक्षण केंद्रस्थानी गृहीत धरलेले असते. सामान्यनामांची संख्या विपुल प्रमाणात असते. सामान्यनामाला आलेला अर्थ रूढीने वा संकेताने आलेला असून, तो समाजमान्य असतो.

(इ) भाववाचक नाम

'ज्या नामाने प्राणी अथवा पदार्थ यांमध्ये वास करणाऱ्या कोणत्याही धर्माचा म्हणजे गुणाचा अथवा भावाचा बोध होतो, त्यास **भाववाचक नाम** असे म्हणतात.'

'प्रत्यक्ष व्यक्तीच्या उल्लेखाशिवाय असलेले गुणांचे नाव, म्हणजे भाववाचक नाम' असे सामान्यत: मानले जाते. रंग, आकार, रूप इत्यादींना भाववाचक नामे म्हणावे; की केवळ शहाणपण, सुंदरता, बंडखोरी, हुशारी, दादागिरी इत्यादी प्रत्ययान्त शब्दांनाच भाववाचक नामे म्हणावे, याबद्दल व्याकरणकारांमध्ये मतभेद आहेत. भाववाचक नामांना लिंग-वचन-प्रत्यय लागत नसले, तरी त्यांना अंगभूत लिंग-वचन असते.

(ई) समुदायवाचक नाम व द्रव्यवाचक नाम

या नामाद्वारा केवळ समुदाय व्यक्त होतो. उदा.– फर्ग्युसन महाविद्यालय, सैन्य, माणूस. पण 'फर्ग्युसन महाविद्यालया'सारखे शब्द विशेषनामात आणि 'सैन्य' व 'माणूस' यांसारखे शब्द सामान्यनामात समाविष्ट होऊ शकतात. शिवाय 'समुदायवाचकत्व' हे स्वतंत्रपणे रूपदृष्टीने लक्षात घेण्याची गरज नाही. तीच स्थिती द्रव्यवाचक नामाची. तेल, तूप, दूध, गहू, तांदूळ इत्यादी द्रव्यवाचक नामांचा रूपदृष्टीने वेगळेपणा लक्षात घेण्याची गरज नाही. त्यांचा समावेश सामान्यनामामध्ये होऊ शकतो. या वस्तूंना वचन-प्रत्यय लागत नसले, तरी परिमाणामध्ये त्यांचे मोजमाप करता येते.

म्हणून नामाच्या विभागणीमध्ये विशेष-सामान्य-भाववाचक या तीन विभागांनाच मान्यता दिली जाते. त्यांचा प्राथमिक परिचय करून घेतल्यावर, आता त्यासंबंधीच्या वादांचा परिचय करून घेऊ.

उपयोगाच्या दृष्टीने विचार केल्यास नामाची विभागणी आवश्यक आहे, असे गुंजीकरांचे मत आहे. संस्कृतला अशी गरज न भासल्याने संस्कृतमध्ये नामविभागणी नाही. इंग्रजीला अशी गरज असल्याने इंग्रजीने नामविभागणी स्वीकारली. इंग्रजीत विशेषनामाचे प्रथमाक्षर हे नेहमी 'कॅपिटल'मध्ये लिहिलेले असल्याने विशेषनाम व सामान्यनाम हे विभाग इंग्रजीला आवश्यक ठरतात. इंग्रजीला समुदायवाचक नामे हा

विभाग मानण्याचीही गरज असते. कारण कधी कधी त्यांना लावावयाचे क्रियापद एकवचनी असते, तर कधी कधी ते अनेकवचनी असते. तसेच द्रव्यवाचक नामांची स्थितीही त्या भाषेमध्ये या प्रकारचीच आहे. मराठीत या विभागणीमागे असा कोणताही विशेष नाही. म्हणून त्यांनी निष्कर्ष काढला की, या प्रकारच्या विभागणीपेक्षा मराठीने 'क्रियावाचक नामे' सांगितली असती, तर ते मराठीला अधिक उपयोगी ठरले असते. (गुंजी., पृ. २२५,२२६)

गुंजीकरांच्या या मताचा परिणाम पुढील व्याकरणकारांवर झाला नाही. म्हणूनच जोशी, नवलकर, सबनीस यांच्यासारख्या काही व्याकरणकारांनी नामाचे हे पाच विभाग मराठीमध्ये सांगितले.

कृष्णशास्त्री गोडबोलेंनी 'गुणविशिष्ट नामे' असा नामाचा आणखी एक विभाग मानला. त्यांच्या मते, 'शहाणपणा' हे भाववाचक नाम व 'शहाणा मनुष्य' हे गुणविशिष्ट नाम होय. पण 'शहाणा मनुष्य' हा शब्दसमूह असल्याने त्याचा विचार शब्दजातीमध्ये संभवत नाही.

दामलेंच्या मते, विशेष-सामान्य-भाववाचक हे नामाचे विभाग मानण्याची मराठीला गरज असली, तरी समुदायवाचक व द्रव्यवाचक हे भाग मानण्याची गरज मराठीला नाही. समुदायवाचक हा स्वतंत्र विभाग न मानणाऱ्या व्याकरणकारांनी समुदायवाचकाचा समावेश सामान्यनामांमध्ये केला. पण दामलेंच्या मते, त्यांचा समावेश विशेष आणि सामान्य अशा दोन्ही विभागांमध्ये होऊ शकतो. साधारणपणे समुदायवाचक नामे ही सामान्यनामे असली; तरी 'समर्थ विद्यालय', 'फर्ग्युसन कॉलेज' यांसारखी समुदायवाचक नामे ही जसा समुदायाचा बोध करतात, तसाच एकत्वाचाही बोध करतात. म्हणून अशा समुदायवाचक नामांचा समावेश विशेष सामान्य या विभागात होत असल्याने त्यांच्यासाठी स्वतंत्र विभाग करण्याची आवश्यकता नाही, असे मत दामलेंनी दिले.

द्रव्यवाचक (किंवा पदार्थवाचक) व समुदायवाचक नामे का मानू नयेत, याला केळकरांनी दिलेली कारणे पुढीलप्रमाणे आहेत :

(१) द्रव्यवाचक नामे ही संख्यागण्य नसली, म्हणजे संख्येने मोजता येत नसली, तरी परिमाणाने मोजता येतात आणि त्यामध्ये सामान्यनामाप्रमाणे सामान्य धर्मही असतो. यामुळे त्यांचा स्वतंत्र विभाग मानण्याची गरज नाही. इंग्रजीत द्रव्यवाचक नामामागे उपपद येत नाही, पण सामान्यनामामागे मात्र उपपद येते; म्हणून हे भेद इंग्रजीत आवश्यक आहेत. पण तशी कोणतीच वेगळी खूण मराठीमध्ये नसल्याने हा विभाग मानण्याची आवश्यकता मराठीत नाही.

(२) इंग्रजीत समुदायवाचक नामाविषयी एकत्र बोलायचे असेल, तर समुदायवाचक

नामांचा उपयोग एकवचनी होतो; व समुदायातील एकाविषयी बोलायचे असेल, तर समुदायवाचक नामाचा उपयोग अनेकवचनी होतो. म्हणून इंग्रजीत हा विभाग मानणे आवश्यक आहे. पण मराठीत त्याचा असा कोणताही वेगळा उपयोग नसल्यामुळे त्याला समुदायवाचक नामांचा वेगळा विभाग मानण्याची गरज नाही.

या कारणांपैकी एकही कारण न खोडता सबनीसांनी हे दोनही विभाग मानले आहेत. त्यांच्या मते, सामान्यनाम व पदार्थवाचक नाम यांच्यातील फरक म्हणजे एक संख्यागण्य आहे, तर दुसरे राशिगण्य आहे. पहिल्याचे अनेकवचन होते, दुसऱ्याचे अनेकवचन होऊ शकत नाही. तसेच समुदायवाचक नाम हे अनेकवस्तुदर्शक असूनही एकवचनीच असते. सबनीसांचे हे सर्व मुद्दे केळकर व गुंजीकर यांनी अगोदर खोडलेले असल्याने त्यांची पुनरुक्ती करण्याची गरज नाही. हे दोन विभाग मानण्याची आवश्यकता मराठीला कशी नाही; आणि ज्यांनी हे दोन विभाग मानण्याचा आग्रह धरला, त्यांच्या विचारात सदोषता कशी आली आहे, ते सर्व या विवेचनावरून स्पष्ट होऊ शकेल.

आता मराठीमध्ये रूढ असलेल्या विशेष-सामान्य-भाववाचक या नामाच्या विभागणीकडे लक्ष देऊ या.

सामान्य, विशेष व भाववाचक या विभागणीचा विचार मूर्त (concrete) व अमूर्त (abstract)– म्हणजेच धर्म व धर्मी या विभागात प्रथम केला गेला. सामान्य-विशेष हे मूर्त किंवा धर्मी आणि भाववाचक हे अमूर्त किंवा धर्म होय. याचे वर्गीकरण पुढीलप्रमाणे :

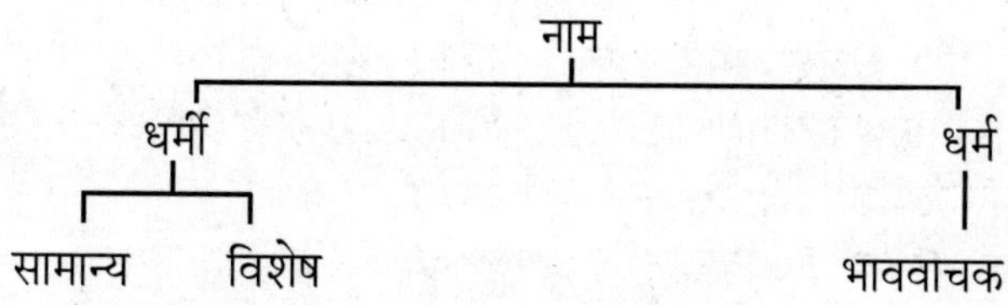

या विभागणीला विरोध करताना मंगरूळकर म्हणतात :

"नामांच्या या द्विविध विभागणीचा (धर्म-धर्मी) व्याकरणाच्या दृष्टीनें काय उपयोग आहे, तें सांगणें कठीण आहे.... धर्म-धर्मीच्या विवेचनामध्यें फार तर कल्पनांचें न्यायशास्त्रीय विश्लेषण करण्याचा प्रयत्न दिसून येईल. परंतु अशा विश्लेषणाचा व्याकरणाला साक्षात लाभ कांहीं नाहीं. धर्मिवाचक असो, धर्मवाचक असो; नाम म्हणजे नाम. त्याला भाषेमध्यें सारखीच विभक्तिविषयक आणि इतर कार्यें होतात." (मंग., पृ. ९५,९६)

पण सर्व प्रकारे या द्विविध (धर्म-धर्मी) किंवा विविध (विशेषनाम-सामान्यनाम-भाववाचक नाम) विभागणीला विरोध होऊनही, अजूनही ही विभागणी मानली जाते. मात्र ती मानण्यासाठी कोणत्याही व्याकरणकारांनी सबळ व पुरेशी कारणे दिलेली नाहीत.

याच तीन विभागांचा उल्लेख मराठी व्याकरणात वेगवेगळ्या प्रकारे केलेला आहे. नामाच्या विभागणीमध्ये एकदा विभागणी मान्य केल्यावर, या तीनांपेक्षा कमी संख्या फार थोड्या व्याकरणकारांनी मानलेली दिसून येते. या अपवादात्मक व्याकरणकारांमध्ये चिपळूणकरांचा निर्देश करावा लागेल. त्यांनी विशेष, सामान्य हे दोनच विभाग मानले. त्यांच्या मते, भाववाचक नामांचा विभाग मानण्याची गरज नाही, कारण त्यांचा सामान्यनामांमध्ये समावेश होऊ शकतो. त्यांचा सामान्यनामांमध्ये समावेश करता यावा, यासाठी रूढ असलेली सामान्यनामाची व्याख्या त्यांनी थोडीफार बदलली. त्यांची सामान्यनामाची व्याख्या पुढीलप्रमाणे :

"ज्या नामापासून जातीचा किंवा गुणांचा बोध होऊन तद्द्वारां ती जाति किंवा गुण ज्या व्यक्तींवर असतात, त्यांचा बोध होतो, त्या नामास सामान्यनाम म्हणतात." (चिप., पृ. ४६)

त्यांच्या मते– "लेखक, चाकर, शिपायी, राजा, इत्यादि शब्द जाति दाखवीत नाहींत, तरी ते ज्या धर्माच्या योगानें प्रवृत्त होतात, ते धर्म जातीप्रमाणें अनेक व्यक्तींवर राहणारे असल्यामुळें त्या शब्दांसही सामान्यनामें म्हणणें योग्य आहे." (चिप., पृ. ४६)

या उदाहरणावरून त्यांना हे सिद्ध करायचे आहे की, ज्यांना सामान्यनामे असे म्हटले जाते, त्यांपैकी काही सामान्यनामे कोणती तरी जाती दाखवीत असल्यामुळे त्यांना सामान्यनामांमध्ये समाविष्ट केले आहे असे नसून, त्यांच्यातील धर्मामुळे त्यांना सामान्यनामे असे म्हटले आहे.

त्यांनी पुढे म्हटले आहे की, जर भाववाचक नामांचा स्वतंत्र वर्ग मानला; तर मग दळणावळ, करणावळ, शिवणावळ इत्यादी शब्दांसाठीही एखादा स्वतंत्र विभाग मानावा लागेल आणि असे भेदही अनेक होतील. यासाठी भाववाचक नामांचा विभाग मानला नाही, म्हणजे हे असे इतर विभाग मानण्याचीही गरज पडणार नाही.

सामान्यनामांचे अनेकवचन होते, पण भाववाचक नामाचे अनेकवचन होत नाही. ही जाणीव ठेवून त्यांनी असे म्हटले की, सामान्यनामांचा नेहमीच अनेकवचनी प्रयोग होतो किंवा झाला पाहिजे, असा नियम सामान्यनामाच्या संदर्भात देऊ नये; म्हणजे भाववाचक नामांचा अंतर्भाव करण्यास कोणतीही हरकत येणार नाही.

त्यांच्या या मताचे अनुकरण पुढील कोणत्याही व्याकरणकारांनी केलेले नाही. उलट, दामलेंनी चिपळूणकरांच्या या विचारातील सदोषता दाखवून, त्यांना मान्य

असलेली धर्म-धर्मीची विभागणी स्वीकारली.

खेर व दामले यांनी धर्म-धर्मी असे प्रमुख विभाग आणि सामान्य-विशेष असे धर्मीचे उपविभाग केले. या विभागाचे दामलेंचे स्पष्टीकरण पुढीलप्रमाणे :

(१) भाववाचक नामे ही केवळ धर्माचा व गुणांचा बोध करतात, व्यक्तीचा म्हणजे धर्मीचा नव्हे; सामान्यनामे मात्र व्यक्तीचा व गुणांचा– दोन्हींचा– बोध करतात. उदा.– शहाणपण हे भाववाचक नाम केवळ गुणांचा बोध करते, पण त्याच्या द्वारा व्यक्तीचा निर्देश होत नाही; पण खुर्ची हे सामान्यनाम मात्र व्यक्ती, वस्तू व त्या अनुषंगाने व्यक्तीमधील व्यक्तित्वगुण बोधित करते.

(२) भाववाचक नामे ही प्रामुख्याने एकवचनी असतात.

(३) त्यांचा अनेकवचनी उपयोग झाल्यास ती सामान्यनामे ठरतात. हे यांचे लक्षण विशेषनामाशी जुळणारे आहे.

(४) साधारणपणे, भाववाचक नामाची व्युत्पत्ती विशेषणांपासून साधलेली असते. तशी स्थिती सामान्यनामांची नसते.

भाववाचक नामांचा स्वतंत्र विभाग मानला तर दळणावळ, करणावळ यांच्यासाठी स्वतंत्र विभाग करावा लागेल, या चिपळूणकरांच्या मताचे खंडन करताना दामलेंनी म्हटले की; तसा स्वतंत्र विभाग करण्याची गरज नाही, कारण या शब्दांचा समावेश भाववाचक नामांमध्ये होऊ शकतो.

खेरांनी या भाववाचक नामाच्या विभागाला अमूर्त (abstract) व सामान्य विशेषनामांच्या विभागाला मूर्त (concrete) असे म्हटले आहे. खेरांनी पुढे म्हटले आहे की, "abstract nouns are all imaginary." (खेर, प्रस्तावना, पृ. ६३) नवलकरांनी 'प्रामाणिकपणा' हे abstract noun व 'प्रामाणिक मनुष्य' हे concrete noun असे या दोन्ही विभागांचे स्पष्टीकरण केले आहे.

जेस्पर्सननेही भाववाचक नामे ही अमूर्त असतात, असे म्हटले आहे. अमूर्तत्वाची कल्पना केवळ भाववाचक नामापुरतीच मर्यादित नसून, भाषेतील कोणतेही नाम हे कमी-अधिक प्रमाणात अमूर्तच असते, हा विचार व्यक्त करताना त्यांनी म्हटले आहे :

"As language is totally unable to express all this in corresponding concreteness, we are obliged for the purpose of communication to ignore many of these individuals and concrete characteristics; the word 'apple' is not only applied to the same apple under the other circumstances at another time and in another light, but to a great many other objects as well, which it is convenient to comprise under the same name because otherwise we should have an infinite number of individual names and should have to invent particular names for new objects at every moment of the day... apple is abstract in comparison with any individual apple that comes within our ken, and so is fruit to on even higher degree, and the same is still more true of such words as red or yellow.'' (जेस्पर्सन, पृ. २२)

जेस्पर्सनचे हे विवेचन लक्षणीय आहे. भाववाचक नामाच्या विभागणीत ज्या अर्थाने अमूर्त हे तत्त्व योजलेले असते, त्याची कल्पना जेस्पर्सनच्या या विचारावरून येऊ शकते.

नामाची ही विभागणी इंग्रजी, मराठीमध्ये रूढ असल्याने तिची तपशीलवार माहिती करून घेऊ या.

४. भाववाचक नामे

नामाची धर्म-धर्मी ही विभागणी मान्य केल्यास, भाववाचक नाम हा नामाचा एक प्रमुख विभाग ठरतो. या भाववाचक नामांची माहिती देताना कृष्णशास्त्री गोडबोलेंनी म्हटले आहे की, आपणांस काळ्या वस्तू दिसतात, पण काळेपणा दिसत नाही; म्हणून हे स्पष्ट होते की, भाववाचक नामे ही केवळ मनाने समजून घेता येतात. 'प्रत्यक्ष व्यक्तीच्या उल्लेखाशिवाय असलेले गुणाचे नाव म्हणजे भाववाचक नाम', असे याबद्दल म्हणता येते.

भाववाचक नामे ही गुणदर्शक असल्यामुळे ती गुणदर्शक विशेषणाच्या जवळ सरकतात. भाववाचक नामे आणि विशेषणे यांच्यातील फरक स्पष्ट करावा लागतो. सुंदरता आणि सुंदर यांच्यातील फरक सांगावा लागतो. हा फरक केवळ उपयोगात आहे काय? त्या दोघांमधील फरक सांगताना खेरांनी म्हटले :

"The abstract nouns differ from adjectives in the fact that they are the imaginary names of qualities viewed apart from the nouns, in which they reside; while the adjectives can have no existence independent of the substances, of which they assert some quality or qualities, for instance, the adjective काळा cannot be understood without some noun after it, while the abstract noun काळेपणा can be understood without any reference to a noun.'' (खेर, पृ. ५४)

त्यांनी सांगितलेला हा फरक महत्त्वाचा आहे. विशेषणाला जशी विशेष्याची अपेक्षा असते, तशी भाववाचक नामाला कोणत्याही पदाची अपेक्षा नसते. म्हणजे भाववाचक नाम हे गुणदर्शक असले, तरी नामाचा जो विशेष– दुसऱ्या पदाची

अपेक्षा न करता विशेष्य म्हणून येणे आणि कर्ता-कर्मादी कार्य करणे– तो त्यामध्ये कायम असतो.

नाम व विशेषण या दोन्हींचा एकमेकांशी जवळचा संबंध आहे. अनेक विशेषणे कालांतराने सामान्य व विशेषनामे ठरलेली दिसून येतात. उदा.– गायक, नर्तक, वादक ही प्रारंभी विशेषणे म्हणून आली आणि नंतर ती नामे व विशेषणे या दोन्ही विभागांत मानली गेली. कृष्ण, गोपाल इत्यादी विशेषणे विशेषनामे ठरली. तेव्हा विशेषणे व नामे या दोन जाती उपयोगावरून एकमेकींशी निकटतम संबंधाच्या आहेत.

पण भाववाचक नामाच्या संदर्भातील प्रश्न वेगळा आहे. विशेषणांपासून काही प्रत्यय लागून भाववाचक नामे सिद्ध होतात. उदा.– सुंदर-सौंदर्य, शहाणा-शहाणपणा, कुरूप-कुरूपता, हुशार-हुशारी इत्यादी. या दोन्ही ठिकाणी त्यांच्यातील गुणदर्शनावर भर आहे, व्यक्ती-वस्तू यांच्या बोधनावर नाही; आणि तरीही सुंदर हे विशेषण व सौंदर्य, सुंदरता हे (भाववाचक) नाम असा फरक कोणत्या प्रक्रियेने घडतो? केवळ त्यांच्या भाषेतील उपयोगामुळे, की आणखी कोणते कारण आहे? याचे कारण शोधताना असे जाणवते की, भाववाचक नाम हे कर्ता-कर्म म्हणून येऊ शकते; पण विशेषण मात्र कधीही कर्ता-कर्म म्हणून येऊ शकत नाही. त्यांना पुढे विशेष्याची अपेक्षा असते, म्हणून तर त्यांना विशेषण असे म्हटले जाते. विशेषण म्हणून कार्य करणे, हे त्या जातीचे उद्दिष्ट आहे. म्हणजे ती कोणत्या तरी वस्तूशीच निगडित असतात. 'सुंदर' हे विशेषण, कारण त्याला कुठल्या तरी विशेष्यामधील या गुणाचे (विशेष्याचे) बोधन करावयाचे असते (सुंदर अक्षर, सुंदर पुस्तक इत्यादी); पण 'सुंदरता' या शब्दाची स्थिती तशी नाही. सर्व सुंदर वस्तूंमधील सुंदरतेचा गुणविशेष एकत्र करून किंवा गृहीत धरून, त्याला कल्पनेच्या पातळीवर वस्तुरूप देण्याचा प्रयत्न 'सुंदरता' या शब्दामध्ये साधलेला असतो. तिथे वस्तू, व्यक्ती, विशेष्य यांचे 'निरपेक्ष गुणबोधन' केलेले असते. याच अर्थाने 'गुणांचे मूर्त रूप होणे' असे भाववाचक नामे व विशेषणे यांच्यातील साम्य-भेद शोधताना भाववाचक नामांचे वेगळेपण जेस्पर्सनने सांगितले आहे. याचा अर्थ– 'गुणांचे मूर्त रूप होणे', विशेष्याची अपेक्षा न ठेवणे, विशेष्य म्हणून येणे, कर्ता-कर्मादी कार्य करण्याची क्षमता असणे, त्यासाठी विभक्तिप्रत्यय लागणे इत्यादी विशेष भाववाचक नामाचे नामत्व सिद्ध करू शकतात.

५. विशेष-सामान्य

नामाच्या धर्मिवाचक या विभागाचे सामान्य-विशेष असे दोन उपविभाग केलेले असतात. विशेषनाम हे व्यक्तिवाचक व सामान्यनाम हे जातिवाचक असते.

दादोबांनी विशेषनामाची कल्पना पुढीलप्रमाणे स्पष्ट केली :

"एका मनीचें जे कांहीं लक्षण, तेंच दुसऱ्या मनींत असतें, असें नाहीं; अथवा एका मनीच्या लक्षणाप्रमाणें दुसरी स्त्री असली, म्हणजे तिला मनीच नांव देतात, असेंही नाहीं; हें केवळ स्वेच्छेप्रमाणें एका व्यक्तीस ओळखण्याकरितां नांव दिलें असतें, म्हणोन मनी हें विशेषनाम." (दादोबा, पृ. २४, २५)

विशेषनामाच्या या माहितीवरून स्पष्ट होईल की, विशेषनाम हे निरर्थक असते, ते केवळ खुणेसारखे असते. सामान्यनामांना जाती किंवा सामान्यधर्म हे प्रवृत्तिनिमित्त असते, तसे कोणतेही प्रवृत्तिनिमित्त विशेषनामाला असू शकत नाही.

म्हणून या विशेषनामांना 'ठेवलेली नामे' असे म्हटले जाते. पण चिपळूणकरांच्या मते, सामान्यनामेही ठेवलेली नामेच असतात. त्यामुळे ते केवळ विशेषनामाचे लक्षण ठरत नाही.

या दोन्ही विभागांची माहिती देताना दामलेंनी म्हटले आहे, की सामान्यनामाला प्रवृत्तिनिमित्त असते; त्याचे अनेकवचन होऊ शकते व ते अर्थपूर्ण असते. विशेष नामाला मात्र कोणतेही प्रवृत्तिनिमित्त नसते, त्याचे अनेकवचन संभवत नाही व ते बहुधा निरर्थक असते. मात्र याला काही नामे अपवाद आहेत. उदा.– 'परमात्मा', 'आमचा बादशहा', 'महाराष्ट्रराज्यसंस्थापक' यांसारखे शब्द हे अर्थपूर्ण असूनही ते विशेषनामामध्ये अंतर्भूत करावे लागतात.

विशेषनामे निरर्थक असतात, म्हणजे त्यांना प्रवृत्तिनिमित्त नसते, त्यांच्यातून व्यक्त होणाऱ्या अर्थाचा व ते नाव धारण करणाऱ्या व्यक्तीचा कोणताही संबंध नसतो. या दृष्टीने 'परमात्मा', 'आमचे बादशहा' आणि 'महाराष्ट्रराज्यसंस्थापक' या शब्दांचा विचार करू या. 'परमात्मा' याला सामान्यनाम असे म्हणणेही कठीण आहे. पण ते एकत्वदर्शक-एकवचनी (त्याचे अनेकवचन क्वचितच) आहे. त्याला विशेषनाम ठरविण्याकडे ओढा आहे. पण 'परमात्मा' या शब्दाला प्रवृत्तिनिमित्त आहे. 'परमात्मा-पण' असल्याशिवाय 'परमात्मा' हे नाव दिले जाणार नाही. म्हणजे शब्दातून व्यक्त होणारा अर्थ व व्यक्ती/अस्तित्व यांचा संबंध आहे. 'आमचे बादशहा' हा शब्दसमूह असल्याने त्याचा विचार शब्दविचारात येऊ शकत नाही. 'महाराष्ट्रराज्यसंस्थापक' हे नाम असण्यापेक्षा अजूनही विशेषणाच्या पातळीवर आहे. ते 'शिवाजीमहाराज' या शब्दाचे विशेषण म्हणून योजले जाते. क्वचितप्रसंगी जसा विशेषणांचा उपयोग नामासारखा केलेला असतो, तसाच या शब्दाचा उपयोगही (शिवाजीमहाराज या शब्दाला समानार्थी म्हणून) नाम म्हणून केला जातो. पण अजून ते विशेषण आहे. म्हणून त्यांच्या संदर्भातील दामलेंची शंका अनाठायी आहे.

विशेषनाम व सामान्यनाम यांच्यातील फरकही पूर्णपणे एकमेकांपेक्षा वेगळा मानता येत नाही. विशेषनाम म्हणजे निरर्थक व सामान्यनाम म्हणजे अर्थपूर्ण, असे काटेकोरपणे म्हणता येते काय?

विशेषनामे ही केवळ खुणेसारखी व निरर्थक, फक्त denotative; सामान्यनामे अर्थपूर्ण व connotative हे Mill चे म्हणणे जेस्पर्सनला मान्य नाही, कारण विशेषनामाचा सामान्यनामासारखा व सामान्यनामाचा विशेषनामासारखा उपयोग प्रत्येक भाषेमध्ये पुष्कळदा होतो. त्या वेळी त्यांच्यामधील हा भेद कसा नाहीसा होतो, हे स्पष्ट होणे आवश्यक आहे. निरर्थक शब्द एकदम अर्थपूर्ण कसा होतो किंवा अर्थपूर्ण शब्द एकदम निरर्थक म्हणून कसा योजला जातो, याबद्दल विचार करताना जेस्पर्सनने म्हटले आहे :

"... that no sharp line can be drawn between proper and common names, the difference being one of degree rather than of kind. A name always connotes the quality or qualities, by which the bearer or bearers of the name are known; i.e. distinguished from other being or things. The more special or specific the thing denoted is, the more probable is it that the name is chosen arbitrarily and so such the more does it approach to, or become a proper noun." (जेस्पर्सन, पृ. ७०,७१)

विशेषनामे निरर्थक असतात, या विशेषनामाच्या विशेषाचे नीट स्पष्टीकरण लक्षात घेता, जेस्पर्सनने उपस्थित केलेली शंका उद्‌भवत नाही. भाषेमध्ये ज्यांना विशेषनामे असे म्हटले जाते, त्यांना अर्थ असतो; ते धारण करणाऱ्या व्यक्तींमुळे त्यांना अधिक अर्थ प्राप्त होतो. उदा.– 'राम' हा शब्द 'दाशरथी रामा'पूर्वीपासूनचा आहे, म्हणून तर त्याला नाव ठेवले गेले. 'राम' म्हणजे रमविणारा, रंजन करणारा. या प्रारंभीच्या अर्थामध्ये 'दाशरथी रामा'च्या आदर्शत्वाच्या वर्तन-चारित्र्याने भर घातली. 'राम' हे नाव धारण करणाऱ्या व्यक्तीमध्ये हे सर्व गुणविशेष असतीलच, असे नाही; पण त्यामुळे तो 'शब्द' निरर्थक ठरत नसतो. 'तो स्वत:ला जणू काही कर्णच समजतोय.' अशा ठिकाणी शब्दाच्या ठिकाणी असलेल्या अर्थावर लक्ष केंद्रित करून त्याचा सामान्यनामासारखाही उपयोग केलेला असतो. अशा सततच्या वापरात ते सामान्यनामही बनण्याची शक्यता नाकारता येत नाही. उदा.– गंगा हे विशेषनामही आहे. नदीबद्दलची पवित्र भावना बाळगणारा भारतीय आपल्या गावच्या नदीलाही 'गंगा' म्हणूनच संबोधतो. अशा वेळी गंगा नदी म्हणून ते सामान्यनाम ठरत असते. याचा अर्थ, नाम व तद्दर्शक वस्तू यांचा अर्थाअर्थी संबंध नसतो; तेव्हा ते नाम विशेषनाम ठरते आणि हा संबंध लक्षात घेतला जातो, तेव्हा ते सामान्यनाम बनते.

विशेष-सामान्य-भाववाचक ही विभागणी तरी आवश्यक आहे की नाही, याचे बहुसंख्य व्याकरणकारांचे उत्तर नकारार्थी आहे.

या विभागणीमागे काही निकष आहेत काय? या निकषांचा रूप-अर्थ-कार्यदृष्टीने विचार करता, ते पुढीलप्रमाणे मांडता येतील :

रूपदृष्टीने

विशेषनाम - एकवचन-एकत्वदर्शक, विभक्तिप्रत्यय लागतात, सामान्यरूप होते.

सामान्यनाम - लिंग-वचन-विभक्ती यांचे प्रत्यय लागतात. सामान्यरूप होते. भाषेत विपुल प्रमाणात.

भाववाचक - एकवचन, लिंग- पण, पणा, इत्यादी शब्दसाधित प्रत्ययांवर अवलंबून. सामान्यरूप होते.

अर्थदृष्टीने

विशेषनाम - एक वस्तुद्योतक, जातिद्योतक नाही, प्रवृत्तिनिमित्त नाही, निरर्थक.

सामान्यनाम - व्यक्ति-जातिद्योतक, प्रवृत्तिनिमित्त, अर्थपूर्ण.

भाववाचक - गुणद्योतक, प्रवृत्तिनिमित्त.

कार्यदृष्टीने

कर्ता-कर्मादी म्हणून उपयोग.

याचा अर्थ, या विभागणीला तात्त्विक दृष्टीने विचाराचे पाठबळ आहे, तरी व्यवहारात व भाषिक पातळीवर ही विभागणी अनावश्यक ठरते.

६. समारोप

प्रातिपदिकातील महत्त्वाची शब्दजाती असलेल्या नामाची व्याख्या व विभागणी लक्षात घेतली. व्याख्येत वस्तुद्योतकत्व, विकारित्व यांचा उल्लेख आवश्यक ठरतो. विभागणीमध्ये रूप-अर्थ-कार्यदृष्टीने विशेष-सामान्य-भाववाचक ही विभागणी मानली जाते, पण व्यावहारिक व भाषिक पातळीवर तिचा फारसा उपयोग नाही.

❖

प्रातिपदिकविचार : सर्वनामासंदर्भात

(१) प्रास्ताविक, (२) सर्वनामाची व्याख्या, (३) सर्वनामांची संख्या, (४) सर्वनामांची विभागणी, (५) पुरुषवाचक सर्वनामे, (६) दर्शक सर्वनामे, (७) संबंधी सर्वनामे, (८) प्रश्नार्थक सर्वनामे, (९) आत्मवाचक सर्वनामे, (१०) अनिश्चितार्थक सर्वनामे, (११) समारोप.

---

१. प्रास्ताविक

मराठीने ही शब्दजाती प्रामुख्याने इंग्रजीवरून स्वीकारलेली आहे. संस्कृतमध्ये जी सर्वनामाची कल्पना आहे, ती मराठीतील व इंग्रजीतील सर्वनामांच्या कल्पनेपेक्षा थोडी-फार वेगळी आहे. 'सर्वादीनि सर्वनामानि' ही संस्कृतमधील सर्वनामाची कल्पना आहे. पण मराठीत केवळ एवढ्याच शब्दांना ('सर्व' या शब्दाप्रमाणे चालणाऱ्या शब्दांना) सर्वनाम असे मानलेले नाही.

सर्वनाम ही संज्ञा संस्कृतमधील व ती इंग्रजीतील Pronoun या शब्दजातीला प्रतिशब्द म्हणून घेतली जाते. या संज्ञेपेक्षा 'प्रतिनाम' ही संज्ञा अधिक योग्य होती, असे मत जोशींनी मांडले आहे.

संस्कृतमध्ये सर्वनाम ही स्वतंत्र शब्दजाती नाही. मराठीनेही संस्कृतचे अनुकरण करावे, ही विचारसरणी असलेले चिपळूणकर, गुंजीकर यांच्यासारख्या काही व्याकरणकारांनी सर्वनाम ही स्वतंत्र शब्दजाती मानली नाही. ते नामामध्येच तिचा समावेश करतात, हे नामविचारात लक्षात घेतले आहेच. पण केवळ संस्कृतचे अनुकरण म्हणून त्यांचा ही शब्दजाती मानायला विरोध आहे, की स्वतंत्र शब्दजाती ठरण्याइतके नामापेक्षा कोणतेही वेगळे वैशिष्ट्य या शब्दजातीजवळ नाही, असे त्यांचे मत आहे, याचा विचार व्हायला पाहिजे.

२. सर्वनामाची व्याख्या

"जो विकारी शब्द विशिष्टार्थद्योतक नसून, ज्यास पूर्वापारसंबंधाने सर्व प्रकारच्या द्वितीय नामांचा अर्थ येऊ शकतो, म्हणजे वाटेल त्या नामाबद्दल उपयोगात येतो, त्यास **सर्वनाम** असे म्हणतात."

"नामाची वारंवार होणारी कंटाळवाणी पुनरुक्ती टाळण्यासाठी योजलेला विकारी शब्द प्रथम म्हणजे **सर्वनाम** होय." अशा प्रकारची सर्वनामाची व्याख्या सामान्यत: केली जाते. यावरून सर्वनामाची कोणती वैशिष्ट्ये जाणवतात, ते पाहू लागलो, तर पुढील मुद्दे लक्षात येतात.

सर्वनामाची वैशिष्ट्ये कोणती?

सर्वनाम हे नामाच्या बदली येते. ते नामाच्या बदली का येते, याचे दादोबांनी सांगितलेले कारण म्हणजे, नामाची कंटाळवाणी पुनरुक्ती वा द्विरुक्ती टाळणे, हे होय. उदा.– 'रामा हुशार आहे. मात्र तो अभ्यास करीत नाही.' सर्वनाम हे नेहमी संदर्भाने अर्थ व्यक्त करू शकते. उदा.– 'तो हुशार आहे.' असे म्हटले, तर 'तो' कोण, हे सांगणारा उल्लेख त्याच्या पूर्वी करावा लागतो.

पण चिपळूणकरांच्या मते, नामाची द्विरुक्ती वा पुनरुक्ती टाळणे हे सर्वनामाचे लक्षण नव्हे. कारण - (१) नामाची द्विरुक्ती टाळण्यासाठी केवळ सर्वनामच येते, असे नसून, त्याच अर्थाचे दुसरे नाम योजूनही ते काम करू शकते. सीता या नामाबद्दल जानकी, वैदेही इत्यादी अनेक नामे योजता येतात. (२) नामाची द्विरुक्ती टाळणे हे लक्षण मी, तू, कोण या सर्वनामांना लागू शकत नाही. हे शब्द सर्वनामे आहेत; पण ते कोणत्याही नामाची द्विरुक्ती टाळण्यासाठी आलेले नसतात. त्यांच्या पूर्वी कोणतेही नाम येण्याची आवश्यकताच नसते.

सर्वनामाच्या या वैशिष्ट्याला जेस्पर्सननेही विरोध केला आहे. त्याने म्हटले आहे की– मी, तू या सर्वनामांमुळे कोणत्याही नामाची द्विरुक्ती टाळली जात नाही. वाक्यरचनेच्या दृष्टीने विचार केल्यास मी, तू या सर्वनामांच्या जागी येणारी विशेषनामे –अध्याहृत कर्ता व कर्म– ही क्रियापदाशी जुळणारी नसतात. उदा.– I say that ... यासारख्या वाक्यांमध्ये या शब्दामुळे वाक्यरचना प्रथमपुरुषी एकवचनी करावी लागली आहे. पण हा I शब्द ज्या शब्दाचे प्रतिनिधित्व करीत असतो, तो शब्द मात्र तृतीयपुरुषी एकवचनी असतो. म्हणून वाक्यरचनेच्या दृष्टिकोनातून मी, तू या सर्वनामांनी साधलेली अशी ही वाक्यरचना सदोष असते.

या मुद्द्यापेक्षा जेस्पर्सनने एक वेगळा मुद्दा मांडला आहे. त्यांनी म्हटले आहे

की, भाषेमध्ये द्विरुक्ती टाळण्यासाठी जसे सर्वनाम येते, तसेच कधी कधी विशेषणही येते, क्रियापदही येते; एवढेच नव्हे, तर एखाद्या संपूर्ण वाक्याची द्विरुक्ती टाळण्यासाठी सर्वनामापेक्षा भिन्न असे शब्दही योजता येतात. उदा.–

(१) He is rich, but his brother is still more so.

(२) Is he rich? I believe so.

(३) Will you come? I should like to.

(४) A grey horse and two black ones.

वेगवेगळ्या प्रकारची द्विरुक्ती टाळण्यासाठी हे जे शब्द भाषेमध्ये योजले जातात, त्यांना सर्वनामे असे तर म्हणता येत नाही. पण जर नामाची द्विरुक्ती टाळण्यासाठी 'सर्वनाम' ही शब्दजाती मानायची असे ठरविले; तर विशेषणाची द्विरुक्ती टाळण्यासाठी 'सर्वविशेषण', क्रियापदाची द्विरुक्ती टाळण्यासाठी 'सर्वक्रियापद', वाक्याची द्विरुक्ती टाळण्यासाठी 'सर्ववाक्य' अशा शब्दजाती मानाव्या लागतील.

'द्विरुक्ती टाळणे' या वैशिष्ट्याचा हा वेगवेगळ्या पद्धतींनी झालेला विचार सर्वनामाची वैशिष्ट्ये निश्चित करण्याच्या दृष्टीने महत्त्वाचा आहे. या व्याख्येत नामाची द्विरुक्ती टाळण्यासाठी येणारा नामाव्यतिरिक्त शब्द अशी भर घालून व्याख्या विचारात घेता येते.

नामाची द्विरुक्ती टाळण्यासाठी सर्वनाम, पण सर्वनामाची द्विरुक्ती टाळण्याचा प्रयत्न का नको व्हायला? एखाद्या लेखामध्ये व ग्रंथामध्ये सगळ्यात जास्त सर्वनामांचाच वापर केलेला असतो; मग त्याची द्विरुक्ती टाळण्याचा विचार भाषेमध्ये का होत नाही? याचा अर्थ उघड आहे. सर्वनामामुळे नामाची द्विरुक्ती टाळली जाते. पण द्विरुक्ती टाळणे हा त्या शब्दजातीचा विशेष होऊ शकत नाही.

सर्वनाम व नाम यांच्यासंबंधात एक वेगळीच गोष्ट जाणवते. सर्व नामजातीमध्ये तृतीयपुरुषी सर्वनाम अध्याहृत असते. उदा.– मुलगा, पुरुष, गाय, झाड, ससा इत्यादी नामे उच्चारताच अनुक्रमे तो, तो, ती, ते, तो ही सर्वनामे आपल्या मनात येतात. हे शब्द वाक्यरचनेच्या दृष्टीने कर्ता म्हणून योजताना ही वाक्यरचना तृतीय-पुरुषी असते, हे वाक्यरचनेचे वैशिष्ट्य या नामाच्या संदर्भात आपल्या मनात येते.

म्हणून द्विरुक्ती टाळणे हा विशेष व्याख्येत सांगणे आवश्यक आहे काय, याचा विचार प्रथम करावा लागतो.

'संदर्भाने अर्थ व्यक्त करणे' हे सर्वनामाचे आणखी एक वैशिष्ट्य समजले जाते. सर्वनामाने व्यक्त होणारा अर्थ 'संदर्भाने' घ्यावा लागतो. उदा.– 'रामा हुशार

आहे, पण तो आळशी आहे' या वाक्यातील 'तो' या सर्वनामाचा अर्थ आणि 'आजचा विद्यार्थी गोंधळलेला आहे, पण तो प्रामाणिक आहे' या वाक्यातील 'तो' हे सर्वनाम एकच एक अर्थ व्यक्त करीत नाही. त्याच्यापूर्वी किंवा त्याच्यानंतर किंवा अध्याहृत असलेल्या नामाच्या आधारे तो अर्थ संदर्भाने समजून घ्यावा लागतो. नामाला जसा एकच एक निश्चित अर्थ असतो, तसा एक निश्चित अर्थ सर्वनामाला व्यक्त करता येत नाही. या अर्थाने सर्वनाम हे 'संदर्भाने अर्थ व्यक्त करते' असे म्हटले जाते.

'संदर्भाने अर्थ व्यक्त करण्यासाठी नामाचा संदर्भ सर्वनामाच्या आगे-मागे (किंवा अध्याहृत) असावा लागतो' या दृष्टीने 'नामाची द्विरुक्ती टाळणे' हा विशेष सर्वनामाला चिकटला असावा. पण द्विरुक्ती टाळण्यासाठी सर्वनाम येत नसून, नामाचे एक 'सर्वमान्य जातिवाचक चिन्ह' हे कार्य सर्वनामाकडून केले जाते.

जेस्पर्सनने सर्वनाम या शब्दजातीबद्दल म्हटले आहे की, सर्वनाम ही शब्दजाती अनेक भाषांमध्ये आहे. पण जसे नाम या शब्दजातीमध्ये ती कोणत्याही भाषेतील असली, तरी एकाच प्रकारचे शब्द आढळतात, तसे सर्वनाम या शब्दजातीबद्दल म्हणता येत नाही. वेगवेगळ्या भाषांमध्ये वेगवेगळ्या प्रकारच्या शब्दांचा समावेश सर्वनाम या शब्दजातीत केलेला आढळतो. म्हणजे भाषेपरत्वे सर्वनाम या शब्दजातीचे वैशिष्ट्य बदलत असते. एवढेच नव्हे, तर एकाच भाषेमधील सर्व सर्वनामांना लागू शकेल, असे वैशिष्ट्य शोधणेही कठीण ठरते. मराठी सर्वनामांचा विचार करताना जेस्पर्सनचे हे मत काही प्रमाणात पटू शकते. उदा.–

(अ) तो, हा, ही सर्वनामे योजताना ती ज्या नामांबद्दल आलेली असतात, ती नामे सर्वनामांच्या अगोदर आलेली असतात.

(आ) मी, तू, कोण, काय, जो– ही सर्वनामे योजताना ती ज्या नामांबद्दल येतात, ती नामे त्या सर्वनामांनंतर येतात. कधी कधी अध्याहृतच असतात.

(इ) आपण, स्वत: (self, selves) यांसारखी सर्वनामे तर कोणत्याही नामाबद्दल आलेली नसतात. ती नामा-सर्वनामासह येतात. अर्थाकडे जाणीवपूर्वक लक्ष वेधणे, हा त्यांचा उद्देश असतो.

भाषेपरत्वे सर्वनामे वेगवेगळी वैशिष्ट्ये व्यक्त करताना दिसतात, या जेस्पर्सनच्या मुद्द्याचा विचार मराठीच्या संदर्भातही जाणवतो. मराठीच्या सर्वनामांमध्ये अनेक विशेषणांचा वा अन्य जातींमधील शब्दांचा समावेश पूर्वी केला जात असे. या सगळ्या प्रकारच्या शब्दांना एकत्रित ठेवणारे एखादे लक्षण सांगणे हे अवघड कार्य असल्याने, सर्वनामाच्या व्याख्येमध्ये वेगवेगळी वैशिष्ट्ये सांगितली गेली असावीत.

मराठी सर्वनामाच्या संख्येच्या संदर्भात मात्र आता एकवाक्यता आलेली असल्याने, त्या दृष्टीने सर्वनामाची वैशिष्ट्ये सांगणे थोडे-फार तर सुलभ झालेले आहे. या दृष्टीनेच सर्वनामासंदर्भात नाम अभिप्रेत असते आणि सर्वनामाला नामामार्फत, म्हणजे संदर्भानेच वस्तुद्योतकत्व येत असते. नामाला होणारे लिंग-वचन-विभक्तीचे विकार त्यालाही होतात, त्याचेही सामान्यरूप होते. नामाला जसे कर्ता-कर्मादी कारकार्थ सांगता येतात, तेच कार्य सर्वनामही करते. हे त्याचे विशेष स्पष्ट होऊ लागले आहेत.

चिपळूणकर, गुंजीकर, मंगरूळकर यांच्यासारख्या काही व्याकरणकारांनी सर्वनामाचा समावेश नामामध्येच केला. त्यांच्या मते, सर्वनामांमध्ये नामापेक्षा फार थोडा वेगळेपणा आहे. तो पुढीलप्रमाणे :

(१) व्हा, थे, वी हे प्रत्यय सर्व नामशब्दांना लागत नाहीत; तर काही ठरावीक नामशब्दांना– ज्यांना सर्वनाम असे म्हटले जाते, त्यांना लागतात.

(२) क्रियापदांची रूपे बदलण्याचे सामर्थ्य सर्व प्रकारच्या नामशब्दांमध्ये नसते; ते केवळ सर्वनामांमध्येच असते.

सर्वनामामध्ये नामापेक्षा केवळ एवढेच वेगळे वैशिष्ट्य असल्याने या व्याकरणकारांनी त्याची स्वतंत्र शब्दजाती मानली नाही.

नामामध्ये समाविष्ट केलेल्या या सर्वनामांचा वेगळेपणा सांगताना मंगरूळकरांनी म्हटले आहे की, सर्वनामाचा समावेश कार्यदृष्टीने नामामध्ये करावा लागतो. नामे व सर्वनामे यांना एकाच प्रकारचे विभक्तिकार्य होत असल्यामुळे त्यांचा स्वतंत्र विभाग करण्याची आवश्यकता नाही. ज्याप्रमाणे नामाला विभक्तिप्रत्यय लागतात, तसेच सर्वनामालाही विभक्तिप्रत्यय लागतात. जसे नाम हे कर्ता-कर्मादी कार्य करू शकते; नव्हे, तेच त्याचे प्रमुख कार्य असते, तसे सर्वनामही कर्ता-कर्मादी कार्य करते. यामुळे दोघांचा समावेश एका शब्दजातीमध्ये करणे गैर नाही. त्यांनी पुढे म्हटले आहे की, संस्कृतमध्ये सर्वनामाचे पुष्कळ प्रत्यय वेगळे असल्यामुळे त्या भाषेला सर्वनामाचा स्वतंत्र विचार करणे आवश्यक आहे. पण मराठीला तशी आवश्यकता नाही.

मंगरूळकरांना विरोध करताना सहस्रबुद्धेंनी म्हटले आहे की, नामापेक्षा सर्वनाम हे काही प्रमाणात वेगळे आहे. हा वेगळेपणा म्हणजे, जसे नाम हे वस्तुवाचक असते, तसे सर्वनाम हे प्रत्यक्ष वस्तुवाचक नसते; तसेच नामाला संदर्भाशिवाय अर्थ असतो, पण सर्वनामाला मात्र संदर्भाशिवाय अर्थ येऊ शकत नाही. हा दोन्ही प्रकारच्या शब्दांमधील फरक लक्षात घेऊन सर्वनाम ही स्वतंत्र शब्दजाती मानावी, असे आपले मत त्यांनी सांगितले.

या सर्व मुद्द्यांचा साधकबाधक विचार केल्यास असे दिसते की, सर्वनाम ही शब्दजाती कार्यदृष्टीने, विभक्तिप्रत्यय स्वीकारण्याच्या दृष्टीने व विभक्तिप्रत्यय लागताना नामांप्रमाणेच सामान्यरूप होण्याच्या दृष्टीने पुष्कळशी नामासारखीच आहे. पण नामाला जसा स्वत:चा अर्थ असतो, तसा सर्वनामाला स्वत:चा अर्थ नाही. त्याला अर्थ येतो, तो केवळ संदर्भानेच होय. जसे नाम हे वस्तुवाचक असते, तसे सर्वनाम हे वस्तुवाचक असत नाही. त्याला लागणारे व्हा, थे, वी यांसारखे प्रत्यय नामाला कधीच लागू शकत नाहीत. शिवाय सर्वनामाला स्वतंत्र शब्दजाती मानणे हे परंपरेला धरून असल्यामुळे सर्वनाम हे नामामध्ये समाविष्ट करू नये.

सर्वनामाला स्वतंत्र शब्दजाती मानण्याचे कारण यापेक्षा वेगळे आहे. व्याकरणामध्ये शब्दाच्या एकमेकांशी असलेल्या संबंधांतून तयार होणारे 'वाक्य' हा महत्त्वाचा घटक आहे. वाक्यातील महत्त्वाचा व केंद्रवर्ती असलेला शब्द म्हणजे क्रियापद होय. क्रियापदाचे रूप बदलण्याचे सामर्थ्य सर्वनाम या शब्दजातीकडे अप्रत्यक्ष वा प्रत्यक्षपणे असते. उदा.–

मी काम करीन	तू काम करशील
ती काम करील	तुम्ही काम करा
मी काम करते	तू काम करतोस

म्हणजे सर्व वाक्यरचना प्रथमपुरुषी, द्वितीयपुरुषी वा तृतीयपुरुषी या तीनच साच्यांत असू शकतात; याव्यतिरिक्त कोणत्याही पुरुषी वाक्यरचना नसते. तृतीयपुरुषी वाक्यरचनेमध्ये कर्त्याच्या जागी कोणतेही नाम योजता येते; पण प्रथम वा द्वितीयपुरुषी कर्त्याच्या वाक्यरचनेत कर्त्याच्या जागी कोणतेही नाम येऊ शकत नाही. अशा वाक्यरचनेतील क्रियापदाचे रूप कर्त्याच्या 'पुरुषा'वर सर्वस्वी अवलंबून असते. ही 'पुरुष'कल्पना सर्वनामांमुळे व्यक्त करता येते. सर्वनामाचा हा विशेष नामापेक्षा वेगळा आहे. रूपदृष्टीने नाम-सर्वनाम एका पातळीवर असले, तरी कार्यदृष्टीने ते वाक्यरचनेतील प्रमुख घटक ठरते. नाम हे केवळ कर्ता-कर्म-करण-संप्रदान या संबंधात येऊ शकते. पण सर्वनाम मात्र तेवढेच कार्य करून थांबत नाही; ते वाक्यरचनेचे प्रकार ठरविते आणि नामाला कधीही न जमणारे प्रथम-द्वितीयपुरुषी कर्ता-कर्मादी योजण्याचे कार्य साधू शकते.

विधानार्थी वाक्याप्रमाणेच प्रश्नार्थक वाक्यातही कोण, काय या सर्वनामांना महत्त्वाचे स्थान आहे. सामान्यत: त्या सर्वनामांशिवाय प्रश्नार्थक वाक्याची रचना होऊच शकत नाही. (१) तो मुलगा कोण आहे? (२) कोणाला फिरायला आवडेल? (३) तो कसा वागतो? इत्यादी.

तसेच मिश्र वाक्यातील एक वाक्यरचनाही 'जो'सारख्या सर्वनामाशिवाय साधता येत नाही. या त्याच्या विशेषाचा उल्लेख सर्वनामाच्या व्याख्येमध्ये असायला हवा.

वाक्याच्या संदर्भातील हे सर्वनामाचे कार्य नामापेक्षा वेगळे आहे. नामांप्रमाणेच त्यांना वस्तुद्योतकत्व असले, तरी ते वास्तव जगातील नसून केवळ भाषिक विश्वातील आहे. व्यवहारी-वास्तव जगातील वस्तु-(व्यक्ति)-द्योतक नामाचे ते भाषिक जगातील प्रतिनिधी आहेत. म्हणूनच 'मी', 'तू', 'तो', 'हा', 'कोण', 'काय' या शब्दांना व्यवहारामध्ये अस्तित्व नाही. व्यक्तीला जेव्हा 'स्व'संदर्भात विधान करायचे असेल, तेव्हा 'मी' हे सर्वनाम कर्तृस्थानी योजून वाक्यरचना करता येते. जेव्हा दुसऱ्या व्यक्तीशी बोलायचे असेल, तेव्हा 'तू' या सर्वनामाचा वापर करून वाक्यरचना करता येते. या 'मी', 'तू' सर्वनामांनी साधलेल्या वाक्यरचनांना पर्याय नसतो. या दृष्टीने पुरुषवाचकत्व ही कल्पना सर्वनामाच्या संदर्भात महत्त्वाची ठरते.

आतापर्यंतच्या सर्वनामाच्या विवेचनाच्या आधारे सर्वनामाचे विशेष पुढीलप्रमाणे सांगता येतात.

(१) **रूपदृष्टी** - विकारी शब्दजाती, नामाप्रमाणे सर्व विकार स्वीकारते.
(२) **अर्थदृष्टी** - संदर्भाने वस्तुद्योतकत्व.
(३) **कार्यदृष्टी** - नामाप्रमाणेच सर्व कारकार्थ दर्शविते.

भाषिक प्रतिनिधित्व करून वाक्यरचनेमधील कार्य हे प्रमुख कार्य होय. याचा उल्लेख व्याख्येमध्ये यायला पाहिजे. क्रियापदाचे रूप कोणत्या पुरुषी असावे, हे त्या वाक्यातील प्रत्यक्ष वा अप्रत्यक्ष सर्वनामावरून ठरते.

'संदर्भाने वस्तुद्योतक असलेला विकारी शब्द म्हणजे सर्वनाम' या व्याख्येमध्ये 'कर्त्याच्या मार्फत क्रियापदाचे पुरुष (प्रथम, द्वितीय वा तृतीय) ठरविणारा' हा विशेष सांगितला की, व्याख्या पूर्ण होऊ शकते.

३. सर्वनामांची संख्या

नामाचा किंवा कोणत्याही शब्दजातीचा विचार करताना, व्याख्येनंतर तिच्या विभागणीचा विचार केला जातो. पण सर्वनामाच्या संदर्भात मात्र त्याच्या संख्येचा विचार करावा लागतो. प्रारंभीच्या काळामध्ये सर्वनामाची स्पष्ट कल्पना नसल्याने, 'भलता', 'फलाणा', 'सर्व', 'सगळा' इ. अनेक शब्दांचा समावेश या शब्दजातीमध्ये केला गेला. त्यामुळे सर्वनामाचे लक्षण करणेही अवघड गेले.

'भलता', 'फलाणा', 'सर्व', 'सगळा' इ. शब्दांना कृष्णशास्त्री गोडबोले, दादोबा, सबनीस आदी काही व्याकरणकारांनी सर्वनामांमध्ये समाविष्ट केले. काही

व्याकरणकारांनी तर सर्वनामांना प्रत्यय लागून तयार झालेल्या शब्दांचाही सर्वनामांमध्ये अंतर्भाव केला.

या शब्दांना सर्वनामे म्हणायचे तर धातूपासून साधलेल्या नामांना व विशेषणांनाही धातू म्हणावे लागेल, हा विचार मांडून चिपळूणकरांनी सर्वनाम शब्दजातीमधून अशा शब्दांना बाहेर ठेवले.

या दोन्ही प्रकारच्या शब्दांबद्दल– म्हणजे 'भलता', 'फलाणा' इत्यादींचा एक गट व सर्वनामोत्पन्न शब्दांचा दुसरा गट असे गट पाडले. त्यांच्या मते, सर्वनामोत्पन्न शब्द हे नामाच्या बदली येत असले, तरी ते नामाबद्दल माहिती देण्याचे कार्य करीत असतात. म्हणून त्यांना सर्वनामे असे म्हणण्यापेक्षा विशेषण म्हणणे, हे अधिक योग्य आहे. 'भलता', 'फलाणा', 'सर्व', 'सगळा' हे शब्द तर उघड-उघड विशेषणेच आहेत.

दामलेंचा हा विचार, त्यांनी जी सर्वनामाची लक्षणे दिलेली आहेत, त्याच्याशी जुळणारा आहे. हे मत मानले, तर सर्वनामाच्या अमर्याद संख्येला आपोआपच मर्यादा पडेल आणि केवळ 'मी', 'तू', 'तो', 'हा', 'जो', 'कोण', 'काय', 'आपण', 'स्वत:' या नऊ शब्दांचा समावेश या शब्दजातींमध्ये करता येईल.

या नऊ सर्वनामांपैकी काही सर्वनामांचा अधिक विचार सबनीसांनी केला. त्यांनी म्हटले की, मराठीत दर्शक सर्वनाम 'तो' व पुरुषवाचक सर्वनाम 'तो' ही एकसारखीच दिसतात; पण त्यांना एकच न मानता भिन्न मानायला पाहिजे. तसेच प्रश्नार्थक सर्वनामे कोण, काय व अनिश्चितार्थक सर्वनामे कोण, काय यांची रूपेही एकमेकांसारखी असली; तरी त्यांना एक न मानता भिन्न मानायला पाहिजे, हे मत मानल्यास सर्वनामांच्या संख्येमध्ये अधिक भर पडेल.

याचा अर्थ, सर्वनामांची संख्या मर्यादित व निश्चित आहे. 'मी', 'तू', 'तो', 'हा', 'जो', 'कोण', 'काय', 'आपण', 'स्वत:' एवढ्याच शब्दांपुरती ती मर्यादित आहे. या सर्वनामांमध्ये कालदृष्ट्या व प्रदेशदृष्ट्या वेगळेपणा (जवळजवळ) नाहीच. नाम, विशेषण, इ. इतर शब्दजातींमधील शब्द बदलते असतात, तसे सर्वनामाच्या संदर्भात आढळत नाहीत. या एवढ्याशा शब्दांसाठी (व तेही निश्चितस्वरूपी असलेल्या) व्याख्या कशाला हवी? आणि विभागणीची तरी आवश्यकता काय? हे प्रश्न टाळता येण्यासारखे नाहीत. इतर शब्दजातींपेक्षा हे शब्द स्वरूपत:च वेगळे आहेत काय व त्यांचे वेगळेपण कोणते, ते लक्षात घ्यायला पाहिजे.

४. सर्वनामांची विभागणी

विभागणीची आवश्यकता काय? असल्यास ती कशी असावी? त्याचा निकष कोणता?

हे प्रश्न बाजूला ठेवून सर्वनामांची रूढ विभागणी प्रथम लक्षात घेऊ.

(१) पुरुषवाचक, (२) दर्शक, (३) संबंधी, (४) प्रश्नार्थक, (५) अनिश्चित, सामान्य, (६) आत्मवाचक.

ही रूढ विभागणी पुढीलप्रमाणे मांडली जाते :

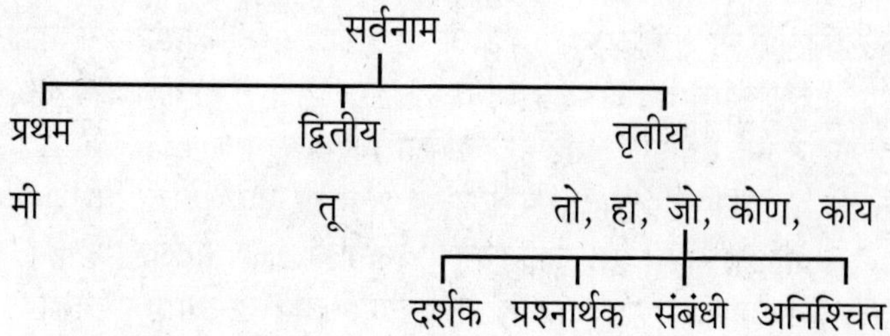

रा. स. गोडबोलेंनी केलेली सर्वनामाची विभागणी यापेक्षा थोडी वेगळी आहे. त्यांनी सर्वनामाचे पुरुषवाचक व दर्शक असे दोन विभाग केले. जी सर्वनामे नामाच्या बदली येतात, ती पुरुषवाचक; जी सर्वनामे विशेषणाच्या बदली येतात, ती दर्शक. या दोन विभागांचे त्यांनी पुढे संबंधी, प्रश्नार्थक व सामान्य असे उपविभाग केले.

दामलेंची सर्वनामाची विभागणी पुढीलप्रमाणे :

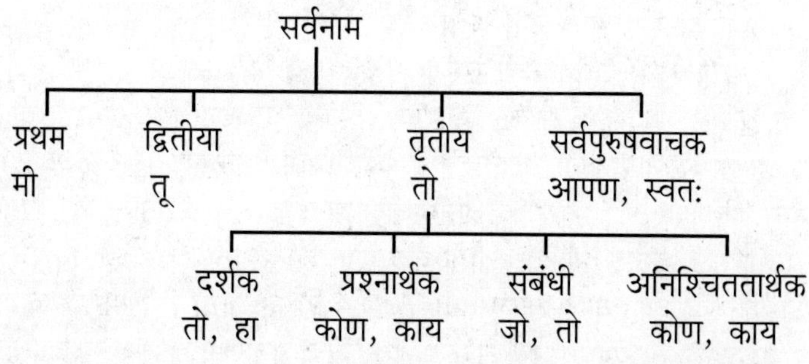

आतापर्यंत ज्या दोन वा तीन विभागणी लक्षात घेतल्या, त्या पुष्कळशा प्रमाणात रूढ आहेत. परंतु मंगरूळकरांनी दिलेली विभागणी मात्र या सर्व विभागणीपेक्षा वेगळ्या स्वरूपाची आहे.

मंगरूळकरांनी सर्वनामाचे दोन विभाग केले :

(१) इष्टलिंग किंवा मी-गण - या विभागात मी, तू, त्यांची अनेकवचने, आपण, स्वत: व कोण इतक्या सर्वनामांचा अंतर्भाव होतो. या सर्वनामांचे लिंग संपूर्णपणे संदर्भावर अवलंबून असते. ती नेहमी नामांबद्दल येतात व त्यांना नामांसारखेच विभक्तिकार्यही होते.

(२) सलिंग किंवा त-गण - या विभागात तो, हा, जो या सर्वनामांचा समावेश होतो. ही कार्यदृष्टीने विशेषणांसारखी असतात.

मंगरूळकरांनी केलेली ही विभागणी रूपदृष्टीवर आधारलेली आहे.

केवळ नऊ शब्दच असलेल्या या सर्वनाम-जातीच्या विभागणीची आवश्यकता आहे काय? शास्त्रीय पातळीवरून ही विभागणी न्याय्य ठरते काय? या विभागणीमागे रूप-अर्थ-कार्य यांपैकी कोणते तत्त्व कार्यप्रवण आहे काय? की केवळ इंग्रजीत आहे, म्हणून मराठीने ती स्वीकारली आहे? प्रत्येक विभागाचा स्वतंत्र परिचय करून घेतल्यावर याचे उत्तर मिळू शकेल.

५. पुरुषवाचक सर्वनाम

पुरुषवाचक सर्वनामे म्हणजे 'मी, तू, तो, हा' (व त्यांची अनेकवचने) होत. या पुरुषवाचक सर्वनामांवर वाक्यरचनेतील फरक अवलंबून असतो.

मी पुस्तक वाचते/ तो - प्रथमपुरुष
तू पुस्तक वाचतेस/ तोस - द्वितीयपुरुष
तो (हा) पुस्तक वाचतो
ती (ही) पुस्तक वाचते } - तृतीयपुरुष
ते (हे) पुस्तक वाचते
इंग्रजीतही I read a book - प्रथमपुरुषी
You read a book - द्वितीयपुरुषी
पण He / She / It reads a book - तृतीयपुरुषी
भविष्यकाळाच्या संदर्भातही I / We shall पण You/ He / They will.

अशा प्रकारे वाक्यरचनेतील क्रियापदाच्या रूपावर हा सर्वनामाचा विभाग परिणाम करीत असल्याने इंग्रजी व मराठी या भाषांमध्ये पुरुषवाचक सर्वनामे हा विभाग मानला जातो. या विभागातील प्रथम-द्वितीय व तृतीयपुरुषी सर्वनामांनी वाक्यरचना साधली जाते. हा त्यांचा विशेष लक्षात घेण्यासारखा आहे. त्यांच्यातील तृतीयपुरुषी सर्वनामाच्या जागी कोणतेही नाम येऊ शकेल; पण प्रथम व द्वितीयपुरुषी सर्वनामांच्या जागी– वाक्यरचनेच्या दृष्टीने– कोणतेही नाम येऊ शकणार नाही. (उदा.– I read a book; पण I च्या जागी कमल, सीता, सुरेखा, मोहन, रामा,

इ. कोणतेही नाम येऊ शकत नाही. यांपैकी कोणतेही नाम आले की, वाक्यरचनेत बदल करावा लागतो. Kamal reads a book असा क्रियापदामध्ये बदल करावा लागतो.) म्हणूनच सर्वनामाच्या या विभागणीचे महत्त्व वाक्यरचनेच्या दृष्टीने मानावे लागते.

खेर व जोशी यांच्या मते, पुरुषवाचक सर्वनामांच्या विभागात मी व तू (व त्यांची अनेकवचने) एवढ्याच शब्दांचा समावेश करावा. त्यामध्ये 'तो' व 'हा' या सर्वनामांचा समावेश होऊ शकत नाही. त्यांचा रोख 'ते' या (तृ. नपुंसकलिंगी) सर्वनामाकडे आहे. कारण कोणतेही सर्वनाम व्यक्तींच्या नामांबद्दल प्रतिनिधित्व करीत असते असे मानले, तर 'ते' सर्वनाम कोणत्या व्यक्तीचे प्रतिनिधित्व करीत आहे? इंग्रजीतील Personal Pronoun च्या व्याख्येप्रमाणे 'Personal pronouns are substitutes for the names of person' म्हणून 'ते' हे personal ठरू शकत नाही. कारण 'ते मूल' किंवा 'मूल' या नावाचे प्रतिनिधित्व करणारे 'ते' हे तृतीयपुरुषी व नपुंसकलिंगी एकवचनी (ती- अनेकवचनी) सर्वनाम ज्याचे प्रतिनिधित्व करते, ते मूल–स्त्री वा पुरुष म्हणजे पुल्लिंगी वा स्त्रीलिंगीच असते; म्हणून नपुंसकलिंगी सर्वनाम हे कोणाचेही प्रतिनिधित्व करीत नाही. असा प्रश्न उपस्थित होण्याचे कारण personal चा शब्दश: घेतलेला अर्थ होय. त्याचा शब्दश: (कोशगत) अर्थ घ्यायचा नसतो, ती व्याकरणातील केवळ एक पारिभाषिक संज्ञा आहे. जसे प्रथमपुरुष... इत्यादींमध्ये 'पुरुष' ही संज्ञा 'पुरुष' या व्यवहारी अर्थाने घेतलेली नसते. तसेच Person (व Personal) याचा व्यक्ती-वस्तू या अर्थाने निर्देश गृहीत धरून, बोलणारा तो–मी, ज्याच्याशी बोलायचे तो–तू व ज्याच्याबद्दल बोलायचे–ते सगळे तो, ती, ते, इ. संज्ञा लक्षात घ्यायला पाहिजेत.

या 'ते'बद्दल जेस्पर्सनने म्हटले आहे की, 'ते' सर्वनाम कोणतेही मनुष्यमात्र दर्शित करू शकत नाही. त्याच्याही पुढे जाऊन असे म्हणता येईल की, It rains सारख्या वाक्यामध्ये तर It हे कोणत्याही व्यक्तीचे (वा वस्तूचे) द्योतक नसते. मग त्याला कोणत्या आधारावर पुरुषवाचक सर्वनाम म्हणता येईल?

खेर व जेस्पर्सन यांच्या विवेचनांतील बारकावा लक्षात घेण्यासारखा आहे. 'ते' या सर्वनामाला ते केवळ परंपरा व क्रियापदावर अधिकार गाजविणारे कर्तृपद म्हणून पुरुषवाचक सर्वनामांच्या यादीत अंतर्भूत करतात.

Person वा पुरुष यांचा व्यवहारातील अर्थ व व्याकरणशास्त्रातील पारिभाषिक संज्ञा म्हणून योजताना आलेला अर्थ यामध्ये फरक करावा लागतो.

(१) It rains सारख्या वाक्यामध्ये आलेले 'It' हे कोणत्याही वस्तूचे बोधन करीत नसले; तरी वाक्याच्या प्रारंभी 'कर्ता येणे' हे जे इंग्रजी वाक्यरचनेचे स्वरूप, ते पाळण्यासाठी 'It' हे सर्वनाम तिथे आलेले आहे.

(२) तसेच, इंग्रजीमध्ये सर्व निर्जीव सृष्टीतील पदार्थांचा उल्लेख करण्यासाठी

'It' हे सर्वनाम योजले जाते, तेव्हा ते कोणत्याही व्यक्तीचे दर्शक नसून वस्तूचे दर्शक असते. 'I want this book, please give it to me' यासारख्या वाक्यात 'It' हे सर्वनाम book या नामाचे प्रतिनिधित्व करीत असते. त्याला ते कार्य (व्याकरणाने) नेमून दिले आहे.

व्यवहारात स्त्री-पुरुष याच मानवजाती असल्याने स्त्रीलिंगी-पुल्लिंगी एवढ्याच कल्पनांची आवश्यकता असते आणि नपुंसकलिंगी शब्दांची गरज केवळ भाषिक व्यवहारासाठी आवश्यक असते. (याचा अधिक विचार लिंग-वचन-प्रत्ययांच्या विभागात केला आहे.)

तीन प्रकारची वाक्यरचना दर्शविणे, या दृष्टीने ही सर्वनामे एका वेगळ्या विभागात मानली जातात. विधानार्थी वाक्यरचनेचे हे प्रकार तीन विभागांत मानावे लागतात : (१) प्रथमपुरुषी, (२) द्वितीयपुरुषी (३) तृतीयपुरुषी. त्यांपैकी पहिले दोन विभाग सर्वनामाशिवाय इतर कोणत्याही प्रकारे साधताच येत नाहीत आणि शेवटचा विभाग सर्व प्रकारच्या नामांनी कर्तृपदी येऊन साधता येतो.

६. दर्शक सर्वनाम

जे सर्वनाम वस्तू दर्शविते, ते दर्शक सर्वनाम होय. उदा.– **तो** काटकसरी आहे, **हा** आळशी आहे, **तो** हुशार आहे...

दर्शक व पुरुषवाचक या सर्वनामांमध्ये फरक काय?

दर्शक सर्वनामाचा भर प्रत्यक्ष वस्तू दर्शविण्यावर असतो. 'तो' हेच सर्वनाम पुरुषवाचक व दर्शक या दोन्ही गटांत येते आणि 'हा' हे सर्वनाम जरी केवळ दर्शक सर्वनाम म्हणून मानले जात असले, तरी तेही पुरुषवाचक आहे; त्यामुळे 'तो' व 'हा' या सर्वनामांना दर्शक केव्हा समजायचे, हा प्रश्न केवळ मराठीतील आहे. इंग्रजी भाषेत नाही. कारण इंग्रजीत That व This यांना दर्शक सर्वनामे मानले जाते. मराठीत That = तो व This = हा हे निवडलेले प्रतिशब्दच या गोंधळाला कारणीभूत आहेत. मराठीत He = तो व That = तो यामधील फरक स्पष्ट करणे कठीण ठरते.

या विभागणीच्या विचारासाठी आणखी काही वाक्ये घेऊ :

(१) **तो** (मुलगा) अभ्यास करतो, (२) **हा** (मुलगा) बडबड्या आहे.

यामधील तो व हा यांना दर्शक सर्वनामे असे म्हणता येईल. चिपळूणकरांच्या मते– 'मी', 'तू', 'जो' या सर्वनामांचाही असा दर्शक सर्वनामांसारखा उपयोग होतो.

उदा.– (१) मी (एक जबाबदार व्यक्ती) तुला असे सांगत आहे.

(२) तू (एक पोलिस अधिकारी) असे का बोलतोस?

(३) जो (मुलगा) कष्टाळू आहे...

पण त्यांचा समावेश दर्शक सर्वनामांत केला जात नाही. म्हणजे दर्शक सर्वनामे ही कुठल्या तरी नामाकडे अंगुलिनिर्देश करीत असतात. इंग्रजीत 'That'- 'This' ही दर्शक व **He** हे पुरुषवाचक असल्याने असा प्रश्नच येऊ शकत नाही. 'That' व 'This' पुढे कोणतेही नाम येण्याची आवश्यकता नसते. पण मराठीत मात्र 'तो' या सर्वनामापुढे नाम येण्याची– गृहीत धरण्याची– आवश्यकता निर्माण झाली. इंग्रजीचे अनुकरण करण्याच्या प्रवृत्तीमुळे हा विभाग मानला गेला आहे, हे स्पष्ट होते. खेरांच्या विचारसरणीवर हा प्रभाव अधिक असल्याने त्यांनी 'तो' व 'हा' या सर्वनामांचा निर्देश पुरुषवाचक, दर्शक सर्वनाम व दर्शक विशेषण अशा तीन विभागांत केला आहे.

तो (हा) हुशार आहे - दर्शक सर्वनाम.
तो पुस्तक वाचतो - पुरुषवाचक सर्वनाम.
तो मुलगा हुशार आहे - दर्शक विशेषण.

नामापूर्वी आलेल्या सर्वनामाला 'दर्शक विशेषण' असे खेर म्हणतात. दादोबा व चिपळूणकर त्यालाही 'दर्शक सर्वनाम'च म्हणतात. पण दर्शक सर्वनाम व दर्शक विशेषण यांमधील फरकाची जाणीव असलेल्या दामलेंनी या प्रकारच्या– म्हणजे दर्शक विशेषणे ठरणाऱ्या– वाक्यांचा अधिक विचार केला. दामलेंनी वाक्यदृष्टीचा आधार घेतला. त्यांच्या मते, नामापूर्वी आलेले सर्वनाम हे वाक्यदृष्टीने विशेष्याच्या ठिकाणी येऊन क्रियापदावर अधिकार गाजवीत असेल, तर ते अर्थातच दर्शक सर्वनाम मानावे. कारण वाक्यामध्ये क्रियापदाच्या रूपावर अधिकार गाजविण्याचा हक्क फक्त नामाला, नामाच्या बदली येणाऱ्या सर्वनामाला किंवा नामाचे कार्य करणाऱ्या विशेषणाला असतो. पण जेव्हा तो शब्द तशा प्रकारचे कार्य करीत नसेल, तेव्हा त्याला विशेषण समजावे.

उदा.– मला गरिबाला ही उठाठेव कशाला?
तू गरीब ही उठाठेव कशाला करतोस?

यातील पहिल्या वाक्यामध्ये 'गरिबाला' या शब्दामुळे 'मला' या पदाबद्दल माहिती मिळते. दुसऱ्या वाक्यामध्ये तर 'तू' या पदाचा परिणाम क्रियापदाच्या रूपावरही झालेला दिसतो. अर्थात, या वाक्यांमध्ये 'मला' व 'तू' या पदांना केवळ ते नामाच्या मागे आले आहेत, एवढ्याचसाठी विशेषण म्हणणे योग्य ठरणार नाही. यांसारख्या वाक्यांमध्ये ते दर्शक सर्वनामच ठरेल. ही वस्तुस्थिती प्रथमपुरुषवाचक सर्वनामांबद्दल जितक्या लवकर लक्षात येते, तेवढी लवकर तृतीय पुरुषवाचक सर्वनामाबद्दल लक्षात येत नाही. त्या वाक्यांमध्ये संदर्भावर अवलंबून राहावे लागते.

या प्रकारच्या वाक्यांमध्ये दामलेंनी जसे अर्थाकडे लक्ष दिले आहे, तसेच

शब्दाच्या रूपाकडेही लक्ष दिले आहे. शब्दाच्या रूपाकडे लक्ष देऊन, मगच त्यांनी आपला एतद्विषयक निर्णय सांगितला.

त्यांच्या 'मला गरिबाला ही उठाठेव कशाला' या वाक्यातील कर्ता 'मला' हा तृतीयपुरुषी योजताच 'त्याला गरिबाला ही उठाठेव कशाला' असे वाक्य तयार होते आणि या वाक्यात त्याला व गरिबाला यांपैकी कर्ता कोण, हे ठरविणे कठीण जाते. तशी स्थिती प्रथम वा द्वितीयपुरुषी सर्वनामांची नसते. त्यांचा वाक्यरचनेवरील प्रभाव त्याचे कर्तृपण सिद्ध करू शकतो. त्यामुळे 'मी गरीब...' या वाक्यात 'मला' हा कर्ता व म्हणून सर्वनाम (कारण विशेषण कधीही कर्ता म्हणून येत नाही), पण 'त्याला गरिबाला...' या वाक्यात 'त्याला' हे विशेषण ठरू शकेल.

या दामलेंच्या विवेचनात सूक्ष्मता असली, तरी तिचा व्याकरणाला फारसा उपयोग नाही. वाक्यरचनेवर सर्वनामाचा अधिकार असतो, हा त्यांचा विचार व्याकरणदृष्टीने लक्षणीय आहे. पण मुळातच 'गरीब' हे विशेषण असून, दोन्ही ठिकाणी त्याचा नामासारखा उपयोग केलेला आहे.

तसेच, 'मला गरिबाला'ऐवजी 'मज गरिबाला' अशा शब्दप्रयोगात 'मज' हे प्रत्ययान्वित रूप नसून केवळ सामान्यरूप आहे, म्हणून त्या वाक्यात 'गरिबाला' हा प्रत्ययान्वित शब्द कर्ता ठरतो. म्हणून 'मज' हे 'गरिबाला' या शब्दाचे विशेषण होय.

(१) नामापूर्वी प्रत्ययान्वित सर्वनाम आल्यास ते पुरुषवाचक सर्वनाम ठरते, दर्शक विशेषण क्वचितच ठरते. पण केवळ सर्वनामाचे सामान्यरूप नामापूर्वी आल्यास ते मात्र दर्शक विशेषण वा सार्वनामिक विशेषण ठरते.

सार्वनामिक व दर्शक विशेषणे मानण्याची आवश्यकता आहे की नाही, याचा विचार विशेषणविचारात केलेला असला, तरी मराठीला दर्शक सर्वनाम मानण्याची गरज नाही, हे मत या विवेचनावरून स्पष्ट होते.

७. संबंधी सर्वनाम : (जो)

'जो काम करील, तो यश मिळवील.' यामधील 'जो' हे संबंधी सर्वनाम होय. हा विभागही मराठीने इंग्रजीवरून मानला आहे. 'जो' हे संबंधी सर्वनाम 'तो'शी संबंधित असते. इंग्रजीत 'तो' हे सर्वनाम 'जो'च्या अगोदर येते. संबंधी सर्वनाम केवळ वाक्यात न येता नेहमी संमिश्र वाक्यात येते. ते वाक्य जोडण्याचे कार्यही करीत असल्याने जेस्पर्सनच्या मते, त्याला Relative pronoun म्हणण्यापेक्षा Connective किंवा Conjunctive pronoun म्हणावे. कारण वाक्ये जोडण्याच्या त्याच्या कार्याची जाणीव त्या संज्ञेतून व्यक्त होते. याचा अर्थ, संबंधी सर्वनामही वाक्यदृष्टीने काही कार्य करीत असते. नवलकरांच्या मते, या सर्वनामाला दोन वाक्ये

जोडणाऱ्या उभयान्वयी अव्ययाचा जोर येतो.

प्रत्येक विभागाची वेगळी व्याख्या असली पाहिजे, असा शास्त्रीय दृष्टिकोन असणाऱ्या दामलेंच्या मते, हे एकच संबंधी सर्वनाम असल्याने त्याची व्याख्या देणे अनावश्यक आहे. पण काहींच्या मते, 'जो'च्या जोडीला 'जसा', 'जितका', 'जेवढा', इ. अनेक सर्वनामे या विभागात येत असल्याने व्याख्या आवश्यक ठरते. सबनीसांनी तर 'जे कोण', 'जे काय', 'जे काही', इत्यादींचा समावेशही संबंधी सर्वनामांत केला आहे. पण ही सगळी 'जो' या सर्वनामाशी निगडित असल्याने 'जो'व्यतिरिक्त इतर कोणतेही सर्वनाम या विभागात मानले जात नाही.

'जो' हे सर्वनाम 'तो'शी संबंधित असल्याने, काहींनी 'जो' या सर्वनामाला 'परस्परनित्यसंबंधी सर्वनाम' असे म्हटले आहे.

डॉ. लद्दूंच्या मते, दर्शक आणि संबंधी सर्वनामांना सर्वनामे न म्हणता विशेषणेच म्हणावे. याचे कारण जेव्हा ही सर्वनामे नामांबरोबर येतात, तेव्हा ती विशेषणांप्रमाणे वागतात; आणि जेव्हा ती स्वतंत्र येतात, तेव्हा एखादे नाम अध्याहृत घेऊन येतात.

सर्वनामांच्या या विभागाची मराठीला गरज नाही, पण त्यांना विशेषणे म्हणणे योग्य नाही. वाक्याच्या संदर्भात नामाशिवाय सर्वनामे ही कर्ता-कर्मादी कार्य करीत असल्याने, त्यांना विशेषणे म्हणता येत नाही. विशेषणाचे गुणदर्शकता हे कार्य सर्वनाम कधीही करीत नसल्याने या दोन्ही विभागांतील सर्वनामांचा विशेषणांप्रमाणे उपयोग होतो, असे फार तर म्हणता येईल. जसे 'धावणारी वाट' यामध्ये धावणारी असा विशेषणांचा गट करण्याची गरज नाही. त्यापेक्षा धातूचा विशेषणासारखा उपयोग असे म्हणता येते. तीच गोष्ट 'तो मुलगा' या शब्दसमूहातील 'तो' या सर्वनामाबद्दल म्हणता येते.

नाम, सर्वनाम व विशेषण या तीनही शब्दजाती एकमेकांशी फार जवळच्या आहेत. तीनही वस्तुद्योतक आहेत. तेव्हा त्यांची वर्गवारी वेगळी करताना एकमेकींतील वैशिष्ट्ये एकमेकींमध्ये मिसळणे अस्वाभाविक नाही. पण अपवादात्मक उदाहरणे वगळता, निश्चितस्वरूपी नियम व व्याख्या ज्या विभागाबद्दल शक्य नसतील, ते विभाग मानणे योग्य नाही. सर्वनामे– मग ती संबंधी, दर्शक वा पुरुषवाचक कोणत्याही विभागातील असोत– ही नेहमी नामाला अध्याहृत धरूनच येत असतात. तेव्हा ते केवळ 'जो' यासंबंधी सर्वनामालाच बाधक तत्त्व आहे, असे नाही. पण 'जो' हे एकमेव संबंधी सर्वनाम एका स्वतंत्र विभागणीला पेलण्याइतके आहे काय? याचे उत्तर जसे नकारार्थी द्यावे लागते; तसेच या विभागणीची शास्त्रीय व व्यावहारिक पातळीवरील आवश्यकता काय, याचे उत्तरही नकारार्थी येते.

पुरुषवाचक, दर्शक व संबंधी सर्वनामांसंदर्भात एकसूत्रता दिसते, ती वाक्यरचनेच्या

दृष्टीने. संबंधी सर्वनाम हे उभयान्वयी अव्ययाप्रमाणे दोन वाक्ये जोडण्याचे कार्य साधत असते. पण म्हणून त्याला उभयान्वयी अव्यय म्हणता येणार नाही. कारण ते विकारी आहे, विभक्ती-लिंग-वचनांच्या प्रत्ययाने युक्त आहे, त्याला संदर्भाने (वा अध्याहृत) वस्तुद्योतकत्व येते आणि केवळ वाक्ये जोडण्याचे कार्य साधण्यासाठी ते येत नसून, दोन वाक्यांतील संबंध स्पष्ट करणे हे त्याचे कार्य आहे.

अर्थातच, संबंधी सर्वनाम हा वेगळा विभाग अनावश्यक ठरतो.

८. प्रश्नार्थक सर्वनाम : (कोण, काय)

प्रश्न विचारण्यासाठी प्रश्नार्थक वाक्यात जी सर्वनामे योजली जातात, त्यांना **प्रश्नार्थक सर्वनामे** असे म्हणतात. उदा.– 'कोण' बोलत आहे? तुला 'काय' सांगितले?

इंग्रजीतही Who read this book?

What can I do for you?

या वाक्यांमध्ये Who, What ही प्रश्नार्थक सर्वनामे आहेत. त्याच्या अनुकरणाने मराठीत 'कोण', 'काय' यांना प्रश्नार्थक सर्वनामे म्हटले जाते.

या संदर्भात दोन गोष्टी लक्षात ठेवायला पाहिजेत.

(१) प्रश्नार्थक वाक्यरचनेसाठी प्रश्नचिन्ह (लेखनात व उच्चारात वरच्या पट्टीतील सुरावली) आवश्यक आहे, की प्रश्नार्थक सर्वनाम? की दोन्ही? याचे उत्तर स्पष्ट आहे की, प्रश्नचिन्ह व प्रश्नार्थक सर्वनाम या दोन्हींची गरज असते; पण दोन्हींपैकी कधी कधी केवळ प्रश्नचिन्ह योजूनही प्रश्नार्थक वाक्यरचना सिद्ध होते. पण केवळ प्रश्नार्थक सर्वनाम योजल्याने वाक्यरचना प्रश्नार्थक होईलच, असे नाही. उदा.– कोण बोलत आहे, ते मला माहिती नाही. कोण काय बोलेल, ते मी कसे सांगू? इ. वाक्यांमध्ये कोण, काय असूनही ती वाक्ये प्रश्नार्थक ठरत नाहीत. (मात्र ती केवळ वाक्ये नसून संमिश्र आहेत, हे लक्षात घ्यायला पाहिजे. केवल वाक्यात असा उपयोग होतो काय?) तसेच, 'कोण' हे प्रश्नार्थक सर्वनाम वाक्यात प्रथम स्थानीच येते, असेही नाही. 'बोलत आहे कोण?' 'बोलत कोण आहे?', इ.

कोण-काय या प्रश्नार्थक सर्वनामांव्यतिरिक्त प्रश्नार्थक वाक्यरचना असू शकते की, नाही 'कसा', 'कशाला', 'कोणाला', 'कोणते', 'कोणासाठी' याव्यतिरिक्त म्हणजे कोण-काय यांच्या प्रत्ययान्वित रूपांव्यतिरिक्त प्रश्नार्थक वाक्यरचना संभवनीय असते काय?

(२) 'काय'च्या संदर्भात (काय व कोण यांच्यात कोण– सजीवांबद्दल व काय– सजीवांव्यतिरिक्त) होय किंवा नाही असे उत्तर असणारी वाक्यरचना साधारणत: रूढ प्रश्नार्थक वाक्यरचना म्हणून मान्य आहे. उदा.– तू काम करशील काय?

यासारख्या प्रश्नाचे उत्तर 'होय-नाही' असेच येते.

पण या रचनेच्या जोडीला 'तू काय काम करशील?' यामध्येही 'काय' हे सर्वनाम आहे. या दोन्ही वाक्यांत 'काय' हे एकच सर्वनाम वाटले, तरी ते एक नाही. इंग्रजी वाक्यरचनेच्या आधारे ते स्पष्ट होईल.

तू पुस्तक वाचतोस काय? याचे इंग्रजी भाषांतर Do you read a book? असे होते. पण 'तू काय वाचतोस?' याचे भाषांतर What do you read? असे होते. पहिल्या प्रश्नार्थक वाक्यातील मराठीतील 'काय' हा 'Do' चे रूपांतर म्हणता येईल. इंग्रजीत प्रश्नार्थक वाक्यरचनेत प्रथमस्थानी कर्त्याचे रूप न येता क्रियापदाचे (वा सहायक क्रियापदाचे) रूप येते. तसे मराठीत नसल्याने त्या प्रथमस्थानी येणाऱ्या Do, Does, Did, इ. बद्दल मराठी वाक्यामध्ये 'काय' हे सर्वनाम योजले जाते. खरे तर, त्यास सर्वनाम न म्हणता अव्यय म्हणावे लागते.

तशी स्थिती 'तू काय वाचतोस?' या वाक्यातील 'काय'ची नाही. ते प्रश्नार्थक सर्वनाम आहे.

यावरून हे स्पष्ट होते की, प्रश्न विचारणे हे प्रश्नार्थक सर्वनामाचे प्रमुख लक्षण आहे. पण जेथे जेथे प्रश्नार्थक सर्वनाम असेल, तेथे तेथे प्रश्नार्थक वाक्यरचना असेलच, असे नाही. पण केवल-वाक्यरचनेत मात्र ती कायम प्रश्नार्थक म्हणूनच येत असतात. संमिश्र वाक्यांमध्ये (कोण काय बोलत असते, त्याला सुमार नाही.) 'कोण', 'काय' या सर्वनामांचा प्रश्न विचारण्याचा उद्देशच नसतो. त्या ठिकाणी त्यांना 'अनिश्चितार्थक' म्हणता येईल. त्यांचा हा उपयोग लक्षात घेऊन दामलेंनी 'कोण' व 'काय' या दोन्ही सर्वनामांचा समावेश 'प्रश्नार्थक' आणि 'अनिश्चितार्थक' अशा दोन्ही विभागांत केला. अशा ठिकाणी व्याकरणकारांची आत्यंतिक विभागणीची हौस भागत असली, तरी अशा विभागणीचा व्याकरणदृष्टीने फारसा उपयोग नसतो. शिवाय प्रश्नार्थक वाक्यातील कोण-काय यांचा अर्थही अनिश्चितार्थच असतो. त्यांच्या अर्थाची निश्चितता त्यांच्या उत्तरावर अवलंबून असते.

वाक्यरचनेशी असलेला सर्वनाम या शब्दजातीचा संबंध या प्रश्नार्थक सर्वनामांच्या संदर्भातही स्पष्ट होतो. प्रश्नार्थक सर्वनामांनी साधलेली वाक्यरचना प्रश्नार्थक आणि मी, तू, तो, हा, जो इत्यादी सर्वनामांनी साधलेली वाक्यरचना विधानार्थी, हे वाक्यरचनेशी असलेले नाते या विभागणीतही लक्षात येते.

९. आत्मवाचक सर्वनामे : (आपण, स्वतः)

उदा.– तो **आपण** होऊन (आपणहून) असे म्हणाला.
मी **स्वतः** ते काम करण्याचे ठरविले.

इंग्रजीतील myself, ourselves, himself, herself यांना पर्यायी शब्द म्हणून मराठीत जेव्हा 'आपण (होऊन), स्वत:' या शब्दांचा उपयोग होतो, तेव्हा त्यांना 'आत्मवाचक सर्वनामे' असे म्हटले जाते. 'आपण' हा शब्द येथे 'मी', 'तू' यांचे अनेकवचन नव्हे. प्रथम-द्वितीयपुरुषी अनेकवचनी येणारे 'आपण' आणि हे आत्मवाचक 'आपण' यांमधील फरक दामलेंनी पुढीलप्रमाणे सांगितला आहे.

(१) पुरुषवाचक 'आपण'ला एकवचन नाही, पण आत्मवाचक 'आपण'ला मात्र दोन्ही वचने आहेत.

(२) पुरुषवाचक 'आपण' दोन्ही पुरुषी येते, पण आत्मवाचक 'आपण' तीनही पुरुषी येते.

(३) पुरुषवाचक 'आपण' वाक्यारंभी व कर्त्याच्या जागी येते, पण आत्मवाचक 'आपण' तसे कधीही येऊ शकत नाही.

(४) पुरुषवाचक 'आपण'च्या जागी 'स्वत:'चा उपयोग करता येत नाही. पण आत्मवाचक 'आपण'च्या जागी 'स्वत:'चा उपयोग करता येतो.

सध्याच्या भाषेत 'आपण'पेक्षा 'स्वत:' या सर्वनामाचा अधिक उपयोग केलेला असतो.

या शब्दांना सर्वनामांच्या यादीत घातलेले असले, तरी त्यांना सर्वनामे असे म्हणता येते काय, हा वादग्रस्त प्रश्न आहे. कारण आत्मवाचक सर्वनामे कधीही कर्ता-कर्म म्हणून येऊ शकत नाहीत; आणि कर्ता म्हणून येऊन वाक्यरचना निश्चित करणे हे कार्य सर्वनामे साधत असतात, तसे कार्य आत्मवाचक सर्वनामे करू शकत नाहीत. अर्थाला जोरकस करण्याचे कार्य त्यांनी साधले जाते. 'मीच तुझ्या उपयोगी पडेन.' या वाक्यातील 'च' हे अव्यय जे कार्य साधत आहे, तेच कार्य 'मी स्वत: ते पुस्तक आणीन' या वाक्यातील 'स्वत:' हा शब्द करीत आहे. पण 'स्वत:', 'आपण' हे शब्द एक तर सर्वनामासारखेच दिसतात व क्वचित त्यांना विभक्तिप्रत्ययही लागतात. (१) मला स्वत:ला हे आवडत नाही, (२) मी स्वत:पासून सुरुवात करीन, (३) माझा स्वत:चा विचार असा आहे, इत्यादी. प्रमुख म्हणजे, 'आपण' हे सर्वनाम या आत्मवाचक 'आपण'सारखे दिसते. म्हणून 'आपण', 'स्वत:' या दोन्ही आत्मवाचक शब्दांचा समावेश सर्वनामांमध्ये केला गेला.

१०. अनिश्चितार्थक सर्वनामे : (कोण, काय)

'काय बोलायचे असेल ते बोल.'
'कोणी असे म्हणतो, कोणी तसे म्हणतो.'

या वाक्यांमध्ये 'कोण-काय' या सर्वनामांचा अनिश्चितार्थक उपयोग केलेला आहे. म्हणून हा विभाग मानला जातो.

या सहा विभागांपेक्षा सर्वनामांचे आणखी विभाग होऊ शकत नाहीत. केवळ नऊ किंवा अकरा शब्द असलेल्या या जातींच्या विभागणीची खरोखरीच गरज आहे काय? या विभागणीमागे रूप-अर्थ-कार्यदृष्टी किती आहे? तसे कोणतेही एक सूत्र या विभागणीमागे नाही. दामलेंच्या या सहा विभागांमध्ये एकही व्यवच्छेदक तत्त्व नाही. पुरुषवाचक व आत्मवाचक या विभागांमध्ये त्यांनी अर्थाकडे लक्ष दिले आहे; तर दर्शक, संबंधी, प्रश्नार्थक व अनिश्चितार्थक या विभागांमध्ये त्यांनी उपयोगाकडे लक्ष दिले आहे. पण अर्थ व उपयोग ही दोन्ही तत्त्वे एकाच वेळी लक्षात घेऊन त्यांनी सर्वनामांची विभागणी केलेली नाही. अर्थदृष्टीने सर्वनामांचे वर्गीकरण करायचे, तर 'कोण' व 'काय' या अनिश्चितार्थकांचा एकच विभाग मानायला हवा.

नऊ सर्वनामांसाठी सहा विभाग मानताना एकेक सर्वनाम दोन-तीन विभागांत येते. म्हणून या नऊ सर्वनामांचे प्रत्येकी विशेष नोंदवावेत. विभागणी कशासाठी करतात; तर अनेक शब्दांमधून कोणते शब्द कोणत्या विभागात येतात, याचे तत्त्व कळण्यासाठी विभागणी दिलेली असते. पण सर्वनामासंदर्भात अशी आवश्यकता नाही.

समारोप

सर्वनाम या शब्दजातीबद्दल ती नामाचा उपविभाग समजावी की स्वतंत्र शब्दजाती मानावी, याचा विचार झाला. नामापेक्षा तिचे स्वरूप, अर्थ व कार्य यांच्यामध्ये वेगळेपणा असल्याने ती स्वतंत्र शब्दजाती मानावी लागते.

सर्वनामाची संख्या मर्यादित व निश्चित असली, तरी भाषेच्या दृष्टीने ती अत्यंत महत्त्वाची शब्दजाती आहे. अन्य भाषेतून सर्वनामांचे कधीही रूपान्तर होत नाही. इंग्रजीतून अनेक नामे मराठीत आली, पण सर्वनामे मात्र ठरावीकच राहिली. शिवाय ती नामाचे भाषिक प्रतिनिधित्व करून वाक्यरचनेला सुटसुटीतपणा आणतात. यासाठी ही स्वतंत्र शब्दजाती मानणे गरजेचे असले, तरी विभागणीची गरज नाही.

मी, तू, तो (हा, जो, कोण, काय) - विधानार्थी व तीन पुरुषी वाक्यरचना साधणे.

जो - तो - मिश्र वाक्यरचना.

कोण, काय - प्रश्नार्थक वाक्यरचना.

वाक्यरचनेतील पुरुषदर्शक रचना सर्वनामांशिवाय लक्षात घेता येत नाही.

❖

प्रातिपदिकविचार : विशेषणासंदर्भात

(१) प्रास्ताविक, (२) विशेषणाची व्याख्या, (३) विशेषणाची विभागणी, (४) गुण-संख्या विशेषणे, (५) सार्वनामिक विशेषणे, (६) अधि-विधि विशेषणे, (७) संबंधी विशेषणे, (८) समारोप.

---

१. प्रास्ताविक

संस्कृतमध्ये या शब्दजातीचा समावेश प्रातिपदिकात केला आहे, ती स्वतंत्र शब्दजाती मानलेली नाही. ती इंग्रजीच्या परिणामाने मराठीत मानलेली आहे. या शब्दजातीच्या संदर्भात प्रत्येक व्याकरणकाराने कटाक्षाने एक वैशिष्ट्य पाळले आहे. ते म्हणजे, विशेषणाची व्याख्या दिल्यानंतर प्रत्येकाने विशेष्याची व्याख्या दिली आहे. म्हणजे विशेष्याच्या व्याख्येशिवाय विशेषणाची व्याख्या किंवा कल्पना पूर्णपणे समजू शकणार नाही, हा विचार प्रत्येकाच्या या दोन्ही व्याख्या देण्यामागे दिसून येतो.

२. विशेषणाची व्याख्या

जो विकारी शब्द नामाची व्याप्ती मर्यादित करतो, त्यास **विशेषण** असे म्हणतात.

सामान्यत: 'विशेष्याची माहिती देणारा व विशेष्याचे गुण सांगणारा विकारी शब्द म्हणजे विशेषण होय.' अशा प्रकारची विशेषणाची व्याख्या प्रचलित असते. इंग्रजीतील qualify चे योग्य भाषांतर विशेषणाच्या व्याख्येत देता आलेले नाही.

रूप, अर्थ व कार्य या तीन दृष्टिकोनांतून विशेषणाची लक्षणे लक्षात घेतल्यास रूपदृष्टीने ही शब्दजाती विकारी आहे, अर्थदृष्टीने ती विशेष्याचा गुण दर्शविते आणि कार्यदृष्टीने ती विशेषणे म्हणूनच येतात. उदा.– **शहाणा** मनुष्य, **चौसोपी** वाडा,

गुलाबी कागद इत्यादी. विशेषण हे नावच कार्यद्योतक आहे.

'गुण दर्शविणे' या विशेषणाच्या वैशिष्ट्याचे स्वरूप चिपळूणकरांनी पुढील कल्पनेने स्पष्ट केले आहे की– जसे घर पुरत नसले, तर त्यास जोड लावून वाढवितात; त्याप्रमाणे नामास ज्या शब्दांची जोड देतात, त्या जोडलेल्या शब्दास 'विशेषण' अशी पारिभाषिक संज्ञा दिली आहे.

पण 'गुण दर्शविणे' या विशेषणाच्या वैशिष्ट्याबद्दल दामले पुढील हरकत घेतात. त्यांच्या मते, गुण दर्शविणे हे भाववाचक नामाचे लक्षण आहे. त्यापेक्षा भेद दाखविणे, सजातीय वस्तूंपासून ती वस्तू भिन्न आहे असे दाखविणे हे विशेषणाचे वैशिष्ट्य मानल्यास, ते विशेषणाचे स्वरूप अधिक प्रमाणात स्पष्ट करणारे आहे. उदा.– गुलाबी कागद, निळी पेन्सिल यांमध्ये सर्व कागदांपेक्षा वा सर्व पेन्सिलींपेक्षा 'गुलाबी' व 'निळी' या शब्दांनी त्यांच्यामधील इतर कागदांपेक्षा वा पेन्सिलींपेक्षा असलेला वेगळेपणा स्पष्ट केला आहे. त्यांच्या अर्थामध्ये तर या शब्दांनी भर घातली आहेच, आणि त्याचबरोबर त्यांची 'व्याप्ती मर्यादित' केली आहे. म्हणजे 'कागद' या शब्दाची व्याप्ती 'गुलाबी कागद' यांमधील 'गुलाबी' या शब्दाने मर्यादित केली आहे, म्हणून भेद दर्शविणे म्हणजेच विशेष्याच्या अर्थामध्ये भर घालून त्याची व्याप्ती मर्यादित केली आहे. विशेषणाचा हा विशेष दामलेंनी मानला आहे.

गुंजीकरांनी 'भेदकं विशेषणम्' या संस्कृतमधील विशेषणाच्या वैशिष्ट्याबद्दल चर्चा करून असे म्हटले आहे की, हे विशेषणाचे खरे वैशिष्ट्य होय. संस्कृतात नाम आणि विशेषण यांच्या सीमारेषा एकमेकींमध्ये मिसळलेल्या असतात, हे स्पष्ट करण्यासाठी त्यांनी नर्मदा नदी हे उदाहरण घेतले. त्यांचा मुद्दा योग्य असला, तरी नर्मदा नदी हे उदाहरण मराठीच्या बाबतीत सदोष वाटते. कारण हे दोन्ही शब्द नामे आहेत. तेव्हा त्यांपैकी एकाचा उपयोग विशेषणासारखा केलेला आहे, असे म्हणावे लागते; ती विशेषणे ठरत नाहीत. त्याऐवजी विशेषण असलेला शब्द निवडायला पाहिजे होता.

विशेष्याचा अर्थ वाढविणे व त्याची व्याप्ती मर्यादित करणे, हे गुंजीकर-दामलेंनी सांगितलेले विशेषणाचे लक्षण सबनीसांना पटत नाही. त्यांनी म्हटले की, ही लक्षणे केवळ विशेषणालाच लागतात असे नाही; तर सर्वनाम, क्रियापद, क्रियाविशेषण या शब्दजातींनाही लागू शकतात. कारण या शब्दजातीही नामाची व्याप्ती मर्यादित करण्याचे कार्यच करीत असतात. या सर्व विवेचनाचा अर्थ इतकाच की, केवळ व्याप्ती मर्यादित करणे हे विशेषणाचे एकमेव लक्षण नसून, त्यापेक्षा दुसरे कोणते तरी प्रमुख लक्षण असण्याची शक्यता आहे.

डॉ. सहस्रबुद्धेंनी हे सगळे आक्षेप लक्षात घेऊन विशेषणाचे लक्षण विशेष्याची

अपेक्षा असणे– ज्याला विशेष्याची अपेक्षा असते असा शब्द म्हणजे विशेषण होय, हे सांगितले आहे. उदा.– शहाणा, हुशार, उंचनिंच, इ. शब्दांचा अर्थ लक्षात घेताना त्यांना विशेष्याची आवश्यकता भासते. केवळ त्या शब्दांनी अर्थ पूर्ण न होता तो शब्द पुढील शब्दाची, नामाची अपेक्षा करीत असतो. अशी अपेक्षा असणारा शब्द तो विशेषण, असे म्हटले; तर 'शहाणा मनुष्य' या शब्दप्रयोगात 'शहाणा' हे विशेषण मानावे लागेल. पण 'शहाण्याला शब्दांचा मार' या वाक्यातील 'शहाणा' शब्दाला पुढील नामाची (विशेष्याची) अपेक्षाच नसल्याने त्यांचा समावेश नामामध्ये करावा लागेल. विशेषणे व नामे या शब्दजाती एकमेकींच्या फार जवळ येणाऱ्या असल्या, तरी त्यांच्यात असलेल्या फरकाची जाणीव या तत्त्वामुळे नष्ट होईल. म्हणून 'शहाणा' हे विशेषण व 'शहाण्याला' यामध्ये त्याचा नामासारखा उपयोग केला, असे आपण मानतो. (जसे : वरील नर्मदा नदी या उदाहरणात दोन्ही नामे, पण एका नामाचा उपयोग विशेषणासारखा, असे आपण मानतो.) शब्दजाती ठरविताना शब्दाच्या उपयोगापेक्षा त्याचा अर्थ आणि त्याचे रूप महत्त्वाचे असते. या दृष्टीने शहाणा, सुंदर, हुशार, इत्यादी गुणवाचक शब्द आणि मनुष्य, खुर्ची, विद्यार्थी, शाळा, मुलगा, इत्यादी नामे यांच्यामध्ये फरक आहे. तो केवळ उपयोगाने आलेला नाही. दोन्ही गटांतील शब्द वस्तुद्योतकच आहेत, पण नामाने दर्शविलेली वस्तू प्रत्यक्ष असते. म्हणजे वास्तव जगात सामान्यतः तिला प्रत्यक्ष अस्तित्वरूप असते, असे नव्हे; भावना, विचार, कल्पना यांनाही प्रत्यक्ष वस्तुद्योतकत्व असते, म्हणूनच त्यांचा अंतर्भाव नामजातीत केला आहे. मात्र वास्तव जगात त्यांना दृश्यरूप नसते; पण मानसिक व काल्पनिक पातळीवर त्यांना दृश्यता असते. त्यांना कल्पनेच्या पातळीवर रूप असते, तर विशेषणाने दर्शविलेली वस्तू गुणबोधक असते.

नाही तरी खुर्ची, फळा, फळ यांनाही आपण कल्पनेच्या पातळीवरच समजून घेत असतो. खुर्चीचे खुर्चीत्व व फळाचे फळत्व हे कल्पनेच्या पातळीवरच आपल्याला आकलन होत असते. कारण 'फळ' असे म्हणताना आपल्या नजरेसमोर केळे, सफरचंद, मोसंबी, चिकू, बोरे इत्यादी फळे येतात. ती त्या–त्या जातीची फळे असतात. 'फळ' या नामाचे वस्तुद्योतकत्व या सर्वांच्या एकत्रितपणाने 'प्रत्यक्ष' होत असते, म्हणून ते आपण कल्पनेनेच जाणत असतो. हा सर्व अर्थ प्रत्यक्ष वस्तुद्योतकत्व या कल्पनेमध्ये समाविष्ट असतो. हे प्रत्यक्ष वस्तुद्योतकत्व नामामध्ये असते.

विशेषणाला असे प्रत्यक्ष वस्तुद्योतकत्व नसते. शहाणा, मोठा, जुना इत्यादी गुणविशेषणांना प्रत्यक्ष वस्तुद्योतकत्व असू शकत नाही. या विशेषणांना कोणताही आकार नसतो. त्यांना कल्पनेच्या पातळीवरही असा आकार असू शकत नाही.

नुसता 'जुना', 'लांब' दाखविता येत नाही; तो शब्द कोणत्या तरी वस्तूच्या आधारे प्रत्यक्ष होत असतो. 'सुंदर' दाखविता येत नाही; 'सुंदर अक्षर', 'सुंदर साडी', 'सुंदर घर', 'सुंदर पत्र' दाखविता येते. याचा अर्थ, 'सुंदर' या शब्दाला असलेले वस्तुद्योतकत्व दुसऱ्या वस्तूच्या/ शब्दाच्या आधारेच व्यक्त होत असते. (वास्तव जगातील वस्तूंमध्ये 'सुंदर' आणि ती वस्तू/ व्यक्ती ही वेगवेगळी नसतात. पण भाषेमध्ये त्यांना एकत्र अभिव्यक्ती नसल्याने भाषेत 'सुंदर पत्र' असे दोन शब्द येत असतात.) 'हुशार' हा गुण दाखविता येत नाही; 'हुशार मनुष्य' हा दृश्यरूपात असतो. म्हणूनच विशेषण हे विशेष्याच्या कल्पनेशिवाय विचारात घेता येत नाही. म्हणून विशेषणाला असलेले वस्तुद्योतकत्व हे गुणांद्वारा जाणवत असते.

विशेषण व नाम या दोन शब्दजातींत पुष्कळ साम्य आहे. विशेषणांपासून नामे व नामापासून विशेषणे तयार होत असतात, याची अस्पष्टशी जाणीव नामविचारात लक्षात घेतली आहे. 'हुशार' हे विशेषण, पण 'हुशारी' हे नाम यांच्यातील फरक जेस्पर्सनने लक्षात घेण्याचा प्रयत्न केला आहे. हा फरक केवळ एका भाषेपुरता नाही, तर तो सर्व आर्य भाषांमध्ये जाणवतो. आर्य गटातील सर्वच भाषांमध्ये 'दगड', 'चाकू' इत्यादी शब्दांचा समावेश नामामध्ये केलेला असतो आणि 'मोठा', 'जुना' इत्यादी शब्दांचा समावेश विशेषणांमध्ये केलेला असतो. याचा विचार करताना त्यांना असे जाणवले : "Substantives are more special than adjectives, they are applicable to fewer objects than adjectives." (जेस्प., पृ. ७४) विशेषणे अनेक वस्तूंना लागू शकतात, पण नामे मात्र त्या अर्थाने ठरावीक व मर्यादित वस्तूंनाच लागू शकतात. पूर्वी विशेषणांसारखा उपयोग असलेल्या आजच्या नामांच्या संदर्भात हा मुद्दा महत्त्वाचा ठरतो. उदा.– पूर्वी दामोदर, गोपाळ यांचा जेव्हा विशेषणांसारखा उपयोग होत होता, तेव्हा ते कोणत्याही विशेष्याबरोबर येत असत. पण जेव्हा हा त्यांचा उपयोग केवळ 'श्रीकृष्ण' या अर्थाने, म्हणजे नामासारखा होऊ लागला; तेव्हा त्याला अर्थातच मर्यादा पडली.

अशी विशेषणांची नामे होण्याची प्रक्रिया सामान्यतः साधित विशेषणांच्या संदर्भात घडते. गायक, वादक, नर्तक, इ. पूर्वीची साधित विशेषणे आज नामे ठरताना दिसतात. पण अशी स्थिती सिद्ध विशेषणांची नसते. जुना, सुंदर, मोठा, हुशार इत्यादी सिद्ध विशेषणे पूर्वीही विशेषणेच होती आणि आजही ती विशेषणेच आहेत. ही जशी विशेषणांची तऱ्हा; तसेच दगड, चाकू इत्यादी शब्दही कायम नामेच आहेत. ते पूर्वीही नामेच होते. लाकूड-लाकडी असे विशेषण साधले जात असले, तरी लाकूड या नामाचा उपयोग कधी विशेषणासारखा होत नाही.

याचे कारण शोधताना जेस्पर्सनने म्हटले आहे– "If one wants a metaphorical figure, substantives may be compared to crystallization of qualities which in adjectives are found only in liquid state." (जेस्प., पृ. ८०) त्यांच्या Crystallization of qualities (गुणांचे घनीभूत रूप) व liquid state (द्रवीभूत रूप) किंवा गुणांचे स्थिर स्वरूप व चंचल-बदलते रूप या कल्पनांचा त्याने अनुक्रमे नाम व विशेषण या शब्दजातींशी संबंध जोडला आहे. उदा.– जुना, मोठा इ. विशेषणांमध्ये असलेले चांचल्य त्यांच्यापुढे येणाऱ्या विशेष्याने स्थिरावते. 'जुना' या विशेषणाच्या अर्थामध्ये चांचल्य आहे, त्यामधून अनेक गुण मनात जाणवतील; परंतु 'जुना आरसा', 'जुने कपडे' असे त्याला विशेष्यांचे आधार मिळताच 'जुना' या शब्दामधील गुणाला निश्चितता येते. पण 'जुनेर' असे म्हणताच किंवा 'हुशारी' असे म्हणताच त्यामध्ये गुणांचे स्थिर रूप घनीभूत झालेले जाणवते. उदा.– 'मला हुशारीचे कौतुक आहे', 'जुनेपणा म्हणजे मोठेपणा नव्हे.' इ. ठिकाणी जाणवणारा हा घनीभूत गुण लक्षात घेऊनच शब्दाला विशेष्याची अपेक्षा नसेल तर 'नाम'; विशेष्याची अपेक्षा असेल, तर 'विशेषण' असे म्हटले जाते.

विशेषणाच्या व्याख्येमध्ये गुणवाचक असणे किंवा भेद दर्शविणे याबरोबरच विशेष्याची अपेक्षा असणे याचाही निर्देश व्हायला पाहिजे. जर ही अपेक्षा त्या गुणवाचक शब्दांमधून अपेक्षित नसेल, तर ते भाववाचक नाम ठरेल; विशेषण उरणार नाही. याचा अर्थ, विशेषण हेच त्याचे प्रमुख कार्य आहे. कर्ता-कर्म म्हणून येणे हे नामाचे (सर्वनामाचे) कार्य आणि विशेषण म्हणून येणे हे विशेषणाचे कार्य होय.

विशेषण ही विकारी शब्दजाती आहे. संस्कृतमध्ये विशेष्याचे प्रत्यय विशेषणालाही लागतात. उदा.– सुंदरम् अक्षरम्, सुंदराणि अक्षराणि, सुंदरेण अक्षरेण इत्यादी. पण मराठीत विशेषणांपैकी आकारान्त विशेषणांना केवळ लिंग-वचनाचे प्रत्यय लागतात; विभक्तिप्रत्यय कधीही लागत नाहीत (काळा घोडा, काळी टोपी, निळे पडदे इत्यादी. काळ्या घोड्याने, काळ्या टोपीचे, निळ्या पडद्यावरील इत्यादी.) जेव्हा विशेष्यास विभक्तिप्रत्यय लागतात, तेव्हा आकारान्त विशेषणांचे केवळ सामान्यरूप होते. एवढ्याच अर्थाने विशेषण विकारी शब्दजाती ठरते. अकारान्त विशेषणांना तर कोणताही विकार होत नाही. (सुंदर घरे, सुंदर गाई, सुंदर अक्षराने इत्यादी.) अपवाद गोड बर्फी, गोडे तेल, गोडा मसाला.

पण जरी विकारी असणे हे रूपदृष्टीने मानलेले लक्षण या शब्दांमध्ये दिसत नसले; तरी अर्थदृष्टीने ती वस्तुद्योतक ठरत असल्याने आणि विशेषण-नामे यांच्यातील अल्प फरक, त्यांचा एकमेकांसारखा होणारा उपयोग ही कार्यदृष्टी लक्षात घेऊन या शब्दजातीचा समावेश विकारी शब्दजातीमध्ये करावा लागतो.

या सर्व विवेचनाचा निष्कर्ष असा की, व्याप्ती मर्यादित करण्याचे कार्य इतर शब्दजातींकडूनही होत असले, तरी त्या इतर शब्दजातींजवळ गुणदर्शकत्व नसते.

गुण दर्शविणे हे कार्य भाववाचक नामेही करीत असली, तरी त्यांना विशेष्याची अपेक्षा कधीही नसते. काही विशेषणांना कोणतेही प्रत्यय लागत नसले, तरी अर्थदृष्टीने ते नामाच्या जवळ येणारे आहेत. (तसेच, विशेषण हे विशेष्याची अपेक्षा बाळगत असल्याने ते सामान्यत: विशेष्यापूर्वी येते, ही रूपदृष्टीही लक्षात घ्यायला पाहिजे.) आणि म्हणून (१) गुण दर्शविणे, (२) व्याप्ती मर्यादित करणे, (३) विशेष्याची अपेक्षा असणे व (४) विकारी असणे हे सर्व विशेष विशेषणाच्या व्याख्येत अपेक्षित असतात. या दृष्टीने :

(विशेष्याची अपेक्षा बाळगणारा म्हणजे) विशेषण हेच कार्य असलेला गुणदर्शक (भेददर्शक) विकारी शब्द म्हणजे विशेषण होय.

विशेषण ही शब्दजाती नाम-सर्वनाम या शब्दजातींपेक्षा कोणत्या प्रकाराने भिन्न आहे? विशेषत:, सर्वनामापेक्षा विशेषणाचा असलेला वेगळेपणा लक्षात घेणे महत्त्वाचे आहे. जोशींच्या मते, सर्वनामे ही नामांचा नुसता बोध करतात; त्यांच्याबद्दल कोणत्याही प्रकारची विशेष माहिती देत नाहीत. पण विशेषणे मात्र त्या नामांचा बोध करतात व त्यांच्याबद्दल अधिक माहितीही देतात. विशेषणाचे विशेष लक्षात घेतल्यावर त्यांचा सर्वनामापेक्षा असलेला वेगळेपणा सहजपणे नोंदविता येतो.

३. विशेषणांची विभागणी

विशेषणांचे प्रामुख्याने गुण व संख्या असे विभाग केले जातात. सार्वनामिक विशेषण असाही विशेषणाचा एक विभाग काही व्याकरणकारांनी केला आहे. वाक्यातील त्याच्या स्थानावरून अधिविशेषण व विधिविशेषण असेही त्याचे विभाग व्याकरणात केलेले दिसून येतात. तसेच ज्या व्याकरणकारांनी षष्ठी ही विभक्ती मानली नाही, त्यांनी त्या प्रत्ययांनी साधलेल्या पदांचा समावेश संबंधी विशेषण या विभागात केला. म्हणजे विशेषणाचे (१) गुण, (२) संख्या, (३) सार्वनामिक, (४) अधि, (५) विधि व (६) संबंधी असे विभाग वेगवेगळ्या तत्त्वांनुसार केलेले आहेत. या विभागणीमागे निश्चित असे कोणतेही एक सूत्र नसून; गुणसंख्या ही विभागणी अर्थावरून, अधि-विधि ही विभागणी त्यांच्या वाक्यातील स्थानावरून, संबंधी प्रत्ययावरून व सार्वनामिक शब्दजातीवरून केलेली विभागणी आहे. यांतील प्रत्येक विभागाची माहिती पुढीलप्रमाणे :

४. गुण-संख्या विशेषणे

गुण व संख्या असे भिन्न विभाग मानण्याची आवश्यकता कोणती असावी, याबद्दल चिपळूणकरांनी पुढीलप्रमाणे विचार केला आहे. मराठीत आकारान्त विशेषणांना

लिंग-वचनाचे विकार होतात; पण आकारान्त संख्याविशेषणांना मात्र तसा विकार होत नाही. उदा.– चांगला मुलगा, चांगली मुलगी, पण दहा मुलगे, दहा मुली. तसेच अकारान्त गुणविशेषणांना कोणताही विकार होत नाही. पण अकारान्त संख्या विशेषणांना मात्र विकार होतो. उदा.– सुंदर मुलगी, सुंदर मुलीने. पण एक मुलगी, एका मुलीने.

म्हणजे रूपदृष्टीने ही विभागणी योग्य ठरते. या विभागणीचे समर्थन करताना दामलेंनी म्हटले आहे की, न्यायशास्त्रदृष्टीने गुण व संख्या एकच आहेत. या अर्थाने संख्या हीसुद्धा गुणदर्शकच ठरते. पण व्यवहारामध्ये मात्र गुण व संख्या यांच्यामध्ये विरोध आहे. या दृष्टीने ही विभागणी मानणे त्यांना आवश्यक वाटते.

५. सार्वनामिक विशेषणे

जी विशेषणे सर्वनामापासून साधलेली आहेत, त्यांना सार्वनामिक विशेषणे असे म्हटले जाते. उदा.– मज गरिबाला, मी गरीब, इत्यादी.

दामलेंनी या विशेषणाचे पुढीलप्रमाणे विभाग केले आहेत.

(१) मूळ सर्वनामेच नामापूर्वी येणे व विशेषणाचे कार्य करणे.

(२) सर्वनामापासून साधलेले शब्द नामापूर्वी येणे व विशेषणाचे कार्य करणे.

या दोन्ही प्रकारांची चर्चा दर्शक सर्वनामासंदर्भात केलेली आहे. त्यामुळे विशेषणांसंदर्भात त्याचा आवश्यक तेवढा निर्देश केला की, या विभागाबद्दल निश्चित मत देता येईल.

दर्शक सर्वनामासंदर्भात दामलेंनी असा निष्कर्ष काढला की, जेव्हा नामापूर्वी सर्वनाम येते, तेव्हा त्याला विशेषण म्हणावे की सर्वनाम, हे संदर्भावर अवलंबून राहते. कधी कधी वाक्यरचनेवरही अवलंबून राहते. पण जेव्हा नामापूर्वी सर्वनामाचे केवळ सामान्यरूप येते, तेव्हा मात्र ते विशेषणच असते. 'मला गरिबाला...' व 'मज गरिबाला...' या दोन वाक्यांवरून हे मत त्यांनी स्पष्ट केले.

हा विभाग अनेक प्रश्न उपस्थित करतो. सर्वनामापासून साधलेली ती सार्वनामिक विशेषणे. मग नामापासून साधलेली ती नामिक विशेषणे, धातूपासून साधलेली ती धात्विक विशेषणे, असे विशेषणाचे विभाग मानावे लागतील. उदा.– नर्मदा नदी, राजा शिवाजी–नामिक; धावती गाडी, पळती गावे–धात्विक इ. या ठिकाणी नामाचा वा सर्वनामांचा किंवा धातूंचा विशेषणासारखा उपयोग केला आहे, असे म्हणावे. त्यासाठी वेगळ्या विभागाची गरज नाही.

केवळ नामापूर्वी येणे म्हणजे विशेषण नव्हे, तर त्यामधून विशेष्याचा विशेष वा गुण सांगितला गेला पाहिजे. 'मज' या शब्दाने गरीब (वा गरीब मनुष्य) याबद्दल

कोणता गुण सांगितला आहे काय? 'तो मुलगा' यामध्येही 'तो' हे विशेषणाचे कार्य करीत आहे काय? ते सर्वनाम 'मुलगा' या शब्दाच्या अर्थात भर घालते, त्या शब्दाची व्याप्ती मर्यादित करते; पण ते त्याचा कोणताही गुण दर्शवीत नाही आणि 'तो' शब्दाला विशेष्याची अपेक्षाही नाही, म्हणून त्याचा समावेश विशेषणात करण्याची गरज नाही.

६. अधि-विधी विशेषणे

विशेषणाचे वाक्यातील स्थान लक्षात घेऊन ही विभागणी केली आहे. विशेष्याच्या पूर्वी येणे वा नंतर येणे यावर त्यांचा विभाग ठरतो. उदा.– 'चांगला मुलगा अभ्यास करतो', 'हा मुलगा चांगला आहे'. विशेष्यानंतर आलेले विशेषण हे क्रियापदाबद्दलही माहिती देत असल्याने काही व्याकरणकारांनी त्याला क्रियाविशेषण असे म्हटले आहे. सबनीसांच्या मते, विधिविशेषण हे नामाबद्दल माहिती न देता, ते केवळ क्रियापदाबद्दलच अधिक माहिती देते. उदा.– 'चांगला मुलगा अभ्यास करतो' या वाक्यातील 'चांगला' हे पद 'मुलगा' या विशेष्याबद्दल अधिक माहिती देते. पण 'मुलगा चांगला आहे' या वाक्यातील 'चांगला' हे पद मात्र 'आहे' या क्रियापदाबद्दलच माहिती देत आहे. वस्तुत: ही क्रियाविशेषणे आहेत. यांना इंग्रजीच्या सहवासाने विधिविशेषण असे म्हणून विशेषणाचे हे विभाग कारणाशिवाय दिलेले आहेत. इंग्रजीतील good व well या दोन्ही शब्दांचे मराठीतील भाषांतर 'चांगले', 'बरे'सारख्या एकाच शब्दाने दाखविले जाते. अशाच गैरसमजाने हा विभाग मानला गेला.

७. संबंधी विशेषण

जर षष्ठीला विभक्तीमध्ये स्थान दिले नाही, तर त्याचा विशेषणाशिवाय दुसऱ्या कोणत्याही विभागात सहजपणे अंतर्भाव होऊ शकत नाही. उदा.– 'घराची भिंत', 'विहिरीची खोली', 'खोलीचे दार' इ. शब्दप्रयोगांमधील 'घराची', 'विहिरीची', 'खोलीचे' या शब्दांना या विभागात समाविष्ट केले जाते. त्यांना विशेष्याची अपेक्षा असते. जर षष्ठी विभक्ती मानली, तर या प्रत्ययान्वित शब्दांसाठी विशेषणाचा हा वेगळा विभाग मानण्याची गरज उरणार नाही.

षष्ठ्यन्त शब्दांना विशेषणे मानायचे, तर 'चा' हा प्रत्यय विशेषणसाधित प्रत्यय समजायला पहिजे. 'घराचा दरवाजा' यामध्ये 'घर' हे नाम, 'चा' हा विशेषणसाधित प्रत्यय आणि 'घराचा' हे विशेषण असे समजावे लागेल. (मग 'तो रात्रीचा जागतो', 'त्याचे जेवून झाले' या वाक्यांतील अनुक्रमे 'रात्रीचा' व 'त्याचे' याची विशेष्ये कोणती?) पण 'घराचा दरवाजा' यामध्ये 'घराचा' हा शब्द विशेष्य 'दरवाजा' याचा कोणता

गुण सांगत आहे? 'उंच दरवाजा', 'भला मोठा दरवाजा' यामध्ये विशेषण जसे विशेष्याचा गुण दर्शविते, तसा कोणताच गुण हे षष्ठ्यन्त शब्द सांगत नाहीत. केवळ ते नामापूर्वी येतात आणि त्यांना विशेष्यानुसार लिंग-वचन-सामान्यरूप विकार होतात, म्हणून त्यांना विशेषणे म्हणणे समर्थनीय नाही. रूप-कार्यदृष्टीने ती विशेषणे ठरतात; पण शब्दजाती ठरविताना गुण-संख्या या शब्दावरूनच अर्थ महत्त्वाचा आहे, हे लक्षात येते.

विशेषणाच्या विभागणीमागे कोणतेही एक सूत्र नाही आणि ही विभागणी अनावश्यक आहे, हे डॉ. लद्दूंचे मत आहे. सार्वनामिक विशेषण हा भेद रूपावर आधारलेला आहे, तर गुण-संख्या ही विभागणी अर्थावर आधारलेली आहे. त्यांच्या मते, सार्वनामिक विशेषणांचा अंतर्भाव साधित विशेषणांमध्ये करावा; गुण-संख्या ही द्विविध विभागणी मानावी. हे त्यांचे मत पटण्यासारखे आहे.

९. समारोप

रूप, अर्थ व कार्य या दृष्टीने विशेषण या शब्दजातीची व्याख्या लक्षात घेताना विशेषण असणे हेच या शब्दजातीचे प्रमुख कार्य आहे, हे समजून घेतले. एखाद्या नामाचे म्हणजे विशेष्याचे विशेषण असणे व विशेष्यापूर्वी येणे असा नामाशी संबंध असल्याने नामाप्रमाणे या शब्दजातीचा समावेश विकारी शब्दजातीमध्ये करावा लागतो.

संस्कृतपेक्षा मराठीतील विशेषणामध्ये रूपदृष्टीने वेगळेपणा आहे. त्यांना विभक्तिप्रत्यय कधीही लागत नाहीत. आकारान्त विशेषणांचा अपवाद वगळता सामान्यत: विशेषणांना लिंग-वचनाचाही विकार होत नाही. विशेष्याला विभक्तिप्रत्यय लागल्यास आकारान्त विशेषणांचे फक्त सामान्यरूप होते. तरीही नामजातीशी असलेले त्यांचे साहचर्य लक्षात घेऊन त्यांचा विकारी जातीमध्ये समावेश होतो.

विशेषणांपासून नामे सिद्ध होत असतात आणि नामांपासून विशेषणे सिद्ध होत असतात. नामाप्रमाणे ती कर्ता-कर्माचे कार्यही कधी कधी करू शकतात. याचा अर्थ, त्यांचा नाम-सर्वनामांप्रमाणे उपयोग होऊ शकतो.

गुणदर्शकत्वाचे विशेषणाचे कार्य भाववाचक नामेही करीत असतात. पण भाववाचक नामे वस्तुद्योतक असतात व ती स्वतंत्रपणे आलेली असतात. विशेषणे मात्र विशेषणकार्य करीत असताना विशेष्याबरोबरच येत असतात.

विशेषण या शब्दजातीचे असलेले विशेषण हे कार्य नाम, सर्वनाम, धातू इत्यादी शब्दजातींकडूनही साधता येते. उदा.– सार्वनामिक विशेषणे, षष्ठ्यन्त विशेषणे असे जे विशेषणाचे प्रकार मानले जातात, ते विशेषणकार्य करीत असतात;

पण तरीही विशेषण म्हणून त्यांचा या शब्दजातीत अंतर्भाव करता येत नाही. तीच गोष्ट अधि व विधी या विशेषणाच्या विभागणीबद्दल म्हणता येते. हा विशेषणाचा उपयोग झाला, विभाग नव्हे.

तिच्या विभागणीत एक निश्चित असे सूत्र नाही आणि गुण-संख्या ही विभागणी वगळता इतर विभागणीची गरज नाही, हे या विवेचनावरून स्पष्ट होते.

❖

धातुविचार

(१) प्रास्ताविक, (२) धातूची व्याख्या, (३) धातूची विभागणी, (४) सकर्मक-अकर्मक, (५) अकर्तृक-सकर्तृक, (६) शक्य-प्रयोजक-सिद्ध, (७) भेदव्यवस्था, (८) करण-अकरण, (९) समारोप.

---

१. प्रास्ताविक

संस्कृतमध्ये धातूची माहिती 'क्रियावचनी धातु:', 'भाववचनो धातु:' अशी दिलेली आहे. त्या भाषेत प्रातिपदिक व धातू ही शब्दाची प्रमुख विभागणी आहे. संस्कृतमध्ये धातूची दहा गणांमध्ये विभागणी केलेली असून, प्रत्येक गणाचे एखादे स्वतंत्र खुणेचे अक्षर त्या धातूच्या रूपामध्ये येते. धातूंना लागणाऱ्या प्रत्ययांचेही परस्मैपद व आत्मनेपद असे दोन भिन्न प्रकार आहेत. काही धातूंना हे दोन्ही प्रकारचे प्रत्यय लागतात. मराठीमध्ये अशा प्रकारची दहा गणांमध्ये धातूंची विभागणी केलेली नाही आणि प्रत्ययांचेही असे स्वतंत्र प्रकार मराठीत नाहीत.

या शब्दजातीच्या व्याख्येपासून इंग्रजी व्याकरणाचा परिणाम जाणवतो. धातू किंवा क्रिया ही शब्दजाती आहे व क्रियापद हे पद आहे. कर(णे), बोल(णे), हस(णे), इ. धातू आहेत. त्यांना वर्तमानादी काळाचे व विध्यर्थ-आज्ञार्थ, इ. अर्थांचे प्रत्यय लागून क्रियापद तयार होत असते. करतो, बोलतो, बोलावे, हसतो ही क्रियापदे आहेत. पण मराठीत 'क्रियापद' हा शब्द पुष्कळशा व्याकरणकारांनी 'धातू' या अर्थाने योजला आहे. धातू ही शब्दजाती आहे, तर क्रियापद हे पद आहे. त्याच्या नावामधूनच पदाची जाणीव व्यक्त होते. हा शब्द यासाठीच सदोष ठरतो. क्रियापद ही संज्ञा शब्दजाती म्हणून योजणे सदोष आहे. याची जाणीव झाली, ती गुंजीकरांना. त्यांच्या मते, इंग्रजीच्या अनुकरणाने हा घोटाळा झाला आहे. इंग्रजीत

verb हा शब्द धातू व क्रियापद या दोन्ही अर्थांनी योजला जातो. त्याचेच भाषांतर करताना क्रियापद ही संज्ञा शब्दजातीमध्ये रूढ झाली. पण मराठीत धातू व क्रियापद या दोन्ही कल्पनांमध्ये फरक आहे. हा फरक लक्षात न घेता, verb या शब्दाचे भाषांतर केल्यामुळे मराठीत हा दोष निर्माण झाला.

२. धातूची व्याख्या

'ज्या मूळ शब्दास काही विकार होऊन क्रियापद बनते, त्यास **धातू** किंवा **क्रिया** असे म्हणतात.'

धातू वा क्रिया यांची व्याख्या करताना, रूपदृष्टीने ही शब्दजाती विकारी (लिंग-वचन-पुरुष-आख्यात यांचे प्रत्यय स्वीकारणारी) शब्दजाती आहे, याचा निर्देश व्याख्येत हवा. तसेच, ती अर्थदृष्टीने क्रियाद्योतक आहे व कार्यदृष्टीने ती प्रामुख्याने क्रियापद म्हणून कार्य करीत असते. मराठीतील धातूची व्याख्या 'क्रियाद्योतक विकारी शब्द म्हणजे धातू' अशी असायला पाहिजे.

वाक्यामध्ये क्रियापद हे पद सगळ्यात महत्त्वाचे असते. जितकी क्रियापदे, तितकी वाक्ये असे ढोबळपणे म्हणायला हरकत नाही. क्रियापदाच्या व्याख्येमध्ये क्रियाद्योतकत्व, वाक्यपूरकत्व व कालार्थद्योतकत्व या तीन वैशिष्ट्यांचा निर्देश असायला पाहिजे. **क्रियाद्योतकत्व** - अस्तित्वद्योतकत्व, **कालार्थद्योतकत्व** - आख्यातप्रत्यय धातूला लागून त्याच्या ठिकाणी काळ-अर्थ दर्शविण्याचे सामर्थ्य येते. (उदा.– तो मोठ्याने बोलतो – 'तो' या प्रत्ययाने वर्तमानकाळ व्यक्त होतो.) आणि **वाक्यपूरकत्व** - हे तिसरे लक्षण क्रियापद बनण्यासाठी अत्यंत आवश्यक आहे. 'पूर्णत्व' म्हणजे काय, याबद्दल वाक्याच्या संदर्भात वादाला वाव असला; तरी 'तो मोठ्याने...' या शब्दसमूहाने पूर्ण अर्थ व्यक्त झालेला नाही. पण 'तो बोलतो' यातील 'बोलतो' या पदाने एक अर्थ पूर्णपणे कळतो, हे लक्षात घेतल्यास वाक्यपूरकत्व हा क्रियापदाचा विशेष स्पष्ट होईल. अर्थ पूर्णत्वाने कळणे व एखादा विचार पूर्णत्वाने कळणे या दोन्ही गोष्टी वेगवेगळ्या आहेत. म्हणून अर्थपूर्णतेचा विचार करून असे म्हणावे लागते की, क्रियापदाशिवाय वाक्य असू शकत नाही. 'धातू' या क्रियाद्योतक शब्दाला आख्यातप्रत्यय लागून क्रियापद सिद्ध होत असते आणि क्रियापदाने एक वाक्य सिद्ध होते.

क्रियापदामुळे वाक्यास पूर्णता येते, या मुद्द्याचा विचार करताना जेस्पर्सनने म्हटले आहे :

"...The Verb imparts to the combination a special character of finish and make it a (more or less) complete piece of communication... The Verb is a life-giving element, which makes it particularly valuable in building up sentences, a sentence nearly always contains a Verb.'' (जेस्प., पृ. ८३).

धातूपासून जसे क्रियापद सिद्ध होते, तसेच कृदन्तही (धातुसाधित) सिद्ध होते. उदा.– 'तो काम **करतो**' या वाक्यामध्ये **'करतो'** हे क्रियापद आहे. त्याच्यामुळे क्रियापूर्णतेचा (व वर्तमानकाळाचाही) बोध होतो, पण 'तो काम **करताना** बोलतो.' या वाक्यातील **करताना** हे पद मात्र क्रियापूर्णतेचा– वाक्यपूरकत्वाचा– बोध करीत नाही, म्हणून ते क्रियापद नाही; पण ते धातूपासूनच सिद्ध झालेले आहे. त्याला कृदन्त-धातुसाधित– असे म्हटले जाते. म्हणजे धातूला आख्यातप्रत्यय लागले, तर क्रियापद तयार होत असते. पण त्याव्यतिरिक्त (कर)त (कर)ता, (कर)ताना, (कर)ऊ, (कर)ऊन, इत्यादी प्रत्यय लागले; तर धातुसाधित तयार होत असते. हे आख्यातप्रत्यय नसल्याने ते पद वाक्याचा अर्थ पूर्ण करू शकत नाही.

हा सगळा विचार आख्यातप्रत्ययाच्या विभागात करावा लागतो. पण पुष्कळशा व्याकरणकारांनी तो धातुविचारातच केला आहे.

३. धातूची विभागणी

धातूची विभागणी करताना अर्थ, व्युत्पत्ती, उपयोग व रूप या तत्त्वांचा आधार घेतला जातो. अर्थावर आधारलेली धातूची विभागणी म्हणजे सकर्मक-अकर्मक ही होय. या दोन्हींचा समावेश करणारा उभयविध हा आणखी एक विभाग होय. सकर्मक-अकर्मक-उभयविध या विभागात कर्माला महत्त्व आहे. पण कर्त्याला महत्त्व देऊन अर्थाच्या आधारे केलेली विभागणी म्हणजे सकर्तृक-अकर्तृक ही होय. व्युत्पत्तीवरून सिद्ध-साधित ही विभागणी; तर उपयोगावरून सहाय, शक्य, प्रयोजक ही विभागणी आणि रूपदृष्टीवर आधारलेली करण-अकरण ही विभागणी यांचा विचार करून त्यात एकसूत्रता आहे काय, ते शोधायला पाहिजे.

सकर्मक-अकर्मक व सकर्तृक-अकर्तृक ही विभागणी अर्थावरून मानलेली आहे. या ठिकाणी अर्थ म्हणजे धातूला कर्माची गरज आहे की नाही किंवा धातूला कर्त्याची गरज आहे की नाही, हे त्या धातूच्या अर्थावर अवलंबून असते. 'तो धावतो' या वाक्यातील धाव(णे) या धातूच्या अर्थामध्येच कर्माची अपेक्षा नाही. पण 'तो पुस्तक वाचतो' या ठिकाणच्या वाच(णे) या धातूच्या अर्थामध्येच (काय वाचतो?) कर्माची अपेक्षा आहे. कर्माची अपेक्षा असलेले धातू सकर्मक व कर्माची अपेक्षा नसलेले धातू अकर्मक होत.

वाक्यात कर्मापेक्षा कर्ता या पदाला अधिक महत्त्व असते. प्रत्येक वाक्यात कर्म

असण्याची आवश्यकता नसते, पण कर्ता असतोच. या कल्पनेने प्रत्येक धातूला कर्ता असतोच, असा समज होतो. पण काही धातू अकर्तृक असतात, याची जाणीव सांजावणे, प्रकाशणे, कळमळणे इत्यादी धातूंवरून झाल्याने धातूंचे सकर्तृक-अकर्तृक असे विभाग मानले गेले. (उदा.– 'त्याला घरी यायला सांजावले' - या वाक्यात 'सांजावणे' या क्रियेचा त्याला हा कर्ता नव्हे. इंग्रजीतही It rains या वाक्यामध्ये It हे क्रियापदासाठी प्रत्यय सांभाळणारे केवळ एक पद आहे. तो कृती करणारा नव्हे.) सिद्ध-साधित ही विभागणी सर्वच शब्दजातींसंदर्भात शक्य आहे, पण त्याचा उपयोग कमी होतो. उपयोगावरून केल्या जाणाऱ्या विभागणीतील शक्य व प्रयोजक या विभागांसंदर्भात संस्कृतला अनुसरून भेदव्यवस्था मानली जाते. तिची मराठीच्या दृष्टीने कितपत आवश्यकता आहे, हे लक्षात घ्यायला पाहिजे. उपयोगावरूनच मराठीत सहाय हा विभागही मानला जातो. 'त्याने काम केले **पाहिजे**', 'त्याला अभ्यास करायला **हवा**', 'तू काम करून **टाक**', 'आळस करू **नये**' इ. क्रियापदांमधील जाड ठशातील पद हे सहाय धातूपासून बनलेले आहे. 'त्याला पुस्तक **वाचवते**' (वाचणे शक्य होते.), 'त्याला डोंगर **चढवतो** (चढता येण्याची शारीरिक क्षमता आहे.) - या वाक्यांतील जाड ठशातील क्रियापदांचे धातू हे शक्य धातू होय. आणि 'रामाने नलाकडून सेतू **बांधविला**' - यातील क्रियापदाचा धातू प्रयोजक होय. रूपदृष्टीवर आधारलेली करण-अकरण ही विभागणीही (तो काम करतो– करण व तो काम करत नाही– अकरण) विचारात घ्यायला पाहिजे.

यांतील प्रत्येक विभागणीचा विचार करून ती व्याकरणास किती प्रमाणात आवश्यक वा अनावश्यक वाटते, ते लक्षात घेऊ या.

४. सकर्मक-अकर्मक

ज्या धातूला कर्माची अपेक्षा असते, तो सकर्मक धातू आणि ज्याला कर्माची अपेक्षा नसते, तो अकर्मक धातू होय. ही विभागणी सर्व व्याकरणकारांनी मानली आहे. उदा.– 'तो धडा वाचतो' - यामध्ये 'वाचणे' या क्रियेमध्येच कर्माची अपेक्षा व्यक्त झालेली आहे. पण 'तो झोपतो' यामधील 'झोपणे' या क्रियेमध्ये अशी कर्माची अपेक्षा नाही. दुसऱ्या कोणत्याही पदावर त्या क्रियेचा परिणाम होत नाही.

कर्माची कल्पना स्पष्ट करताना दामलेंनी म्हटले आहे की, 'रामाने रावणास मारिले.' या वाक्यामध्ये **मारण्याची** क्रिया **राम** या कर्त्यापासून निघून त्याचा परिणाम **रावणावर** घडला आहे. म्हणूनच धातूने दाखविली जाणारी क्रिया कर्त्यापासून निघते आणि ज्या दुसऱ्या कोणावर किंवा कशावर तिचा परिणाम घडतो किंवा निदान ज्याकडे तिचा रोख किंवा कल असतो, त्यास त्या क्रियेचे कर्म असे म्हणतात.

'ज्या धातूला कर्म नसते', असे म्हटले जाते; तेव्हा असे म्हणायचे असते, की, त्या धातूने दाखविली जाणारी क्रिया कर्त्याच्याच ठायी परिणत होते. त्यासाठी वेगळे पद लागत नाही.

काही धातूंचा दोन्ही प्रकारचा उपयोग भाषेमध्ये रूढ असतो. अशा धातूंना उभयविध धातू असे म्हटले जाते. काही व्याकरणकारांनी हा विभाग मानला आहे. उदा.– 'लहान मूल खेळते.' 'खेळणे' - अकर्मक धातू व 'तो क्रिकेट खेळतो.' - 'खेळणे' - सकर्मक धातू. पण हा विभाग मानायला मंगरूळकरांचा विरोध आहे. त्यांच्या मते, दोन्ही विभागांत येणारे हे धातू एकाच वेळी– म्हणजे एकाच वाक्यामध्ये–सकर्मक व अकर्मक असे असू शकत नाहीत. म्हणून त्यांना एक समजू नये. ते सारखे दिसणारे पण भिन्न धातू आहेत, असे समजून त्यांचा अंतर्भाव दोन्ही विभागांमध्ये करावा. त्यासाठी उभयविध हा नवा विभाग मानू नये.

५. अकर्तृक किंवा भावकर्तृक व सकर्तृक

ही विभागणीही अर्थावर आधारलेली आहे. ज्याप्रमाणे सकर्मक-अकर्मक या विभागणीमध्ये कर्माला महत्त्व दिलेले असते, तसे सकर्तृक-अकर्तृक या विभागणीत कर्त्याला महत्त्व दिलेले असते. पण सकर्मक-अकर्मक ही विभागणी जितकी परिचित आहे, तितकी सकर्तृक-अकर्तृक ही विभागणी परिचित नाही. कारण भाषेमध्ये अकर्तृक धातूंची संख्या फारच मर्यादित असते. साधारणपणे कर्त्याशिवाय धातू असणे ही कल्पना समजून घ्यायला कठीण आहे. ही कल्पना स्पष्ट न झाल्याने या विभागाला काही व्याकरणकारांनी 'भावकर्तृक' असे नाव दिले. दादोबांनी त्याला भावकर्तृक म्हणण्याचे कारण असे सांगितले की, क्रियापदामधील भाव हाच कर्ता असतो, म्हणून त्यास 'भावकर्तृक' म्हणावे. याला विरोध करताना चिपळूणकरांनी म्हटले की, क्रियापदामधील भाव हा कर्ता कसा असू शकेल? त्यापेक्षा या धातूंना कर्ता नसतो, असे म्हणण्यामधून त्यांचे खरे स्वरूप व्यक्त होईल. म्हणून चिपळूणकरांनी 'अकर्तृक' हे नाव सांगितले. 'कृती करणारा' या अर्थाने भाव हा कधीच कर्ता होऊ शकत नाही, हे दामलेंचे म्हणणे चिपळूणकरांच्या मताला पाठिंबा देणारे आहे.

या अकर्तृक धातूंच्या विभागामध्ये कळमळणे, सांजावणे, उजाडणे इत्यादी धातूंचा समावेश होतो. असे धातू संस्कृतमध्येही आहेत. 'सूर्येण प्रकाश्यते ।' या-सारख्या संस्कृत वाक्यामध्ये हेच अकर्तृक धातूचे स्वरूप स्पष्ट होते, असे खेरांना वाटते. इंग्रजीतही असे धातू आहेत, हे It rains या वाक्यातील to rain या धातूच्या उदाहरणाने स्पष्ट होते. कर्त्याशिवाय कोणतेही वाक्य असूच शकत नाही. म्हणून अशा प्रकारच्या धातूंसंदर्भात काल्पनिक It सारखा कर्ता निवडलेला असतो, इतकेच.

इंग्रजीत वाक्याच्या आरंभी नुसतेच क्रियापद योजल्यास मात्र ते वाक्य प्रश्नार्थक ठरेल.

पण मराठीतील अकर्तृक धातूंना असा काल्पनिक कर्ता योजण्याची गरज वाटत नाही. मराठीमध्ये या प्रकारच्या रचनेला भावे प्रयोगामध्ये समाविष्ट केले जाते. उदा.– 'त्याला घरी यायला सांजावले.' या वाक्यात 'त्याला' हे पद चतुर्थीमध्ये आहे. सांजावण्याची क्रिया त्याने केलेली नसून, ती केवळ त्याच्यासंदर्भात घडलेली आहे. म्हणून 'त्याला' या पदाला पुरुषाधिकरण चतुर्थी असे म्हणतात.

सर्व अकर्तृक धातू हे अकर्मक असतात, म्हणून सकर्मक-अकर्मक या विभागणीत त्यांचा समावेश होऊ शकतो. म्हणून धातूंची विभागणी पुढीलप्रमाणे होऊ शकते.

धातू
- सकर्मक
- अकर्मक

सहाय धातू

पाहिजे, नको, आहे, अस, नव्हे, नस इत्यादी धातूंना सहाय धातू असे म्हटले जाते. हे धातू इतर क्रियापदाच्या रूपाशी योजले असता, त्यांचा काळ व अर्थ फिरवितात. त्यांना संयुक्त क्रियापदे तयार करणारे धातू असे म्हणतात. उदा.– 'तो काम करीत आहे.' यापैकी पुष्कळसे धातू हे अनियमित आहेत.

पण या धातूंचा स्वतंत्र विभाग मानण्याची गरज नाही, कारण त्यांचा समावेश सकर्मक वा अकर्मक या विभागात होऊ शकतो. संयुक्त क्रियापदामध्ये अनेक धातूंचा सहाय धातू म्हणून उपयोग केला जातो. इंग्रजीतही must, can, should, ought यांसारख्या सहाय धातूंचा स्वतंत्र वर्ग नाही. मराठीत 'पाहिजे', 'नको', 'आहे' या धातूंच्या जोडीत 'टाक(णे)', 'बस(णे)', 'चाल(णे)' अशा धातूंचाही सहाय धातू म्हणून उपयोग होत असतो, म्हणून या स्वतंत्र विभागाची गरज नाही.

६. शक्य-प्रयोजक-सिद्ध

प्रयोजकाची माहिती देताना दादोबांनी म्हटले आहे की, जिथे क्रियेच्या मुख्य कार्यास अन्याच्या प्रेरणेने गौणत्व येऊन अन्यच मुख्य कर्ता असतो, तिथे त्या क्रियापदास प्रयोजक म्हणतात. मूळ धातूस **व, अव** हे प्रत्यय लावून प्रयोजक सिद्ध होते. वस्तुत: हे दोन्ही प्रत्यय शक्यामध्येही दिसतात व प्रयोजकामध्येही दिसतात. पण दादोबांसारख्या काही व्याकरणकारांच्या मते, शक्य व प्रयोजक धातूंची रूपे एकमेकांपासून भिन्न आहेत.

प्रयोजकाच्या माहितीमध्ये सबनीसांनी अधिक बारकाईने विचार केला. त्यांनी म्हटले की, प्रयोजकांमध्ये दुसऱ्या कोणाच्या तरी प्रेरणेने कृती केलेली आहे, असा बोध क्रियापदाच्या रूपावरून होतो. पण दुसऱ्याच्या प्रेरणेने केलेली कृती व परकृत कृती यामध्ये फरक आहे. उदा.– पड-पाड, फुट-फोड या केवळ स्वकृत-परकृत क्रिया आहेत. त्यांच्याशी प्रयोजकाचा कोणताही संबंध नाही.

प्रयोजक व शक्य हे भेद मानण्याची आवश्यकता आहे काय? भेद म्हणजे काय? शक्य व प्रयोजक हे दोन्ही एकच मानावेत, की भिन्न?– यांसारख्या प्रश्नांचा विचार केल्याशिवाय या दोन्हींबद्दल निश्चित निर्णय देणे शक्य नाही.

शक्य व प्रयोजक ही दोन्ही क्रियापदांची रूपे एकमेकांसारखी दिसतात.

उदा.– रामाने नलाकडून सेतू **बांधविला** - प्रयोजक.

त्याला किंवा त्याच्याकडून तो धडा **वाचविला** - शक्य.

या दोन वाक्यांतील क्रियापदे ही एकमेकांसारखी आहेत. चिपळूणकरांनी ही दोन्ही रूपे एकच मानली. या रूपांना त्यांनी प्रयोजकांची रूपे असे म्हटले. अर्थात, या प्रयोजकाच्या रूपांमध्ये शक्तिघटित अर्थ कसा आला, याबद्दल त्यांना नवल वाटणे स्वाभाविक आहे.

शक्य धातूंची माहिती देताना चिपळूणकरांनी म्हटले की, यांचा कधीही कर्तरी प्रयोग होत नाही. मूळ धातू अकर्मक असल्यास शक्य धातूचा भावे प्रयोग आणि मूळ धातू सकर्मक असल्यास शक्य धातूचा कर्मणी प्रयोग होतो. दोन्ही प्रयोगांमध्ये कर्तृपद चतुर्थीमध्ये किंवा सविकरण तृतीयेमध्ये (म्हणजेच षष्ठ्यन्त पदाला तृतीयेचा प्रत्यय लागून तयार झालेले) असते. या माहितीचा आधार घेऊन जोशींनी निष्कर्ष काढला की, प्रयोजक धातूंच्या कर्मणी व भावे रूपांना शक्य क्रियापदे असे म्हणण्याची चाल आहे.

असे म्हणूनही प्रयोजकामध्ये हा शक्तिघटित अर्थ कसा आला, ते शोधून काढण्याची जबाबदारी कायमच राहते.

शक्य क्रियापदांमधील शक्तिघटक अर्थाचा शोध घेताना दामलेंनी म्हटले की, मराठीच्या शक्य धातूमधील **व** हा प्रत्यय संस्कृतमधील कर्मणी प्रयोगाच्या **य** वरून आलेला आहे. त्यामुळे कर्मणीमध्ये अभिप्रेत असलेला थोडा-फार शक्यतेचा अर्थ या रूपामध्ये कायम राहिला. वस्तुत: जो **व** हा प्रत्यय शक्य धातूमध्ये दिसतो, तोच **व** हा प्रत्यय प्रयोजकामध्येही आहे. पण दामलेंनी दोन्ही प्रत्यय वेगवेगळे मानले. कारण शक्य धातूमधील **व** हा संस्कृतमधील प्रयोजकाच्या **अय** वरून आलेला आहे. म्हणजे दोन्ही प्रत्ययांची व्युत्पत्ती भिन्न आहे. तसेच, मूळ धातूचा कर्ता आणि प्रयोजकाचा कर्ता हे नेहमीच भिन्न असतात; पण शक्य धातूचा कर्ता आणि मूळ धातूचा कर्ता हे नेहमीच एक असतात. फक्त त्यांच्या विभक्तींमध्ये भिन्नता असते.

उदा.–

नलाने सेतू बांधला - मूळ वाक्य, कर्ता - नलाने.
रामाने नलाकडून सेतू बांधविला - प्रयोजक, कर्ता - रामाने.
पण तो अभ्यास करतो - मूळ वाक्य, कर्ता - तो.
त्याला अभ्यास करवितो - शक्य, कर्ता - त्याला.

त्यांनी पुढे म्हटले आहे की, प्रत्येक धातूचा कोणत्या तरी आख्यातामध्ये कर्तरी प्रयोग झालाच पाहिजे, हे तत्त्व मान्य केल्यास शक्य धातूचा तसा प्रयोग कधीच होत नाही; म्हणून तो मूळ धातू मानता येत नाही. मूळ धातूंची ती कर्मणी रूपे मानावीत. प्रयोजक मात्र सर्व आख्यातांमध्ये होऊ शकतो, म्हणून तो धातू मानायला– अर्थात साधित धातू मानायला– हरकत येऊ शकत नाही.

इतर व्याकरणकारांपेक्षा दामलेंनी केलेल्या या विचारात बारकावा आहे, पण त्यांनी मानलेल्या काही निकषांचा मात्र विचार करायला पाहिजे. प्रत्येक धातूचा कोणत्या तरी आख्यातामध्ये कर्तरी प्रयोग झालाच पाहिजे, हा निकष फक्त दामलेंनी मानला आहे. असा निकष मानणे सबनीसांना आवश्यक वाटत नाही. दामलेंनी शक्य धातूमधील सांगितलेली '**व**'ची व्युत्पत्तीही सबनीसांना मान्य नाही. याला कारण देताना सबनीसांनी म्हटले आहे की, संस्कृतमधील कर्मणी प्रयोग हा अस्वाधीन मुखरचनेचा– Passive Voice चा– नमुना आहे. मराठीतील प्रयोगव्यवस्था ही या मुखरचनेपेक्षा भिन्न आहे. म्हणून मुखरचनेच्या आधारावर प्रयोगव्यवस्थेतील प्रत्ययाची व्युत्पत्ती शोधणे हे चुकीचे आहे. सबनीसांनी दिलेली शक्याची व्युत्पत्ती– धरू येते - धरू ये - धरवे– अशी आहे.

सबनीसांनी शक्य व प्रयोजक हे भिन्न मानले. त्यांनी म्हटले आहे की, प्रयोजकाचा '**अवय**' हा प्रत्यय शक्यामध्ये कधीच येत नाही.

सबनीसांच्या 'शक्या'च्या व्युत्पत्तीपेक्षा दामलेंची 'शक्या'ची व्युत्पत्ती अधिक प्रमाणात पटणारी आहे. तसेच, शक्य व प्रयोजक यांच्यातील रूपाचा जो भेद सबनीसांनी सांगितला आहे, तो फारच थोड्या रूपांमध्ये दिसणारा आहे. त्यापेक्षा **अव** ने साधलेली दोन्ही प्रकारची रूपेच मराठीत अधिक आढळतात.

प्रयोजकासंदर्भात दुसऱ्या एका मुद्द्याचा मंगरूळकरांनी निर्देश केला आहे. अव प्रत्ययांनी साधलेली क्रियापदे ही नेहमीच प्रयोजकाचा अर्थ व्यक्त करतात, असे नाही. हे सिद्ध करण्यासाठी त्यांनी काही वाक्यरचनांचा निर्देश केला. उदा.–

(१) बाळ झोपतो - मूळ वाक्य, आणि

(२) आई बाळाला झोपवते - प्रयोजकाचे समजले जाणारे वाक्य.

या दुसऱ्या वाक्याला जर प्रयोजकाचे समजावयाचे, तर त्याचा अर्थ– आई

बाळाकडून झोपण्याची क्रिया करवून घेते, असा व्हायला पाहिजे. पण या वाक्याचा तसा अर्थ होत नाही.

तीच स्थिती 'मुले आंबे पाडतात'– या प्रयोजक समजल्या गेलेल्या वाक्याची. या वाक्यामध्येही 'मुले आंब्यांना पडायला भाग पाडतात'– असा अर्थ होत नाही.

अशा काही वाक्यरचना विचारात घेऊन त्यांनी निष्कर्ष काढला की, प्रयोजकाचा अर्थ व विशिष्ट प्रकारची वाक्यरचना किंवा विशिष्ट रूप असलेले क्रियापद यांची सांगड नेहमी घालता येते, असे नाही. म्हणून प्रयोजकाची रूढ व्यवस्था पाळणे अयोग्य आहे.

या सर्व विवेचनाचा निष्कर्ष असा की, शक्य व प्रयोजक ही एकच मानावीत, कारण त्यांची रूपे एकमेकांसारखी आहेत. प्रयोजक हा भेद मानण्याची गरज नाही, कारण प्रयोजकाचा अर्थ व त्याचे रूप यांची नेहमीच सांगड घालता येते, असे नाही.

मात्र हा निर्णय देताना भेदव्यवस्था मानण्याची गरज आहे की नाही, या प्रश्नावरही निर्णय द्यायला पाहिजे. त्यासाठी भेदव्यवस्था म्हणजे काय, ते समजून घेणे आवश्यक आहे.

७. भेदव्यवस्था

धातूंची विभागणी करताना दादोबांनी भेदव्यवस्था हा शब्दप्रयोग केला आहे. या भेदव्यवस्थेला अनुसरून धातूचे शक्य, प्रयोजक व सिद्ध असे तीन भेद दिले आहेत.

दादोबांची भेदाची व्याख्या पुढीलप्रमाणे :

'कोणा एका अर्थास उद्देशून मूळ धातूच्या रूपांत विकार होऊन तदर्थी जो नवा क्रियापदरूप शब्द सिद्ध होतो, त्यास भेद म्हणावे.' (दादोबा, पृ. १७०)

यापेक्षा भेदव्यवस्थेबद्दल अधिक स्पष्टीकरण दादोबांनी दिले नाही.

भेदव्यवस्था मानल्याने शक्य व प्रयोजक या साधित धातूंची त्यामध्ये सोय लागते. पण भेदव्यवस्था म्हणजे काय? यासाठी प्रयोजक-शक्य यांची माहिती आवश्यक आहे.

उदा.– बोलणे (मूळ धातू) - बोलविणे
करणे (मूळ धातू) - करविणे
बांधणे (मूळ धातू) - बांधविणे

— यामधील **अवि** व **अव** प्रत्यय लागून नवे धातू सिद्ध झाले.

या मूळ धातूंना **अवि-अव**-प्रत्यय लागून जो धातू सिद्ध होतो, त्याच्या अर्थामध्ये बदल झालेला असतो. मूळ धातूवरून साधलेल्या क्रियापदाचा कर्ता आणि या अवि-प्रत्ययान्त धातूवरून साधलेल्या क्रियापदाचा कर्ता हे भिन्न असतात. मूळ धातूवरून साधलेल्या क्रियापदाचा कर्ता जेव्हा कुणाच्या तरी प्रेरणेने कार्य

करायला प्रवृत्त होतो (किंवा कुणी तरी ते कार्य करण्यासाठी त्याची योजना करते), त्या वेळी या अवि-प्रत्ययान्त धातूवरून क्रियापद साधले जाते.

उदा.– नलाने सेतू **बांधला** - मूळ वाक्य.
रामाने नलाकडून सेतू **बांधविला** - प्रयोजक वाक्य.

सेतू बांधण्याची क्रिया रामाने नलाकडून करवून घेतली, एवढा अर्थ '**बांधवि**' या धातूवरून कळतो. या प्रयोजक वाक्याचा कर्ता '**रामाने**' हे पद व मूळ वाक्याचा कर्ता जो 'नल', त्याला प्रेरणा देण्याचे कार्य रामाने केले : म्हणून 'नलाकडून' हे पद passive रचनेतील पदासारखे दिसते. 'मूळ धातूच्या रूपात विकार होऊन नवा प्रयोजक धातू सिद्ध होतो.' मूळ धातूंपासून असे प्रयोजक धातू सिद्ध करता येतील. म्हणून ते नवे धातू स्वतंत्र समजण्यापेक्षा त्यांच्यासाठी भेदव्यवस्था मानून, एकच धातू मूळ धातू म्हणून मानता येतो.

भेदव्यवस्थेने शक्य धातूही मानले आहेत.

उदा.– तो पुस्तक **वाचतो** - मूळ धातू.
त्याला पुस्तक **वाचवते** - शक्य धातू.

पुस्तक वाचण्याची क्षमता त्याच्याजवळ आहे, एवढा अर्थ 'वाचवते' या क्रियापदाने व्यक्त होतो. इंग्रजीतील He can, able to या रूपांमधून हा अर्थ व्यक्त करता येतो. मूळ धातू 'वाचणे' आणि शक्य धातू 'वाचवणे'. कर्त्याच्या ठिकाणी असलेली क्षमता प्रकट करण्यासाठी मूळ धातूला केवळ '**अव**' प्रत्यय जोडून '**वाचव**' असा जो नवा धातू सिद्ध होतो, त्यास दादोबांनी 'क्रियापदरूप शब्द' असे म्हटले आहे.

भेदव्यवस्था मानल्याने सिद्ध (मूळ) धातू, प्रयोजक व शक्य असे भेद मानता येतात.

भेदव्यवस्था ही (१) साधित धातू किंवा (२) वाक्यरूपांतर योजना मानली जाते. करण-अकरण हीसुद्धा वाक्यरूपांतर योजना आहे. त्यांचा विचार वाक्यनिरूपणात सांगावा. धातूसंदर्भात विभागणीशी त्याचा संबंध नाही.

८. करण-अकरण अथवा रूपव्यवस्था

क्रियापदाच्या रूपामध्ये फरक होण्याचे आणखी एक कारण म्हणजे, रूप हे होय. रूप म्हणजे करण-अकरण व्यवस्था. करण म्हणजे, होकारार्थी वाक्य व अकरण म्हणजे, नकारार्थी वाक्य होय.

दादोबांच्या मते, सर्व करण वाक्यांची अकरण वाक्ये करताना क्रियापदाच्या

रूपामध्ये होणारा फरक व्याकरणाने लक्षात घ्यायला पाहिजे; त्यासाठी रूपव्यवस्था मानणे आवश्यक आहे.

उदा.– (१) तो काम करतो - करण.
(२) तो काम करीत नाही - अकरण.

पण रूपव्यवस्था मानायला चिपळूणकरांचा विरोध आहे. त्यांच्या मते, करणाची अकरण वाक्ये करताना क्रियापदाच्या रूपामध्ये होणारा फरक नगण्य आहे.

उदा.– (१) तो गेला - करण.
(२) तो गेला नाही - अकरण.

त्यांनी पुढे म्हटले की, (१) तो जाईल - करण.
(२) तो जाणार नाही - अकरण. किंवा
(१) तो जातो - करण.
(२) तो जात नाही - अकरण.

या वाक्यांमध्ये जाईल = जाणार व जातो = जात ही रूपे एकमेकांच्या बरोबर आहेत. तसेच, निषेधवाचक धातूंचा प्रयोग मराठीत केवळ काही धातूंच्या संदर्भातच होतो. म्हणून त्यांच्या मते, हा फरक वाक्यनिरूपणामध्ये सांगावा. त्यासाठी धातूंचे वेगळे विभाग मानू नयेत.

कृष्णशास्त्री गोडबोलेंनी या धातूंचा समावेश सहाय धातूंमध्ये केला आहे. तसे केल्यास, हा धातूंचा वेगळा विभाग मानण्याची गरज उरणार नाही.

समारोप

धातू व क्रियापद यांमधील फरकाची जाणीव ठेवून 'धातू' या शब्दजातीची व्याख्या सांगण्याची गरज आणि त्या व्याख्येमध्ये रूप-अर्थ-कार्यदृष्टीने येणारे विशेष लक्षात घ्यावे लागतात. 'क्रियाद्योतक विकारी शब्द' ही व्याख्या ठरते.

संस्कृतच्या साच्यातून विचार झाल्याने भेदव्यवस्था– प्रयोजक व शक्य– या विभागणीचा झालेला विचार मराठीला अनावश्यक आहे. याचा अर्थ, मराठीत शक्य वा प्रयोजक वाक्यरचना नाहीत असे नाही. आजही 'प्राचार्य ग्रंथपालाकडून विद्यार्थ्यांना पुस्तके देववितात' अशासारखी रचना आढळते. त्या रचनेमध्येही 'प्राचार्य ग्रंथपालाला विद्यार्थ्यांना पुस्तके द्यायला लावतात' असा बदल होत आहे. पण मराठीत या प्रयोजक-शक्य रचना कमी प्रमाणात होत आहेत. शिवाय आवश्यक तिथे देणे-देवविणे, कर-करविणे असा 'साधित धातू'मध्ये त्यांचा समावेश होऊ शकतो.

सहाय धातूंचा स्वतंत्र गट मराठीत असला तरी 'टाक' (त्याने कागद फाडून

टाकला), 'बघ' (तू बोलून बघ), 'जा' (शिपायाकडून चोर पकडला जातो), 'लाग' (तो बोलू लागला) अशा सकर्मक-अकर्मक गटातील धातूचे सहाय घेऊन मराठीत वाक्यरचना होताना दिसते आहे. त्यांचा स्वतंत्र गट करण्यापेक्षा सकर्मक-अकर्मक गटामध्ये समावेश होऊ शकतो.

❖

क्रियाविशेषण अव्यय

(१) प्रास्ताविक, (२) क्रियाविशेषण अव्ययाची व्याख्या, (३) क्रियाविशेषण अव्ययाची विभागणी, (४) समारोप.

---

१. प्रास्ताविक

आतापर्यंत विकारी शब्दजातींचा विचार केला, आता क्रियाविशेषणापासून अविकारी शब्दजातींचा विचार सुरू होतो. इंग्रजीतील Adverb या शब्दजातीचा विचार या शब्दजातीत गृहीत धरलेला आहे. संस्कृतमध्ये अशी शब्दजाती मानलेली नाही. या शब्दजातीचा संस्कृतने 'अधातू'मध्ये समावेश केला आहे.

विकारी-अविकारी ही मराठीने रूपदृष्टीने मानलेली विभागणी होय. अविकारी-अव्ययी म्हणजे ज्यांना कोणतेही प्रत्यय लागत नाहीत किंवा प्रत्ययदर्शक सामान्यरूपसदृश बदल या शब्दांमध्ये संभवत नाहीत. कोशात हे शब्द जसे असतात, त्याच रूपामध्ये ते वाक्यात योजलेले असतात. उदा.–

तो **हळूहळू** चालतो - क्रियाविशेषण अव्यय.
त्याने टेबला**वर** पुस्तक ठेविले - शब्दयोगी अव्यय.
योग्य काय **आणि** अयोग्य काय? - उभयान्वयी अव्यय.
वाहवा ! गाणे काय छान म्हटलेस! - केवलप्रयोगी अव्यय.

प्रत्यय न लागणे, कोणताही बदल न होणे हे रूपदृष्टीने असलेले लक्षण सर्व अविकारी शब्दजातींना समान आहे. म्हणून या सगळ्या अविकारी शब्दजातींच्या व्याख्येमध्ये त्याची नोंद व्हायला पाहिजे.

२. क्रियाविशेषण अव्ययाची व्याख्या

'ज्या अव्ययांनी क्रियेचे कोणत्याही प्रकारचे विशिष्टत्व दाखविले जाते, त्यास क्रियाविशेषण अव्यय असे म्हणतात.'

या शब्दजातीच्या व्याख्येमध्ये रूपदृष्टीने अविकारी शब्दजाती, अर्थदृष्टीने क्रियेचे विशेषण म्हणून येणे आणि कार्यदृष्टीने क्रियाविशेषण असणे यांचा निर्देश असायला पाहिजे. विशेषण जसे नामाचे गुण सांगते; तसेच क्रियेची रीती, वेळ व स्थळ या तीन गोष्टींबद्दल क्रियाविशेषण माहिती देते. वाक्यातील सर्वच शब्द क्रियेबद्दल माहिती देत असतात; पण या सगळ्या शब्दांना क्रियाविशेषण म्हणण्याची गरज नाही. क्रिया केव्हा घडली (तो **काल** असे म्हणाला.), क्रिया कशी घडली (तो **भरभर** बोलतो.) व क्रिया कुठे घडली (तो **इकडे** बघतो.), हे सांगणाऱ्या अविकारी शब्दांना 'क्रियाविशेषण अव्यय' असे म्हटलेले असते.

क्रियाविशेषण अव्ययांसंदर्भात उपस्थित केला जाणारा प्रश्न विकारी क्रियाविशेषणाचा आहे. उदा.– 'तो **इकडून** आला' या वाक्यात **इकड+ऊन** असा **ऊन** प्रत्यय **इकड** शब्दाला लागत असल्याने अशा शब्दांना विकारी क्रियाविशेषणे म्हणावे, असे मत अनेक व्याकरणकार देतात. 'तो **खाली** बसला' यामध्येही **खाल+ई**, 'तो **मधून** बोलतो.' यामध्ये **मध+ऊन**, '**वरून** दडपण आहे' यामध्ये **वर+ऊन** अशी अनेक क्रियाविशेषणे प्रत्ययान्वित दिसतात. या विकारी क्रियाविशेषणांना अव्ययांच्या विभागात कसे समाविष्ट करता येईल? म्हणून काहींच्या मते, क्रियाविशेषणांचे विकारी व अविकारी असे दोन विभाग मानावेत.

सबनीसांनी या शब्दजातीचा समावेश विकारी-अविकारी अशा दोन्ही विभागांत केला असला; तरी त्यांनी विकारी क्रियाविशेषणांमध्ये या प्रत्ययान्वित क्रियाविशेषणांचा अंतर्भाव न करता, केवळ विधिविशेषणांचा अंतर्भाव केला आहे, हे त्यांनी good हे क्रियाविशेषण व well हे क्रियाविशेषण अव्यय असे म्हटले आहे, त्यावरून स्पष्ट होते. विधिविशेषणे हे विशेषणाचा विभाग असल्याने त्यांना केवळ ती नामानंतर येतात, या त्यांच्या उपयोगावरून क्रियाविशेषणे म्हणता येत नाही; आणि विशेषणे ही विकारी असतात, या न्यायाने ती विकारी असणारच. पण त्यांच्या आधारावर क्रियाविशेषणांचा विकारी हा विभाग मानता येत नाही.

मराठीमध्ये ज्या प्रत्ययान्वित शब्दांचा समावेश क्रियाविशेषण अव्ययांमध्ये केला जातो, त्यांच्यासंबंधीचा विचार करू या.

(१) तो **संध्याकाळी** घरी आला.

(२) **आरंभी** तो असे म्हणाला.

(३) तो **मोठ्याने** बोलतो.

(४) तो **दिवसा** सिनेमा पाहत भटकतो.

या वाक्यांमधील 'संध्याकाळी', 'आरंभी', 'घरी', 'मोठ्याने', 'दिवसा' इत्यादी शब्दांना प्रत्ययान्वित क्रियाविशेषणे समजले जाते. त्यांच्यापैकी अनेकांना प्रत्यय लागलेला असल्याने त्यांच्यासाठी विकारी असा क्रियाविशेषणाचा विभाग मानला जातो.

या सगळ्या शब्दांकडे पाहिले, तर असे दिसते की; हे सगळे विभक्तिप्रत्यय असून, ते नाम-विशेषण या दोन शब्दजातींना लागलेले आहेत. मराठीत विशेषणांना विभक्तिप्रत्यय कधीही लागत नाहीत आणि जेव्हा त्यांना विभक्तिप्रत्यय लागलेले दिसतात, तेव्हा त्यांचा उपयोग नामासारखा केलेला असतो. म्हणून विभक्तिप्रत्यय लागलेले विशेषण त्या वाक्यासंदर्भात नाम ठरते. म्हणून विभक्तिप्रत्यय लागलेल्या या सर्व नामांना विकारी क्रियाविशेषणे समजले जाते. प्रथमत: दामलेंनीही त्यांना विकारी क्रियाविशेषणे समजावे, असे मत दिले असले; तरी विचारान्ती त्यांनी आपला निर्णय बदलला आणि अशा विभक्तिप्रत्ययान्वित नामांना क्रियाविशेषणे म्हणू नये, तर त्यांना विभक्तिप्रत्ययान्त नामे समजावे, असे म्हटले. (आरंभी, संध्याकाळी, इ. शब्दांना क्रियाविशेषण अव्यये म्हणावे आणि रात्र, आरंभ यांना क्रियाविशेषण अव्यये न म्हणता नामे म्हणावे, असा प्रथमत: त्यांनी युक्तिवाद केला.) त्यांना अव्यये समजणे योग्य नाही, असे वाटल्याने त्यांनी अशा नामांचा **अधिकरणार्थी** (स्थळ-काळ-वेळ– या गोष्टी दर्शविणे) किंवा **करणार्थी** (रीती दर्शविणे)– या अर्थी उपयोग मानावा, असे मत दिले.

मराठीतील विभक्तिप्रत्ययांचे कार्य लक्षात घेता; तृतीया विभक्ती - रीती, साधन, करण या अर्थाने कार्य करते. उदा.– 'तो **वेगाने** चालत गेला', 'तो **घाईने** म्हणाला.' इ. तसेच, सप्तमीचे त, ई, आ हे अधिकरणार्थी म्हणजे स्थळ-काळ-दर्शक योजले जातात. उदा.– 'तो **दुपारी** झोपतो व **रात्री** जागतो.', 'तो **घरात** आहे.' यांना क्रियाविशेषणे म्हणता येत नाही. त्यांना विभक्तिप्रत्ययान्त नामे असेच म्हणावे लागते.

दामलेंच्या मते, मराठीत क्रियाविशेषणाचे कार्य पुढीलप्रमाणे दोन प्रकारे होत असते :

(१) क्रियाविशेषणे अव्यये योजून व (२) विभक्तिप्रत्ययान्त नामे योजून.

ही गोष्ट दामलेंच्या लक्षात आल्याने त्यांनी या विकारी शब्दांना क्रियाविशेषणांमध्ये समाविष्ट केले नाही. ही प्रत्ययान्त नामे वाक्यामध्ये स्थळ-काळ-रीती दाखविण्याचे, म्हणजे कार्यदृष्टीने क्रियाविशेषणाचे कार्य करतात. क्रियाविशेषण अव्ययेही क्रियाविशेषणाचे कार्य करतात, म्हणून दोन्ही एक मानू नयेत. शब्दजाती ठरविताना केवळ त्यांचे कार्य लक्षात घेऊन भागत नाही.

पण दामलेंच्या विवेचनात यापेक्षा अधिक सूक्ष्मता आहे. त्यांनी म्हटले आहे, की, कधी कधी विशेषणांना विभक्तिप्रत्यय लागून त्यांचा उपयोग क्रियाविशेषणांसारखा केलेला असतो. उदा.– 'तो **मोठ्याने** वाचतो.' यामध्ये **'मोठ्याने'** हे विशेषणाला विभक्तिप्रत्यय लागून सिद्ध झालेले पद आहे. पण मराठीत विशेषणांना कधीही विभक्तिप्रत्यय लागत नाहीत. या ठिकाणी ते नामाचे कार्यही करीत नाहीत. म्हणून अशा ठिकाणी त्यांना क्रियाविशेषण अव्यय म्हटल्याशिवाय गत्यंतर नाही.

पण दामलेंच्या युक्तिवादात फारसा अर्थ नाही. वरील वाक्यातील 'मोठ्याने = मोठ्या आवाजाने' व त्याची वाचण्याची रीती त्यावरून कळते. म्हणून अशा पदांचा समावेशही विभक्तिप्रत्ययान्त नामांच्या गटात करावा लागतो.

'तो **दिवसा** झोपतो व **रात्री** जागतो' यासारख्या वाक्यामधील **दिवसा-रात्री** या शब्दांना सबनीसांनी क्रियाविशेषण अव्यये मानले आहे. कारण शब्दांमधून व्यक्त होणारा अर्थ एखाद्या विशिष्ट दिवसाशी व रात्रीशी संबंधित नाही. जसे 'तो उद्या येईल' या वाक्यात '**उद्या**' हे क्रियाविशेषण अव्यय आहे, तसाच व्यापक अर्थ दिवसा-रात्री या शब्दांमधून जाणवत असल्याने त्यांना विभक्तिप्रत्ययान्त शब्द मानू नयेत. पण 'तो **घरी** आला', 'तो **गावात** फिरला' यांसारख्या वाक्यांत विशिष्ट वेळ, वा स्थळ असल्याने, म्हणजेच निश्चितता वा मर्यादितपणा असल्याने ती केवळ विभक्त्यन्त नामे समजावीत.

याचा अर्थ, केवळ विभक्तिप्रत्यय लागले म्हणजे त्यांना सरसकट नामे न म्हणता, त्यांच्यातील अर्थाचा बारकावा लक्षात घेण्याचा सबनीसांचा प्रयत्न लक्षणीय आहे. पण व्याकरणाचा प्रमुख भर रूपदृष्टीवर असल्याने इतकी सूक्ष्मता लक्षात घेणे व्याकरणाला परवडणारे नाही.

सबनीसांनी पुढे म्हटले आहे की, काही क्रियाविशेषण अव्यये ही विभक्तिप्रत्ययान्त नामांसारखी दिसत असली, तरी त्या दोन्ही ठिकाणच्या प्रत्ययांमध्ये फरक मानायला पाहिजे. हे त्यांचे मत वरील विवेचनातील 'दिवसा-रात्री' यांसारख्या पदांबद्दल उचित नसले; तरी इकडून, पुढून, खाली इ. प्रत्ययान्वित वाटणाऱ्या क्रियाविशेषण अव्ययांच्या संदर्भात खरे ठरते. घरून, इकडून या दोन्ही पदांमध्ये 'ऊन' प्रत्यय दिसत असला; तरी 'इकडून'मधील 'ऊन' प्रत्यय हा विभक्तिप्रत्यय नव्हे, कारण विभक्तिप्रत्यय केवळ नाम-सर्वनामांना लागतात. 'इकड' हे नाम नाही व नामाला लागल्याशिवाय विभक्तिप्रत्यय विभक्तिकार्य करू शकत नाही.

'ऊन' हा नामाला लागला, तरच त्याला विभक्तिप्रत्यय समजता येते. नामाव्यतिरिक्त दुसऱ्या शब्दजातीला तोच प्रत्यय लागत असला, तरी तो विभक्तिप्रत्यय ठरत नाही. याला पोषक म्हणून 'ला' या द्वितीयेच्या प्रत्ययाचे उदाहरण घेता येईल. **'ला'** हा प्रत्यय नामाला लागला, तर तो प्रत्यय द्वितीयेचा मानता येतो; पण तोच

प्रत्यय जर धातूला लागला, तर तो आख्यातप्रत्यय ठरेल. तेव्हा त्याचा निष्कर्ष म्हणजे, **'ऊन'** प्रत्यय **'इकड, वर'** इ. शब्दांना लागून सिद्ध झालेला हा प्रत्ययान्तच असेल, असे समजता येत नाही.

मराठीत क्रियाविशेषणाचे कार्य पुढील तीन प्रकारांनी होत असते.

(१) क्रियाविशेषण अव्यय, (२) विभक्तिप्रत्ययान्त नामादी शब्द आणि (३) शब्दयोगी अव्ययान्त शब्द.

(१) तो **भरभर** बोलतो - क्रियाविशेषण अव्यय.

(२) तो **सकाळी** लवकर उठतो - विभक्तिप्रत्ययान्त नाम.

(३) तो खुर्ची**वर** बसतो - शब्दयोगी अव्ययान्त शब्द.

या प्रकारच्या उदाहरणांत कार्य एकच असले, तरी शब्द एकाच शब्दजातीमधील नाहीत; म्हणूनच क्रियाविशेषण हे कार्य करणारे सगळे शब्द क्रियाविशेषण अव्ययांच्या विभागात समाविष्ट करता येत नाहीत. याचे अधिक स्पष्टीकरण म्हणून (१) तो **उद्या** येईल व (२) तो **रविवारी** येईल या दोन्ही वाक्यांचे उदाहरण लक्षात घेता येईल. उद्या हे क्रियाविशेषण अव्यय, पण **रविवारी** हे प्रत्ययान्त नाम आहे.

हे सगळे विवेचन लक्षात घेऊन क्रियाविशेषण अव्ययाची व्याख्या पुढीलप्रमाणे करता येईल : 'क्रियाविशेषणाचे कार्य करणारा अविकारी शब्द म्हणजे क्रियाविशेषण अव्यय होय.'

३. क्रियाविशेषण अव्ययाची विभागणी

क्रियाविशेषण अव्ययाच्या विभागणीमध्ये तपशिलावर भर आहे आणि या विभागणीचा व्यावहारिक दृष्टीने उपयोग नाही.

क्रियाविशेषणाचे व्युत्पत्तीवरून सिद्ध, साधित व स्थानिक असे तीन विभाग केले जातात.

(१) **सिद्ध :** हळू, लवकर, पुन्हा, उगीच, इत्यादी.

(२) **साधित :** यात **नामसाधित**, (सकाळला, अर्थात, अंशतः, इत्यादी.), **सर्वनामसाधित** (तेणेकरून, त्यामुळे, जेथे, इत्यादी.), **विशेषणसाधित** (इतक्यात, एकदा, अन्यत्र, इत्यादी.), **धातुसाधित** (खेळता, चालताना, उठल्या, इत्यादी.), **अव्ययसाधित** (आतापर्यंत, कोठून, खालून, इत्यादी.), **समासघटित** (प्रतिक्षण, दररोज, लोकरीत्या, इत्यादी.)

(३) **स्थानिक :** तो काय **दगड** बोलणार, तो **चांगले** बोलतो.

यापेक्षा अर्थावरून आधारलेले वर्गीकरण पुढीलप्रमाणे :

(१) **स्थलवाचक-** इकडे, मध्ये, दुरून, समोर, इत्यादी.

(२) **कालवाचक-** आज, नित्य, रातोरात, पुन:पुन्हा, एकवार, इत्यादी.

(३) **संख्यावाचक वा परिमाणवाचक-** अधिक, फार, पुरेसे, थोडे-थोडे, इत्यादी.

(४) **रीतिवाचक -** इतपत, मुद्दाम, कडाकड, झणझण, इत्यादी.

पण विभागणीमध्ये वादग्रस्तता नाही.

समारोप

क्रियाविशेषण या शब्दजातीसंदर्भात रूपदृष्टीने ही शब्दजाती अविकारी आहे. क्रियाविशेषण म्हणून येणे हेच तिचे प्रमुख कार्य आहे. मात्र क्रियेचे विशेषण म्हणून येण्याचे कार्य मराठीत प्रत्ययान्त शब्द व शब्दयोगी अव्यये यांच्याकडूनही साधले जाते. म्हणून क्रियाविशेषण शब्दजातीचा विचार करताना त्यांचा समावेश या शब्दजातीत होत नाही, हे लक्षात घ्यावे.

या शब्दजातीच्या विभागणीमध्ये वरील भेद लक्षात ठेवावा लागतो.

❖

शब्दयोगी अव्यये

(१) प्रास्ताविक, (२) शब्दयोगी अव्ययाची व्याख्या, (३) शुद्ध शब्दयोगी अव्यये, (४) समारोप.

---

१. प्रास्ताविक

इंग्रजीतील Preposition या शब्दजातीवरून शब्दयोगी अव्यय ही शब्दजाती मानली गेली. On, under, below, between, by, into, towards इत्यादी अनेक शब्दांचा समावेश preposition या शब्दजातीत केला जातो. त्याच आधारावर मराठीतही वर, खाली, मध्ये, कडे, पाशी, मधून, लागी, कडून, प्रति इत्यादी शब्दांचा समावेश शब्दयोगी अव्ययांच्या जातीत केलेला आहे. रूप व कार्यदृष्टीने इंग्रजीतील prepositions पेक्षा मराठीतील या शब्दांची वैशिष्ट्ये वेगळी आहेत.

प्रथमदर्शनीच जाणवणारा फरक म्हणजे, Preposition हे नामापूर्वी येते, पण शब्दयोगी अव्यय मात्र नामानंतर येते. Preposition शब्दाला जोडून येण्याचा प्रश्नच नसतो, पण शब्दयोगी अव्यय मात्र शब्दाला जोडून येते. उदा.– On the table यामध्ये 'टेबल' या नामापूर्वी On हे Preposition आलेले आहे, ते स्वतंत्रपणे आलेले आहे. नामापूर्वी येते, म्हणून तर त्याला Preposition म्हटले जाते. पण मराठीत मात्र '**टेबलावर**' या पदामध्ये '**वर**' हे शब्दयोगी अव्यय '**टेबला**' या शब्दानंतर व त्याला जोडून आलेले आहे; नामाचे सामान्यरूपही झालेले आढळते. (टेबलवर नव्हे, तर टेबलावर). by him **त्याच्याकडून** किंवा between Govinda & Madhav - **गोविंदा-माधवामध्ये** इत्यादी.

शब्दयोगी अव्यय ही शब्दजाती सर्व शब्दजातींत सर्वांत अधिक वादग्रस्त आहे. या शब्दजातीबद्दलची आजची कल्पना व व्याकरणाच्या प्रारंभीच्या काळातील (म्हणजे अव्वल इंग्रजीच्या काळातील) कल्पना यांमध्ये फरक आहे. या वेगळ्या

कल्पनेमुळेच पंडितत्रयांनी 'प्रबळ' या शब्दातील 'प्र'सारख्या उपसर्गाचा व 'अखंड'मधील 'अ'सारख्या नकारदर्शक अव्ययाचा समावेश शब्दयोगी अव्ययांमध्ये केला आहे. आज त्यांना कोणीही शब्दयोगी अव्यये असे म्हणत नाही.

२. शब्दयोगी अव्ययाची व्याख्या

'नामे व नामांप्रमाणे योजलेले इतर शब्द यांच्यापुढे जोडून येऊन त्यांचा वाक्यातील इतर शब्दांशी असलेला संबंध जी अव्यये दाखवितात, त्यांना शब्दयोगी अव्यये असे म्हणतात' अशी शब्दयोगी अव्ययांची व्याख्या सामान्यत: केली जाते. शब्दयोगी अव्ययाच्या व्याख्येमध्ये त्याच्या अविकारी असण्याचा व नामाला जोडून येण्याचा निर्देश रूपदृष्टीच्या भूमिकेतून करावा लागतो; कार्यदृष्टीने त्यांच्याकडून होणाऱ्या विभक्तिकार्याची नोंद असायला पाहिजे.

'टेबला**वर**' यामध्ये '**वर**' हे शब्दयोगी अव्यय पण 'वर', 'खाली', 'मध्ये' इ स्वतंत्रपणे येणाऱ्या शब्दांना मात्र क्रियाविशेषण अव्यये म्हटले जाते, हा दोन्ही प्रकारच्या अव्ययांच्या जातीतील फरक लक्षात घ्यायला पाहिजे. कारण शब्दयोगी अव्यये ही कधीही स्वतंत्रपणे येत नाहीत, ती कायम शब्दाला जोडूनच येतात. जसे विभक्तिप्रत्यय जोडून आल्यामुळे नामाला पदत्व प्राप्त होते, तसेच नामाला शब्दयोगी अव्यये जोडून आल्यामुळेही पदत्व प्राप्त होते. विभक्तिप्रत्ययाचे जे कार्य, तेच कार्य शब्दयोगी अव्यये करतात. तृतीयान्त विभक्तिप्रत्यय जोडून आलेले नाम कर्ता म्हणून येऊ शकते, तसेच तृतीयान्त शब्दयोगी अव्यय जोडून आलेले नामही कर्ता म्हणूनच येऊ शकते. उदा.–

(१) **रामाने** रावणास मारिले - प्रत्ययान्त कर्ता.

(२) **रामाकडून** रावण मारिला गेला - शब्दयोगी अव्ययान्त कर्ता.

यामुळे विभक्तिप्रत्ययांच्या विभागात त्याच अर्थाने येणाऱ्या शब्दयोगी अव्ययांची यादी दिलेली असते.

ही शब्दजाती संस्कृतमध्ये मानलेली नाही. मराठीतील या शब्दजातीबद्दल पाटलांनी म्हटले आहे :

'शब्दयोगी अव्यय या शब्दप्रकाराबद्दलच तर्कदृष्ट्या शंका निर्माण होते. संस्कृत व्याकरणात हा शब्दप्रकार नाही. मराठीतच कुठून आणि कसा आला? की, पृथक्करण व नामकरण चुकीचे झाले? काही अव्ययसाधक प्रत्यय व काही निपात यांच्या लेखनव्यवहारातील परंपरेमुळे शब्दयोगी म्हणून उल्लेख केला जातो.' (पाटील-कुलकर्णी, पृ. ८२)

संस्कृतमध्ये नसलेला शब्दयोगी अव्यये हा प्रकार मराठीत का निर्माण झाला

असेल? या शब्दयोगी अव्ययांचा भाषेतील उपयोग पाहता, यावर प्रकाश पडू शकेल. मराठीने नामाला शब्दयोगी अव्यये जोडून कर्ता-कर्मादी विभक्तिकार्य साधले. 'गंगा गेली हिमालयापाशी.', 'तो देवळाकडे वळला.', 'नोकराकरवी असली कामे करू नयेत.', 'अन्नासाठी दाही दिशा.' यांमधील शब्दयोगी अव्ययांकडून जी अर्थच्छटा व्यक्त होते, ती विभक्तिप्रत्ययाच्या साह्यानेही व्यक्त करता येत नाही.

इंग्रजीत शब्दयोगी अव्ययांच्या साह्याने याच प्रकारचे विभक्तिकार्य साधले जाते. 'The book is read by him.'

इंग्रजीत विभक्तिकार्य साधण्याचा तोच एकमेव मार्ग आहे, त्यासाठी प्रत्ययांचा वापर होत नाही. (आणि संस्कृतमध्ये केवळ विभक्तिप्रत्ययांकडूनच हे कार्य साधले जाते.) मराठीतही विभक्तिप्रत्ययांच्या साह्यानेच विभक्तिकार्य साधले जाणे हा मुख्य मार्ग आहे, तो राजमार्ग आहे. पण त्याच्याच बरोबरीने मराठीने शब्दयोगी अव्ययांच्या साह्यानेही विभक्तिकार्य करण्याची पद्धती रूढ केली.

विभक्तिप्रत्यय व शब्दयोगी अव्यय यांच्यात कार्यदृष्टीने आलेले साम्य लक्षात येण्यासाठी पुढील उदाहरण उपयोगी पडेल. द्वितीया व चतुर्थी यांचे ('**स, ला, ते**' व '**स, ला, ना, ते**') प्रत्यय सारखे असल्यामुळे विभक्तीच्या व्यवस्थेमध्ये सदोषता येते असे वाटून, ही सदोषता दूर करण्यासाठी गुंजीकरांनी चतुर्थीचा प्रत्यय म्हणून '**साठी**' या शब्दयोगी अव्ययाचा निर्देश केला आहे. यावरून हे स्पष्ट होते की, शब्दयोगी अव्यय हे शब्द मानलेले असले, तरी त्यांचे कार्य मात्र पुष्कळशा प्रमाणात प्रत्ययसदृश असते.

नामाला विभक्तिप्रत्यय लागताना नामाचे सामान्यरूप होते, तसेच नामाला शब्दयोगी अव्यय लागतानाही नामाचे सामान्यरूप होते. उदा.– राम+ने = रामाने, राम+कडून = रामाकडून.

पण शब्दयोगी अव्यय व विभक्तिकार्य यांच्यात कार्यदृष्टीने व रूपदृष्टीने साम्य असले, तरी त्यांच्यामध्ये काही प्रमाणात भेदही आहेत. हा भेद चिपळूणकरांनी पुढीलप्रमाणे व्यक्त केला आहे.

(१) शब्दयोगी अव्ययांना थोडा तरी अर्थ आहे, पण विभक्तिप्रत्ययांना मात्र कोणताही अर्थ नाही. हा फरक प्रामुख्याने शब्द व प्रत्यय यांच्यामधील आहे.

(२) काही शब्दयोगी अव्यये ही स्वतंत्रपणे येऊ शकतात, पण विभक्तिप्रत्यय मात्र कधीही स्वतंत्रपणे येऊ शकत नाहीत.

(३) मराठीतील विभक्तिप्रत्यय हे संस्कृतातील विभक्तिप्रत्ययांवरून साधलेले आहेत, पण तसे शब्दयोगी अव्ययांबद्दल म्हणता येत नाही.

या फरकामध्ये कृष्णशास्त्री गोडबोलेंनी पुढीलप्रमाणे भर घातली.

(४) विभक्तिप्रत्ययांना इतर प्रत्यय लागून विशेषणे तयार होत नाहीत. **चा, ईल** व **ला** हे प्रत्यय शब्दयोगी अव्ययांना लागले असता, विशेषणे तयार होतात. उदा.– घरावरचा, भांड्यांतील.

(५) विभक्तिप्रत्ययांना दुसरे प्रत्यय लागत नाहीत, पण शब्दयोगी अव्ययांना मात्र पुढे प्रत्यय लागतात आणि ते विशेषणात्मक असतात.

या फरकामुळेच विभक्तिप्रत्यय आणि शब्दयोगी अव्यय यांना एक मानलेले नाही. जोशींच्या मते तर, शब्दयोगी अव्यये ही विभक्तिप्रत्ययांपेक्षा अधिक कार्य करतात.

जोशींनी अव्ययांचे दोन विभाग केले.

(१) ज्यांचा स्वतंत्र उपयोग आहे, अशी **अर्थपूर्ण शब्दयोगी अव्यये.** उदा.– वर, खाली, आत, मध्ये इत्यादी.

(२) ज्यांचा स्वतंत्रपणे उपयोग होत नाही, अशी **अर्थशून्य शब्दयोगी अव्यये.** उदा.– प्रत, लागी, स्तव इत्यादी. या अर्थशून्य शब्दयोगी अव्ययांना जोशींनी 'नवे विभक्तिप्रत्यय' म्हटले. त्यांनी या शब्दयोगी अव्ययांच्या विभागाला शब्द म्हणायला विरोध केला.

शब्दयोगी अव्यये व विभक्तिप्रत्यय यांच्यामध्ये हे कार्यदृष्टीने आलेले साम्य शोधताना दामलेंनी म्हटले की, शब्दयोगी अव्ययांची काटछाट होऊनच मराठीतील विभक्तिप्रत्यय तयार झालेले आहेत; म्हणूनच दोघांचे कार्य एक असणे, हे अगदी स्वाभाविक आहे.

शब्दयोगी अव्यये व विभक्तिप्रत्यय यांच्यामध्ये आणखी एक फरक दामलेंनी पुढीलप्रमाणे सांगितला.

(६) विभक्तिप्रत्यय हे केवळ नाम-सर्वनाम एवढ्याच शब्दजातींना लागतात; पण शब्दयोगी अव्यये मात्र नाम, सर्वनाम, विशेषणे, धातू व अव्यये इतक्या प्रकारच्या शब्दजातींना लागतात.

ज्यांचा स्वतंत्र उपयोग आहे, अशा शब्दयोगी अव्ययांपैकी काहींचा निर्देश क्रियाविशेषण अव्ययांमध्येही केलेला आढळतो. उदा.– वर, खाली, आत... इत्यादी. एकच शब्द दोन शब्दजातींमध्ये कसा येतो, हा प्रश्न लक्षात घेऊन चिपळूणकरांनी म्हटले आहे :

'शब्दयोगी अव्ययांचा अन्वय क्रियापदांशी होत असल्यामुळे धात्वर्थाशी संबंध पावणे हे क्रियाविशेषणाचे लक्षण त्यावरही येते खरे; तथापि, क्रियाविशेषणां-पासून त्यास भिन्न करणारा त्यांचा गण असा आहे की, ती प्रातिपदिकांचा संबंध क्रियापदाशी

दाखवीत असतात आणि ज्या नामास किंवा सर्वनामास ती लागतात, त्यास सामान्यरूप प्राय: होते. आता जेव्हा प्रातिपदिकावाचून शब्दयोगी अव्ययांचा प्रयोग होतो, तेव्हा त्यास शब्दयोगी अव्यय म्हणत नाहीत, तर क्रियाविशेषणेच मानतात.' (चिप.)

मराठीमध्ये क्रियाविशेषण अव्यये ही अधिकरण व करण हा कारकार्थ व्यक्त करतात. तेच कार्य विभक्तिप्रत्ययांनी व शब्दयोगी अव्ययांनी युक्त असलेल्या पदाकडूनही साधले जाते. म्हणजे घरी– विभक्तिप्रत्यय (ई), घरामध्ये– शब्दयोगी अव्यय (मध्ये) व क्रियाविशेषण अव्यय (वर)– ही तीनही पदे अधिकरण हा कारकार्थ व्यक्त करतात. पण एकच कार्य करीत असली, तरी त्यांना कार्यदृष्टीने एका पातळीवर ठेवता येत नाही. शब्दयोगी अव्ययाने युक्त असलेला शब्द हा कार्यदृष्टीने क्रियाविशेषणाच्या पातळीवर येऊ शकतो; पण केवळ शब्दयोगी अव्ययाला क्रियाविशेषण असे म्हणता येत नाही.

वाक्यमीमांसेच्या दृष्टीने शब्दयोगी अव्ययाने युक्त असलेला शब्द हा क्रियापदाशी संबंध पावत असतो. म्हणून क्रियाविशेषण अव्यये व शब्दयोगी अव्यये यांना एक समजू नये. काही क्रियाविशेषण अव्यये ही शब्दयोगी अव्ययांसारखी दिसत असली, तरी ती भिन्न समजावीत.

शब्दयोगी अव्ययांच्या संदर्भात निर्माण होणारा महत्त्वाचा व मूलभूत प्रश्न म्हणजे, 'ते शब्द ठरतात काय?' हा होय. **साठी, आधी, पासून, पर्यंत** इत्यादी शब्दयोगी अव्ययांना अर्थ नाहीच, असे म्हणता येत नाही; पण सर्व शब्दयोगी अव्ययांचा विचार करता, यांना अर्थ आहे, असे म्हणता येत नाही. त्यापेक्षासुद्धा रूपदृष्टीने महत्त्वाचा ठरणारा मुद्दा म्हणजे, शब्दयोगी अव्ययांचा स्वतंत्रपणे कधीही उपयोग होत नाही. ती नेहमी नाम, सर्वनाम, विशेषण, धातू, इत्यादी शब्दजातींना जोडून येतात. 'वर', 'खाली', 'मध्ये', 'मधून' इत्यादी शब्द स्वतंत्रपणे उपयोगात आहेत, असे दिसत असले तरी; जेव्हा त्यांचा स्वतंत्र उपयोग असतो, तेव्हा त्यांना क्रियाविशेषण अव्यय मानले जाते, हे क्रियाविशेषण अव्ययाचा विचार करताना स्पष्ट झाले आहेच.

ज्याला अर्थ आहे त्याला स्वतंत्र उपयोग आहे, असे गृहीत धरले; तर शब्दयोगी अव्ययांना अर्थ नाही, असे म्हणावे लागते. पण ते प्रत्ययांसारखे पूर्णपणे निरर्थक आहेत, असेही म्हणता येत नाही. म्हणून रूपदृष्टीने वा अर्थदृष्टीने ते शब्द वा प्रत्यय ठरणे कठीण आहे.

कार्यदृष्टीने पाहता, ते विभक्तिकार्य करतात. हे कार्य मराठीत प्रारंभापासून प्रत्ययांकडून केले जाते. म्हणून मराठीच्या दृष्टीने ते विभक्तिप्रत्ययांनी साधणारे म्हणून विभक्तिकार्य होय. इंग्रजीत हेच कार्य शब्दांनी साधले जाते. हे लक्षात घेतल्यास या कार्याला प्रत्ययसदृश कार्य, असे फक्त मराठीच्या संदर्भातच म्हणावे

लागेल. म्हणून त्यांचे कार्य कोणते, यावर ते प्रत्यय वा शब्द ठरविता येत नाही. मराठीसारख्या एका भाषेत ते कार्य प्रत्ययाने होत असेल, तर इंग्रजीसारख्या भाषेत ते कार्य शब्दानेही साधले जात असते.

क्रियाविशेषण हे कार्य मराठीत विभक्तिप्रत्यय व क्रियाविशेषण अव्यये (शब्दयोगी अव्ययेही) हे शब्द करतात. पण शब्दयोगी अव्यये मात्र विभक्तिप्रत्ययांनी साधली जाणारी सर्व कार्ये करू शकतात. एवढेच नव्हे, तर ती नाम-सर्वनामादी सर्व विकारी शब्दजातींना जोडून येतात. उदा., रामा**साठी**, बोले**पर्यंत**.

सबनीसांनी त्यांचा समावेश निरर्थक शब्दजातीमध्ये का केला असेल, ते सर्व प्रकारच्या या विचारानंतर कळू शकते.

'शब्दाला (नामाला) जोडून येणारी (स्वतंत्र उपयोग वा स्वतंत्र अर्थ नसलेली), विभक्तिकार्य करणारी अविकारी शब्दजाती' शब्द, अर्थ व पद या कल्पना पुन:पुन्हा तपासून पाहण्याची गरज निर्माण करते. मराठीतील शब्द व पद या कल्पनांचा आधार घेऊन असे म्हणता येईल की, अर्थ असणे हा शब्दाचा निकष; पण स्वतंत्र उपयोग असणे हा पदाचा निकष मानावा लागतो. म्हणून शब्दयोगी अव्यये त्यादृष्टीने शब्द ठरतात; पण इतर शब्दजाती जशा पद ठरू शकतात, तशी ही शब्दजाती पद ठरू शकत नाही.

शब्दयोगी अव्यये

शब्दयोगी अव्यय हे प्रत्यय की शब्द, हा प्रश्न मराठी व इंग्रजी या दोन भाषांच्या वेगळ्या व्यवस्थेमुळे निर्माण होतो आणि मराठी भाषेच्या व्यवस्थेवर प्रकाश टाकतो. पण एवढेच म्हणून थांबता येत नाही. मराठीत जे कार्य प्रत्ययांनी मोठ्या प्रमाणावर साधले जात होते, तेच कार्य इंग्रजीतील शब्द ठरणाऱ्या शब्दयोगी अव्ययांकडून होऊ लागले आहे. मराठीतील प्रत्ययनिष्ठता बदलून ती शब्दांचा उपयोग विभक्त्यादी कारकार्थासाठी करू लागली आहे. संस्कृतसारख्या प्रत्ययनिष्ठ भाषेची प्रवृत्ती व इंग्रजीसारख्या शब्दनिष्ठ भाषेची प्रवृत्ती मराठीत एकत्र आली आहे. याचा अर्थ मराठीची चिकट्या, प्रत्ययनिष्ठ भाषेची प्रवृत्ती कमी होत चालली आहे. मराठी भाषेच्या दृष्टीने हा फरक लक्षात घ्यायला पाहिजे.

शब्दयोगी अव्ययांनी विभक्तिकार्य होऊ लागले, याचा परिणाम मराठीच्या विभक्तिव्यवस्थेवर होणे अपरिहार्य आहे. त्यामुळे विभक्तीचा निकष, विभक्तींची संख्या यांचा पुनर्विचार करण्याची गरज निर्माण झाली. केवळ संस्कृतमधील विभक्ति-व्यवस्थेच्या पद्धतीने हा विचार करून मराठीतील विभक्तिव्यवस्थेचा उलगडा होऊ शकणार नाही. मराठीत या दोन पद्धतींनी होणारे विभक्तिकार्य नियमांच्या

आळ्यात बसविता आले पाहिजे. पण मराठीच्या विभक्तिव्यवस्थेत ही दखल घ्यावी, याची तीव्रतेने जाणीव मराठी व्याकरणाला झालेली नाही.

३. शुद्ध शब्दयोगी अव्यये (च, हि, ना, सुद्धा, फक्त, देखील)

हा शब्दयोगी अव्ययांचा विभाग मानला जातो. उदा.– त्याने कामच केले, त्यानेसुद्धा काम केले, इत्यादी. ही विभागणी मानावी की नाही, याबद्दल वाद आहे. या शब्दयोगी अव्ययांचा स्वतंत्र गट काढून त्यांना 'शुद्ध शब्दयोगी अव्यय' असे नाव दादोबांनी दिले. त्यांची प्रमुख वैशिष्ट्ये पुढीलप्रमाणे :

(१) ती कोणत्याही प्रकारचे विभक्तिकार्य करीत नाहीत, हे वरील उदाहरणांवरून स्पष्ट होते.

(२) ही शब्दाला (नामाला) जोडली जाताना शब्दाचे सामान्यरूप कधीही होत नाही.

याचा अर्थ असा की - (१) विभक्तिकार्य करणे हे शब्दयोगी अव्ययांचे प्रमुख व एकमेव कार्य मानले गेले; ते कार्य न करणाऱ्या या शब्दांचा समावेश त्याच विभागात या व्याकरणकारांनी केला. (२) सामान्यरूप हे वैशिष्ट्य शब्दयोगी अव्ययांसंदर्भात महत्त्वाचे मानले गेले. त्याच लक्षणास या शब्दांनी विरोध केला आणि शब्दयोगी अव्ययांच्या प्रमुख लक्षणांना विरोध करणाऱ्या या शब्दांना मात्र दादोबादिकांनी शुद्ध शब्दयोगी अव्यये असे नाव दिले. शब्दाला जोडून येणे हेच एकमेव साम्य दोन्हींमध्ये आहे.

शुद्ध शब्दयोगी अव्ययाचे कार्य म्हणजे व्यावृत्ती, संग्रह, अवधारणा, गौरव इत्यादी अर्थ व्यक्त करणे हे होय. हे शब्द संस्कृतमध्ये **निपात** म्हणून ओळखले जातात. या शब्दांना क्रियाविशेषणांमध्ये समाविष्ट करायला हरकत नाही, असे मत दादोबांनी दिले आहे; तर शुद्ध शब्दयोगी अव्ययांचा समावेश शब्दयोगी अव्ययांमध्ये होऊ शकत नाही, असे मत चिपळूणकरांनी व्यक्त केले आहे. दामलेंनी या शब्दांबद्दल म्हटले आहे की, ते कार्यपरत्वे क्रियाविशेषणेही ठरू शकतात; तर सबनीसांनी त्यांना शब्द म्हणायला हरकत घेऊन, त्यांचा अंतर्भाव प्रत्ययांमध्ये केला. याचा अर्थ, या शब्दांचे– अर्थात, शब्द मानले तर– स्वरूप वादग्रस्त आहे. सहजपणे कोणत्याही एखाद्या शब्दजातीमध्ये समाविष्ट होण्याइतकी त्या शब्दजातीची स्पष्ट लक्षणे त्यांच्यामध्ये दिसत नाहीत.

चिपळूणकरांच्या मते, हे शब्द कोणत्याही शब्दजातींमध्ये येऊ शकत नाहीत. पण तडजोड करून कोणत्या तरी अव्ययांच्या विभागात त्यांना समाविष्ट करायचे ठरविले, तर त्यांचा समावेश (शब्दयोगी अव्ययांमध्ये होऊ शकत नाही, पण)

उभयान्वयी अव्ययांमध्ये करता येईल. त्यासाठी त्यांनी उभयान्वयी अव्ययाची नेहमीची रूढ व्याख्या थोडी-फार बदलली, अधिक व्यापक केली.

'वाक्यार्थात जुळण्यासारखा स्वतंत्र अर्थ ज्यास नसतो, परंतु ज्यांच्या योगाने वाक्यापासून अधिक अर्थ भासतो; त्या अव्ययास उभयान्वयी अव्यय म्हणावे.' (चिप., पृ. २०१) अशी उभयान्वयी अव्ययांची व्याख्या करून शुद्ध शब्दयोगी अव्ययांचा समावेश त्यांनी या विभागात केला. पण या विभागातही ती सहजपणे समाविष्ट होऊ शकत नाहीत, हे लक्षात आल्यामुळे त्यांनी या थोड्या शब्दांसाठी '**सजातीय द्योतक अव्यये**' अशी स्वतंत्र शब्दजाती मानण्याचा निर्णय दिला.

जोशींनी या शब्दांचा समावेश उभयान्वयी अव्ययांमध्ये केला.

चिपळूणकरांनी या शब्दांसाठी नववी शब्दजाती मानली, हे दामलेंना पटले नाही. त्यांच्या मते, प्रत्येक भाषेमध्ये आठापेक्षा कमी वा जास्त शब्दजाती मानण्याची गरज नाही. कोणत्याच भाषेच्या व्याकरणाला अशी गरज वाटली नाही; मग ती मराठीलाच का वाटावी? आठ शब्दजाती मानून मराठीने या शब्दांचा त्या आठांपैकी कोणत्या तरी शब्दजातीमध्ये अंतर्भाव करावा. मात्र अर्थदृष्टीने या शब्दांना वेगळ्या–वेगळ्या शब्दजातींमध्ये समाविष्ट करावे लागेल, याची त्यांना जाणीव आहे.

शुद्ध शब्दयोगी अव्ययांची जी वैशिष्ट्ये, ती इतर शब्दयोगी अव्ययांमध्येही दिसतात, हे दामलेंनी स्पष्ट केले. जसे शुद्ध शब्दयोगी अव्यय जोडून येताना ते ज्या शब्दाला जोडले जाते, त्याचे सामान्यरूप होत नाही; तसेच काही इतर शब्दयोगी अव्यये जोडतानाही ती ज्या शब्दांना जोडली जातात, त्यांचे सामान्यरूप होत नाही. जशी शुद्ध शब्दयोगी अव्यये ही क्रियापदे व क्रियाविशेषण अव्यये यांना जोडून येतात, तशीच 'पर्यंत'सारखी काही शब्दयोगी अव्ययेही क्रियापदे व क्रियाविशेषण अव्यये यांना जोडून येतात. दामलेंच्या विवेचनातील शास्त्रीय दृष्टी व सूक्ष्मता या ठिकाणी लक्षात येते. पण मुळातच अशी उदाहरणे अपवादभूत आहेत.

या सर्व व्याकरणकारांनी शुद्ध शब्दयोगी अव्ययांना शब्द म्हणायला विरोध केला नाही. ते शब्द आहेत, असे मानून त्यांचा समावेश कोणत्या शब्दजातीत करता येईल, याचा विचार या व्याकरणकारांनी केला. पण सबनीसांनी मात्र त्यांना शब्द म्हणायलाच विरोध केला. त्यांनी त्यांचा निर्देश प्रत्यय म्हणून केला. पण त्यांना प्रत्यय मानायला कहाळेकरांनी विरोध केला. त्यांच्या मते, प्रत्ययांचा वापर प्रातिपदिकां-साठी होतो. पण यांना प्रत्यय मानले, तर हे प्रत्यय शब्दांना लागतच नाहीत; ते पदांनाच लागतात. कारण 'रामादेखील जातोच.' या वाक्यातील 'देखील' व 'च' हे पदांना लागलेले आहेत; म्हणून त्यांना शब्द व प्रत्यय यांपैकी कोणत्याही विभागात ठेवले, तरी त्याबद्दल वाद निर्माण होतो.

१२. समारोप

शब्द व प्रत्यय या दोन्ही दृष्टींनी शब्दयोगी अव्यये वादग्रस्त ठरतात. स्वतंत्र उपयोग नसणे व अर्थदृष्टीने अपुरेपण यामुळे ते शब्द ठरत नाहीत. मराठीत जे कार्य विभक्तिप्रत्ययांनी साधले जात होते, तेच कार्य शब्दयोगी अव्यये करतात. त्यामुळे मराठीतील विभक्तिव्यवस्थेतही वेगळेपणा आला. मराठीत विभक्त्यर्थ व्यक्त करण्याचे कार्य प्रत्यय व प्रत्ययसदृश शब्द अशा दोन्ही मार्गांनी होऊ लागले आणि संस्कृत व इंग्रजी या दोन्ही भाषांपेक्षा मराठी भाषा वेगळे वैशिष्ट्य व्यक्त करू लागली.

कर्ता व कर्म या कारकार्थांना प्रयोगदृष्टीने महत्त्व असते. कर्ता दाखविण्याचे कार्य तृतीया विभक्तीच्या शब्दयोगी अव्ययांनी साधता येते. प्रयोगान्तरासाठी शब्दयोगी अव्ययांचाच उपयोग केला जातो. हे लक्षात घेतल्यास शब्दयोगी अव्ययांचा विचार किती प्रभावी आहे, हे समजून येते. शब्दजाती, विभक्तिव्यवस्था व प्रयोगव्यवस्था या तीनही क्षेत्रांत या शब्दजातीचा वेगळेपणा परिणाम साधत आहे.

वर, खाली, मध्ये, मधून, वरून, समोर इत्यादी शब्द जेव्हा स्वतंत्रपणे उपयोगात येतात; तेव्हा त्यांना क्रियाविशेषण अव्ययांत मानले जाते.

शुद्ध शब्दयोगी अव्यये ही शब्दांना लागत नसून पदांना लागतात. ती शब्दयोगी अव्ययांचे कार्य करीत नसून वाक्यार्थात भर घालण्याचे कार्य करतात. त्यांना संस्कृतमधील 'निपाता'चे स्थान द्यावे लागते.

❖

शब्दसिद्धी

(१) प्रास्ताविक, (२) उपसर्ग-प्रत्यय-घटित, (३) सामासिक, (४) अभ्यस्त, (५) समारोप.

---

१. प्रास्ताविक

शब्दसिद्धी हा व्याकरणाचा विषय नसून तो व्युत्पत्तिशास्त्राचा भाग आहे, हे आपण 'व्याकरणाची कक्षा' या दुसऱ्या प्रकरणातील विभागामध्ये लक्षात घेतले आहेच. (पृ. ३५) शब्द सिद्ध असो वा साधित असो; त्याला लागणारे विभक्तिप्रत्यय, आख्यातप्रत्यय हे सारखेच असतात. तरीही शालेय पातळीवर व्याकरणाच्या कक्षेत नसूनही जी माहिती विद्यार्थ्यांसाठी आवश्यक ठरते, त्यासाठी हा विचार व्याकरणामधून सांगितला जातो. हे लक्षात घेऊनच शब्द व शब्दाचा अर्थ या दृष्टीने शब्दसिद्धीच्या विविध पद्धतींचा परिचय या प्रकरणात करून दिला आहे.

प्रत्येक भाषेमधील शब्दसंग्रहाकडे नजर टाकली तर असे दिसून येते की, भाषेमध्ये मूळ शब्द फार कमी असतात. संस्कृतमध्ये तर सर्व शब्द हे मूळ एकाक्षरी धातूपासून साधलेले आहेत, असे दिसून येते. 'हृ' या धातूपासून हार, आहार, नीहार, विहार, संहार, परिहार इत्यादी नामे सिद्ध होताना दिसतात. नामाला उपसर्ग व प्रत्यय लागून सिद्ध होणाऱ्या साधित शब्दांचा भरणा प्रत्येक भाषेत संख्येने विपुल असतो.

भाषेतील सर्व शब्दांचे वर्गीकरण (१) सिद्ध व (२) साधित या दोन विभागांत करता येते. सिद्ध शब्द म्हणजे, जे शब्द इतर शब्दांपासून व्युत्पन्न झालेले नसून, स्वत:सिद्ध असतात ते होत; आणि साधित शब्द म्हणजे जे शब्द इतर शब्दांपासून व्युत्पन्न झालेले असतात, ते होत.

भाषेतील शब्द कसे सिद्ध होतात, त्यांमधील मूळ शब्द कोणता; प्रत्यय, उपसर्ग वा शब्द यांची मदत घेऊन त्या शब्दापासून इतर शब्द कसे तयार होत असतात, याचे त्या-त्या भाषेत एक सूत्र असते. हे सिद्ध-साधित शब्द प्रत्येक शब्दजातीमध्ये आढळत असले; तरी प्रामुख्याने त्यांचा प्रभाव नाम, विशेषण व धातू या शब्दजातींमध्ये जास्त प्रमाणात दिसून येतो, हे मराठीच्या शब्दसिद्धीच्या संदर्भातही जाणवणारे आहे.

संस्कृतमधील शब्दसिद्धीच्या धर्तीवरच मराठीमध्येही शब्द तयार होताना दिसत असल्याने मराठी शब्दसिद्धीचा विचार करताना प्रत्यय, उपसर्ग व शब्द यांनी साधलेले शब्द लक्षात घ्यावे लागतात. मराठीमध्ये तत्सम शब्दांप्रमाणेच द्राविडी, पोर्तुगीज, फारसी यांमधील प्रत्यय-उपसर्ग-शब्द यांनी साधलेले शब्दही आढळतात. तसेच मराठीत उपसर्ग आणि प्रत्यय यांच्यामध्ये अर्थदृष्टीने फारसा भेद राहिलेला नसल्याने प्रत्ययसाधित व शब्दसाधित असे दोनच प्रकार मानले तरी चालू शकतात.

संस्कृतची शब्दसिद्धीची पद्धती पुढीलप्रमाणे आहे.

(१) शब्दापूर्वी उपसर्ग, (२) शब्दापूर्वी प्रत्यय, (३) शब्दानंतर प्रत्यय, (४) शब्दापुढे दुसरा शब्द, (५) शब्दामधील एखाद्या अक्षराची पुनरावृत्ती होऊन. .

(१) उपसर्गसाधित - प्रतिदिन, दररोज, गैरव्यवहार.

(२) शब्दापूर्वी प्रत्यय - अज्ञान, विज्ञान, अजेय.

(३) शब्दापुढे प्रत्यय -

(अ) पुढे प्रत्यय - कुंभकार, सुवर्णकार, दळणावळ, विविधता, दास्य, गुलामगिरी, सुंदरता, जितका.

(आ) शब्दापुढे प्रत्यय व मधे बदल - पंडु-पांडव, कुंती-कौंतेय, समाज-सामाजिक.

अशा प्रत्ययामुळे एका जातीच्या शब्दावरून अन्य जातीमधील शब्द सिद्ध होतो. उदा.– हुशार (विशे.) - हुशारी (नाम), सुंदर (विशे.) - सुंदरता (नाम), माणूस (नाम) - माणसाळणे (धातू).

(४) शब्दापुढे दुसरा शब्द (किंवा शब्दाचे अविशिष्ट रूप) - राम आणि लक्ष्मण - रामलक्ष्मण, राजाचा वाडा - राजवाडा; कागद, पत्र इत्यादी - कागदपत्र, कमलासारखे नयन - कमलनयन, गजासारखे आनन ज्याचे आहे असा - गजानन; भाजी, भाकरी इत्यादी - भाजीभाकरी, गृहामध्ये राहणारा (स्थ) - गृहस्थ - (सामासिक)

(५) शब्दातील एखाद्या अक्षराची पुनरावृत्ती - भीडभाड, दगडबिगड, लुंगासुंगा- (अभ्यस्त.)

संस्कृतपेक्षा मराठीत शब्दसिद्धी यापेक्षा वेगळ्या मार्गाने होत नाही. तत्सम प्रत्ययघटित, सामासिक व अभ्यस्त शब्दांच्या धर्तीवर मराठीने प्राकृत वा अन्य भाषांतील प्रत्यय-शब्दांच्या मदतीने शब्दसिद्धी साधलेली आहे.

सिद्ध-साधित शब्दासंदर्भात एक पथ्य पाळायला पाहिजे. ते म्हणजे, मराठीत मूळ सिद्ध शब्द कोणते व ते किती आहेत? संस्कृतमधील मूळ शब्द जर मराठीत तत्समच्या आधारे मूळ शब्द म्हणून रूढ असतील, तर त्यांच्या संदर्भात सिद्ध-साधित ही वर्गवारी मानता येईल. पण शब्दाचा मूळ शब्द अन्य भाषांमधून शोधून त्यावरून साधलेल्या मराठीतील शब्दाला साधित म्हणू नये. उदा.–

(१) सुवर्णकार हा शब्द मराठीमध्ये असला तरी सोने + आर, कुंभ + आर असे नवे साधित शब्दही मराठीने तयार केले आहेत; त्यांची व्युत्पत्ती शोधू नये.

(२) 'माती' हा मराठीत सिद्ध शब्द मानला जातो, पण संस्कृतमध्ये 'मृद्' या शब्दाला 'तिकन्' हा स्वार्थी प्रत्यय लागून त्याला स्त्रीलिंगी 'टाप्' प्रत्यय लावला, तेव्हा 'मृतिका' हा शब्द सिद्ध झाला. आणि त्यावरून मराठीत 'माती' हा शब्द आला. तेव्हा मराठीत माती हा सिद्ध शब्द ठरतो.

२. उपसर्ग-प्रत्यय-घटित शब्द

उपसर्ग–घटित व प्रत्यय–घटित साधित शब्द या दोन प्रकारच्या साधित शब्दांचा विचार करताना पुढील काही मुद्दे स्पष्ट होणे आवश्यक आहे. मराठीमध्ये जे शब्द आहेत, त्यांपैकी पुष्कळसे शब्द संस्कृतमधून मराठीने जसेच्या तसे स्वीकारले आहेत. अशा शब्दांना **'तत्सम'** असे म्हटले जाते. ज्या प्रत्ययांनी संस्कृतमध्ये साधित शब्द तयार होतात, त्या प्रत्ययांपैकी काही प्रत्ययांचा स्वीकार मराठीने केलेला आहे. म्हणून मराठीतील साधित शब्दांच्या विचारामध्ये संस्कृतातील साधित शब्दांचा विचार काही प्रमाणात आपोआप केला जातो. जसे संस्कृतमधून जसेच्या तसे मराठीत आलेल्या शब्दांना 'तत्सम' म्हटले जाते, तसे इतर भाषांमधून जसेच्या तसे मराठीत आलेल्या शब्दांना वेगळे नाव नाही. संस्कृतमधील जे शब्द मूळ शब्दामधील स्वरामध्ये किंवा व्यंजनामध्ये किंवा दोहोंमध्येही काही फरक होऊन मराठीत रूढ झाले आहेत, त्यांना **'तद्भव'** शब्द असे म्हणतात. शब्दसिद्धीच्या विचारामध्ये तद्भव शब्दांची व्युत्पत्ती शोधण्याची गरज नसते. म्हणजेच तत्सम शब्द, मराठी शब्द आणि फारसी, अरबी, इंग्रजी, हिंदी, गुजराती, कानडी या भाषांमधून जे शब्द मराठीत आले आहेत; त्या सर्व शब्दांचा विचार केवळ मराठीच्या दृष्टीने– म्हणजे मराठीच्या दृष्टीने ते शब्द उपसर्गघटित आहेत, प्रत्ययघटित आहेत, समासघटित आहेत, की अभ्यस्त आहेत– करावयाचा आहे.

उपसर्गघटित शब्दांचे विभाग पडत नसले, तरी प्रत्ययघटित शब्दांचे दोन विभाग होतात, ते पुढीलप्रमाणे : (१) कृदन्ते (२) तद्धिते. धातूला प्रत्यय लागून जे साधित शब्द तयार होतात, त्यांना **कृदन्ते** किंवा **धातुसाधिते** असे म्हणतात. धातूंव्यतिरिक्त इतर प्रकारच्या शब्दांना प्रत्यय लागून जे शब्द तयार होतात, त्यांना **तद्धिते** किंवा **शब्दसाधिते** असे म्हणतात. कृदन्त व तद्धित या दोन्ही संज्ञा व कल्पना मराठीने संस्कृतमधून घेतल्या आहेत.

उपसर्गघटित व प्रत्ययघटित साधित शब्द मराठीत विपुल आहेत. त्या सर्वांची नोंद करणे व माहिती देणे येथे शक्य नाही आणि त्याची फारशी आवश्यकताही नाही. त्यांची कल्पना येण्यासाठी फक्त काही उदाहरणे नमुन्यादाखल येथे विचारात घेतली, म्हणजे झाले.

उपसर्गसाधित शब्द : हे उपसर्ग संस्कृत, अरबी व फारसी भाषांतील आहेत. त्यांच्या योगाने साधलेले काही शब्द हे संयुक्त व सामासिक शब्द आहेत.

उपसर्ग	अर्थ	उदाहरण
अति	पलीकडे	अतिक्रमण, अतिसार, अतिरेक, अतिव्याप्ती, अतिस्नेह इत्यादी.
अधि	वर, ठायी, आत	अध्यात्म, अधिपती, अधिष्ठान, अधिकार इत्यादी.
अनु	मागून, सारखे	अनुक्रमणिका, अनुकरण, अनुज, अनुमान, अनुग्रह इत्यादी.

सामासिक व अभ्यस्त शब्दांचा विचार स्वतंत्र प्रकरणात केला आहे.

सम	चांगले, बरोबर	संकीर्ण, संपादन, संसार, संरक्षण, संक्रांत, संतोष, संचार इत्यादी.

याशिवाय इंग्रजी, अरबी, फारसी उपसर्गांनी साधलेले काही शब्द पुढीलप्रमाणे:

उपसर्ग	अर्थ	उदाहरण
सब	खालचा	सबजज्ज, सब-इन्स्पेक्टर इत्यादी.
गैर	उलट, जास्त	गैरहजर, गैरशिस्त, गैरमर्जी इत्यादी.
बिन	वाचून	बिनचोख, बिनबोभाट, बिनतोड, बिनधोक, बिनदिक्कत इत्यादी.

प्रत्ययघटित शब्द : उपसर्गघटित शब्दांप्रमाणेच प्रत्ययघटित साधित शब्दही विपुल आहेत. या शब्दांचे कृदन्त आणि तद्धित असे दोन विभाग होतात.

प्रथम **कृदन्तां**चा विचार करू.

अक - नी (नायक), गै (गायक), रक्ष् (रक्षक), युज् (योजक) **इत्यादी.**
अनीय- दर्शनीय, रक्षणीय, प्रेक्षणीय, रमणीय इत्यादी.
आ - कथ् (कथा), पीड् (पीडा), शिक्ष् (शिक्षा), स्पृह् (स्पृहा) **इत्यादी.**

आता **तद्धितां**चा विचार करू.

अक - मीमांसक, उपासक, नैय्यायिक इत्यादी.
इ - दाशरथी, पार्थसारथी, कार्ष्णी इत्यादी.
इमा - रक्तिमा, नीलिमा, महिमा इत्यादी.

काही **अरबी प्रत्ययां**नी साधलेले शब्द

बाज, जार, बंद } नखरेबाज, गिर्रेबाज, गुलजार, हत्यारबंद इत्यादी.

काही मराठी प्रत्ययांनी साधलेले शब्द :

पणा, की, ई, वा : मीपणा, पाटीलकी, थंडाई, थंडावा इत्यादी.
आळू, ईक, ईव : लाजाळू, खर्चीक, पाळीव इत्यादी.

३. सामासिक शब्द

समास हा साधित शब्दाचा एक प्रकार आहे. एका शब्दामध्ये दुसरा शब्द वा प्रत्यय मिळून नवा साधित शब्द तयार होतो, तेव्हा त्या शब्दाला सामासिक शब्द असे म्हणतात. समासाची कल्पना स्पष्ट करायची असेल, तर असे म्हणता येईल की– दोन किंवा अधिक शब्दांचा परस्पसंबंध दाखविणारे शब्द किंवा प्रत्यय यांचा लोप करून जो एक स्वतंत्र शब्द तयार झालेला असतो, तो सामासिक शब्द होय. उदा.– गणेश या शब्दामध्ये गण व ईश या दोन शब्दांचा संबंध दाखविणारा जो षष्ठीचा प्रत्यय, तो लुप्त होऊन गणेश असा स्वतंत्र शब्द बनतो. म्हणून याला सामासिक शब्द असे म्हणतात. तसेच लंबोदर यासारख्या सामासिक शब्दामध्ये लंब व उदर या दोन शब्दांचा संबंध (लंब आहे उदर ज्याचे) दाखविणारे शब्द लुप्त होऊन लंबोदर हा सामासिक शब्द तयार होतो.

समासांतर्गत शब्दांचा संबंध स्पष्ट करून दाखविणाऱ्या रीतीला 'विग्रहकरणे' असे म्हणतात. तसेच कोणत्याही सामासिक शब्दास विभक्तिप्रत्यय लावायचे असल्यास ते त्या समासातील शेवटच्या शब्दगटाला लागतात. समासातील दोन

विभाग म्हणजे स्वतंत्र शब्द नसून, तो एकच शब्द असतो.

मराठीमध्ये समास करण्याची प्रवृत्ती संस्कृतच्या तुलनेने कमी आहे. पाच, सहा शब्दांचे समास संस्कृतमध्ये विपुल प्रमाणात आढळतात. मराठीत मात्र दोन किंवा तीन शब्दांचेच समास आढळतात. अर्थ थोडक्यात व्यक्त करण्याचे हे एक प्रभावी साधन आहे. मराठीमध्ये इंग्रजीतील कल्पना थोडक्यात व्यक्त करण्यासाठी संस्कृत शब्दांचा उपयोग करून साधलेले समास पुष्कळ आहेत. परंतु मराठीच्या दृष्टीने, दोन शब्दांच्या समासापेक्षा अधिक शब्दांनी साधलेला समास हा बोजड व क्लिष्ट बनतो. मराठीतील पुष्कळसे समास हे संस्कृतवरून आलेले आहेत.

समासामध्ये कितीही शब्द असले, तरी त्यांचे प्रमुख विभाग दोनच असतात. त्या दोनांचे उपविभाग अनेक होऊ शकतात. या दोन विभागांच्या कमी-जास्त महत्त्वावर समासाचे एकंदर प्रमुख चार प्रकार करता येतात, ते पुढीलप्रमाणे होत.

(१) **दोन्ही शब्दांना किंवा पदांना समान महत्त्व - द्वंद्व समास** - राम-लक्ष्मण, देव-दानव इत्यादी.

(२) **दोन्ही शब्दांना महत्त्व नसून, म्हणजे दोन्हीपैकी कोणताही शब्द प्रधान नसून तयार होणारा शब्द साधारणपणे विशेषणसदृश असतो - बहुव्रीही समास** - चक्रपाणी, अनंग इत्यादी.

(३) **ज्यामध्ये पहिल्या शब्दाला प्राधान्य असते - अव्ययीभाव समास** - यथाशक्ती, दरदिवस इत्यादी.

(४) **ज्या समासात दुसरा शब्द प्रधान असतो - तत्पुरुष समास** - राजवाडा, रक्तचंदन इत्यादी.

या प्रत्येकाचे पुढे उपविभाग होतात.

(१) द्वंद्व समास

ज्या समासात दोन्ही पदे प्रधान असतात किंवा ज्यामध्ये त्यांचा समाहार प्रधान असतो, त्याला द्वंद्व समास असे म्हणतात. द्वंद्वाचे प्रमुख तीन प्रकार.

(अ) इतरेतर द्वंद्व - ज्या समासातील पदे आणि किंवा व या समुच्चयबोधक उभयान्वयी अव्ययाने जोडलेली असून ज्यामध्ये ते अव्यय अध्याहृत असते, त्यास इतरेतर द्वंद्व असे म्हणतात. उदा.– रामलक्ष्मण - राम आणि लक्ष्मण.

(आ) समाहार द्वंद्व - ज्या द्वंद्व समासात त्यातील पदांच्या अर्थाशिवाय आणखी तशाच प्रकारच्या अर्थाचा अंतर्भाव होतो, त्यास समाहार द्वंद्व असे म्हणतात. उदा.– मीठभाकर - मीठ, भाकर यांच्याशिवाय भात, भाजी वगैरे सर्व साधे अन्न इत्यादी.

शाकभाजी, पाऊसपाणी - या समाहार द्वंद्व समासांमध्ये दोन्ही पदे जवळजवळ एकाच अर्थाची आहेत.

सोयराधायरा, खाणाखुणा - एक शब्द स्वतंत्र उपयोग असलेला व दुसरा केवळ अनुप्रासात्मक असतो. अशा शब्दांना 'अभ्यस्त' म्हणण्याकडे कल आहे.

(इ) वैकल्पिक द्वंद्व - जेव्हा दोन पदे अर्थदृष्टीने किंवा, अथवा इत्यादी विकल्पबोधक उभयान्वयी अव्ययांनी जोडलेली असून, ते उभयान्वयी अव्यय लुप्त होऊन समास होतो, तेव्हा त्यास वैकल्पिक द्वंद्व असे म्हणतात. उदा.– पापपुण्य - पाप किंवा पुण्य, इत्यादी.

(ई) एकशेष द्वंद्व - असा एक आणखी उपविभाग मानला जातो. जेव्हा दोन पदांपैकी एकाचा लोप होऊन बाकीचे एकच शेष म्हणजे शिल्लक राहते, तेव्हा एकशेष द्वंद्व होतो. हा प्रकार संस्कृतमध्ये आहे. उदा.– माता च पिता च पितरौ. पण अशा प्रकारची संस्कृत उदाहरणेही मराठीत दिसत नाहीत, तर मूळ मराठीत तशी उदाहरणे न दिसणे हे अगदी स्वाभाविक आहे. पितर हा शब्दही मराठीत केवळ माता व पिता एवढ्याच अर्थाने योजला जात नाही. खेरांनी भावंडे, नातवंडे इत्यादी शब्दांना एकशेष द्वंद्व असे म्हटले आहे. पण भावंडे हा शब्द भाऊ या शब्दापासून लिंगभेदाची विवक्षा नसता उपयोगात येणारा नपुंसकलिंगी शब्द साधला आहे. तसेच नातवंड, परतवंड इत्यादी. त्यांना सामासिक शब्द म्हणता येत नाही. म्हणून मराठीत एकशेष द्वंद्व हा द्वंद्वाचा विभाग मानण्याची गरज नाही.

(२) बहुव्रीही समास

ज्या समासातील कोणतेही पद प्रधान नसून सर्व सामासिक शब्द तद्भिन्न अशा एका निराळ्या नामाचे विशेषण असतो, त्याला बहुव्रीही समास असे म्हणतात.

या समासाचा विग्रह करताना संबंधी सर्वनामाला जी विभक्ती लागते, त्या विभक्तीचे नाव त्या समासास देतात.

(तत्पुरुष समासाप्रमाणे) प्रथमा व संबोधन या विभक्ती वगळून बाकीच्या विभक्तींना अनुसरून हे भेद होतात :

(१) तृतीया बहुव्रीही - जितेंद्रिय - (जित आहेत इंद्रिये ज्याने)

(२) चतुर्थी बहुव्रीही - दशानन - (दश आहेत आनने ज्याला)

(३) पंचमी बहुव्रीही - निर्धन - (निघून गेले आहे धन ज्यापासून)

(४) षष्ठी बहुव्रीही - लंबोदर - (लंब आहे उदर ज्याचे)

(५) सप्तमी बहुव्रीही - नाक - (न अक म्हणजे दुःख ज्यात)

यापेक्षा वेगळ्या दृष्टीने या बहुव्रीही समासाचे विभाग होतात.

(१) **विशेषणपूर्वपद** - नीलकंठ, लंबोदर इत्यादी.

(२) **विशेषणोत्तरपद** - पायाशुद्ध.

(३) **उपमानपूर्वपद** - कमलनेत्र, चंद्रानना इत्यादी.

(४) **विषयपूर्वपद** - शिवशब्द (शिव असा ज्याचा शब्द, असा तपस्वी)

(५) **अवधारणापूर्वपद** - यशोधन (यश हेच धन आहे ज्याचे)

(६) **मध्यमपदलोपी** - मृगनयना (मृगाच्या नयनांप्रमाणे नयन आहेत जिचे)

(७) **नञबहुव्रीही** - अनंत (नाही अंत ज्याला, तो)

(८) **संख्यापूर्वपद** - त्रिनयन, अष्टभुजा इत्यादी.

(९) **संख्योत्तरपद** - त्रिसप्त (तीन सात जिच्यामध्ये आहेत, अशी संख्या)

(१०) **सहबहुव्रीही** - सपुत्र, सकर्मक इत्यादी.

(११) **अव्ययपूर्वपद बहुव्रीही** - निर्दय, कुरूप इत्यादी.

(३) अव्ययीभाव समास

ज्या समासात प्रथम पद प्रधान असते व जो सामासिक शब्द क्रियाविशेषण अव्यय असतो, त्यास अव्ययीभाव समास असे म्हणतात.

संस्कृतमध्ये अव्ययीभाव समासात पहिले पद अव्यय व दुसरे पद नाम किंवा विशेषण असते; पण मराठीमध्ये पहिले पद कधी कधी नामही असते. उदा.– यथाशक्ती, आजन्म, घरोघर, दारोदार, गावोगाव इत्यादी.

पुष्कळदा केवळ अव्ययद्विरुक्तीने क्रियाविशेषण अव्यये तयार होतात. उदा.– मधोमध, तंतोतंत इत्यादी. पण यामध्ये कोणत्याही दोन शब्दांचा समास झालेला नसल्याने त्याला सामासिक शब्द म्हणणे योग्य नाही.

(४) तत्पुरुष समास

ज्या समासात दुसरा शब्द प्रधान असतो, त्याला तत्पुरुष समास असे म्हणतात. या समासामध्ये पहिला शब्द बहुधा नाम किंवा विशेषण असतो. याला विग्रहामध्ये प्रथमा संबोधन यांचा अपवाद वगळून इतर सर्व विभक्ती लागतात.

याचे प्रमुख विभाग दोन– (१) व्यधिकरण तत्पुरुष, (२) समानाधिकरण तत्पुरुष.

(१) **व्यधिकरण तत्पुरुष** - ज्या तत्पुरुष समासाच्या विग्रहामध्ये त्यातील शब्दांना निरनिराळ्या विभक्तींचे प्रत्यय लागतात, त्याला 'व्यधिकरण तत्पुरुष' असे म्हणतात. या समासात पहिल्या पदाच्या अवयवाचा लोप झालेला असतो. जी विभक्ती लुप्त असते, त्या विभक्तीचे नाव त्या समासास देतात.

द्वितीया तत्पुरुष - देशगत (देशाला गेलेले)

तृतीया तत्पुरुष - ईश्वरनिर्मित (ईश्वराने निर्मित)

चतुर्थी तत्पुरुष - गायरान (गाईसाठी रान)

पंचमी तत्पुरुष - जन्मस्वभाव (जन्मापासून स्वभाव)

षष्ठी तत्पुरुष - देवालय (देवाचे आलय)

सप्तमी तत्पुरुष - समयसूचक (समयामध्ये सूचक)

कदाचित या समासांच्या विग्रहाबद्दल मतभेद असेल. जो समास ज्या प्रत्ययाच्या साह्याने सोडविला असेल, ते नाव त्या समासास देणे ही गोष्ट महत्त्वाची आहे. शिवाय, कोणत्याही विभक्तिप्रत्ययाच्या मदतीने असा समास सोडविला, तरी तो व्यधिकरण तत्पुरुषाचाच ठरतो. मात्र समास सोडविताना अर्थाकडे लक्ष द्यावे, म्हणजे झाले.

व्यधिकरण तत्पुरुष समासात कधी कधी पहिल्या पदाची विभक्ती तशीच कायम राहते. उदा.– युधिष्ठिर, तोंडीलावणे इत्यादी. अशा समासांना **अलुक् समास** असे म्हणतात.

जेव्हा तत्पुरुष समासातील दुसरे पद– ज्याचा स्वतंत्र उपयोग होत नाही, असे– कृदन्त असते, तेव्हा त्या समासाला **उपपद तत्पुरुष समास** असे म्हणतात. उदा.– गृहस्थ (गृहात राहणारा), भाजीविक्या इत्यादी.

अलुक् समास व उपपद तत्पुरुष समास यांच्या एकत्रित येण्याने **उभयतत्पुरुष समास** तयार होतो. उदा.– मनसिज. मनसि मध्ये विभक्ती कायम आहे व ज मध्ये कृदन्त कायम आहे.

अभाव किंवा निषेध या अर्थी व्यंजनादी शब्दांपूर्वी **अ** व स्वरादी शब्दांच्या पूर्वी **अन्** ही अव्यये येऊन जे तत्पुरुष समास होतात, त्यांना **नञ तत्पुरुष** अशी संज्ञा आहे. उदा.– अब्राह्मण (न ब्राह्मण), अन्याय (न न्याय) इत्यादी.

ज्या तत्पुरुष समासात प्रथमस्थानी उपसर्ग येतो, त्याला संस्कृतमध्ये **प्रादिसमास** म्हणतात. उदा.– प्रवात, प्रगती इत्यादी.

(२) **समानाधिकरण तत्पुरुष** - याला **कर्मधारय समास** असे म्हणतात. ज्या तत्पुरुष समासाच्या विग्रहात दोन्ही पदांना एकच विभक्ती– म्हणजे प्रथमा–

लागते, त्याला **समानाधिकरण तत्पुरुष** असे म्हणतात. या समासाचे प्रमुख दोन प्रकार आहेत. ज्या कर्मधारय समासाने विशेष्य-विशेषणभावाचा अर्थ दाखविला जातो, त्याला **विशेषणत्वसूचक कर्मधारय** असे म्हणतात. ज्या कर्मधारय समासांनी उपमानोपमेयभाव सुचविला जातो, त्याला **उपमासूचक कर्मधारय** असे म्हणतात.

विशेषणत्वसूचक कर्मधारयाचे सात प्रकार आहेत, ते पुढीलप्रमाणे :

(१) विशेषणपूर्वपद - रक्तचंदन, महाराज इत्यादी.

(२) विशेषणोत्तरपद - देशांतर, रामदयाळ इत्यादी.

(३) विशेषणोभयपद - शुक्लकृष्ण, श्यामसुंदर इत्यादी.

(४) विषयपूर्वपद - देवबुद्धी, घटशब्द इत्यादी

(५) अव्ययपूर्वपद - स्वल्प, सुवासना इत्यादी

(६) संख्यापूर्वपद (द्विगु समास) - त्रिभुवन, त्रैलोक्य इत्यादी.

(७) मध्यमपदलोपी - साखरभात, घोडेस्वार इत्यादी.

उपमासूचक कर्मधारयाचे पुढीलप्रमाणे चार विभाग आहेत.

(१) उपमानपूर्वपद - कमलमुख (कमलासारखे मुख), घनश्याम इत्यादी.

(२) उपमानोत्तरपद - मुखकमल, नरसिंह इत्यादी.

(३) अवधारणपूर्वपद - ज्या समासात प्रथम पदाच्या अर्थावर उत्तर पदाच्या अर्थाचा आरोप केलेला असतो, त्यास अवधारणापूर्वपद असे म्हणतात. उदा., विद्याधन (विद्या हेच धन), भवसागर इत्यादी.

(४) अवधारणोत्तरपद - कृतांतकटकामलध्वजजरा.

मराठीतील समासांची माहिती इथे संपली. या सर्व समासांसंबंधी पुढील काही नियम लक्षात ठेवणे आवश्यक आहे.

(१) समासातील सर्व पदे एकाच भाषेतील असावीत. उदा.– हत्तीचे चामडे या अर्थाचा समास करायचा असेल, तर **हस्तिचर्म** (संस्कृत) किंवा **हत्तीचामडे** (मराठी) असा करावा; पण हस्तिचामडे असा करू नये.

(२) समासातील पदांचा संधी होत असेल, तर करणे आवश्यक आहे. उदा. नृप + आज्ञा = **नृपाज्ञा.**

(३) एकाच समासाचा वेगवेगळ्या रीतींनी विग्रह करता येत असेल, तर अर्थाच्या दृष्टीने योग्य तीच रीती पसंत करावी व त्या विग्रहाला योग्य असे नाव द्यावे. उदा.– त्रिनयन - तीन डोळे (द्विगु) किंवा तीन आहेत डोळे, असा जो, तो– शंकर (बहुव्रीही). अशा ठिकाणी संदर्भाला अनुसरून समास सोडवावा.

(४) मराठीमधील अनेक शब्दांमध्ये मूळ संस्कृतमधील रूपाची ओळखही पटत नाही. म्हणून अशा शब्दांना सामासिक म्हणणेही योग्य नाही. उदा.– 'गंगालय' या संस्कृत सामासिक शब्दापासून (गंगा + आलय) मराठीत आलेल्या 'घंगाळ' या शब्दामध्ये समासातील दोन्ही पदांची ओळख पटत नाही. म्हणून याला 'गंगा' या शब्दास 'आळ' हा प्रत्यय लागून 'घंगाळ' हा शब्द आला, असे म्हणावे; सामासिक म्हणू नये.

४. अभ्यस्त शब्द

आता साधित शब्दाचा जो चौथा प्रकार अभ्यस्त शब्द, त्याची माहिती लक्षात घेऊ या.

अभ्यस्त शब्दाचे मुख्य तीन प्रकार आहेत. ते पुढीलप्रमाणे :

(१) पूर्णाभ्यस्त - जेव्हा एक शब्द लागोपाठ दोनदा किंवा कधी कधी तीन-चार वेळाही उपयोगात येतो, तेव्हा त्या अभ्यस्त शब्दाला पूर्णाभ्यस्त शब्द म्हणतात. तो तो तो.

(२) अंशाभ्यस्त - एका शब्दाच्या मागे किंवा पुढे त्याच्याशी एक-दोन अक्षरांचे यमक जुळणारा, एखाद्या व्यंजनाचा अनुप्रास जुळणारा दुसरा शब्द जोडला जाऊन तयार होणारा शब्द म्हणजे अंशाभ्यस्त शब्द होय. मूळ शब्दाशी यमक जुळविणारा हा दुसरा शब्द प्रचलित भाषेत रूढ नसला, तरी चालतो. उदा.– लहानसहान, शेजारीपाजारी इत्यादी.

(३) ध्वनिदर्शक - अव्ययांचा दोन-तीनदा उच्चार करून जो ध्वनिद्योतक शब्द तयार केला जातो, त्याला **अनुकरणवाचक शब्द** असे म्हणतात. उदा.– कटकट, कडकडून इत्यादी.

आता प्रत्येक विभागाची माहिती लक्षात घेऊ या.

(१) पूर्णाभ्यस्त

नामाची पुनरुक्ती होण्याची कारणे पुढीलप्रमाणे :

(१) नामाने दाखविल्या जाणाऱ्या वस्तूचा पृथक् पृथक् निर्देश - घरघर, घरन्‌घर (प्रत्येक घर), गावगाव इत्यादी.

(२) अतिशयार्थ - हालहाल (फार हाल), वाहवा वाहवा इत्यादी.

(३) अन्योन्यसंबंध - बहीण बहीण (परस्परसंबंध), आंबे आंबे इत्यादी.

सर्वनामाची पुनरुक्ती नामाप्रमाणेच होते.

विशेषणाची पुनरुक्ती पुढील कारणांसाठी होते :

(१) गुणाची किंवा रंगाची पराकाष्ठा व्यक्त करण्यासाठी - लाललाल.

(२) परंपरा, पौनःपुन्य, आधिक्य - गोडगोड बोलून काम करून घेणे.

(३) वेगवेगळ्या अर्थाने - थोडाथोडा, थोडथोडा (पहिला शब्द अकारान्त झाला) निरनिराळा (पहिल्या शब्दातील अंत्याक्षराचा लोप)

क्रियापदाची पुनरुक्ती होण्याची कारणे -

(१) आधिक्य, पौनःपुन्य - तो गातो गातो तरी किती?

(२) आग्रह, विनंती, अनादर - घेई घेई माझे वाचे.

याच प्रकारचे अर्थ व्यक्त करण्याचे काम कृदन्ताची पुनरुक्ती साधूनही करता येते.

(१) तो **हसत-हसत** बोलतो.

(२) तो **चालता-चालता** थकला.

(३) त्याला **सांगून-सांगून** दमलो. इत्यादी.

धातुसाधित नामांच्या पुनरुक्तीमध्ये **अतिशयत्व** हाच प्रमुख अर्थ असतो. उदा.– **बोलण्या-बोलण्यात** तरी प्रकार असतात.

क्रियाविशेषणांची पुनरुक्ती उत्तरोत्तर **न्यूनाधिक्य दाखविण्यासाठी**– वर-वर, मधून-मधून, कधी-कधी.

केवलप्रयोगी अव्ययांची पुनरुक्ती - **मनोविकाराचा उत्कर्ष किंवा अतिरेक दाखविण्यासाठी**– अरेरे, छे छे इत्यादी.

या सर्व कारणांसाठी शब्दाची त्रिवार उक्तीही करण्याची पद्धती आहे. तसेच दोन शब्दांच्या मधेही एखादे अक्षर घालण्याची पद्धती आहे. उदा.– घरचघर, बरेचबरे इ.

(२) अंशाभ्यास्त शब्द

(१) यामध्ये दोन्ही शब्द अर्थपूर्ण असतात, त्यामध्ये एक-दोन अक्षरांचे यमक जुळणारे असतात. उदा.–

नामे - लाडीगोडी, आगतस्वागत इत्यादी.

विशेषणे - फुटकातुटका, असातसा इत्यादी.

धातू - बोलणेचालणे, समजणेउमजणे.

अव्यये - इकडेतिकडे, कधीमधी इत्यादी.

(२) यामध्ये दोन्ही शब्दांपैकी एक शब्द निरर्थक, परंतु अर्थवान शब्दाशी एक-दोन अक्षरांचे यमक जुळविणारा असतो. उदा.–

नामे - शेजारीपाजारी, दाणादुणा इत्यादी.

विशेषणे - खराखुरा, अघळपघळ इत्यादी.

धातू - आंजारणेगोंजारणे, झाडणेझुडणे इत्यादी.

(३) दोन्ही शब्द अर्थवान असून त्यांमध्ये फक्त एखाद्या व्यंजनाचा अनुप्रास असतो. उदा.–

पूसतपास, केरकचरा, इत्यादी.

(४) दोन्ही शब्दांपैकी एक अर्थपूर्ण व दुसरा अर्थहीन शब्द एखाद्या व्यंजनाच्या अनुप्रासाने जुळणारा असतो. उदा.–

टाकमटिका, ठाकठीक, इत्यादी.

(३) अनुकरणवाचक शब्द

स्पष्ट किंवा अस्पष्ट, वास्तविक किंवा काल्पनिक ध्वनीचे वाचक व त्या ध्वनीचे थोडेफार तरी अनुकरण करणारे, असे जे स्वरूपतः अभ्यस्त शब्दांसारखे दिसणारे त्यांना **अनुकरणवाचक शब्द** म्हणतात.

नामे - कळकळ, वटवट इ.

विशेषण - करकरीत, गरगरीत इ.

धातू - कडकडणे, बडबडणे इ.

क्रियाविशेषण - कडकड, वणवण, कलकल इ.

या तीन प्रकारच्या अभ्यस्त शब्दांपेक्षा वेगळ्या प्रकारचे अभ्यस्त शब्द आढळत नाहीत. दादोबांनी **छंदिष्ट** किंवा **अनर्गल शब्द** या विभागात अगडबंब, अकडंतिकडं यांसारखे शब्द दिलेले असले, तरी त्यांचा समावेश वरील तीन प्रकारांपैकी एखाद्या विभागात होऊ शकतो. म्हणून तीन विभागांपेक्षा अधिक विभाग करण्याची गरज मराठीतील अभ्यस्त शब्दांसंदर्भात निर्माण होत नाही.

शब्दसिद्धीच्या प्रत्ययांपेक्षा प्रकृतिप्रत्ययविचार एक वाक्य सिद्ध करण्याच्या दृष्टीने लक्षात घेणे, हा व्याकरणाचा अभ्यासविषय असतो. या दृष्टीने शब्द सिद्ध आहे की साधित, सामासिक की अभ्यस्त याचा विचार प्रत्यय लागताना अनावश्यक असतो. म्हणून प्रत्येक भाषेची जडण-घडण समजून घेण्यासाठी– विशेषतः नवा शब्द घडविताना तिची पद्धती कोणती, ते लक्षात घेण्यासाठी– शब्दसिद्धीची जुजबी माहिती व्याकरणाला पुरेशी असते.

समारोप

संस्कृतप्रमाणेच मराठीतही उपसर्गघटित, प्रत्ययघटित सामासिक व अभ्यस्त या प्रकारचेच साधित शब्द आहेत. फक्त उपसर्ग व प्रत्यय यामध्ये मराठीत फारसा फरक राहिलेला नाही. शब्दाच्या आरंभी लागणारे प्रत्यय व शब्दाच्या पुढे लागणारे प्रत्यय या पद्धतीने मराठीत विचार होतो. इतर भाषांतून आलेल्या शब्दांसंदर्भातही मराठीमध्ये अशाच प्रकारे शब्द साधलेले दिसतात. संस्कृतच्या तुलनेने मराठीत सामासिक शब्द तयार करण्याची प्रवृत्ती कमी आहे. तरीही संस्कृतच्या धर्तीवर मराठीने काही समास तयार केलेले दिसतात. 'शब्दसिद्धी'चा विचार हा व्याकरणाचा भाग नसूनही त्याच्या आधारे शब्द कसे घडतात, याची ओळख शालेय पातळीवर आवश्यक असते. या दृष्टीने ही ओळख करून द्यावी लागते.

❖

विभक्तिविचार : विकरण विभाग

(१) प्रास्ताविक, (२) विभक्तीची व्याख्या, (३) विभक्तीचा निकष : प्रत्यय की अर्थ, (४) विभक्तींची नावे, (५) विभक्तींची संख्या व विभक्ति- व्यवस्था, (६) विभक्तिप्रत्ययांची व्युत्पत्ती, (७) कारकार्थ व्यक्त करणारी शब्दयोगी अव्यये, (८) विभक्त्यर्थ, (९) सामान्यरूप, (१०) समारोप.

---

१. प्रास्ताविक

शब्द व प्रत्यय यांच्यातील महत्त्वाचा फरक 'शब्दविचारात'त लक्षात घेतला आहेच. प्रत्ययांचा परियच करून घेताना चरम प्रत्यय व चरमेतर प्रत्यय या दोन्ही प्रकारच्या प्रत्ययांची ओळख झालेली आहे. विकरणाच्या दृष्टीने चरम (म्हणजेच विकारदर्शक) प्रत्यय महत्त्वाचे असतात. शब्दाला लागून हे चरम प्रत्यय शब्दाचे पद बनवितात. या चरम प्रत्ययांचे दोन विभाग पडतात.

(१) नामादी शब्दजातींना लागणारे प्रत्यय - विभक्ती, लिंग व वचन यातही विभक्तिप्रत्ययांमध्ये लिंग-वचनांचे प्रत्यय एकत्र झालेले असतात. त्यामुळे विभक्तिप्रत्ययांचा विचार या विभागात महत्त्वाचा ठरतो.

(२) धातूला लागणारे प्रत्यय - आख्यात (काळ व अर्थ), लिंग, वचन व पुरुष. यातही आख्यातप्रत्ययांमध्येच लिंग-वचन-पुरुष-प्रत्यय एकत्रित येत असल्याने आख्यातप्रत्ययांचा विचार महत्त्वाचा ठरतो.

विकरणदर्शक प्रत्ययांचा विचार करताना लिंग-वचन हा विभाग सर्व विकारी शब्दजातींच्या संदर्भात विचारात घ्यावा लागतो. पण नाम व धातू या दोन्ही विभागांत त्यांचे विकरणकार्य भिन्न अर्थदर्शक असते. म्हणून त्यांचा वेगळा विचार करावा लागतो.

प्रत्ययाच्या संबंधीचे सर्व विवेचन थोडक्यात पुढीलप्रमाणे सांगता येईल :

प्रत्यय

- **चरमेतर प्रत्यय** (साधित)
- **चरम प्रत्यय** (विकारदर्शक)
  - (नामादी शब्दांना लागणारे) विभक्ती, लिंग व वचन
  - (धातूला लागणारे) आख्यात, लिंग, वचन व पुरुष

संस्कृतमध्ये धातूला लागणाऱ्या प्रत्ययांनाही 'विभक्तिप्रत्यय' अशीच संज्ञा आहे. (अभ्यंकर, पृ. ३३०, ३३१) पण मराठीत विभक्तिप्रत्यय ही संज्ञा केवळ नाम-सर्वनाम यांनाच लागणाऱ्या प्रत्ययांसंदर्भात योजली जाते. धातूला लागणाऱ्या प्रत्ययांना मराठीत 'आख्यातप्रत्यय' किंवा 'कालार्थदर्शक प्रत्यय' असे म्हटले जाते.

मराठीतील विभक्तिकल्पना पुष्कळशा प्रमाणात संस्कृतवरून घेतलेली आढळते. संस्कृतमध्ये 'विभक्ती' या संज्ञेचा सर्वसाधारण अर्थ म्हणजे 'प्रातिपदिकाला लागणारे, उपपदार्थदर्शक व कारकार्थदर्शक प्रत्यय' होत. हाच अर्थ मराठीतही कायम राहिला. विभक्तींची नावे व विभक्तींची संख्या या संदर्भातही मराठीने संस्कृतचे अनुकरण केले. मराठीतील विभक्तिप्रत्ययांची व्युत्पत्तीही पुष्कळशा प्रमाणात संस्कृतमधील विभक्तिप्रत्ययांवरून व निपातांवरून दिलेली आढळते.

पण मराठीने या सगळ्यांमध्ये सुलभता आणून आपले वेगळेपणही सिद्ध केलेले आहे. संस्कृतमध्ये विभक्तिसंख्या सातच असली तरी; पुल्लिंगी, स्त्रीलिंगी व नपुंसकलिंगी शब्दांना लागणारे विभक्तिप्रत्यय वेगळे असतात. तसेच, संस्कृतने शब्दाच्या अंत्याक्षरावरून त्याचे विभाग मानून, त्यांना लागणारे विभक्तिप्रत्ययही भिन्न मानलेले आहेत. उदा.– पु. देव, पु. रवि, पु. भानु या शब्दांना एकच विभक्तिप्रत्यय न लागता वेगवेगळे विभक्तिप्रत्यय जोडून येत असत. म्हणजे कोणता प्रत्यय लागलेला आहे, यावरून त्या शब्दाचे लिंग व अंत्याक्षर याचीही नोंद होऊ शकत होती.

संस्कृतमध्ये तीन वचने असल्यानेही ही विभक्तिप्रत्ययांची संख्या अधिक होती. मराठीत मात्र सातही विभक्तींचे प्रत्यय तीनही लिंगांतील व सर्व प्रकारच्या अंत्याक्षरी नामादी शब्दांना लागत असल्याने प्रत्ययांची संख्या मर्यादित झाली.

शब्दाला लागणाऱ्या या प्रत्ययांना अर्थ नसला, तरी वाक्याचा अर्थ स्पष्ट करण्याच्या दृष्टीने हे प्रत्यय महत्त्वाचे ठरतात. उदा.– राम, रावण, मारणे या तीन शब्दांमधून कर्ता, कर्म वा क्रिया कोणत्या काळात घडली, हे सांगण्याचे कार्य अनुक्रमे त्या शब्दांना जोडल्या गेलेल्या ने, ला, ले या प्रत्ययांनी केले आहे. नामाला जोडून येणाऱ्या या प्रत्ययांनी कर्ता, कर्म, करण, संप्रदान, अपादान, अधिकरण इ. कार्ये व्यक्त केली जातात. उदा.–

(१) **तो** अभ्यास करतो - **कर्ता**

(२) रामाने **रावणास** मारिले - **कर्म**

(३) रामाने **बाणाने** राक्षसांना मारिले - **करण**

(४) राजाने **ब्राह्मणाला** दान दिले - **संप्रदान**

(५) **रामाहून** गोविंदा मोठा आहे - **अपादान**

(६) **तुझे** काम सांग - **संबंध**

(७) तो संध्याकाळी **घरी** असतो - **अधिकरण**

मराठीमध्ये विभक्तींची संख्या आठ मानली गेलेली आहे. विभक्तींची नावे - ही प्रथमा, द्वितीया इ. निरर्थक आहेत. इंग्रजीतील Subjective, Objective यांसारखी अर्थपूर्ण (अर्थद्योतक) नाहीत. प्रत्येक विभक्तीने कोणता तरी अर्थ म्हणजे संबंध दर्शविलेला असतो. या सर्व मुद्द्यांचा विचार पुढे केलेला आहे. या सर्व विचारांचा एकत्रित तक्ता पुढीलप्रमाणे देता येईल.

विभक्तीचे नाव	**प्रत्यय**		**अर्थ**
	एकवचन	**अनेकवचन**	
प्रथमा	प्रत्यय नाही	प्रत्यय नाही	कर्ता
द्वितीया	स, ला, ते	स, ला, ना, ते	कर्म
तृतीया	ने, ए, ई, शी	नी, ही, ई, शी	करण
चतुर्थी	स, ला, ते	स, ला, ना, ते	संप्रदान
पंचमी	ऊन, हून	ऊन, हून	अपादान
षष्ठी	चा, ची, चे	चे, च्या, ची	संबंध
सप्तमी	त, ई, आ	त, ई, आ	अधिकरण
संबोधन	प्रत्यय नाही	नो	हाका मारणे

विभक्तीसंदर्भात मराठी व्याकरणामध्ये सगळ्यांत अधिक वाद उत्पन्न झालेले जाणवतात. त्याला अनेक कारणे आहेत. पण त्यांपैकी एक प्रमुख कारण म्हणजे,

इंग्रजीमध्ये अशी विभक्तिप्रत्ययांची व्यवस्था नसल्याने मराठीमध्ये विभक्तीचा विचार करताना गोंधळ व संभ्रम होऊ लागला. हा विचार करताना संस्कृतातील विभक्तिविचाराशिवाय दुसरा पर्याय नव्हता आणि संस्कृतमधील विचार मराठीत तसाच्या तसा लावणे योग्य ठरत नव्हते. त्यामुळे मराठी विभक्तिव्यवस्थेचा विचार करताना अनेक वादग्रस्त प्रश्न निर्माण झाले. विभक्तीची व्याख्या, विभक्तीचा निकष, विभक्तींची संख्या एवढ्यापुरतेच हे वाद मर्यादित न राहता; मराठीला विभक्तिव्यवस्था कितपत आवश्यक आहे, या प्रश्नांपर्यंत पोहोचले.

विभक्तिविषयक वादांची वर्गवारी पुढीलप्रमाणे करता येईल.

(१) विभक्तीची व्याख्या कोणती? ती अर्थाला (म्हणजे संबंधाला) महत्त्व देणारी असल्यास कारकार्थासह उपपदार्थालाही ती महत्त्व देते, की नाही?

(२) विभक्तीचा निकष कोणता मानावा? प्रत्यय, की अर्थ?

(३) विभक्तींची संख्या किती मानावी? म्हणजे, कोणत्या विभक्ती मानाव्यात व कोणत्या मानू नयेत? त्या मानण्याची वा न मानण्याची कारणे कोणती?

(४) विभक्तींची नावे कोणती असावीत? संस्कृतला अनुसरून प्रथमा-द्वितीयादी निरर्थक नावांचा स्वीकार करावा, की कर्तृविभक्ती, कर्मविभक्ती अशी अर्थपूर्ण नावे द्यावीत?

(५) मराठीतील विभक्तिप्रत्ययांची व्युत्पत्ती कोणकोणत्या विभक्तिप्रत्ययांवरून वा निपातांवरून देता येते?

(६) रूढ व प्रचलित व्यवस्थेपेक्षा वेगळी व्यवस्था करून विभक्तीचा विचार करणे शक्य आहे काय? ही वेगळी व्यवस्था विभक्तीला पूर्णपणे न्याय देऊ शकेल काय?

विभक्तीच्या व्याख्येबद्दल विचार करण्यापूर्वी कारकार्थ व उपपदार्थ म्हणजे काय, ते समजून घ्यावयाला पाहिजे. कारकार्थ दर्शविणे हे या प्रत्ययांचे प्रमुख कार्य मानले जाते. नामादी शब्दांना लागणारे हे प्रत्यय त्या नामांचा क्रियापदाशी असलेला संबंध स्पष्ट करतात.

क्रियापदाने कोण, केव्हा, कसे, कुठे, कशा रीतीने इ. जे प्रश्न विचारलेले असतात; त्यांची उत्तरे देण्याचे कार्य विभक्ति-प्रत्ययान्वित शब्द करीत असतात. थोडक्यात, या प्रत्ययान्वये कारकार्थ व्यक्त केला जातो. मराठीने हे कारकार्थ प्रामुख्याने संस्कृतवरून स्वीकारले आहेत. कर्ता, कर्म, करण, संप्रदान, अपादान, अधिकरण हे ते सहा कारकार्थ होत. ज्या विभक्तिप्रत्ययांमुळे हे कारकार्थ व्यक्त होतात, त्यांना **कारकविभक्ती** असे संस्कृतमध्ये म्हटले जाते आणि ज्या विभक्तिप्रत्ययांमुळे असे कारकार्थ व्यक्त होत नाहीत, त्यांना संस्कृतमध्ये **उपपदविभक्ती** म्हटले आहे. संस्कृतमधील उपपदविभक्तीची कल्पना "a case termination added to a word on account of the presence of another word requiring addition.'' (अभ्यंकर, पृ. ७९). म्हणजे उपपदविभक्तीचे प्रत्यय हे क्रियापदांच्या प्रश्नांची उत्तरे देत नसून, केवळ त्याच्या जवळच्या पदाबद्दल माहिती देतात. उदाहरणार्थ– विद्यार्थी पुस्तक वाचतो. यामध्ये 'कोण वाचतो?' या प्रश्नाचे उत्तर 'विद्यार्थी' म्हणजे कर्ता हे कारक प्रथमा विभक्तीने दाखविले आहे. पण 'त्याचे अक्षर सुरेख आहे' यामधील 'त्याचे' या पदाने केवळ अक्षर या पदाबद्दल माहिती मिळते. 'आहे' या क्रियापदाबद्दल ते पद कोणतीही माहिती देऊ शकत नाही. म्हणूनच षष्ठीच्या प्रत्ययांना कारकार्थ व्यक्त करता येत नसून, ते प्रत्यय केवळ उपपदार्थच व्यक्त करू शकतात, असे म्हटले जाते.

२. विभक्तीची व्याख्या

कर्ता-कर्मादी विविध कारकार्थ दर्शविण्यासाठी नाम-सर्वनामांना जे प्रत्यय जोडले जातात, ते विभक्तिप्रत्यय होत.

विभक्तीच्या व्याख्यांवरून मराठीतील विभक्तिविचाराची थोडीफार कल्पना येऊ शकते. व्याख्येमध्ये नामाला लागणारे हे प्रत्यय केवळ कारकार्थदर्शक असतात, की कारकार्थाबरोबरच ते उपपदार्थही व्यक्त करतात, या महत्त्वाच्या निर्णयावर व्याख्येचे स्वरूप अवलंबून आहे. विभक्तीच्या व्याख्येमध्ये केवळ कारकार्थाचा निर्देश, की उपपदार्थासह कारकार्थाचा निर्देश? मराठीमध्ये षष्ठी विभक्तीचा अपवाद वगळता इतर सर्व विभक्तींना स्वतंत्र कारकार्थ आहेत, हे वर दिलेला विभक्तीचा तक्ता पाहता स्पष्ट होते.

(१) असा स्वतंत्र कारकार्थ फक्त षष्ठीला नाही. तिला कारकार्थ व्यक्त करण्याचे सामर्थ्य असले, तरी ती प्रामुख्याने उपपदार्थ व्यक्त करते. त्यामुळे विभक्तीच्या व्याख्येमध्ये केवळ कारकार्थदर्शकता सांगितली असेल, तर षष्ठी ही विभक्ती ठरायला हरकत घेता येते.

(२) मराठीत संबोधनाला विभक्ती मानले गेले आहे. पण संबोधनालाही कारकार्थ नसल्याने ती विभक्ती ठरू शकत नाही. अर्थात, संस्कृतमध्ये संबोधन ही विभक्ती मानलेली नसल्याने– त्याबाबत संबोधन न मानल्याने– फारसा वेगळेपणा येत नाही.

प्रत्येक विभक्ती कारकार्थाबरोबरच उपपदार्थही सांगू शकते, याची जाणीव पुढे दिलेल्या प्रत्येक विभक्तीच्या तक्त्यावरून येईल. 'मनाने मोकळा', 'हाताला पाच बोटे', 'शंकर विष्णूहून निराळा', 'सर्वांत श्रेष्ठ' इ. उदाहरणांवरून या उपपदार्थांची कल्पना येते.

षष्ठीच्या संदर्भात मात्र तिला स्वतंत्र कारकार्थ नाही. म्हणून असे म्हटले जाते की, व्याख्येत उपपदार्थदर्शकता नसेल, तर षष्ठी ही विभक्ती ठरत नाही. पण मराठीत तरी असे दिसून येते की, षष्ठीला स्वतंत्र कारकार्थ नसला, तरी ती कारकार्थ व्यक्तच करीत नाही, असे नाही. 'त्याचे लिहून झाले', 'तो दिवसाचा झोपतो' यांसारख्या वाक्यांमध्ये अनुक्रमे कर्ता व अधिकरण सांगण्याचे (म्हणजे कारकार्थ सांगण्याचे) कार्य षष्ठी विभक्ती करू शकते. तेव्हा व्याख्येमध्ये केवळ कारकार्थाचा निर्देश असला, तरी षष्ठीला विभक्ती मानावे लागेल. प्रत्येक विभक्तीला स्वतंत्रच कारकार्थ असला पाहिजे, असा समज गृहीत धरला; तर मात्र पष्ठीला विभक्ती मानणे अवघड जाईल.

कारकार्थ असणे वा कारकार्थ नसणे यावर विभक्ती मानणे वा न मानणे हे ठरविणे तर्कसंगत आहे. पण प्रमुख कारकार्थ असणे व प्रमुख कारकार्थ नसणे यावर विभक्ती मानणे वा न मानणे हे ठरविणे पुरेसे तर्कसंगत वाटत नाही. षष्ठीला विभक्ती ठरविताना या मुद्द्याचा विचार करावा लागतो.

चिपळूणकर हे कारकार्थवादी आहेत; तर गुंजीकर, दामले, जोशी आदींच्या मते केवळ कारकार्थाचा उपयोग करणे सदोष आहे. म्हणून त्यांच्या मते, विभक्तिप्रत्ययांच्या व्याख्येमध्ये 'क्रियापदांचा नामादी शब्दांशी संबंध दाखविणे' असा उल्लेख करण्याऐवजी 'शब्दाशब्दांमधील संबंध दाखवणे' असा उल्लेख असणे आवश्यक आहे. गुंजीकरांच्या मते तर, मराठीने हे चुकीचे लक्षण कुठून घेतले, कोण जाणे; कारण संस्कृतमध्ये अशा प्रकारचे विभक्तीचे लक्षण केलेले आढळत नाही. क्रियेशी नामाचा असणारा जो संबंध, तो दाखविणाऱ्या प्रत्ययांनाच विभक्तिप्रत्यय ही संज्ञा करावी आणि इतर कोणत्याही प्रत्ययांना करू नये, या विलक्षण शास्त्राला आधार काय?

गुंजीकरांचे हेच मत दामलेंनीही मांडले आहे.

व्याकरणातील इतर विचारांप्रमाणेच विभक्तीसंदर्भातही मराठीतील विभक्ती इंग्रजी व संस्कृत या दोन्हींवर विसंबून आहे. सबनीसांनी म्हटले आहे की, मराठीने विभक्तीची संख्या व समप्रत्ययत्व हे संस्कृतवरून घेतले आहे; पण विभक्तीचे लक्षण इंग्रजीवरून घेतले आहे. 'Case' या संज्ञेला प्रतिशब्द म्हणून विभक्ती ही संज्ञा मराठीत रूढ झालेली आहे. पण इंग्रजीतील 'Case' ही कल्पना विभक्तिप्रत्ययांना पूर्णांशाने लागू शकत नाही, हे लक्षात न घेतल्याने विभक्तिविचारात अधिक गोंधळ निर्माण झाला आहे. इंग्रजीत षष्ठीचा अपवाद वगळल्यास इतर कोणत्याही विभक्तीला प्रत्यय नाही. मराठीत मात्र प्रत्यय हाच प्रमुख निकष मानला जातो.

म्हणजे विभक्तीची व्याख्या करताना असे म्हणावे लागते की, "जे प्रत्यय शब्दाशब्दांमधील संबंध स्पष्ट करतात, त्यांना विभक्तिप्रत्यय म्हणावे."

पण ही व्याख्या विशेष्य-विशेषणसंबंधांनाही लागू शकते. उदा.– 'सुरेख अक्षर', 'लाकडी खुर्ची', 'दगडी चौथरा', 'चांगला माणूस' इत्यादी. या विशेषण-विशेष्य संबंधातही 'शब्दाशब्दांचा एकमेकांशी संबंध' असतो. पण सुदैवाने मराठीत तरी तो संबंध कोणत्याही प्रकारच्या प्रत्ययाने व्यक्त केलेला नसतो. संस्कृतमध्ये मात्र विशेषणाला विभक्तिप्रत्यय लागतात. मराठीत विशेषणाला विभक्तिप्रत्यय कधीही लागत नाहीत. एवढेच नव्हे, तर विशेष्याला विभक्तिप्रत्यय लागला, तर फक्त काही विशेषणांचेच (आकारान्त विशेषणांचेच) सामान्यरूप होते. याव्यतिरिक्त त्यांच्यात कोणताही बदल संभवत नाही. म्हणूनच 'शब्दाशब्दांमधील संबंध स्पष्ट करणाऱ्या प्रत्ययांना विभक्तिप्रत्यय म्हणावे', या विभक्तीच्या व्याख्येला सदोषता येऊ शकत नाही.

काही व्याकरणकारांनी षष्ठीच्या 'चा' प्रत्ययाला विशेषणसाधक प्रत्यय समजून 'तुपाचा रुपया', 'रुपयाचे तूप', 'त्याचे अक्षर' इ. संबंधांना विशेषण-विशेष्य-संबंध असे मानले आहे. पण वरील उदाहरणातील संबंध हा उपपदार्थ-संबंध आहे; विशेषण-विशेष्य-संबंध नव्हे. जसे 'सुरेख अक्षर' यामधील 'सुरेख' या शब्दाने अक्षराचा विशेष सांगितला आहे व त्याची व्याप्ती मर्यादित केली आहे, तसे कोणतेही कार्य 'तुपाचा रुपया' किंवा 'रुपयाचे तूप' यामधील अनुक्रमे 'तुपाचा' व 'रुपयाचे' या शब्दांकडून केले जात नाही. म्हणून 'चा' या प्रत्ययाने व्यक्त होणारा संबंध विशेषण नसून उपपदार्थ संबंध आहे.

उपपदार्थ व विशेषण यांच्या संबंधांत जसा गैरसमज आहे, तसाच उपपदार्थ व कारकार्थ यांच्या समजाबद्दलही गैरसमज आहे. प्रत्येक विभक्तीला कारकार्थ व उपपदार्थ दोन्ही व्यक्त करता येतात; पण मराठीतील षष्ठीच्या उपपदार्थाची एवढी चर्चा आहे की, त्यामुळे उपपदार्थ फक्त षष्ठी विभक्तीलाच असतो, असा गैरसमज निर्माण होतो. 'पायाने लंगडा' (तृतीया), 'रुपयाला दोन आंबे' (चतुर्थी), 'रामाहून गोविंदाचे वय' (पंचमी), 'घरातील पाहुणचार' (सप्तमी) हे सगळे उपपदार्थ आहेत; आणि संबंध हा षष्ठीचा उपपदार्थ नोंदविलेला असला व षष्ठीला स्वतंत्र कारकार्थ नसला, तरी ती 'कारकार्थ व्यक्त करीत नाही', असे नाही. कर्ता, अधिकरण इ. कारकार्थ व्यक्त करण्याचे सामर्थ्य षष्ठीमध्ये आहे.

नामादी शब्दांचा क्रियापदाशी असलेला संबंध व नामादी शब्दांचा सर्व शब्दजातींशी असलेला संबंध, हे दोन प्रकारचे संबंध मराठीमध्ये दिसून येतात. हे दोन्ही प्रकारचे संबंध प्रत्ययांनी व्यक्त होत असतात. वाक्यामध्ये दिसून येणारा विशेषण-विशेष्य-संबंध हा उपपदार्थसदृश असला, तरी तो प्रत्ययांनी व्यक्त केलेला नसतो.

उपपदार्थ अनेक प्रकारचे असतात. **मूल्यवाचक** (पैशाला पासरी), **संनिधी** (तो मित्राशी भांडला), **अनुरोध** (माझ्या मते....), **मनःस्थिती** (आनंदाने), **योग्यता**

(लग्नाला योग्य), **स्थित्यंतर** (गरिबाचा श्रीमंत), **जनक, कारण, अपेक्षा, मर्यादा, प्रमाण** असे अनेक प्रकारचे उपपदार्थ भाषेत प्रत्ययाने व्यक्त केले जातात. हे उपपदार्थ कारकार्थदर्शक प्रत्ययांनीही साधले जातात. पण तरीही कारकार्थ सांगणे हे या प्रत्ययाचे प्रमुख कार्य ठरते.

हे सर्व विवेचन लक्षात घेता, डॉ. ग. मो. पाटील यांच्या पुढील उल्लेखाची सार्थकता पटते. त्यांनी म्हटले आहे :

'...विभक्ती प्रकरणाचे मौलिक पृथक्करण न झाल्याने विभक्ती ही मराठी व्याकरणातील एक जटिल समस्या झाली आहे.' (पाटील, दामले - अ. पृ. ३१)

संस्कृत-विभक्तिव्यवस्थेचा परिचय असलेले गुंजीकर म्हणतात,

'इजमध्यें कोणत्याही प्रकारचा गोंधळ नाहीं; हें तर काय? पण असेंही म्हणतां येईल, की संस्कृत-विभक्तिव्यवस्थेपेक्षाही मराठी-विभक्तिव्यवस्था एका अर्थी प्रशस्ततर आहे.'(गुंजी. पृ. २९३)

मात्र, मराठी विभक्तिव्यवस्था समजून न घेतल्याने ती घोटाळ्याची झालेली आहे, असे मत नोंदवून हे ते सुचवितात. विभक्तीची व्याख्या व लक्षण हीच चुकीची व सदोष मानल्याने मराठीत विभक्तिव्यवस्था गोंधळाची ठरली आणि त्यामुळे तेच ते प्रश्न व तीच ती उत्तरे या आवर्तात विभक्तिव्यवस्था सापडली.

संस्कृतमध्ये विभक्तीचे केलेले लक्षण किंवा इंग्रजीतील 'Case'ची व्याख्या यांच्या आधाराने मराठीची विभक्तिव्यवस्था व विभक्तीची व्याख्या ठरविण्यापेक्षा ती मराठीतील प्रत्ययव्यवस्थेच्या उपयोगावर आधारलेली असावी. या दृष्टीने मराठीतील विभक्तीची व्याख्या करताना उपपदार्थ व कारकार्थ या दोन्ही प्रकारच्या प्रत्ययांचा समावेश व्याख्येत करायला हरकत नाही; म्हणून 'शब्दाशब्दांमधील संबंध दर्शविणारे प्रत्यय ते विभक्तिप्रत्यय' असे विभक्तिप्रत्ययाचे लक्षण द्यायला पाहिजे. पण उपपदार्थापेक्षा कारकार्थ हे वाक्यदृष्टीने अधिक प्रमाणात महत्त्वाचे असतात, म्हणून कारकार्थाचा उल्लेख विभक्तिप्रत्ययांच्या व्याख्येत करण्याचा मोह अनेक व्याकरणकारांना झालेला असतो. पण षष्ठीलाही कारकार्थ व्यक्त करता येतात, हे लक्षात ठेवल्यास 'नामादी शब्दांचा क्रियापदाशी असलेला संबंध व्यक्त करणारे प्रत्यय' असे विभक्तिप्रत्ययांचे लक्षणही सदोष ठरत नाही. मात्र कारकार्थ दर्शविण्याचे काम केवळ प्रत्ययांनीच साधले जाते असे नसून, कधी कधी ते कार्य क्रियाविशेषण अव्ययांसारखे शब्दही करू शकतात, हेही विसरता कामा नये. मात्र ते शब्द आहेत, प्रत्यय नाहीत; म्हणून विभक्तिप्रत्ययाच्या वरील व्याख्येला बाध येत नाही.

३. विभक्तीचा निकष : प्रत्यय, की अर्थ?

विभक्तीसंदर्भातील हा प्रश्न संस्कृतपेक्षा अधिक गुंतागुंतीचा करण्याचे कार्य मराठी व्याकरणकारांनी केले आहे, असे म्हटले तर त्यात फारसे चूक नाही. कारण प्रत्ययभिन्नता हे जे विभक्तीचे प्रमुख लक्षण, ते मराठीत संस्कृतपेक्षा अधिक काटेकोरपणे पाळले गेले आहे. संस्कृतला पुष्कळ ठिकाणी समान प्रत्यय योजावे लागले आहेत. पण मराठीला मात्र द्वितीया-चतुर्थीचा अपवाद वगळल्यास समान प्रत्यय योजण्याची आवश्यकता भासली नाही. कर्ता-कर्मादी कारकार्थ दर्शविण्यासाठी आलेला प्रत्यय हाच विभक्तीचा निकष असतो. प्रत्यय हा निकष मानायचा नाही, तर मग कोणता निकष मानता येईल? कारण कारकार्थ व्यक्त होतो तो प्रत्ययामुळे. बोलणाऱ्याच्या मनात असलेला कर्ता-कर्मादी कारकार्थ त्याने शब्दांना जोडलेल्या प्रत्ययांनी व्यक्त होत असतो; आणि ऐकणारा त्या प्रत्ययांच्या आधारेच वक्त्याच्या मनातील कारकार्थाचे आकलन करून घेत असतो. याचा अर्थ, वक्ता-श्रोता या दोन्ही भूमिकांमधून कारकार्थ हा प्रत्ययाच्या आधारे दृश्य व स्पष्ट होत असतो.

सूर्यप्रकाशाइतके स्पष्ट असलेले हे शास्त्रीय पातळीवरील सत्य मराठीमध्ये वादग्रस्त का ठरावे, याचे कारण– 'या भाषेंत विभक्तीविषयीं फार गोंधळ आहे, जर प्रत्ययांवरून मानल्या, तर चतुर्थीस आणि पंचमीस प्रत्यय नाहींत; जर अर्थावरून मानल्या, तर एका विभक्तीचे अनेक अर्थ होतात.' (दादोबा, पृ. ६३)– या दादोबांच्या विधानावरून स्पष्ट होते. मराठीतील विभक्तिप्रत्ययांकडे नजर टाकली, तर ही गोष्ट स्पष्ट आहे की; मराठीत द्वितीया व चतुर्थी यांचे प्रत्यय समान आहेत. तसेच, पंचमीचे प्रत्यय हून, ऊन हे प्रत्ययांपेक्षा शब्दयोगी अव्ययांशी जुळणारे आहेत. म्हणून काही व्याकरणकार त्यांना विभक्तिप्रत्यय मानायला हरकत घेतात. समान प्रत्यय व प्रत्यय नसणे या दोन गोष्टींवर पर्याय काढल्याशिवाय मराठीच्या विभक्ति-व्यवस्थेतील गोंधळ कमी होणार नाही. हा पर्याय म्हणजे, त्या-त्या प्रत्ययांद्वारा व्यक्त होणाऱ्या कारकार्थांची मदत घेणे, हा होय. म्हणूनच केवळ प्रत्यय हा निकष मानणाऱ्या व्याकरणकारांप्रमाणे कारकार्थ (मदतीपुरता का होईना) हाही निकष मानणाऱ्या व्याकरणकारांचा गट मराठीत आढळतो.

प्रत्यय हा निकष मानणारे गुंजीकर-दामले आदी व्याकरणकारांची भूमिका पुढीलप्रमाणे आहे :

(१) प्रत्यय हे संबंध दर्शविण्यासाठी असतात. जर हे संबंध अगोदरच कळू शकले, तर मग प्रत्ययांची गरज ती काय? म्हणजे राम हा शब्द जेव्हा कर्ता असेल,

तेव्हा त्याला प्रथमा म्हणावे आणि जेव्हा कर्म असेल, तेव्हा त्याला द्वितीया म्हणावे, या म्हणण्याला अर्थ नाही. त्यापेक्षा त्या विशिष्ट शब्दाला प्रथमेचा प्रत्यय लागला, म्हणून त्याला कर्ता म्हणावे आणि द्वितीयेचा प्रत्यय लागला, म्हणून त्याला कर्म म्हणावे, असे प्रत्ययांच्या आधारावर म्हणता आले पाहिजे.

(२) एका प्रत्ययाला एकच कारकार्थ व एका कारकार्थाला एकच प्रत्यय अशी व्यवस्था जर भाषेमध्ये असती; तर भाषेत या प्रकारचा प्रश्नच उद्‌भवला नसता. या मुद्द्याच्या स्पष्टीकरणार्थ मंगरूळकरांनी म्हटले आहे :

'वस्तुत: वर्णत: भिन्न असलेल्या प्रत्येक प्रत्ययाला भाषेने जर वेगळा अर्थ काढून दिला असता आणि जेथे जेथे अर्थभेद आहेत, तेथे तेथे भाषेने जर भिन्न प्रत्यय नियोजून दिला असता; म्हणजेच विभक्तिप्रत्ययात जेथे जेथे वर्णभेद, तेथे तेथे अर्थभेद आणि जेथे जेथे अर्थभेद, तेथे तेथे वर्णभेद, असे जर भाषेने रोखठोक योजिले असते– म्हणजे एका विभक्तिप्रत्ययास भाषेने जर एक कार्य नीटसपणे सोपवून दिले असते– तर हा सारा मामला किती सुतासारखा सरळ झाला असता.' (मंग., पृ. ११७)

केवळ प्रत्ययवादी भूमिका काही व्याकरणकारांना योग्य वाटत नाही. केवळ अर्थवादी भूमिका कोणत्याच व्याकरणकारांनी स्वीकारलेली नाही. प्रमुख निकष प्रत्यय, पण तो पुरेसा नसल्याने अर्थ (म्हणजे कारकार्थ व उपपदार्थ) हा दुय्यम निकष मानावा– अशी त्यांची तडजोडवादी भूमिका आहे. या आपल्या भूमिकेचे समर्थन त्यांनी पुढीलप्रमाणे केले आहे.

(१) प्रत्यय हा एकच निकष मानायचा, तर प्रथमेला कोणताही प्रत्यय नसल्याने ती विभक्ती मानता येणार नाही. तिला विभक्तीतून काढून टाकणे कठीण आहे, कारण कर्ता आणि कर्म यांसारखी प्रमुख कारके प्रथमा विभक्तीमध्ये येतात. त्यासाठी काही व्याकरणकारांनी तिला शून्य प्रत्यय कल्पून विभक्तीत स्थान दिले. पण ही तडजोडच आहे.

प्रथमेला पूर्वी प्रत्यय असले, तरी आजच्या मराठी भाषेत प्रथमा अप्रत्ययी आहे. त्यामुळे प्रथमा मानण्यासाठी तिच्या कारकार्थाचे महत्त्व लक्षात घ्यावे लागते.

(२) द्वितीया आणि चतुर्थी यांचे प्रत्यय समान असल्याने केवळ प्रत्यय हाच निकष मानला, तर यापैकी एक विभक्ती गाळावी लागते आणि कोणतीही विभक्ती गाळली तरी विभक्तिव्यवस्थेमध्ये अव्यवस्था निर्माण होणारच. विभक्तींची नावे अपसूचक असल्याने एक विभक्ती गाळून चालणार नाही. म्हणून प्रत्ययाच्या जोडीला अर्थाची जोड दिल्याशिवाय दोन्ही विभक्ती ठेवता येणार नाहीत.

या तडजोडवादी भूमिकेला प्रत्ययवाद्यांतर्फे पुढील उत्तर आहे.

संस्कृतमध्ये द्वितीया आणि चतुर्थी या दोन विभक्तींना दोन स्वतंत्र कारकार्थे

असली, तरी मराठीत मात्र ही दोन्ही कारकार्थे इंग्रजीच्या साहचर्याने एकाच कर्मकारकामध्ये समाविष्ट होऊ लागली आहेत. संप्रदान व Indirect object यांच्यामध्ये आजच्या मराठीमध्ये भेद राहिलेला नाही. उदा.– She gave me a book (तिने मला पुस्तक दिले.) या वाक्यामधील 'मला' हे पद संस्कृतदृष्टीने संप्रदान; पण तेच पद मराठीमध्ये मात्र अप्रत्यक्ष कर्म मानले जाते. म्हणून कर्म व संप्रदान यांच्यासाठी भिन्न विभक्ती न मानता एकच विभक्ती मानणे, हा तोडगा समान प्रत्ययाचा प्रश्न सोडविणारा आहे. मराठीच्या वाक्यरचनेकडे पाहिले की, आणखी एका प्रश्नाची सहजपणे उकल होते. ती रचना म्हणजे, मराठीमध्ये कर्म कधीही सप्रत्यय असत नाही. (उदा.–ती पुस्तक वाचते, ती आंबा खाते, ती पेटी वाजविते, इ.) म्हणजे मराठीमध्ये प्रत्यक्ष कर्म हे नेहमी अप्रत्ययीच असते; पण संप्रदान म्हणजे अप्रत्यक्ष कर्म मात्र सप्रत्ययी असते. मराठीतील अप्रत्ययी विभक्ती म्हणजे प्रथमा विभक्ती होय. प्रथमा विभक्तीचे कर्ता हे स्वतंत्र कारक असले, तरी मराठीमध्ये कर्ता सांगण्याचे काम तृतीया (रामाने रावणास मारिले), कधी चतुर्थी (त्याला हा रुमाल सोडावा लागला, देवाला भक्ती आवडते), कधी षष्ठी (त्याचे लिहून झाले) या वेगवेगळ्या विभक्तींमध्येही येते. पण प्रत्यक्ष कर्म या कारकाला प्रत्यय लागलेले नसतात. म्हणून कर्तरी प्रयोगात त्याला 'अप्रत्ययी द्वितीया' व कर्मणी प्रयोगात 'प्रथमा' असे म्हणतात.

याचा अर्थ– स, ला, ते– हे प्रत्यय मराठीत अप्रत्यक्ष कर्म दर्शविण्याचे कार्य करतात. म्हणून या प्रत्ययांना कर्म हे कारक मानावे लागते. अर्थातच कारकार्थाची जोड न घेताही केवळ प्रत्ययवादी भूमिका या संदर्भात स्वीकारता येते. पण या मुद्द्याला डॉ. सहस्रबुद्धेंनी घेतलेली हरकत महत्त्वाची आहे. ते म्हणतात– 'स, ला, ते' या तीन प्रत्ययांमध्ये प्रत्ययभिन्नता आहे; पण त्यांच्यामध्ये अर्थभिन्नता नाही. एवढ्यासाठीच मराठीने त्यांचा समावेश एका विभक्तीमध्ये केला आहे. याचा अर्थ, विभक्ती ठरविताना प्रत्ययांच्या जोडीला अर्थाची मदत घेतलेली आहेच.

तृतीया, सप्तमी या दोन्ही विभक्तींतही एकापेक्षा अनेक प्रत्यय आहेत. त्यांचा एकाच विभक्तीमध्ये समावेश करणारी मराठी विभक्तिव्यवस्था प्रत्ययांच्या जोडीला अर्थाची मदत घेत असते, हेच सिद्ध होते.

(३) यापेक्षा मराठीच्या संदर्भात आणखी एका गोष्टीकडे लक्ष वेधले जाते. मराठीत अनेक विभक्तिप्रत्ययांकडून एकच कारकार्थ सांगण्याचे कार्य होते आणि एकाच प्रत्ययाकडून अनेक कारकार्थ दर्शविले जातात. उदा.– कर्ता हा कारकार्थ प्रथमा (शून्य प्रत्यय), तृतीया (ने), चतुर्थी (ला) व षष्ठी (चा) इतक्या प्रत्ययांकडून मराठीत दर्शविला जातो. हे सगळे प्रत्यय कर्त्याव्यतिरिक्त अन्य कारकार्थही दर्शवितात. उदा.– प्रथमा (कर्म), तृतीया (करण), चतुर्थी (कर्म), षष्ठी (अधिकरण).

अशा वेळी केवळ प्रत्ययाचा निकष मानून कारकार्थ कळून येत नाही. त्यासाठी वाक्यातील त्या पदाच्या स्थानाची मदत घ्यावी लागते. कधी संदर्भाचे साह्य घ्यावे लागते. यावरून केवळ प्रत्ययवादी भूमिका कशी अव्यवहार्य व अडचणीची आहे, हे स्पष्ट होते.

संस्कृतप्रमाणे विशिष्ट प्रत्यय व विशिष्ट कारकार्थ अशी सूत्रबद्ध बांधणी मराठीत मिळत नाही. म्हणून प्रत्ययाच्या जोडीला संदर्भ व त्या प्रत्ययाच्या विविध कारकार्थांचा विचार करून कारकार्थ ठरवावा लागतो.

आपली तडजोडवादी भूमिका स्पष्ट करताना सबनीसांनी म्हटले आहे :

'वैयाकरणांनी सामान्यत: प्रयोगाला शरण गेले पाहिजे; तेव्हा भाषेंत ज्या विभक्तीचे व अर्थाचे जे प्रत्यय प्रचलित आहेत, ते जसेच्या तसे स्वीकारल्याशिवाय व्याकरणकारास गत्यंतरच नाहीं. तेव्हा समप्रत्ययत्व ही कांहीं व्याकरणकाराच्या हातची गोष्ट नाहीं. खरें म्हटलें, तर आठ ही विभक्तींची संख्या ही संस्कृत विभक्तिव्यवस्था. समप्रत्ययत्व अगर विषयप्रत्ययत्व ह्या त्या भाषेच्या आगंतुक गोष्टी होत.' (सबनीस, पृ. १४८, १४१)

या प्रश्नाचा निकाल त्यांच्याच शब्दांत द्यायचा, तर असे म्हणता येईल :

'सध्या विभक्ती प्रत्ययावर अवलंबून की कारकावर, या प्रश्नाचे उत्तर भगवंतांनी अर्जुनास दिलेल्या उत्तराप्रमाणे 'श्रेयस्करी उभौ' म्हणजे विभक्ती दोहोंवरही अवलंबून आहे, असेंच दिलें पाहिजे. सारांश, विभक्ती हा विकार आहे. नामाचा क्रियापदाशी असलेला संबंध दर्शविण्यासाठी तो विकार होतो, म्हणून कारकांनाही महत्त्व आहे. पण विकाररूपें प्रत्ययांच्या द्वारे होतात व विभक्तिप्रकारही प्रत्ययांमुळे होतात. म्हणून विभक्ती ओळखण्याच्या कामी प्रत्ययांचे महत्त्व अधिक आहे.' (सब. पृ. १५०, १५१)

विभक्तीच्या निकषांचा विचार करताना आणखी एका गोष्टीकडे लक्ष देणे अगत्याचे आहे. मराठीत कर्ता व कर्म ही दोन्ही कारके अत्यंत महत्त्वाची आहेत. मराठी प्रयोगातही या दोन्ही कारकांच्या आधारे कर्तरी व कर्मणी प्रयोग मानलेले आहेत. पण अशी ही महत्त्वपूर्ण दोन्ही कारके अप्रत्ययी आहेत. कर्ता हा कारकार्थ प्रामुख्याने प्रथमा विभक्तीत येतो आणि कर्म हा कारकार्थही अप्रत्ययी द्वितीया विभक्तीत येतो. याचा अर्थ, या प्रमुख कारकार्थांच्या विचारांसाठी विभक्तिप्रत्ययांची मदत होत नाही.

विभक्तिव्यवस्थेचा विचार करताना या गोष्टीकडे लक्ष पुरवायला पाहिजे. मराठी-विभक्तिव्यवस्थेची पुनर्व्यवस्था लावताना संस्कृत-विभक्तिव्यवस्थेचा अनावश्यक प्रभाव दूर सारून विचार होण्याची आवश्यकता यामधून व्यक्त होते.

४. विभक्तींची नावे

विभक्तींना त्यांचा कारकार्थ सूचित करणारी कर्तृ-कर्मादी अर्थपूर्ण नावे द्यावीत, की संस्कृतला अनुसरून आलेली प्रथमा-द्वितीयादी निरर्थक नावेच कायम ठेवावीत, या प्रश्नाचाही विचार मराठीत झाला.

शास्त्रीय ग्रंथातील नावे कोणती असावीत, हा सर्वस्वी सोईचा प्रश्न आहे, असे मत जोशींनी देऊन कर्तृ-कर्मादी नावे या विभक्तींना दिली.

पण गुंजीकर-दामले या व्याकरणकारांना हे मत पटले नाही. गुंजीकरांच्या मताप्रमाणे, एका विभक्तीला अनेक कारकार्थ व्यक्त करता येत असल्याने तिला अर्थपूर्ण नाव देणे चूक आहे.

दामलेंच्या मते, ही अशी नावे देण्याची कल्पना इंग्रजीत आहे. इंग्रजीत विभक्तींना प्रथमा, द्वितीया अशी नावे न देता, Subjective, Objective अशी नावे दिलेली आहेत. पण इंग्रजीत प्रत्ययांवरून विभक्ती ओळखल्या जात नसून, त्या त्यांच्या वाक्यातील स्थानांवरून ओळखल्या जातात. म्हणून मराठीने इंग्रजीचे अनुकरण करू नये. त्यांनी म्हटले की– जर विभक्तींना कर्तृ-कर्मादी अर्थपूर्ण नावे दिली, तर भाषेत सदोषता येते. उदा.– 'त्याला दूध आवडते.' या वाक्यामध्ये 'ला' हा प्रत्यय कर्ता हा अर्थ व्यक्त करीत आहे. पण या 'ला' प्रत्ययाला मूळ नाव आहे संप्रदानार्थी. म्हणजेच संप्रदान हे कर्ता म्हणून योजले, अशी अप्रयोजक भाषा व्याकरणामध्ये योजावी लागेल. त्यापेक्षा 'ला' प्रत्ययाचे नाव चतुर्थी असल्यास चतुर्थीचे प्रत्यय कोणत्याही अर्थी येऊ शकतील. म्हणून वरील वाक्यामध्ये कर्त्याच्या अर्थाने चतुर्थी योजली आहे, या म्हणण्यात अप्रयोजकता येणार नाही.

या प्रकारच्या वाक्यांपेक्षा या अशा अर्थपूर्ण नावांमुळे प्रयोगव्यवस्थेमध्ये गोंधळ निर्माण होईल, हे मत मांडताना दामलेंनी पुढील वाक्याचे उदाहरण घेतले आहे. त्यांनी म्हटले आहे की– 'त्याने काम केले' हे वाक्य कर्मणी प्रयोगाचे आहे. अर्थातच, 'काम' हे कर्मपद प्रथमेत असणे आवश्यक आहे. पण अर्थपूर्ण नावांचा आग्रह धरल्यास प्रथमा हे नाव न योजता, त्याऐवजी कर्तृविभक्ती असे नाव द्यावे लागेल. म्हणजे एकाच पदाला कर्ता व कर्म असे दोन्ही म्हणावे लागेल. अर्थात, हे सदोष आहे. त्यासाठीच पाणिनीने दिलेली क्रमसूचक, पण निरर्थक नावेच शास्त्रशुद्ध व अर्थपूर्ण आहेत.

अर्थपूर्ण नावे देण्याची पद्धती इंग्रजीवरून आलेली आहे आणि इंग्रजीच्या पद्धतीवर मराठी-विभक्तिव्यवस्थेचे पृथक्करण केल्याने अनेक प्रसंगी त्यामध्ये सदोषता आली आहे, हे राजवाडेंनी चांगल्या प्रकारे पटवून दिले आहे. इंग्रजीतील Subject

व Object या कल्पना लॅटिन व संस्कृत या भाषांतील कर्ता-कर्माच्या कल्पनेपेक्षा भिन्न आहेत. ज्याच्यावर काही क्रिया होते, ते Object– असे इंग्रजी व्याकरणकार म्हणत असले, तरी 'The cow is grazing by the river' या वाक्यामध्ये 'river'वर काहीही क्रिया होत नाही. इंग्रजी व्याकरणकारांच्या मते, 'river' हे 'by' या preposition चे 'Object' आहे. पण इंग्रजीतील 'Object'ची कल्पना लक्षात घेतल्यास 'by' या preposition मध्ये क्रियासामर्थ्य येऊ शकत नाही. तेव्हा त्याला 'Object' म्हणणे यामध्ये इंग्रजी व्याकरणकारांचा विचार एवढाच की, preposition च्या पुढे एखादे नाम आले की, त्याला 'Object' असे म्हणावे; Subject असे म्हणू नये. इंग्रजीतील Case ही कल्पना संस्कृतमधील विभक्तीच्या कल्पनेपेक्षा भिन्न आहे. इंग्रजीतील Case चा अर्थ काही प्रमाणात Condition (स्थिती) असा होतो.

इंग्रजी भाषेची प्रवृत्ती काही प्रमाणात मराठीच्या प्रवृत्तीपेक्षा भिन्न असल्यामुळे मराठीने इंग्रजीप्रमाणे विभक्तींना अर्थपूर्ण नावे देणे योग्य नाही.

अर्थपूर्ण नावे आणि क्रमसूचक निरर्थक नावे यांपैकी मराठीने संस्कृतप्रमाणे क्रमसूचक निरर्थक नावे स्वीकारणे, हेच उचित ठरते. कारण संस्कृतप्रमाणे मराठी भाषा प्रत्ययी आहे, इंग्रजी भाषा प्रत्ययी नाही. इंग्रजी वाक्यरचनेप्रमाणे क्रियापदाच्या आधी आलेले नाम हे कर्ता असते; पण मराठीत सर्वच कारकार्थे– विशेषत: कर्ता व कर्म– क्रियापदाच्या आधीच येत असतात आणि वाक्याच्या प्रारंभी येणारे पद कर्ता असते. पुष्कळदा ते प्रत्यान्वितही असते. त्यामुळे इंग्रजीमध्ये Subjective, Objective या नावांनी विभक्ती संबोधण्याला हरकत येत नाही; पण मराठीत तेच प्रत्यय अनेक कारकार्थ दर्शवीत असल्याने त्यांना अर्थहीन नावे देणे, हेच सयुक्तिक ठरते.

५. विभक्तींची संख्या

मराठीमध्ये विभक्तींची संख्या आठ मानली जाते, पण याबद्दल एकवाक्यता नाही. राजवाडे यांच्यासारखे काही भाषासंशोधक फक्त दोन विभक्ती मानतात. प्रथमा- मूळ शब्द व द्वितीया- प्रत्ययान्त शब्द. मग हा प्रत्यय कोणताही असो. काही व्याकरणकार प्रथमा, द्वितीया व तृतीया या तीनच विभक्ती ठेवून इतर विभक्तिप्रत्ययांपैकी काही प्रत्ययांना शब्दयोगी अव्यये व काहींना विशेषणे ठरवितात. चार, पाच, सहा अशा वेगवेगळ्या विभक्तींचा आग्रह धरणारे व्याकरणकारही आहेत. त्यामुळे विभक्ति- विचारात पुरेशी स्पष्टता येत नाही.

शाळेत शिकविताना सामान्यत: आठ विभक्ती मानल्या जातात. ही परंपरा

संस्कृतवरून आलेली आहे. गुंजीकरांनी म्हटले आहे की, वास्तविक मराठीमध्ये आठ विभक्ती मानण्यास खरोखरी कोणताही आधार नाही; केवळ संस्कृतची परंपरा पाळायची, म्हणून आठ ही संख्या मानली गेली.

दामलेंसारख्या व्याकरणकारांनाही हे मत पटत नाही. कारण प्राकृतामध्ये चतुर्थी ही विभक्ती मानलेली नाही; त्या भाषेमध्ये ती आढळत नाही. पण एक विभक्ती कमी झाल्याने त्या भाषेचे कोणतेही नुकसान झालेले नाही.

वस्तुत: जर एखाद्या भाषेमध्ये एखादी विभक्ती कमी आढळेल, तर केवळ दुसऱ्या भाषेचे अनुकरण करून ती विभक्ती मानू नये.

दामलेंनी मांडलेली भूमिका लक्षात घेण्यासारखी आहे.

तसेच, विभक्तीची व्याख्या व विभक्ती निकष या दोन्ही प्रश्नांवरच विभक्तींची संख्या अवलंबून आहे. मराठीत एका तृतीया विभक्तीचा अपवाद वगळल्यास इतर सर्व विभक्तींबद्दल कोणत्या ना कोणत्या स्वरूपामध्ये वाद निर्माण झाला आहे, असे दिसून येते. चतुर्थी व षष्ठी या विभक्तींबद्दल अधिक प्रमाणात निकराचे वाद आहेत. इतर विभक्तींबद्दल हा वाद कमी प्रमाणात आहे. म्हणूनच प्रथम द्वितीया, चतुर्थी व षष्ठी या विभक्तींचा विचार विभक्तींची संख्या निश्चित करताना आवश्यक ठरतो.

(अ) द्वितीया-चतुर्थी विभक्ती

द्वितीया-चतुर्थी या दोन्ही विभक्तींचे प्रत्यय एकसारखे आहेत. म्हणून केवळ प्रत्ययाचा निकष मानणाऱ्या कोणत्याही व्याकरणकाराला या दोन्ही विभक्तींपैकी एक गाळणे किंवा यांपैकी कोणत्याही एका विभक्तीला वेगळे प्रत्यय शोधणे, याशिवाय दुसरा कोणताही पर्याय नाही. दादोबा व गुंजीकर या दोघांनी चतुर्थीसाठी 'साठी' हा वेगळा प्रत्यय मानून विभक्तीमधील समप्रत्ययत्वाचा दोष दूर करण्याचा प्रयत्न केला. याबद्दल गुंजीकरांनी आपली भूमिका स्पष्ट करताना म्हटले,

''या शब्दाला अव्यय म्हणण्याचा जितका अधिकार आहे, तितकाच, किंबहुना त्याहून अधिकार प्रत्यय म्हणविण्याचा आहे... 'स्य' हा संस्कृतांतील षष्ठी प्रत्यय, आणि 'अर्थे' अर्थ शब्दाची सप्तमी ही दोन्ही मिळून 'स्यार्थे' असा उच्चार होतो. त्याच्या अंगी स्वतंत्रपणे प्रातिपदिकत्व नाहीं. तेव्हां 'साठीं' असा याचा जो अपभ्रंश झाला, तरी स्वातंत्र्य व अव्ययत्व कोठचें?.. एक प्रत्यय आणि विभक्त्यन्तरूप यांचा संयोग होऊन, त्या संयुक्तरूपाचा पुन: अपभ्रंश होऊन जो लहानसा द्व्यक्षरी शब्द झाला, त्याला अन्य प्रत्ययांच्या अभावीं सोईस्तव प्रत्ययसंज्ञा करणें हे काही वाईट नाहीं.'' (गुंजी, पृ. २९७)

गुंजीकरांच्या या मताला विरोध करताना दामलेंनी म्हटले आहे,

"...'साठी' हा शब्द त्यांचेच म्हणण्याप्रमाणे स्वार्थेपासून आला आहे. स्वार्थे यांत जरी स्य हा प्रत्यय असला, तरी अर्थे ही अर्थ शब्दाची सप्तमी आहे. नुसत्या अर्थ, अर्थी यास जर प्रत्यय म्हणतां येत नाहीं, तर साठीं यांस तरी प्रत्यय हें नांव कितपत साजेल, ह्याची शंका आहे! ...साठीं हे मूळचें एका शब्दांपेक्षांही मोठें रूप आहे, त्यांतील शब्दालाही प्रत्यय म्हणतां येत नाहीं, आणि त्यात दोन अक्षरें असून अक्षरी विभक्तिप्रत्यय संस्कृतांत तर मुळींच नाहींत आणि मराठींत फार तर एकाशिवाय दुसरा नाहीं, म्हणून 'साठीं' ह्यास विभक्तिप्रत्यय म्हणण्यापेक्षां स्वतंत्र शब्दयोगी अव्ययच म्हणणें बरें." (दामले, पृ. ३५१, ३५२)

शिवाय जर 'साठी' या शब्दयोगी अव्ययाला प्रत्यय म्हटले, तर इतर शब्दयोगी अव्ययांना प्रत्यय का म्हणू नये, हा त्यांचा युक्तिवादही पटण्यासारखा आहे.

त्यामुळे चतुर्थीसाठी स्वतंत्र प्रत्यय देणे शक्य नाही, हे स्पष्ट होते.

या दोन्ही विभक्तींचे प्रत्यय सारखे असले, तरी दोन्ही विभक्ती मानण्यामागील कारणे सांगताना संस्कृतमधील समप्रत्ययत्वाचा आधार काही व्याकरणकारांनी दिलेला आहे. संस्कृतमध्ये नपुंसकलिंगी अकारान्त शब्दांची प्रथमा-द्वितीयेची सर्व रूपे सारखी असतात. तसेच अकारान्त पुल्लिंगी शब्दांची तृतीया, चतुर्थी आणि पंचमी द्विवचने, चतुर्थी व पंचमी यांची बहुवचने, षष्ठी व सप्तमी यांची द्विवचने ही रूपे समान प्रत्ययांची दर्शक आहेत. जर संस्कृतमध्ये समान प्रत्यय असूनही भिन्न विभक्ती मानल्या जातात, तर मराठीने त्याचे अनुकरण करण्यास हरकत कोणती? तेव्हा या दोन्ही विभक्ती मानून, जेव्हा त्या प्रत्ययांचा अर्थ कर्म असेल तेव्हा त्यांना द्वितीया म्हणावे आणि जेव्हा त्या प्रत्ययांचा अर्थ संप्रदान असा असेल, तेव्हा त्यांना चतुर्थी असे म्हणावे, असे मत काही व्याकरणकारांनी दिले.

हे मत न मानण्याची कारणे पुढीलप्रमाणे आहेत.

(१) संस्कृतमध्ये एखाद्या विभक्तीचे द्विवचनाचे व बहुवचनाचे समप्रत्यय असले, तरी संपूर्णपणे कोणत्याही दोन विभक्तींचे प्रत्यय एकसारखे नाहीत. संस्कृतमध्ये अकारान्त नपुंसकलिंगी शब्दाचे प्रथमा-द्वितीयेचे प्रत्यय सारखे असले, तरी अकारान्त स्त्रीलिंगी–पुल्लिंगी व आकारान्तादी शब्दांचे प्रथम-द्वितीयेचे प्रत्यय भिन्न आहेत. एकसारखे नाहीत. या संदर्भात मराठीला संस्कृतचा आधार मिळू शकत नाही.

(२) द्वितीया व चतुर्थी या विभक्तींपैकी एक विभक्ती गाळायची, असे ठरविले; तर द्वितीया गाळावी, असे मत चिपळूणकर व दामले या दोघा व्याकरण-कारांनी दिले आहे.

या दोघांची कारणे पुढीलप्रमाणे :

(१) मराठीतील द्वितीयेचे प्रत्यय हे संस्कृत द्वितीयेच्या प्रत्ययांवरून झालेले नाहीत.

(२) कर्मार्थापेक्षा संप्रदानार्थाची व्यापकता अधिक असते.

(३) स, ला, ना इत्यादी प्रत्ययांचा कर्मार्थापेक्षा संप्रदानार्थी उपयोग अधिक होतो.

(४) अन्य प्रत्ययांपासून साधलेला एकही कर्मार्थी प्रत्यय मराठीत नाही.

(५) द्वितीयेचे कर्मसूचकत्वाचे कार्य मराठीत अंशत: चतुर्थीच्या प्रत्ययांनी होते आणि काही प्रमाणात प्रथमेच्या प्रत्ययाने होते. (म्हणूनच अप्रत्ययी द्वितीया व सप्रत्ययी द्वितीया असे द्वितीयेचे दोन विभाग जोशींसारख्या काही व्याकरणकारांनी मानले.) म्हणजे प्रथमेमध्ये लोप पावण्याचा द्वितीयेचा स्वभाव संस्कृतमध्येही व्यक्त होतो.

(६) जसे कर्ता हे प्रथमा, तृतीया व चतुर्थी यांचे कारक समजतात; तसेच कर्म हे प्रथमा व चतुर्थी यांचे कारक समजावे.

दामलेंचे हे मुद्दे सबनीस व पाटील या दोघा व्याकरणकारांनी पुढीलप्रमाणे खोडले :

(१) मराठीतील द्वितीयेचे प्रत्यय जसे संस्कृत द्वितीयेच्या प्रत्ययांवरून आलेले नाहीत, तसे चतुर्थीचे प्रत्ययही संस्कृत चतुर्थीच्या प्रत्ययांवरून आलेले नाहीत. संस्कृतच्या व्युत्पत्तीचा आधार घ्यायचा, तर तो दोन्ही विभक्तींना नाही.

व्याकरणाच्या कक्षेतील वादग्रस्त मुद्द्यांचा निर्णय करताना व्युत्पत्तिशास्त्राचा आधार घेऊ नये, हे सबनीसांचे मत या संदर्भात पटणारे आहे.

(२) कोणत्या अर्थाची व्यापकता अधिक, हा प्रश्न महत्त्वाचा नाही; तो अर्थ त्या भाषेमध्ये आहे किंवा नाही, एवढ्याच गोष्टीला महत्त्व असते.

(३) स, ला, ना इ. प्रत्ययांचा कर्मार्थी उपयोग अधिक होतो, की संप्रदानार्थी उपयोग अधिक होतो, हे ठरविण्याचा कोणताही मार्ग भाषेमध्ये नाही. संस्कृतमध्ये कर्म व संप्रदान यांच्या अर्थामध्ये जितकी निश्चितता आहे, तेवढी निश्चितता व वेगळेपणा मराठीतील कर्म व संप्रदान यांच्या अर्थामध्ये नाही. मराठीमध्ये कर्त्याच्या कृतीचा परिणाम व्यक्त करणारे पद म्हणजे कर्म, असे कर्माचे स्वरूप मानलेले आहे आणि ज्याच्या रोखाने क्रिया होत असेल किंवा झाली असेल, ते संप्रदान अशी ढोबळपणे संप्रदानाची कल्पना व्यक्त केली आहे. Indirect Object व संप्रदान यांच्यामधील फरकही मराठीत फारशा प्रमाणावर वेगळा मानलेला दिसत नाही. त्यामुळे स, ला, ते इत्यादी प्रत्ययांचा कोणत्या अर्थाने अधिक उपयोग झाला, हे निश्चित करणे कठीण ठरते.

कर्म व संप्रदान यांच्या संदर्भातील हा विचार लक्षात घेतल्यास संस्कृत

व्याकरणातील कारकार्थ मराठीने पुष्कळच बदलून टाकले आहेत, हे पाटील यांचे म्हणणे पटू शकते.

(४) संस्कृतमध्ये प्रथमा व द्वितीयेचे प्रत्यय एकसारखे असले, तरी संस्कृतमध्ये दोन्ही विभक्ती कायम ठेवल्या आहेत; समान प्रत्ययाचा आधार घेऊन एक विभक्ती काढून टाकली नाही. तेव्हा संस्कृतचा आधार घ्यायचा तर मराठीनेही द्वितीया आणि चतुर्थी या दोन्हीही विभक्ती मानाव्यात.

(५) कर्मकारक हे एक महत्त्वाचे कारक आहे. यासाठी स्वतंत्र विभक्ती असणे आवश्यक आहे. ती प्रथमा व चतुर्थी या दोन विभक्तींमध्ये विभागणे योग्य नाही.

(६) द्वितीया गाळली, तर इंग्रजी-संस्कृत भाषकांना मराठी शिकताना त्रास होईल.

(७) राजवाडेंनी व्युत्पत्तीचा आधार घेतला आहे. त्यांच्या मताने, त्या प्रत्ययांची व्युत्पत्ती भिन्न आहे, म्हणून त्यांना एक मानू नये.

(८) प्रत्ययाचा प्रमुख निकष व अर्थाचा दुय्यम निकष मानण्याची आवश्यकता आपण लक्षात घेतली आहे. तो निकष मानून द्वितीया व चतुर्थी या दोन्ही विभक्ती मानणे भाषेला आवश्यक आहे.

या सर्व मुद्द्यांचा विचार केल्यास एक गोष्ट स्पष्ट होते. ती म्हणजे, द्वितीया व चतुर्थी या विभक्तींपैकी कोणतीही एक विभक्ती गाळणे, हे तितकेसे सोपे काम नाही. दोन्हींना मान्यता देणे, हेही तितकेच अवघड काम आहे.

विभक्तिविषयक सर्वच मुद्द्यांचा विचार करताना मराठीची विभक्तिव्यवस्था संस्कृत-विभक्तिव्यवस्थेपेक्षा कशी आणि कुठे भिन्न होत गेलेली आहे, हे लक्षात घ्यायला पाहिजे. द्वितीया-चतुर्थीसंदर्भात हा वेगळेपणा पुढीलप्रमाणे सांगता येईल.

(१) मराठीत कर्म व संप्रदान यांच्यामध्ये वेगळेपणा राहिलेला नाही. प्रत्यय समान, त्याच्या जोडीला कारकार्थही एकच व तोही कर्म-कारकार्थ असल्याने चतुर्थीपेक्षा द्वितीया मानणे योग्य ठरते. प्रत्यक्ष कर्म व अप्रत्यक्ष कर्म या दोन्हींसाठी द्वितीया मानावी.

(२) कर्ता, कर्म यांसारख्या प्रयोगदृष्टीने महत्त्वाच्या असलेल्या कारकार्थांच्या संदर्भात कारकार्थनिश्चितीसाठी प्रत्ययांच्या जोडीला वाक्यातील त्यांच्या क्रमाचा--स्थानाचा विचारही लक्षात घ्यावा लागतो, ही वस्तुस्थितीही दृष्टिआड करता कामा नये. प्रत्यक्ष कर्म कोणताही प्रत्यय स्वीकारत नाही व कर्त्यानंतर येत असते, हे लक्षात घेऊन कर्त्याची विभक्ती प्रथमा व कर्माची अप्रत्ययी द्वितीया असा पर्याय उचित ठरेल. (कर्ता व कर्म या दोघांनाही प्रथमा विभक्ती मानणे प्रयोगविचाराच्या दृष्टीने गैरसोईचे ठरते, हा विचार प्रयोगविचारात केला आहे.) अप्रत्यक्ष कर्माची

द्वितीया स, ला, ते या प्रत्ययांनी साधलेली आहे, असे म्हणता येईल.

अर्थातच, (१) त्याला हा रुमाल सोडावा लागला.

(२) त्याला हे काम करवते.

(३) त्याला जाववते.

(४) त्याला घरी यायला सांजावले.

या वाक्यांमध्ये कर्ता हा द्वितीया विभक्तीत येतो, असे म्हणावे लागेल. आतपर्यंतच्या मराठीच्या व्याकरणांमध्ये या कर्तृपदांची चतुर्थी विभक्ती सांगितली जात असे. जर द्वितीया-चतुर्थी या दोन विभक्तींमधील केवळ द्वितीया विभक्ती मानली; तर अप्रत्यक्ष कर्म जसे द्वितीयेत येते, तसेच वरील प्रयोगांमध्ये कर्ताही द्वितीयेमध्ये येतो, हे लक्षात घ्यावे लागेल.

असे म्हणायला हरकत एकच– ती म्हणजे, संस्कृत व्याकरणाच्या प्रभावाने प्रथमा म्हणजे कर्ता व द्वितीया म्हणजे कर्म हा मराठीच्या व्याकरणकारांच्या मनावर असलेला पगडा, ही होय. याव्यतिरिक्त दुसरा कोणताही अडसर नाही. उलट, यावरून मराठीच्या संदर्भात कर्ता व कर्म यांसारखी प्रयोगदृष्टीने अत्यंत महत्त्वाची असलेली दोन्हीही पदे प्रथमा व द्वितीया या दोन्हीही विभक्तींमध्ये येतात, हा वाक्यरचनेच्या दृष्टीने मराठीचा एक विशेष मानावा लागेल. तसेच मराठी वाक्यरचनेमध्ये प्रत्ययव्यवस्थेचे महत्त्व कसे कमी होत चालले आहे, हेही स्पष्ट होईल.

'तिला मला असे सांगायचे आहे.' यासारख्या वाक्यामध्ये तर प्रथम स्थानी येणारे पद (तिला) हे कर्ता व नंतर येणारे पद (मला) हे अप्रत्यक्ष कर्म असे समजावे लागल्याने वाक्यातील स्थानावरून कर्ता-कर्म कसे ठरविले जाऊ लागले आहेत, तेही स्पष्ट होईल.

(आ) षष्ठी विभक्ती

'मराठीतील सर्वांत वादग्रस्त विभक्ती', असा षष्ठी विभक्तीचा उल्लेख करता येईल. षष्ठीचे प्रत्यय कारकार्थदर्शक नसून उपपदार्थदर्शक आहेत, म्हणजे विशेषणात्मक आहेत. इतर कोणतीही विभक्ती विशेषणात्मक नाही. म्हणून तिला विभक्तीमध्ये स्थान न देता 'विशेषण' समजावे, असे मत अनेक मराठी व्याकरणकारांनी सकारण मांडले आहे.

षष्ठीला विभक्तीमधून वगळण्याची कारणे पुढीलप्रमाणे :

(१) षष्ठी ही विशेषणात्मक आहे. म्हणजे विशेष्यानुसार तिचे सामान्यरूप होते. उदा.– त्याचे घर, त्याच्या घराकडे.

(२) षष्ठीच्या प्रत्ययांमुळे शब्दाची वाढ खुंटत नाही. साधारणपणे नामाला विभक्तिप्रत्यय लागल्यानंतर पुढे प्रत्यय लागत नाहीत; पण षष्ठीच्या प्रत्ययानंतर मात्र पुढे आणखी विभक्तिप्रत्यय लागू शकतात. उदा.– गावच्याने.

(३) षष्ठीला कोणताही प्रमुख कारकार्थ नाही.

(४) षष्ठीचे प्रत्यय लागून अव्ययांपासून विशेषणे बनतात.

षष्ठी मानण्यासाठी प्रामुख्याने गुंजीकर व दामले या दोघांनी अनेक कारणे सांगितली आहेत. दामलेंनी एकंदर १७ कारणे सांगून षष्ठी मानण्याचे समर्थन केले आहे.

त्यांच्या मताचे मंगरूळकरांनी अधिक व्यवस्थितपणे खंडन केले आहे. म्हणून त्या दोघांचा षष्ठीविषयक विचार एकत्रितपणे पुढे मांडला आहे.

(१) दामलेंनी म्हटले आहे की– षष्ठी ही विशेषणात्मक असली, तरी तिची विशेषणात्मकता तिच्या विभक्तीच्या आड येत नाही. उलट, तिच्यामध्ये विभक्तीचे धर्म हे अधिक प्रमाणात आहेत.

तसेच इंग्रजी-संस्कृतमध्येही ही विभक्ती विशेषणात्मक असूनही तिचे विभक्तित्व नाकारलेले नाही.

मंगरूळकरांच्या मते– तिच्यामध्ये असलेले विशेषणत्व हे विभक्तीच्या एकसूत्रतेच्या आड येते, म्हणून तिला विभक्तीमध्ये ठेवणे योग्य नाही.

(२) दामलेंनी म्हटले आहे की– षष्ठीचा विभक्तिप्रत्यय हा संस्कृत विभक्तिप्रत्यय 'स्य'वरून आलेला आहे, म्हणून षष्ठीच्या प्रत्ययास विभक्तिप्रत्ययांमध्ये स्थान द्यावे.

मंगरूळकरांच्या मते, व्युत्पत्तीची दृष्टी ही व्याकरणामध्ये फारशी महत्त्वाची मानू नये.

(३) 'षष्ठीच्या प्रत्ययाच्या योगाने कित्येक स्थलवाचक आणि कालवाचक अव्ययांपासून विशेषणे बनतात.उदा.– येथे-येथचा, तेथे-तेथचा वगैरे. म्हणून या प्रत्ययांना विभक्तिप्रत्यय म्हणू नये,' असे म्हणणाऱ्या षष्ठीविरोधकांना दामलेंनी म्हटले आहे की, 'चा' या प्रत्ययाप्रमाणे 'ला' प्रत्ययही या प्रकारच्या अव्ययांना लागून विशेषणे निर्माण होतात. उदा.– येथला, तेथला. पण या प्रत्ययाला कोणीही विभक्तिप्रत्यय समजत नाही. जसे हे दोन्ही प्रत्यय एकमेकांपासून भिन्न मानलेले आहेत, तसेच विशेषणे निर्माण करणारा 'चा' व षष्ठीचा प्रत्यय 'चा' हे दोन्ही भिन्न मानावेत.

(४) 'षष्ठीच्या प्रत्ययानंतरही नामाला पुढे प्रत्यय लागतात व तसे इतर विभक्तिप्रत्ययांच्या संदर्भात घडत नाही, म्हणून षष्ठीला विभक्ती म्हणावयाचे नाही,' हे मत खोडताना दामलेंनी म्हटले आहे की, सप्तमीचे प्रत्यय लागल्यावरही पुढे दुसरे प्रत्यय लागतात. उदा.– 'अंतरीचा ज्ञानदिवा मालवू नको रे.' –सोहिरोबा.

सप्तमीला विभक्तीमधून काढायला कोणीच तयार होणार नाही, म्हणून षष्ठीलाही या कारणासाठी विभक्तीमधून काढू नये.

यावर मंगरूळकरांचे उत्तर पुढीलप्रमाणे आहे–

(अ) सप्तमीचे प्रत्यय हे पुढे दुसरे प्रत्यय स्वीकारीत असले, तरी षष्ठीच्या प्रत्ययांप्रमाणे ते विशेषणात्मक नाहीत.

(आ) सप्तमीच्या प्रत्ययांनाही विभक्तिप्रत्यय म्हणण्याची गरज नाही.

(५) दामलेंनी म्हटले आहे की, षष्ठीच्या अभावी 'केळफूल', 'देवघर', वगैरे षष्ठी तत्पुरुष समासांना काय म्हणावयाचे? त्यांना कर्मधारय समास म्हटले, तर त्यांचा विग्रह करणे कठीण ठरते.

यावर मंगरूळकरांनी म्हटले आहे की– मराठीतील सर्व समास एका नियमात बसणारे आहेतच, असे नाही. संस्कृतमध्येही नियमाला अपवाद, प्रत्यापवाद आहेत. म्हणून वरील प्रकारचे समास हे नियमाला अपवाद आहेत, असे सांगून त्यांचा कर्मधारयामध्ये अंतर्भाव करावा.

(६) दामलेंनी म्हटले आहे की, कोणत्याही विशेषणाचा उपयोग अधिविशेषण व विधिविशेषण या दोन्ही प्रकारे व्हावयास पाहिजे; पण या षष्ठीच्या प्रत्ययांनी साधलेल्या शब्दांचा विधिविशेषणासारखा उपयोग होत नाही.

याला मंगरूळकरांनी उत्तर दिले आहे की, विशेषणाचा अधिविशेषण व विधिविशेषण म्हणून होणारा उपयोग हा त्याच्या विशेषणावर अवलंबून नसतो. म्हणजे ते विधिविशेषण होऊ शकले नाही, तरी त्यामुळे त्याच्या विशेषणाला बाध येत नाही.

(७) दामलेंनी म्हटले आहे की, 'सोन्याचे दागिने करतात' या वाक्यामध्ये 'सोन्याचे' हे 'दागिने' या नामाचे विशेषण होऊ शकत नाही.

मंगरूळकरांनी म्हटले आहे की, अशा वाक्यामधील 'चा' हा प्रत्यय हा शेषप्रत्यय म्हणून नोंदवावा.

(८) दामलेंचे म्हणणे– प्रत्येक विशेषणापासूनच कोणते तरी आवश्यक नाम साधले जाते. उदा.– सुंदर, सौंदर्य वगैरे. जर 'चा' प्रत्ययाला विशेषणाचा प्रत्यय मानले, तर 'हाताचा', 'घरचा' या शब्दांपासून कोणती भाववाचक नामे साधली जातात?

मंगरूळकरांच्या मते, अशा चा-न्त विशेषणांपासून कोणतीही भाववाचक नामे साधली जात नाहीत, असे त्यांचे वेगळे वैशिष्ट्य देऊन त्यांना विशेषणामध्ये समाविष्ट करावे.

(९) 'त्याच्या बोलण्याचा मला राग आला' या वाक्यातील 'बोलण्याचा' या पदाला 'राग' या पदाचे विशेषण म्हणायला कोणताही व्याकरणकार तयार होणार नाही, असे दामलेंचे म्हणणे आहे.

यावर मंगरूळकरांचे उत्तर आहे की, या ठिकाणी त्याला विशेषण म्हणायला कोणतीच हरकत नाही. विशेषणाचा वेगळा अर्थ नोंदविला, म्हणजे त्याला विशेषण म्हणता येईल.

(१०) दामलेंनी म्हटले आहे की– जेव्हा विशेषणापुढे सविभक्तिक शब्द येतो, तेव्हा त्या विशेषणाचे सामान्यरूप होते. 'काळा घोडा', 'काळ्या घोड्याने'. पण विशेषणाच्या पुढे विशेषण आल्याने कोणत्याही विशेषणाचे सामान्यरूप होत नाही. 'पांढऱ्या' हे सामान्यरूप निश्चितपणे 'घराचे' या पदामुळे झालेले आहे. अर्थात, 'घराचे' हा शब्द सविभक्तिक आहे, हे मान्य करावे लागते. म्हणजेच षष्ठीला विभक्ती असे म्हणावे लागते.

या प्रश्नाला उत्तर देताना मंगरूळकरांनी म्हटले आहे, की 'फिक्या हिरव्या रंगाची साडी' या वाक्यांशामध्ये 'फिक्या' हे सामान्यरूप झाले आहे, ते 'हिरव्या' या विशेषणामुळे होय. म्हणजे विशेषणामुळे त्याच्या अगोदरच्या विशेषणाचे सामान्यरूप होऊ शकते.

(११) दामलेंनी म्हटले आहे की, सर्व विशेषणांचा उपयोग नामाप्रमाणे होऊ शकतो. उदा.– 'जातीच्या सुंदरांना काहीही शोभते'. पण चा-प्रत्ययान्त नामाचा मात्र तसा उपयोग कधीही होत नाही.

दामलेंचा हा मुद्दा खोडताना मंगरूळकरांनी म्हटले आहे की, 'घरच्यांना लाथा' यासारख्या उदाहरणामध्ये चा-प्रत्ययान्त शब्दाचा नामासारखा उपयोग केलेला आढळून येतो. यावरून चा-प्रत्यय विशेषणात्मक ठरतो.

(१२) या सर्व कारणांच्या जोडीला आणखीही एक कारण सांगावयास पाहिजे. ते म्हणजे– षष्ठीला प्रमुख कारकार्थ नसला, तरी ती दुसरे कारकार्थ कधी कधी व्यक्त करू शकते. उदा.– 'तो रात्रीचा जागतो व दिवसाचा झोपतो' या ठिकाणी चा-प्रत्ययाने अधिकरणार्थ व्यक्त केला आहे. अशा ठिकाणी ते कारकार्थ व्यक्त करीत आहेत, म्हणून त्यांना विशेषणाचे प्रत्यय असे म्हणता येत नाही.

या मुद्द्याला पाटील यांनी दिलेले उत्तर पुढीलप्रमाणे आहे. त्यांनी सप्तमी विभक्तीही मानली नसल्याने अधिकरणाचा अर्थ हा विभक्तीच्या कक्षेमध्ये येण्यापेक्षा क्रियाविशेषणाचा अर्थ मानला आहे. आपोआपच तो अर्थ षष्ठीमधून व्यक्त झाला, तरी तिच्या विशेषणत्वाला हरकत येऊ शकत नाही.

हे सर्व विवेचन लक्षात घेता, षष्ठीमध्ये विभक्तीचे गुणधर्म असले तरी विशेषणाचेही गुणधर्म तिच्यामध्ये जाणवतात आणि त्यांपैकी तिच्या कोणत्या वैशिष्ट्यांवर भर द्यायचा, यावर तिचे विभक्तित्व अवलंबून राहते.

पण या सर्व विवेचनात आणखीही एक मुद्दा स्पष्ट होतो. तो म्हणजे, षष्ठी ही

विशेषणातही सहजपणे सामावली जात नाही. त्यासाठी विशेषणामध्येही काही नियमांची किंवा अपवादांची भर घालावी लागते. प्रमुख मुद्दा म्हणजे–

(१) षष्ठीचा उपपदार्थ आणि विशेषण-विशेष्य-संबंध यांच्यातील फरकाकडे पूर्णपणे दुर्लक्ष केल्याशिवाय ती विशेषण समजता येणे कठीण ठरते. तिचा संबंध हा उपपदार्थ व विशेषण यांच्यात अर्थ व रूपदृष्टीने खूपच साम्य असले, तरी दोन्ही एक समजता येत नाहीत. संस्कृतमध्ये अर्थ-रूपदृष्टीने हा वेगळेपणा स्पष्ट होत होता. उदा.– 'तस्य गृहम्' यातील 'गृहम्'चे बहुवचन करायचे असेल, तर 'तस्य गृहाणि' असे होऊ शकते. 'तस्य' हे विशेषण नसल्याने त्याच्या रूपामध्ये कोणताही बदल न संभवता 'गृहम्'चे बहुवचन योजता येते. पण याचेच मराठीत रूपांतर करायचे तर,

तस्य गृहम् = त्याचे घर
तस्य गृहाणि = त्याची घरे

असे षष्ठीचे रूपही बदलावे लागते. म्हणजे रूपदृष्टीने मराठीत षष्ठीचा 'चा' हा प्रत्यय विशेषणसदृश बनतो. त्यामुळे षष्ठीच्या 'चा' प्रत्ययाने व्यक्तविलेले सगळे उपपदार्थ रूपदृष्टीने विशेषणासारखे, पुढच्या पदाच्या लिंग–वचनाप्रमाणे सामान्यरूप स्वीकारताना दिसतात.

पण रूपदृष्टीचे साम्य इथेच संपते.

(२) मराठीत 'सुंदर', 'शहाणा', 'हुशार', 'उंच' इत्यादींचा समावेश विशेषणात केलेला असतो. तसा 'घरचा', 'त्याचा', 'माझा' इत्यादींचा करता येत नाही. कारण तसे केले तर– 'घर' हे नाम, 'तो', 'मी' ही सर्वनामे आणि 'घरचा', 'त्याचा', 'माझा' इत्यादी साधित विशेषणे असे मानावे लागेल. यालाही फारशी हरकत नाही. पण अर्थदृष्टीने विचार केल्यास त्या शब्दांमुळे पुढच्या विशेष्याबद्दल कोणताही गुणविशेष नोंदविलेला नसतो, त्यामुळे विशेष्याची व्याप्तीही मर्यादित होत नाही. म्हणून ती रूपदृष्टीने विशेषणासारखी असली, तरी त्यांचा समावेश विशेषणांच्या यादीत करता येत नाही. पण 'लाकडी खुर्ची' व 'लाकडाची खुर्ची' यामध्ये अर्थदृष्ट्याही फारसा फरक जाणवत नाही; म्हणजे मराठीमध्ये काही उपपदार्थ हे अर्थदृष्टीनेही विशेषणाच्या जवळ सरकलेले आहेत, असे म्हणावे लागते.

(३) षष्ठीचा 'चा' हा प्रत्यय विशेषणाचे कार्य करीत असतो असे मानले, तरी षष्ठ्यन्त शब्द विशेषण ठरू शकत नाही. कारण विशेषण ही शब्दजाती वेगळी आणि विशेषणाचे कार्य वेगळे. विशेषणाचे कार्य हे विशेषण या शब्दजातीचे प्रमुख लक्षण होय. पण विशेषणाच्या शब्दजातीशिवाय इतर मार्गानेही विशेषणाचे कार्य करता येते. (जसे क्रियाविशेषण. हे कार्य करण्याचे मराठीत एकूण तीन मार्ग आहेत - (१) क्रियाविशेषण अव्ययान्त शब्द योजून, (२) तृतीया व सप्तमी विभक्तींचा

प्रत्ययान्त शब्द योजून आणि (३) शब्दयोगी अव्ययान्त शब्द योजून.) तेव्हा षष्ठीच्या संदर्भात विशेषणाचे कार्य– खरे तर विशेषणसदृश उपपदार्थ सांगण्याचे कार्य– ज्या मार्गाने केले जाते, त्याला विशेषण म्हणता येईलच, असे नाही.

(४) षष्ठीला स्वतंत्र कारकार्थ नसला, तरी ती कारकार्थ व्यक्त करीत असते, या मुद्द्याकडे द्यावे तितके लक्ष दिले गेलेले नाही. 'सोन्याचे दागिने करतात.' या वाक्यातील 'सोन्याचे' याची उकलही याला विशेषण मानून करता येत नाही.

हे सर्व विवेचन लक्षात घेता, षष्ठीचा प्रश्न किती व कोणकोणते वाद निर्माण करतो, हे लक्षात येते; आणि त्याचबरोबर तिचा विभक्तीमध्ये समावेश करणाऱ्यांचा दृष्टिकोन कोणता आहे, हेही स्पष्ट होते.

जाता-जाता हेही जाणवते की, मराठीने विभक्तींची नावे व संपूर्ण विभक्ति-व्यवस्था संस्कृतवरूनच स्वीकारलेली असली, तरी तिच्यात काही मूलभूत बदल घडत गेलेले आहेत आणि ते बदल मराठीचे वेगळेपण स्पष्ट करणारे असल्याने त्यांचा वेगळ्या पद्धतीने विचार करावा लागतो.

(इ) पंचमी

मंगरूळकर आणि पाटील या दोघांनी ही विभक्ती मानू नये, असे म्हटले. त्यांची कारणे पुढीलप्रमाणे होत :

(१) पंचमीचा **ऊन** हा प्रत्यय नामाप्रमाणेच अव्ययालाही लागतो. उदा.– बाहेरून - बाहेर (अव्यय) + ऊन, घरून - घर (नाम) + ऊन. या दोन्ही ठिकाणी ऊन या प्रत्ययाचा अर्थ एकच आहे. म्हणून ऊन प्रत्ययाला विभक्तिप्रत्यय न म्हणता अव्ययसाधक प्रत्यय असे म्हणावे.

(२) हा प्रत्यय एकवचनामध्येच येतो व फक्त काही नामांनाच लागतो.

(३) हा प्रत्यय सर्वनामाला लागण्यापूर्वी त्या सर्वनामाचे षष्ठीचे सामान्यरूप होते. ही विविधता इतर प्रत्ययांमध्ये दिसत नाही.

(४) हा प्रत्यय कधी कधी सप्तम्यन्त शब्दालाही लागतो. उदा.– घरातून.

म्हणून या व्याकरणकारांनी पंचमी विभक्ती मानायला घेतलेली हरकत पटणारी आहे.

(ई) सप्तमी

मंगरूळकर व पाटील या दोघांनी ही विभक्ती मानायलाही विरोध केला आहे. त्याची कारणे पुढीलप्रमाणे होत :

(१) सप्तमीचे 'आ', 'ई' हे दोन्ही प्रत्यय आज वापरातून जवळजवळ गेले आहेत, ते शिलीभूत प्रत्यय होत. म्हणून सप्तमीचा विचार करताना फक्त 'त' या एकाच प्रत्ययाचा विचार करणे आवश्यक आहे.

हा 'त' प्रत्ययही चरम प्रत्यय नाही. म्हणजे त्या प्रत्ययाला दुसरे प्रत्यय लागू शकतात. उदा.– त्यातला. म्हणून षष्ठीप्रमाणे सप्तमीही विभक्तीमधून काढून टाकावी.

(२) 'त' प्रत्ययांनी साधलेल्या रूपांच्या जागी तशाच अर्थाच्या क्रियाविशेषण अव्ययांची प्रतिस्थापना होऊ शकते.

परंतु, सप्तमी विभक्ती मानणे आवश्यक आहे. 'त' व 'ई' हे अधिकरणार्थी प्रत्यय भाषेत योजले जातात. (उदा.– घरात, घरी)

(उ) संबोधन

ही विभक्ती मानू नये, असे मत पाटील यांनी मांडले आहे. विभक्ती न मानायला पाटलांनी दिलेली कारणे पुढीलप्रमाणे :

(१) संस्कृतमध्ये संबोधनाला प्रत्ययही नाहीत व कारकार्थही नाहीत, म्हणून त्याला स्वतंत्र विभक्ती मानलेली नाही.

(२) वाक्यातील कोणत्याही पदाशी संबोधनाचा कोणताही प्रत्यक्ष संबंध नसतो. वाक्यातील संबोधन काढून टाकले, तरी अर्थबोध होण्याच्या दृष्टीने काहीही अडत नाही.

(३) सर्वनामाला संबोधन कधीच लागू शकत नाही.

(४) संबोधनाच्या बरोबर अरे, ए, इ. केवलप्रयोगी अव्ययेही येतात.

त्याला कारकार्थ नसूनही विभक्तीमध्ये त्याचा समावेश करण्याची कारणे पुढीलप्रमाणे दिली जातात.

(१) संबोधनाला स्वतंत्र प्रत्यय आहेत.
एकवचन - ०, आ, या.
पुष्कळदा नामाचे सामान्यरूप योजलेले असते.
(ए मुला, ए मुली)
अनेकवचन - नो

(२) विभक्तिप्रत्ययाची जवळजवळ सर्व लक्षणे संबोधनाला लागू पडतात. (उदा.– प्रत्यय लागण्यापूर्वी नामाचे सामान्यरूप होणे.)

(३) हे प्रत्यय चरम प्रत्यय आहेत.

(४) संस्कृतमध्ये संबोधन मानलेले नाही म्हणून मराठीमध्ये संबोधनाचे स्वरूप

वेगळे जाणवत असेल, तर त्यास विभक्ती समजायला हरकत नसावी. विशेषत: सामान्यरूप हा खास मराठीचा विशेष संबोधनाच्या एकवचनामध्ये दिसतो. त्याला 'सामान्यरूप' असे जसे म्हणता येते, तसेच नामाच्या मूळ रूपाला लागलेला तो संबोधनाचा प्रत्ययही ठरू शकतो.

पुस्तक (मूळ नाम) - पुस्तका - संबोधन.

गोविंदा (मूळ नाम) - ए गोविंदा - संबोधन.

अशा ठिकाणी 'आ' हा संबोधनाचा प्रत्ययही ठरू शकतो.

(५) ज्या वाक्यगत घटकपदाशी त्याचा अन्वय होतो, ते पद वेगवेगळ्या विभक्तींमध्ये येऊ शकते.

(१) नारायणराव, किती मनापासून गाता तुम्ही! - प्रथमा

(२) सुधा, तुला पाहायला आज पाहुणे येणार आहेत. - द्वितीया

(३) मुलांनो, काल तुम्ही खूप अभ्यास केलात! - तृतीया

(४) विचारवंतांनो, तुमचे विचार स्पष्ट मांडा. - षष्ठी

अशा वाक्यांमध्ये संबोधन विभक्तीचा अन्वय इतर विभक्तींशी होत असतो.

याचा अर्थ, संबोधनाला विभक्ती मानायला व विभक्तीमधून काढून टाकायला सांगितली जाणारी कारणे समान महत्त्वाची आहेत. मराठीची विभक्तिव्यवस्था वेगळी होत चालली आहे; त्या दृष्टीनेच या सगळ्या विभक्तींचा एकत्रित विचार होण्याची गरज संबोधनामुळे अधिक स्पष्ट झालेली आहे.

(ऊ) प्रथमा

प्रथमेला जुन्या मराठीत प्रत्यय असले, तरी आज एकही प्रत्यय नाही. शब्दाचे मूळ रूप व प्रथमेचे एकवचनाचे रूप ही आजच्या मराठीत तंतोतंत एकसारखी आहेत; एकच आहेत. संस्कृतमध्ये मात्र शब्दाचे मूळ रूप व प्रथमेचे रूप यांच्यामध्ये फरक आहे. शब्द व पद या कल्पना संस्कृतमध्ये जितक्या काटेकोरपणे दिसतात, तेवढ्या मराठीत दिसत नाहीत. मराठीत प्रत्ययाचा स्वीकार न करता शब्द कर्ता व कर्म म्हणून वाक्यामध्ये येत असतो.

प्रथमेला प्रत्यय नसूनही तिचा समावेश विभक्तीत करण्यात येतो. विभक्तीचा केवळ प्रत्यय मानणाऱ्यांपैकी काही व्याकरणकारांनी तिला शून्य प्रत्यय देऊन विभक्ती मानले, कारण कर्ता व कर्म हे महत्त्वाचे कारकार्थ प्रथमा व्यक्त करते. मराठीत कमी होत जाणारी प्रत्ययनिष्ठता या विभक्तीने प्रकर्षाने लक्षात येते.

विभक्ती-व्यवहार

हे सर्व विवेचन लक्षात घेता, मराठी विभक्तींचा विचार असा मांडता येईल.

प्रथमा - प्रत्यय नाही. पण कर्ता-कर्मादी कारकार्थांसाठी मानणे आवश्यक ठरते.

द्वितीया - 'स', 'ला', 'ते'...'स', 'ला', 'ना', 'ते' - प्रत्यय. पण कर्तरी प्रयोगात प्रत्यक्ष कर्म प्रत्ययरहित असते. अप्रत्यक्ष कर्म मात्र प्रत्यय स्वीकारते - कर्म हा कारकार्थ. कधी कधी कर्ता हाही कारकार्थ.

तृतीया - 'ने', 'ए' प्रत्यय. कर्ता हा प्रमुख कारकार्थ. करण हा दुय्यम कारकार्थ.

चतुर्थी - प्रत्यय नाही - कारकार्थ नाही.

पंचमी - प्रत्यय नाही
शब्दयोगी अव्यये - अपादान - कारकार्थ.

षष्ठी - 'चा' -प्रत्यय - कारकार्थ आहे. पण उपपदार्थांची विपुलता.

सप्तमी - त, ई - प्रत्यय - अधिकरण - कारकार्थ.

मराठीतील विभक्तिप्रत्ययांचे व विभक्तिसंख्येचे स्वरूप यावरून लक्षात येते. याच्या आधारे मराठी विभक्तिप्रत्ययांचा तक्ता मांडता येऊ शकेल. पण त्यासाठी आणखी काही मुद्दे स्पष्ट व्हायला पाहिजेत.

(१) संस्कृतमधील विभक्तिविचारात कर्तरी रचना नजरेसमोर ठेवलेली आहे. पण म्हणूनच संस्कृतमध्ये कर्माची द्वितीया विभक्ती मानलेली दिसते. संस्कृत कर्मणी प्रयोगामध्ये कर्म असण्याची गरज नाही. संस्कृतमधील प्रयोगकल्पना ही वाक्यरूपान्तर योजना आहे. पण मराठीत मात्र एकेरी वाक्याचा विचार प्रयोगात केला जातो. (प्रयोगविचारात हे स्पष्ट होते). मराठीत कर्तरी, कर्मणी, भावे यांमध्ये कर्म कोणत्या विभक्तीत येते याचा विचार करता; ते अप्रत्ययी (प्रत्यक्ष कर्म) व द्वितीयेचे प्रत्यय स्वीकारून (अप्रत्यक्ष कर्म) येताना दिसते. प्रत्यय न घेता येणारे कर्म प्रथमेतीलही म्हणता येईल किंवा द्वितीयेचेही (अप्रत्ययी) म्हणता येईल. पण कर्ता व कर्म यांसारखी दोन्ही महत्त्वाची कारके वेगवेगळ्या विभक्तींत मानता येत असतील, तर ते प्रयोगाच्या दृष्टीने सोईचे ठरेल. म्हणून कर्तरी प्रयोगासंदर्भात द्वितीया विभक्ती समजणे, मराठीला व्यवस्थेच्या दृष्टीने उचित ठरेल.

याला प्रयोगविचारातील धातुरूपेश (प्रथमान्त नाम) या संकल्पनेचा विचार

पोषक ठरतो. प्रथमेतील शब्द हा धातूचे रूप ठरविणारा शब्द असतो; मग तो कर्ता म्हणून येवो किंवा कर्म म्हणून येवो. कर्तरी प्रयोगात कर्ता हे असे पद असते. म्हणून रूपदृष्टीने जरी कर्म प्रथमेतील ठरत असले, तरी प्रयोगदृष्टीने ते पद गौण असते, हे व्यक्त करण्यासाठी कर्तरी प्रयोगात कर्म हे अप्रत्ययी द्वितीयेत मानावे. मात्र कर्मणी प्रयोगात तेच कर्म अप्रत्ययी येऊन धातूच्या रूपावर अधिकार गाजवत असल्याने त्याला प्रथमान्त नाम समजावे. त्याची त्या वाक्यरचनेत प्रथमा विभक्ती मानावी. म्हणजे प्रत्ययनिकषापेक्षा कारकार्थाचा निकष मानून प्रथमा-द्वितीया मानाव्या लागतात.

(२) तृतीया विभक्तीचा मराठीमध्ये कर्त्याच्या अर्थाने अधिक प्रमाणावर वापर होतो. शिवाय, मराठी प्रयोगरचनेमध्ये कर्तरीइतकीच कर्मणी व भावे ही रचनाही प्रमुख म्हणून मानावी लागते. त्यासाठी तृतीयेच्या कारकार्थामध्ये कर्ता हा प्रमुख कारकार्थ सांगावा.

(३) इतर सर्व कारकार्थ वाटल्यास एका वा दोन विभक्तींत एकत्रित करून विभक्तिव्यवस्था सांगावी. म्हणजे षष्ठी, सप्तमी व संबोधन यांची एकच विभक्ती मानावी.

या विचारावरून मराठी विभक्तिव्यवस्थेचा आलेख पुढीलप्रमाणे असू शकेल.

प्रथमा - प्रत्यय नाही - कर्ता.

द्वितीया - (१) प्रत्यय नाही - प्रत्यक्ष कर्म.

(२) स, ला, ते प्रत्यय - अप्रत्यक्ष कर्म, कर्ता.

तृतीया - ने, ए, ई... प्रत्यय - कर्ता, करण.

चतुर्थी - चा, ते, ई, आ... - कर्ता, अधिकरण इ.

विभक्तींची संख्या ठरविताना व्याकरणकारांनी फक्त विभक्तिप्रत्ययांचाच विचार केला आहे. मराठीत हेच कार्य शब्दयोगी अव्ययांनीही साधले जाते. ही शब्दयोगी अव्यये कारकार्थ व उपपदार्थ हे दोन्हीही अर्थ विभक्तिप्रत्ययांइतके प्रभावीपणे साधताना दिसतात. फक्त प्रथमा व द्वितीया– म्हणजे ढोबळपणे कर्ता-कर्माचे कार्य वगळून इतर सर्व कारकार्थ शब्दयोगी अव्ययांना व्यक्त करता येतात.

विभक्तिसंख्या व विभक्तिव्यवस्था ठरविताना या शब्दयोगी अव्ययांच्या कार्याचा विचारही व्हायला पाहिजे. उदा.– पंचमी विभक्तीला प्रत्यय नाही म्हणून ती विभक्ती मानली नसेल, तर पंचमी विभक्तीचे अपादान हे कारकार्थ साधणारी शब्दयोगी अव्यये कोणत्या विभक्तीमध्ये समाविष्ट करायची?

चतुर्थी विभक्ती मानली नाही, तर संप्रदानार्थ व्यक्त करणाऱ्या शब्दयोगी अव्ययांना कर्मार्थात समाविष्ट करायचे काय?

विशेषत: शब्दयोगी अव्ययांच्या मदतीने विभक्त्यर्थ व्यक्त करता आल्याने मराठीचे विभक्तिविषयक प्रश्नांचे स्वरूप बदलून गेले आहे. विभक्तीचा निकष व विभक्तींची संख्या याबद्दलचा विचारच करण्याची पद्धती मराठीच्या संदर्भात वेगळी झालेली आहे.

या अशा मुद्द्यांचा विचार केल्याशिवाय मराठी विभक्तिव्यवस्था नेमकेपणाने मांडता येणार नाही.

६. विभक्तिप्रत्ययांची व्युत्पत्ती

साधारणपणे विभक्तिप्रत्ययांची व्युत्पत्ती संस्कृतमधील विभक्तिप्रत्ययांवरून दिलेली आढळून येते. काहींची व्युत्पत्ती मराठीतील शब्दयोगी अव्ययांवरून देता येते, काहींच्या व्युत्पत्तींबद्दल मतभेद संभवतात. पण हा सर्व व्युत्पत्तिशास्त्राच्या कक्षेत येणारा विषय असून, व्याकरणाच्या दृष्टीने तो अत्यंत गौण आहे. एखाद्या वादग्रस्त मुद्द्याचा निर्णय देताना साह्य म्हणून व्युत्पत्तीचा आधार घेता येतो. यापेक्षा व्याकरणदृष्टीने व्युत्पत्ती महत्त्वाची नसते.

७. कारकार्थ व्यक्त करणारी शब्दयोगी अव्यये

मराठीमध्ये विभक्तिप्रत्ययांचे कार्य करणारी पुष्कळशी शब्दयोगी अव्ययेही आहेत. कारण कारकार्थ दाखविण्याचे कार्य करण्याचे मराठीत दोन मार्ग आहेत– (१) विभक्तिप्रत्यय व (२) शब्दयोगी अव्यये. म्हणूनच विभक्तीच्या व्याख्येत सबनीसांनी शब्दयोगी अव्ययांचा निर्देश केला आहे. ही शब्दयोगी अव्यये प्रथमा व संबोधन यांचा अपवाद वगळून इतर सर्व विभक्तींबद्दल येऊ शकतात. त्यांचा साधारणपणे तक्ता पुढीलप्रमाणे देता येईल :

द्वितीया - चतुर्थी - प्र, लागी, करिता, साठी, स्तव, अर्थ, अर्थी, कडे, कडेस, ऐवजी, प्रीत्यर्थ, बद्दल, बदला, खातर, प्रति, लागून इत्यादी.

तृतीया - करून, द्वारा, द्वारे, मुळे, कडून, जवळून, योगे, पाशी, सह, बरोबर, नजीक, पायी, निशी, प्रमाणे, वतीने, संगती, संगे, समवेत इत्यादी.

पंचमी - पेक्षा, पासून, वाचून, विना, खेरीज, शिवाय, कडून, नंतर, वरून, विरहित, वेगळे व्यतिरिक्त, परीस, जवळून, परी, पासोनिया इत्यादी.

षष्ठी - संबंधी, विषयी, विशी इत्यादी.

सप्तमी - मध्ये, ठायी, खाली, तेथे, पलीकडे, पुढे, पूर्वी, पोटी, पैकी, बाहेर, भोवती, विषयी, समोर, सभोवती, सभोवार, माजी, भीतरी, उपरी इत्यादी.

८. विभक्त्यर्थ

विभक्तिप्रत्ययांनी व्यक्त होणारे प्रमुख कारकार्थ व उपपदार्थ आपण लक्षात घेतले. हे अर्थ दोन प्रकारचे असतात.

(१) कारकार्थ - नामाचा क्रियापदाशी असलेला संबंध म्हणजे कारकार्थ होय.

(२) उपपदार्थ - नामाचा दुसऱ्या नामाशी असलेला संबंध म्हणजे उपपदार्थ होय.

निरनिराळ्या विभक्तिप्रत्ययांनी हे अर्थ कसे व्यक्त होतात, ते समजून घेणे आवश्यक आहे. ते समजून घेताना प्रथमत: प्रत्येक विभक्तीचा प्रमुख अर्थ व नंतर तिचा दुय्यम अर्थ असा क्रम ठेविला आहे.

प्रथमा : कारकार्थ

कर्ता - मुले खेळतात.
अधिकरण - तो **दहा गावे** हिंडला.
उपपदार्थ - उद्देश - शिवाजी हा मोठा राजा होता.
विधान - नाना फडणवीस मुत्सद्दी होता.
अंतर - मुंबईहून नागपूर पाचशे मैल आहे.
परिमाण - पाच तोळे सोने.

द्वितीया : कारकार्थ

या विभक्तीला मात्र केवळ कर्म हा एकच कारकार्थ आहे.
(१) मुलगा **पुस्तक** वाचतो - अप्रत्ययी कर्म.
(२) रामाने **रावणास** मारिले - सप्रत्ययी कर्म.

तृतीया : कारकार्थ

करण - चाकूने लेखणी करतात.
कर्ता - रामाने रावणास मारिले
अधिकरण - तो नदीच्या **काठाने** चालला.
उपपदार्थ हेतू - तो **मर्यादेने** वागतो.
साहित्य - सर्वांशी गोड बोलावे.
अंगविकार - तो **कानाने** बहिरा आहे.
अपेक्षा - तो **जातीने** गरीब आहे.

प्रमाण - राम गोविंदापेक्षा पाच **वर्षांनी** वडील आहे.

मूल्य - तूप १२ **रुपयांना** शेर आहे.

अवधी - तो चार **वर्षांनी** आला.

चतुर्थी : कारकार्थ

संप्रदान - तो **ब्राह्मणास** दक्षिणा देतो.

कर्ता - **त्याला** काम करवते.

करण - **त्याने** लाकडाचे एका घावात दोन तुकडे उडविले.

अपादान - त्याच्या **लग्नाला** चार वर्षे झाली.

अधिकरण - तो **मुंबईला** गेला.

उपपदार्थ

हेतू - तो **कामाला** चालला.

योग्यता - मुलगा **मुंजीला** झाला आहे.

मूल्य - **पैशाला** पाच आंबे मिळतात.

नाते - **त्याला** चार भाऊ आहेत.

पंचमी : कारकार्थ

अपादान - तो **नागपुराहून** आला.

करण - त्याच्या **हातून** हे होणार नाही.

तारतम्य - रामा **गोविंदाहून** अधिक उंच आहे.

भेद - शंकर **विष्णूहून** निराळा आहे.

षष्ठी : कारकार्थ

कर्ता - **त्याचे** लिहून झाले.

करण - **त्याच्या** बोलण्याचा मला राग आला.

अपादान - **शिंक्याचे** तुटले आणि **बोक्याचे** फावले.

अधिकरण - तो **दिवसाचा** झोपतो.

उपपदार्थ

हेतू - **स्नानाची** खोली.

स्थित्यंतर - गरिबाचा श्रीमंत झाला.
कारण - मूर्तीचा दगड.
जनक - मोरोपंतांचे काव्य.
नाते - त्याचा भाऊ.
स्वामी - वाड्याचा मालक.
अंगांगिभाव - खुर्चीचा पाय.

सप्तमी : कारकार्थ

अधिकरण - तो **सायंकाळी** आला.
करण - तो **पायी** चालला.

उपपदार्थ

हेतू - तो सारखा **ऐटीत** असतो.
विषय - तो **खेळण्यात** निपुण आहे.
सर्वोत्तमत्व - तो **सर्वांत** श्रेष्ठ आहे.
साहित्य - एकतीस तोफांच्या **सलामीत** त्याचे स्वागत झाले.

मराठीच्या विभक्तिव्यवस्थेमध्ये फक्त चारच विभक्ती मानण्याची आवश्यकता आहे, त्याचा तक्ता यापूर्वी पृ. २११ वर दिलेला आहे. त्यानुसार रूढ चतुर्थी विभक्तीचे कारकार्थ व उपपदार्थ द्वितीया विभक्तींच्या तक्त्यात दाखवावे लागतात आणि पंचमी ते सप्तमीपर्यंतच्या विभक्तींचे कारकार्थ व उपपदार्थ चतुर्थी विभक्तीच्या कारकार्थ–उपपदार्थांचे ठरतात. पंचमी ते सप्तमीपर्यंतचे प्रत्यय हे चतुर्थी विभक्तीचे समजावेत.

९. सामान्यरूप

विभक्तिप्रत्ययांसंदर्भात सामान्यरूपाचा विचार आवश्यक ठरतो. सामान्यरूप होणे हे केवळ मराठीचे लक्षण मानावे लागते. नामाला विभक्तिप्रत्यय लागताना नामाच्या अंत्याक्षरामध्ये (व कधी कधी उपान्त्याक्षरामध्येही) जो बदल होत असतो, त्याला सामान्यरूप असे म्हणतात. अशा प्रकारचा बदल संस्कृतमध्ये होत नाही. मराठीत हा बदल कोणत्या काळामध्ये व कोणत्या कारणाने आला, याबद्दल विचार केला गेला आहे. पण त्याचा आधार घेऊन असे म्हणता येईल की, सामान्यरूप होणे हा मराठीचा खास विशेष आहे. विभक्तिप्रत्ययक्षम म्हणजे विभक्तिप्रत्यय लागण्यास तयार झालेले जे नामाचे रूप, त्याला सामान्यरूप म्हटले जाते. उदा.–

राम = रामा (विभक्तिप्रत्ययक्षम रूप) + ने = रामाने. तसेच गदा = गदे + ने = गदेने, तलवार = तलवारी + ने = तलवारीने इत्यादी. म्हणजे मराठीत सामान्यत: मूळ शब्दाला प्रत्यय लावण्याऐवजी त्याच्यामध्ये काही बदल होऊन मूळ शब्दाचे नवे रूप सिद्ध होत असते आणि त्या नव्या रूपाला विभक्तिप्रत्यय जोडला जातो.

या सामान्यरूपासंदर्भात लक्षात येणारी आणखी एक गोष्ट म्हणजे, शब्दाचे/नामाचे जे एकवचनी सामान्यरूप असते, तेच त्या नामाचे संबोधनाचे रूप असते. (उदा.– गदा - संबोधन (हे) गदे, तलवार - संबोधन (हे) तलवारी, मुलगा- संबोधन (हे) मुला, इ.) काही नामांचे सामान्यरूप दोन्ही वचनी भिन्न असते, तर काहींचे समान असते. काही नामांचे सामान्यरूप होत नाही.

मात्र सध्या सामान्यरूप न करण्याकडे प्रवृत्ती आहे. उदा.– 'नगराहून' असे म्हणण्यापेक्षा 'नगरहून', 'लिंबाचे लोणचे' याऐवजी 'लिंबूचे लोणचे', 'जावेची सून' याऐवजी 'जाऊची सून' इ. पण अजूनही फार मोठ्या प्रमाणावर सामान्यरूप करण्याची प्रवृत्ती जाणवत असल्याने तिचा परिचय करून घेणे अगत्याचे आहे.

या सामान्यरूपांमध्ये एक प्रकारची व्यवस्था आहे. या व्यवस्थेचा संबंध नामाच्या लिंग-वचनाशी जसा आहे, तसाच त्याच्या अंत्याक्षराशी आहे. म्हणून सामान्यरूपाच्या तितक्या प्रकारांचा विचार करावा लागतो.

मराठी शब्दासंदर्भात शब्दाचे अंग, त्याचे अनेकवचन व त्याचे एकवचन, एकवचनी सामान्यरूप व अनेकवचनी सामान्यरूप या गोष्टी माहिती झाल्या, म्हणजे कोणत्याही शब्दास विभक्तिप्रत्यय लावून दाखविणे सोपे जाते.

मराठीमध्ये सामान्यरूप कसे आले, याबद्दल राजवाडेंचे मत असे आहे की, ज्ञानेश्वरी मराठीतील विभक्तिप्रत्ययांवरून ते आलेले आहे. त्यांनी पुढे म्हटले आहे की, होर्न्ले म्हणतो त्याप्रमाणे इतर गौड भाषांतून वाटेल तेव्हा, वाटेल तशी रूपे घेतल्याने ते आलेले नाही. (वि. का. राजवाडे, श्री ज्ञानेश्वरीतील मराठी भाषेचे व्याकरण, पृ. ७२) राजवाडेंनी म्हटले आहे की, द्वितीयेपासून संबोधनापर्यंतच्या विभक्तिप्रत्ययांपूर्वी अकारान्त पुल्लिंगी नामाचे जे एकवचनी व अनेकवचनी सर्वसाधारण रूप होते, त्याला सामान्यरूप म्हणतात. यालाच युरोपियन oblique form असे म्हणतात.

सामान्यरूपाची व्युत्पत्ती शोधताना तुळपुळेंनीही असे मत दिले आहे. त्यांनी म्हटले आहे की, हे सामान्यरूप नामाच्या लिंगावर व त्याच्या अंत्याक्षरावर अवलंबून असते. मराठीत एकंदर लिंगे तीन व नामाची अंत्याक्षरे 'अ'पासून 'ओ'पर्यंत मानल्यास एकंदर आठ होतात– अ, आ, इ, ई, उ, ऊ, ए, ओ.

म्हणजे ९ × ३ = २७ इतक्या प्रकारे मराठीत नामे आहेत आणि त्यामध्ये भिन्न-भिन्न प्रकारचे बदल होऊ शकतील. या २७ पैकी फक्त २० प्रकारच होऊ शकतात, हे पुढे स्पष्ट होईल.

मराठीतील काही नामांमध्ये कोणताही बदल होत नाही. त्यांना अविकृतांग असे म्हणतात. त्यांचा अपवाद करून इतर नामांचा म्हणजे विकृतांग नामांचा सामान्यरूपाच्या दृष्टीने विचार केल्यास असे दिसते की, सामान्यरूपही केवळ चार प्रमुख प्रकारचे असते. ते पुढीलप्रमाणे : अकारान्त, ईकारान्त, ऊकारान्त व एकारान्त. म्हणजे नामाच्या अंत्याक्षरामध्ये होणारा बदल केवळ या चार प्रकारचा असतो. यापेक्षा वेगळ्या प्रकारे बदल होऊ शकत नाही.

आकारान्त सामान्यरूपाचे सहा उपभेद होतात– आकारान्त, याकारान्त, वाकारान्त, इयाकारान्त, उवाकारान्त व अवाकारान्त. ईकारान्त व ऊकारान्त सामान्यरूपाचे उपभेद होत नाहीत. एकारान्त सामान्यरूपाचे पुढीलप्रमाणे पाच उपभेद होतात - एकारान्त, वेकारान्त, इयेकारान्त, उवेकारान्त, अवेकारान्त.

सामान्यरूप होण्याच्या दृष्टीने हा तक्ता पुढीलप्रमाणे होईल :

- सामान्यरूप
  - विकृतांग
    - आकारान्त
      - आकारान्त
      - याकारान्त
      - वाकारान्त
      - इयाकारान्त
      - उवाकारान्त
      - अवाकारान्त
    - ईकारान्त
    - ऊकारान्त
    - एकारान्त
      - एकारान्त
      - वेकारान्त
      - इयेकारान्त
      - उवेकारान्त
      - अवेकारान्त
  - अविकृतांग

ज्या नामांचे सामान्यरूप होते, ते कसे होते, यासह तक्ता पुढे दिला आहे.

पुल्लिंगी

(१) **अकारान्त**	- देव-देवा, मनुष्य-मनुष्या	-	आकारान्त सामान्यरूप
(२) **आकारान्त**	- घोडा-घोड्या,	-	याकारान्त
	राजा-राजा	-	अविकृतांग
(३) **इकारान्त**	- कवि-कवी	-	इकारान्त
(४) **ईकारर्ान्त**	- तेली-तेल्या	-	याकारान्त
	हत्ती-हत्ती	-	अविकृतांग
(५) **उकारान्त**	- भानु-भानू- गुरु-गुरू	-	ऊकारान्त

(६) **ऊकारान्त**	- लाडू-लाडवा	-	अवाकारान्त
	लाडू-लाडूवा	-	वाकारान्त
	गहू-गव्हा		
(७) **ओकारान्त**	- टाहो-टाहो	-	अविकृतांग

स्त्रीलिंगी

(८) **अकारान्त**	- भिंत-भिंती-विहीर-विहिरी	-	ईकारान्त
	तरवार-तरवारे-वाट-वाटे	-	एकारान्त
(९) **आकारान्त**	- शाळा-शाळे	-	एकारान्त
(१०) **इकारान्त**	- रीति-रीती	-	अविकृतांग
ईकारान्त	- नदी-नदी	-	ईकारान्त
(११) **ईकारान्त**	- बी-बिये	-	इयेकारात
	बी-बिया	-	इयाकारान्त
(१२) **उकारान्त**	- वधु-वधू	-	ऊकारान्त
(१३) **ऊकारान्त**	- सासू-सासवे	-	अवेकारान्त
	पिसू-पिस्वे	-	वेकारान्त
(१४) **एकारान्त**	- सवे-सवे	-	अविकृतांग
	वन्से-वन्सा	-	आकारान्त (अनेकवचन)
(१५) **ऐकारान्त**	- तिवै-तिवै	-	अविकृतांग
(१६) **ओकारान्त**	- बायको-बायको	-	अविकृतांग

नपुंसकलिंगी

(१७) **अकारान्त**	- घर-घरा	-	आकारान्त
(१८) **ईकारान्त**	- पाणी-पाण्या	-	याकारान्त
(१९) **ऊकारान्त**	- कुंकू-कुंकवा	-	अवाकारान्त
(२०) **एकारान्त**	- तळे-तळ्या	-	याकारान्त

सामान्यरूपाच्या निर्देशाप्रमाणे वरील तक्त्यामध्ये कंसातील आकडे नोंदविले की, सामान्यरूपाचा तक्ता पूर्ण होतो.

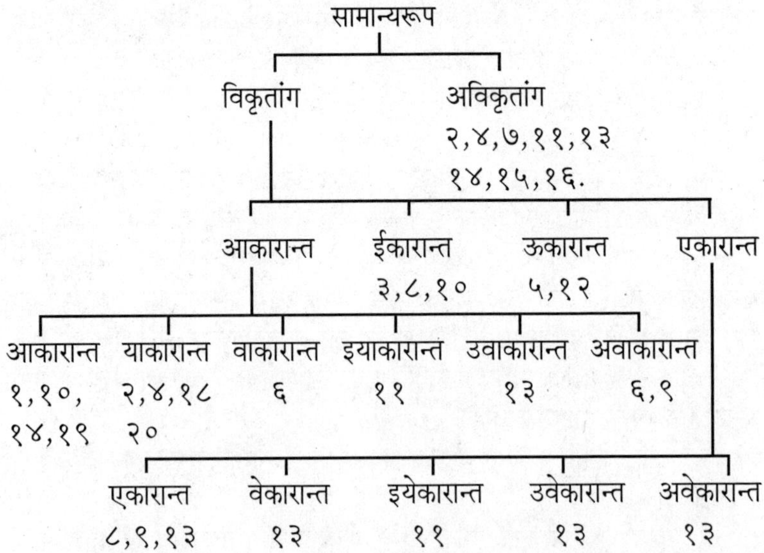

संस्कृतमध्ये अशा प्रकारच्या सामान्यरूपाची गरज नाही; कारण संस्कृतमध्ये नामांचे पुल्लिंगी, स्त्रीलिंगी व नपुंसकलिंगी असे गट असून पुन्हा त्यांची नामाच्या अंत्याक्षरावरून विभागणी केलेली आहे. या प्रत्येक उपविभागणीला लागणारा विभक्ति- प्रत्ययांचा गट वेगवेगळा आहे. त्यामुळे प्रत्ययावरून ते नाम कोणत्या गटातीलआहे, याची कल्पना येऊ शकते. मराठीत सरसकट सर्व लिंगांच्या आणि सर्व प्रकारच्या अंत्याक्षरांना लागणारा विभक्तिप्रत्ययांचा एकच गट असल्याने प्रत्ययांवरून नामाचे लिंग व अंत्याक्षर ओळखण्याचे कोणतेच साधन नसते. ते साधन मराठीतील या सामान्यरूपाच्या निमित्ताने निर्माण झाले आहे. उदा.– आकारान्त सामान्यरूप होत असेल, तर तो शब्द पुल्लिंगी अकारान्तच असला पाहिजे; अवाकारान्त सामान्यरूप होत असेल, तर तो शब्द पुल्लिंगी किंवा नपुंसकलिंगी ऊकारान्तच असला पाहिजे, इत्यादी.

१०. समारोप

विभक्तिविचारात आपण विभक्ती आणि प्रत्यय या दोन्हींचा परिचय करून घेतला. व्याख्या, निकष, संख्या, नावे, व्युत्पत्ती, कारकार्थ, उपपदार्थ, विभक्त्यार्थ दर्शविणारी शब्दयोगी अव्यये, सामान्यरूप इ. अनेक घटकांचा परिचय करून घेताना मराठीच्या स्वतंत्र प्रवृत्तींची जाणीव ठेवण्याची गरज लक्षात आली. ही गरज

या प्रत्येक घटकासंदर्भात संस्कृतपेक्षा मराठीचे असलेले वेगळेपण स्पष्ट करणारी आहे.

हा वेगळेपणा थोडक्यात खालीलप्रमाणे नोंदविता येईल.

१. संस्कृत-विभक्तिव्यवस्थेपेक्षा मराठी-विभक्तिव्यवस्था प्रत्ययांच्या दृष्टीने सुलभ आहे.

२. संस्कृतपेक्षा रूपदृष्टीने मराठीत विशेष्य-विशेषणसंबंध बदललेले आहेत. इतर विभक्तींपेक्षा हा परिणाम षष्ठीच्या संदर्भात अधिक लक्षात घ्यावा लागतो.

३. प्रत्ययनिष्ठता व कारकार्थता या दोन्ही संबंधांत मराठीत संस्कृतपेक्षा वेगळेपणा आलेला आहे. अ) प्रत्यय एक पण कारकार्थ अनेक. आ) कारकार्थ एक पण प्रत्यय अनेक. इ) प्रथमा-द्वितीया या महत्त्वाच्या दोन्ही विभक्तींना प्रत्यय नसणे.

४. कर्ता म्हणजे प्रथमा विभक्ती किंवा कर्म म्हणजे द्वितीया विभक्ती या कल्पना मराठीत काटेकोर राहिल्या नाहीत.

५. कर्ता, कर्म व संप्रदान या कारकार्थांसंदर्भात मराठीत संस्कृतपेक्षा वेगळेपणा आलेला आहे.

६. विशेषण शब्दजाती, विशेषण-कार्य व षष्ठीचा उपपदार्थ यांमधील फरक लक्षात घेऊन षष्ठीचा विचार करावा लागतो.

७. विभक्तिविषयक सर्व विचारांचा संबंध प्रयोगव्यवस्थेशी असतो. मराठीच्या विभक्तिव्यवस्थेतील बदलाचा संबंध तिच्या बदलत्या प्रयोगव्यवस्थेशी आहे.

८. विभक्त्यर्थ सांगण्याचे कार्य मराठीत शब्दयोगी अव्ययेही करू लागली, याचा फार मोठा परिणाम विभक्तिविचारावर झालेला आहे. त्यामुळे विभक्तीचा निकष कोणता मानावा व विभक्तींची संख्या किती, हे दोन्ही प्रश्न पुष्कळसे गैरलागू ठरू लागले आहेत.

९. सामान्यरूप हा मराठीचा वेगळा विशेष विभक्तिप्रत्ययांच्या संदर्भात लक्षात आला. या सामान्यरूपाच्या आधारे मराठीत नामाचे लिंग व अंत्याक्षर ओळखता येते.

१०. मराठी आपले प्रत्ययनिष्ठ रूप बदलून शब्दनिष्ठ रूप स्वीकारू लागली आहे. प्रयोगदृष्टीने महत्त्वाची असलेली कर्ता-कर्म ही पदे प्रत्ययापेक्षा त्यांच्या वाक्यातील क्रमांवरून अर्थव्यक्ती करू लागली, कारण मराठीतील वेगळ्या 'प्रयोग'कल्पनेसाठी ते आवश्यक होते.

❖

विकरण : लिंग-वचन-विकार

(१) प्रास्ताविक, (२) लिंगविकार, (३) वचनविकार, (४) समारोप.

---

१. प्रास्ताविक

प्रामुख्याने लिंग-वचन-विकारांचा विचार नाम-सर्वनाम या शब्दजातींबद्दलच केला जातो. पण जसा विभक्तिविकार केवळ नाम-सर्वनामांच्या संदर्भातच संभवतो, तसे लिंग-वचन-विकाराचे नाही; तो धातूच्या संदर्भातही जाणवतो. धातूला लागणाऱ्या आख्यातप्रत्ययांमध्येच पुष्कळदा यांचा अंतर्भाव झालेला असतो. संस्कृत-इंग्रजीमध्ये धातूला लिंगदर्शक प्रत्यय लागत नाहीत; पण मराठीत मात्र धातूला लिंगदर्शक प्रत्यय लागतात. मात्र धातूला लागणारे लिंग-वचनदर्शक प्रत्यय हे त्या वाक्याच्या कर्त्याचे वा कर्माचे लिंग-वचन व्यक्त करीत असतात.

विशेषणालाही लिंग-वचनाचे प्रत्यय लागतात. नामाला-सर्वनामाला लागणारे लिंग-वचन-प्रत्यय विभक्तिप्रत्ययात समाविष्ट झालेले असतात. लिंग-वचन-विभक्तिप्रत्यय नाम-सर्वनामाला लागल्याने त्याला पदत्व प्राप्त होते. विभक्तीच्या प्रत्ययांचे एकवचन व अनेकवचन असे विभाग केले जातात. संस्कृतमध्ये पुल्लिंगी, स्त्रीलिंगी व नपुंसकलिंगी शब्दांना लागणारे प्रत्यय वेगळे असतात, तसे मराठीत नाही. म्हणून वचनदर्शक प्रत्ययांइतके लिंगदर्शक प्रत्यय विभक्तिप्रत्ययांशी संबंधित दिसत नाहीत. वचन-विभक्ती ही जशी सर्वनामाच्या संदर्भात संभवते, तसे लिंगप्रत्ययाचे नसते. सर्व नामे लिंगविकारक्षम असतातच, असे नाही. सगळ्याच नामांची रूपे लिंगावरून बदलतात, असे नाही. भाषेमध्ये काही नामे फक्त पुल्लिंगी असतात, काही नामे केवळ स्त्रीलिंगी असतात व काही नामे केवळ नपुंसकलिंगी असतात. उदा.– ग्रंथ (पु.), पोथी (स्त्री.) व पुस्तक (नपुं.).काही प्रत्यय लागून यांचे लिंगबदल दर्शविले जात नाहीत. तसेच, या शब्दांमधून त्यांचे लिंग सूचित करणारा कोणताही

प्रत्यय लागलेला दिसत नाही. जसे, संस्कृतमध्ये स्त्रीलिंग शब्द अकारान्त असत नाही आणि पुल्लिंगी शब्द आकारान्त नसतो, तसे काही साचेही मिळू शकत नाहीत. म्हणून अर्थ व रूप या दृष्टीने मराठीचा लिंगविकार नियमात बसविणे अवघड जाते.

२. लिंगविकार

मराठीमध्ये लिंगावरून न बदलणारी नामे जशी आहेत, तशीच ज्या नामांची तीनही लिंगांची रूपे होऊ शकतात, अशी नामेही आहेत. ज्या नामांची रूपे लिंगानुसार बदलतात, त्याच नामांचे पुल्लिंगी रूप हे मूळ रूप समजतात. उदा.– घोडा, घोडी, घोडे किंवा राजपुत्र, राजपुत्री या लिंगानुसार बदललेल्या रूपांमध्ये अनुक्रमे घोडा व राजपुत्र ही मूळ रूपे मानली जातात. मराठीमध्ये सर्वसाधारणपणे प्रथमेचे (पुल्लिंगी नामाचे) एकवचन हेच त्या नामाचे मूळ रूप समजले जाते आणि या रूपाला लिंग, वचन व विभक्ती हे विकार होतात. मराठीची ही प्रवृत्ती संस्कृतपेक्षा भिन्न आहे. संस्कृतमध्ये नामाचे मूळ रूप स्वतंत्र असून त्याला लिंग, वचन व विभक्ती यांचे विकार होतात. उदा.– देव हा मूळ शब्द व देवः हे प्रथमेचे एकवचन; वन हा मूळ शब्द व वनम् हे प्रथमेचे एकवचन; चंद्रमस् हा मूळ शब्द व चंद्रमा हे प्रथमेचे एकवचन– ही रूपे निर्लिंगी, निर्वचनी व निर्विभक्तिक असतात. मराठीमध्ये बहुधा मूळ रूपे लिंग-वचन-विभक्तीशिवाय असू शकत नाहीत. सर्वसामान्यपणे हा नियम बहुधा रूढ असला, तरी काही नामांच्या मूळ रूपांच्या संदर्भात हा नियम वादग्रस्त ठरतो. मराठीतील आकारान्त पुल्लिंगी नामासंबंधाने हा प्रश्न उत्पन्न होतो. उदाहरणार्थ– घोडा या शब्दाचे सर्व विभक्तींमध्ये 'घोड' हे रूप दिसते– (घोड्याला, घोड्याने). तसेच घोडी, घोडे या लिंगानुसार झालेल्या बदलामध्येही 'घोड' हेच रूप दिसते; घोडा हे नव्हे. 'घोड' या मूळ रूपाला पुल्लिंगीदर्शक 'आ', स्त्रीलिंगीदर्शक 'ई', नपुंसकलिंगदर्शक 'ए' हे प्रत्यय जोडले जाऊन तिन्ही लिंगांची रूपे तयार होतात. घोडा व घोडे या एकवचनी, अनेकवचनी रूपांतही घोड हे रूप आहे. एवढेच नव्हे; तर घोडमुखी, घोडनवरी इत्यादी सामासिक शब्दांतही घोड हेच मूळ रूप योजले जाते. म्हणूनच चिपळूणकरांनी आकारान्त पुल्लिंगी नामांचे मूळ रूप अकारान्त असते, असे मत मांडले आहे. जरी त्यांचे हे मत मान्य केले, तरी या नामांशिवाय इतर नामांची निर्लिंगी, निर्वचनी व निर्विभक्तिक अशी मूळ रूपे मराठीत आढळत नाहीत. म्हणून पुल्लिंगी एकवचनी प्रथमेचे रूप हेच नामाचे मूळ रूप मराठीमध्ये मानले जाते.

विशेषणालाही लिंग-वचन-विकार संभवतात. उदाहरणार्थ– चांगला, चांगली, चांगले- लिंगविकार; चांगले, चांगल्या, चांगली- वचनविकार. मराठीमध्ये विशेषणाला

विभक्तिविकार होत नाहीत. विशेषणाला विभक्तिप्रत्यय लागल्यास विशेषणाचे फक्त सामान्यरूप होते. पण विशेषणाला लिंग-वचनविकार मात्र होतो. हा विकारही प्रामुख्याने आकारान्त विशेषणांच्या संदर्भात संभवतो. (घोडा या शब्दाप्रमाणे चांगला या आकारान्त पुल्लिंगी विशेषणाचेही 'चांगलं' हे मूळ रूप मानले पाहिजे आणि तसे ते मानले, तर नियम असा करावा लागेल की– ज्या अकारान्त मूळ विशेषणाचे पुल्लिंगाचे एकवचनाचे रूप आकारान्त होते, त्यांनाच लिंग-वचनविकार संभवतो.) आकारान्तेतर विशेषणांचे रूप लिंगानुसारही बदलत नाही; उदा.– हुशार मुलगा, सुंदर मुलगी, छान पुस्तक. संस्कृतमध्ये मात्र या विशेषणांना लिंग-वचन-विभक्ती-विकार होतात. विशेष्याला विभक्तिप्रत्यय लागल्यावर विशेषणालाही तेच विभक्तिप्रत्यय लागतात. लिंग-वचनदर्शक प्रत्ययही विशेष्य-विशेषणांना संभवतात. उदा.– सुंदरा बाला.

मराठीने संस्कृतची ही प्रवृत्तीही स्वीकारली नाही.

ज्याप्रमाणे नाम, सर्वनाम व विशेषण यांना लिंग-वचनविकार संभवतात, तसेच धातूलाही लिंग-वचनविकार संभवतात. मराठीत मात्र काही आख्यातांमध्ये धातूंना केवळ वचनदर्शक प्रत्यय लागतात, तर काही आख्यातांमध्ये लिंग-वचनदर्शक प्रत्यय लागतात. जसे पुष्कळदा लिंग-वचनदर्शक प्रत्यय नामामध्ये अंतर्भूत असू शकतात, तशी स्थिती धातूला लागणाऱ्या लिंग-वचन प्रत्ययांची नसते. ते अंगभूत नसतात. म्हणजे जसे नामाच्या संदर्भात पुल्लिंगी प्रथमेचे एकवचन हेच मूळ रूप समजले जाते, तसे धातूच्या संदर्भात कोणत्याही प्रत्ययदर्शक धातुरूपाबद्दल म्हणता येत नाही. यापेक्षा या दोन्ही शब्दजातींना लागणाऱ्या लिंग-वचन प्रत्ययांमध्ये दुसऱ्या प्रकारचाही वेगळेपणा आहे. या प्रत्ययांचा नामाच्या संदर्भात होणारा सरळ अर्थ धातूंच्या संदर्भात असू शकत नाही. ते प्रत्यय धातूला लागत असले, तरी धातूंसाठी नसतात; तर ज्या वाक्याच्या क्रियापदाचे कार्य तो धातू करीत असतो, त्या वाक्यरचनेच्या संदर्भांत ते प्रत्यय अर्थव्यक्ती करत असतात. म्हणजे 'विद्यार्थी पुस्तक वाचतो.' या वाक्यातील 'वाच' या धातूला लागलेला पुल्लिंगी एकवचनी 'तो' हा प्रत्यय 'वाचण्याच्या' क्रियेबद्दल कोणतीही माहिती देत नाही. त्या प्रत्ययामुळे वाचण्याच्या क्रियेचे वचन व लिंग व्यक्त होत नसून ही वाचण्याची क्रिया ज्या कर्त्याकडून केली जात आहे, तो कर्ता पुल्लिंगी एकवचनी आहे, हे दर्शविण्याचे कार्य या 'तो' प्रत्ययामुळे झाले आहे. धातूला लागणाऱ्या वचनप्रत्ययांबद्दल जेस्पर्सनने म्हटले आहे :

"In the latter (धातू) it means plurality of that walks is denoted by the word itself, while in the verb, the number refers not to the action or state denoted by the verb, but to the subject.'' (जेस्पर्सन, पृ. २०७)

वरील विचार स्पष्ट करताना जेस्पर्सनने म्हटले आहे,

''If plural of one walk or one action is (several) walks, actions, the plural idea of the verb must be to undertake several walks', to perform more than one action.... But in English and in most languages, there in no separate form of the verb to indicate this when I say he walks (shoots), they walk (shoot), it is impossible to tell whether one or more than one walk (shot) is meant.'' (जेस्पर्सन, पृष्ठ २१०)

जेस्पर्सनने धातूच्या संदर्भात वचनप्रत्ययांबद्दल व्यक्त केलेले हे मत लिंग-प्रत्ययांनादेखील लागू शकते. हे लिंग-वचन-प्रत्यय धातूंच्या लिंग-वचनाबद्दल काहीही सांगू शकत नाहीत. ज्या प्रथमेतील पदावर त्या धातूपासून साधलेल्या क्रियापदाचे रूप अवलंबून असते, त्या पदाचे– मग ते पद वाक्यामध्ये कर्ता असू शकेल वा कर्म असू शकेल– लिंग-वचन सांगण्यासाठी ते प्रत्यय धातूला लागलेले असतात. म्हणून हे प्रत्यय धातूचे खरे प्रत्यय नव्हेत. ते प्रत्यय वाक्यदृष्टीने महत्त्वाचे असतात.

लिंग-वचनप्रत्ययांबद्दल सबनीसांनीही जेस्पर्सनसारखेच विचार मांडले आहेत. त्यांनी म्हटले आहे,

''काळ आणि अर्थ यांच्या पोटातच पुरुष, लिंग-वचन हे विकार होतात..... लिंग व वचन या विकारांसंबंधीसुद्धा नाम व क्रियापद यांच्या दृष्टीने एक महत्त्वाचा फरक आहे. नाम वस्तू दाखविते. त्या वस्तूंत लिंग वास्तविक किंवा कल्पित असले, तरी मूलभूत व प्रत्यक्ष अशा स्वरूपाचे असते. क्रियापद क्रिया दाखविते. पण त्या क्रियेत लिंग-वचन ही मूलभूत नसतात, वस्तुसंबंधाने म्हणजेच नामासंबंधाने अप्रत्यक्ष व आगंतुक रीतीने येतात... पुरुष हा विकारही क्रियापदास बोलणारी व्यक्ती या दृष्टीने येतो. अर्थात वस्तूपासून म्हणजे नामापासून अप्रत्यक्षतः येतो.'' (सबनीस, पृ. १५१)

जेस्पर्सनने व सबनीसांनी मांडलेल्या या विचारांवरून नामाला लागणारे लिंग-वचन-प्रत्यय व धातूला लागणारे लिंग-वचन-प्रत्यय यांच्या वेगळेपणाची कल्पना स्पष्ट होते.

या सर्व विवेचनावरून एक गोष्ट स्पष्ट होईल की, लिंग-वचन-विकार म्हणताना

त्याचा विचार प्रामुख्याने नाम-सर्वनाम व फार तर विशेषण एवढ्याच शब्दजातींपुरता मर्यादित ठेवावा लागतो.

व्यवहारातील लिंगकल्पनेपेक्षा व्याकरणातील लिंगकल्पना वेगळी आहे. व्यवहारामध्ये फक्त सजीवांच्या संदर्भात लिंग विचारात घेतले जाते. निर्जीव वस्तूच्या संदर्भात लिंगकल्पना विचारात घेण्याचा प्रश्न उद्भवतच नाही. सजीवांच्या संदर्भातही पुल्लिंग व स्त्रीलिंग या दोन जातींचाच विचार करावा लागतो. व्याकरणात मात्र नामांच्या लिंगावरून त्या नामाच्या ठिकाणी वास करणाऱ्या वास्तविक किंवा काल्पनिक पुंस्त्वाचा, स्त्रीत्वाचा किंवा उभयभिन्नत्वाचा बोध होतो. हे पुंस्त्व, स्त्रीत्व वा उभयभिन्नत्व याचा बोध त्या नामांच्या वाक्यातील प्रयोगावरून होतो.

मराठीमध्ये तीन लिंगे मानलेली आहेत : पुल्लिंग, स्त्रीलिंग व नपुंसकलिंग. ज्या नामाच्या वाक्यातील प्रयोगावरून त्याच्या अर्थाच्या ठिकाणी असलेल्या वास्तविक वा काल्पनिक पुरुषत्वाचा बोध होतो, ते पुल्लिंगी नाम होय. अशाच प्रकाराने स्त्रीलिंगाची व्याख्या सांगता येईल. नपुंसकलिंगाच्या व्याख्येमध्ये उभयभिन्नत्वाचा बोध होणे या लक्षणाचा निर्देश करायला पाहिजे.

या सर्व लक्षणांमध्ये 'वास्तविक व काल्पनिक' असा निर्देश मुद्दाम केला आहे. व्यवहारामध्ये निर्जीव वस्तूला कोणतेही लिंग संभवत नाही; पण भाषेच्या व्यवहारामध्ये निर्जीव वस्तूंनाही कोणते तरी लिंग संभवते, असे मानले जाते. निर्जीव वस्तूंच्या ठिकाणी जाणवणारी ही लिंगकल्पना पूर्णपणे काल्पनिक असते, पण भाषेत ती गृहीत धरलेली असते. व्याकरणदृष्टीने सजीव-निर्जीव हा प्रश्नच उद्भवत नाही. सजीव असो, निर्जीव असो– व्याकरणात ही गोष्ट लक्षात घेण्याची गरज भासत नाही. वास्तविक पुल्लिंगी नामाला जे विकार होत असतील, तेच विकार काल्पनिक पुल्लिंगी नामालाही होतात.

ही काल्पनिक लिंगकल्पना भाषेमध्ये कशी आली असेल, याचा विचार गुंजीकरांनी केला. त्यांनी म्हटले की, शब्दांच्या किंवा नामांच्या संबंधाने लिंगव्यवस्था उत्पन्न होण्यापूर्वी, माणसाच्या मनामध्ये निरनिराळ्या पदार्थांच्या संबंधाने लिंग-व्यवस्था उत्पन्न झाली असावी. प्राणिमात्रांमधील स्त्री-पुरुषभेदाच्या अवलोकनाने त्याच्या सर्व मानसिक व्यवहारातही त्या व्यवस्थेचे पडसाद उमटले. उग्रता, पराक्रम, काठिण्य, भयानकता या लक्षणांचा संबंध पुरुषजातीशी जोडून ज्या-ज्या पदार्थांमध्ये त्याला ही लक्षणे जाणवली, तद्दर्शक नामांना त्यांनी पुल्लिंगी म्हटले. ज्यामध्ये सौंदर्य, चपलता, मार्दव, कोमलता इत्यादी लक्षणे दिसली; ते पदार्थ स्त्रीवाचक झाले. जे कित्येक पदार्थ साहित्यवाचक दिसले किंवा ज्यांच्यामध्ये स्वातंत्र्यादी गुण फार थोडे आढळले, त्यांना नपुंसकत्व आले. पुल्लिंगी शब्दांच्या उच्चारामध्ये

कठोरता व स्त्रीलिंगी शब्दांच्या उच्चारामध्ये मार्दव आले. एवढेच नव्हे, तर त्यांना जे प्रत्यय लागतात, त्यामध्येही कठोरत्व-कोमलत्वादी प्रकार दिसतो. विसर्गमय कठोर उच्चाराचा प्रत्यय हा पुल्लिंगी नामांसाठी– मार्दवयुक्त प्रत्यय स्त्रीलिंगी नामांसाठी आणि निर्बलत्व दाखविणारा अम् हा प्रत्यय नपुंसक नामांसाठी, अशी प्रत्ययांची व्यवस्था संस्कृतमध्ये दिसते. (गुंजीकर, पृ. २३३, २३४).

या अवलोकनावरून त्यांनी खालीलप्रमाणे निष्कर्ष काढला :

"या भाषांमधील लिंगव्यवस्थेचा निरलसपणें शोध करणारा जर कोणी उभा राहील, तर त्या लोकांची सामाजिक स्थिति आरंभीं कशी होती, आणि कोणकोणत्या क्रमानें तिजमध्यें कसकसें अंतर पडत चाललें, याचा बराच उत्तम इतिहास त्या शोधापासून अवश्य निष्पन्न होईल." (गुंजीकर, पृ. २३२)

काही भाषांमध्ये तीन लिंगे आहेत. हिंदीसारख्या काही भाषांमध्ये पुल्लिंग व स्त्रीलिंग ही दोनच लिंगे आहेत. हिंदी, बंगाली, अरबी, फ्रेंच इत्यादी भाषांमध्ये प्रत्येक निर्जीव वस्तूच्या संदर्भात पुरुषत्वाची किंवा स्त्रीत्वाची कल्पना असल्यामुळे, त्या भाषांमध्ये केवळ दोनच लिंगे मानलेली आहेत. इंग्रजीत तीन लिंगे असली, तरी त्या भाषेतील लिंगव्यवस्था संस्कृत-मराठीपेक्षा भिन्न आहे. इंग्रजीत प्राणिवाचक शब्दांपैकी पुरुषत्वद्योतक ते पुल्लिंगी, स्त्रीत्वद्योतक ते स्त्रीलिंगी व इतर सर्व म्हणजे अप्राणिवाचक शब्द ते बहुधा नपुंसकलिंगी अशी व्यवस्था आढळते. पण ही व्यवस्थाही इंग्रजीत काटेकोरपणे पाळलेली दिसत नाही. म्हणूनच लिंगव्यवस्थेबद्दल जेस्पर्सनने पुढील विचार व्यक्त केला. त्याने म्हटले आहे :

"The distribution of word into these three classes is partly rational, partly irrational- It is rational in so for as many names of male being are of the masculine gender, many names of female beings femine, and many names of sexless things neuter. But by the side of this, we find in some cases, names of male beings as feminines or neuters, names of things or ideas without a natural sex as either feminines or masculines." (जेस्पर्सन, पृ. २२८)

पुरुष प्राणिवाचक शब्द हे स्त्रीलिंगी किंवा नपुंसकलिंगी असणे, स्त्रीप्राणिवाचक शब्द हे पुल्लिंगी किंवा नपुंसकलिंगी असणे किंवा ज्या शब्दांमधून स्त्री-पुरुषत्व व्यक्त होत नाही, असे शब्द पुल्लिंगी किंवा स्त्रीलिंगी असणे हे तर्कविसंगत आहे. या तर्कविसंगतीप्रमाणेच त्यांना लिंगव्यवस्थेमध्ये दुसराही एक दोष जाणवला. तो पुढीलप्रमाणे :

"But the main problem remains, why is this classification

extended to all words, even where it is not possible to see any connection with natural sex? Why, to take only one instance, is the common Aryan word for`foot' m, while the various unconnected words for `hand' are f.? Words for`table, thought, fruit, thunder,' etc., are in one language m., in another f. It is certainly impossible to find any single governing principle in the chaos." (जेस्पर्सन, पृ. २२८.)

जो शब्द एका भाषेत पुल्लिंगी आहे, तो दुसऱ्या भाषेत स्त्रीलिंगी किंवा याच्या उलट– असे का, याचे उत्तर मिळू शकत नाही. गुंजीकरांच्या वर दिलेल्या विचारानुसार एवढेच म्हणता येईल की, त्या विशिष्ट शब्दामध्ये कठोरता जाणवली असेल, म्हणून तो शब्द त्या भाषेत पुल्लिंगी आणि दुसऱ्या एखाद्या भाषेमध्ये (म्हणजे ती भाषा बोलणाऱ्या समाजाला) त्या विशिष्ट शब्दामध्ये इतर शब्दांच्या तुलनेने मृदुता जाणवली असेल, म्हणून त्या भाषेत तो शब्द स्त्रीलिंगी समजला जात असेल. गुंजीकरांनी पुढे असे म्हटले आहे की, हजारो वर्षांच्या काळामध्ये निरनिराळ्या कारणांनी भाषेत जे निरनिराळे शब्द येत गेले, त्या–त्या प्रसंगी त्या–त्या शब्दांचा त्या–त्या समाजाच्या मनावर कठोर-मृदुत्वाचा ठसा कसकसा उमटत गेला असेल, ते समजण्याला चांगले साधन नाही. म्हणून भाषेमधील ही लिंगदृष्ट्या असलेली विसंगती आपणांस समजून घेता येत नाही. (गुंजी., पृ. २३४) काहीही असो; या प्रकारच्या अपवादक उदाहरणांमुळे लिंगव्यवस्थेच्या अर्थदृष्टीने दिलेल्या स्पष्टीकरणामध्ये उणीव निर्माण होते.

मराठीमध्ये तीन लिंगे मानली जातात. पण दादोबांच्या मते, सामान्य लिंग हे चौथे लिंग मानण्याची आवश्यकता मराठीला आहे. त्यांची सामान्य लिंगाची कल्पना - 'ज्या नामावरून वर सांगितल्या कोणत्याही लिंगाचा ज्या काळी एखाद्या वाक्यामध्ये निश्चय करिता येत नाही, त्या काळी त्याचे सामान्य लिंग म्हणावे' - या सामान्य लिंगाच्या व्याख्येवरून स्पष्ट होते. सामान्य लिंगाची उदाहरणे म्हणून त्यांनी मी, तू, मित्र, पक्षी ही उदाहरणे दिली आहेत. (दादोबा, पृ. २७) पण त्यांची सामान्य लिंगाची कल्पना अनावश्यक आहे. मी, तू सारखी सर्वनामे तीनही लिंगी सारखीच असतात. पण पूर्वापारसंबंधाने त्यांचा लिंगनिर्णय होऊ शकेल. तसे होत नसेल, तर त्या ठिकाणी त्या सर्वनामाचे लिंग अनिश्चित आहे, असे म्हणावे. त्यासाठी चौथे लिंग मानण्याची गरज नाही. पक्षी व मित्र हे शब्द मराठीत तरी पुल्लिंगी आहेत.

भाषेत काही शब्द हे दोन किंवा तीन लिंगांमध्ये आढळतात. मनुष्य पुल्लिंगी व नपुंसकलिंगी, पोर- तीनही लिंगी. अशा शब्दांचे कोणते लिंग मानायचे? या नामांचा निर्देश तीनही लिंगी किंवा दोन लिंगी होत असला, तरी भाषेतील त्याचा

उपयोग हा एकाच लिंगी झालेला असतो. म्हणून कोणत्याही ठिकाणी त्या नामाला सामान्य लिंगी शब्द म्हणण्याची आवश्यकता राहणार नाही.

कोणत्याही नामाचे लिंग ओळखण्याची खूण कोणती, हा प्रश्न सोडविल्याशिवाय कोणतीही भाषा व्यवस्थितपणे बोलता येणार नाही. प्रत्येक भाषेची लिंगव्यवस्था भिन्न असते. ही भिन्नता निर्जीव वस्तूंच्या संदर्भात लक्षात घ्यावी लागते. अर्थदृष्टीवरून लिंगनिश्चिती करता येत नाही, हे वरील विवेचनात लक्षात घेतले. वृक्ष आणि झाड, आड आणि विहीर, रस्ता आणि सडक इ. शब्द एकाच अर्थाचे असूनही यांची लिंगे निरनिराळी आहेत. देह, तनू, शरीर; ग्रंथ, पोथी, पुस्तक; देव, देवता, दैवत अशा काही शब्दांची एकाच अर्थी तीनही लिंगी रूपे भाषेमध्ये रूढ आहेत. म्हणून दामलेंनी या उदाहरणांवरून निष्कर्ष काढला :

"एवंच अप्राणिवाचक नामाचें लिंग अर्थाप्रमाणें ठरविण्याचा प्रयत्न करणें म्हणजे बहुतेक वाऱ्याचीच मोट बांधण्याचा प्रयत्न करण्यासारखा आहे." (दामले, पृ. २७३)

जीविक लिंग व भाषिक लिंग यांचा सुतराम् संबंध नाही. हे प्रथमदर्शनी चमत्कारिक वाटेल, परंतु पुष्कळशा भाषांमधील ही वस्तुस्थिती नाकारता येत नाही. प्रत्यय किंवा अंत्याक्षर या मार्गाने त्यांच्यात व्यवस्था शोधण्याचा प्रयत्न करता येतो. त्या शब्दाचा अर्थही क्वचित त्याच्या लिंगाबद्दल कल्पना देऊ शकतो. पण हे सगळे मार्ग अपुरे आहेत. लिंगकल्पनेबद्दल असे म्हणता येईल की, त्यांना एकत्र आणणारी सूत्रे अनेकविध असू शकतील, असे म्हणून 'मराठी भाषेचे मूळ'मध्ये विश्वनाथ खैरे म्हणतात की जीविक लिंग, सजीव-निर्जीव भेद, आकार, परिणाम, अमूर्तता-मान अशी काही अर्थदृष्टीने संगती शोधता येते. पण कित्येक शब्दांच्या संदर्भात संगतिशून्यता आणि अनियमितता याचेच प्रत्यंतर येते. (खैरे, पृ. १८, २३२)

दक्षिण भाषांच्या संदर्भात लिंगव्यवस्थेबद्दल भाषासंशोधक 'काल्डवेल' यांनी म्हटले आहे की, 'भारत-युरोपीय भाषांमध्ये निर्जीव वस्तूंना आणि अमूर्त कल्पनांनासुद्धा लिंगभेद दिलेले आढळतात... ही खास पद्धत म्हणजे भारत-युरोपीय मनाच्या अतिशय कल्पक व काव्यात्मक स्वभावाची साक्ष आहे. अस्तित्वात असलेल्या सर्व गोष्टींना केवळ सजीवताच नव्हे, तर व्यक्तिरूप देणारी ही कल्पना आहे.' अर्थातच, याचा संबंध भारतीय आध्यात्मिक प्रवृत्तीशी जोडता येईल.

गुंजीकरांनी व्युत्पत्तिदृष्ट्या लिंग सांगण्याचा प्रयत्न केला. त्यांच्या मते, संस्कृतमधील लिंगानुसार मराठीत तत्सम व तद्भव शब्दांचे लिंग बहुधा असते. पण हा मार्गही शब्दाचे निश्चित लिंग कोणते, ते सांगण्यास असमर्थ आहे. कारण मूळ संस्कृतातील

लिंग तरी कसे जाणावे? तेही मराठी शब्दांच्या लिंगाइतकेच स्वैर व बेबंद आहे.

दादोबांनी तिसरा एक मार्ग सांगितला आहे. ज्या नामांमागे 'तो' हे सर्वनाम लागते, ती सर्व पुल्लिंगी नामे; ज्या नामांमागे 'ती' हे सर्वनाम लागते, ती सर्व स्त्रीलिंगी नामे; ज्या नामांमागे 'ते' हे सर्वनाम लागते, ती सर्व नपुंसकलिंगी नामे समजावीत. (दादोबा, पृ. २७) पण ज्यांना मराठी भाषा येते, त्यांना या नियमाचा उपयोग; इतरांना हा नियम देऊन काही उपयोग नाही. प्रचार किंवा शिष्ट लोकव्यवहार हा एकच मार्ग लिंगव्यवस्था समजून घेण्याचा योग्य मार्ग आहे. (दामले, पृ. २७४)

नामाचे अंत्याक्षर व नामाला लागणारे प्रत्यय यांच्यावर हा लोकव्यवहार काही प्रमाणात अवलंबून असतो. म्हणून या दोनच मार्गांनी लिंगविषयक नियम देता येतात. हे नियम प्रामुख्याने निर्जीव वस्तूंच्या संदर्भात येतात. प्राणिवाचक नामांपैकी सर्वसाधारणपणे पुरुषवाचक नामे पुल्लिंगी व स्त्रीवाचक नामे स्त्रीलिंगी आढळतात. दारा, सखीजन इत्यादी काही शब्द स्त्रीवाचक असूनही पुल्लिंगी आणि कलत्र, कुटुंब इत्यादी काही शब्द स्त्रीवाचक असूनही नपुंसकलिंगी आढळतात. तसेच हत्ती, वाघ, पक्षी हे शब्द कोणतीच एक जाती निश्चित सांगत नसूनही पुल्लिंगीच आहेत; घार, मैना, घोरपड इत्यादी सामान्य जातिवाचक शब्द स्त्रीलिंगी आहेत.

निर्जीव वस्तूंच्या संदर्भातील अंत्याक्षरावरून नियम देता येतात.

ज्या मराठी नामाच्या अंती बिंदू येतो, ती सारी नपुंसकलिंगी जाणावीत. पण हा नियम आजच्या मराठीला लागू शकत नाही, कारण आजच्या मराठीत अनुच्चारित अनुनासिक मानत नाहीत.

आकारान्त आणि ईकारान्त नामे स्त्रीलिंगी असतात; गंगा, तारा, नदी इत्यादी.

प्रत्ययांवरून नियम देता येतात. उदा.–

(१) भाववाचक नामांच्या संदर्भात - पण, पणा, ई, ता, गिरी, त्व इत्यादी या प्रत्ययांवरून लिंग ठरते.

(२) धातुसाधित नामांच्या संदर्भात - आ, ई, ती इत्यादी प्रत्ययांवरून लिंग ठरते.

आ व आव प्रत्ययान्त नामे पुल्लिंगी असतात. वेढा, भराव, जमाव इ.

फारसी, अरबी, इंग्रजी इत्यादी परक्या भाषांतून आलेल्या शब्दांबद्दल कोणताही निश्चित नियम सांगता येत नाही. कचेरी (स्त्री.), हपीस (नपुं.), क्रम (पु.).

काही शब्द दोन-तीन लिंगीही आढळतात. कार्ड (पु. स्त्री. नपुं.)

लिंगविचारामध्ये लिंग कसे ओळखावे हा एक विभाग असतो; आणि पुल्लिंगी शब्दाचे स्त्रीलिंगी शब्द कसे तयार होतात, मूळ पुल्लिंगी शब्दाचे स्त्रीलिंगी व नपुंसकलिंगी रूप कसे तयार होते, हा दुसरा विभाग होय.

(१) सामान्यत: पुल्लिंगी नामास 'ई' किंवा 'ईण' लागून स्त्रीलिंगी रूप साधले जाते आणि 'ए' लागून नपुंसकलिंगी रूप साधले जाते.

पु.	**स्त्री.**	**नपुं.**	
घोडा	घोडी	घोडे	
पोरग	पोरगी	पोरगे	- (अशा उदाहरणातील नपुंसकत्व हे केवळ क्षुद्रताद्योतक आहे.)

मात्र मराठीत काही प्राण्यांसंबंधाने आणि मनुष्यसंबंधाने पुल्लिंगी व तदर्थक स्त्रीलिंगी नामे एकमेकांपासून पूर्णपणे वेगवेगळी असतात. दीर-जाऊ, बाप-आई इत्यादी.

कोणतीही नियमावली लिंगव्यवस्थेच्या दृष्टीने अत्यंत अपुरी आहे. एवढेच नियम लक्षात घेणाऱ्या व्यक्तीला मराठी भाषा चांगल्या प्रकारे बोलता येईल, असे खात्रीने म्हणता येणार नाही.

३. वचनविचार

लिंगव्यवस्था लक्षात घेत असताना, वचनासंबंधीचाही पुष्कळसा विचार आपोआपच झाला आहे. विशेषत: धातूंच्या संदर्भात होणारा वचन या कल्पनेचा अर्थ लक्षात घेतल्यास लिंगविचाराप्रमाणे वचनविचारही नाम-सर्वनाम यांच्या संदर्भातच समजून घेणे कसे आवश्यक आहे, हे स्पष्ट होईल.

सर्व विकारी शब्दांच्या ठिकाणी प्रामुख्याने नाम-सर्वनामांच्या ठिकाणी संख्या सुचविण्याचे सामर्थ्य असते. मुलगा किंवा तो इत्यादी शब्द उच्चारताच एकत्वाची जाणीव होते; मुलगे, ते इत्यादी शब्द उच्चारताच अनेकत्वाची जाणीव होते. या शब्दांच्या ठिकाणी संख्या सुचविण्याचा हा जो धर्म आहे, त्यालाच वचन असे म्हणतात. मराठीत शब्दाचे एकवचन हेच त्या शब्दाचे सामान्यपणे मूळ रूप समजतात (घोडा या नामाबद्दलचे लिंगविचारातील विवेचन लक्षात घ्यावे) आणि त्याला त्याच्या अंत्याक्षरावरून अनेकवचनदर्शक कोणते प्रत्यय लागतात, याचा विचार वचनविचारात केलेला असतो. कोणतेही नाम जेव्हा एक संख्या दाखविते, म्हणजे त्याजपासून तद्दर्शक एकत्वाचा बोध होतो; तेव्हा ते नाम एकवचनी असते. तर, जेव्हा नामाच्या रूपावरून एकापेक्षा अधिक संख्येचा बोध होतो, म्हणजे त्यापासून तद्दर्शक अर्थाच्या अनेकत्वाचा बोध होतो; तेव्हा त्या नामाला अनेकवचनी म्हणतात. एकवचन दर्शविण्यासाठी नामाला कोणताही प्रत्यय लागण्याची गरज नसते, पण अनेकवचन दर्शविण्यासाठी नामाला कोणता तरी प्रत्यय लागतो.

प्रत्येक पुल्लिंगी शब्दाला कोणता तरी प्रत्यय लागून त्याचे स्त्रीलिंगी किंवा

नपुंसकलिंगी रूप होतेच, असे नाही. पण प्रत्येक एकवचनी शब्दाला वचनदर्शक (म्हणजे अनेकवचनदर्शक) प्रत्यय लागून अनेकवचन होतेच.

वचनविचार हा विभक्तिविचारात गुंतलेला असतो. त्यामुळेच प्रत्येक विभक्तीचे दोन्ही वचनांचे प्रत्यय मराठीत विभक्तींच्या तक्त्यामध्ये द्यावे लागतात. शास्त्राच्या सोईसाठी आपणास वचन व विभक्ती यांचा विचार एकत्रितपणे न करता, वेगवेगळा करावा लागतो; तो तसा करताना, प्रामुख्याने फक्त प्रथमा विभक्तीचा वचनविचार आपण करतो. वस्तुत: कुत्र्यास, कुत्र्याने या विभक्तिप्रत्यययुक्त नामांचे कुत्र्यांना, कुत्र्यांनी ही अनेकवचने आहेत. वचनविचारात या उदाहरणांचा उल्लेख व्याकरणकार करीत नाहीत. पण संस्कृतमध्ये मात्र विभक्तीबरोबरच वचनाचा विचार होतो. याचे कारण संस्कृतमध्ये मूळ रूप हे प्रथमेच्या एकवचनापासून वेगळे असते. त्याला एकवचनाचेही प्रत्यय लागतात. मराठीत प्रथमा एकवचनाचे प्रत्यय नाहीत. अनेक-वचनाचे वेगळे प्रत्यय आहेत; आणि द्वितीयादी विभक्तीचे प्रत्यय लागताना नामाचे जसे सामान्यरूप होते, तसे अनेकवचनाचा प्रत्यय लागताना होत नाही. म्हणजे घोडा या नामाचे घोड्या हे सामान्यरूप प्रथमेच्या व्यतिरिक्त इतर सर्व विभक्तींच्या दोन्ही वचनी जाणवते. फक्त प्रथमेच्या एकवचनी व प्रथमेच्या अनेकवचनी ते रूप दिसत नाही. यासाठी मराठीत अनेकवचन समजून घेणे व तेही केवळ प्रथमेच्या संदर्भात, हे आवश्यक आहे.

मराठीत केवळ दोनच वचने आहेत. संस्कृत, झेंद, अरबी, हिब्रू इत्यादी काही भाषांमध्ये तीन वचने आहेत. एकवचन, द्विवचन व बहुवचन. मराठीत द्विवचन नसल्याने एकवचन व (एक नाही, ते) अनेकवचन अशी दोनच वचने आहेत. गुंजीकरांनी अनेकवचन या संज्ञेला विरोध केला. संस्कृतमध्ये बहुवचन ही संज्ञा आहे व अनेकवचन ही संज्ञा नाही. दामलेंसारख्या काही व्याकरणकारांच्या मते, मराठीत द्विवचन नसल्याने अनेकवचन ही संज्ञा योग्य आहे. पण त्यांच्या मते, बहुवचन या संज्ञेमध्ये दोन पदार्थांच्या अर्थाचेही ग्रहण होते, असे सांगितले म्हणजे झाले. शिवाय,

''पुन: 'अनेक' या शब्दाचा अर्थ दिसण्यात जरी 'एकाहून अधिक' इतकाच कित्येकांना वाटतो, तरी वास्तविकपणें तसाच त्यामध्यें अर्थ नाहीं. 'अनेक' म्हणजे निदानपक्षीं तीन किंवा तीहींहून अधिक असाच अर्थ आहे. म्हणून संस्कृतामध्ये 'अनेक' या शब्दाचा प्रयोग द्विवचनीं नाहीं, 'अनेके' असा बहुवचनींच होतो.'' (गुंजीकर, पृ. २६१)

गुंजीकरांच्या या विचारात तथ्य नाही. कारण 'अनेक' या संज्ञेत द्विवचन हा अर्थ व त्यापेक्षाही 'एक नाही, ते' सर्व येते. अनेकवचनाला विरोध करताना त्यांनी पुढे म्हटले की– अर्धा, पाऊण इत्यादींनाही 'एक नाही, ते' या अर्थाने अनेक म्हणावे

लागेल. म्हणून ही संज्ञा अशास्त्रीय आहे. पण आज मराठीत बहुवचन या संज्ञेपेक्षा अनेकवचन हीच संज्ञा रूढ झाली आहे, हे निश्चित.

वचनविषयक नियम लक्षात घेण्यासाठी प्रथमतः हे लक्षात घेतले पाहिजे की, मराठीत प्रत्येक लिंगी कोणकोणत्या प्रकारची स्वरान्त नामे आहेत आणि त्यांची अनेकवचने होताना अंत्याक्षराला कोणता विकार होतो. मराठीत साधारणपणे व्यंजनान्त नामे नाहीत.

लिंगनियमांपेक्षा वचननियम हे अधिक व्यवस्थितपणे सांगता येतात. हे वचन-विकार प्रामुख्याने सामान्यनामांच्या संदर्भात मानावे लागतात. विशेषनामे व भाववाचक नामे ही प्रकृतीनेच एकवचनी असतात, म्हणजे वचनक्षम नसतात. त्यांचा जेव्हा सामान्यनामांप्रमाणे उपयोग करायचा असतो, तेव्हा त्यांचे अनेकवचन संभवते.

४. समारोप

लिंगविकार व वचनविकार हे विभक्तिविकारात एकत्रित झालेले असतात. जसा विभक्तिविकार भाषिक पातळीवर लक्षात घ्यायचा असतो, तसाच लिंग-वचन-विकारही भाषिक पातळीवर मानायचा असतो. लिंगाचा जीवसृष्टीशी व वचनाचा वास्तवातील वचनांशी मेळ घालता कामा नये.

लिंगव्यवस्थेची नियमावली शोधणे अवघड आहे. तिच्यात नियमांपेक्षा अपवादच अधिक. त्या तुलनेत वचननियमात सुसूत्रता आहे.

संस्कृतपेक्षा मराठी लिंगव्यवस्था थोडी वेगळी होऊ लागलेली आहे. जसे– संस्कृतमध्ये अकारान्त स्त्रीलिंगी शब्द नसतात आणि आकारान्त पुल्लिंगी व नपुंसकलिंगी शब्द नसतात, केवळ स्त्रीलिंगीच शब्द असतात; अशी वर्गवारी मराठीत नाही. तत्सम-तद्‌भव शब्दांच्या लिंग-वचनामध्ये संस्कृतचे अनुसरण आहे. पण इंग्रजी, अरबी, द्राविडी भाषांतून आलेल्या शब्दांच्या लिंगाची निश्चिती करणे अवघड आहे. ती पावडर, की तो पावडर....

संस्कृतपेक्षा वचनव्यवस्थेतही मराठीत वेगळेपणा आहे. मराठीत दोनच वचने आहेत. मूळ शब्द व एकवचनाचे रूप हे एकच असते. म्हणून प्रत्यय फक्त अनेकवचनाचा असतो.

❖

विकरणविकार-आख्यातविकार

(१) प्रास्ताविक, (२) आख्यात ही संज्ञा, (३) व्याकरणातील काळ-कल्पना, (४) व्याकरणातील अर्थकल्पना, (५) आख्याताचा निकष : प्रत्यय, की अर्थ? (६) आख्यातसंख्या, (७) आख्यातांची नावे, (८) आख्यातार्थ, (९) समारोप.

---

१. प्रास्ताविक

धातूपासून क्रियापद बनताना धातूला जे प्रत्यय लागतात, त्यांना 'आख्यात-प्रत्यय' असे म्हटले जाते. उदा.– करते, केले, करावे, करील, करतो इत्यादी क्रियापदांमध्ये 'करणे' या धातूला 'ते, ले, आवे, ईल, तो' हे प्रत्यय लागून क्रियेसंबंधी काळ आणि विध्यर्थादी अर्थ व्यक्त केले जातात. त्यांना आख्यातप्रत्यय असे म्हणतात.

ज्याप्रमाणे नाम आणि सर्वनाम या दोन शब्दजातींना विभक्तीचे प्रत्यय लागतात, त्याप्रमाणेच धातूला आख्यातप्रत्यय लागतात. जसे नामाला विभक्तिप्रत्यय लागल्यामुळे पदत्व प्राप्त होते, तसेच धातूला आख्यातप्रत्यय लागल्यामुळे पदत्व प्राप्त होते. विभक्तिप्रत्यय आणि आख्यातप्रत्यय या दोन्ही प्रकारच्या प्रत्ययांना संस्कृतमध्ये 'विभक्तिप्रत्यय' अशी एकच संज्ञा आहे. मराठीत मात्र या दोन्ही संज्ञा रूढ आहेत.

धातूला लिंग, वचन, पुरुष, काळ, अर्थ इत्यादींचे दर्शक प्रत्यय लागतात. यांपैकी केवळ काळ व अर्थ यांचे दर्शक असलेल्या प्रत्ययांनाच 'आख्यात' ही संज्ञा योजली जाते. मराठीने 'आख्यातप्रत्यय' ही संज्ञा संस्कृतवरून घेतली.

जशी मराठीतील विभक्तिसंख्या व त्यांची प्रत्ययसंख्या निश्चित आहे, तसे आख्यातांच्या संख्येबद्दल व त्यांच्या प्रत्ययांबद्दल निश्चितपणे सांगणे अवघड

आहे. विभक्तिविकाराचा जितका विचार झाला, तितका आख्यातविकाराचा विचार झाला नाही. नामाला विभक्तिप्रत्यय लागल्याने कर्ता, कर्मादी कारकार्थ सांगणारी पदे सिद्ध होतात आणि धातूला आख्यातप्रत्यय लागल्याने क्रियापद सिद्ध होते. हे प्रत्यय किती प्रकारचे असतात, हे प्रत्यय कोणती कार्ये करतात; याचा विचार प्रथमतः संस्कृतातील आख्यातव्यवस्थेच्या (दहा लकारांच्या) आधारे होऊ लागला. संस्कृतमध्ये धातूला लागणाऱ्या प्रत्ययांचे एकंदर दहा गट मानले गेले. मराठीत त्याच धर्तीवर गट मानण्याचा प्रयत्न करताना, त्याला इंग्रजीतील तीन काळ व आज्ञार्थादी अर्थ या प्रकारांचा आधार मानला गेला. संस्कृतमध्ये वर्तमानकाळाचे तीन प्रकार, भूतकाळाचे तीन प्रकार व भविष्यकाळाचे दोन प्रकार, आज्ञार्थ व विध्यर्थ असे प्रत्ययांचे गट दिसतात. शिवाय परस्मैपदी व आत्मनेपदी प्रत्ययांची विभागणी वेगळी. (शिवाय, प्रथम ते दशम् गणांपर्यंतच्या धातूंच्या विभागणीत प्रत्येक गणाला एखादे दर्शक अक्षर. उदा.– प्रथम गण- अ, षष्ठी गण- अ, चतुर्थ गण- य, दशम गण- अव, इत्यादी). यामुळे धातूला लागणाऱ्या प्रत्ययांची संख्या विभक्तिप्रत्ययांच्या संख्येप्रमाणे विपुल होती. पण मराठीत मात्र ती मर्यादित झाली. सामान्यतः मराठीत ‘वर्तमानकाळ, भूतकाळ, भविष्यकाळ, रीतिभूतकाळ, आज्ञार्थ, विध्यर्थ, संकेतार्थ, स्वार्थ’ ही आख्याते मानली जातात.

(वर्तमानकाळ)

पुरुष	**एकवचन**	**नपुं**	**बहुवचन**
प्रथम	तो, त्ये, ते	ते	तो
द्वितीय	तोस, त्ये, तेस, तीस	तेस	ता
तृतीय	तो, त्ये, ते, ती	ते	तात

(भूतकाळ)

	पुल्लिंगी		**स्त्रीलिंगी**		**नपुंसकलिंगी**	
पुरुष	एकवचन	अनेकवचन	एकवचन	अनेकवचन	एकवचन	अनेकवचन
प्रथम	लो	लो	ल्ये, ले	लो	ले	लो
द्वितीय	लास	ला, लात, लेत	लीस	ला, लात, ल्यात	लेस	ला, लीत, लीत
तृतीय	ला	ले	ली	ल्या	ले	ली

(भविष्यकाळ)

पुरुष	एकवचन	अनेकवचन
प्रथम	ईन (सकर्मक), एन (अकर्मक)	ऊ
द्वितीय	शील	आल
तृतीय	ईल (सकर्मक), एल (अकर्मक)	तील

(रीतिभूतकाळ)

पुरुष	एकवचन	अनेकवचन
प्रथम	ई (सकर्मक), ए (अकर्मक)	ऊ ओ
द्वितीय	स	आ
तृतीय	ई (सकर्मक), ए (अकर्मक)	त

(आज्ञार्थ)

पुरुष	एकवचन	अनेकवचन
प्रथम	ऊ (ओ)	ऊ (ओ)
द्वितीय	ई, ए	आ
तृतीय	ऊ, ओ	ऊत, ओत

(विध्यर्थ)

	पुल्लिंगी		स्त्रीलिंगी		नपुंसकलिंगी	
पुरुष	एकवचन	अनेकवचन	एकवचन	अनेकवचन	एकवचन	अनेकवचन
प्रथम	आवा	आवे	आवी	आव्या	आवे	आवी
द्वितीय	आवास	आवे,आवेत	अवीस	आव्या,आव्यात,	आवेस	आवी,आवीत
तृतीय	आवा	आवे,आवेत	आवी	आव्या,आव्यात,	आवे	आवी,आवीत

(संकेतार्थ)

	पुल्लिंगी		स्त्रीलिंगी		नपुंसकलिंगी	
पुरुष	एकवचन	अनेकवचन	एकवचन	अनेकवचन	एकवचन	अनेकवचन
प्रथम	तो	तो	त्ये, ते	तो	ते	तो
द्वितीय	तास	ता, तेत	तीस	ता, त्यात	तेस	ती, तीत
तृतीय	ता	ते	ती	त्या	ते	ती

धातूला दोन प्रकारचे प्रत्यय लागतात. (१) धातूपासून क्रियापद बनविणारे व (२) धातुसाधित अव्यये सिद्ध करणारे. उदा.– ताना, ता, ऊन, ऊ, ईत, णार, ता-ता, इत्यादी. (करताना, करता, करून, करू, करीत, करणार, करता-करता इत्यादी.)

आख्यातप्रत्ययांच्या संदर्भात निर्माण होणारे प्रश्न हे विभक्तिप्रत्ययांच्या संदर्भात निर्माण होणाऱ्या प्रश्नांसारखेच आहेत. उदाहरणार्थ –

(१) आख्याते ही प्रत्ययांवरून मानावीत, की अर्थावरून?

(२) आख्यातांची संख्या किती मानावी?

(३) आख्यातांची नावे अर्थपूर्ण असावीत, की निरर्थक?

(४) आख्यातप्रत्ययांची व्युत्पत्ती कोणती?

व्याकरणाच्या दृष्टीने व्युत्पत्तीचा प्रश्न फारसा महत्त्वाचा नसतो. पण या आख्यातांसंदर्भात व्युत्पत्तीच्या प्रश्नाला थोडेफार महत्त्व येते. मराठीमध्ये धातूला लागणारे हे प्रत्यय (अ) संस्कृतमधील धातूला लागणाऱ्या प्रत्ययांवरून आणि (आ) कृदन्त विशेषणावरून आलेले असतात. कृदन्त विशेषणावरून जे प्रत्यय साधलेले असतात, तेच लिंग व वचन हे दोन्ही स्वीकारतात.

इंग्रजी व संस्कृत वाक्यरचना पाहता, क्रियापदाला फक्त पुरुष व वचन यांचेच प्रत्यय लागत असतात; लिंगदर्शक प्रत्यय कधीही लागत नसतात.

उदा.– He / She / It walks - They walk - **(इंग्रजी)**

स: / सा / तद् गच्छति / ते गच्छन्ति - **(संस्कृत)**

पण **मराठीत** मात्र -

तो चालतो, ती चालते, ते (मूल) चालते - एकवचन.

ते चालतात, त्या चालतात, ती (मुले) चालतात - अनेकवचन.

तशीच स्थिती मराठीच्या भूतकाळाबद्दलही जाणवते.

लिंग-वचनाचे प्रत्यय लागण्याची ही प्रवृत्ती कोठून आली? भाषासंशोधकांच्या मताने, यांपैकी पुष्कळसे प्रत्यय संस्कृतमधील धातुसाधित विशेषणांवरून साधलेले आहेत. वर्तमानकाळवाचक धातुसाधित विशेषणे आणि कर्मणी भूतकाळवाचक धातुसाधित विशेषणे यांच्यापासून हे प्रत्यय सिद्ध झालेले असल्याने ते कर्त्याच्या लिंग-वचनांप्रमाणे बदलतात. कर्त्याच्या किंवा विशेष्याच्या लिंग-वचनाप्रमाणे बदलणे हा विशेषणाचा गुणधर्म व्युत्पत्तीच्या मार्गानेच या प्रत्ययांच्या ठिकाणी आलेला होता. म्हणून या प्रत्ययांनी साधलेल्या धातूंना क्रियापद न म्हणता विशेषणे म्हणावे, असे काही व्याकरणकारांचे मत पडले. थोडक्यात, या प्रत्ययांवरून साधलेल्या धातूंना क्रियापद म्हणावे की विशेषण म्हणावे, असा प्रश्न उपस्थित होतो.

आख्यातप्रत्ययांव्यतिरिक्त, धातूला लिंग-वचन-पुरुष यांचे प्रत्ययही लागतात.

याचा विचार 'लिंग-वचन-विकार' या प्रकरणात केला आहे. त्याचप्रमाणे धातूला लागणारा प्रत्ययांचा आणखी एक गट म्हणजे रूप, भेद व प्रयोग हा होय. या प्रत्ययांपैकी रूप-भेददर्शक प्रत्यय मानण्याची आवश्यकता कशी नाही, हे 'धातुविचारात' स्पष्ट केले आहे. मराठीतील प्रयोगव्यवस्था पाहता; संस्कृतमध्ये जसे धातूला कर्मणी-भावे-प्रयोगदर्शक प्रत्यय लागले जातात, तसे मराठीत हे प्रत्यय लागत नाहीत. (याचा विचार प्रयोगप्रकरणात अधिक स्पष्ट होईल.) म्हणूनच केवळ काळ-अर्थ-दर्शक प्रत्ययांचा विचार आख्यात विकरणात महत्त्वाचा ठरतो. जसे विभक्तिप्रत्ययांमध्येच वचनदर्शक प्रत्यय अध्याहृत असतात, तसेच आख्यातप्रत्ययांच्या समवेतच लिंग-वचन-पुरुष-प्रत्यय असतात.

२. आख्यात : संज्ञा

आख्यात प्रत्यय म्हणजे काल-अर्थ-दर्शक प्रत्यय होय. चिपळूणकरांनी 'आख्यात' ही संज्ञा प्रथम योजली. हे आख्यातप्रत्यय धातूस लागून जी रूपे तयार होतात, त्यास क्रियापदे म्हणतात, असा निर्देश क्रियापदांची माहिती देत असताना चिपळूणकरांनी केला. मराठीमध्ये 'विभक्तिप्रत्यय' ही संज्ञा जितकी रूढ आहे, तितकी 'आख्यातप्रत्यय' ही संज्ञा रूढ झालेली नाही. म्हणूनच 'आख्यात' संज्ञा योजणे कसे आवश्यक आहे, हे पटवून देताना दामलेंनी म्हटले,

''नामास लागणाऱ्या चरमप्रत्ययांचे जे वर्ग आहेत, त्यांस मराठी व्याकरणात विभक्ति हें एक सर्वसाधारण नांव तरी आहे. परंतु धातूस लागणाऱ्या चरमप्रत्ययांचे जे वर्ग होतात, त्यांस सर्वसाधारणपणें असें एक नांवही प्रचारात नाहीं. त्यांपैकीं कांहींस काळ म्हणतात व कांहींस अर्थ म्हणतात... तेव्हां धातूस लागणाऱ्या चरमप्रत्ययांचे वर्गास सर्वसाधारण असें एक नांवही मराठींत प्रचारांत नाहीं, ही पहिली मोठी उणीव होय. ती आख्यात या शब्दानें भरून निघेल.'' (दामले, पृ. ७२९, ७३०)

ही संज्ञा योजण्यास सबनीसांनी पुढील कारणांसाठी विरोध केला.

(१) संस्कृतमध्ये आख्यात आणि विभक्ती या दोन्ही संज्ञा एकाच अर्थाने असल्याने मराठीने त्या भिन्न-भिन्न अर्थाने घेणे योग्य नाही.

(२) काळ आणि अर्थ या दोन संज्ञा असताना 'आख्यात' अशी नवी संज्ञा शोधण्याची आवश्यकताच नाही.

पण सबनीसांची ही कारणे महत्त्वाची वाटत नाहीत. संस्कृतमध्ये रूढ नसलेली संज्ञा मराठीमध्ये रूढ करू नये, असा कोणताही नियम नाही. तसेच काळ व अर्थ या दोन संज्ञा आहेत. दोन्हीही धातूला लागणारे प्रत्यय आहेत. त्या दोन्ही प्रकारच्या

प्रत्ययांचा समावेश होऊ शकेल, अशी एक संज्ञा असणे हे विचार करण्याच्या दृष्टीने सोईचे ठरते.

काळ व अर्थ या संज्ञा मराठीने इंग्रजीतील Tense व Mood यांना पर्यायी संज्ञा म्हणून घेतल्या. इंग्रजीत Tense व Mood या कल्पना तितक्याशा एकमेकींमध्ये मिसळलेल्या नाहीत; पण मराठीत मात्र अर्थ हा काळाचे उपविभाग किंवा काळ हे अर्थाचे उपविभाग असे मानून, दोन्ही प्रत्ययांना एकत्रित करण्याचा प्रयत्न जवळजवळ सर्व व्याकरणकारांनी केला.

काळ व अर्थ यांचा एकत्रित निर्देश करणारी आख्यातासारखी संज्ञा मराठीत रूढ नसल्याने एक फायदा झाला. जसे विभक्तींच्या संदर्भात विभक्तीचा निकष कोणता मानावा : प्रत्यय, की अर्थ? –हा वाद उपस्थित झाला, तसा काळ व अर्थ यांच्या संदर्भात वाद निर्माण झाला नाही. पुष्कळशा व्याकरणकारांनी काळ व अर्थ यांचे विवेचन करताना काळाच्या माहितीवर अधिक भर दिला.

३. व्याकरणातील काळकल्पना

वर्तमानकाळ, भूतकाळ व भविष्यकाळ हे तीन काळ (व काळदर्शक प्रत्यय) प्रत्येक भाषेत मानलेले असतात, तसेच मराठीतही हे तीन काळ मानलेले आहेत. पण काळाची विभागणी करता येते काय? काळ हा अखंड असतो. त्याची विभागणी कशी करता येईल? एक वेळ भूतकाळ व भविष्यकाळ ही विभागणी मानता येणारी आहे, पण वर्तमानकाळ कसा वेगळा काढता येईल? कारण वक्ता पूर्ण वाक्य उच्चारीत असतानाच त्या वाक्याचे कर्तादर्शक पद भूतकाळात जमा झालेले असते.

अर्थातच, क्रियापदाद्वारा जी कृती व्यक्त होत असते ती वर्तमानकालीन, भूतकालीन वा भविष्यकालीन असते; आणि ती कृती किंवा ती क्रिया जेवढी व्यापक, तेवढा वर्तमानकाळ (वा भूत-भविष्य) व्यापक ठरतो.

काळाच्या तीन विभागांची कल्पना देताना प्रत्येक व्याकरणकाराने साधारणपणे ज्या वेळी वक्ता बोलतो तो वर्तमानकाळ, त्याच्या पूर्वीचा तो भूतकाळ व नंतरचा तो भविष्यकाळ अशी काळाची विभागणी केली आहे. दामलेंनीही काळाचे विभाग करता येत नाहीत असे म्हणूनही, हे प्रकार याच पद्धतीने सांगितलेले आहेत. (दामले, पृ. ६८०, ६८१)

सबनीसांनी मात्र याला विरोध केला. त्यांच्या मते, काळाचे विभाग बोलणाऱ्यांच्या लहरीवर अवलंबून नसतात. 'शिवाजी इ. स. १९३० मध्ये जन्मला.' हे वाक्य कोणी कोणत्याही काळात उच्चारिले, तरी ते भूतकाळीच राहणार.

या सर्व व्याकरणकारांनी रीतिभूतकाळासह एकंदर चार काळ मानले आहेत. (दामले, पृ. ४३३, ४३४; सबनीस, पृ. १५५.)

व्याकरणातील कालदर्शक प्रत्यय व प्रत्यक्ष व्यवहारातील काळकल्पना यांचा एकमेकांशी असलेला संबंध लक्षात घ्यायला पाहिजे. काळकल्पना अखंड असली, तरी व्यवहाराच्या सोईसाठी तिचे विभाग पाडावे लागतात. व्यवहारात काळाचे तीन विभाग पुरेसे असतात. व्याकरणात मात्र रीतिभूतकाळ हा कालदर्शक प्रत्ययाचा गट मानण्याची आवश्यकता प्रत्येक मराठी व्याकरणाला वाटली आहे. म्हणजे तीन काळ, असे म्हणूनही प्रत्येक व्याकरणकाराने कालदर्शक गट चार मानले आहेत.

(१) **वर्तमान** तो काम करतो.
(२) **भूत** त्याने काम केले.
(३) **भविष्य** तो काम करील.
(४) **रीतिभूत** तो काम करी (करीत असे).

४. व्याकरणातील अर्थकल्पना

या ठिकाणी अर्थ ही संज्ञा इंग्रजीतील Imperative इत्यादी moods च्या अर्थाने योजलेली आहे. मराठीने आज्ञार्थ, विध्यर्थ, संकेतार्थ व स्वार्थ असे अर्थदर्शक प्रत्ययांचे तीन गट मानले आहेत.

आज्ञार्थ - तू काम कर, तो काम करो.
विध्यर्थ - त्याने काम करावे.
संकेतार्थ - जर तो अभ्यास करता, तर तो पास झाला असता/ जर तो अभ्यास करता, तर तो पास होता.
स्वार्थ - वर्तमान, भूत, भविष्य, रीतिभूत– हे चारही कालदर्शक प्रत्यय.

या सर्व ठिकाणी योजलेली अर्थ ही संज्ञा moods या अर्थी असली, तरी पुढे प्रत्ययाचा निकष शोधताना - (प्रत्यय, की अर्थ) योजलेला अर्थ हा शब्द moods किंवा meaning या अर्थी नाही; तर तेथे आख्याताचे जे चार काळ व चार अर्थ यांचा –म्हणजे आख्यातार्थ हा अर्थ अभिप्रेत आहे.

इतर व्याकरणकारांपेक्षा दामलेंनी केलेले अर्थविषयक (Moods) विवेचनही सुस्पष्ट आहे. त्यांनी म्हटले आहे,

"क्रियापदांनीं काळाचा व आज्ञा, उपदेश, अपेक्षा, इ. अनेक अर्थांचा बोध होतो. धातुरूपाच्या ज्या शक्तीनें काळाशिवाय हे अधिक अर्थ समजतात, त्या शक्तीस वैयाकरण अर्थ असे म्हणतात... वास्तविक म्हटलें म्हणजे, काळ हाही

एक अर्थ आहे आणि काळभेदानें किंवा अर्थभेदानें धातूंची रूपें बदलतात, ह्या म्हणण्यात कांहीच अर्थ नाही. कारण कीं, ज्याप्रमाणें एकाच आख्याताच्या रूपांचाही अनेक अर्थीं, किंवा आजकालच्या व्याकरण परिभाषेनें निरनिराळ्या काळीं व निरनिराळ्या अर्थीं उपयोग होतो.'' (दामले, पृ. ६८४)

दामलेंचे हे अर्थविषयक विवेचन पटण्यासारखे आहे.

५. आख्याताचा निकष : प्रत्यय, की अर्थ?

हा प्रत्ययांचा विचार १८२४ च्या पंडितत्रयांच्या व्याकरणामध्ये आढळतो. त्यांनी धातूला लागणाऱ्या प्रत्ययांचे काही विभाग केले. ते पुढीलप्रमाणे समजून घेता येतील.

(१)	ओतांत	(रीतिभूतकाळ)	**वर्तमानकाळ**
	तातांत	(वर्तमानकाळ)	
(२)	तेंत	(संकेतार्थ)	**भूतकाळ**
	लेंत	(भूतकाळ)	
	ओतांत	(रीतिभूतकाळ)	
(३)	तीलांत	(भविष्यकाळ)	**भविष्यकाळ**
	ऊतांत	(आज्ञार्थ)	
(४)	ऊतांत	(आज्ञार्थ)	**आज्ञार्थ**

(पंडितत्रय, पृ. ७६ ते १०१)

अशा प्रकारचा प्रत्ययांचा तक्ता पंडितत्रयांना संस्कृतमधील आख्यातदर्शक (दहा) लकारांच्या नावावरून सुचलेला असावा. यावरून अस्पष्टपणे हा होईना, प्रत्ययांकडे त्यांनी दिलेले लक्ष स्पष्ट होते. पण नंतर दामलेंपर्यंत कोणत्याही व्याकरणकारांनी या मुद्द्याकडे द्यावे तसे लक्ष दिले नाही. विशेषतः अर्थाच्या (Moods) व्याख्या तर अर्थावर आधारलेल्या असून प्रत्ययांकडे दुर्लक्ष करणाऱ्या आहेत.

कोणताच निश्चित निकष न योजणाऱ्या या आख्यातव्यवस्थेबद्दल गुंजीकरांनी पुढील उद्‌गार काढले आहेत :

''मराठी क्रियापदांची व्यवस्था वास्तविक पाहता फार घोटाळ्याची आहे, असे नाही. तथापि, ज्या पद्धतीने ती व्यवस्था करण्याचा प्रयत्न हल्ली प्रचारात आहे, ती पद्धतीच अशुद्ध असल्यामुळे क्रियापदांमध्ये फार अव्यवस्था दिसते.'' (गुंजीकर, पृ. १४९)

त्यांनी विभक्तिव्यवस्थेबद्दलही असेच उद्‌गार काढले आहेत.

जुन्या व्याकरणकारांनी प्रत्यय किंवा अर्थ असा एक निश्चित निकष मानला नाही, म्हणून दामलेंनी त्यांना दोष दिला आहे. त्यांनी म्हटले की, जर या व्याकरणकारांनी प्रत्यय हा निकष मानला असे म्हणावे; तर 'आहे', 'आहेत' या क्रियापदांच्या रूपांमध्ये वर्तमानकाळाचा एकही प्रत्यय नाही, तरी त्याला या सर्वांनी वर्तमानकाळ असे म्हटले आहे. वस्तुत: ती रूपे संकेतार्थाची आहेत व त्यांचा अर्थ वर्तमानकाळ आहे. दामलेंच्या मते, आख्याते ही केवळ प्रत्ययावरून मानावीत. त्यांचा हा विचार विभक्तीच्या निकषाशी सुसंगत आहे. (दामले, पृ. ७३० ते ७३२)

सबनीसांनी विभक्तीचा निकष केवळ प्रत्यय न मानता, प्रत्यय प्रमुख व अर्थ दुय्यम, असा निकष मानला आहे. त्यांची आख्यातविषयक भूमिकाही अशाच तऱ्हेची आहे. (सबनीस, पृ. १५४)

प्रत्ययवादी दामलेंनी अनेक ठिकाणी अर्थवादी भूमिका घेतली आहे, असे सिद्ध करण्याचा प्रयत्न सबनीसांनी केला; पण त्यांचा एतद्विषयक युक्तिवाद पटण्यासारखा नाही.

दामलेंची ही प्रत्ययवादी भूमिका खोडताना सबनीसांनी एक वेगळा मुद्दा उपस्थित केला. त्यांनी म्हटले की, आख्यातार्थ व्यक्त करण्याचे कार्य जसे प्रत्यय करतात, तसेच संयुक्त क्रियापदांसारखे शब्दही करतात. मग केवळ प्रत्यय हा निकष मानला, तर या आख्यातार्थदर्शक शब्दांचा विचार त्यामध्ये कसा येऊ शकेल? त्यांचा हा मुद्दा संयुक्त क्रियापदे मानायची की नाहीत, यावर अवलंबून आहे. जरी संयुक्त क्रियापदे मानायची ठरविली, तरी त्यांची स्थिती वेगळी असते. शब्दयोगी अव्यये ही कारकार्थ व्यक्त करतात, ती प्रत्ययांपासून सर्वस्वी भिन्न असतात; तशी स्थिती संयुक्त क्रियापदांचा विचार प्रत्ययवादी भूमिकेला विरोध करू शकत नाही. यास आणखी एक कारण म्हणजे, या संयुक्त क्रियापदातील सहायधातूला कोणता तरी प्रत्यय जोडलेला असतोच.

वर्तमान, भूत, भविष्य, रीतिभूत, आज्ञार्थ, विध्यर्थ, संकेतार्थ अशी सात आख्याते आहेत. याचा निर्देश क्रियापद चालविताना कसा करून घ्यावा, हे स्पष्ट करताना दामलेंनी म्हटले :

"...क्रियापद चालवितांना काळ व अर्थ हल्लींच्या पद्धतीनें न सांगतां फक्त त्यांचे आख्यात सांगून त्या आख्याताचा अर्थ सांगितला, म्हणजे झालें. उदा., 'मी आलों; तुम्ही पुढें चला' या वाक्यांतील 'आलों' हें ये धातूचें स्वार्थी भूतकाळी प्रथम पुरुषाचें एकवचन असें न म्हणतां 'आलों' हे ये धातूचें लाख्याती प्रथम पुरुषाचे

एकवचन, अर्थ, 'सन्निहित भविष्य' असें म्हणावें.'' (दामले, पृ. ७३३)

दामलेंचे हे विवेचन स्पष्ट आहे. वर्तमानकाळ, भूतकाळ हे आख्यातप्रत्ययांनी व्यक्त होणारे अर्थ (संबंध) आहेत. जसे विभक्तिप्रत्ययांमुळे कारकार्थ व उपपदार्थ व्यक्त होतात, तसेच आख्यातप्रत्ययामुळे आख्यातार्थ व्यक्त होतात.

जशी विभक्तींमध्ये समान प्रत्ययांची अडचण द्वितीया-चतुर्थीच्या संदर्भात होती, तशी समान प्रत्ययांची अडचण आख्यातप्रत्ययांमध्ये उद्‌भवत नाही. त्यामुळे त्यांच्या प्रत्ययाची निकषाला बाध येत नाही.

६. आख्यातसंख्या

आख्यातसंख्येचा विचार करताना एक गोष्ट स्पष्टपणे लक्षात येते की, याबद्दल व्याकरणांमध्ये फारसा मतभेद नाही. सर्वसामान्यपणे काळाचे वर्तमानादी तीन विभाग मानले आहेत. त्यामध्ये रीतिभूतकाळाची भर घालून काळाचे चार विभाग मानले जातात. जसे जोशींसारख्या काही व्याकरणकारांनी वर्तमानकाळाचे दोन विभाग– (१) जुन्या कवितेमधील, (२) चालू गद्यामधील; भूतकाळाचे दोन विभाग– (१) रीतिभूतकाळ, (२) चालू गद्यामधील; व भविष्यकाळाचा एक विभाग, असे काळाचे पाच प्रकार मानले आहेत. (जोशी, पृ. १७२)) गुंजीकरांनी भविष्यकाळाचे 'णार' आणि 'ईल' असे दोन प्रत्ययसमूह मानून दोन आख्याते मानली. (गुंजीकर, पृ. ३९४). 'णार' प्रत्ययाला कोणत्याही व्याकरणकारांनी भविष्यकाळाचा प्रत्यय न मानल्याने त्याचा आख्यात म्हणून विचार करण्याची गरज नाही. तसेच, वर्तमान-काळातील जुन्या पद्यातील रूपांचा विचार आजच्या मराठीच्या दृष्टीने अनावश्यक असल्याने वर्तमानकाळाचेही केवळ एकच आख्यात मानणे योग्य ठरते. म्हणून रीतिभूतकाळासह कालदर्शक चार आख्याते मानणे हेच योग्य आहे. त्यापेक्षा अधिक व कमी आख्याते मानण्याची गरज नाही.

कालदर्शक आख्यातांची संख्या निश्चित केल्यावर अर्थदर्शक आख्यातसंख्येचा विचार करू या. सर्वसामान्यपणे (१) स्वार्थ, (२) आज्ञार्थ, (३) विध्यर्थ, (४) संकेतार्थ व (५) संशयार्थ असे पाच अर्थ मानणारे व्याकरणकार दोनच– एक दादोबा व दुसरे खेर (दादोबा, पृ. १७५ ते १७७. खेर, पृ. १७६). बाकीच्या पुष्कळशा व्याकरणकारांचा कल स्वार्थ व संशयार्थ हे दोन अर्थ वगळून इतर तीन अर्थ मानण्याकडे आहे. चिपळूणकरांनी तर विध्यर्थामध्येच आज्ञार्थाचा समावेश केला आणि केवळ संकेतार्थासह दोनच अर्थ मानले. (चिपळूणकर, पृ. ११३, ११५) या अर्थदर्शक आख्यातांपैकी खरोखरी किती अर्थदर्शक आख्याते मानण्याची गरज आहे, ते समजून घेण्यासाठी प्रत्येक अर्थाचा विचार करू या.

स्वार्थ

याला वेगळे प्रत्यय नाहीत. म्हणून चिपळूणकर-दामले यांच्यासारख्या काही व्याकरणकारांनी हे स्वतंत्र आख्यात मानले नाहीत. वस्तुत: काळ व अर्थ यांचा एकत्रित विचार करण्याच्या दृष्टीने हे आख्यात मानले आहेत. चार प्रकारचे काळ हाच याचा अर्थ होय. म्हणजे प्रत्यय व अर्थ या दोन्ही दृष्टींनी हे आख्यात मानण्याची गरज नाही.

आज्ञार्थ-विध्यर्थ

चिपळूणकरांसारख्या काही व्याकरणकारांनी या दोन्ही अर्थांचा एकाच आख्यातामध्ये अंतर्भाव केला आहे. त्यांची भूमिका अशी– विध्यर्थांचे कर्तरी प्रयोगातील रूप म्हणजे आज्ञार्थ होय. कारण आज्ञार्थाची रचना केवळ कर्तरी प्रयोगामध्ये मिळते आणि विध्यर्थ मात्र सकर्मक धातूंच्या संदर्भात कर्मणी व भावे प्रयोगांमध्ये मिळू शकतो. दोन्ही आख्यातांचा अर्थही पुष्कळसा सारखा आहे.

पण ही त्यांची भूमिका पटण्यासारखी नाही; कारण दोन्ही आख्यातांचा अर्थ पुष्कळसा सारखा असला, तरी संपूर्णपणे सारखा नाही. विध्यर्थामध्ये आज्ञार्थापेक्षा अधिक अर्थ व्यक्त करण्याचे सामर्थ्य आहे, हे दादोबांपासून सर्व व्याकरणकारांनी लक्षात घेतले आहे. (दादोबा, पृ. १७६) आणि त्यापेक्षा महत्त्वाचे म्हणजे, या दोन्ही आख्यातांचे प्रत्यय भिन्न आहेत. एवढेच नव्हे, तर त्यांच्या प्रत्ययांची व्युत्पत्तीही भिन्न आहे. म्हणून ही दोन आख्याते स्वतंत्र मानणे आवश्यक आहे.

संकेतार्थ

'तो अभ्यास करता, तर पास होता.' - वाक्य.

हे आख्यात मानायला कोणत्याही व्याकरणकाराने विरोध केला नाही. संकेतार्थाची एकंदर वैशिष्ट्ये पुढीलप्रमाणे सांगता येतील. संकेतार्थाच्या क्रियापदाच्या रूपापासून (१) एक क्रिया दुसरीच्या अधीन आहे. (२) दोन्ही क्रिया भूतकाळातील आहेत. (३) त्या क्रिया घडलेल्या नाहीत, असा बोध होत असतो. जर-तर या उभयान्वयी अव्ययांचे साह्य या वाक्यांना घ्यावे लागते. त्याशिवाय संकेतार्थाचा अर्थबोध होऊ शकत नाही. ही क्रियापदे नेहमी कर्तरी प्रयोगाची असतात, कधीही कर्मणी किंवा भावे प्रयोगांची असू शकत नाहीत. ही क्रियापदे लिंग-वचनविकारी असतात.

इतर आख्यातांमध्ये केवल वाक्याचा विचार असतो. पण संकेतार्थामध्ये मात्र संमिश्र वाक्यरचनेचा विचार गृहीत आहे. संकेतार्थाचे वर्तमानादी काळावरून उपविभागही

केलेले आढळतात. पण त्यांच्यामधील भूतकाळाचा अर्थ लक्षात घेतल्यास, त्याचे काळावरून उपविभाग होऊ शकत नाहीत, हे स्पष्ट होईल. संकेतार्थाच्या प्रत्ययांमध्ये भूतकाळाचा अर्थही अभिप्रेत असल्याने, रा. स. गोडबोलेंसारख्या काही व्याकरणकारांनी त्याला 'कालार्थबोधक प्रत्यय' असे म्हटले आहे. (रा. स. गोडबोले, पृ. ६२, ६३)

संकेतार्थाचा हा अर्थ दुसऱ्या कोणत्याही आख्याताकडून व्यक्त होऊ शकत नाही. तसेच, संकेतार्थाचे हे प्रत्ययही इतर आख्यातप्रत्ययांपेक्षा वेगळे आहेत. म्हणून हे आख्यात मानण्याची आवश्यकता पटू शकते. मात्र आजच्या मराठीमध्ये या प्रकारची वाक्यरचना मागे पडत चालली आहे.

'तो अभ्यास करता, तर पास होता' या रचनेपेक्षा 'त्याने अभ्यास केला असता, तर तो पास झाला असता' अशी संयुक्त क्रियापदाने युक्त अशी रचना आजच्या मराठीत प्रचारात आहे. पण जोपर्यंत संकेतार्थी रचना भाषेतून पूर्णपणे जाऊ शकत नाही, तोपर्यंत संकेतार्थ हे आख्यात मानणे मराठीला आवश्यक आहे, हे निश्चित.

संशयार्थ

या आख्याताचा निर्देश फक्त दादोबा आणि खेर या दोनच व्याकरणकारांनी केला आहे. वस्तुतः त्याला स्वतंत्र प्रत्यय नाहीत आणि त्याचा अर्थ संदर्भाशिवाय कळत नाही, हे चिपळूणकरांनी संशयार्थ न मानायला दिलेले कारण अगदी योग्य आहे.

सर्वसामान्यपणे मराठीत रूढ आख्याते ही इतकीच आहेत. पण राजवाडेंनी आणखी दोन आख्यातांचा निर्देश करून आख्यातसंख्येमध्ये दोनाची भर घातली. ही दोन आख्याते म्हणजे (१) चाख्यात- तो यायचा व (२) णे आख्यात- हे पत्र देणे. राजवाडेंच्या मते, 'तो यायचा' हे पूर्ण वाक्य आहे. (तिङ्त विचार, पृ. ६२, ६४) आज ही दोन्ही आख्याते स्वतंत्र मानण्यापेक्षा त्यांचा समावेश अनुक्रमे रीतिभूत व आज्ञार्थ या आख्यातांमध्ये करता येतो.

म्हणून मराठीने पुढीलप्रमाणे सात आख्याते मानावीत.

(१) वर्तमानकाळ, (२) भूतकाळ, (३) भविष्यकाळ, (४) रीतिभूतकाळ, (५) आज्ञार्थ, (६) विध्यर्थ व (७) संकेतार्थ.

७. आख्यातांची नावे : निरर्थक की अर्थपूर्ण?

वर दिलेली नावेच मराठीमध्ये रूढ आहेत आणि एक दामलेंचा अपवाद वगळल्यास इतर कोणत्याही व्याकरणकारांनी या नावांचा त्याग करून दुसरी नावे योजलेली आढळत नाहीत. पण दामलेंनी आख्यातविषयक सर्व विचार हा विभक्तीच्या

पद्धतीवर केलेला आहे. जर विभक्तींच्या संदर्भात प्रथमा, द्वितीया, इ. निरर्थक नावे योग्य ठरतात; तर तशीच आख्यातांच्या संदर्भात का ठरू नयेत, हा प्रश्न लक्षात घेऊन त्यांनी आख्यातासाठी लाख्यात, वाख्यात इत्यादी निरर्थक संज्ञा रूढ करण्याचा प्रयत्न केला. संस्कृतमधील आख्यातांनाही अशीच निरर्थक नावे असल्याने, दामलेंच्या या कल्पनेला संस्कृतपरंपरेचाही आधार मिळतो.

याबद्दलची दामलेंची भूमिका पुढीलप्रमाणे स्पष्ट करता येईल : त्यांनी म्हटले आहे की, संस्कृतमधील लट्, लुट् इ. आख्यातांची नावे पूर्णपणे निरर्थक आहेत. पण मराठीतील लाख्यात, वाख्यात ही आख्यात-नावे तशी सर्वस्वी निरर्थक नाहीत. ती काही प्रमाणात प्रत्ययांची सूचना देऊ शकतात. उदा.– भूतकाळामध्ये 'ला' हा प्रत्यय येत असल्याने त्याला लाख्यात असे म्हणणे किंवा विध्यर्थामध्ये 'वा' हा प्रत्यय दिसत असल्याने त्याला वाख्यात असे म्हणणे. (दामले, पृ. ४३४) एक वेळ प्रत्ययावरून विभक्ती ओळखणे कठीण पडेल; कारण स व ला या प्रत्ययांना द्वितीया किंवा चतुर्थी असे का म्हणायचे, याला परंपरेशिवाय आधार नाही. त्याला सर्वानुमते ठरविले, तर दुसरे कोणतेही नाव देता येईल. पण 'लाख्यात' असे म्हटल्यावर मात्र 'ला' या प्रत्ययाची किंवा 'ईलाख्यात' असे म्हटल्यावर 'ईल' या प्रत्ययाची जाणीव झाल्याशिवाय राहत नाही.

निवडलेल्या संज्ञांमध्ये थोडा बदल करणे शक्य आहे. प्रत्येक आख्याताच्या तृतीयपुरुषी एकवचनाचा प्रत्यय निवडून ही संज्ञा तयार केली, तर तिच्यामध्ये एक प्रकारची संगती राहील. या दृष्टीने निरर्थक संज्ञा आख्यातांचे प्रत्ययही सूचित करतील.

जुनी अर्थपूर्ण नावे	-	**नवी निरर्थक नावे**
(१) वर्तमानकाळ	-	तो-आख्यात
(२) भूतकाळ	-	लाख्यात
(३) भविष्यकाळ	-	ईलाख्यात
(४) रीतिभूतकाळ	-	ई-आख्यात, चा-आख्यात
(५) आज्ञार्थ	-	ओ-आख्यात, णे-आख्यात
(६) विध्यर्थ	-	वाख्यात
(७) संकेतार्थ	-	ता-आख्यात

अर्थशून्य नावांचे असे स्पष्टीकरण केल्यावर, त्यांनी अर्थपूर्ण नावांमधील सदोषताही स्पष्ट केली. त्यांनी असे म्हटले की, ही अर्थपूर्ण नावे इंग्रजीमध्ये यथार्थ आहेत; पण मराठीत मात्र ती काहीशी अयथार्थ आहेत. त्या विशिष्ट प्रत्ययसमूहातून अनेक अर्थ व्यक्त होऊ शकतात. पण जेव्हा त्या प्रत्ययसमूहाला नाव दिले जाते, तेव्हा त्यातील फक्त एका प्रमुख अर्थाचाच निर्देश त्या नावामधून होऊ शकतो.

उदा.– विध्यर्थ असे म्हणताच विध्यर्थाच्या प्रत्ययांकडून जे इतर आख्यातार्थ व्यक्त होत असतात, त्यांच्याकडे दुर्लक्ष होते. निरर्थक नावे निवडली, म्हणजे कोणत्याच अर्थाकडे असे दुर्लक्ष होऊ शकत नाही. (दामले, पृ. ६९४) 'आज्ञार्थ' या नावाचे उदाहरण घेऊन दामलेंनी म्हटले की– हे नाव तर केवळ द्वितीयपुरुषी प्रत्ययांपुरतेच योग्य आहे. (दामले, पृ. ७३२)

दामलेंनी मांडलेली ही भूमिका शास्त्रीय दृष्टीने कोणालाही पटण्यासारखी आहे, पण सबनीसांना ती मान्य नाही. याचे कारण, या निरर्थक नावामुळे शिकणाऱ्याच्या मनातील गोंधळ अधिक वाढतो व व्याकरणशास्त्र हे अधिक किचकट बनते. (सबनीस, पृ. ३५)

त्यांच्या या मुद्द्यामध्ये फारसा अर्थ नाही. त्यांचा दुसरा मुद्दाही– दामलेंनी योजलेल्या या नावांना इंग्रजी किंवा संस्कृत यांपैकी कोणत्याच भाषेचा आधार नाही (सबनीस, पृ. १६०-१६४)– पटण्यासारखा नाही, हे वरील विवेचनावरून स्पष्ट होते. त्यांचा तिसरा मुद्दा असा– आज्ञार्थादी अर्थपूर्ण संज्ञांनाही काही काळाने लट्, लुट् इतकेच निरर्थकत्व प्राप्त होते. त्या केवळ सांकेतिक बनतात. (सबनीस, पृ. १६३) परंतु आज्ञार्थ, विध्यर्थ किंवा त्यापेक्षाही वर्तमानकाळ किंवा भूतकाळ यांसारख्या नावांमधील अर्थ हा तसा विसरला जाणे शक्य नाही. त्यापेक्षा दामलेंनी दिलेली निरर्थक नावे ही प्रथमापासूनच अर्थशून्य असल्याने शास्त्रीय दृष्टीने योग्य ठरतील.

आख्यातांची नावे प्रत्ययसूचक आहेत, असे दामलेंनी म्हटले आहे. या मुद्द्याचा आधार घेऊन सबनीसांनी म्हटले आहे की, ऊ-आख्यात (म्हणजे आज्ञार्थ) हे कोणताही प्रत्यय सुचवीत नाही; मग ते नाव आख्याताला का दिले? तसेच दामलेंनी असेही म्हटले आहे की, जशी विभक्तींची नावे क्रमसूचक आहेत, तशी आख्यातांची ही निरर्थक नावे क्रमसूचक नाहीत. सबनीसांनी म्हटले की– दामलेंनी वर्तमानकाळास प्रथमताख्यात, संकेतार्थाला द्वितीयताख्यात अशी जी नावे दिली आहेत, ती क्रमसूचक आहेत; पण सबनीसांचे ते दोन्ही मुद्दे अत्यंत सामान्य प्रतीचे आहेत. म्हणून दामलेंनी दिलेल्या निरर्थक संज्ञांमध्ये अल्प बदल केला, तर हा दोष दूर होतो, हे वरील तक्त्यामधील संज्ञांवरून स्पष्ट होते.

८. आख्यातार्थ

ज्याप्रमाणे विभक्तिप्रत्ययांनी वेगवेगळे विभक्त्यर्थ व्यक्त करता येतात, त्याप्रमाणेच आख्यातप्रत्ययांनीही वेगवेगळे आख्यातार्थ व्यक्त करता येतात. यांतील काही आख्यातार्थ प्रमुख आहेत, तर काही दुय्यम स्वरूपाचे आहेत. त्यांचा विचार पुढीलप्रमाणे करता येईल.

तो-आख्यात - (वर्तमानकाळ)

वर्तमानकाळ	- तो **जातो.**
स्थिरसत्य	- पृथ्वी सूर्याभोवती **फिरते.**
ऐतिहासिक वर्तमान	- सूत शौनकास **सांगतो.**
अवतरण	- तुकाराम **म्हणतो.**
उद्देश	- तुम्ही पुढे चला, मी **येतोच.**
संनिहित भूत	- तुम्ही कधी आला? हा **येतो** इतकाच.
नि:संशय भविष्य	- आता त्याला शिक्षा **होते,** यात संशय नाही.
रीतिवर्तमान	- तो नेहमी उशिरा **येतो.**

ता-आख्यात - (संकेतार्थ)

असिद्ध संकेत (भूत)	- पाऊस **पडता,** तर पीक येते.
असिद्ध संकेत (भविष्य)	- हिवाळ्यासारखे गार पाणी उन्हाळ्यात **मिळते,** तर किती चांगले **होते**!

लाख्यात - (भूतकाळ)

भूतकाळ	- काल पाऊस **पडला.**
संनिहित भविष्य	- माझे जेवण **झालेच,** म्हणून समजा.
नि:शंक भविष्य	- तुम्ही हो म्हणण्याचा अवकाश, की मी **निघालोच.**
असिद्ध संकेत	- यंदा पाऊस **पडला,** तर ठीक.
प्रश्न	- यात काही संशय नाही, **कळले**?
संकेत भविष्य	- तो **आला**, म्हणजे मी **जाईन.**
अपूर्ण वर्तमान	- ही पाहा, गाडी **आली.**

वाख्यात - (विध्यर्थ)

कर्तव्य	- प्रत्येकाने ईश्वरास स्मरून **वागावे.**
सामर्थ्य	- व्यापार हा इंग्रजांनीच **करावा.**
आश्चर्य	- अशा प्रसंगी माणसाने **करावे** तरी काय?
हेतू	- माणसाची उन्नती **व्हावी,** म्हणून परमेश्वराने माणसाला बुद्धी ही अलौकिक देणगी दिली आहे.
रीतिभूत	- तू लहानपणी नित्य **रडावेस.**
भविष्यत्संभव	- उद्या त्याचे पत्र **यावे.**
इच्छा	- आपणांस पुत्र **व्हावा.**

प्रार्थना - माझ्या विनंतीस मान **द्यावा.**

अनुज्ञा - आता आपण **जावे.**

प्रश्नपूर्वकभूत - त्याने शिव्या **द्याव्या** (दिल्या), हे मोठेच आश्चर्य.

आवश्यकता - अशा स्थितीत जगण्यापेक्षा जीव **द्यावा.**

प्रश्न - आता मी काय **करावे** (करू), ते मला सांगा.

संभव - तो कालच्या सभेस हजर **असावा.**

ई-आख्यात - (रीतिभूत)

वर्तमान - तुका **म्हणे** माझ्या जीवा ।

रीतिभूत - तो आपला काळ नेहमी नामस्मरणात **घालवी.**

भूत - भेटोनि तितिक्षेचे गुण **सांगे** साधु बाप तनयेते ।

क्रियासंतती - तो प्राण **जाई**पर्यंत लढला.

रीतिभूतसंभव - जर तो अभ्यास **करी**, तर त्याला एकही गुण मिळू **नये**?

ओ-आख्यात - (आज्ञार्थ)

अनुमोदन प्रश्न - मी **जाऊ**?

सौम्य आज्ञा - **पाहू** बरे, तुझे अक्षर कसे आहे ते?

उपदेश - वेळेवर शाळेत **जा.**

प्रार्थना - हेचि दान **देगा**, देवा ।

आग्रहपूर्वक विनंती - **चला**, उठा. उद्योगास लागा.

संमती प्रत्यवायाभाव - ते **खेळोत**.

आशीर्वाद - **वसो** नृपतीच्या मनी सदयता समा बुद्धी ती ।

संकेतार्थ उपदेश - तुम्ही मनापासून प्रयत्न **करा**, यश तुमचेच आहे.

ई-लाख्यात (भविष्यकाळ)

भविष्यकाळ - आज पाऊस **पडेल**.

संमती - तुमच्या मनाप्रमाणे मी **वागेन**.

शक्यताशक्यता - तो तेथे कसा **जाईल**?

संकेत - मला एवढी मदत **देशील**, तर बरे **होईल**.

औदासीन्य - तू **रागावशील**, तर रागव.

विनंती - माझे एवढे काम **कराल** काय?

संभव - त्याची माझी कधीतरी भेट **होईल**.

संशय - तो आता दवाखान्यात **असेल.**

९. समारोप

आख्यातासंदर्भात निर्माण होणाऱ्या प्रश्नांचा विचार हा फारसा वादग्रस्त नाही. आख्याताची व्याख्या, आख्याताचा निकष, आख्यातसंख्या, आख्यातांची नावे इत्यादी संबंधांतील विचारात एक सुसंगती आहे. विशेषत:, आख्यातांच्या नावांबद्दलचा विचार लक्षात घेण्यासारखा आहे.

❖

संयुक्त क्रियापदविचार

(१) प्रास्ताविक, (२) संयुक्त क्रियापदनिश्चिती, (३) नामिक संयुक्त क्रियापद, (४) संयुक्त काळ, संयुक्त धातू-कल्पना, (५) संयुक्त क्रियापद व अर्थदृष्टी, (६) समारोप.

---

१. प्रास्ताविक

संयुक्त क्रियापद हा मराठीतील एक वादग्रस्त प्रश्न आहे. संयुक्त क्रियापद मानायचे तर वाक्याच्या अर्थाकडे लक्ष द्यावे लागते, असे ज्या व्याकरणकारांना वाटते; त्यांचा संयुक्त क्रियापद मानायला विरोध आहे. पण अशी अर्थाची मदत सरसकट सर्वच संयुक्त क्रियापदे मानताना घ्यावी लागत नाही, असे ज्यांचे मत आहे; त्यांचा संयुक्त क्रियापद मानण्याकडे कल आहे. ही संयुक्त क्रियापदे संस्कृत, इंग्रजी यांच्या रचनांवरून आली, की ती मराठीची खास लकब आहे? संयुक्त क्रियापद मानले, तर त्यामधील प्रमुख धातू कोणता? संयुक्त क्रियापद मानले, तर धातू संयुक्त मानायचा काय? तसेच संयुक्त क्रियापदाचा काळही संयुक्त मानावा लागतो काय? या प्रश्नांमध्ये प्रत्येक व्याकरणकाराची भूमिका थोडीफार वेगळी आहे. शिवाय या प्रश्नांच्या त्यांच्या उत्तरांवर संयुक्त क्रियापद मानायचे की नाही याबद्दलचा त्यांचा निर्णय अवलंबून आहे. उदा.– जोशींसारख्या काही व्याकरणकारांनी संयुक्त काळ आणि संयुक्त धातू मानावा लागेल, या कल्पनेने संयुक्त क्रियापद मानायला विरोध केला. शिवाय ज्यांनी संयुक्त क्रियापद मानायला विरोध केला, त्यांनी त्यासाठी पर्यायी व्यवस्था ठाशीवपणे दिलेली नाही. म्हणूनच संयुक्त क्रियापद व त्याच्या संदर्भातील हे वाद, त्यामधील गुंतागुंत व मराठी भाषेच्या दृष्टीने संयुक्त क्रियापदाची कशी व्यवस्था लावता येईल यासाठी संयुक्त क्रियापद म्हणजे काय, ते प्रथम समजून घ्यायला पाहिजे.

संयुक्त व क्रियापद या दोन शब्दांनी तयार झालेल्या या शब्दसमूहाचा अर्थ स्पष्ट होण्यासाठी संयुक्त क्रियापदे असलेल्या काही वाक्यरचना लक्षात घेऊ.

(अ) (१) तो पुस्तक **वाचत आहे/ असावा/ होता/ असेल.**
त्याने पुस्तक **वाचले आहे/ असावे/ होते/ असेल.**

(२) त्याने पुस्तक **वाचले पाहिजे.**
त्याने पुस्तक **वाचायला हवे.**

(३) त्याला पुस्तक **वाचावे लागेल.**

(आ) (४) त्याने कागद **फाडून टाकला.**
(५) त्याने कागद **फाडून पाहिला.**
(६) तो कागद **फाडू बघतो.**
(७) तो कागद **फाडू लागला.**
(८) तो कागद **फाडून बसला/ गेला.**
(९) तो कागद **फाडून चुकला.**

(इ) (१०) शिपायाकडून चोर **पकडला जातो.**

या सगळ्या वाक्यांमध्ये क्रियावाचक दोन शब्द योजलेले दिसत आहेत. त्यांपैकी एक कृदन्त आहे व दुसरे सहाय क्रियापद आहे; आणि क्रियापदाचा व क्रियेचा अर्थ व्यक्त करण्याचे कार्य त्या दोन्ही शब्दांच्या एकत्रित अर्थाशी संबंधित आहे. उदा.– **वाचतो** व **वाचत आहे.** यांच्या अर्थांमध्ये फरक आहे. 'त्याने कागद **फाडला**' व 'त्याने कागद **फाडून टाकला**' या दोन वाक्यांच्या अर्थामध्ये फरक आहे. 'तो असे **बोलला**' आणि 'तो **बोलून चुकला**' या दोन वाक्यांतील बदलती अर्थच्छटा सहज लक्षात येण्यासारखी आहे. म्हणून संयुक्त क्रियापदांमध्ये अर्थदृष्टीने क्रियावाचक दोन पदे एकत्र विचारात घ्यावी लागतात.

कधी-कधी दोन पदांऐवजी संयुक्त क्रियापदाची रचना तीन पदांचीही असते.

उदा.– तो **बोलून चुकला असावा.**
तो मित्रांशी **बोलत बसला असेल.**

यांचाही समावेश संयुक्त क्रियापदाच्या रचनेत येत असल्याने संयुक्त क्रियापद याऐवजी 'बहुपदी किंवा अनेकपदी क्रियापद' अशी पारिभाषिक संज्ञा रूढ करावी, असेही काही व्याकरण-विचारवंतांचे म्हणणे आहे.

तसेच कृदन्त याचा अर्थाने धातूंनी साधलेली म्हणून धातुसाधित ही संज्ञाही योजली जाते.

२. संयुक्त क्रियापदे

संयुक्त क्रियापद म्हणजे काय, हे स्पष्ट करताना दामलेंनी म्हटले आहे की– 'धातूंच्या काही विशेष कृदन्तांपुढे काही धातूंची आख्यातरूपे येऊन जी क्रियापदे बनतात, त्यांस संयुक्त क्रियापदे असे म्हणतात.' उदा.– करीत आहे, केले होते, इत्यादी ठिकाणी करीत, केले ही कृदन्ते असून त्यांच्यापुढे आहे, होते ही क्रियापदे आलेली आहेत आणि कृदन्त + आख्यातरूप मिळून संयुक्त क्रियापद तयार झाले आहे. संयुक्त क्रियापदामध्ये मुख्य क्रियेचे कृदन्त असते व गौण क्रियेचे आख्यात असते. कृदन्तातील धातू हा मुख्य आणि आख्यातप्रत्ययाने युक्त असलेला धातू हा सहाय धातू असतो.

पण केवळ कृदन्तापुढे सहाय धातूचे आख्यातरूप आल्याने संयुक्त क्रियापद तयार होत नाही. त्यासाठी त्यामधून व्यक्त होणाऱ्या अर्थाकडे लक्ष द्यावे लागते. जर कृदन्ताने दाखविली जाणारी क्रिया वाक्यामध्ये प्रमुख नसेल, तर अशा वेळी क्रियापद होऊ शकणार नाही. उदाहरणार्थ – (१) त्याने कागद फाडून टाकला. या वाक्यामध्ये प्रमुख क्रिया 'फाडणे' ही आहे आणि 'टाक' हा धातू आख्यातप्रत्यय स्वीकारण्यासाठी आलेला आहे. पण (२) तो जेवून गेला. या वाक्यामध्ये मात्र 'जाणे' ही क्रिया प्रमुख आहे. 'जेवून' या कृदन्तामधून व्यक्त होणारी क्रिया केवळ पूर्वी घडली, एवढेच सांगण्यासाठी तो शब्द आला आहे. म्हणून वाक्यामध्ये 'जाणे' हेच एकेरी मुख्य क्रियापद आहे. म्हणजे कृदन्तातील धातूने दाखविली जाणारी क्रिया मुख्य असून, आख्यातरूपांतील धातूचा केवळ गौणत्वानेच– म्हणजे मुख्य क्रियेच्या अर्थास साह्य होण्याकरिताच उपयोग झालेला असतो; तेव्हाच कृदन्त व आख्यात यांच्या संयोगापासून संयुक्त क्रियापद होते. अशा प्रकारे संयुक्त क्रियापदामध्ये अर्थाचा थोडाफार संबंध येतो. पण असा अर्थाचा संबंध विभक्तीच्या विभागातही तृतीयेच्या संबंधात लक्षात घ्यावा लागतो.

आख्यातविचारामध्ये आपण सात आख्याते मानली आहेत. अशा प्रकारच्या संयुक्त क्रियापदामध्ये आख्यात कोणते मानायचे, हेही निश्चित आहे. संयुक्त क्रियापदातील सहाय धातूचे जे आख्यात– म्हणजे सहाय धातूला जे आख्यातप्रत्यय लागलेले असतात, त्यावरून संयुक्त क्रियापदाचे आख्यात ठरते. हे सहाय धातू दोन प्रकारचे असतात. (१) अर्थहीन सहाय धातू व (२) अर्थवान सहाय धातू. पहिल्या प्रकारच्या सहाय धातूने केवळ आख्यात दर्शविण्याचे काम होते, तर दुसऱ्या प्रकारच्या सहाय धातूने क्रियेच्या अर्थामध्येही भर पडते. मग क्रिया व्यक्त करणाऱ्या कृदन्ताचीही अशी माहिती देता येते.

मराठीत कोणत्याही धातूच्या कोणत्याही प्रकारच्या कृदन्तापुढे सहाय धातूचे

कोणतेही रूप येऊन संयुक्त क्रियापद तयार होऊ शकत नाही. काही ठरावीक धातूंचीच कृदन्ते व ठरावीक सहाय धातूंची रूपे यांच्या एकत्रित येण्याने संयुक्त क्रियापद तयार होते. उदा.– फाडून टाकले, हे संयुक्त क्रियापद आहे. या पद्धतीनुसार बोलून टाकले, करून टाकले इत्यादी संयुक्त क्रियापदे होऊ शकतात. पण जाऊन टाकले, होऊन टाकले इत्यादी संयुक्त क्रियापदे होऊ शकणार नाहीत. संयुक्त क्रियापद केव्हा तयार होते, हे अशा तऱ्हेने अर्थावर अवलंबून राहते.

या संयुक्त क्रियापदातून व्यक्त होणारा अर्थ म्हणजे केवळ कृदन्त+ आख्यात रूप यांच्या अर्थाची बेरीज नसून, या दोन्ही धातूंच्या एकत्रित येण्याने एक नवाच अर्थ त्यातून व्यक्त होतो. हा विचार व्यक्त करताना दादोबांनी म्हटले आहे की, जसे संस्कृतमध्ये उपसर्गामुळे धातूचे अर्थ बदलतात, तसेच मराठीत (धातुसाधितापुढे) कृदन्तापुढे सहाय धातू येऊन मूळ धातूंचे अर्थ बदलतात. (दादोबा, पुरणिका, पृ. ७०)

संयुक्त क्रियापदामध्ये धातुसाधितातील क्रिया प्रमुख असणे आणि आख्यातप्रत्यय स्वीकारलेल्या धातूने आपला मूळ अर्थ सोडून देऊन धातुसाधितातील धातूच्या अर्थामध्ये भर घालणे (किंवा त्याला वेगळी छटा आणणे) ही मुख्य अट असते. त्यामुळे तिचा संबंध धातुसाधितातील धातू व आख्यातप्रत्यय स्वीकारणारा धातू या दोन्ही धातूंच्या 'अर्थाकडे' लक्ष देण्याची गरज व्यक्त करतो. व्याकरण हे केवळ रूपविमर्शाचे शास्त्र मानणाऱ्या व्याकरणकारांचा 'संयुक्त क्रियापद' मानण्याला त्यामुळेच विरोध आहे.

३. नामिक संयुक्त क्रियापदे

आतापर्यंत ज्या संयुक्त क्रियापदांचा उल्लेख केला आहे, त्यामध्ये कृदन्त + आख्यातरूप असे घटक आहेत. अशा प्रकारची भासणारी नामिक संयुक्त क्रियापदे ही संयुक्त क्रियापदे नव्हेत. पण संयुक्त क्रियापदांची संकल्पना स्पष्ट झाल्यावर हे कळू शकेल. हा प्रकार म्हणजे, नाम + आख्यातरूप. उदा.– 'ठार मारणे', 'परीक्षा घेणे', 'विश्वास धरणे' इ. या नामिक संयुक्त क्रियापदांबद्दल खेरांनी म्हटले आहे,

"The nominal compound expresses a simple idea, which cannot be expressed in another way; while the verbal compound intensifies or changes the meaning of the verb, which stands first."

(खेर, पृ. ८७, ८८)

नाम आणि धातू हे पुष्कळदा एकत्र येतात, पण त्या प्रत्येक वेळी त्याला

संयुक्त क्रियापद म्हणता येत नाही. ज्या वेळी त्या दोन्ही घटकांमधून एकच कल्पना व्यक्त होत असेल, तेव्हाच त्याला 'नामिक संयुक्त क्रियापद' असे म्हणता येईल. (खेर-प्रस्तावना, पृ. ४३) या ठिकाणीही अर्थाचा येणारा प्रमुख संबंध येतोच.

जोशींनी तर 'नामिक संयुक्त क्रियापदा'बरोबर इतर प्रकारच्या संयुक्त क्रियापदांचा-देखील निर्देश केला आहे. त्यांनी संयुक्त क्रियापदाचे पुढीलप्रमाणे चार विभाग केले.

(१) नाम + क्रियापद - युद्ध करणे.
(२) विशेषण + क्रियापद - बरे करणे.
(३) धातुसाधित विशेषण + क्रियापद - जाणार आहे.
(४) धातुसाधित अव्यय + क्रियापद - करून टाकले.

(जोशी, पृ. ३७८, ३७९)

या चारही प्रकारच्या संयुक्त क्रियापदांपैकी पहिल्या प्रकारामध्ये नाम येते. जेव्हा सकर्मक क्रियापद असते, तेव्हाही एखादे नाम क्रियापदाच्या जवळ येते; पण त्याला संयुक्त क्रियापद म्हणता येत नाही. याचे स्पष्टीकरण देताना जोशींनी म्हटले आहे की, (१) हरी पुस्तक वाचतो, व (२) हरी गप्पा मारतो, या दोन्ही वाक्यांतील फरक लक्षात घेतल्यावर संयुक्त क्रियापदाची कल्पना स्पष्ट होईल. 'हरी पुस्तक वाचतो' या वाक्यामध्ये 'वाचणे' या धातूचा सरळ अर्थ बदललेला नाही. पण 'हरी गप्पा मारतो' या वाक्यामध्ये मात्र 'मारतो' या धातूचा मूळ अर्थ बदललेला आहे. 'गप्पा मारणे' याचा अर्थ एकत्रित घेतल्याशिवाय त्या वाक्याचा अर्थ स्पष्ट होणारच नाही. म्हणून 'गप्पा मारतो' हे संयुक्त क्रियापद मानावे लागते. (जोशी, पृ. ३७९) त्यांचे हे स्पष्टीकरण संयुक्त क्रियापदाच्या दृष्टीने उपयुक्त आहे.

या प्रकारची संयुक्त क्रियापदे मानायला दामलेंनी विरोध केला. त्यांनी म्हटले आहे की, हा इंग्रजीच्या परिचयाचा परिणाम आहे. प्रीती करणे, विश्वास धरणे इत्यादी अर्थाची एकेरी क्रियापदे इंग्रजीत आहेत. म्हणून मराठीत त्यांना एकत्रित करून संयुक्त क्रियापदे मानले गेले. इंग्रजीतसुद्धा 'to examine' याच अर्थाने 'to make an examination' असा पर्यायी शब्दसमूह योजता येतो. पण या शब्दसमूहाला कोणताही इंग्रजी व्याकरणकार संयुक्त क्रियापद असे म्हणत नाही. इंग्रजांना मराठी शिकण्याच्या दृष्टीने हा मार्ग सोईचा असला, तरी त्यामुळे मराठीचे स्वरूप स्पष्ट होण्यास अडथळा येतो. जर अशा शब्दसमूहांना संयुक्त क्रियापदे म्हणायचे, तर 'काम करणे', 'मेहनत करणे' इत्यादी शब्दप्रयोगांनाही संयुक्त क्रियापदे म्हणायला पाहिजे. वाक्यमीमांसेच्या दृष्टीने ते योग्य असेल– जोशींनी त्यांना संयुक्त क्रियापदे म्हटले आहे, ते वाक्यमीमांसेची दृष्टी योजूनच– पण व्याकरणदृष्टीने असे शब्द कर्मपदाच्या जवळ सरकत असल्याने, त्यांना संयुक्त क्रियापदे मानू नये. (दामले,

पृ. ७४५, ७४६) दामलेंचे हे मत योग्य असेच आहे. हे मत मानल्यास कृदन्त + आख्यातरूप हेच संयुक्त क्रियापदाचे स्वरूप मानावे लागते.

संयुक्त क्रियापदांचा आणखी एक प्रकार मानला गेला होता. 'त्याने विश्वास संपादन केला', 'त्याने कथा श्रवण केली' यांसारख्या वाक्यांमध्ये 'संपादन करणे', 'श्रवण करणे' इत्यादींना संयुक्त धातू मानावे, असे काही व्याकरणकारांनी म्हटले आहे. या वाक्यामध्ये एक घटक हा नाम असून, दुसरा घटक धातूचे आख्यात-प्रत्ययान्वित रूप आहे. नाम + आख्यातरूप यांना संयुक्त क्रियापद मानण्यास दामलेंचा विरोध असला, तरी या ठिकाणी दुसरा पर्याय उरत नाही. म्हणून या प्रकारच्या वाक्यरचनांबद्दल दामलेंनी म्हटले आहे की, 'संपादन'ऐवजी 'संपादित', 'श्रवण'ऐवजी 'श्रुत' असे समजून त्यांना संयुक्त क्रियापदांमध्ये स्थान देण्याशिवाय व्याकरणकारांसमोर दुसरा पर्याय नाही. हे अशा प्रकारचे प्रयोग मराठीत शास्त्री–पंडितांनी आणलेले असून त्यांनी त्या वेळी मराठीची प्रवृत्ती लक्षात घेतली नाही; त्यामुळे अपवाद म्हणून संयुक्त क्रियापदांना मान्यता द्यावी, असे मत दामलेंनी दिले आहे. याचा अर्थ, दोन धातुरूपांनी साधलेले असणे, हेच संयुक्त क्रियापदाच्या संदर्भात महत्त्वाचे असते.

४. संयुक्त काळ

जोशींनी संयुक्त क्रियापदे मानली, ती वाक्यमीमांसेच्या दृष्टीने; व्याकरणाच्या दृष्टीने संयुक्त क्रियापदे मानण्याची गरज त्यांना वाटत नाही. कारण त्यांच्या मते, संयुक्त क्रियापदे मानली, म्हणजे संयुक्त काळ मानायला पाहिजेत. उदा.– करीत आहे, करीत होता, करणार असेन इत्यादींना संयुक्त क्रियापदे मानली; तर अपूर्ण वर्तमानकाळ, अपूर्ण भूतकाळ, पूर्ण वर्तमानकाळ... इत्यादी नावे देऊन संयुक्त काळ मानावे लागतील. जितक्या प्रकारची संयुक्त क्रियापदे मानायची, तितक्या प्रकारचे संयुक्त काळ मानावे लागतील व या संयुक्त काळांना नावे द्यायला लागतील. या सर्व अडचणींतून सुटण्यासाठी संयुक्त क्रियापदेच मानण्याची गरज नाही, असे मत जोशींनी देऊन टाकले.

संयुक्त काळांस दादोबांनी भूतभविष्य (केले असेल), भूतवर्तमान (केले आहे,) इत्यादी नावे दिली आहेत. चिपळूणकरांनी अशी नावे न देता पूर्ण भविष्य (केले असेल), पूर्ण वर्तमान (केले आहे) इत्यादी नावे संयुक्त काळांसाठी दिली. ही दोन्ही प्रकारची नावे दामलेंना योग्य वाटली नाहीत. परंतु या नावांचा त्याग करता येणे अशक्य असल्याने, ती मराठीत दृढमूल झालेली असल्याने त्यांचा व्याकरणाला सोईचा अर्थ करून ती कायम ठेवावीत, असा निर्णय दामलेंनी दिला. त्यांनी म्हटले

की– वर्तमान, भूत व भविष्य यांना पूर्ण, अपूर्ण ही विशेषणे लावता येणार नाहीत; म्हणून ती क्रियेची विशेषणे समजावीत. म्हणजे 'बसला आहे' याला 'अपूर्ण' या विशेषणाचा क्रियादर्शक अर्थ घेतल्यास ही नावे योग्य ठरतील. पण या नावांपेक्षा दामलेंनी वेगळी नावे सुचविली. त्यांनी म्हटले की, संस्कृतपरंपरेला अनुसरून (करीत आहे) -'त' कृदन्त, (केले आहे) -'ला' कृदन्त अशा प्रकारची नावे मराठीतील संयुक्त काळ दर्शविण्यास योजली, तर हा सर्व गोंधळ दूर होऊ शकेल.

संयुक्त काळाला ही नवी नावे सुचवून त्यांनी जोशींच्या मताचे खंडन करण्यासाठी पार्श्वभूमी तयार केली. कारण विविध प्रकारच्या संयुक्त काळांस कोणती नावे द्यावीत, हा प्रश्न सोडविणे त्रासदायक वाटल्यामुळे जोशींनी व्याकरणदृष्टीने संयुक्त क्रियापदे मानण्यास विरोध केला.

जोशींचे हे मत दामलेंनी खोडून टाकले. दामलेंनी म्हटले की, संयुक्त क्रियापदे मानली, म्हणजे संयुक्त काळ मानण्याची गरज नाही. संयुक्त काळ म्हणजे काय, ते स्पष्ट करताना दामलेंनी म्हटले की, संयुक्त काळ ही संज्ञा सदोष आहे. काळ संयुक्त कसा असू शकेल? वर्तमानकाळ व भूतकाळ यांचा संयोग कसा होणार? पूर्ण वर्तमानकाळ असे जेव्हा संयुक्त काळाला नाव दिले जाते, तेव्हा तेथे पूर्ण हे वर्तमानाचे विशेषण असत नाही; ते क्रियेची माहिती देत असते. म्हणून संयुक्त काळ हे जे नाव रूढ झाले आहे, ते विचित्र आहे. संयुक्त क्रियापद म्हणजे क्रियापदाचा संयोग नव्हे; तर ज्या पदामध्ये क्रिया म्हणजे धातू संयुक्त असतो, दोन अथवा अधिक धातूंच्या संयोगापासून जे पद तयार होते, ते 'संयुक्त क्रियापद' होय. (दामले, पृ. ८७, ८८)

असे जे संयुक्त क्रियापद, त्याची संयुक्त काळाशी सांगड घालण्याची गरज नाही. कारण 'शिकत असे' यामध्ये संयुक्त क्रियापद स्पष्टपणे दिसते. पण त्यामधून संयुक्त काळ व्यक्त होत नाही. रीतिभूतकाळ हा संयुक्त काळ असे समजले, तरी 'शिके' या क्रियापदामधूनही तोच अर्थ व्यक्त होतो. म्हणजे 'शिकत असे' व 'शिके' या दोन्ही प्रकारांनी– म्हणजे संयुक्त क्रियापदाने व एकेरी क्रियापदाने– रीतिभूतकाळ व्यक्त करता येतो. या दोन्ही रूपांचा अर्थ रीतिभूतकाळ असा घ्यावा लागतो. यावरून हे स्पष्ट होते की, संयुक्त काळ व संयुक्त क्रियापद याचा एकमेकांशी संबंध नसतो; आणि तसा संबंध नसल्याने जितक्या प्रकारची संयुक्त क्रियापदे तितक्या प्रकारचे संयुक्त काळ असे समजून त्यांना नावे देण्याची जी काल्पनिक आपत्ती जोशींनी मानली, ती मानण्याची गरज नाही. (दामले, पृ. ७३९)

या सर्व विवेचनावरून एक गोष्ट स्पष्ट होते की– दामलेंनी संयुक्त क्रियापदाचे स्वरूप लक्षात घेऊन संयुक्त क्रियापद व संयुक्त काळ यांची एकमेकांशी असलेली सांगड दूर केली; आणि संयुक्त क्रियापद मानले की संयुक्त काळ मानलाच पाहिजे,

ही कल्पना खोडून काढली.

संयुक्त क्रियापदे मानायला राजवाडेंनी विरोध केला, तो संस्कृतपरंपरेचा आधार घेऊन. राजवाडेंनी म्हटले की, संस्कृतमधील 'स: गच्छन् अस्ति ।' याचेच मराठीतील भाषांतर 'तो जात आहे' हे आहे. जात, जाते, जाती, इ. धातुरूपांची लिंग-वचने स्पष्ट आहेत व त्यांची विशेषणे म्हणून फोड करता येते. असे असताना संयुक्त क्रियापदे कशासाठी मानायची? (तिङ्तविचार, पृ. १४,१५). मराठीला संस्कृतच्या वळणावर नेण्याचा राजवाडेंचा हा प्रयत्न मराठीला मानवणार नाही.

केळकरांनी संयुक्त क्रियापदांपैकी काही प्रकार मानायला विरोध केला. त्यांच्या मते– अपूर्ण वर्तमान (जात आहे), पूर्ण वर्तमान (गेले आहे), इत्यादी कालदर्शक क्रियापदांना संयुक्त क्रियापदे म्हणणे योग्य नाही. कारण जात आहे किंवा जात नाही या शब्दसमूहामध्ये, संयुक्त क्रियापदांमधून अपेक्षित असलेला दोन क्रियांचा अर्थ दर्शविला जात नाही, तर केवळ 'जाण्याची' एक विशिष्ट रीती तेवढी दर्शविली जाते (केळकर, पृ. १५८, १५९). केळकरांचे हे मत पटण्यासारखे नाही, कारण जाण्याच्या क्रियेमध्ये भिन्न अर्थच्छटा आणण्याचे कार्य 'आहे' या धातूच्या रूपाने साधलेले आहे.

केळकरांच्या नेमकी विरोधी भूमिका मोडकांनी मांडलेली दिसते. त्यांनी इंग्रजीला अनुसरून क्रियापदाचे ठरावीक धर्म दाखविणाऱ्या, सहाय धातूंनी साधलेल्या संयुक्त क्रियापदांनाच मान्यता दिली आहे. 'अस, नस, जा, नको, नये' या पाच-सहा धातूंच्या साह्याने साधलेल्या संयुक्त क्रियापदांनाच त्यांनी मान्यता दिली (मोडक, पृ. २१८, २२१). इतर कोणत्याही प्रकारची संयुक्त क्रियापदे न मानण्याचे कारण सांगताना त्यांनी म्हटले की– "दोन शब्दांनी एकच क्रिया दर्शित होते. या कारणासाठी 'जावयाचे आहे' याला क्रियापद मानायचे, तर 'हत्तींचा कळप', 'शाळेची इमारत' यांनाही संयुक्त नामे मानायला पाहिजे." (मोडक, पृ. २४२)

तसेच, संयुक्त क्रियापदामध्ये दोन शब्दांमधून व्यक्त होणाऱ्या लाक्षणिक अर्थाला महत्त्व असते, हे मतही मोडकांना मान्य नाही. त्यांनी म्हटले आहे की, लाक्षणिक अर्थाने शब्दाचे व्याकरणमूल्य बदलत नाही; व्याकरणामध्ये लक्षणामूळ अर्थाची छाननी करणे अनावश्यक आहे. (मोडक, पृ. २१५)

केळकरांच्या या मतावरून आणखी एका प्रश्नाकडे लक्ष वेधले जाते. संयुक्त क्रियापदामध्ये दोन धातुरूपे स्पष्टपणे दिसत असल्याने त्यामधून व्यक्त होणाऱ्या क्रियाही दोन असायला पाहिजेत काय? 'तो बोलून चुकला.' यासारख्या वाक्यामध्ये कोणत्या दोन क्रिया या दोन वेगवेगळ्या धातूंनी सांगितल्या आहेत? 'बोलणे' व 'चुकणे' या दोन क्रियांचा अर्थ या वाक्यात अभिप्रेत आहे काय? या वाक्यामध्ये 'बोलणे' ही प्रमुख क्रिया आहे. त्या बोलण्याच्या क्रियेमध्ये 'चुकला' या क्रियेमुळे

एक वेगळी अर्थच्छटा आणण्याचे कार्य घडले आहे. (याचा अर्थ व्यक्त करण्यासाठी 'तो बोलला हे चुकले' अशा दोन वाक्यांमधूनही तो अर्थ व्यक्त होत नाही. त्यापेक्षा 'त्याच्याकडून असे बोलले गेले', यामधून ती छटा व्यक्त होते आहे. 'परमेश्वरच असे बोलून चुकला' अशा वाक्यामधून 'बोलणे' या क्रियेचा ठामपणाच 'चुकणे' या क्रियापदाने व्यक्त केला.) याचा अर्थ, संयुक्त क्रियापदामध्ये योजलेल्या या दोन धातूंमधील दोन्ही क्रियांचा संयोग होऊन क्रियापदाचा अर्थ ठरत नसतो; तर त्या क्रियापदांपैकी एक क्रियापद सहाय क्रियापद म्हणून आलेले असते आणि हे सहाय क्रियापद मूळ क्रियापदाच्या अर्थच्छटेमध्ये भर घालण्याचे कार्य करीत असते. अशी अर्थच्छटा व्यक्त करण्याची क्षमता त्या एकेरी क्रियापदाजवळ नसते. म्हणून ते सहाय क्रियापदाची मदत घेऊन भिन्न अर्थच्छटा व्यक्त करीत असते. उदा.– 'त्याने कागद फाडला' या वाक्यातील एकेरी क्रियापदातून व्यक्त होणाऱ्या अर्थापेक्षा (१) 'त्याने कागद फाडून टाकला', (२) 'तो कागद फाडून बसला', (३) 'त्याने कागद फाडला पाहिजे', (४) 'त्याने कागद फाडायला हवा' या वाक्यांमध्ये फाडण्याच्या क्रियेची विविधता आलेली आहे. ही विविध प्रकारची अर्थच्छटा व्यक्त करण्याची क्षमता 'फाडणे' या एकेरी क्रियापदाला साधता येणार नाही.

असे आणखी एक उदाहरण घेऊन हा मुद्दा स्पष्ट होऊ शकतो. (१) 'तो कागद फाडत होता, पण तू त्याला कागदाचे महत्त्व पटवून दिल्याने त्याने कागद फाडला नाही.' या वाक्यामधील 'फाडत होता' याचा अर्थ केवळ 'अपूर्ण भूतकाळ' असा घेऊन चालत नाही. 'फाडण्याच्या क्रियेचा प्रारंभ करणार होता' असा अर्थ त्यातून व्यक्त होऊ पाहतो. पण केवळ अपूर्ण भूतकाळ या अर्थाने जरी 'फाडत होता' याचा अर्थ घ्यायचा, तरी त्यावरूनही एक गोष्ट स्पष्ट होते; ती म्हणजे, 'फाडणे' या धातूचे केवळ भूतकाळी रूप योजून हा अपूर्णतेचा किंवा क्रियेच्या प्रारंभाचा अर्थ व्यक्त होऊ शकत नाही.

यावरून संयुक्त क्रियापद मानण्याची आवश्यकता जशी व्यक्त होते, तशीच संयुक्त क्रियापदाच्या रचनेवरही प्रकाश पडतो. संयुक्त क्रियापद म्हणजे केवळ दोन क्रियांचा संयोग नव्हे, तर त्यांपैकी कृदन्त रूपामध्ये आलेल्या क्रियारूपाच्या अर्थामध्ये भर घालणे, त्याच्यामध्ये अधिक अर्थच्छटा सांगण्याचे सामर्थ्य आणणे. हे कार्य सहाय क्रियापदाची मदत घेऊन मूळ धातू करीत असतो. हा प्रमुख धातू क्रियापदाचे प्रत्यय स्वीकारायला असमर्थ असल्याने तो आख्यातप्रत्ययांसाठी दुसऱ्या धातूचे सहाय घेतो.

संयुक्त क्रियापदामधून अपेक्षित असलेला दोन क्रियांचा अर्थ दर्शविला जात नाही; म्हणून केळकरांनी अपूर्ण, पूर्ण-कालदर्शक संयुक्त क्रियापदांना संयुक्त क्रियापद म्हणून मानायला विरोध केला. पण त्यांच्या भूमिकेतील सदोषता लक्षात घेऊनही मोडकांनी ज्या कारणांसाठी संयुक्त क्रियापदांना विरोध केला, तेसुद्धा न पटणारे आहे.

केळकरांच्या नेमकी विरोधी भूमिका मोडकांची आहे. त्यांनी इंग्रजीला अनुसरून क्रियापदांचे ठरावीक धर्म दाखविणाऱ्या, सहाय धातूंनी साधलेल्या संयुक्त क्रियापदांनाच मान्यता दिली आहे. (मोडक, पृ. २१८ ते २२१) इतर कोणत्याही प्रकारची संयुक्त क्रियापदे न मानण्याचे कारण सांगताना ते म्हणतात, "दोन शब्दांनी एकच क्रिया दर्शित होते. यासाठी 'जावयाचे आहे' याला क्रियापद मानायचे तर 'हत्तींचा कळप', 'शाळेची इमारत' यांनाही संयुक्त नामे मानायला पाहिजे." (मोडक पृ. २४२)

संयुक्त क्रियापदाच्या अर्थाचा विचार केला तर असे दिसते की, 'दोन शब्दांमधून एकच क्रिया दर्शित होण्यापेक्षा मूळ धातूच्या– म्हणजेच एका शब्दाच्या अर्थच्छटेमध्ये विविधता आणण्याचे कार्य', हा अर्थ योग्य आहे.

तसेच, संयुक्त क्रियापदामध्ये दोन शब्दांमधून व्यक्त होणाऱ्या लाक्षणिक अर्थाला महत्त्व असते, हे मतही मोडकांना मान्य नाही. त्यांनी असे म्हटले आहे की, लाक्षणिक अर्थाने शब्दाचे व्याकरणमूल्य बदलत नाही; व्याकरणामध्ये लक्षणामूळ अर्थाची छाननी करणे अनावश्यक असते. (मोडक, पृ. २१५)

संयुक्त क्रियापदाच्या संदर्भात लाक्षणिक अर्थाचा संबंध नसून मूळ धातूच्या अर्थच्छटा - moods व्यक्त करण्याची क्षमता लक्षात घेण्यावर भर आहे. जसे नामाला कारकार्थ व्यक्त करण्यासाठी विभक्तिप्रत्यय लागतात, तशीच शब्दयोगी अव्ययेही जोडली जातात. पुष्कळदा शब्दयोगी अव्ययांच्या साह्याने कारकार्थ व्यक्त करण्यामध्ये येणारी विविधता विभक्तिप्रत्ययांपेक्षा किती तरी अधिक असते. 'गंगा गेली हिमालयापाशी' यामधील 'पाशी' या शब्दयोगी अव्ययाने व्यक्त होणारा अर्थ कोणत्याही विभक्तिप्रत्ययांनी व्यक्त होऊ शकत नाही. तशीच स्थिती मूळ धातूने आख्यातप्रत्ययांसाठी एखाद्या धातूचे सहाय घेणे या संयुक्त क्रियापदाच्या रचनेमध्ये आहे.

संयुक्त क्रियापद मानायला आपटेंचा विरोध आहे. त्यांच्या मते– संयुक्त क्रियापद हे एकच पद मानले, तर जेव्हा या दोन्हींमध्ये अनेक शब्द येतात; तेव्हा त्यांची संगती कशी लावायची? उदा.– 'राहिला असाच खेळत' या प्रकारच्या उदाहरणांमध्ये 'खेळत राहिला' हे संयुक्त क्रियापद कसे मानता येईल? (आपटे, पृ. २१, २५)

ग. मो. पाटलांनीही संयुक्त क्रियापदे मानण्यास विरोध केला. त्यांच्या मते, 'तो बोलत आहे' व 'तो शहाणा आहे' ही दोन्ही वाक्ये एकाच प्रकारची आहेत. 'तो बोलू लागला' यासारख्या वाक्यातील 'बोलू' याचा अर्थ 'बोलावयास' असा घेतला की, संयुक्त क्रियापद मानण्याची गरज राहत नाही. संयुक्त क्रियापदामध्ये दोन क्रियांचा अंतर्भाव होतो, हे दामलेंचे म्हणणेही त्यांना मान्य नाही. उदा.– 'त्याने मला भात खाऊ दिला.' या प्रकारच्या वाक्यामध्ये कोणत्याही दोन क्रियांचा अंतर्भाव झालेला नाही. जर संयुक्त क्रियापद मानले; तर 'वाचू दे', 'बोलू दे', 'वाचू लाग', 'बोलू

लाग' इत्यादी संयुक्त क्रियापदांची मालिकाच मानावी लागेल, ही त्यांना संयुक्त क्रियापदे मानण्यामधील आणखी एक अडचण वाटते. संयुक्त क्रियापदे मानल्यावर संयुक्त धातू मानणे आवश्यक ठरेल. म्हणून संयुक्त क्रियापदे न मानता, त्यातील कृदन्ताची व्यवस्था स्वतंत्रपणे विशेषण वा विधिविशेषण अगर अव्यय या पद्धतीने करून आख्यातप्रत्ययाने युक्त रूपाला स्वतंत्र एकेरी क्रियापद मानणे, हे योग्य व सुगम ठरेल. (ग. मो. पाटील, अ. पृ. ७१ ते ७५)

पाटील यांच्या मुद्द्यांचा विचार करताना पुढील वाक्ये एकत्र लक्षात घेता येतील. (१) तो बोलत आहे, (२) तो शहाणा आहे व (३) तो पुस्तक वाचत आहे. यांपैकी तिसऱ्या वाक्यामधील 'वाचत आहे' हा शब्दसमूह एकत्र घेण्याची गरज लक्षात येईल. म्हणूनच 'तो बोलत आहे' हे वाक्य 'तो पुस्तक वाचत आहे' या साच्यातील असून 'तो शहाणा आहे' यासारखे नाही, हे कळू शकेल. या ठिकाणी 'शहाणा' या शब्दाची विशेषण ही शब्दजात व 'बोलत' हे (धातूवरून साधलेले) कृदन्त आहे; हा शब्दजातीचा वाक्यरचनेतील फरक लक्षात ठेवावा लागतो.

व्याकरणामध्ये एका जातीच्या शब्दाऐवजी वेगळ्या जातीचा शब्द चालत नाही. अर्थाकडे दृष्टी ठेवून 'बोलू'च्या ऐवजी 'बोलावयास' हे घेणे म्हणजे 'व्याकरणामधील रूपदृष्टी'कडे दुर्लक्ष करणे होय.

संयुक्त क्रियापद मानले तर धातूही संयुक्त मानावा लागतो, हा प्रश्न तर व्याकरणाच्या दृष्टीने गैरलागू आहे; पण अशा संयुक्त धातूच्या स्वीकारामुळे धातूंची संख्या वाढेल, हा प्रश्न व्याकरणाच्या दृष्टीने अनावश्यक आहे. गरजच असेल, तर धातूंची संख्या वाढायला व्याकरणाचा विरोध असण्याचे कारणच नाही. व्याकरणाच्या साच्यावर त्याचा कोणताही परिणाम होऊ शकत नाही. संस्कृतच्या धर्तीवर भेदव्यवस्था मानून प्रयोजक व शक्य धातूंचा स्वीकार करावा, असे मत मांडताना हा संख्यावाढीचा प्रश्न का मानला जात नाही?

संयुक्त क्रियापद मानले, तर संयुक्त धातू मानणे आवश्यक आहे काय, याचा प्रथम विचार करू या.

(१) तो पुस्तक वाचत आहे.
(२) तो पुस्तक वाचू लागला.
(३) त्याने पुस्तक वाचून टाकले.
(४) तो पुस्तक वाचत असे.
(५) त्याच्याकडून पुस्तक वाचून झाले/ होते.
(६) त्याच्याकडून पुस्तक वाचले गेले/ जाते.
(७) तो पुस्तक वाचून बघतो.

यांसारख्या वाक्यांमध्ये 'वाचणे' हा एकच धातू असून, केवळ काळ-अर्थ (Tense & Moods) व्यक्त करण्यासाठी त्या धातूने दुसऱ्या धातूचे सहाय आख्यात-प्रत्यय स्वीकारण्यासाठी घेतले आहे. त्याची वर्गवारीही काही प्रमाणात करता येते. उदा.–

(१) वाचत आहे - अपूर्ण वर्तमान
(२) वाचू लागला/ लागतो - अपूर्ण वर्तमान
(३) वाचून टाकतो - पूर्ण वर्तमान
(४) वाचून होते - पूर्ण वर्तमान
(५) वाचले(ले) आहे - पूर्ण वर्तमान
(६) वाचले गेले/ जाते - पूर्ण वर्तमान
(७) वाचण्यात आले - पूर्ण वर्तमान
(८) वाचून टाकतो - रीतिभूतकाळ
(९) तो काम करीत असे - रीतिभूतकाळ
(१०) वाचून बघावे - विध्यर्थ
(११) जर पाऊस पडला असता, तर शेते पिकली असती - संकेतार्थ.

अपूर्ण वर्तमान, पूर्ण वर्तमान, रीतिभूतकाळ, संकेतार्थ, विध्यर्थ, आज्ञार्थ अशा आख्यातांमध्ये त्यांचा समावेश होऊ शकतो. तसेच वर उल्लेखिलेल्या वाक्यांमधील सहाय धातू सामान्यत: सर्व धातूंबरोबर येऊ शकतो; चार काळांमध्ये त्याचे प्रयोग होतात.

	अ	ब	क
(१)	वाचू लागतो.	वाचू लागला.	वाचू लागेल.
(२)	वाचून टाकतो.	वाचून टाकले.	वाचून टाकेल.
(३)	वाचून होते.	वाचून झाले.	वाचून होईल.

अ आणि ब गटातील वाक्यांचा अर्थ सामान्यत: एकाच काळाचा द्योतक होतो - (१) अपूर्ण वर्तमान व (२) पूर्ण भूतकाळ/ वर्तमान. ब गटातील वाक्यांना भूतकाळी प्रत्यय लागला, तरी ते प्रत्यय केवळ पूर्णतेचा अर्थ व्यक्त करतात.

सात आख्यातांमध्ये यांचा समावेश होऊ शकतो आणि प्रमुख म्हणजे, या वाक्यांमध्ये संयुक्त क्रियापद असते, पण धातू संयुक्त नसतो. तेव्हा जे व्याकरणकार संयुक्त धातू मानावा लागेल त्या धास्तीने संयुक्त क्रियापद मानायला विरोध करीत असतील, त्यांच्या या मुद्द्याचे स्पष्टीकरण वरील विवेचनामध्ये होऊ शकते.

'ऊन-कृदन्ता'च्या संयुक्त धातूच्या संदर्भात संयुक्त क्रियापद आहे की एकेरी,

हे पुष्कळदा त्या दोन्ही धातूंच्या अर्थाकडे लक्ष देऊन ठरवावे लागते. उदा.– 'तो बोलून बसला' या वाक्यामध्ये 'बोलणे' व 'बसणे' हे दोन्ही धातू अर्थपूर्ण असतील, तर एकेरी क्रियापद (बसला) आणि 'बसलो' हा धातू केवळ सहाय असेल तर संयुक्त क्रियापद, असा अर्थाशी संबंध ठेवावा लागतो. पण अर्थाची मदत घेण्याची वेळ फक्त ऊन-कृदन्तासंदर्भात येते. एरवी त, ता, ले, ऊ इत्यादींनी साधलेल्या कृदन्तांच्या संयुक्त धातूंसंदर्भात असा अर्थाचा प्रश्न जरासासुद्धा डोकावत नाही.

अर्थातच, हा प्रश्न 'संयुक्त धातू'संदर्भातील नसून संयुक्त क्रियापद मानावे की मानू नये, याच्याबद्दलचा आहे. अशा वाक्यातही जर संयुक्त क्रियापद मानण्याच्या बाजूने मार्ग निघाला; तर जो धातू असतो, तो धातू संयुक्त नसतो तर एकेरीच असतो. म्हणून कोणत्याही प्रकारच्या संयुक्त क्रियापदांचा विचार करता, 'संयुक्त धातू' मानणे अनावश्यक असते. धातू कधीही 'संयुक्त' असू शकत नाही.

संयुक्त क्रियापद मानायला विरोध करताना संयुक्त धातू व संयुक्त काळ मानण्याची आवश्यकता हा कसा मोठा अडसर होता, हे यावरून कळू शकते.

संयुक्त क्रियापद न मानता, आख्यातप्रत्यय न स्वीकारणाऱ्या पण अर्थाच्या दृष्टीने मूळ धातू असलेल्या कृदन्ताची सोय विशेषण, विधिविशेषण अगर अव्यय म्हणून करता येते, हे पाटील यांचे म्हणणेही व्यावहारिक नाही. उदा.– (१) 'त्याने पुस्तक वाचून टाकले' या वाक्यामध्ये 'वाचून' याला 'टाकण्याचे' विशेषण, क्रियाविशेषण असे काहीही म्हटले; तरी 'टाकणे' या क्रियापदातील धातूचा 'पुस्तक' या शब्दाशी असलेला कर्मकारकाचा संबंध कसा उलगडता येईल? (२) 'तो पुस्तक वाचत आहे' या वाक्यामध्येही हीच अडचण आहे. या दोन्ही वाक्यांमध्ये 'पुस्तक' हे 'वाचणे' या धातूचे कर्मपद आहे. त्याचा 'टाकणे'शी किंवा 'असणे'शी काहीही संबंध नाही. 'असणे' हा धातू तर अकर्मक आहे. त्याचे कर्म असू शकत नसल्याने 'मूळ धातू' 'वाचणे' हाच ठरतो. तो कृदन्त रूपामध्ये असल्याने तो दुसऱ्या धातूचे सहाय घेऊन आख्यातप्रत्यय स्वीकारतो.

वाक्यरूपान्तराच्या– म्हणजे Active voice च्या Passive voice च्या– आधारेही मूळ धातूचा शोध घेता येतो. त्यासाठी कृदन्त-रूपामध्ये असलेल्या मूळ धातूचे 'कृदन्ता'वरून होऊ शकणारे प्रकार पुढीलप्रमाणे–

ऊ-कृदन्त
(१) तो पुस्तक **टाकू** बघतो.
(२) तो पुस्तक **फाडू** लागतो.

त-कृदन्त
(३) तो पुस्तक **वाचत** आहे.
(४) तो पुस्तक **वाचत** असे.
(५) तो पुस्तक **वाचत** नसे.

ली-ले-कृदन्त (६) त्याने गोष्ट **ऐकली** आहे.

वा-वे-कृदन्त (७) त्याला रुमाल **सोडावा** लागतो.

ता- कृदन्त- (८) तिला **वाचता** येते/ येत असावे/ असेल.

(९) तिला परीक्षा **देता** येईल/ यावी.

संयुक्त क्रियापदांचे असे साचे देता येत असले, तरी कोणत्याही धातुसाधिताबरोबर कोणताही धातू येऊन संयुक्त क्रियापद सिद्ध होत नसते. विशिष्ट धातूच्या धातुसाधितातील क्रियेला वेगळी अर्थच्छटा आणण्याचे कार्य ज्या धातूच्या क्रियापदाकडून साधता येते; अशांचीच सांगड घालून संयुक्त क्रियापदरचना सिद्ध होत असते. या दोन्ही धातूंच्या अर्थाचा मेळ व त्यामधून धातुसाधितातील धातूची वेगळी अर्थच्छटा व्यक्त होणे या गोष्टी अर्थदृष्टीस महत्त्व देत असल्याने ते कार्य व्याकरणकक्षेच्या बाहेरचे मानले जाते.

ऊन-कृदन्त (१०) तो पुस्तक **फाडून** बघतो.

(११) तो रद्दी **फेकून** देतो.

(१२) तो गोष्ट **वाचून** टाकतो.

(१३) तो सत्य **सांगून** बसला आहे.

(१४) तो असे **बोलून** बसला.

यापैकी ऊन-कृदन्तामधील वाक्यांचा अपवाद वगळता, इतर सर्व विभागांमध्ये मूळ धातू महत्त्वाचा ठरतो. या सर्व वाक्यांची Passive रचना करताना 'मूळ धातू' लक्षात घ्यावा लागतो. संयुक्त धातू नाही व सहाय धातूही नाही.

आणखी एका दृष्टीने संयुक्त क्रियापदाचा विचार करावा लागतो. केवळ ज्याला आख्यातप्रत्यय लागतात, त्यालाच क्रियापद म्हणायचे की, कृदन्तासह सहाय धातू एकत्रित घेऊन– म्हणजे संयुक्त क्रियापदाचा– विचार करायचा, याचा विचार प्रयोगदृष्टीने करणेही आवश्यक आहे. व्याकरणाला शब्दशास्त्र म्हटले जात असले, तरी त्याच्यात प्रयोगाच्या दृष्टीने वाक्याचा विचार येतो. वाक्यविचार म्हणजे वाक्यपृथक्करणशास्त्र अशी मर्यादा घालून न घेता त्यामध्ये प्रयोगाच्या विचाराचा अंतर्भाव होतो, हे लक्षात घ्यायला पाहिजे. प्रयोगामध्ये कर्ता-कर्म-क्रियापद यांच्या परस्परसंबंधांचा विचार असतो. त्यातही क्रियापद महत्त्वाचे असते. या क्रियापदाच्या आधारे कर्ता व कर्म ठरविले जाते. कर्ता कसा ओळखावा याचे गमक दामलेंनी सांगितले असले, तरी कर्म ओळखण्याचे हमखास गमक तेही सांगू शकले नाहीत. दामलेंनी सांगितलेल्या गमकाच्याच आधारे आपल्याला असे म्हणता येईल की, क्रियापदामधून व्यक्त होणाऱ्या क्रियेचा उगम ज्या शब्दामधून कळतो, तो कर्ता आणि या कर्त्याच्या क्रियेचा रोख ज्याच्या दिशेने असतो किंवा ज्याच्या संदर्भात होतो, तद्दर्शक पद

म्हणजे कर्मपद होय. उदा.– 'तो पुस्तक वाचतो' या वाक्यामध्ये कर्त्याच्या वाचण्याची क्रिया 'पुस्तक' या पदामधून कळते, म्हणून ते कर्म. तसेच 'त्याला जागा सोडावी लागते.' या वाक्यामध्ये कर्त्याची 'सोडण्याची' क्रिया जागेच्या संदर्भात आहे, म्हणून 'जागा' हे कर्मपद होय.

कर्त्यापेक्षा कर्मासंदर्भात संयुक्त क्रियापद मानण्याची गरज लक्षात येते. उदा.– 'तो पुस्तक वाचू लागतो.' या वाक्यामध्ये 'लागण्याची' क्रिया कुणाच्या संदर्भात, याला 'पुस्तक' हे उत्तर येत नाही. 'पुस्तक' हे कर्मपद फक्त 'वाचण्याची' क्रिया कुणाच्या, कशाच्या संदर्भात याचे उत्तर ठरते. तसेच 'तो उत्तर देऊन टाकतो' या वाक्यामध्येही 'टाकण्याची' क्रिया ज्याच्या संदर्भात ते पद 'उत्तर' हे येत नाही, तर 'देण्याची' क्रिया कुणाच्या संदर्भात ते पद 'उत्तर' हे येते.

प्रयोगरचनेच्या दृष्टीने मराठी प्रयोग हा कर्ता व कर्म या दोन पदांवर अवलंबून असतो. त्या दोन्ही पदांची निश्चिती क्रियापदाच्या आधारे होत असते. ही गोष्ट लक्षात घेतल्यास केवळ आख्यातप्रत्यय स्वीकारणारे पदच क्रियापद असे समजणे कसे सदोष आहे, ते कळू शकेल. कर्मणी प्रयोग व नवीन कर्मणी (Passive voice) या रचनेमध्ये कर्मपद महत्त्वाचे असल्याने ती निश्चिती संयुक्त क्रियापद मानण्यावर आणि त्याचा खरा धातू कृदन्त-रूपामध्ये असण्यावर अवलंबून आहे.

नवीन कर्मणीच्या (Passive voice) रचनेचा विचार केल्यास या मताला दुजोराच मिळतो. 'शिपायाकडून चोर पकडला जातो.' या वाक्याचे मूळ वाक्य 'शिपाई चोर पकडतो' हे आहे. Passive voice मध्ये हे वाक्य रूपान्तरित करताना 'जाणे' या धातूचे सहाय घेतले जाते. जसे, इंग्रजीत He reads a book - Active voice व त्याचे A book is read by him हे passive voice या वाक्यामध्ये to be या धातूची मदत सहाय धातू म्हणून घेतली जाते; तशीच मराठीत 'जाणे' या धातूची मदत सहाय धातू म्हणून घेतली जाते. 'जाणे' या धातूचा अर्थ या रूपान्तरित वाक्यामध्ये लुप्त झालेला असतो. या दृष्टीनेही संयुक्त क्रियापद मानणे (व मूळ धातू एकेरीच असतो हे लक्षात घेणे) कसे योग्य व आवश्यक आहे, ते कळू शकेल.

डॉ. पाटील यांच्या मुद्द्याचे आणखी एका दृष्टीने अपुरेपण जाणवते. ते म्हणतात त्याप्रमाणे कृदन्ताची सोय विशेषण, विधिविशेषण किंवा अव्यय म्हणून करता येईल. कोणत्याही वाक्याच्या विचारामध्ये 'अव्यय' हे कार्य नसते, म्हणून त्या पदाला 'अव्यय' म्हणता येणार नाही. त्याला विधिविशेषण म्हणताना क्रियेबद्दलची कोणतीही विशेष माहिती ते पद देत नाही.

संयुक्त क्रियापदे मानायला अर्जुनवाडकरांचाही विरोध आहे. संयुक्त क्रियापदाचा मराठीतील विचार त्यांनी चार प्रकारांमध्ये विभागून दिला.

(१) विस्तारवादी अथवा राजमार्ग - दादोबा, खेर, जोशी, नवलकर आदींनी संयुक्त क्रियापदे मानली.

(२) संक्षेपवादी - कृ. गोडबोले, चिपळूणकर, गुंजीकर, दामले आदींनी कृदन्ताने साधलेली क्रियापदे मानली.

(३) अतिसंक्षेपवादी - चिपळूणकर, गुंजीकर, मोडक, खेर आदींनी कृदन्ताने साधलेल्या सर्वच प्रकारच्या संयुक्त क्रियापदांना मान्यता दिली नाही.

(४) अभाववादी - राजवाडे, आपटे, मंगरूळकर आदींनी संयुक्त क्रियापदे मानण्यास पूर्णपणे विरोध केला.

अर्जुनवाडकरांनी संयुक्त क्रियापदे मानण्यास विरोध करण्याचे कारण म्हणजे, त्यासाठी व्याकरणाच्या कक्षेत न येणाऱ्या लाक्षणिक अर्थाकडे लक्ष द्यावे लागते, हे आहे. (अर्जुनवाडकर, 'मराठी व्याकरणातील संयुक्त क्रियापदे,' मसाप अं. १६७ व ४३, पृ. ४९,५०)

मंगरूळकरांनीही ''संयुक्त क्रियापद मानणे म्हणजे व्याकरणात निरर्थक असलेला 'अर्था'चा व्याकरणबाह्य प्रश्न उपस्थित करणे होय-'' असे म्हणून संयुक्त क्रियापद मानण्याला आपला विरोध स्पष्ट केला आहे. (मंगरूळकर, पृ. १५५ ते १५७)

'अर्थाचा व्याकरणबाह्य प्रश्न' फक्त 'ऊन-कृदन्ताने' साधलेल्या संयुक्त क्रियापदांच्या संदर्भात उपस्थित होतो. बाकी सर्व प्रकारच्या संयुक्त क्रियापदांनी साधलेल्या वाक्यांमध्ये अर्थाचा प्रश्न येत नाही. याबरोबरच आणखी एक गोष्टही स्पष्ट होते– ती म्हणजे, अशी संदिग्धता सर्वच ऊन-कृदन्तांबद्दल निर्माण होतेच, असे नाही. 'त्याने रद्दी फेकून दिली', 'त्याने गोष्ट सांगून टाकली', 'त्याने पुस्तक फाडून बघितले', यांसारख्या किती तरी ऊन-कृदन्तांनी साधलेल्या संयुक्त क्रियापदाच्या वाक्यामध्ये नि:संदिग्धपणे संयुक्त क्रियापद मानता येते.

अशाच प्रकारचा 'अर्थाचा व्याकरणबाह्य प्रश्न' विभक्तिप्रत्ययांच्या तृतीयेच्या संदर्भातही जाणवतो. 'रामाने बाणाने रावणाला मारले', 'तिने पेन्सिलीने कागद खरडला' यांसारख्या 'ने' या प्रत्ययाने कर्ता व करण ही दोन्ही कारके सांगितलेली आहेत. त्यांपैकी कर्ता कोणता, यासाठी आपण जे वाक्यात प्रथमस्थानी आलेले पद ते कर्ता या नियमाचा आधार घेतो. केवळ 'ने' या प्रत्ययांनी ही गोष्ट ओळखता येत नाही, म्हणून अशा सर्वच ठिकाणी नियम कोणता व अपवाद कोणता याचे तारतम्य बाळगावे लागते.

व्याकरण हे केवळ रूपविमर्शाचे शास्त्र असले तरी रूप, अर्थ व कार्य या तीनही दृष्टींनी विचार करावा लागतो. शिवाय व्याकरणाच्या क्षेत्रातील कोणत्याही एका घटकाचा सुटा विचार करून निर्णय देता येत नाही. शब्द, पद, वाक्य या

व्याकरणाच्या तीनही दृष्टीने– या एकापुढच्या एक साखळ्या असल्याने– संयुक्त क्रियापदाचा विचार करून निर्णय देणे आवश्यक ठरते.

आतापर्यंतच्या संयुक्त क्रियापदाच्या विचाराच्या आधारे ‘प्रास्ताविका’मधील अ, आ, इ, ई या गटातील वाक्याचे परीक्षण करू या.

(अ) या गटातील वाक्यांना इंग्रजीचा पर्याय आहे. तो पुस्तक वाचत आहे - 'He is reading a book.' त्याने पुस्तक वाचले आहे - 'He has read a book' या प्रकारची इंग्रजीतील वाक्यरचना पाहता, तिच्यामध्ये 'is reading', `has read' अशी क्रियावाचक दोन शब्दांची योजना क्रियापद म्हणून केलेली असते. अशा ठिकाणी योजलेले to be आणि to have ही सहाय क्रियापदे आहेत. ती अर्थशून्य आहेत किंवा जेव्हा अशी सहाय क्रियापदे म्हणून ती योजली जातात, तेव्हा त्यांचा अर्थ लुप्त होतो. एरवी इतर वेळी जेव्हा ती एकेरी येतात, तेव्हा त्यांना अर्थ असतो. (उदा.– He is a good boy आणि He has two pens या वाक्यांतील is आणि has ही अर्थपूर्ण आहेत.)

(आ) हीच स्थिती मराठीतील या गटातील सर्व वाक्यांच्या संदर्भात आहे. टाकणे, पाहणे, बघणे, चुकणे, लागणे, बसणे इ. सर्वच धातू येथे केवळ सहाय धातू म्हणून योजलेले आहेत. त्यांचा अर्थ लुप्त झालेला आहे. कृदन्त–रूपात असलेल्या क्रियावाचक पदातील अर्थाची सूक्ष्म व बदलती छटा व्यक्त करण्यासाठी त्यांची योजना आहे.

(इ) या गटातील वाक्यांचे इंग्रजी भाषांतर करताना must, should, ought अशांसारख्या सहाय धातूंचे साह्य घेतले जाते. हे सहाय धातू कधीही स्वतंत्र धातू म्हणून योजले जात नाहीत. मराठीत अशा प्रकारचे धातू नाहीत.

(ई) या गटातील वाक्य हे अस्वाधीन मुखरचनेचे म्हणजे नवीन कर्मणीचे (Passive voice) आहे. Active voice चे Passive voice करताना ‘जाणे’ या धातूचा सहाय धातू म्हणून उपयोग केला जातो. या वाक्यामध्ये संयुक्त क्रियापद मानले नाही, तर कर्ता व कर्म या पदांच्या विचारात संदिग्धता येते.

५. संयुक्त क्रियापद व अर्थदृष्टी

संयुक्त क्रियापद मानायला विरोध करण्यामागची कारणे खालीलप्रमाणे- अ) केवळ आख्यातप्रत्ययान्त एकच पद क्रियापद या रूपदृष्टीला त्यामुळे बाधा पोहोचते. आ) दोन शब्द वा पदे एकत्रितपणे घेऊन त्या शब्दसमूहाला क्रियापद मानणे हे व्याकरणकक्षेत न बसणारे आहे. इ) धातुसाधित + आख्यातप्रत्ययान्त धातुरूप यांच्या ‘अर्थाकडे’ लक्ष पुरवावे लागते, तेही व्याकरणाच्या रूपदृष्टीला न मानवणारे

आहे. ई) आख्यातप्रत्यय स्वीकारलेल्या धातुरूपाने मूळ अर्थांचा त्याग करून सहायक धातूचे कार्य केलेले आहे की नाही, याच्या तपासणीतही त्यांच्या अर्थाला महत्त्व द्यावे लागते.

व्याकरण हे रूपाला-प्रत्ययनिष्ठतेला महत्त्व देणारे शास्त्र आहे, असे मानणाऱ्यांचा त्यासाठी संयुक्त क्रियापदरचनेला विरोध आहे. पण मराठी वा अन्य भाषांत (इंग्रजीतही) अशा रचना विपुल प्रमाणात वापरात आहेत. त्यामुळे व्याकरणाच्या नियमावलीत त्यांना स्थान द्यायला पाहिजेच. असे स्थान दिले नाही, तर त्यांची काही वेगळी व्यवस्था व्याकरणाने सांगितली पाहिजे. ही व्यवस्था सांगताना त्या वाक्यरचनेतून व्यक्त होणाऱ्या अर्थाला धक्का पोहोचता कामा नये, याचीही खबरदारी व्याकरणशास्त्राने घ्यायला हवी. उदा.– 'तो पुस्तक वाचून टाकतो', यासारख्या वाक्यात केवळ 'टाकणे' हेच क्रियापद समजल्यास 'तो काय टाकतो?' याचे उत्तर 'वाचून' याला कर्मपद मानावे लागेल. 'टाकणे' या धातूतील क्रियापदाचा पुस्तक या कर्मपदाशी संबंध स्पष्ट होणार नाही. त्याचा कर्मपद म्हणून अर्थदृष्टीने 'वाचणे'च्या धातुसाधित रूपाशी संबंध आहे. संयुक्त क्रियापद न मानल्यास हा संबंध प्रस्थापित करण्यासाठी व्याकरणाला करावी लागणारी तडजोड म्हणजे 'वाचून' हे कर्मपद (वा विशेषण) मानणे व्याकरणव्यवस्थेला बाधक आहे. वाक्यात 'वाचून, वाचताना, वाचू' यांसारखी धातुसाधिते कर्मपदी येत नसतात. कर्म, कर्ता इत्यादी कारकार्थ हे कार्य नामादी शब्दजातीकडूनच होत असते. व्याकरणातील या मूलभूत नियमव्यवस्थेलाच त्यामुळे तडा जाईल. म्हणून अर्थदृष्टीची आवश्यक तेवढीच मदत घेऊन संयुक्त क्रियापद मानणेही आवश्यक आहे.

अशी अर्थदृष्टीची मदत व्याकरणाने अनेक ठिकाणी घेतलेली आहे. शब्दाच्या व्याख्येत व शब्दांच्या विभागणीतही अर्थदृष्टी व कार्यदृष्टी दुर्लक्षित केलेली नसते. 'अर्थ असलेला ध्वनिसमूह म्हणजे शब्द' ही शब्दाची व्याख्या किंवा वस्तुद्योतक शब्द म्हणजे नाम व क्रियाद्योतक शब्द म्हणजे धातू या दोन्ही ठिकाणी अर्थाला व्याकरणाने डावलेले नाही. 'ला'सारख्या प्रत्ययाच्या संदर्भातही नामाला लागल्यास कर्मकारकार्थ व धातूला लागल्यास क्रियापद हा शब्दजातिभेद मानावा लागलेला आहे. 'कर','सर', 'वर' हे शब्द वस्तुद्योतक अर्थ व्यक्त करतात म्हणून नामे; पण 'कर(णे)','सर(णे)', 'वट(णे)' हे क्रियाद्योतक अर्थव्यक्ती करतात म्हणून धातू– अशी अर्थदृष्टीची मदत व्याकरण नाकारत नाही. 'रामाने बाणाने रावणाला मारले' यासारख्या वाक्यरचनेत तर रामाने - कर्ता व बाणाने -करण हे कारकही एकाच 'ने'ने सांगितलेले असल्याने त्या विशिष्ट नामांच्या अर्थानेच कारकार्थ ठरतात.

संयुक्त क्रियापदरचना मराठीत यादवकाळापासून आहे. आज ती अनेक भाषांमध्येही असल्याचे लक्षात आलेले आहे. व्याकरणाने तिची व्यवस्था द्यायची आहे. ती देताना संयुक्त क्रियापद मानल्याशिवाय पर्याय नाही.

६. समारोप

प्रथमत: संयुक्त क्रियापद ही कल्पना स्पष्ट करणे आवश्यक होते. नामिक संयुक्त क्रियापदे वा अशा प्रकारचा विभाग संयुक्त क्रियापदाच्या कक्षेत येत नाहीत.

संयुक्त क्रियापदामध्ये दोन धातू– एक कृदन्त-रूपामध्ये व दुसरा आख्यात-प्रत्ययान्वित– असे आलेले असतात. त्यांपैकी मूळ धातू हा कृदन्त-रूपात असतो आणि आख्यातप्रत्ययान्वित धातू हा अर्थहीन असतो. तो स्वत:चा अर्थ टाकून देऊन केवळ सहाय करण्यासाठी आलेला असतो.

संयुक्त क्रियापदाचे कृदन्तावरून (१) ऊ-कृदन्त, (२) वा-कृदन्त, (३) त--कृदन्त, (४) ले-कृदन्त, (५) ता-कृदन्त, (६) ऊन-कृदन्त असे सामान्यपणे विभाग पडतात. त्यांपैकी ऊन-कृदन्तांपैकी काही वाक्यरचनांच्या संदर्भात अर्थाची मदत घ्यावी लागते. म्हणून काही व्याकरणकार संयुक्त क्रियापद मानण्याला विरोध करतात. पण अशी वाक्ये संख्येने अत्यल्प असल्याने त्यांच्यावरून नियम ठरविण्यापेक्षा त्यांना अपवाद समजावे.

संयुक्त क्रियापद मानले तरी संयुक्त काळ आणि संयुक्त धातू मानण्याची आवश्यकता नाही. संयुक्त काळ आणि संयुक्त धातू मानण्याच्या भीतीपोटी अनेक व्याकरणकार संयुक्त क्रियापद मानायला विरोध करतात. त्यांचे आक्षेप व त्यांची भूमिका कशी चुकीच्या तत्त्वांवर आधारलेली आहे, हे स्पष्ट केले. तसेच मुखरचनेच्या दृष्टीने कृदन्त रूपामधील धातूच मूळ धातू असतो, हे लक्षात घेतले.

संयुक्त क्रियापदामधून व्यक्त होणाऱ्या अर्थाचा लाक्षणिक अर्थाशी संबंध नसतो. आख्यातप्रत्यय स्वीकारलेला धातू हा अर्थहीन असतो.

संयुक्त क्रियापद मानले नाही, तर कृदन्त रूपाला विशेषण वा विधिविशेषण म्हणणे सयुक्तिक नाही. याचा अर्थ कृदन्त-रूपाची अन्य सोय लावता येत नाही.

वाक्यातील कर्मकारकाच्या दृष्टीने व प्रयोगासंदर्भात वाक्यातील मूळ धातू महत्त्वाचा असतो. प्रयोगाच्या व वाक्यरूपान्तराच्या दृष्टीने कर्मपदाच्या निश्चितीसाठी संयुक्त क्रियापद मानण्याची आवश्यकता लक्षात घेऊन संयुक्त क्रियापद मानले जाते.

संयुक्त क्रियापदासंबंधीचा हा सर्व विचार केवळ ऐतिहासिक म्हणून पाहिला जातो. सध्या अनेक व्याकरण-विचारवंतांच्या मतानुसार, संयुक्त क्रियापद मानणे ही भाषेची गरज आहे.

❖

प्रयोगविचार

(१) प्रास्ताविक, (२) प्रयोगकल्पना, (३) कर्तरी, (४) कर्मणी, (अ) धातुरूपेश, (५) भावे, (६) संकीर्ण, (७) समारोप.

---

१. प्रास्ताविक

मराठीमधील प्रयोगासंबंधीच्या विचारावर इंग्रजीतील Voice ची व संस्कृतमधील प्रयोगाची जबरदस्त छाप आहे. त्यामुळे मराठीच्या प्रयोगविचारात सुसंगती राहिलेली नाही. मराठीतील प्रयोगाचे स्वतंत्र स्वरूप लक्षात येण्याऐवजी त्याचे स्वतंत्रपण दडपले गेले, दुर्लक्षिले गेले आणि हे स्वतंत्र विशेषच दोष समजले जाऊ लागले.

प्रत्येक भाषेचे वेगळेपण प्रयोग किंवा एका वाक्याची रचना यांमधून प्रकट होत असते. मराठीतील शब्दांचे वर्गीकरण, प्रत्ययव्यवस्था, शब्दयोगी अव्ययांकडूनही केले जाणारे विभक्तिकार्य, सामान्यरूप करण्याची प्रवृत्ती, धातूला लागणारे आख्यात-प्रत्यय, संयुक्त क्रियापदाची रचना आणि या सगळ्यांमुळे आलेले वाक्यरचनेमधील वेगळेपण निश्चित होत असते. या सगळ्याचा परिणाम मराठीतील प्रयोगावर– म्हणजेच वाक्यरचनेवर उमटत आहे. हा मराठीतील परिणाम इंग्रजीतील Voice वर किंवा संस्कृतमधील प्रयोगावर असणे शक्य नसते. पण Voice व संस्कृत प्रयोग या दृष्टीने मराठीचा प्रयोग विचारात घेतल्याने तो गोंधळाचा वाटू लागला आहे. केवळ मराठी भाषेच्या प्रवृत्ती लक्षात घेऊन प्रयोगाकडे पाहिले, तर तो सोपा व सुलभ आहे, हे स्पष्ट होते. मराठीने प्रयोग हीच पारिभाषिक संज्ञा योजलेली असली आणि कर्तरी, कर्मणी व भावे हीच प्रयोगांची नावे असली; तरी त्यांचे स्वरूप वेगळे आहे. हे वेगळेपण काही प्रमाणात रा. भि. जोशी, दामले व सबनीस यांना जाणवले; पण ते पुरेशा निष्कर्षापर्यंत पोहोचले नाहीत.

वाक्यपृथक्करणशास्त्र व वाक्यशास्त्र यांमधील फरक पूर्वीच लक्षात घेतला आहे. याच वाक्यपृथक्करणाचा विचार करताना आगरकरांना मराठी प्रयोगविचारात काही सदोषता जाणवू लागली होती. म्हणूनच प्रयोगाबद्दल ते म्हणतात :

"संस्कृत व्याकरणांत प्रयोगप्रकरण ज्या तंत्रावर रचिलें आहे, तें तंत्र मराठी व्याकरणास लावितांना जितकी दक्षता ठेवायला पाहिजे होती, तितकी ठेवण्यांत आली नाहीं. म्हणून मराठी प्रयोगप्रकरणांत बराच घोटाळा झाला आहे." (आगरकर, पृ. ७)

या प्रयोगाबद्दल जोशी यांनी पुढील मत दिले आहे :

"व्याकरणाची रचना करणारांनी भाषेंत खरी स्थिति काय आहे, याचा विचार न करितां संस्कृतांत तीन प्रयोग आहेत, म्हणून मराठींतही ते आहेतच, असें गृहीत धरून व्यवस्था ठरविली आणि मग त्याप्रमाणें उदाहरणें कल्पिलीं. यामुळें वास्तविक घोटाळ्याचा असा प्रकार झाला आहे." (जोशी, पृ. २८७, २८८)

मराठीतील प्रयोगाचा विचार करताना ही मते किती प्रमाणात पटणारी आहेत, ते समजून घ्यायला पाहिजे.

२. प्रयोगकल्पना

प्रयोगविचार हा व्याकरणाच्या क्षेत्रातील अखेरचा टप्पा होय. वाक्यपृथक्करण-शास्त्रामध्येही वाक्याचा विचार केलेला असतो, पण वाक्याकडे पाहण्याची व्याकरणशास्त्राची दृष्टी थोडीफार वेगळी आहे. वाक्यपृथक्करणशास्त्र व प्रयोगविचार याबद्दल पाटील यांनी म्हटले आहे :

"वाक्यविचार आणि प्रयोगविचार हे दोन्ही परस्परभिन्न आहेत. दोहोंमध्ये जरी वाक्याचाच विचार असला, तरी वाक्यविचारात वाक्यातील घटकांच्या स्वतंत्र रूपांचा व वाक्याच्या मांडणीचा विचार येतो; तर प्रयोगविचारात वाक्यांतील घटकांचा परस्परसंबंधाचा आणि परस्परपरिणामाचा विचार अंतर्भूत आहे." (कुलकर्णी व पाटील, पृ. १८०)

वस्तुत: वाक्यपृथक्करणशास्त्र हे व्याकरणाच्या कक्षेत येत नाही; पण ते मराठी व्याकरणामध्ये मात्र प्रथमपासून घुसलेले आहे. सबनीसांच्या मते, याला कारण म्हणजे इंग्रजीच्या व्याकरणामध्ये Grammar बरोबर Analysis चाही विचार केलेला असतो; त्याचेच अनुकरण मराठी व्याकरणकारांनी केल्यामुळे शालेय दृष्टीने रचलेल्या व्याकरणांमध्ये हे वाक्यपृथक्करण विचारात घेतले गेले.

प्रयोग म्हणजे काय? क्रियापदाचा कर्ता व कर्म या दोन कारकांशी असलेला

संबंध म्हणजे प्रयोग, असे ढोबळपणे म्हणता येईल. वाक्यामध्ये क्रियापद हे सर्वांत महत्त्वाचे पद होय, हे आपण धातुविचारात लक्षात घेतले. हे क्रियापद (खरे तर, धातू) प्रत्ययांसाठी कर्ता किंवा कर्म यांच्यावर अवलंबून असते; म्हणजेच कर्ता तृतीय पुरुषी एकवचनी, पुल्लिंगी (तो) असेल, तर धातूला लागणारे आख्यातप्रत्ययही तृतीय पुरुषी एकवचनी व पुल्लिंगी असतात. अशा प्रकारे क्रियापदाच्या रूपावर कधी कर्त्याचा परिणाम होत असतो, कधी कर्माचा होत असतो; तर कधी कोणाचाच परिणाम न स्वीकारता क्रियापद स्वतंत्रपणे प्रत्यय निवडते. याचा अर्थ, क्रियापदाच्या रूपावरून कर्त्याची किंवा कर्माची लिंग-वचन-पुरुषसंदर्भात कल्पना येऊ शकते.

इंग्रजीत He reads a book यातील धातूला लागलेल्या s प्रत्ययाने त्याचा कर्ता तृतीयपुरुषी एकवचनी असल्याचे कळते. संस्कृतातही 'सः गच्छति।' या वाक्यातील 'ति' प्रत्ययाने कर्ता तृ.पु. एकवचनी असल्याचे कळते आणि मराठीतही 'तो पुस्तक वाचतो' यामधील क्रियापदाच्या 'तो' या प्रत्ययाने हीच जाणीव होते. मराठीत तर क्रियापदाच्या प्रत्ययाने कर्त्याच्या लिंग-वचन-पुरुष या तीन गोष्टी कळू शकतात. क्रियापदाच्या रूपावरून कर्त्याच्या रूपाची ही जी जाणीव होते, त्याला 'प्रयोग' असे म्हणतात. ही क्रियापदे मराठीत कधी कर्त्याला, कधी कर्माला, तर कधी स्वत:लाच अनुसरतात. उदा.–

तो पुस्तक वाचतो - कर्तरी प्रयोग
त्याने पुस्तक वाचले - कर्मणी प्रयोग
रामाने रावणास मारिले - भावे प्रयोग

याचा अर्थ, मराठीत तरी वाक्यरचनेचे प्रमुख तीन प्रकार मानावे लागतात. त्यांचे उपविभाग कितीही होऊ शकतील, पण प्रमुख तीनच ठरतात.

(१) कर्त्याच्या लिंग-वचन-पुरुषावर क्रियापदांचे लिंग-वचन-पुरुष अवलंबून असणारी वाक्यरचना - कर्तरी प्रयोग.

(२) कर्माच्या लिंग-वचन-पुरुषावर क्रियापदाचे लिंग-वचन-पुरुष अवलंबून असणारी वाक्यरचना - कर्मणी प्रयोग.

(३) या दोन्ही पदांपैकी कोणत्याही पदावर अवलंबून न राहणारी व विशिष्ट प्रकारचेच क्रियापद असणारी वाक्यरचना - भावे प्रयोग.

मात्र भाषा ही लोकांच्या बोलण्यामुळे सतत बदलत असल्यामुळे वाक्यरचनेचे हे नियम ती नेहमी काटेकोरपणे पाळतेच, असे नाही. त्यामुळे या तीन प्रकारच्या वाक्यरचनांच्या संमिश्रणातून एखादी नवी वाक्यरचना निर्माण होऊ शकते. दामलेंनी अशा प्रकारची वाक्यरचना संकीर्ण प्रयोगामध्ये विचारात घेतली आहे.

मराठी व्याकरणामध्ये अगदी प्रारंभापासून या वेगवेगळ्या वाक्यरचनांचा विचार केलेला आहे. मात्र, दामलेंनी जितक्या प्रकारच्या वाक्यरचनांचा विचार केला, तितक्या प्रकारच्या वाक्यरचना कोणत्याही व्याकरणकारांनी विचारात घेतल्या नाहीत. तसेच, दामलेंनी त्यांची वर्गवारी जितक्या काटेकोरपणे केलेली आहे, तितक्या काटेकोरपणे कोणत्याही व्याकरणकाराने केलेली आढळत नाही.

पुष्कळशा व्याकरणकारांनी तीन प्रयोग मानलेले असले; तरी दादोबांनी पाच प्रयोग, खेरांनी व दामलेंनी चार प्रयोग– अशी थोडीफार विविधता या प्रयोगसंख्येमध्ये आढळते. कर्तरी, कर्मणी व भावे या तीन प्रयोगांच्या जोडीला दादोबांनी भावकर्तरी व कर्मकर्तरी हे नवे प्रयोग मानले.

तीन प्रयोगांमध्ये केवळ तीन प्रकारच्या वाक्यरचनांचा विचार करूनच दामले थांबले नाहीत. त्यांच्या विभाग-उपविभागांत येऊ शकणाऱ्या वाक्यरचनाही त्यांनी विचारात घेतल्या. त्यांनी कर्तरी प्रयोगाचे केलेले विभाग (सकर्मक-अकर्मक) हे सर्वपरिचित आहेत; पण त्यांनी कर्मणी व भावे या प्रयोगांचे केलेले विभाग नवे आहेत. कर्मणी प्रयोगामध्ये कर्माला जसे रूपदृष्टीने महत्त्व असते, तसेच साधारणत: अर्थदृष्टीनेही महत्त्व असणे आवश्यक असते; हे कर्मणी प्रयोगाचे तत्त्व लक्षात घेऊन दामलेंनी कर्मणी प्रयोगाचे पुढीलप्रमाणे दोन विभाग केले.

(१) रूपदृष्ट्या कर्माला महत्त्व, पण अर्थदृष्ट्या कर्त्यालाच महत्त्व देणारी वाक्यरचना.

(२) रूपदृष्टीने व अर्थदृष्टीने केवळ कर्मालाच महत्त्व देणारी वाक्यरचना.

तसेच, भावे प्रयोगामध्ये रूप व अर्थ या दोन्ही दृष्टींनी कर्ता वा कर्म यांपैकी कोणत्याही पदाला महत्त्व नसते; हे भावे प्रयोगाचे सर्वसाधारण तत्त्व लक्षात घेऊन दामलेंनी भावे प्रयोगात तीन विभाग केले, ते पुढीलप्रमाणे :

(१) अर्थदृष्टीने कर्त्याला महत्त्व देणारी वाक्यरचना.

(२) अर्थ व रूप या दोन्ही दृष्टींनी कर्ता व कर्म यांपैकी कोणत्याही पदाला महत्त्व न देणारी वाक्यरचना.

(३) अर्थदृष्टीने ज्या धातूंना कर्ता असूच शकत नाही, अशी वाक्यरचना.

दामलेंच्या प्रयोगविषयक विवेचनात असलेली सुसूत्रता यावरून स्पष्ट व्हावी. त्यांनी योजलेल्या प्रयोगविषयक संज्ञाही समर्पक व अर्थपूर्ण आहेत. त्यांचाच उपयोग या प्रकरणात केला आहे.

प्रयोगविचार करताना प्रारंभी हा प्रयोगाचा तक्ता नजरेसमोर असल्यास एतद्विषयक विचार समजून घेणे सोपे ठरेल. सर्व व्याकरणकारांमध्ये दामलेंनी दिलेला प्रयोगतक्ता,

त्यांची वाक्ये व वेगवेगळ्या प्रयोगांची नावे ही तर्कशास्त्रदृष्ट्या पटणारी असल्याने त्यांचेच अनुकरण करून पुढील प्रयोगतक्ता तयार केलेला आहे. (तक्ता: पान २७० पाहा.)

या तक्त्यामध्ये एकंदर १९ प्रकारच्या वाक्यरचना लक्षात घेतलेल्या आहेत. याव्यतिरिक्त अधिक प्रकारची रचना मराठीत आढळत नाही आणि आढळली, तर ती या तीन प्रयोगांच्या संकरांमधून निर्माण झालेली आहे, हे लगेच लक्षात येईल.

तक्त्याच्या आधारे या सर्व प्रयोगांची माहिती समजून घेणे सोपे जाईल.

३. कर्तरी प्रयोग

या प्रयोगामध्ये कर्त्याला अर्थदृष्टीनेही महत्त्व असते. या प्रयोगामध्ये सकर्मक व अकर्मक अशी दोन्ही प्रकारची रचना होऊ शकते. अकर्मक कर्तरी प्रयोग हा सर्व आख्यातांमध्ये होत असला, तरी सकर्मक कर्तरी प्रयोग मात्र लाख्यात (भूतकाळ) व वाख्यात (विध्यर्थ) या दोन आख्यातांचा अपवाद वगळून इतर आख्यातांमध्येच होतो.

उदा.– **विद्यार्थी अभ्यास करतो** - प्रथमाख्यात वर्तमानकाळ. पण **विद्यार्थ्याने अभ्यास केला** - लाख्यात भूतकाळ व **विद्यार्थ्याने अभ्यास करावा** - वाख्यात विध्यर्थ.

जुन्या मराठीमध्ये मात्र लाख्यात संयुक्त क्रियापद योजून कर्तरी प्रयोग कायम ठेवत असत. उदा.– **विद्यार्थी अभ्यास करता झाला.**

लाख्यातामध्ये व वाख्यातामध्ये कर्तरी प्रयोग होत नाही. या नियमाला पुढील धातूंचा अपवाद आहे.

(१) उमजगण व आचरगण यामधील धातू लाख्यातामध्ये कर्तरी प्रयोग साधतात. आचरगणातील धातूंचा अपवाद विकल्पाने आहे.

उदा.– : **तो उमजला. तो आचरिला. त्याने आचरिले.**

तसेच वाख्यातामध्ये हा कर्तरी प्रयोग विकल्पाने होतो.

उदा.– : **त्याने आचरावे. तो आचरावा.**

(२) कर हा धातू स्नान, संध्या, अंघोळ, फराळ, जेवण यांच्यासह योजलेला असेल, तर त्याचा कर्तरी प्रयोग होतो.

उदा.– : **तो स्नान केला.** पण ही रचना आज मागे पडत आहे.

४. कर्मणी प्रयोग

या प्रयोगामध्ये कर्म हे महत्त्वाचे पद असते. ते नेहमी प्रथमेत असून क्रियापदाच्या रूपावर अधिकार गाजविते. तसेच, त्याला अर्थदृष्टीनेही महत्त्व असणे स्वाभाविक आहे. पण मराठीतील कर्मणी प्रयोगातील काही वाक्यरचनांमध्ये अर्थदृष्टीने कर्माला

महत्त्व नसते. त्या वाक्यांचे जर इंग्रजीत भाषांतर केले, तर हा अर्थाचा मुद्दा स्पष्ट होईल. हा मुद्दा लक्षात घेऊन दामलेंनी कर्मणी प्रयोगाचे दोन प्रमुख विभाग केले.

(क) प्रधानकर्तृक कर्मणी, (ख) गौणकर्तृक कर्मणी.

(क) प्रधानकर्तृक कर्मणी

(१) रामाने काम केले. (२) त्याला हा रुमाल सोडावा लागतो.

पहिले वाक्य कर्मणी प्रयोगाचे असले - म्हणजे 'केले' हे क्रियापद 'काम' या कर्मपदावर अवलंबून असले, तरी या वाक्यामध्ये 'काम' या पदाला अर्थदृष्टीने कमी महत्त्व आहे. त्यापेक्षा 'राम' या पदास अधिक महत्त्व आहे. हा विचार या वाक्याचे इंग्रजीतील भाषांतर पाहिले की, लक्षात येतो.

रामाने काम केले. Rama did the work. इंग्रजीतील पर्यायी वाक्य हे Passive Voice चे न होता Active Voice मध्येच राहते. याचा अर्थ, या रचनेमध्ये अर्थदृष्टीने कर्ता महत्त्वाचा आहे; पण मराठीत भूतकाळामध्ये व विध्यर्थामध्ये कर्तरी प्रयोग होत नाही, म्हणून केवळ नाइलाजाने कर्मणी प्रयोगाची रचना केलेली आहे. त्यामुळे या वाक्यातील कर्त्याचे महत्त्व लक्षात घेऊन दामलेंनी त्याला प्रधानकर्तृक कर्मणी असे नाव दिले.

पहिल्या वाक्याइतके दुसरे वाक्य वादग्रस्त नाही. त्यामध्ये कर्त्याला महत्त्व आहे व क्रियापद संयुक्त आहे. पहिले वाक्य हे फक्त भूतकाळ व विध्यर्थ या दोनच आख्यातांमध्ये होते, तर दुसरे वाक्य सातही आख्यातांमध्ये होऊ शकते.

(ख) गौणकर्तृक कर्मणी

हा मात्र खराखुरा कर्मणी प्रयोग होय. या वाक्यरचनेमध्ये कर्म हे अर्थदृष्टीने व क्रियापदावर अधिकार गाजविणारे पद म्हणून येते. कर्ता हे पद ज्या वेगवेगळ्या विभक्तींमध्ये येते, त्यावरून या कर्मणीचे वेगवेगळे चार विभाग करता येतात.

(अ) पुराण कर्मणी

'नळें इंद्रासीं असें बोलिजिलें' ही वाक्यरचना जुन्या मराठीत प्रचलित होती; आज ती रूढ नाही. या वाक्यरचनेत क्रियापदामध्ये 'ईज' हा संस्कृतकर्मणी 'य' वरून साधलेला प्रत्यय असतो. यावरूनच मराठीतील नवीन कर्मणी रूढ झाला.

(आ) नवीन कर्मणी

'शिपायाकडून चोर पकडला जातो.', 'शिपायांकडून चोर पकडण्यात येतो.'

प्रयोग

- कर्तरी
  - सकर्मक — (१) (विद्यार्थी अभ्यास करतो)
  - अकर्मक — (२) (मी जातो)
- कर्मणी
  - प्रधानकर्तृक — (३) (रामाने काम केले) (४) (त्याला हा रुमाल सोडावा लागतो)
  - गौणकर्तृक
    - पुराण — (५) (नळे इंद्रासीं असें बोलिजिलें)
    - नवीन — (६) (शिपायाकडून चोर पकडला जातो)
    - शक्य — (७) (त्याला काम करवते)
    - समापन — (८) (त्याचे पत्र लिहून झाले)
- भावे
  - प्रधानकर्तृक
    - सकर्मक — (९) (रामाने रावणास मारिले)
    - अकर्मक — (१०) (त्याने जावे)
  - गौणकर्तृक
    - पुराण — (११) (पुण्यात्कमें पापें स्वर्ग जाईजे)
    - नवीन — (१२) (त्याला पकडण्यात आले)
    - शक्य — (१३) (त्याला जाववते)
    - समापन — (१४) (त्याचे लिहून झाले)
  - अकर्तृक — (१५) (त्याला सांजावले)
- संकीर्ण
  - कर्तृकर्म — (१६) (तू मला पुस्तक दिलेस)
  - कर्मभावे — (१७) (आईने मुलीला निजविली)
  - कर्तृभावे — (१८) (आईने मुलीला निजविलेन्)
  - कर्तृकर्मभावे — (१९) (आईने मुलीला निजविलीन्)

या वाक्यरचनेमध्ये कर्ता हा **'कडून'** या शब्दयोगी अव्ययाने युक्त असतो आणि क्रियापद हे जाणे किंवा येणे या धातूच्या साह्याने साधलेले असते.

या प्रकारच्या वाक्यरचनेला दादोबांनी 'कर्मकर्तरी' असे वेगळे नाव दिले. त्यांनी हा स्वतंत्र प्रयोग मानला. या वाक्याचे स्पष्टीकरण करताना दादोबांनी म्हटले आहे की, मूळ वाक्यातील कर्म हे या वाक्यात कर्ता होते. म्हणजे 'शिपाई चोर पकडतो' या मूळ वाक्यामध्ये 'चोर' हे पद कर्म आहे, पण 'शिपायाकडून चोर पकडला जातो' या दादोबांच्या कर्मकर्तरी प्रयोगाच्या वाक्यामध्ये मात्र 'चोर' हे पद क्रियापदावर अधिकार गाजविते, या अर्थाने 'कर्ता' ठरते.

दादोबांनी कर्मकर्तरी प्रयोग हा कर्मणी प्रयोगापेक्षा वेगळा मानला, तरी इतर व्याकरणकारांनी त्याला कर्मणी प्रयोगाचाच एक विभाग असे मानले. त्यासाठी गुंजीकरांनी या रूपाची संस्कृतमधील मूळ व्युत्पत्ती ज्या 'तेन'वरून होते, त्या रूपाचा आधार घेतला. त्यांच्या मते, कर्मकर्तरी व कर्मणी यांच्यामध्ये सूक्ष्म दृष्टीने भेद असला, तरी तो व्याकरणाच्या दृष्टीने फारसा महत्त्वाचा नाही.

कर्मणी प्रयोग व कर्मकर्तरी प्रयोग यांच्यामधील भेद सांगण्याचा प्रयत्न खेरांनी केला. तो भेद पुढीलप्रमाणे होय :

(१) कर्मणी प्रयोगामध्ये विभक्तिप्रत्ययान्वित कर्ता असतो, तर कर्मकर्तरी प्रयोगामध्ये कर्ता 'कडून' या शब्दयोगी अव्ययाने युक्त असतो.

(२) कर्मणी प्रयोग सर्व आख्यातांमध्ये होऊ शकत नाही, तर कर्मकर्तरी प्रयोग मात्र सर्व आख्यातांमध्ये होऊ शकतो. (खेर, प्रस्ता, पृ. ४८)

(३) जेथे कर्मणी प्रयोग योजता येत नाही, तेथे कर्मकर्तरी प्रयोग योजता येतो. उदा.– तो लढाईत मारला गेला. (खेर, प्रस्ता, पृ. ४९)

हा फरक देऊनही त्यांनी निर्णय दिला की -

'I, therefore, would say that the कर्मणी and the कर्मकर्तरी are grammatically the same but differing in meaning and would look upon the कर्मकर्तरी as another form of कर्मणी.' (खेर, प्रस्ता, पृ. ४९)

या प्रयोगांचा विचार करताना केळकरांनी म्हटले आहे की -

(१) मराठीच्या प्रयोगव्यवस्थेचे मूळ शोधून काढण्यापेक्षा त्याची संस्कृत व इंग्रजी भाषांतील प्रयोगव्यवस्थेशी सांगड घालण्याच्या प्रयत्नामधून मराठीची प्रयोगव्यवस्था अधिक घोटाळ्याची झाली आहे. मराठीच्या प्रयोगव्यवस्थेचे वेगळेपण लक्षात घेतल्यास हे सर्व प्रश्न दूर होतील.

(२) कर्मकर्तरी प्रयोग म्हणजे Passice Voice.

(३) इंग्रजी व संस्कृत या दोन्ही भाषांमध्ये क्रियापदे नेहमीच कर्त्याप्रमाणे असतात, पण मराठीच्या कर्मणी प्रयोगात मात्र क्रियापद हे कर्माला अनुसरून असते. ज्या प्रकारचा कर्मणी प्रयोग मराठीत आहे, तसा इंग्रजीत नाही. या दृष्टीने विचार केल्यास हा कर्मकर्तरी प्रयोग म्हणजे अकर्मक कर्तरी प्रयोग ठरेल. (केळकर, पृ. २६२, २६४)

कर्मकर्तरी प्रयोगाचा विचार करताना सबनीसांनी मुखरचनेचा 'Voice'चा विचार केला. Actice Voice म्हणजे स्वाधीन मुखरचना व Passive Voice म्हणजे अस्वाधीन मुखरचना अशी पर्यायी नावे सबनीसांनी योजिली. मुख ही वाक्यरूपान्तर (transformation) दृष्टी आहे. ती दोन वाक्यांचा विचार करते, तर मराठी प्रयोग हा एकाच वाक्याचा– म्हणजे क्रियापद हे लिंग वचन-पुरुष या बाबतीत कर्त्यावर व कर्मावर किती प्रमाणात अवलंबून आहे, या बाबींचा विचार करतो. मुखरचना ही सर्व भाषांमध्ये असू शकते.

इंग्रजीतील Passive Voice शी असलेले कर्मकर्तरी प्रयोगाचे साम्य स्पष्ट करताना सबनीसांनी म्हटले आहे :

"संस्कृतादि गीर्वाण भाषा व इंग्रजीसारख्या आधुनिक भाषांत क्रियापदाला लिंगविकार होत नाहीत... मुखरचना मात्र सर्व भाषांत आहे. संस्कृतांत ही रचना धातूस 'य' प्रत्यय लागून व आत्मनेपदी प्रत्यय लागून होते. इंग्रजीत to be सहाय क्रियापदामुळे त्या-त्या काळाची रूपे योजून पुढे मुख्य क्रियेचे भूतकालवाचक घालतात. मराठीत 'जा' ह्या सहाय क्रियापदाचा त्या-त्या काळात उपयोग होऊन मुख्य क्रियेचे भूतकालवाचक मागें घालतात." (सबनीस, पृ. २१४)

'शिपायाकडून चोर पकडला जातो' या वाक्यरचनेला दादोबा 'कर्मकर्तरी' म्हणतात. दामले त्याला कर्मणीचाच एक प्रकार मानतात; तर केळकर, सबनीस त्याला अकर्मक कर्तरी म्हणतात. मराठी प्रयोगाचे वेगळेपण शोधण्याचा प्रयत्न या तीन अवस्थांमधून जाणवतो.

या वाक्यरचनेला कर्मकर्तरी म्हणणाऱ्या दादोबांपुढे इंग्रजीतील Active/Passive Voice ही रचना होती. इंग्रजीतील Active Voice मध्ये असलेले कर्मपद Passive Voice च्या रचनेत कर्ता म्हणून योजले जाते, या दृष्टीने 'कर्माचे कर्ता बनलेली रचना' म्हणून दादोबांनी त्याला कर्मकर्तरी प्रयोग असे म्हटले. मराठीतील कर्तरी-कर्मणी प्रयोगांपैकी कोणत्याही एका प्रयोगात त्याचा अंतर्भाव ते करीत नाहीत. 'शिपाई चोर पकडतो' हे वाक्य Active Voiceचे व त्याच्यावरून Passive Voice चे म्हणून साधलेले वाक्य 'शिपायाकडून चोर पकडला जातो' हे होय. हा त्यांचा कर्मकर्तरी प्रयोग म्हणण्यामागील दृष्टिकोन स्पष्ट आहे.

या दृष्टिकोनामध्ये Active Voice म्हणजे मराठीत कर्तरी प्रयोग असा अर्थ त्यांनी गृहीत धरला असला; तरी Passive Voice म्हणजे मराठीतील कर्मणी प्रयोग, अशी त्यांची धारणा नाही. पण केळकर-खेर-सबनीस यांच्यासारख्या काही व्याकरणकारांचा अपवाद वगळता इतर मराठी व्याकरणकारांनी Passive Voice म्हणजे कर्मणी प्रयोग मानला. रा. भि. जोशींसारख्या व्याकरणकाराला 'शिपायाने चोर पकडला' व 'शिपायाकडून चोर पकडला गेला' या दोन वाक्यरचना वेगळ्या आहेत आणि दोन्ही कर्मणी रचना ठरत असल्या, तरी 'शिपायाने चोर पकडला' ही मराठीचे वेगळेपण प्रगट करणारी कर्मणी रचना आहे व हा वेगळेपणा 'शिपायाकडून चोर पकडला गेला' या वाक्यामध्ये नाही, याची जाणीव असल्याचे लक्षात येते. केळकरांनी तर Voiceच्या कल्पनेचा मराठी प्रयोगव्यवस्थेच्या विचारावरील पगडा या सर्व गोंधळाला कारणीभूत आहे, असे म्हटले आहे आणि इंग्रजी Voice रचनेची साक्ष काढायची, तर Passive Voice ला अकर्मक कर्तरी म्हणावे लागेल, असे मत देऊन त्यांनी त्याची मराठी प्रयोगव्यवस्थेत व्यवस्था लावली आहे.

पण 'शिपायाने चोर पकडला' व 'शिपायाकडून चोर पकडला गेला' ही दोन्ही वाक्ये अर्थदृष्ट्या एकमेकांच्या फार जवळची वाटतात. रूपदृष्टीने 'शिपायाने' व 'शिपायाकडून' यामधील प्रत्ययान्त कर्ता व शब्दयोगी अव्ययान्त कर्ता हे समानच वाटतात. वाक्यरचनेच्या दृष्टीनेही इंग्रजीतील Passive Voiceच्या रचनेत जसे 'The book is read by him'मध्ये मूळ Active Voiceमधील कर्मपद प्रथमस्थानी येते, तसे मराठीत होत नाही. 'चोर शिपायाकडून पकडला जातो' (किंवा 'चोर पकडला जातो शिपायाकडून') अशी रचना मराठीत होत नाही. अर्थदृष्टी, रूपदृष्टी व वाक्यामध्ये प्रथमस्थानी कर्तृपदाची योजना यामुळे ही रचना कर्मणी प्रयोगाच्या जवळची ठरली.

(अ) धातुरूपेश

या विचारमंथनामधूनच कर्ता या शब्दाचा निश्चित अर्थ कोणता, याचा शोध घेण्याची गरज जोशी, खेर व दामले या तीन व्याकरणकारांना जाणवली. 'The book is read by him' या वाक्यात 'The book' ला कर्ता असे म्हणताना त्याचा अर्थ 'कृती करणारा' असा नसून 'धातूच्या रूपावर अधिकार गाजविणारे पद' असा आहे. याचा अर्थ कर्ता या संज्ञेचे (१) धातूच्या रूपावर अधिकार गाजविणारे पद व (२) क्रियापदातून व्यक्त होणारी कृती करणारा - दर्शक पद हे दोन्ही अर्थ घेतले गेल्याने मराठी प्रयोगव्यवस्था गुंतागुंतीची होत आहे, याची जाणीव त्यांना झाली. या जाणिवेतून या दोन्ही पदांसाठी स्वतंत्र संज्ञा निर्माण केल्या गेल्या. रा. भि. जोशींनी

(१) कर्तृपद - धातूच्या रूपावर अधिकार गाजविणारे पद आणि (२) कर्ता - कृती करणारा, या दोन संज्ञा योजून हा गुंता सोडविण्याचा प्रयत्न केला. कर्तृपद व कर्ता ही दोन्ही पदे अर्थदृष्टीने फारशी भिन्नता राखू शकत नाहीत, ही जाणीव होऊन खेरांनी (१) प्रथमान्त नाम-क्रियापदाच्या रूपावर अधिकार गाजविणारे पद आणि (२) कर्ता- कृती करणारा, अशा वेगळ्या संज्ञा निवडल्या. मराठी प्रयोगांमध्ये प्रथमा विभक्तीमध्ये असलेला शब्द रचनेच्या दृष्टीने महत्त्वाचा असतो, हे त्यांचे निरीक्षण त्यांच्या या संज्ञेवरून लक्षात येते. या विचाराची पुढची दिशा दामलेंनी योजलेल्या (१) धातुरूपेश व (२) कर्ता या संज्ञांवरून लक्षात येते.

कर्तृपद, प्रथमान्त नाम व धातुरूपेश या तीन संज्ञांवरून मराठी प्रयोगाच्या वेगळेपणाची जाणीव व्यक्त होते. कर्ता व धातुरूपेश अशा स्वतंत्र संज्ञा इंग्रजी वा संस्कृत भाषांना आवश्यक नाहीत. त्या केवळ मराठी भाषेसाठीच आवश्यक आहेत, हा विचार या संज्ञांमधून गती घेताना दिसतो. इंग्रजी व संस्कृतमध्ये 'कृती करणारा कोण?' हे वाक्यरचनेच्या दृष्टीने लक्षात घेण्याची गरज नाही. त्या भाषांमध्ये फक्त धातुरूपेश सांगणारे पदच रचनेच्या दृष्टीने महत्त्वाचे असते. 'He reads a book' मध्ये 'He'- कर्ता (धातुरूपेश) व 'The book is read by him'मध्ये 'The book' हा कर्ता (धातुरूपेश). पण मराठी प्रयोगरचनेत 'शिपायाने चोर पकडला' यामध्ये 'शिपायाने' कर्ता, पण 'चोर'- धातुरूपेश हे वाक्यरचनेच्या दृष्टीने सांगण्याची गरज निर्माण झाली. म्हणून मराठी प्रयोग सांगताना 'कर्ता' धातुरूपेश असेल, तर कर्तरी प्रयोग; 'कर्म' धातुरूपेश असेल, तर कर्मणी प्रयोग; व यांपैकी कोणतेच पद धातुरूपेश नसेल, तर भावे प्रयोग असे प्रत्येक प्रयोगाचे कर्ता-कर्माशी धातुरूपेशाचे नाते सांगावे लागते.

इंग्रजी व संस्कृत प्रयोगविचार ही वाक्यरूपान्तर योजना आहे. पण मराठीत मात्र एकेरी वाक्यरचना लक्षात घेऊन कर्ता-कर्म-क्रियापद यांची रचना लक्षात घेऊन प्रयोग ठरत असतो. मूळ वाक्य कर्तरी व त्याचे कर्मणीमध्ये रूपांतर ही कल्पना सोडून दिल्याशिवाय मराठीतील प्रधानकर्तृक कर्मणीच्या (शिपायाने चोर पकडला.) रचनेचा नीट उलगडा करता येत नाही. या वाक्याचे मूळ कर्तरी वाक्य असू शकत नाही. ('शिपाई चोर पकडता झाला' ही संस्कृतच्या भाषांतरातून स्वीकारलेली रचना आहे; ती मराठीची मूळ रचना नव्हे.) या दृष्टीने, वाक्यरूपान्तराच्या भूमिकेतून 'कर्माचा कर्ता बनलेली वाक्यरचना' म्हणजे कर्मकर्तरी असे म्हणणारे दादोबा आणि 'कर्ता हा नेहमी कर्ताच राहतो, तो कधीही कर्म होत नाही' असे नवीन कर्मणीच्या संदर्भात म्हणणारे दामले या दोघांच्या भूमिका कळू शकतात. 'कर्ता हा नेहमी कर्ताच असतो व कर्म हे नेहमी कर्मच असते; त्यामध्ये बदल होत नसतो. बदल होतो, तो फक्त त्यापैकी कोणते पद धातुरूपेश असावे, याबद्दल.' ही प्रयोगविषयक व्यवस्था मराठी प्रयोगाला न्याय देणारी आहे.

नवीन कर्मणी वाक्यरचना संयुक्त क्रियापदाने साधलेली असते. दामले संयुक्त क्रियापद मानतात. त्यामुळे 'शिपायाकडून चोर पकडला जातो' यासारख्या वाक्यामध्ये 'पकडणारा कोण?' याचे उत्तर 'शिपाई' असले, तरी 'पकडला जाणारा कोण?' याचे उत्तर मात्र 'चोर' असे येते. त्यामुळे 'कर्ता तो कर्ता व कर्म ते कर्म' या त्यांनीच सांगितलेल्या नियमाला विरोध होतो, असे वाटते. पण हा विरोध सत्य नसून फसवा आहे. दामलेंनी संयुक्त क्रियापद मानले असले, तरी धातू संयुक्त मानलेला नाही. त्यामुळे 'पकडला जातो' यामध्ये मूळ धातू 'पकडला जाणे' हा नसून 'पकडणे' हाच आहे. (जसे,The book is read by him मधील धातू to read हाच असतो.) म्हणून वरील 'शिपायाकडून चोर पकडला जातो' या वाक्यामध्ये 'शिपाई' हाच कर्ता, 'चोर' हेच कर्म मानावे लागते.

धातुरूपेश म्हणजे धातूच्या रूपावर अधिकार गाजविणारे पद होय. याच अर्थाने खेरांनी प्रथमान्त नाम ही संज्ञा योजली आहे. इंग्रजीमध्ये धातुरूपेश नेहमीच (विधानार्थी वाक्यात) क्रियापदाच्या अगोदर येतो व कर्मादी पदे नेहमीच क्रियापदानंतर येतात. मराठी वाक्यरचनेत वाक्याच्या शेवटी क्रियापद येत असल्याने कर्ता-कर्मादी सर्वच पदे अगोदर येत असतात. फार तर कर्ता हे पद कर्माच्या अगोदर येत असते. पण त्यामुळे धातूच्या रूपावर अधिकार गाजविणारे पद कोणते व त्या वाक्यरचनेचा प्रयोग कोणता, हे ओळखणे सहज सुलभ नसते. या दृष्टीने विचार करताना खेरांच्या असे लक्षात आले की, मराठीत प्रथमेतील पदाला (किंवा प्रत्ययरहित पदाला) रचनेच्या दृष्टीने महत्त्व असते. प्रथमेतील पदच धातूच्या रूपावर अधिकार गाजवू शकते. म्हणून त्यांनी धातूच्या रूपावर अधिकार गाजविणारे पद या अर्थाने 'प्रथमान्त नाम' ही संज्ञा योजली. नाम-सर्वनामाला प्रथमेव्यतिरिक्त कोणत्याही विभक्तीचा प्रत्यय लागला की, ते पद धातूच्या रूपावर अधिकार गाजवू शकत नाही.

उदा.– (१) राम पुस्तक वाचतो - कर्तरी.
(२) रामाने पुस्तक वाचले - कर्मणी.
(३) रामाने रावणास मारले - भावे.
(४) मांजराला दूध आवडते - कर्तरी.
(५) शिपायाकडून चोर पकडला जातो - कर्मणी.
(६) शिपायाकडून चोरास पकडले जाते - भावे.

हे प्रथमान्त नाम कर्ता किंवा कर्म यापैकी जे असेल, त्याप्रमाणे त्या वाक्याचा प्रयोग निश्चित होत असतो आणि जेव्हा वाक्यामध्ये प्रथमान्त नाम नसते, तेव्हा ती रचना भावे प्रयोगी होते. (मात्र 'मांजराला दूध आवडते' यासारख्या वाक्यामध्ये दूध हे कर्ता की कर्म, याबद्दलच्या निश्चितीवर ते वाक्य कर्तरी वा कर्मणी हे ठरत असते.)

(इ) शक्य कर्मणी

'त्याला काम करवते.', 'त्याच्याने काम करवते.'

या शक्य कर्मणीच्या वाक्यामध्ये कर्ता द्वितीयेमध्ये असतो. प्रधानकर्तृक कर्मणी प्रयोगाच्या एका रचनेमध्येही द्वितीयान्त कर्ता आहे; पण शक्य कर्मणीच्या द्वितीयान्त कर्त्याला सविकरण तृतीयेचा (म्हणजेच षष्ठीच्या प्रत्ययानंतर लागलेल्या तृतीयेच्या प्रत्ययाचा) पर्याय असतो. असा पर्याय प्रधानकर्तृक कर्मणीच्या चतुर्थ्यंन्त कर्माला नसतो. प्रधानकर्तृक कर्मणीतील क्रियापद संयुक्त असते, तर शक्य कर्मणीतील क्रियापद एकेरी व शक्यतादर्शक असते.

सबनीस या प्रकारच्या रचनेला अकर्मक कर्तरी मानतात. त्यांच्या मते, कर्ता कधीही चतुर्थीत येत नसतो. (सब., पृ. २२४,२२५) पण 'कर्म' हे पद कर्ता ठरते. शक्य कर्मणीच्या वाक्यांचे इंग्रजीत भाषांतर करताना चतुर्थीमधील पद कर्तृपदी येते. यावरून त्याला कर्ता म्हणण्यांकडे कल आहे.

(ई) समापन कर्मणी

'त्याचे पत्र **लिहून झाले.**'

या वाक्यामध्ये कर्ता षष्ठी विभक्तीमध्ये असतो व क्रियापद संयुक्त असते. तसेच व्याकरणातील रचनेचा अर्थाशी फारसा संबंध येत नसला, तरी एक गोष्ट स्पष्ट व्हायला पाहिजे की– जी क्रिया होण्यास काही अवधी लागतो किंवा जी क्रिया करण्यासाठी कमी-अधिक वेळ घेतो, अशा क्रियांचा निर्देश करताना समापन कर्मणीची योजना केलेली असते. लवकर होऊ शकणाऱ्या क्रियांच्या संदर्भात ही वाक्यरचना करता येत नाही.

सर्व प्रकारच्या कर्मणीच्या या प्रकारच्या वाक्यरचनांमध्ये कर्म हे नेहमीच प्रथमेत असले, तरी कर्ता मात्र वेगवेगळ्या विभक्तींमध्ये येतो.

तृतीयान्त, द्वितीयान्त, शब्दयोगी अव्ययान्त, सविकरण तृतीयेचा पर्याय असलेला द्वितीयान्त व षष्ठ्यन्त अशा प्रकारची विविधता कर्त्याच्या विभक्तीमध्ये आढळते. तसेच, याच्यातील काही वाक्यरचना संयुक्त क्रियापदांनी साधलेल्या, तर काही असंयुक्त क्रियापदांनी साधलेल्या आहेत. एकंदर पुढीलप्रमाणे सात वाक्यरचनांचा विचार कर्मणी प्रयोगामध्ये होऊ शकतो.

(१) रामाने काम केले - **प्रधानकर्तृक कर्मणी.**

(२) त्याला हा रुमाल सोडावा लागतो - **प्रधानकर्तृक कर्मणी.**

(३) नळें इंद्रासीं असें बोलिजिलें - **जुना कर्मणी गौणकर्तृक.**

(४) शिपायाकडून चोर पकडला जातो - **नवीन कर्मणी गौणकर्तृक.**

(५) शिपायाकडून चोर पकडण्यात येतो - **नवीन कर्मणी गौणकर्तृक.**

(६) त्याला किंवा त्याच्याने काम करवते - **शक्य कर्मणी गौणकर्तृक.**

(७) त्याचे पत्र लिहून झाले - **समापन कर्मणी गौणकर्तृक.**

५. भावे प्रयोग

भावे प्रयोगात कर्ता व कर्म यांपैकी कोणतेही पद प्रथमेमध्ये नसते. त्यामुळे क्रियापद कोणावरही अवलंबून न राहता, स्वतंत्र रूप– म्हणजेच तृतीयपुरुषी नपुंसकलिंगी एकवचनी निवडते. कर्ता साधारणपणे तृतीयेमध्ये आणि कर्म द्वितीयेत असते.

संस्कृतमधील प्रयोगव्यवस्थेपेक्षा मराठी प्रयोगव्यवस्था वेगळी आहे, हे आपण लक्षात ठेवण्याची गरज भावे प्रयोगाबाबत अधिक आहे. कारण संस्कृतमध्ये सकर्मक कर्तरीचा कर्मणी प्रयोग व अकर्मक कर्तरीचा भावे प्रयोगच होत असतो. मूळ कर्तरी वाक्यातच कर्म नसल्याने या भावे प्रयोगाच्या वाक्यरचनेतही कर्म येण्याचाच कधी प्रश्न नसतो. (वर नवीन कर्मणीचा केलेला विचार लक्षात घेता, संस्कृतमधील कर्मणी प्रयोगातही कधी कर्म असण्याचा प्रश्नच उद्‌भवत नाही.) म्हणजे संस्कृतमधील कर्मणी व भावे प्रयोगांत कधीही कर्म असू शकत नाही, हे त्या भाषेची प्रयोगव्यवस्था लक्षात घेतल्यास स्पष्ट होते.

पण मराठीत प्रयोगव्यवस्था मात्र एकेरी वाक्याचा विचार करणारी आहे. म्हणूनच मराठीत प्रयोग म्हणजे कर्ता व कर्म यांचा क्रियापदाशी असलेला वा नसलेला संबंध होय. याच दृष्टीने भावे प्रयोग म्हणजे, ज्या वाक्यरचनेत कर्ता वा कर्म यांपैकी कोणतेही एक पद प्रथमा विभक्तीत नसते आणि त्यामुळे क्रियापद कोणत्याही पदावर अवलंबून न राहता, स्व-तंत्र (म्हणजे तृतीयपुरुषी नपुंसकलिंगी एकवचनी) राहते; अशा वाक्यरचनेला भावे प्रयोग असे म्हटले जाते. अर्थातच, अशी रचना सकर्मक वा अकर्मक अशा दोन्ही प्रकारची असू शकते. 'रामाने रावणास मारिले' यासारखी सकर्मक भावे प्रयोगाची रचना किंवा 'त्याने बोलावे' यासारखी अकर्मक भावेची रचना मराठी भावे प्रयोगाच्या प्रयोगव्यवस्थेत बसू शकते.

भावे प्रयोगात कोणतेही पद प्रथमेत नसते. म्हणजे रचनादृष्टीने कोणतेही पद महत्त्वाचे नसते. पण कधी कधी अर्थदृष्टीने वाक्यामध्ये कर्तृपद महत्त्वाचे असते. या सर्व दृष्टींनी विचार करून भावे प्रयोगाचे एकंदर तीन विभाग होऊ शकतात :

(१) प्रधानकर्तृक भावे (२) गौणकर्तृक भावे (३) अकर्तृक भावे.

(१) प्रधानकर्तृक भावे

सकर्मक : रामाने रावणास मारिले.

अकर्मक : त्याने जावे.

प्रधानकर्तृक प्रयोगामध्ये एकही पद प्रथमेत नसते. कर्ता तृतीया विभक्तीमध्ये व कर्म किंवा संप्रदान हे द्वितीयेमध्ये असते. संस्कृतमध्ये भावे प्रयोग हा केवळ अकर्मक असतो. जे मूळ वाक्य सकर्मक असते, त्याचे रूपांतर संस्कृतमध्ये कर्मणी प्रयोगात होते; आणि जे मूळ वाक्य अकर्मक असते, त्याचे रूपांतर संस्कृतमध्ये भावे प्रयोगात होते.

उदा. :	(१)	रामः पाठं पठति ।	-	सकर्मक कर्तरी
		रामेण पाठः पठ्यते ।	-	कर्मणी
	(२)	रामः गच्छति ।	-	अकर्मक कर्तरी
		रामेण गम्यते ।	-	भावे

मराठीने संस्कृतचे अनुकरण करावे, असे म्हणणाऱ्या केळकरांसारख्या काही व्याकरणकारांनी सकर्मक भावे प्रयोगाला विरोध केला. त्यांनी त्याला 'अजब चीज' असे म्हटले, सकर्मक भावे प्रयोगातील कर्माला त्यांनी संप्रदान असे म्हटले. कारण 'रामाने रावणास मारिले' या वाक्यातील 'मारणे' या क्रियापदाचा अर्थ 'ठार मारणे' असा घेता कामा नये; त्यापेक्षा 'मारण्याची क्रिया कोणाच्या रोखाने झाली?' या प्रश्नाचे उत्तर 'रावणास' या पदाने मिळत असल्याने ते पद संप्रदान ठरते. त्यांनी युक्तिवाद केला की, ज्या पदावरून कर्त्याच्या कृतीचा परिणाम व्यक्त होतो, त्याला कर्म असे म्हटले जाते. पण 'रावणावर मारण्याच्या कृतीचा परिणाम झाला' हे त्या वाक्यावरून आपल्याला कळत नाही, तर ती घटना आपणास रामायणावरून कळते. म्हणून केवळ वाक्यदृष्टीने विचार करता, ते पद संप्रदान ठरते. असे मत असूनही त्यांनी 'प्रयोगशरणाः वैयाकरणाः' या न्यायाने 'रावणास' या पदाला कर्म म्हणून सकर्मक भावे प्रयोगाला मान्यता दिली. (केळकर, पृ. ७६ ते ७९)

कोणत्याही भावे प्रयोगामध्ये क्रियापद हे नेहमीच तृतीयपुरुषी नपुंसकलिंगी असते; परंतु प्रधानकर्तृक भावे प्रयोगाचे वैशिष्ट्य हे की, तो प्रयोग अर्थदृष्टीने कर्त्याला महत्त्व देणारा असतो. वाक्यरचना भावे प्रयोगाची असली म्हणजे वाक्यामध्ये कर्ता व कर्म यांपैकी कोणत्याही पदाला महत्त्व असता कामा नये, अशी अपेक्षा असली; तरी या वाक्यामध्ये कर्तृपद हे नेहमीच अर्थदृष्टीने महत्त्वाचे असते. 'राम रावणास मारितो'- या वर्तमानकाळी कर्तरी वाक्याचे भूतकाळी रूपांतर 'रामाने रावणास मारिले' असे सकर्मक भावे प्रयोगामध्ये होते. भाषांतराच्या दृष्टीनेही हे वाक्य Active Voiceमध्ये येत असल्याने या वाक्यातील कर्तृपदाचे प्रमुखपण स्पष्ट होऊ शकते.

(२) गौणकर्तृक भावे प्रयोग (जुना भावे)

(अ) पुराण भावे

पुण्यात्मकें पापें स्वर्गा जाईजे ।

या वाक्यामध्ये कर्म असू शकत नाही. कर्तृपद तृतीयेमध्ये असते व क्रियापदाच्या रूपामध्ये 'ज' हा जुना प्रत्यय येतो. ही रचना जुन्या कर्मणीशी जुळणारी आहे. आज ही रचना प्रचारात नाही.

(आ) नवीन भावे

(१) **'त्याला कधी पकडण्यात येईल, याचा नेम नाही.'**

(२) **'त्याला कधी पकडले जाईल, याचा नेम नाही.'**

या दोन्ही वाक्यांचा निर्देश दामलेंनी कर्तृकर्मभावे असा केलेला असला, तरी ही वाक्ये संकराची नाहीत. दामलेंच्या मताने, या वाक्यांमध्ये (शिपायाकडून) तो कधी पकडण्यात येईल... (नवीन कर्मणी) अशी रचना करण्याऐवजी भावे प्रयोगाच्या नियमाला अनुसरून कर्मपद चतुर्थीमध्ये योजले आहे. म्हणून या रचनेला कर्मभावे म्हणावे. परंतु त्यांनी दिलेल्या प्रयोगांच्या सर्व वाक्यांचा विचार करता, ही वाक्यरचना संकाराची नसून भावे प्रयोगाची आहे, हे स्पष्ट होते. त्यांनी गौणकर्तृक भावे प्रयोगामध्ये नवीन भावे हा उपविभाग दिलेला नाही. तशी वाक्यरचना त्यांना मराठीत आढळत नाही. पण प्रस्तुत वाक्य हे त्याच रचनेचे द्योतक आहे. वर दिलेले वाक्य हे भविष्यकाळातील आहे, त्याचे वर्तमानकाळातील रूप पुढीलप्रमाणे होते.

(१) (शिपायाकडून) त्याला कधी पकडण्यात येते, याचा नेम नाही.

(२) (शिपायाकडून) त्याला कधी पकडले जाते, याचा नेम नाही.

या वाक्याला नवीन भावे प्रयोगाचे वाक्य म्हणावे. याचे कारण असे की, या वाक्यामध्ये तृतीयान्त शब्दयोगी अव्यय लागलेले कर्तृपद, द्वितीयेमधील कर्मपद व कोणत्याही पदावर अवलंबून नसलेले क्रियापद ही भावे प्रयोगाशी जुळणारी वाक्यरचना आढळते.

(इ) शक्य भावे

'त्याला जाववते किंवा **त्याच्याने जाववते.'**

या प्रयोगामध्ये कर्ता हा द्वितीया विभक्तीमध्ये असतो. या वाक्यात कर्मपद नसते, परंतु या द्वितीयान्त पदाला सविकरण तृतीयेचा पर्याय असतो. ही रचनाही शक्य कर्मणीशी जुळणारी आहे.

(ई) समापन भावे

'त्याचे लिहून झाले.'

या प्रयोगामध्ये कर्ता षष्ठ्यन्त असतो, कर्म असू शकत नाही व क्रियापद हे (ऊन-प्रत्ययान्त धातूने साधलेले) संयुक्त क्रियापद असते. ही रचना समापन कर्मणीशी जुळणारी आहे.

३. अकर्तृक भावे

'त्याला घरी यायला सांजावले.'

या प्रयोगामध्ये कर्ता द्वितीयेत असतो. पण त्याला शक्य भावेतील द्वितीयेप्रमाणे सविकरण तृतीयेचा पर्याय असू शकत नाही. ही वाक्ये नेहमीच अकर्मक असतात. या वाक्याचा प्रमुख विशेष म्हणजे क्रियापद अकर्तृक धातूने साधलेले असते. असे अकर्तृक धातू मराठीमध्ये थोडे आहेत; पण अकर्तृक धातू असलेल्या क्रियापदांनी तयार झालेली वाक्ये ही नेहमीच भावे प्रयोगाची असतात.

या सर्व प्रकारच्या भावे प्रयोगांमध्ये क्रियापदाचे एकच एक निश्चित रूप असणे, ही अत्यंत आवश्यक गोष्ट आहे. या सर्व प्रकारच्या वाक्यांमध्ये कर्ता तृतीया, द्वितीया व सविकरण तृतीयेचा पर्याय असलेली द्वितीया या विभक्तींमध्ये असतो. प्रधानकर्तृक भावे प्रयोगातील सकर्मक भावे व गौणकर्तृकमधील नवीन भावे हे अपवाद वगळल्यास इतर कोणत्याही भावे प्रयोगामध्ये कर्मपद असू शकत नाही.

भावे प्रयोगामध्ये एकंदर सात वाक्यरचनांचा विचार होऊ शकतो. या वाक्यरचना पुढीलप्रमाणे :

(१) रामाने रावणास मारिले. - सकर्मक प्रधानकर्तृक भावे
(२) त्यानें जावे. - अकर्मक प्रधानकर्तृक भावे
(३) पुण्यात्मकें पापें स्वर्गा जाईजे. - गौणकर्तृक भावे
(४) त्याला पकडण्यात आले.
(५) त्याला जाववते. - शक्य भावे
(६) त्याचे लिहून झाले. - समापन भावे
(७) त्याला घरी यायला सांजावले. - अकर्तृक भावे

६. संकीर्ण प्रयोग

मराठीमधील हे तीन प्रमुख प्रयोग त्यांच्या उपविभागांसह लक्षात घेतले, तर एकंदर पंधरा वाक्यरचनांचा विचार केला जातो, हे स्पष्ट होते. पण मराठीत केवळ इतक्याच प्रकारची वाक्यरचना आढळत नाही. या वाक्यरचनांच्या लक्षणांची एकमेकांमध्ये भेसळ होऊनही नवी वाक्यरचना मराठीत रूढ झालेली दिसून येते. या भेसळ

झालेल्या वाक्यरचनांना पुष्कळशा व्याकरणकारांनी अशुद्ध म्हटले आहे. पण दामलेंसारख्या काही व्याकरणकारांनी मात्र त्यांना अशुद्ध न समजता त्यांचा समावेश संकीर्ण प्रयोग या चौथ्या प्रयोगामध्ये केला आहे. त्याचा आधार घेतल्यास हे स्पष्ट होईल की, व्याकरणातील अशुद्ध हे नेहमीच त्याज्य असते, असे नाही.

ज्या कर्ता-कर्म-क्रियापद यांच्या विशिष्ट प्रकारच्या नियमांवर वरील तीन प्रयोगांची उभारणी झालेली आहे, तशा प्रकारचे निश्‍चित नियम या संकीर्ण प्रयोगामध्ये नाहीत; उलट, या तीन प्रयोगांतील संमिश्रण संकीर्ण प्रयोगात आढळते. संकीर्ण प्रयोगामधील वाक्ये पुढीलप्रमाणे आहेत :

(१) कर्तृकर्म संकर

तू मला पुस्तक दिलेस. त्याने काम केलेन्.

या वाक्यामध्ये कर्ता तृतीयेत आहे, कर्म प्रथमेमध्ये आहे व क्रियापद कर्मावर अवलंबून असल्याने प्रामुख्याने हा प्रयोग कर्मणी होणे भाग आहे. परंतु 'दिलेस, केलेन्' या क्रियापदाच्या रूपांमधील 'स्, न्' हे प्रत्यय कर्मांमुळे आलेले नसून ते कर्तृपदाचे द्योतक आहेत. कर्ता बदलला, तर हे प्रत्यय बदलतील. म्हणजे, या वाक्यरचनांमध्ये कर्ता-कर्म या दोन्ही पदांवर क्रियापद अवलंबून असल्याने याला 'कर्तृकर्म संकीर्ण प्रयोग' असे म्हटले आहे.

(२) कर्मभावे संकर

आईने मुलीला निजविली.

या वाक्यामध्ये कर्मणी व भावे या दोन प्रयोगांचा संकर आहे.

आईने मुलगी निजविली. - कर्मणी

आईने मुलीला निजविले. - भावे

या दोन्ही प्रकारची वाक्यरचना न करता कर्ता-कर्म भावे प्रयोगानुसार व क्रियापदाचे रूप मात्र कर्मणी प्रयोगाला जुळेल अशा प्रकारचे योजून ही नवी प्रकारची वाक्यरचना मराठीत केली जाते. म्हणून या वाक्यरचनेला 'कर्मभावे संकर' असे नाव मिळाले.

(३) कर्तृभावे संकर (अकर्मक)

तू त्यास न्यायचे होतेस.

या वाक्यामध्ये (१) तू त्यास न्यायचे होतास - (सकर्मक कर्तरी) व (२) तू त्यास न्यायचे होते (सकर्मक भावे), या दोन्ही वाक्यांचा संकर आहे. द्वितीयपुरुषी कर्तृपद हे अनेकदा कर्मणी व भावे या प्रयोगांमध्येही कसे प्रभावी ठरते, ते या वाक्यावरून स्पष्ट होते.

(४) कर्तृकर्मभावे संकर

त्याने आपल्या मुलीला कालच सासरी पाठविलीन्.

हे वाक्य म्हणजे– (१) त्याने आपली मुलगी कालच सासरी पाठविली– कर्मणी प्रयोग. (२) त्याने आपल्या मुलीला कालच सासरी पाठविले– भावे प्रयोग, या दोन्हींचे मिश्रण होऊन 'त्याने मुलीला कालच सासरी पाठविली' असा कर्मभावे संकर तयार झाला; व त्यामध्ये कर्त्याच्या क्रियापदावर होणाऱ्या परिणामामुळे क्रियापदाच्या रूपाला 'न्' हे अक्षर जोडले गेले. म्हणून या वाक्यामध्ये कर्तरी, कर्मणी व भावे या तीनही प्रयोगांचा संकर झालेला असल्याने या वाक्याला 'कर्तृकर्मभावे संकर' असे नाव दिले गेले. दामलेंनी या प्रयोगाला केवळ कर्मभावे संकर असे म्हटले आहे, ते हे विवेचन लक्षात घेता पटण्यासारखे नाही.

७. समारोप

प्रयोगाची वाक्याकडे बघण्याची दृष्टी वाक्यपृथक्करणशास्त्रापेक्षा वेगळी आहे. ती एका वाक्याच्या रचनेचा विचार करते. शब्दाच्या साह्याने तयार होणाऱ्या कर्ता-कर्म-क्रियापद यांच्या परस्परसंबंधांचा विचार प्रयोगाला अभिप्रेत आहे.

आतापर्यंत झालेल्या प्रयोगविचारामध्ये मराठी प्रयोगाचे विशेष लक्षात घेण्यापेक्षा, त्याचा विचार संस्कृतमधील प्रयोगव्यवस्था व इंग्रजीतील Voice व्यवस्था यांच्या साच्यातून झाल्याने हे विशेष दुर्लक्षित झाले आणि प्रयोगविचारामध्ये विस्कळीतपणा आला. जोशी, खेर, दामले, सबनीस यांच्यासारख्या काही व्याकरणकारांच्या संस्कृत-साच्यातून केलेल्या विचारातूनही हा वेगळेपणा थोडाफार प्रगट झाला.

कर्तरी, कर्मणी, भावे व संकीर्ण या चार साच्यांतून मराठीतील जास्तीत जास्त वाक्यरचना विचारात घेतल्या गेल्या. या सर्वच वाक्यरचनांमध्ये प्रयोग ठरविण्याच्या दृष्टीने प्रथमा-विभक्तीत असलेले पद महत्त्वाचे असते. क्रियापदाचे रूप त्यावर अवलंबून असते. हे प्रथमान्त पद, मराठीत कर्ता किंवा कर्म या दोन्ही कारकांमधून येऊ शकते. ते पद कर्ता असेल तर प्रयोग कर्तरी, ते पद कर्म असेल तर प्रयोग कर्मणी आणि वाक्यामध्ये प्रथमा विभक्तीमधील पदच नसेल तर वाक्य भावे– असे या तीन प्रयोगांचे स्वरूप असते. यासाठी या प्रथमा विभक्तीमधील पदाला धातुरूपेशसारखी पारिभाषिक संज्ञा मराठीमध्ये आवश्यक ठरते. इंग्रजीतील subject व संस्कृतमधील कर्ता म्हणजे धातुरूपेशच असतो. त्या भाषांना कर्ता व कर्म या संज्ञांची Voice व प्रयोग यांच्या संदर्भात गरज नसते; ती गरज फक्त मराठी प्रयोगामध्ये जाणवते. मराठी प्रयोगाच्या दृष्टीने कर्ता व कर्म ही दोन्ही कारके महत्त्वाची आहेत.

वाक्यामध्ये कर्ता हे पद प्रथमान्त असेल, तर कर्मपद अप्रत्ययी असूनही

प्रयोगदृष्टीने ते महत्त्वाचे नसते. पण जेव्हा कर्ता हे पद विभक्तिप्रत्यययुक्त असते, तेव्हा कर्मपद हे एकमेव प्रथमान्त असल्याने प्रयोगदृष्टीने ते महत्त्वाचे ठरते. मराठीमध्ये कर्ता व कर्म ही दोन्ही कारके अप्रत्ययी होण्याकडे झुकलेली असल्याने, संस्कृतप्रमाणे कर्म हे नेहमी द्वितीया विभक्तीत असते असे मानण्याची गरज नसली; तरी मराठीने कर्ता व कर्म या दोन्ही पदांच्या अप्रत्ययी रूपाची अशी संगती लावली आहे.

इंग्रजीमधील Voice व्यवस्था आणि संस्कृतमधील प्रयोगव्यवस्था या दोन्ही वाक्यरूपान्तर-योजना आहेत. Active Voiceचे Passive Voice (इंग्रजी) आणि सकर्मक कर्तरीचा कर्मणी व अकर्मक कर्तरीचा भावे अशी त्या-त्या भाषांमधील प्रयोगव्यवस्था आहे. पण मराठीत मात्र प्रयोगामध्ये केवळ एकेरी वाक्याचा विचार केलेला असतो. मराठी प्रयोग ही वाक्यरूपान्तर योजना नाही. म्हणून कर्तरी, कर्मणी व भावे हे तीनही प्रयोग मराठीमध्ये एका समान पातळीवरचे आहेत.

सबनीसांनी मराठीमधील प्रयोगाच्या या वेगळेपणाचा संबंध धातूला लागणाऱ्या लिंगदर्शक प्रत्ययाशी जोडला आहे. ते म्हणतात, "मराठी व्याकरणात लिंग, वचन, पुरुष या तिन्ही बाबतींत कर्त्याप्रमाणे किंवा स्वतंत्र म्हणजे तृतीयपुरुषी नपुंसकलिंगी, एकवचनी अशी क्रियापदाची व्यवस्था म्हणजे प्रयोग. अर्थात, अशा प्रकारचा प्रयोग मराठी, गुजराती, हिंदी वगैरे क्रियापदाला लिंग असणाऱ्या भाषांतच संभवतो. संस्कृत, इंग्रजी वगैरे भाषांत क्रियापदाला लिंग नाहीं. त्या भाषेमध्ये प्रयोग असणें शक्यच नाहीं." (सब., पृ. ३७)

विभक्तिव्यवस्था व आख्यातव्यवस्था यांच्या वेगळेपणाचा संबंध मराठीच्या प्रयोगव्यवस्थेतील वेगळेपणाशी कसा आहे, हे यावरून लक्षात येते.

❖

वाक्यमीमांसा

(१) प्रास्ताविक, (२) वाक्यपृथक्करण-व्याकरण-तर्कशास्त्र-संबंध, (३) मराठी वाक्यपृथक्करण, (४) प्रयोग आणि वाक्यरचना-संबंध, (५) मराठी वाक्यरचना, (६) समारोप.

---

१. प्रास्ताविक

वाक्यमीमांसेमध्ये वाक्याचा विचार येतो. प्रयोगविचारातही वाक्य याच घटकाचा विचार येतो; पण वाक्याकडे बघण्याची व्याकरणाची दृष्टी प्रयोगामधून व्यक्त होते आणि ती वाक्यमीमांसेच्या व्याकरणाकडे बघण्याच्या दृष्टीपेक्षा भिन्न आहे, ही गोष्ट प्रयोगविचारात लक्षात आणून दिलेली आहे. प्रयोगविचारामध्ये वाक्यातील घटकांच्या परस्परसंबंधांचा विचार अभिप्रेत असतो. कर्ता, कर्म व क्रियापद हेच घटक वाक्यामध्ये एकमेकांवर परिणाम करीत असतात. म्हणून त्यांच्याच परस्परसंबंधांचा विचार प्रयोगामध्ये केला जातो. वाक्यपृथक्करणामध्ये मात्र या परस्परसंबंधाला महत्त्व नसते. वाक्यातील घटकांच्या स्वतंत्र रूपाचा व एकंदर वाक्याच्या मांडणीचा विचार वाक्यपृथक्करणशास्त्र करीत असते.

वाक्यमीमांसेमध्ये वाक्यपृथक्करणशास्त्राप्रमाणेच 'वाक्यरचने'चा विचारही केलेला असतो. प्रत्येक भाषेची वाक्यरचनेची पद्धती 'वाक्यरचने'मध्ये लक्षात घेतलेली असते; पण वाक्यमीमांसा करताना या विभागापेक्षा वाक्यपृथक्करण या विभागाच्या विचारावर अधिक भर दिला जातो. या दृष्टीने वाक्यपृथक्करण व व्याकरणाच्या दृष्टीने झालेला प्रयोगविचार याचा प्रथम विचार करू या.

व्याकरणाच्या कक्षेचा विचार करताना हे स्पष्ट झाले आहे की, शब्द हाच व्याकरणाचा प्रमुख व एकमेव विषय आहे. शब्दशास्त्र असूनही कर्ता-कर्म-क्रियापदाच्या

परस्परसंबंधांच्या विचारावर आधारित असलेला प्रयोगविचार त्याचा एक घटक ठरतो. एक प्रकारे प्रयोगविचार म्हणजे वाक्यविचारच आहे. त्याला 'प्रयोग' म्हणण्याऐवजी 'वाक्यविचार' असे म्हटले तर एका दृष्टीने व्याकरणामध्ये वाक्यशास्त्राचा प्रवेश झालेला असतो, असे म्हणता येईल; परंतु हा वाक्यविचार वाक्यपृथक्करणापेक्षा वेगळा आहे. 'इंग्रजीच्या शालेय पातळीवरच्या व्याकरणाच्या अनुकरणाने हे वाक्य-पृथक्करणशास्त्र मराठीच्या व्याकरणामध्ये घुसले. ते कितीही उपयुक्त असले तरी व्याकरणाच्या कक्षेत येणारे नाही.' या सबनीसांच्या विचाराचा ऊहापोह पूर्वीच केलेला आहे. व्याकरण हे शब्दशास्त्र नसून वाक्यशास्त्र आहे, असे दामले-जोशींसारख्या ज्या व्याकरणकारांनी मानले; त्यांच्या व्याकरणांमध्ये वाक्यपृथक्करण येणे त्या व्याकरणकारांना सयुक्तिक वाटते. व्याकरणाच्या कक्षेत येणारे वाक्यशास्त्र आणि वाक्यपृथक्करणशास्त्र ही दोन्ही एक नसून भिन्न आहेत, याची जाणीव त्यांना न होणे स्वाभाविक आहे. वाक्यपृथक्करणाचा विचार करताना दामलेंनी म्हटले आहे की, प्रयोगविचारात आपली दृष्टी कर्ता, कर्म आणि क्रियापद इतक्याच पदांवर असते. त्यांच्या व्यतिरिक्त इतर पदांचा संबंध समजून देण्याचा प्रयत्न वाक्यपृथक्करणशास्त्र करते व अर्थाच्या दृष्टीने ते आवश्यक असते. (दामले, पृ. ८७०, ८७१) पण वाक्यपृथक्करणामध्येही उद्देश्य-विधेयाच्या विचारावर अधिक भर असल्याने उद्देश्या ाार्फत 'कर्ता' याच पदाचा अधिक विचार केला जातो. असे असले, तरी प्रयोगदृष्टी व वाक्यपृथक्करणाची दृष्टी यामध्ये प्रमुख फरक आहे. तो पुढीलप्रमाणे–

वाक्यपृथक्करणामध्ये वाक्याच्या अर्थाला प्राधान्य देऊन वाक्यघटकाचा विचार केलेला असतो. अर्थदृष्टीने वाक्यामध्ये कोणत्या पदाला महत्त्व आहे, कोणाबद्दल काय सांगितलेले आहे, याचा विचार महत्त्वाचा असतो. व्याकरणाने सांगितलेल्या कर्ता-कर्म-क्रियापदाच्या रूपदृष्टीवर आधारलेल्या संबंधांची मदत घेऊन हा अर्थ नियमाच्या साच्यामध्ये बसविण्याचा प्रयत्न वाक्यपृथक्करण करीत असते. व्याकरणामध्ये ज्या इतर पदांचा संबंध लक्षात घेतलेला नसतो, त्यांच्या संबंधाचा अर्थ लावून हा वाक्याचा साचा वाक्यपृथक्करण सांगत असते. या अर्थदृष्टीमध्ये 'कुणाबद्दल सांगितले आहे' आणि 'काय सांगितले आहे' या दोन घटकांमध्ये वाक्यमांडणीचा विचार वाक्यपृथक्करणाने बसविलेला असतो.

२. वाक्यपृथक्करण-व्याकरण-तर्कशास्त्र-संबंध

वाक्यपृथक्करणाची चर्चा प्रथमत: कृष्णशास्त्री गोडबोलेंनी आपल्या व्याकरणामध्ये उभयान्वयी अव्यये आणि संयुक्त वाक्ये यांच्या संदर्भात केली; पण या विषयाची माहिती आगरकरांच्या 'वाक्यमीमांसे'च्या पुस्तकामुळे मराठीला अधिक पद्धतशीरपणे

मिळू शकली. मराठीत वाक्यमीमांसेचा शिरकाव इंग्रजीच्या संपर्काने झालेला असला, तरी त्याला मराठीच्या प्रकृतीला अनुसरून रूप देण्याचे कार्य मात्र आगरकरांनी 'वाक्यमीमांसे'द्वारा केले. वाक्यशास्त्राच्या दृष्टीने किती व कोणत्या जाती मानणे मराठीला आवश्यक आहे, मराठीत उद्देश्य हे कोणकोणत्या विभक्तींमध्ये येते, वाक्यमीमांसेच्या दृष्टीने क्रियाविशेषणाचे कार्य कोणकोणत्या शब्दजातींकडून होते, इत्यादी अनेक प्रश्नांचा विचार करून त्याबद्दल एक निश्चित मत सांगण्याचा प्रयत्न मराठीत प्रथमत: आगरकरांनीच केला.

प्रारंभीच्या काळामध्ये वाक्यपृथक्करण हे व्याकरणाला कशा प्रकारे उपयोगी पडेल आणि व्याकरण व वाक्यपृथक्करण ही दोन्ही शास्त्रे कोणत्या प्रकाराने जुळून येतील, याचा विचार करून वाक्यपृथक्करणशास्त्राचे तंत्र बसविले गेले. प्रयोग-विचारात वाक्याचा केलेला विचार हा व्याकरणदृष्ट्या केलेला असूनही त्याची वाक्यपृथक्करणाला कशी मदत होईल, इकडे व्याकरणाने लक्ष पुरविले. या विचारसरणीमुळे कर्ता, कर्म, उद्देश्य आणि धातुरूपेश या संज्ञांबद्दल अनेक व्याकरणांमध्ये मतभेद निर्माण झाले.

उद्देश्य व विधेय या संज्ञा वाक्यविचाराच्या दृष्टीने अत्यंत महत्त्वाच्या आहेत. वाक्यविचाराच्या दृष्टीने या दोन मुख्य घटकांमध्येच सर्व विचार बसविता येतो. ज्याविषयी वक्ता बोलतो, ते उद्देश्य आणि या उद्देश्याविषयी तो जे बोलतो, ते विधेय होय. पण व्याकरणदृष्टीने उद्देश्य आणि विधेय या कल्पना विचारात घेण्याची गरज नाही. व्याकरणदृष्टीने कर्ता, कर्म व धातुरूपेश (क्रियापदावर अधिकार गाजविणारे पद) यांना महत्त्व असते. विशेषत: कर्तरी प्रयोगात कर्ता हा धातुरूपेश असतो; कर्मणी प्रयोगात कर्म हे धातुरूपेश असते आणि भावे प्रयोगात कर्ता-कर्म असूनही धातुरूपेश हे पद मात्र नसते. धातुरूपेश हे नेहमीच प्रथमान्त असते. व्याकरणाच्या दृष्टीने हे प्रथमान्त पदच क्रियापदाच्या रूपावर अधिकार गाजविते. जोशींसारख्या व्याकरणकारांनी धातुरूपेश या पदाची उद्देश्याशी सांगड घालून दिली. इंग्रजी वाक्य-मीमांसेचा त्यांच्यावर असलेला परिणाम यामुळे स्पष्ट होतो. इंग्रजीत उद्देश्य हे नेहमी प्रथमेतच असते. मराठीतही ते प्रथमेतच असायला हवे, या आग्रहापोटी उद्देश्य म्हणजेच धातुरूपेश, असा विचार जोशींनी मांडला. इंग्रजीमध्ये Active व Passive Voiceमध्ये उद्देश्य प्रथमेत असू शकते. संस्कृत आणि मराठी या भाषांमध्ये इंग्रजीपेक्षा थोडीफार वेगळी वाक्यरचना आहे. संस्कृतमधील भावे प्रयोगात कोणतेही पद प्रथमान्त नसते. मराठीमध्येही पुराण भावे (उदा.– **पुण्यात्मके पापे स्वर्गा जाईजे.**), समापन भावे (उदा.– **त्याचे लिहून झाले.**), शक्य भावे (उदा.– **त्याला चालवते.**) व अकर्तृक भावे (उदा.– **त्याला घरी यायला सांजावले.**) या वाक्यरचनांमध्ये कोणतेही पद प्रथमान्त नसते. मग उद्देश्य हे प्रथमान्तच हवे,

असा आग्रह मानला; तर या वाक्यांमध्ये उद्देश्य नाही, असे म्हणावे लागेल. या वाक्यांमध्ये वक्त्याला कोणाविषयीही बोलायचे नाही, असे समजणे अर्थदृष्टीला पटण्यासारखे नाही. शिवाय उद्देश्याला प्रथमान्त म्हणून ते धातुरूपेशाशी एकरूप होते असे मानले, तर उद्देश्य या पदामध्ये अर्थदृष्टीने असलेला वेगळेपणा स्पष्ट होत नाही. धातुरूपेश या कल्पनेमध्ये क्रियापदावर अधिकार गाजविणारे पद ही रूपदृष्टी प्रमुख आहे. पण उद्देश्यामध्ये रूपदृष्टीपेक्षा अर्थदृष्टीला अधिक महत्त्व द्यायला पाहिजे; म्हणून मराठीच्या वाक्यमीमांसेमध्ये इंग्रजी वाक्यमीमांसेचे आंधळे अनुकरण न होता, ज्या योगे मराठी वाक्यरचना व त्या वाक्यरचनेतून व्यक्त होणारा अर्थ यांचे योग्य मूल्यमापन होईल, असे वाक्यमीमांसेचे स्पष्टीकरण द्यायला पाहिजे.

वाक्यविचारामध्ये अर्थाला महत्त्व असते. म्हणजे काय, हेही समजून घ्यायला पाहिजे. 'रामाने रावणास मारिले' या वाक्यामध्ये वक्त्याला रामाबद्दलच बोलावयाचे आहे; रावणाबद्दल वा मारण्याबद्दल बोलावयाचे नाही, हे कशावरून ठरविता येईल? 'रामा काम करतो' या वाक्यात 'रामा'लाच महत्त्व आहे, हे कशावरून? कोणत्या पदाला अर्थदृष्टीने महत्त्व आहे, हे ओळखणे सोपे नाही. या संदर्भात वामनराव जोशींनी म्हटले आहे,

"... 'रामा आंबे खातो' यात रामाविषयीच मला बोलावयाचे आहे, असे गृहीत धरण्यात येते; पण याला आधार काय? खरे म्हटले, तर मला 'रामा आंबे खातो' हे सांगावयाचे आहे. केवळ रामाविषयी किंवा आंब्यांविषयी किंवा केवळ खातो याविषयी मला बोलावयाचे नाही. यावरून खालच्या पायरीवरचे तर्कदृष्ट्या शुद्ध विचारपृथक्करण केले; तर रामा हे उद्देश्य समजून आंबे खातो आहे हे विधान आणि आहे हा संयोजक शब्द– असे पृथक्करण होईल. पण खातो हे क्रियापद व आंबे हे कर्म, असे पृथक्करण आपण करतो! 'त्याने काम केले'– यात घोटाळ्यात घोटाळा असा की, विद्वान लोक यातील 'उद्देश्य' काय याविषयी भांडत आहेत. भावे प्रयोगात उद्देश्यच नाही, असे रामभाऊ जोशी यांनी वेडेपणा पत्करून जे लिहिले आहे, त्याचे कारण त्यांना इंग्रजीवरून वाक्यपृथक्करण करण्याचे ठाऊक होते; पण ही पद्धती मराठीला कितपत लागू पडेल, याचा त्यांनी खोलवर विचार केलेला नाही. शिवाय, वाक्यपृथक्करण हे तर्कदृष्ट्याच शास्त्रशुद्ध विचारपृथक्करण नव्हे किंवा व्याकरणदृष्ट्या पदसंबंध दाखविणारेही पृथक्करणही नव्हे; तर आधले-मधले व्यावहारिक स्वरूपाचे पृथक्करण आहे. अर्थात, यात काटेतोल शास्त्रशुद्धतेपेक्षा सामान्य व्यावहारिक सोईकडे अधिक लक्ष दिले जाते, हीही गोष्ट पुष्कळ लोक विसरतात आणि त्याच्या उपयुक्ततेच्या व शुद्धतेच्या मर्यादांकडे दुर्लक्ष करून शब्दांकरता भांडतात." (वा. म. जोशी, पुस्तक-परीक्षण, 'मराठी व्याकरणकार,' विविज्ञा., पृ. १००)

वा. म. जोशींचे हे विवेचन लक्षात घेतल्यास वाक्यमीमांसेत लक्षात घेण्यात

येणारी अर्थदृष्टी ओळखणे किती कठीण आहे, हे स्पष्ट होईल. दामलेंनीही याबद्दल विचार केला आहे. 'असे करण्यापासून तुला काय फायदा आहे?' या वाक्याचा निर्देश करून दामलेंनी म्हटले की, या वाक्यामध्ये व्याकरणदृष्ट्या असणारा 'फायदा' हा कर्ता वास्तविक उद्देश्य नसून, 'असे करणे' किंवा 'तू' यापैकी कोणते तरी एक उद्देश्य होऊ शकेल. तसेच, 'त्याच्या हातून असे कधीच व्हावयाचे नाही' या वाक्यात 'असे' हा कर्ता कदाचित वास्तविक उद्देश्य असण्याचा संभव आहे; कदाचित 'तो' हाही उद्देश्य असण्याचा संभव आहे.

दामलेंच्या या विवेचनावरून दोन गोष्टी स्पष्ट होतात. (१) कर्ता हा नेहमीच उद्देश्य असतो, असे नाही. (२) अर्थदृष्टीची कल्पना निश्चित करणे हे कार्य कठीण आहे. ज्याप्रमाणे वाक्यरचनेच्या निश्चित कल्पनेसाठी वाक्यमीमांसाशास्त्राला व्याकरणशास्त्राचे साह्य मिळू शकते, त्याप्रमाणे अर्थाच्या कल्पनेसाठी तर्कशास्त्राचे साह्य घेता येते. तर्कशास्त्राचा मुख्य विषय अनुमान हा असला, तरी अनुमानाच्या पूर्वी पदे आणि वाक्ये यांचा विचार करावा लागतो. वाक्यपृथक्करण हा विषय तर्कशास्त्रापासूनच आलेला असल्याने त्याच्या स्पष्टतेसाठी तर्कशास्त्राची मदत घेणे आवश्यक ठरते.

व्याकरणाच्या दृष्टीने, वाक्य हे एका शब्दापासून अनेक शब्दांपर्यंत असू शकते; पण वाक्यामध्ये किती शब्द आहेत, याला तर्कशास्त्राच्या दृष्टीने काहीही महत्त्व नाही. तर्कशास्त्राच्या दृष्टीने वाक्यामध्ये एक उद्देश्य, एक विधेय आणि एक संयोजक एवढ्या तीनच गोष्टी असतात. यापेक्षा अधिक किंवा कमी गोष्टी असून चालायचे नाही. उद्देश्य व विधेय ही एकमेकांशी जुळणारी किंवा विरोधी असतात. हा त्यांच्यातील संवाद किंवा विसंवाद दाखविण्याचे कार्य संयोजक करते. म्हणून त्याला 'विधानचिन्ह' असेही म्हणतात. या तीन गोष्टींच्या स्पष्टतेसाठी मूळ वाक्यामध्ये बदल करावा लागतो. उदा.– 'सोन्याचे दागिने करतात' या वाक्यामध्ये तर्कशास्त्र-दृष्टीने आवश्यक असलेल्या उद्देश्य, विधेय व संयोजक या गोष्टी स्पष्ट नाहीत. त्या स्पष्ट करून घेण्यासाठी प्रथम हे स्पष्ट केले पाहिजे की, या वाक्यामध्ये कशाबद्दल विधान केलेले आहे, या वाक्यातील उद्देश्य कोणते? त्याचे उत्तर 'हिंदू लोक', असे दिले, तर विधेय कोणते? या प्रश्नाचे उत्तर 'सोन्याचे दागिने करणारे' हे येते.संयोजक हे नेहमी आहे किंवा नाही या पद्धतीचे असते. म्हणजे वरील वाक्य तर्कशास्त्रदृष्टीने 'हिंदू लोक सोन्याचे दागिने करणारे आहेत' हे किंवा अशासारखे होईल. वक्त्याचा आशय जर यापेक्षा वेगळा असेल, तर तसेही रूप तर्कशास्त्रामध्ये त्या वाक्याला देता येईल.

असा बदल करणे जसे व्याकरणशास्त्राला रुचत नाही, तसेच वाक्यमीमांसा-शास्त्रालाही रुचत नाही. व्याकरणशास्त्राच्या दृष्टीने वरील प्रकारच्या वाक्यामध्ये

'लोक' हा कर्ता (अध्याहृत), 'सोन्याचे दागिने' हे कर्म आणि 'करतात' हे क्रियापद– सकर्मक कर्तरी प्रयोग असे मानले जाते. वाक्यमीमांसेच्या दृष्टीने 'लोक' हे उद्देश्य, 'करतात' हे विधेय व 'सोन्याचे दागिने' हे विधेयपूरक होय. म्हणजे अर्थदृष्टीने वाक्यमीमांसाशास्त्र हे तर्कशास्त्राच्या बाजूला झुकत असले, तरी रूपदृष्टीने त्याला व्याकरणशास्त्र हे अधिक जवळचे आहे, हे स्पष्ट होईल. वाक्यमीमांसेला वाक्यामध्ये बदल करण्याचे स्वातंत्र्य नसल्यामुळे– म्हणजे वाक्य जशा स्वरूपामध्ये आहे, तशाच स्वरूपात वाक्यमीमांसेला ते मानावे लागत असल्याने– वाक्यमीमांसेमधील अर्थाचा निकषही तर्कशास्त्रातील अर्थाच्या निकषाइतका काटेकोर ठरत नाही. यासाठी वा. म. जोशींनी या पृथक्करणाला 'आधले-मधले व्यावहारिक स्वरूपाचे पृथक्करण' म्हटले आहे. यासाठीच इंग्रजीमध्ये उद्देश्याची प्रथमा विभक्ती मानली गेली. कारण वाक्यामध्ये ज्या पदाला सगळ्यांत अधिक महत्त्व असते, ते पद प्रथमेमध्ये येते– असा नियम व्याकरणात मानला जातो. इंग्रजीच्या Active - Passive Voice मध्ये तो पुष्कळशा प्रमाणात जाणवतो. ज्या वाक्यात कर्त्याला महत्त्व ते Active Voice मध्ये आणि ज्या वाक्यात कर्माला महत्त्व ते Passive Voiceमध्ये असते. जे पद प्रथमेमध्ये नसेल, त्याला (इंग्रजीत) अर्थदृष्टीने महत्त्व नाही, असे वाक्यमीमांसा समजते. शब्दाचे रूप आणि अर्थ यांची सांगड घालण्याचा प्रयत्न वाक्यशास्त्राला करायचा असतो, हे कधीही विसरून चालणार नाही.

वाक्यमीमांसाशास्त्राने उद्देश्य व विधेय या संज्ञा व कल्पना तर्कशास्त्राकडून घेतल्या. उद्देश्य व विधेय ही अनेक शब्दांचीही असू शकतात. वाक्यशास्त्राला मूळ वाक्याचे रूप बदलण्याचे स्वातंत्र्य नसल्यामुळे त्याला संयोजक या पदाची गरज नसते. वाक्यशास्त्राच्या दृष्टीने वाक्याचे दोनच विभाग होतात– (१) उद्देश्य आणि (२) विधेय. वाक्यामधील शब्दांची संख्या कितीही असो; ते या दोन विभागांतच विभागावे लागते. म्हणून व्याकरणातील कर्ता म्हणजे उद्देश्य किंवा क्रियापद म्हणजे विधेय अशी समीकरणे मांडता येत नाहीत. मराठीत तर धातुरूपेश किंवा प्रथमान्त शब्द म्हणजे उद्देश्य असेही म्हणता येत नाही.

या कर्ता–कर्मादी कल्पनांनी वाक्यमीमांसेमध्ये अशा प्रकारचा गोंधळ निर्माण करून ठेवण्याचे कारण म्हणजे– जे वाक्य प्रयोगामध्ये लक्षात घेतले जाते, तेच वाक्य वाक्यशास्त्राला लक्षात घ्यायचे असते. इंग्रजीत Subject व Predicate हेच शब्द व्याकरणात व वाक्यमीमांसेमध्ये योजले जातात. त्यामुळे व्याकरणाला धरून वागण्याचे बंधन वाक्यमीमांसेवर टाकले गेले. मराठीत उद्देश्य आणि विधेय या वाक्यमीमांसाविचारातील संज्ञा व्याकरणाने योजल्या नाहीत. म्हणून व्याकरण व वाक्यमीमांसाशास्त्र यांचा स्वतंत्र विचार व्हावा, अशी परिस्थिती मराठीमध्ये निर्माण

होणे शक्य होते. आगरकरांच्या 'वाक्यमीमांसा' या पुस्तकातील भूमिकाही याच प्रकारची आहे. त्यांनी म्हटले आहे :

"वाक्यपृथक्करण रूढ व्याकरणास धरून चालले पाहिजे, व चालेल तितके बरे. ज्या ठिकाणी उभयतांत अपरिहार्य तेढ पडेल, त्या ठिकाणी दोघांनी दोन वाटा धरल्या, तरी हरकत नाही. पण जर तशी स्थिती नसेल, तर एकमेकांनी एकमेकांच्या सलोख्याने असावे, हेच योग्य आहे. अशाने व्याकरणापासून वाक्यमीमांसेला, वाक्यमीमांसेपासून व्याकरणाला मदत मिळण्याचा व बळकटी येण्याचा संभव आहे. या दृष्टीने विचार करता प्रथमा, तृतीया व चतुर्थी विभक्तींशिवाय इतर विभक्ती उद्देश्यस्थानी फार वेळ येऊ द्याव्या लागतील, असे वाटत नाही."

मराठी वाक्यमीमांसेला अशाच प्रकारची, इंग्रजीपेक्षा थोड्याफार प्रमाणात भिन्न असलेली दृष्टी योजणे आवश्यक आहे.

मराठीमध्ये प्रयोगविचारात जितक्या प्रकारच्या वाक्यरचना लक्षात घेतल्या आहेत, तितक्या प्रकारच्या वाक्यरचनांचा विचार उद्देश्य-विधेय या कल्पनेमधून करणे आवश्यक आहे. उद्देश्य म्हणजे, ज्याविषयी बोलावयाचे ते पद होय; पण हे पद म्हणजे व्याकरणातील कर्ताही नव्हे आणि धातुरूपेशही नव्हे. कर्तरी प्रयोगात अर्थदृष्टीने कर्त्याला महत्त्व असते. अर्थातच वाक्यविचारात हेच पद उद्देश्य म्हणून मानावे लागते. तसेच, मराठीमधील 'गौणकर्तृक कर्मणी' प्रयोगातील चारही वाक्यरचना या कर्माला (अर्थदृष्टीने) महत्त्व देणाऱ्या असतात. 'गौणकर्तृक कर्मणी'तील 'नवीन कर्मणी' प्रयोग हा तर अस्वाधीन (Passive) मुखरचनेचा नमुना आहे. या वाक्यरचनांमध्ये अर्थदृष्ट्या आणि रूपदृष्ट्या ज्या कर्मपदाला महत्त्व असते, त्याबद्दल बोलावयाचे असल्याने हेच पद उद्देश्य म्हणून मानणे योग्य आहे. या वाक्यरचनांच्या उद्देश्याबद्दल वाद उपस्थित होत नाही. कारण कर्तरी प्रयोगात प्रथमान्त पद असलेला कर्ता आणि कर्मणी प्रयोगात प्रथमान्त पद असलेले कर्म हेच वाक्यमीमांसेच्या दृष्टीने उद्देश्य ठरत असल्याने उद्देश्य प्रथमेत असावे, या नियमाला कुठेही बाधा येत नाही.

मराठीतील 'प्रधानकर्तृक कर्मणी' प्रयोगामध्ये अर्थदृष्टीने कर्तृपद महत्त्वाचे असते. प्रथमेत असलेले कर्मपद हे केवळ क्रियापदावर अधिकार गाजविणारे पद एवढ्याच दृष्टीने महत्त्वाचे ठरते. तीच स्थिती 'प्रधानकर्तृक भावे' प्रयोगासंबंधीही आहे. या प्रयोगातील वाक्यरचनेमध्ये अर्थदृष्टीने कर्तृपद कसे महत्त्वाचे आहे, हे 'प्रयोगविचारा'त स्पष्ट केले आहेच. या दोन्ही वाक्यरचनांमध्ये म्हणजे 'रामाने काम केले' (प्रधानकर्तृक कर्मणी) व 'रामाने रावणास मारिले' (प्रधानकर्तृक भावे) या दोन्ही वाक्यांत– कर्तृपद तृतीयान्त आहे. अर्थदृष्टीने ते महत्त्वाचे आहे. याचाच अर्थ, वक्त्याला 'रामाबद्दल' विधान करायचे आहे. म्हणून या वाक्यामध्ये तृतीयान्त पद हेच उद्देश्य ठरते. तसेच, 'त्याला हा रुमाल सोडावा लागतो' या प्रधानकर्तृक

कर्मणीच्या वाक्यामध्येही 'त्याला' हे द्वितीयान्त पदच उद्देश्य मानावे लागते. म्हणजे या वाक्यरचनांवरून उद्देश्य हे प्रथमा, तृतीया आणि द्वितीया या चारही विभक्तींत येऊ शकते, हे स्पष्ट होईल. मराठी प्रयोगव्यवस्था ही इंग्रजी आणि संस्कृत प्रयोगव्यवस्थेपेक्षा थोडीफार वेगळी आहे, हे प्रधानकर्तृक कर्मणी व प्रधानकर्तृक भावे या वाक्यरचनांचा अभ्यास करताना स्पष्ट होते, म्हणून उद्देश्यासंबंधीचा इंग्रजीतील नियम मराठीमध्ये बदलावा लागतो.

आतापर्यंत ज्या वाक्यरचनांचा उद्देश्याच्या दृष्टिकोनातून विचार केला, त्यांचा थोडक्यात आलेख असा :

कर्तरी प्रयोग

सकर्मक : तो पुस्तक वाचतो - उद्देश्य - **तो**
अकर्मक : मी जातो - उद्‌देश्य - **मी**

कर्मणी प्रयोग

(अ) गौणकर्तृक कर्मणी

(१) पुराण : नळें इंद्रासी असे बोलिजिले - उद्देश्य - **असे**
(२) नवीन : शिपायाकडून चोर पकडला जातो -
किंवा
शिपायाकडून चोर पकडण्यात येतो - उद्देश्य - **चोर**
(३) शक्य : त्याला काम करवते - उद्देश्य - **काम**
(४) समापन : त्याचे पत्र लिहून झाले - उद्देश्य - **पत्र**

(आ) प्रधानकर्तृक कर्मणी

(१) रामाने काम केले - उद्देश्य - **रामाने**
(२) त्याला हा रुमाल सोडावा लागतो - उद्देश्य - **त्याला**

भावे प्रयोग

(१) प्रधानकर्तृक भावे

सकर्मक : रामाने रावणास मारिले– उद्देश्य - **रामाने**
अकर्मक : त्याने जावे– उद्देश्य - **त्याने**

या अकरा वाक्यांसंदर्भात उद्देश्याचा प्रश्न या प्रकारे सोडवता येतो; परंतु

मराठीमध्ये यापेक्षाही वेगळ्या वाक्यरचना आहेत. विशेषत:, गौणकर्तृक भावे व अकर्तृक भावे या वाक्यरचनांचा विचार करताना मराठीला इंग्रजीचा आधार घेता येत नाही; कारण इंग्रजीमध्ये अशा प्रकारच्या वाक्यरचना नाहीत. अकर्तृक भावे प्रयोगासंबंधी प्रथम विचार करू या. इंग्रजीमध्ये It rains, It dawned अशा प्रकारच्या अकर्तृक धातूंनी साधलेल्या वाक्यरचना आहेत. 'It' हे पद या वाक्यरचनांमध्ये उद्देश्यस्थानी येऊ शकते. मराठीमधील 'त्याला घरी यायला सांजावले' किंवा 'उजाडले' या वाक्यांमध्ये 'त्याला' हे पद उद्देश्य मानता येत नाही; कारण अशा वाक्यांमध्ये वक्त्याला त्याच्याबद्दल बोलावयाचे नसून 'सांजावले' किंवा 'उजाडले' या क्रियापदांमधील 'सांजावणे' किंवा 'उजाडणे' याबद्दल बोलावयाचे असते. आगरकरांच्या मते, अशा प्रकारच्या वाक्यामध्ये क्रियापदामधून व्यक्त होणारा भावार्थ (सांजावणे, उजाडणे) हाच उद्देश्य मानावा. याप्रमाणेच शक्य भावे, समापन भावे व पुराण भावे या गौणकर्तृक भावे प्रयोगाच्या वाक्यरचनांमध्ये क्रियापदामधून व्यक्त होणारा भावार्थ हा उद्देश्य मानायला हरकत नाही. जोशींच्या मते, भावे प्रयोगामध्ये उद्देश्य नसतेच. पण हे म्हणणे योग्य नाही, कारण उद्देश्य व विधेय यांच्याशिवाय वाक्य होऊ शकणार नाही. भावे प्रयोगामध्ये उद्देश्य हे स्वतंत्र पद म्हणून येत नाही, तर क्रियापदामधून व्यक्त होणाऱ्या भावार्थामध्येच ते अध्याहृत असते. म्हणजे 'माझ्याने/ मला जाववते' या शक्य भावेमध्ये 'जाणे' हे उद्देश्य मानावे लागते. तसेच, 'त्याचे लिहून झाले' या समापन भावेमध्ये 'लिहून होणे' हे उद्देश्य आणि 'पुण्यात्मके पापे स्वर्गा जाईजे' या पुराण भावेमध्ये 'जाणे' हे उद्देश्य मानणे अर्थदृष्टीने योग्य व सोइस्कर आहे. या वाक्यामध्ये तर्कशास्त्राच्या दृष्टीने 'मनुष्ये' (अध्याहृत) हे पद उद्देश्य ठरत असले, तरी व्याकरणाच्या दृष्टीने या भावे प्रयोगातील कर्ता गौण असल्यामुळे त्याला उद्देश्य म्हणणे हे वाक्यमीमांसेला परवडणार नाही. ज्या 'अकर्तृक भावे' प्रयोगाच्या वाक्यरचनेपासून आपण विचाराला सुरुवात केली, त्याच्या उद्देश्याचा निर्णय या विवेचनावरून स्पष्ट होईल. त्या वाक्यामध्ये 'उजेड' किंवा 'सांज होणे' (कळमळ, मळमळ) हे शब्द उद्देश्याच्या सदरामध्ये देऊन त्यांच्यापुढे 'क्रियापदान्तर्गत' असा शेरा द्यावा आणि विधेयाच्या विभागामध्ये सर्व वाक्य जसेच्या तसे लिहून त्याच्यापुढे 'उद्देश्यासह' असा शेरा द्यावा.

मराठी वाक्यमीमांसेला 'गौणकर्तृक भावे' व 'अकर्तृक भावे' यांच्या संदर्भात हा स्वतंत्र निर्णय द्यावा लागतो. याला कारण इंग्रजीमध्ये भावे प्रयोगाशी जुळणारी रचना नाही आणि ज्या संस्कृतमध्ये या भावे प्रयोगाशी थोडीफार जुळणारी वाक्यरचना आहे, त्या संस्कृतने अशा दृष्टीने वाक्यविचार केलेला नाही. वाक्यमीमांसेमध्ये व्याकरणातील रूपदृष्टी व तर्कशास्त्रातील अर्थदृष्टी या दोन्हींचा समन्वय साधावयाचा असल्याने, 'गौणकर्तृक भावे' व 'अकर्तृक भावे' या

वाक्यरचनांमध्ये उद्देश्याबद्दल वर दिलेल्या निर्णयासारखा, रूढ निर्णयापेक्षा भिन्न असा निर्णय द्यावा लागतो.

संकर प्रयोगामध्येही हीच स्वतंत्र दृष्टी वापरून उद्देश्याचा विचार होणे आवश्यक आहे. 'तू मला पुस्तक दिलेस,' हे कर्तृकर्म संकराचे उदाहरण आहे. 'प्रधानकर्तृक कर्मणी' प्रयोगात कर्तृपद हे उद्देश्यस्थानी मानले गेले आहे. या वाक्यात कर्तरी व प्रधानकर्तृक कर्मणी यांचा संकर असल्यामुळे कर्तृपद हे उद्देश्य ठरायला कोणतीच हरकत येत नाही. 'आईने मुलीला निजविली' या कर्म-भावे संकरातही 'आईने मुलगी निजविली' (प्रधानकर्तृक कर्मणी) व 'आईने मुलीला निजविले' (प्रधानकर्तृक भावे) या दोन 'प्रधानकर्तृकांचा' संकर आहे. प्रधानकर्तृकामध्ये कर्ता हाच उद्देश्य असतो, म्हणून या संकरामध्ये 'आईने' हे 'कर्तृपद' उद्देश्य ठरते. 'तू घरी जायचे होतेस' या कर्तृ-भाव संकरामध्येही कर्ता हाच उद्देश्य ठरतो.

वाक्यमीमांसेला उद्देश्य ही कल्पना मराठीच्या संदर्भात निश्चित करताना या प्रकारच्या वाक्यरचनांमुळे अडथळे आले. विधेयकल्पना निश्चित करताना अशा प्रकारच्या अडचणी उद्भवल्या नाहीत. उद्देश्य व उद्देश्यविस्तार यांच्याव्यतिरिक्त असलेल्या वाक्यांचा सर्व भाग हा विधेय व विधेयविस्तार यांच्यामध्ये अंतर्भूत झाला आणि विधेय म्हणजे केवळ क्रियापद नव्हे, ही कल्पना फारसा वाद न होता व्याकरणकारांनी मान्य केली.

मराठी वाक्यमीमांसेचा केलेला हा विचार थोडक्यात पुढीलप्रमाणे :

(१) वाक्यमीमांसा हा व्याकरणाचा विभाग नव्हे.

(२) वाक्यमीमांसेत व्याकरणाने व्यक्त केलेली रूपदृष्टी आणि तर्कशास्त्राने सांगितलेली अर्थदृष्टी यांचा समन्वय साधलेला असतो.

(३) प्रत्येक भाषेच्या प्रवृत्तीला अनुसरून हा समन्वय कसा साधता येईल, ते प्रत्येक भाषेने स्वतंत्रपणे लक्षात घ्यावे; दुसऱ्या भाषेचे अनुकरण करू नये.

(४) वाक्याचे उद्देश्य आणि विधेय हे दोनच प्रमुख भाग करता येतात. कधी कधी उद्देश्य हे स्वतंत्र न येता क्रियापदामध्ये गुरफटलेले असते.

(५) मराठीत उद्देश्याची केवळ प्रथमा विभक्ती मानू नये; तर प्रथमा, तृतीया, द्वितीया व क्रियापदान्तर्गत भावार्थ हे उद्देश्य म्हणून येतात, असे म्हणावे.

उद्देश्य (व उद्देश्यविस्तार) याव्यतिरिक्त उरलेले सर्व वाक्य हे विधेय (व विधेयविस्तार) या विभागात अंतर्भूत होते.

३. मराठी वाक्यपृथक्करण

मराठी वाक्यरचनेचे हे विशेष लक्षात ठेवून आता मराठी वाक्यांचा विचार करू या.

'एक पूर्ण विचार व्यक्त करणाऱ्या शब्द-समुच्चयाला वाक्य असे म्हणतात.' वाक्यपृथक्करणासाठी ही वाक्याची व्याख्या पुरेशी आहे. वाक्याचे तीन प्रकार आहेत. ते पुढीलप्रमाणे - (१) केवल वाक्य, (२) मिश्र वाक्य व (३) संयुक्त वाक्य.

या तीनही प्रकारांमध्ये केवल वाक्यच असते. पण एकापेक्षा अनेक केवल वाक्ये (१) कधी प्रमुख-दुय्यम या पातळीवर, तर (२) कधी समान पातळीवर एकमेकांशी जोडलेली असतात. या जोडण्यासाठी क्रियाविशेषण अव्ययांचा, उभयान्वयी अव्ययांचा, नाम-विशेषण-सर्वनाम यांचा उपयोग होत असतो.

(१) केवल वाक्य - ज्या वाक्यामध्ये एकच उद्देश्य व एकच विधेय असते, त्यास केवल वाक्य असे म्हणतात.

उदा.– **राम पुस्तक वाचतो. तो चालतो.**

(२) मिश्र वाक्य - ज्या वाक्यामध्ये एकापेक्षा अधिक उपवाक्ये असतात, त्यांपैकी एक प्रधान वाक्य व इतर गौणवाक्ये अशा संबंधाने जोडलेली असतात; त्यांना मिश्रवाक्य असे म्हणतात. उदा.–

(अ) **कसलाही प्रसंग असला, तरी त्याची चित्तवृत्ती सारखीच असते.**

(आ) **मी काय करीन, ते सांगत नाही.**

या उदाहरणांमध्ये (१) 'त्याची चित्तवृत्ती सारखीच असते' व (२) 'ते सांगत नाही' ही प्रधान वाक्ये व उरलेली गौण वाक्ये होत.

(३) संयुक्त वाक्य - ज्या वाक्यांमध्ये एकापेक्षा अधिक उपवाक्ये असतात व ती सर्व समान पातळीवरील असतात, तेव्हा त्यांना संयुक्त वाक्य असे म्हणतात.

(अ) वक्ता असे बोलला आणि खाली बसला.

(आ) शिक्षक शिकवतात, पण विद्यार्थी पुरेसे लक्ष देत नाहीत.

या दोन्ही वाक्यांमध्ये असलेली दोन्ही वाक्ये प्रधान आहेत, समान पातळीवरची आहेत.

संयुक्त वाक्यांचे पुढीलप्रमाणे उपप्रकार होतात.

(अ) केवल-केवल संयोग - दोन किंवा अधिक केवल वाक्ये एकत्र येऊन तयार होणाऱ्या संयुक्त वाक्याला केवल संयुक्त वाक्य असे म्हणतात.

(आ) मिश्र-मिश्र संयोग - दोन किंवा अधिक मिश्र वाक्ये एकत्र येऊन तयार होणाऱ्या संयुक्त वाक्याला मिश्र-संयुक्त वाक्य असे म्हणतात.

(इ) केवल-मिश्र संयोग - एक किंवा अधिक केवल वाक्ये आणि एक किंवा अधिक मिश्र वाक्ये एकत्र येऊन तयार होणाऱ्या संयुक्त वाक्याला **केवल-मिश्र संयुक्त वाक्य** असे म्हणतात.

संयुक्त वाक्यामध्ये ज्या दोन किंवा अधिक वाक्यांचा संयोग झालेला असतो, त्या वाक्यांना **समानाधिकरण वाक्ये** किंवा **समान वाक्ये** असे म्हणतात.

आता या केवल, मिश्र व संयुक्त वाक्यरचनांचा वाक्यपृथक्करणाच्या दृष्टीने विचार करू या.

केवल वाक्यामध्ये एकच एक स्वतंत्र वाक्य असते. त्या वाक्यासंदर्भात प्रधान किंवा गौण वाक्यांचा संबंध येत नाही. मिश्र वाक्यामध्ये एक वाक्य स्वतंत्र असते आणि एक किंवा एकापेक्षा अधिक वाक्ये ही परतंत्र किंवा त्या स्वतंत्र वाक्यावर अवलंबून असतात. एका मिश्र वाक्यामध्ये असलेल्या दोन किंवा दोहोंपेक्षा अधिक मिश्र वाक्यांना **परतंत्र समानाधिकरण वाक्ये** किंवा **गौण समान वाक्ये** असे म्हणतात. संयुक्त वाक्यामध्ये ज्या दोन वाक्यांचा संयोग झालेला असतो, ती दोन्ही वाक्ये स्वतंत्र असतात; प्रधान असतात. या दोन अधिक वाक्यांना स्वतंत्र समानाधिकरण वाक्ये किंवा प्रधान समान वाक्ये असे म्हणतात. या स्वतंत्र वाक्यामध्ये एक किंवा अनेक मिश्र किंवा केवल किंवा संयुक्त वाक्ये असू शकतात. वस्तुतः संयुक्त वाक्यामध्ये वाक्याचे सर्व प्रकार येऊ शकतात.

केवल वाक्यामध्ये एकच एक स्वतंत्र वाक्य असले, तरी त्यामध्ये वाक्यांगे अनेक असू शकतात. 'मी गावी नसता, तुझे पत्र आले.' या वाक्यामध्ये 'गावी नसता' हे वाक्यांग होय. कारण या शब्दसमुच्चयामध्ये एक विचार पूर्णपणे व्यक्त करण्याचे सामर्थ्य नाही. व्याकरणाच्या दृष्टीने विचार केल्यास, वाक्यांगामध्ये क्रियापद येत नाही आणि वाक्य मात्र क्रियापदाशिवाय पूर्ण होऊ शकत नाही. वाक्यांग हे साधारणपणे कृदन्तात्मक किंवा क्रियावाचक असते; वाक्यांगाचा हा खरा अर्थ. पण कधी कधी वाक्यातील कोणत्याही परस्परसंबंधित दोन किंवा अधिक क्रियापदेतर शब्दांना वाक्यांग असे म्हटले जाते. उदा.– 'तुमच्या घराच्या उत्तरेस', 'या चार विभागांमध्ये' इत्यादी.

१. केवल वाक्य

आता केवल वाक्याचा विचार करू या.

मिश्र आणि संयुक्त वाक्यांमध्येही या केवल वाक्याचा विचारच आधारभूत असतो. आतापर्यंत केलेला केवल वाक्याचा विचार लक्षात घेतल्यास, या रचनेमध्ये उद्देश्य हे पुढील विभक्तींमध्ये येते.

(१) **प्रथमा - कर्तरी प्रयोग - अकर्मक -** तो जातो - कर्ता
सकर्मक - तो काम करतो - कर्ता

कर्मणी प्रयोग

शिपायाकडून **चोर** धरला गेला - कर्म
शिपायाकडून **चोर** धरण्यात आला - कर्म
त्याचा धडा शिकवून झाला - कर्म
त्याच्याने/ त्याला काम करवते - कर्म
(२) तृतीया-कर्मणी प्रयोग - रामाने काम केले - कर्ता

भावे प्रयोग

सकर्मक - रामाने रावणास मारले - कर्ता
अकर्मक - त्याने जावे - कर्ता

(३) द्वितीया - त्याला हा रुमाल सोडावा लागतो - कर्ता
त्याला गेले पाहिजे - कर्ता
त्याला बसता येते - कर्ता

(४) **क्रियापदान्तर्गत**

भावे प्रयोग - मला जाववते - जाण्याची शक्ती
त्याचे लिहून झाले - पूर्ण लिहिणे झाले.
त्याला घरी येण्यास उजाडले - उजेड झाला.

वरील उदाहरणांतील उद्देश्याव्यतिरिक्त उरलेला सर्व भाग हा विधेयामध्ये समाविष्ट होतो. विधेयाचेही मूल **विधेय** व **विधेयविस्तार** असे दोन प्रमुख विभाग होतात. मूल विधेय म्हणजे वाक्यातील क्रियापद होय. इतर शब्द हे साधारणपणे विधेयविस्तारामध्ये येतात. क्रियापदामुळे वाक्याचा अर्थ नेहमीच पूर्ण होतो, असे नाही. त्याला अर्थपूर्णतेसाठी इतर शब्दांची आवश्यकता लागते. जर क्रियापद सकर्मक असेल, तर कर्मपदामुळे त्याला अर्थपूर्णता येते; जर क्रियापद अकर्मक असेल, तर पूरक पदामुळे त्याला अर्थपूर्णता येते. उदा.– 'तो धावतो' या वाक्यामध्ये **धावतो** या क्रियापदामुळे वाक्याचा अर्थ पूर्ण होतो. पण 'तो पुस्तक वाचतो' या वाक्यामध्ये **'वाचतो'** या क्रियापदाच्या अर्थपूर्णतेसाठी **'पुस्तक'** या कर्मपदाची आवश्यकता आहे. **'त्याने रामाला दोन प्रश्न विचारले.'** या वाक्यामध्ये तर 'विचारले' या क्रियापदाची अर्थपूर्णतेसाठी **दोन प्रकारच्या कर्मांची** (प्रत्यक्ष कर्म व अप्रत्यक्ष कर्म) आवश्यकता भासली आहे. तसेच, 'तो श्रीमंत आहे' या

वाक्यातील ‘आहे’ या क्रियापदाला ‘श्रीमंत’ या पूरकाची आवश्यकता अर्थपूर्णतेसाठी आहे. यावरून हे स्पष्ट होईल की, सकर्मक क्रियापदाला एक किंवा दोन प्रकारच्या कर्मपदांची गरज लागते; कधी कधी काही अकर्मक क्रियापदेही अपूर्ण विधान करीत असल्यामुळे त्यांनाही पूरकाची गरज भासते. वाक्यविचाराच्या दृष्टीने कर्म हेही विधेयपूरक ठरते. म्हणून मराठीत विधेयपूरकाचे तीन विभाग होऊ शकतात. ते पुढीलप्रमाणे : प्रत्यक्ष कर्म, अप्रत्यक्ष कर्म व पूरक (किंवा विधिशब्द - यामध्ये विधिनामे व विधिविशेषणे यांचा अंतर्भाव होतो). मात्र या ठिकाणी एक गोष्ट लक्षात घेतली पाहिजे. ती म्हणजे, प्रत्यक्ष कर्माला कर्मणी प्रयोगाच्या काही रचनांमध्ये उद्देश्य असे म्हणावे लागते. अशा वाक्यरचनांमध्ये ते विधेयपूरकात येत नाही. जेव्हा कर्तृपद हेच उद्देश्य असते किंवा उद्देश्य हे क्रियापदान्तर्गत असते, तेव्हाच कर्माचा निर्देश विधेयपूरकात करता येतो.

तसेच, क्रियापद अकर्मक असल्यास पूरकसुद्धा कर्त्याला उद्देशून येते आणि क्रियापद सकर्मक असल्यास कर्माला उद्देशून येते. साधारणपणे पूरके ही नामे व विशेषणे अशा दोन्ही प्रकारची असतात. उदाहरणार्थ–

कर्तृगामी पूरक - नाम - तो **राजा** झाला.
विशेषण - तो आंबा **चांगला** निघाला.

कर्मगामी पूरक - नाम - दुर्योधनाने कर्णाला **राजा** केले.
विशेषण - त्याने आपला धंदा **चांगला** चालविला.

कृदन्त अव्यय - रामाने त्याला **बोलताना** पाहिले.

मूल विधेय व विधेयपूरक यांच्याव्यतिरिक्त वाक्यामध्ये इतर शब्दही येतात. वाक्य पूर्ण करण्यासाठी पूरक हे शब्द किंवा कर्म म्हणून आलेले नसतात; या शब्दांनी वाक्याच्या अर्थाचा विस्तार होतो, म्हणून यांना **विधेयविस्तारक** असे म्हणतात. उदा.– ‘तो या महिन्याच्या पहिल्या तारखेस मुंबईला गेला.’ किंवा ‘त्याने ते पुस्तक जलद जलद वाचून कालच संपविले.’ या वाक्यातील ‘या महिन्याच्या पहिल्या तारखेस’ किंवा ‘जलद जलद वाचून कालच’ हे शब्दसमूह केवळ अर्थविस्तार करण्यासाठी आलेले आहेत. म्हणून विधानपूर्णतेच्या कामी ज्या शब्दसमूहाची मूल विधेयास आवश्यकता नसते, अशा मूल विधेयास उद्देशून येणाऱ्या शब्दसमूहाला विधेयविस्तारके असे म्हणतात. वस्तुत: मिश्र किंवा संयुक्त वाक्यांतील गौण वाक्ये हीसुद्धा विधेयविस्तारकेच असतात. उदा.– ‘जेव्हा या महिन्याची पहिली तारीख आली, तेव्हा तो मुंबईला गेला.’ किंवा ‘ते पुस्तक त्याने इतक्या जलद जलद वाचले की, ते कालच वाचून संपले.’ या वाक्यांमध्ये अर्थदृष्टीने फारसा फरक नाही, पण रूपदृष्टीने मात्र फार मोठा फरक आहे. या दुसऱ्या उदाहरणामधील विधेयविस्तारके ही वाक्यांगे

नाहीत, तर वाक्ये आहेत. म्हणून त्यांना विधेयविस्तारके म्हणणे योग्य नाही.

या सर्व विवेचनावरून हे स्पष्ट होईल की, विधेयविस्ताराचे प्रमुख दोन विभाग होतात :

(अ) विधेयपूरक, (आ) विधेयविस्तारक.

विधेयपूरकाचेही दोन विभाग : (अ) कर्म, (आ) अकर्मक क्रियापदाचे पूरक.

उद्देश्याचेही दोन प्रमुख विभाग होतात. (१) मूल उद्देश्य, (२) उद्देश्यविस्तार.

यांपैकी उद्देश्य हे नेहमीच नाम किंवा सर्वनाम या शब्दजातींपैकी असते. तीच स्थिती विधेयपूरकातील कर्माची असते.

उद्देश्य व कर्म या ठिकाणी नामाप्रमाणे उपयोगात आणणारे पुढील प्रकारचे शब्दही आढळतात.

उद्देश्य

नाम	-	हल्ली **धूमकेतू** दिसतो.
सर्वनाम	-	**तो** गातो.
विशेषण	-	**गरिबाने** दुष्काळात कसे जगावे?
क्रियाविशेषण	-	त्याच्या प्रकृतीत **आतबाहेर** नाही.
वाक्यांग	-	**खरे बोलणे** हिताचे असते.

प्रत्यक्ष कर्म

नाम	-	त्याने **धूमकेतू** पाहिला.
सर्वनाम	-	राम **त्याला** रागावला.
विशेषण	-	तो **श्रीमंताला** घाबरतो.
क्रियाविशेषण	-	तो **मागेपुढे** करीत आहे.

नामाप्रमाणे योजलेला कोणताही शब्द - 'परंतु'. रामायणाच्या प्रत्येक आर्येमध्ये मोरोपंतानी 'परंतु' आणले आहे.

अप्रत्यक्ष कर्मेही याच प्रकारची असतात.

उद्देश्यविस्तारात येणारे शब्द हे मूळ उद्देश्याबद्दल अधिक माहिती देतात. नामाबद्दल अधिक माहिती देण्याचे काम साधारणपणे विशेषण ही शब्दजाती करते. पण विशेषणाच्या जोडीला इतर शब्दजातीही उद्देश्यविस्तारात येतात, त्या सर्व पुढीलप्रमाणे :

(१) **अधिविशेषण**	-	**तांबडा** घोडा विजयी झाला.
(२) **कृदन्त विशेषण**	-	**गाणारा** मनुष्य रंगभूमीवर आला.
	-	काल आम्हाला **दिसलेला** कुत्रा तो हाच.

(३) **षष्ठ्यन्त शब्द** - **माशांच्या** काळजाचे तेल पौष्टिक असते.

(४) **समानाधिकरण पद** - **हिंदुस्थानची अधिस्वामिनी** व **इंग्लंडची** राणी व्हिक्टोरिया हिने पुष्कळ वर्षे राज्य केले.

प्रत्यक्ष कर्माचा विस्तार करणारे शब्दही वरील प्रकारचेच असतात; ते पुढीलप्रमाणे :

(१) **अधिविशेषण** - त्याने **लाल** शाई घेतली.

(२) **कृदन्त विशेषण** - तो **गाणाऱ्या** मुलाला चाहतो.
त्याला **मुंबईस जाणारा** मनुष्य सापडला नाही.

(३) **षष्ठ्यन्त शब्द** - आपण पाहिलेल्या **मनुष्याचे** नाव तुम्ही जाणता काय?

(४) **समानाधिकरण पद** - धर्मराजाने **सज्जनांचा हितकर्ता, भक्तांचा कल्पद्रुम** व **पांडवांचा पालक** कृष्ण याला बोलावले.

अप्रत्यक्ष कर्माचा विस्तारही वरील प्रकारेच होतो.

विधेयविस्तारक

उद्देश्यविस्तारक व विधेयपूरक यांच्याबद्दल माहिती करून घेतल्यावर आता विधेयविस्तारकाबद्दल माहिती करून घेऊ या. उद्देश्याच्या विस्तारकापासून जशी उद्देश्याबद्दल अधिक माहिती मिळते, तशीच विधेयाच्या विस्तारकापासून विधेयाबद्दल अधिक माहिती मिळते. उद्देश्य नाम असल्यामुळे जसा त्याचा विस्तार प्रामुख्याने नामविशेषणांनी होतो, त्याप्रमाणेच मूळ विधेय हे क्रियापद असल्यामुळे त्याचा विस्तार हा प्रामुख्याने क्रियाविशेषणांनी होतो. अव्ययांचे जे चार विभाग आहेत, त्यांपैकी उभयान्वयी अव्यये ही वाक्य व शब्द जोडण्याचे कार्य करतात. केवलप्रयोगी अव्यये ही मनोविकार दर्शवीत असून त्यांचा वाक्याशी कोणताही संबंध नसतो. म्हणून विधेयविस्तारकाच्या दृष्टीने क्रियाविशेषण अव्यये व शब्दयोगी अव्यये या दोन शब्दजातींचाच विचार संभवतो. यांपैकी शब्दयोगी अव्यये ही नेहमी नामाला जोडून येतात व विभक्तिकार्य करतात. कर्म हे कार्य या शब्दयोगी अव्ययात शब्दांकडून कधीच केले जात नाही; 'कडून'सारखी शब्दयोगी अव्यये जोडून तयार झालेले पद हे ज्या नवीन कर्मणीमध्ये कर्ता म्हणून येते, त्या नवीन कर्मणी प्रयोगाच्या वाक्यरचनेमध्ये प्रथमान्त असलेले कर्मपद हे उद्देश्य असते. म्हणून त्या वाक्यरचनेत शब्दयोगी अव्ययान्त कर्ता हा विधेयविस्तारात अंतर्भूत होतो. याचा अर्थ, शब्दयोगी अव्ययान्त सर्व शब्द नेहमी वाक्यदृष्टीने क्रियाविशेषणाचे कार्य करीत असतात.

म्हणजे क्रियाविशेषण अव्यये व शब्दयोगी अव्ययान्त शब्द हे वाक्यमीमांसेच्या दृष्टीने फक्त क्रियाविशेषणाचे कार्य करीत असतात. तसेच वाक्यामध्ये कर्ता आणि कर्म यांच्या व्यतिरिक्त जे विभक्तिप्रत्ययान्वित शब्द येतात, तेही क्रियाविशेषणाचेच कार्य करतात. वाक्यातील मुख्य क्रियापदाच्या संबंधाने माहिती देण्याचे काम ही पदे करतात. (काही वाक्यरचनांमध्ये तर कर्ता किंवा कर्म यांचा समावेशही विधेयपूरकात होतो आणि त्यांच्यापेक्षा भिन्न विभक्तिकार्य करणारे शब्द हे विधेयविस्तारकात समाविष्ट केले जातात.) 'दुसऱ्या दिवशी सकाळी', 'चार दिवसांनी', 'रात्रीचा', 'जलदीने' या प्रकारच्या शब्दांना तर वाक्यदृष्टीने क्रियाविशेषणे म्हणणे आवश्यकच आहे. पण 'मी ज्या वर्षी तापाने आजारी पडलो होतो, त्या वर्षी' यासारख्या वाक्यात्मक शब्दसमूहालाही वाक्यदृष्टीने क्रियाविशेषण म्हणून विधेय विस्तारकामध्ये अंतर्भूत करावे लागते. विधेय-विस्तारकामध्ये येणारे शब्द हे प्रामुख्याने क्रियाविशेषण अव्यये, शब्दयोगी अव्ययान्त शब्द आणि कर्ता-कर्म हे अर्थ वगळून इतर विभक्तिकार्य करणारी (विभक्तिप्रत्ययान्वित नामे) विशेषणे या प्रकारचे असू शकतात.

विधेयविस्तारकातील शब्द पुढीलप्रमाणे :

(१) नाम-कर्ता, कर्म व संप्रदान हे अर्थ (किंवा संबंध) वगळून इतर प्रकारच्या अर्थाने येणारे आणि अनेक प्रकारचे उपपदार्थ व्यक्त करणारे नाम हे विधेयविस्तार करते. उदा.– 'तो **मर्यादेने** वागतो.', 'त्याला **चार** भाऊ आहेत.', 'तो **घरी** गेला.', 'तो **दिवसाचा** अभ्यास करतो.', 'कोणत्याही भाषेचा अभ्यास **दहा वर्षे** तरी करावा लागतो.'

(२) क्रियाविशेषणाप्रमाणे योजलेले विशेषण - ती **सुरेख** गाते.

(३) क्रियाविशेषण अव्यय - तो **हळू** चालतो. तो **उद्या** येईल.

(४) शब्दयोगी अव्ययान्त शब्द - आपल्या **आगमनामुळे** कार्याला शोभा येईल.

(५) कृदन्त व वाक्यांग - तो **पळत** गेला. **आम्ही वाचीत बसलो** असता तुम्ही क्रिकेट खेळत होतात.

कृदन्ते व वाक्यांगे ही जेव्हा स्थलवाचक, कालवाचक, परिणामदर्शक, परिस्थितिदर्शक व कार्यकारणदर्शक असतात; तेव्हा ती विधेयविस्तारकामध्ये अंतर्भूत होतात.

स्थलवाचक :

स्थितिदर्शक - उंच झाडाच्या खाली.
गत्यारंभदर्शक - त्या देशाच्या राजधानीपासून.
गत्यन्तदर्शक - समुद्राच्या किनाऱ्यापर्यंत.

कालवाचक :

क्षणवाचक - नऊ वाजता, सूर्य उगवताक्षणीच.
अवधिवाचक - सकाळपासून संध्याकाळपर्यंत.
पौन:पुन्यवाचक - उड्या मारून-मारून.

परिमाणदर्शक :

निश्चयदर्शक - अगदी मनापासून.
अनिश्चयदर्शक - दैव अनुकूल असता.

परिस्थितिदर्शक :

इतके मोठे सैन्य व युद्धसामग्री बरोबर घेऊन.

कार्यकारणदर्शक :

मुलीचे लग्न करण्यासाठी.

केवल वाक्याचा विचार या ठिकाणी पूर्ण झाला. हा विचार थोडक्यात पुढील मुद्द्यांच्या संदर्भात केला.

(१) उद्देश्य वा विधेय यांचे उपविभाग.
(२) मूल उद्देश्य व मूल विधेय यांमध्ये येणाऱ्या शब्दजाती.
(३) उद्देश्यविस्तारकामध्ये येणाऱ्या विविध शब्दजाती.
(४) विधेयपूरक या विभागाचे प्रमुख उपविभाग.
(५) विधेयपूरक व कर्म या विभागांमध्ये येणाऱ्या शब्दजाती.
(६) विधेयविस्तारकामध्ये येणाऱ्या शब्दजाती.

या सर्व माहितीच्या आधारे पुढीलप्रमाणे कोष्टक होऊ शकेल :

उद्देश्य		विधेय			
मूळ उद्देश्य	उद्देश्यविस्तारक	मूळ विधेय	विधेयपूरक		विधेयविस्तारक
			कर्म	पूरक	
१	२	३	४	५	६

प्रयोगामध्ये ज्या वाक्यरचनांचा विचार केला, त्यांपैकी काही प्रमुख वाक्यरचना या पद्धतीने कोष्टकात बसवू.

(अ) केवल वाक्य : कर्तरी प्रयोग

'या कृत्याबद्दल आम्ही येथे जमलेले सर्व लोक आपले मन:पूर्वक अभिनंदन करतो.'

स्पष्टीकरण : सकर्मक कर्तरीच्या वाक्यरचनेमध्ये कर्ता हाच उद्देश्य असतो. म्हणून 'आम्ही' हे मूळ उद्देश्य, 'करतो' हे मूळ विधेय. 'येथे जमलेले सर्व लोक' हा शब्दसमूह 'आम्ही' या मूळ उद्देश्याशी समान आहे. म्हणून हा शब्दसमूह उद्देश्यविस्तारक आहे. 'अभिनंदन' हे कर्म, 'आपले' हा कर्मविस्तारक (परंतु उद्देश्याइतके कर्मपद महत्त्वाचे नसल्याने त्याचा वेगळा विभाग केला जात नाही), 'या कृत्याबद्दल' हे शब्दयोगी अव्ययान्त शब्द मूळ विधेयाबद्दल माहिती देत असल्यामुळे विधेयविस्तारक व 'मन:पूर्वक' हे क्रियाविशेषणही मूळ विधेयाबद्दल माहिती देत असल्यामुळे विधेयविस्तारक ठरते.

वाक्यविचाराच्या कोष्टकात रकानेवार दिलेल्या आकड्यांप्रमाणे वरील वाक्याचे पृथक्करण पुढीलप्रमाणे होईल :

(१) आम्ही (२) येथे जमलेले सर्व लोक (३) करतो (४) आपले अभिनंदन (५) - (६) या कृत्याबद्दल, मन:पूर्वक.

(आ) कर्मणी प्रयोग

सकर्मक व अकर्मक, प्रधानकर्तृक कर्मणी प्रयोग, प्रधानकर्तृक भावे प्रयोग या वाक्यरचनांमध्ये कर्ता हाच उद्देश्य असतो आणि अकर्मक कर्तरी व अकर्मक प्रधानकर्तृक भावे यांचा अपवाद वगळल्यास उरलेल्या वाक्यरचनांमध्ये कर्मपद (कर्मविस्तारकासह) आलेले असते.

गौणकर्तृक कर्मणी : 'या कामी आमच्याकडून तुम्हाला कोणत्याही प्रकारचा अडथळा केला जाणार नाही.'

स्पष्टीकरण : नवीन कर्मणीच्या रचनेमध्ये कर्म हेच उद्देश्य असते. म्हणून 'अडथळा' हे मूळ उद्देश्य, 'कोणत्याही प्रकारचा' हा शब्दसमूह अडथळ्याबद्दल अधिक माहिती देत असल्याने तो उद्देश्यविस्तारक आहे. 'केला जाणार नाही' हे मूळ विधेय, 'तुम्हाला' हे अप्रत्यक्ष कर्म व 'या कामी' हा विभक्त्यन्त शब्दसमूह मूळ विधेयाबद्दलच अधिक माहिती देत असल्यामुळे विधेयविस्तारक ठरतो.

म्हणून वरील वाक्याचे पृथक्करण पुढीलप्रमाणे :

(१) अडथळा (२) कोणत्याही प्रकारचा (३) केला जाणार नाही (४)तुम्हाला

(५) - (६) या कामी, आमच्याकडून.

गौण कर्मणीच्या चारही वाक्यरचनांमध्ये कर्म हेच उद्देश्य असते.

म्हणून कर्म या विभागामध्ये फक्त अप्रत्यक्ष कर्माचाच निर्देश केला जातो आणि या सर्व वाक्यांतील कर्तृपदे विधेयविस्तारकात समाविष्ट केली जातात.

(इ) अकर्तृक भावे

'त्याला शहराबाहेरच सांजावले.'

स्पष्टीकरण : अकर्तृक भावेच्या रचनेमध्ये कर्ता हा उद्देश्य नसून, क्रियापदामधून व्यक्त होणारा भावार्थ हाच मूळ उद्देश्य असतो. म्हणून 'सांजावले' या क्रियापदामधील 'सांज' हेच मूळ उद्देश्य असते. 'सांजावले' हे मूळ विधेय उद्देश्यासह मानले जाते. अकर्तृक भावेमध्ये कर्म नसते, पूरकही नसते. 'शहराबाहेरच' हा शब्द मूळ विधेयाबद्दल माहिती देत असल्यामुळे ते विधेयविस्तारकात आणि 'त्याला' ही पुरुषाधिकरण द्वितीया मूळ विधेयाबद्दलच माहिती देत असल्यामुळे ते विधेयविस्तारकात येते. म्हणून वरील वाक्याचे पृथक्करण पुढीलप्रमाणे :

(१) सांज (क्रियापदान्तर्गत) (२) - (३) सांजावले (उद्देश्यासह) (४) - (५) - (६) त्याला, शहराबाहेरच.

अकर्तृक भावे व गौणकर्तृक भावे प्रयोगाचे सर्व उपविभाग या वाक्यरचनांमध्ये उद्देश्य हे क्रियापदामधील भावार्थामधून व्यक्त होते. म्हणजेच मूळ विधेय हे उद्देश्यासह असते. या वाक्यरचनांमधील कर्तृपद हे विधेयविस्तारकात येते. कर्म व पूरक हे विभाग या वाक्यांसंदर्भात असू शकत नाहीत.

(ई) संकर प्रयोग

'तुम्ही कॉलेजमध्ये परीक्षेच्या शिवाय बरीच पुस्तके वाचलीत.'

स्पष्टीकरण : हे वाक्य कर्तृकर्म संकराचे आहे. कर्तृकर्म संकरामध्ये कर्ता हाच उद्देश्य असतो, म्हणून 'तुम्ही' हे मूळ उद्देश्य. 'वाचलीत' हे मूळ विधेय. 'पुस्तके' हे कर्म. 'परीक्षेच्या शिवाय बरीच' या कर्मविस्तारकाचा समावेश कर्मामध्ये केला जातो. 'कॉलेजमध्ये' हा शब्द क्रियेबद्दल माहिती देत असल्यामुळे वाक्यदृष्ट्या क्रियाविशेषण ठरते. म्हणून तो विधेयविस्तारकात येतो.

म्हणून या वाक्याचे पृथक्करण पुढीलप्रमाणे :

(१) तुम्ही (२) - (३) वाचलीत (४) परीक्षेच्या शिवाय बरीच पुस्तके (५) - (६) कॉलेजमध्ये.

'आईने मुलीला निजविली.'

स्पष्टीकरण : हे वाक्य कर्मभावे संकराचे आहे. यामध्ये कर्ता हाच उद्देश्य असतो. 'निजविली' हे मूळ विधेय व 'मुलीला' हे कर्म, म्हणून या वाक्याचे पृथक्करण पुढीलप्रमाणे :

(१) आईने (२) - (३) निजविली (४) मुलीला (५) - (६) -

केवल वाक्याचे पृथक्करण कसे करावे, हा भाग या ठिकाणी पूर्ण झाला. मिश्र वाक्य व संयुक्त वाक्य यांचे पृथक्करण प्रामुख्याने केवल वाक्याच्या पृथक्करणावरच आधारित असते.

(२) मिश्र वाक्य

मिश्र वाक्यामध्ये एक प्रधान उद्देश्य व एक प्रधान क्रियापद असते आणि एक किंवा अधिक दुय्यम उद्देश्ये व दुय्यम क्रियापदे असतात. ज्या भागामध्ये प्रधान उद्देश्य व प्रधान क्रियापद असते, त्याला प्रधान वाक्य म्हणतात आणि इतर वाक्यांना गौण वाक्ये म्हणतात. मिश्र वाक्यामध्ये प्रधान वाक्य एकच असते; गौण वाक्ये मात्र एक किंवा अनेक असतात. ही गौण वाक्ये तीन प्रकारची आहेत. (१) नाम वाक्य, (२) विशेषण वाक्य, (३) क्रियाविशेषण वाक्य.

नाम वाक्य

केवल वाक्यामध्ये ज्या-ज्या ठिकाणी नाम येते, त्या-त्या ठिकाणी मिश्र वाक्यात येणाऱ्या गौण वाक्याला 'नाम वाक्य' असे म्हणतात. साधारणपणे केवल वाक्यामध्ये उद्देश्य व कर्म या स्थानी नामे येतात, म्हणून मिश्र वाक्यामध्ये उद्देश्य व कर्म या स्थानी येणाऱ्या गौण वाक्याला नाम वाक्य असे म्हणतात. उदा.– 'तुम्ही आलात, हे फार चांगले झाले' या मिश्र वाक्यामध्ये 'हे फार चांगले झाले' हे प्रधान वाक्य असून 'हे' या उद्देश्याशी 'तुम्ही आलात' हे समानाधिकरण साधते. म्हणजेच हे गौण वाक्य उद्देश्यस्थानी आल्यामुळे नाम वाक्य आहे.

तसेच, 'मी उद्या येईन, असे तो म्हणाला' या मिश्र वाक्यात 'असे तो म्हणाला' हे प्रधान वाक्य असून, 'असे' या कर्माशी 'उद्या येईन' हे समान वाक्य आहे. म्हणून ते नाम वाक्य समजतात.

ज्याप्रमाणे केवल वाक्यात उद्देश्य व कर्म या स्थानी नाम येते, त्याप्रमाणे कधी कधी पूरक हेही नाम असू शकते आणि कधी कधी उद्देश्याचे स्पष्टीकरण करण्यासाठी नामेही येऊ शकतात. या ठिकाणी मिश्र वाक्यात येणाऱ्या गौण वाक्यांनाही नाम वाक्ये म्हटले जाते. उदाहरणार्थ– 'आज लोकांसमोरील प्रश्न हा आहे की, आपल्या मुलांना योग्य शिक्षण कसे द्यावे.' यामधील प्रमुख वाक्य 'आज लोकांसमोरील प्रश्न

हा आहे' हे असून, 'आपल्या मुलांना योग्य शिक्षण कसे द्यावे' म्हणजे 'आहे' या अकर्मक क्रियापदाचे 'हा' व त्याला समांतर असलेले वाक्य हे पूरक आहे.

तसेच, 'महात्मा गांधींचा खून झाला, ही बातमी ऐकून, हिंदुस्थानातील लोकांना दु:ख झाले.' या वाक्यामध्ये 'ही बातमी' = 'महात्मा गांधींचा खून झाला' ही समान आहेत. म्हणून अशा प्रकारे समानाधिकरण पदी आलेल्या वाक्याला नाम वाक्य म्हटले जाते. एका मिश्र वाक्यामध्ये अशा प्रकारची समानाधिकरण नाम वाक्ये एकापेक्षा अधिक असू शकतात. उदा.– 'त्याने जे वाचले व तो जे बोलला, ते ऐकून तिला आश्चर्य वाटले.' या वाक्यात 'ते ऐकून तिला आश्चर्य वाटले' हे प्रधान वाक्य आणि 'त्याने जे वाचले', 'तो जे बोलला' ही दोन्ही गौण वाक्ये 'ऐकून' या कृदन्ताची कर्मे आहेत. म्हणून ही समानाधिकरण नाम वाक्ये होत.

विशेषण वाक्य

केवल वाक्यामध्ये ज्या-ज्या ठिकाणी विशेषण येऊ शकते, त्या-त्या ठिकाणी मिश्र वाक्यामध्ये येणाऱ्या गौण वाक्याला विशेषण वाक्य असे म्हणतात. विशेषणे नेहमी नामापूर्वी किंवा नंतर येतात. नामानंतर येणाऱ्या विशेषणाच्या जागी विशेषण वाक्य सहसा येत नाही. नामाच्या पूर्वी येणाऱ्या विशेषणांबद्दल विशेषण वाक्य येऊ शकते. केवल वाक्यामध्ये नाम हे उद्देश्य कर्मपूरक व क्रियाविशेषणाच्या अर्थी येणारे विभक्त्यन्त शब्द इतक्या ठिकाणी येते. इतक्या सर्व ठिकाणी नामाच्या पूर्वी विशेषण येऊ शकते. उदा.– 'जे विद्यार्थी चांगला अभ्यास करतात, ते परीक्षेत यश मिळवितात.' या मिश्र वाक्यामध्ये 'जे विद्यार्थी चांगला अभ्यास करतात' हे गौण वाक्य प्रधान वाक्यामधील 'ते' या उद्देश्याबद्दल अधिक माहिती देते. म्हणून ते उद्देश्यविस्तारक असल्यामुळे विशेषण वाक्य आहे.

'आज जो पैसा त्याच्याजवळ आहे, तो त्याने स्वपराक्रमाने मिळविला आहे.' या वाक्यामध्ये 'आज जो पैसा त्याच्याजवळ आहे' हे गौण वाक्य प्रधान वाक्यातील 'तो' या कर्माबद्दल अधिक माहिती देत असल्यामुळे ते कर्मविस्तारक आहे, म्हणून या ठिकाणी ते विशेषण वाक्य ठरते.

'ज्याने घराण्याला उज्ज्वल कीर्ती मिळवून दिली, असा कुलदीपक शिवाजी निघाला.' या मिश्र वाक्यात 'ज्याने घराण्याला उज्ज्वल कीर्ती मिळवून दिली' हे गौण वाक्य प्रधान वाक्यातील 'कुलदीपक' या विधेयपूरकाबद्दल अधिक माहिती देत असल्याने विशेषण वाक्य आहे.

'आज ज्या दसऱ्याला लोक फक्त शमीपूजनासाठी सीमोल्लंघन करतात, त्या दसऱ्याला पूर्वी मराठे वीर शत्रूवर हल्ला करण्यासाठी पुण्याबाहेर पडत असत.' या

मिश्र वाक्यात 'आज ज्या दसऱ्याला लोक फक्त शमीपूजनासाठी सीमोल्लंघन करतात' हे गौण वाक्य, प्रधान वाक्यातील 'त्या दसऱ्याला' या कालदर्शक विधेय-विस्तारकाबद्दल अधिक माहिती देत असल्यामुळे ते विशेषणवाक्य आहे.

ज्याप्रमाणे केवल वाक्यामध्ये समानाधिकरण विशेषणे येतात, त्याप्रमाणे मिश्र वाक्यामध्ये समानाधिकरण विशेषण वाक्ये येऊ शकतात. उदा.– 'ज्याने आमचे उत्तम आदरातिथ्य केले व आमचे योग्य स्वागत केले, त्या भोजराजाने आम्हाला पुन्हा बोलविले.' या मिश्र वाक्यात 'ज्याने आमचे उत्तम आदरातिथ्य केले' व (ज्याने) 'आमचे योग्य स्वागत केले' ही दोन विशेषण वाक्ये प्रधान वाक्यातील 'भोजराजाने' या उद्देश्याबद्दल अधिक माहिती देतात. म्हणून ती समानाधिकरण विशेषण वाक्ये आहेत.

क्रियाविशेषण वाक्य

केवल वाक्यामध्ये ज्या-ज्या ठिकाणी क्रियाविशेषण येऊ शकते, त्या-त्या ठिकाणी मिश्र वाक्यात येणाऱ्या वाक्याला क्रियाविशेषण वाक्य असे म्हणतात. केवल वाक्यामध्ये क्रियाविशेषणाचा क्रियापद, कृदन्त, विशेषण व क्रियाविशेषण यांच्याशी संबंध असतो. क्रियाविशेषण वाक्यही यांच्याशीच संबद्ध असते. वाक्य-पृथक्करणातील विधेयविस्तारक या एकाच स्थानी क्रियाविशेषण आणि क्रियाविशेषण वाक्य येऊ शकते.

'आज संध्याकाळपर्यंत ते पुस्तक मिळाले, तर माझे काम होईल.' या मिश्र वाक्यात 'आज संध्याकाळपर्यंत (जर) मला ते पुस्तक मिळाले, तर' या गौण वाक्याचा प्रधान वाक्यातील 'होईल' या क्रियापदाशी संबंध आहे.

'रामा जिकडे गेला होता, तिकडेच गोविंदाही गेला आहे.' यात 'रामा जिकडे गेला होता' या क्रियाविशेषण वाक्याचा प्रधान वाक्यातील 'तिकडेच' या क्रिया-विशेषणाशी संबंध आहे. म्हणून हे क्रियाविशेषण वाक्य आहे.

'जर तुम्ही चांगला अभ्यास केलात, तर तुम्हाला पास होणे कठीण नाही.' या मिश्र वाक्यात 'जर तुम्ही चांगला अभ्यास केलात' या क्रियाविशेषण वाक्याचा संबंध 'होणे' या कृदन्ताशी आहे. तसेच, 'दहा जणांना तो सहज लोळवील, इतकी ताकद त्याला आहे.' या वाक्यात 'इतकी (ताकद)' या विशेषणाचा खुलासा 'दहा जणांना तो सहज लोळवील' या क्रियाविशेषण वाक्याने होतो.

ही क्रियाविशेषण वाक्ये प्रधान वाक्याशी कशा प्रकारे जोडण्यात येतात, त्याचा विचार करू या.

(अ) संबंधी क्रियाविशेषणे व अनुसंबंधी क्रियाविशेषणे योजून गौण-प्रधान

वाक्ये जोडण्यात येतात. या **क्रियाविशेषणांचे पुढीलप्रमाणे** उपविभाग होतात.

(१) **स्थलवाचक :** जेथे-तेथे, जिकडे-तिकडे, ज्या बाजूस-त्या बाजूस इत्यादी.

(२) **कालवाचक :** जेव्हा-तेव्हा, जोपर्यंत-तोपर्यंत, ज्या वेळेस-त्या वेळेस, ज्या दिवशी-त्या दिवशी इत्यादी.

(३) **रीतिवाचक :** जसे-तसे, ज्याप्रमाणे-त्याप्रमाणे, ज्या प्रकारे-त्या प्रकारे, ज्या रीतीने-त्या रीतीने इत्यादी.

(४) **संख्यावाचक :** जस-जसे, तस-तसे, ज्या मानाने-त्या मानाने, जितक्या अंशाने-तितक्या अंशाने इत्यादी.

(५) **कार्यकारणदर्शक :** ज्यामुळे-त्यामुळे, ज्या अर्थी-त्या अर्थी, ज्याकरिता-त्याकरिता.

(आ) उभयान्वयी अव्ययामुळे गौण-प्रधान वाक्ये जोडली जातात. उभयान्वयी अव्ययाचे दोन प्रकार आढळतात. (१) प्रधानत्वसूचक आणि (२) गौणत्वसूचक. आणि, व, पण, परंतु या प्रधानत्वसूचक उभयान्वयी अव्ययांनी दोन किंवा दोनापेक्षा अधिक वाक्ये जोडली जातात. त्यांचा विचार संयुक्त वाक्यामध्ये करावा लागतो. कारण, म्हणून, का, की, जर, जरी इत्यादी गौणत्वसूचक उभयान्वयी अव्ययांनी गौण वाक्ये प्रधान वाक्याशी जोडली जातात. अशा गौणत्वसूचक उभयान्वयी अव्ययांनी जोडण्यात येणारी वाक्ये ही प्रामुख्याने क्रियाविशेषण वाक्ये असतात. गौणत्वसूचक उभयान्वयी अव्ययांचे कारणदर्शक, उद्देशदर्शक, संकेतदर्शक, स्वरूपदर्शक असे चार प्रकार आहेत.

कारणदर्शक उभयान्वयी अव्यये : कारण, कारण की, का, की इत्यादी. कारणदर्शक उभयान्वयी अव्ययांनी सुरुवात होणारे वाक्य हे क्रियाविशेषण गौण वाक्य असून मिश्र वाक्यातील दुसरे वाक्य हे प्रधान वाक्य असते. वाक्यपृथक्करणाच्या दृष्टीने हे क्रियाविशेषण वाक्य विधेयविस्तारात येते.

उद्देश्यदर्शक उभयान्वयी अव्यये : म्हणून, सबब, याकरिता इत्यादी. या मिश्र वाक्यातील उद्देश्यदर्शक उभयान्वयी अव्ययाने युक्त असलेले वाक्य हे क्रियाविशेषण गौण वाक्य असून दुसरे वाक्य प्रधान असते.

संकेतदर्शक उभयान्वयी अव्यये : जर-तर, जरी-तरी, यद्यपि-तथापि, इत्यादी. या मिश्र वाक्यातही संकेतदर्शक उभयान्वयी अव्ययाने युक्त असलेली वाक्ये ही क्रियाविशेषण गौण वाक्ये असून दुसरे वाक्य प्रधान असते.

स्वरूपदर्शक उभयान्वयी अव्यये : म्हणजे, म्हणून, की इत्यादी. या अव्ययांपैकी 'की' हेच क्रियाविशेषण वाक्य प्रधान वाक्याशी जोडण्यासाठी योजण्यात येते. जेव्हा वाक्यामध्ये 'इतका', 'एवढा' ही विशेषणे येऊन त्यांचे स्पष्टीकरण करायचे असते; तेव्हा त्या वाक्याच्या पुढे 'की' हे अव्यय येऊन नंतर स्पष्टीकरण करणारे क्रियाविशेषण

वाक्य येते. उदा.– ‘तो इतका संतापला की, त्याचा चेहरा अगदी लालेलाल होऊन गेला.’ स्वरूपदर्शक उभयान्वयी अव्ययाने युक्त असलेले वाक्य हे क्रियाविशेषण वाक्य असून, दुसरे वाक्य हे प्रधान वाक्य असते.

आता काही मिश्र वाक्यांचे पृथक्करण करू या.

नाम वाक्य : ‘तुम्ही आलात, हे फार चांगले झाले’ या मिश्र वाक्यात ‘हे फार चांगले झाले’ हे प्रधान वाक्य व ‘तुम्ही आलात’ हे नाम वाक्य. ‘हे फार चांगले झाले’ या वाक्यात ‘हे’ हे मूळ उद्देश्य, ‘झाले’ हे मूळ विधेय, ‘फार चांगले’ हे पूरक. तसेच, ‘तुम्ही आलात’ या नाम वाक्यात ‘तुम्ही’ हे मूळ उद्देश्य, ‘आलात’ हे मूळ विधेय.

विशेषण वाक्य : ‘जे विद्यार्थी चांगला अभ्यास करतात, ते यशस्वी होतात.’ या मिश्र वाक्यात ‘ते यशस्वी होतात’ हे प्रधान वाक्य व ‘जे विद्यार्थी चांगला अभ्यास करतात’ हे गौण वाक्य. ‘ते यशस्वी होतात’ या वाक्यात ‘ते’ हे मूळ उद्देश्य, ‘होतात’ हे मूळ विधेय व ‘यशस्वी’ हे पूरक. ‘जे विद्यार्थी चांगला अभ्यास करतात’ या गौण वाक्यात ‘जे विद्यार्थी’ हा मूळ उद्देश्य, ‘करतात’ हे मूळ विधेय व ‘चांगला अभ्यास’ हे कर्म.

क्रियाविशेषण वाक्य : ‘आज संध्याकाळपर्यंत मला ते पुस्तक मिळाले, तर माझे काम होईल’ या मिश्र वाक्यात ‘माझे काम होईल’ हे प्रधान वाक्य व ‘आज संध्याकाळपर्यंत मला ते पुस्तक मिळाले, तर’ हे क्रियाविशेषण गौण वाक्य. ‘माझे काम होईल’ या प्रधान वाक्यात ‘काम’ हे मूळ उद्देश्य, ‘माझे’ हे उद्देश्यविस्तारक व ‘होईल’ हे मूळ विधेय. ‘आज संध्याकाळपर्यंत मला ते पुस्तक मिळाले’ या गौण वाक्यात ‘मला’ हे मूळ उद्देश्य, ‘मिळाले’ हे मूळ विधेय, ‘ते पुस्तक’ हे कर्म व ‘आज संध्याकाळपर्यंत’ हे विधेयविस्तारक.

आतापर्यंत आपण मिश्र वाक्याचा विचार केला. मिश्र वाक्यात येणारी गौण वाक्ये ही तीन प्रकारची असतात, हे लक्षात घेतले; पण ज्या वाक्यांचे पृथक्करण करून बघितले, ती वाक्ये फक्त एक गौण वाक्य व एक प्रधान वाक्य अशा प्रकारची होती. कोणत्याही भाषेमध्ये केवळ इतक्या प्रकारचीच सोपी मिश्र वाक्ये असतात, असे नाही. काही मिश्र वाक्यांमध्ये नाम वाक्य व क्रियाविशेषण वाक्य आणि नाम वाक्य व विशेषण वाक्य अशी एकत्रित आणलेली असतात. उदा.– ‘मुंबईमध्ये हिंदू-मुसलमानांची दंगल उसळली, ही बातमी गांधीजींना समजली; तेव्हा त्यांना आपण आपल्या अंगावर घेतलेल्या जबाबदारीतून यशस्वीपणे पार पडू की नाही, असे वाटले असेल, यात शंका नाही.’ या वाक्यामध्ये–

(१) प्रधान वाक्य - यात शंका नाही.

(२) गौण नाम वाक्य - तेव्हा त्यांना असे वाटले असेल.

(३) गौण नाम वाक्य - आपण आपल्या अंगावर घेतलेल्या जबाबदारीतून यशस्वीपणे पार पडू, की नाही.

(४) गौण क्रियाविशेषण वाक्य - ही बातमी गांधीजींना समजली.

(५) गौण नाम वाक्य - मुंबईमध्ये हिंदू-मुसलमानांची दंगल उसळली.

वरील प्रकारच्या वाक्यरचनेत क्र. २ चे गौण नाम वाक्य हे प्रत्यक्षपणे प्रधान वाक्याशी जुळलेले आहे. क्र. ३ आणि ४ ही गौण वाक्ये क्र. २ च्या गौण नाम वाक्याशी जुळलेली असून, क्र. ५ चे गौण वाक्य हे क्र. ४ शी जुळलेले आहे. अशा प्रकारची संमिश्र रचना कोणत्याही भाषेमध्ये खरोखरी पुष्कळ प्रमाणात आढळते.

(३) संयुक्त वाक्य

ज्या वाक्यामध्ये एकापेक्षा अधिक प्रधान उद्देश्ये व एकापेक्षा अधिक प्रधान क्रियापदे असतात, त्याला संयुक्त वाक्य म्हणतात.

ज्याप्रमाणे मिश्र वाक्याचे प्रमुख तीन प्रकार आहेत, त्याप्रमाणे संयुक्त वाक्याचेही (१) केवल-संयुक्त, (२) मिश्र-संयुक्त आणि (३) केवल-मिश्र-संयुक्त असे प्रमुख तीन विभाग आहेत.

ज्या संयुक्त वाक्यामध्ये एकही गौण वाक्य नसते आणि दोन किंवा दोनांपेक्षा अधिक केवल वाक्ये असतात, त्याला **केवल-संयुक्त वाक्य** असे म्हणतात. उदा.– 'वारा आला, पाऊस आला व गारासुद्धा पडल्या.'

संयुक्त वाक्यातील दोन किंवा सर्व प्रधान वाक्यांमध्ये एक किंवा एकापेक्षा अधिक गौण वाक्ये असल्यास, ते प्रत्येक प्रधान वाक्य मिश्र होते. अशा संयुक्त वाक्याला **मिश्र-संयुक्त वाक्य** असे म्हणतात. मिश्र वाक्य व मिश्र-संयुक्त वाक्य यामध्ये फरक आहे. मिश्र वाक्यामध्ये एक वाक्य प्रधान असून, इतर सर्व वाक्ये गौण असतात. त्या गौण वाक्यामध्ये संयुक्त वाक्ये असू शकतील, पण गौण वाक्यातील संयुक्त वाक्यांमुळे मिश्र वाक्यामध्ये वेगळेपणा येत नाही. उदा.– 'तो असे उद्धट बोलला व दुष्टपणाने वागला, याचे माझ्या मनाला फार दुःख झाले.' या मिश्र वाक्यातील पहिली दोन्ही गौण वाक्ये ही संयुक्त आहेत, पण संपूर्ण वाक्य मात्र मिश्र वाक्यच आहे. मिश्र-संयुक्त वाक्यामध्ये कमीत कमी दोन प्रधान वाक्ये असणे आवश्यक असते; त्यातील प्रत्येक वाक्यामध्ये मिश्र वाक्य असणे, हेसुद्धा आवश्यक असते. उदा.– 'आपणच कार्य करतो, त्या प्रत्येक कार्याला कोणता तरी एक उद्देश असतो व जेव्हा तो उद्देश पूर्ण होतो, तेव्हाच ते कार्य पूर्ण झाले असे म्हणता येते.' या वाक्यामध्ये 'प्रत्येक कार्याला कोणता तरी एक उद्देश असतो' व 'असे म्हणता

येते.' ही दोन प्रधान वाक्ये असून, दोन्ही वाक्यांत आणखी मिश्र वाक्ये आलेली आहेत. मिश्र-संयुक्त वाक्यामध्ये एकही केवल वाक्य असता कामा नये.

जेव्हा संयुक्त वाक्यामधील एखादे तरी प्रधान वाक्य केवल वाक्य असून इतर प्रधान वाक्ये ही मिश्र असतात, तेव्हा **केवल-मिश्र संयुक्त वाक्य** होते. उदा.– 'तुम्ही स्वत: बोला किंवा तुमचा भाऊ बोलला, तरी चालेल.'

मिश्र वाक्यातील विभाग जितके महत्त्वाचे आहेत व एकमेकांपासून भिन्न आहेत, तेवढी भिन्नता संयुक्त वाक्यातील विभागामध्ये नाही.

संयुक्त वाक्यातील सर्व वाक्ये प्रधान असतात, म्हणजे एकाच पातळीवरची असतात व स्वतंत्र असतात. पण ती स्वतंत्र असली व मिश्र वाक्यातील वाक्यांगा-प्रमाणे एकमेकांवर अवलंबून नसली; तरी एक केवल वाक्य हे जसे दुसऱ्या केवल वाक्यापासून पूर्णपणे स्वतंत्र असते, तशी ती स्वतंत्र नसतात. अर्थदृष्टीने ती एकमेकांवर थोडी फार अवलंबून असतातच. अनेक केवल वाक्ये केवळ एकमेकांशी उभयान्वयी अव्ययांनी जोडली, म्हणजे संयुक्त वाक्ये होतात, असे नाही.

संयुक्त वाक्यातील प्रधान वाक्ये ही प्रधानत्वसूचक उभयान्वयी अव्ययांनी एकमेकांशी जोडलेली असतात. प्रधानत्वसूचक उभयान्वयी अव्ययांचे चार विभाग आहेत.

(१) समुच्चयबोधक - आणि, व, आणखी इत्यादी

(२) विकल्पबोधक - किंवा, अथवा, अगर इत्यादी

(३) न्यूनत्वबोधक - पण, परंतु, बाकी इत्यादी

(४) परिणामबोधक - म्हणून, अतएव, सबब इत्यादी

पुष्कळदा संयुक्त वाक्यामध्ये एक उद्देश्य व अनेक विधेये (तो मुंबईहून सकाळी येथे आला, लगेच दुसऱ्या गाडीने परत गेला आणि कामावर हजर झाला.) अनेक उद्देश्ये व एक विधेय (रामा, गोविंदा, गोपाळ व विष्णू हे काल फिरायला गेले होते.) आणि अनेक उद्देश्ये व अनेक विधेये असे प्रकार आढळतात.

अनेक उद्देश्ये व अनेक विधेये यामध्ये पुन्हा दोन प्रकार असतात, ते पुढीलप्रमाणे :

(१) **'रामा, गोविंदा, गोपाळ व हरी हे काल गावाला गेले व लगेच परत आले.'** - या संयुक्त वाक्यामध्ये चार उद्देश्ये आहेत व दोन विधेये आहेत, असे दिसते. पण याच एका वाक्यामध्ये पुढीलप्रमाणे अनेक वाक्ये अंतर्भूत आहेत.

(अ) रामा काल गेला व लगेच परत आला

(आ) गोविंदा काल गेला व लगेच परत आला

(इ) गोपाळ काल गेला व लगेच परत आला

(ई) हरी काल गेला व लगेच परत आला

(२) **'वारा आला आणि पाऊस गेला'** - या प्रकारच्या वाक्यामध्ये दोन उद्देश्ये असली, तरी ती स्वतंत्र आहेत. म्हणून संयुक्त वाक्याचा हा रूढ प्रकार वादग्रस्त नाही. पहिला प्रकार म्हणजे, अनेक उद्देश्ये व त्याच अनेक उद्देश्यांची अनेक विधेये; त्याच्याच जोडीला अनेक उद्देश्ये व एकच विधेय यांचा विचार करायला पाहिजे. वाक्यामध्ये जितकी मूळ विधेये असतात, तितकी वाक्ये समजली जात असल्याने एक उद्देश्य व अनेक विधेये असलेल्या (तो मुंबईहून सकाळी येथे आला, लगेच दुसऱ्या गाडीने परत गेला आणि कामावर हजर झाला) वाक्यांमध्ये तितकी प्रधान वाक्ये मानता येतात. पण अनेक उद्देश्ये व विधेय (रामा, गोविंदा, गोपाळ व विष्णू हे काल फिरायला गेले होते.) या वाक्याला संयुक्त वाक्य म्हणताना विचार करावा लागतो. वरवर पाहता हे केवल वाक्य वाटते, परंतु या एकाच वाक्यामध्ये (१) रामा काल फिरायला गेला होता. (२) गोविंदा काल फिरायला गेला होता. (३) गोपाळ काल फिरायला गेला होता व (४) विष्णू काल फिरायला गेला होता - ही चार वाक्ये एकत्रित झालेली आहेत. म्हणून या वाक्यास संयुक्त वाक्य असे म्हटले जाते. वाक्यशास्त्राला अर्थस्पष्टीकरणासाठी वाक्यरचनेमध्ये बदल करण्याचा अधिकार नसतो. हे मत मानले, तर वरील वाक्याला संयुक्त म्हणणे योग्य ठरणार नाही. कारण त्याचे संयुक्तपण लक्षात घेण्यासाठी वाक्यामधील मूळ विधेयामध्येच बदल करावा लागतो. मूळ वाक्यामध्ये अनेकवचनी क्रियापद आहे आणि वाक्याची फोड केली असता क्रियापद एकवचनी आहे, असे मानावे लागते. परंतु या वाक्याला केवल वाक्य म्हणतानादेखील विचार करावा लागतो. उभयान्वयी अव्ययांनी (व उभयान्वयी अव्ययदर्शक विरामचिन्हांनी) दोन वाक्ये जोडली जातात; जरी वर-वर पाहता दोन शब्द जोडण्याचे काम ही अव्यये करतात असे दिसत असले, तरी अशा ठिकाणीही ती अव्यये दोन शब्द जोडत नसून दोन वाक्येच जोडत असतात, असे व्याकरणशास्त्र मानते. या मतान्वये, वर दिलेल्या वाक्याला केवल वाक्य असे म्हणता येत नाही. म्हणून या वाक्याला संयुक्त वाक्य मानले जाते.

आता अनेक उद्देश्ये व त्याच अनेक उद्देश्यांची अनेक विधेये ज्या संयुक्त वाक्यात असतात, त्याच्याबद्दल निर्णय देण्याचे काम सोपे झाले आहे. 'रामा, गोविंदा, गोपाळ व हरी हे काल गावाला गेले व लगेच परत आले.' या संयुक्त वाक्यामध्ये चार उद्देश्ये व दोन विधेये असल्यामुळे आठ प्रधान वाक्ये होतात, हे आधीच्या परिच्छेदातील विवेचनावरून लक्षात येईल.

ज्याप्रमाणे जितकी उद्देश्ये व जितकी विधेये, तितकी प्रधान वाक्ये असे मानावे लागते; त्याप्रमाणेच जितकी पूरके व जितकी कर्मपदे (एकाच प्रकारची), तितकी प्रधान वाक्ये मानावी लागतात. उदा.– 'घोडा हा फार चपळ, उमदा आणि उपयोगी

प्राणी आहे.' या वाक्यामध्ये तीन पूरके (चपळ, उमदा व उपयोगी) आहेत. म्हणून तीन प्रधान वाक्ये असलेले हे संयुक्त वाक्य आहे, असे म्हणावे लागते. तसेच, 'त्याने गरिबांना अन्न, कपडे व पैसे वाटले.' या वाक्यात तीन कर्मपदे असल्यामुळे (अन्न, कपडे व पैसे) तीन प्रधान वाक्ये असलेले हे एक संयुक्त वाक्य आहे, असे मानावे लागते.

जितकी विधेयविस्तारके, तितकी प्रधान वाक्ये काही संयुक्त वाक्यांत मानावी लागतात. 'तो रोज सकाळी, दुपारी, संध्याकाळी व रात्री स्नान करतो' या वाक्यात चार कालवाचक विधेयविस्तारके (सकाळी, दुपारी, संध्याकाळी व रात्री) असल्याने चार प्रधान वाक्ये मानली जातात. परंतु साधारणपणे ज्या वेळी ही विधेयविस्तारके वेगवेगळे अर्थ व्यक्त करत असतात, त्या वेळी तितकी प्रधान वाक्ये मानण्याची नेहमीच आवश्यकता असते, असे नाही. उदा.– 'ती काल चार वाजता एस्. टी. ने, बहिणीच्या तारेप्रमाणे, महत्त्वाच्या कामासाठी, कोणासही न भेटता, एकाएकी पुण्यास गेली.' या वाक्यात 'काल चार वाजता' हे कालवाचक, 'एस्. टी.ने' हे वाहनवाचक, 'तारेप्रमाणे' निमित्तवाचक, 'महत्त्वाच्या कामासाठी' उद्देशवाचक, 'कोणास न भेटता' व 'एकाएकी' रीतिवाचक आणि 'पुण्यास' स्थलवाचक अशी सात प्रकारची विधेयविस्तारके आहेत. पण या वाक्यात सात प्रधान वाक्ये आहेत, हे म्हणणे सदोष ठरेल. कारण ही सातही विधेयविस्तारके एकत्रित करूनच वाक्याचा अर्थ स्पष्ट होतो. म्हणून हे संयुक्त वाक्य नसून केवल वाक्य आहे.

विधेयविस्तारकाप्रमाणे उद्देश्यविस्तारकेही असू शकतात आणि जितकी उद्देश्य-विस्तारके, तितकी प्रधान वाक्ये मानली जातात. उदा.– 'रामरावांची, गोपाळरावांची व गोविंदरावांची गाडी काल पुण्याला पाहिली.' या वाक्यात तीन उद्देश्यविस्तारके असल्यामुळे तीन प्रधान वाक्ये मानावी लागतात.

या दृष्टीने विचार केल्यास, एखाद्या छोट्या दिसणाऱ्या वाक्यातही अनेक प्रधान वाक्ये लपलेली आहेत, हे स्पष्ट होते. पण पृथक्करणाच्या सोईसाठी या सर्व प्रकाराच्या उदाहरणांमध्ये नेहमीच इतकी प्रधान वाक्ये मानण्याची आवश्यकता नसते. म्हणून इतर सर्व प्रकार वगळून, केवळ अनेक उद्देश्ये आणि अनेक विधेये असलेल्या वाक्यामध्येच तितकी प्रधान वाक्ये मानावीत, असे मत वाक्यशास्त्राला सोय म्हणून परवडणारे आहे. एका संयुक्त वाक्यात आठ-आठ किंवा सोळा-सोळा किंवा यापेक्षाही अधिक अस्पष्ट वाक्ये असू शकतील. या सर्वांचे पृथक्करण करण्यामध्ये बुद्धीचा फक्त अपव्यय आहे. आगरकरांच्या मते तर, विधानाचे सारे अवसान विधेय-क्रियापदावर असते. ती जितकी असतील, तितकी निरनिराळी प्रधान वाक्ये आहेत, असे समजणे साहजिक आहे. थोडक्यात, संकुचित व संक्षिप्त वाक्यामध्ये

क्रियापदा- शिवाय इतर शब्दांचा अध्याहार केलेला असल्यास, ते शब्द सांगणे किंवा न सांगणे हे ते वाक्य पाहून ठरवावे लागते. त्याबद्दल निश्चित नियम देता येत नाही. (आगरकर, पृ. १२९)

वाक्यमीमांसेच्या दृष्टीने वाक्याचा विचार या ठिकाणी पूर्ण झाला.

या सर्व विवेचनात केवळ विधानार्थी वाक्यांचीच उदाहरणे निवडली आहेत. जो नियम विधानार्थी वाक्यांना लागू पडतो; तोच नियम करणरूपी, अकरणरूपी, आज्ञार्थक, प्रश्नार्थक वगैरे सर्व प्रकारच्या वाक्यांना लागू शकतो. वाक्यमीमांसेच्या दृष्टीने आज्ञार्थादी भेद हे निरुपयोगी आहेत. हे शास्त्रीय भेद नव्हेत, कारण आज्ञार्थक वाक्य हे करणरूपी किंवा अकरणरूपी असे दोन्ही असू शकेल. तीच गोष्ट प्रश्नार्थक वाक्याची. वाक्यपृथक्करणाच्या दृष्टीने वाक्याचे जे केवल, मिश्र व संयुक्त हे प्रकार आहेत; ते करणरूपी, अकरणरूपी, आज्ञार्थक, प्रश्नार्थक इत्यादी वाक्यांचेही होतात. म्हणून विधानार्थी वाक्यांपेक्षा इतर प्रकारच्या वाक्यांची उदाहरणे देण्याची आवश्यकता नाही.

५. मराठी वाक्यरचना

वाक्यमीमांसेमध्ये वाक्यपृथक्करण हा एक महत्त्वाचा व बहुचर्चित विभाग असल्याने त्यावर अधिक विचार झाला. हा विचार इंग्रजीत Analysis च्या धर्तीवर आखून घेतला. प्रयोगदृष्टीने पाहता अकर्तृक भावे प्रयोगाच्या रचनेव्यतिरिक्त इतर सर्व रचना फारशी ओढाताण न करता इंग्रजी धर्तीवर सांगता आल्या. मुळातच अकर्तृक भावे प्रयोगासारखी रचना संख्येने मर्यादित आहे. यामुळेच वाक्यपृथक्करणाचा विचार मराठीत रुळला गेला.

वाक्यमीमांसेच्या क्षेत्रातील दुसरा महत्त्वाचा विभाग म्हणजे 'वाक्यरचना' हा होय. याचा मराठीत फारसा विस्ताराने विचार झालेला नाही. प्रत्येक भाषेची वाक्यरचना स्वतंत्र असते. प्रत्येक भाषेची विशिष्ट अशी प्रवृत्ती त्यामधून प्रकट होत असते. या भाषेच्या प्रवृत्तींना भाषिक दृष्टीने जसा इतिहास असतो, तसाच त्या समाजाच्या सामाजिक-सांस्कृतिक जीवनाचाही त्यावर परिणाम असतो. वाक्यमीमांसेमध्ये या भाषिक इतिहासाची दखल घेण्याची जशी गरज नसते, तशीच त्या समाजाच्या सामाजिक-सांस्कृतिक जीवनाचा परिचय करून घेण्याची आवश्यकता नसते. पण एखाद्या भाषा प्रत्ययी असणे वा नसणे, तिच्या वाक्यामध्ये पदांचा विशिष्ट क्रम असणे इत्यादींशी वरील गोष्टींचा संबंध असतो. या दृष्टीने मराठी, इंग्रजी व संस्कृत या भाषांमधील वाक्यरचनेचे विशेष लक्षात घेता येतात.

मराठी भाषा ही संस्कृत भाषेइतकी प्रत्ययनिष्ठ नाही आणि इंग्रजी भाषेइतकी

अप्रत्ययी नाही; पण या दोन्ही प्रवृत्ती तिच्या वाक्यरचनेतून प्रकट होतात. संस्कृत भाषेमध्ये कर्ता, कर्म, क्रियापद यांना लागणाऱ्या प्रत्ययांबद्दल इतकी काटेकोर निश्चितता आहे की, वाक्यातील पदे कुठेही आली तरी अर्थदृष्टीने संदिग्धता निर्माण होत नाही. पण मराठी भाषा मात्र इतकी प्रत्ययावलंबी नाही. म्हणूनच कर्ता, कर्म व त्यांची विशेषणे यांचा विशिष्ट क्रम असणे, हे वाक्याचा अर्थ कळण्याच्या दृष्टीने महत्त्वाचे ठरते. म्हणूनच प्रत्ययांच्या जोडीला मराठीमध्ये पदाच्या विशिष्ट स्थानी येण्याला महत्त्व येते. उदा.– 'त्याला मला असे सांगायचे आहे' आणि 'मला त्याला असे सांगायचे आहे,' या दोन्ही वाक्यांमध्ये समान 'ला' प्रत्ययांनी येणारी संदिग्धता त्यांच्या वाक्यातील प्रथमस्थानी येण्याने टाळता येते.

इंग्रजी भाषा प्रत्ययाला महत्त्व देणारी नाही. वाक्यातील शब्दाच्या स्थानावरून कर्ता आणि कर्म यांची जाणीव ती भाषा करून देत असते. वाक्यातील प्रथम पद– विशेषतः क्रियापदाच्या पूर्वी आलेला शब्द वा शब्दसमूह– हे कर्ता व क्रियापदाच्या नंतर आलेल्या पदांमध्ये कर्मपद असणे, हा त्या भाषेचा विशेष आहे. हाच विशेष मराठीमध्ये आहे. काही रचना वगळता प्रथम पद कर्ता असणे हा अपवाद मराठीचा विशेष मानता येतो. पण कर्ता म्हणजे धातुरूपेश नव्हे, हे मराठीच्या संदर्भातील वेगळेपण लक्षात घ्यायला पाहिजे. इंग्रजीत वाक्याच्या प्रथमस्थानी येणारे पद हे धातुरूपेश असते, ते 'कृती करणारा' या अर्थाने कर्ता आहे की नाही याची नोंद घेण्याची त्या भाषेला गरज नाही. पण मराठीच्या– व केवळ मराठीच्याच संदर्भात– धातुरूपेश कर्ता किंवा कर्म अशा दोन्ही कारकांमध्ये येऊ शकत असल्याने, मराठीमध्ये प्रथमस्थानी येणारे पद हे नेहमी धातुरूपेश असतेच, असे नाही. ते (कृती करणारा) कर्ता असते, हे समजून घ्यायला पाहिजे. म्हणून मराठी वाक्यरचनेमध्ये प्रत्ययनिष्ठता, प्रथम पद व (धातुरूपेश असो वा नसो) कर्ता या गोष्टींची सांगड हा विशेष लक्षात घ्यायला पाहिजे.

इंग्रजीमध्ये कर्त्याच्या पाठोपाठ क्रियापद हे पद येत असते. पण मराठीमध्ये मात्र क्रियापद हे वाक्याच्या सगळ्यात शेवटी येणारे पद असते. कर्ता + इतर सर्व पदे + क्रियापद ही मराठीची स्वाभाविक वाक्यरचना आहे. मराठी वाक्याच्यानि:संदिग्ध अर्थ-आकलनासाठी वाक्याच्या प्रारंभापासून शेवटपर्यंत सावधचित्त असावे लागते.

सामान्यरूप हा मराठीचा आणखी एक विशेष होय. मराठीत विशेषणाचे सामान्यरूप होते, त्याला विशेष्याचे प्रत्यय लागत नाहीत; म्हणूनच कर्त्याची वा कर्माची विशेषणे त्या-त्या पदांच्या आगे-मागेच यावी लागतात. मराठी वाक्यांगाच्या संदर्भातही हा विशेष्य लक्षात घ्यावा लागतो. उदा.– 'निळ्या किनारीच्या साडीवरील बुट्ट्या' यामधील पदांची फिरवाफिरव करून चालणार नाही. 'किनारीच्या निळ्या

साडीवरील बुट्ट्या' किंवा 'किनारीच्या साडीवरील निळ्या बुट्ट्या' या बदलांमुळे अर्थामध्येही बदल होतो.

प्रत्येक भाषेची वैशिष्ट्ये लक्षात घेताना त्या भाषेतील विधानार्थी वाक्याचा विचार केलेला असतो. याच वाक्याच्या रचनेशी त्या भाषेतील प्रश्नार्थक, आज्ञार्थी, (करण-अकरण स्वरूपीही) वाक्यरचनांचा संबंध असतो. या दृष्टीने इंग्रजीतील प्रश्नार्थक वाक्यरचनेपेक्षा मराठीतील प्रश्नार्थक वाक्यरचनेचा वेगळेपणाही लक्षात घेता येतो. इंग्रजीमध्ये कर्तृपद प्रथमस्थानी न येता त्याऐवजी सहाय क्रियापदाचे रूप योजले की, ही रचना प्रश्नार्थक आहे, हे स्पष्ट होते. Does he read a book? यासारख्या रचनांमधून वाक्याच्या प्रारंभापासूनच वाक्य प्रश्नार्थक आहे की विधानार्थी आहे याचे आकलन होते. मराठीत मात्र 'तो पुस्तक वाचतो काय?' अशी प्रश्नार्थक रचना होत असल्याने, वाक्य संपूर्णपणे ऐकल्याशिवाय ते प्रश्नार्थक की विधानार्थी याचा उलगडा होऊ शकत नाही. तसेच इंग्रजीमध्ये What, How, Who, Why ही पदे प्रारंभीच येत असतात; त्याच्या पाठोपाठ सहाय क्रियापदाचे रूप येते. पण मराठीत मात्र ही प्रश्नार्थक सर्वनामे वाक्यामध्ये कोणत्याही स्थानी येतात. त्याच्या पाठोपाठ क्रियापद किंवा सहाय क्रियापद येतेच, असेही नाही. उदा.–

(१) कोण आहे? तू कोण आहेस?
(२) तो काय करीत आहे?
(३) ती का पुस्तके वाचते?
(४) तुला इथे कसे वाटते?

प्रश्नार्थक वाक्यांमध्येही क्रियापद वाक्याच्या शेवटीच येत असते. प्रश्नार्थक सर्वनामे वाक्यामध्ये कुठेही येऊ शकतात आणि क्रियापद त्यांच्या जवळपास असतेच, असे नाही. त्यामुळे मराठीत प्रश्नार्थक वाक्याचे मिश्र वाक्य बनविणे सोपे जाते. उदा.– 'ती का पुस्तक वाचते, मला माहिती नाही.'

इंग्रजीमध्ये जसे सहाय क्रियापदांचे या दृष्टीने वेगळे महत्त्व आहे, तसे मराठीमध्ये नाही, हे यावरून लक्षात येते. to be, to have, should, will, shall यांच्या जोडीलाच to do याचाही सहाय क्रियापद म्हणून होणारा उपयोग लक्षात येतो. मराठीमध्येही सहाय क्रियापदे आहेत. पण त्यांचा असा उपयोग करून घेऊन विधानार्थी व प्रश्नार्थक वाक्यरचना वेगळ्या ठेवण्याचे कार्य ती क्रियापदे करीत नाहीत.

आज्ञार्थी वाक्यरचनेची मराठी पद्धतीही इंग्रजीतील आज्ञार्थी रचनेपेक्षा वेगळी आहे. इंग्रजीमध्ये क्रियापद हेच आज्ञार्थी वाक्यरचनेमध्ये प्रथम येते. पण मराठीत या रचनेतही क्रियापद आपले वाक्याच्या शेवटी येण्याचे सोडत नाही. उदा., धडा वाच, काम कर इत्यादी.

इंग्रजीतील Active -Passive voice यापेक्षा मराठी प्रयोगरचना जशी वेगळी आहे, तशीच करण-अकरण किंवा direct-indirect यांसारख्या वाक्यरूपान्तराच्या पद्धतीही वेगवेगळ्या आहेत.

या सगळ्या प्रकारच्या वेगळेपणाची नोंद वाक्यमीमांसेमध्ये वाक्यरचनेमध्ये घेता येते. सामान्यत: असे म्हणता येईल की, मराठीतील कोणत्याही वाक्यरचनेचा प्रारंभ कर्त्यापासून होतो आणि त्याचा शेवट क्रियापद या वाक्यातील महत्त्वाच्या पदाने होत असतो.

समारोप

वाक्यपृथक्करण व प्रयोग या दोन्हींमधील वाक्याकडे बघण्याच्या दृष्टीमधील फरक लक्षात घेतला. वाक्यपृथक्करणामध्ये अर्थदृष्टीला व त्या दृष्टीने वाक्यातील सर्व पदांना महत्त्व असते. वाक्यपृथक्करणाला एकीकडून तर्कशास्त्राची व दुसरीकडून व्याकरणशास्त्राची मदत घेता येते. इंग्रजीच्या धर्तीवर वाक्यपृथक्करणाचे साचे मराठीमध्ये बसविताना केवळ अकर्तृक भावे वगळता फारशी ओढाताण करावी लागत नाही. पण मराठीमध्ये धातुरूपेश प्रथमेत असले तरी उद्देश्य म्हणून कर्ता, कर्म यांचेही महत्त्व लक्षात घ्यावे लागते.

वाक्यपृथक्करणाबरोबरच वाक्यरचना हाही एक महत्त्वाचा विभाग आहे. वाक्यमीमांसेमध्ये ही रचना लक्षात घेऊन मराठीमधील कर्ता-क्रियापद रचनेचे विशेष व इंग्रजीपेक्षा असलेले वेगळेपण लक्षात घ्यावे लागते.

❖

शुद्धलेखन

शुद्ध आणि लेखन या दोन शब्दांनी शुद्धलेखन हा सामासिक शब्द सिद्ध झालेला आहे. त्याचा संबंध प्रामुख्याने लेखनातील शुद्धाशुद्धाशी असतो. उच्चारण व लेखन ही एकाच भाषेची दोन रूपे असल्याने आपण जसे बोलतो तसेच लिहिले जावे, हा लेखनातील शुद्धतेचा निकष समजला जातो. म्हणून 'शुद्धलेखन हा बोलणे व लेखन यांच्यातील एक करार होय' असे मानले जाते.

लेखनाचा संबंध एकीकडून उच्चारणाशी व दुसरीकडून त्या भाषेने स्वीकारलेल्या लिपीशी असतो. मराठीने जी देवनागरी लिपी स्वीकारलेली आहे, तिच्यातील लेखन-चिन्हावर लेखनातील शुद्धतेचा संबंध अवलंबून आहे. उच्चारणातील सर्वच्या सर्व उच्चार लेखनात दाखविता येणे, हे कोणत्याही लिपीला शक्य नसते. हे लक्षात घेऊन देवनागरीचा विचार केला जातो. उदा.–

च - चारा (दंततालव्य) व चंद्र (तालव्य)

ज - जग (णे) (दंततालव्य) व जग (नाम) (तालव्य)

झ - झबले (दंततालव्य) व झिंजर (तालव्य)

लिपीजवळ स्वतंत्र चिन्हे नसल्याने मराठीत या एकेका लिखितचिन्हांनी हे दोन्ही प्रकारचे उच्चार दाखविले जातात. असे जे उच्चारण लेखनात दाखविण्यासाठी देवनागरी लिपीजवळ लिखितचिन्हे नसतील, त्याच्या लेखनाला अशुद्ध म्हटले जात नाही. लिपीच्या मर्यादा लक्षात घेऊन शुद्धलेखनाचा विचार केला जातो.

वर्णमालेचा विचार करताना, भाषा ध्वनिरूप असते, हे आपण लक्षात घेतले आहे. मराठीतील ध्वनींना अक्षर करण्याचे कार्य देवनागरी लिपी करते. एकदा

उच्चारलेला ध्वनी हा जसाच्या तसा परत उच्चारता येत नाही. एकदा उच्चारलेल्या ध्वनीसारखा ध्वनी उच्चारण्याचा प्रयत्न केल्यास ध्वनी एकमेकांशी पुष्कळसे सारखे असू शकतील, पण एक नसतात. ध्वनिशास्त्राने सिद्ध केलेल्या या नियमानुसार, उच्चारानुसारी लेखन ही अशक्य कोटीतील गोष्ट आहे. पण या नियमाचे काटेकोर पालन करण्याची अपेक्षा शुद्धलेखनात नसते. शुद्धलेखनामध्ये ध्वनीची सूक्ष्मता लक्षात घेण्याची गरज नसते, तर शुद्धलेखन प्रामुख्याने वर्ण व वर्णमाला यांच्याशी निगडित असते. आदर्श लिपीमध्ये एका वर्णाला एकच लेखाकार व एका लेखाकाराला एकच वर्ण अशी आदर्श व्यवस्था मानलेली असते. पण अशी आदर्श लिपी कोणतीही नाही. मराठीमध्ये वर्णमालेच्या दृष्टीने लिपीत असलेली सदोषता वर्ण-विचारात लक्षात घेतली आहेच. त्या मुद्द्याव्यतिरिक्त असलेले मुद्दे या प्रकरणात लक्षात घेतले आहेत.

बोलण्याच्या भाषेमध्ये सतत बदल होत असतो. ही बोलण्यातील भाषा जसजशी बदलत जाते, तसतसे लेखनही बदलत जाते; लेखनाला बदलावे लागते. म्हणून शुद्धलेखनाचे– म्हणजेच लेखनशुद्धतेचे– नियम वेळोवेळी पन्नास-साठ वर्षांनी बदलून घेतले जातात. बोलण्यामधील जे उच्चार स्थिरावण्याकडे वळतात, त्यांची नोंद शुद्धलेखन घेत असते. उदा.– शंभर वर्षांपूर्वीच्या लेखनाच्या चिन्हांमध्ये आज ॲ ऑ या दोन नव्या लिखित चिन्हांची भर भाषेला घालावी लागली. कालपरत्वे काही जुने उच्चार बदलले गेले, तरी त्या सगळ्यांचीच दखल घेण्याची गरज आज शुद्धलेखनाला वाटत नसल्याने ती लिखितचिन्हे– उच्चार लुप्त होण्याच्या मार्गावर असूनही– भाषेमध्ये अजून लेखनात राहिलेली दिसतात. उदा.– ऋ, ॠ – हे स्वर संध्या रु, रू असे उच्चारले जाऊ लागले आहेत, तरी त्यांची लेखनातील चिन्हे अजून भाषेला जपून ठेवावीशी वाटत आहेत. कारण लेखनातील लिखितचिन्हे ही भाषेच्या स्थिरतेचा विचार करीत असल्याने ती इतक्या भराभर बदलणे योग्य नसते.

शुद्धलेखनाच्या नियमावलीचा विचार करण्यापूर्वी आणखीही एका मुद्द्याचे स्पष्टीकरण व्हायला पाहिजे. शुद्धलेखन हा व्याकरणातील भाग आहे, असा अनेक भाषातज्ज्ञांचा समज आहे. पण शुद्धलेखनाचा संबंध भाषेची रचना सांगणाऱ्या व्याकरणापेक्षा उच्चारणाशी अधिक असतो. उदा.– बोलण्यामधून तृतीयेच्या 'नें' प्रत्ययावरचे अनुनासिक उच्चारण नाहीसे होताच आणि अनुच्चारित (वा अस्पष्ट) अनुनासिकांचे लेखन करू नये, असा नियम भाषेने करताच 'नें'वरील बिंदू नाहीसा झाला. त्यामुळे तृतीयेचा प्रत्यय 'नें' असा न राहता 'ने' असा मानला जाऊ लागला.

तसेच व्याकरणातील शुद्धाशुद्धतेशी लेखनातील शुद्धाशुद्धतेचा फारसा संबंध नाही, हेही लक्षात घ्यायला पाहिजे. त्यापेक्षा एखाद्या शब्दाच्या उच्चारणामध्ये होऊ लागलेला बदल भाषेमध्ये लिपीद्वारा व्यक्त करण्याकडे शुद्धलेखनाचा कल असतो.

उदा.– (१) तज्ञ, नैऋत्य, परस्थिती, मधे यासारख्या लेखनाला आता शुद्ध समजले जाऊ लागले आहे. तसेच, (२) भाषेमध्ये एकारान्त आडनावांचे सामान्यरूप न करण्याची प्रवृत्ती फार मोठ्या प्रमाणावर दिसू लागल्यावर ठाकरेंनी, जोशींनी अशा रूपांना शुद्ध समजले जाऊ लागले.

थोडक्यात, शुद्धलेखनाचे नियम हे कायमस्वरूपी, कधीही न बदलणारे अशा स्वरूपाचे नसतात. बोलण्यातील जे बदल स्थिर व मान्य होऊ पाहत आहेत, त्यांची नोंद घेणे, ही शुद्धलेखनाची भूमिका असते.

'म्यां, मीं, मी' या 'मी'च्या तृतीयेच्या तीन रूपांपैकी कोणते रूप शुद्ध व कोणते अशुद्ध, हे लोकांच्या बोलण्या-लिहिण्यावरून व्याकरण ठरविते आणि व्याकरणाने ठरविलेल्या रूपाचे लेखन त्या रूपाच्या उच्चाराशी प्रामाणिक आहे की नाही, ते शुद्धलेखनात विचारात घेतले जाते. जसा व्याकरणातील या शुद्धाशुद्धाचा शुद्धलेखनाशी फार थोडा संबंध असतो, तसाच भाषाशुद्धीचाही शुद्धलेखनाशी फार थोडा संबंध असतो. मराठीमध्ये संस्कृतमधून आलेले शब्द हे परकीय मानले जात नाहीत. पण अरबी, फारसी किंवा इंग्रजी या भाषांमधून आलेले शब्द परकीय समजले जातात. या शब्दांमुळे मराठीचे मराठीपण नाहीसे होईल, अशी धास्ती काही भाषाकारांच्या मनात निर्माण झाली होती. म्हणून अशा विचारवंतांनी केवळ मराठी शब्द आपल्या लेखनात योजले जावेत, या मताचा आग्रह धरला होता. साहेब, स्टेशन, सबजज्ज, बडतर्फ, इत्यादी शब्दांचा वापर आपल्या भाषेत का करू नये आणि मराठी कशी शुद्ध राखावी, हा त्यांचा प्रयत्न भाषेच्या दृष्टीने उपकारक असेल; पण या भाषाशुद्धीचा लेखनशुद्धीशी फार थोडा संबंध आहे. शुद्धलेखनाच्या दृष्टीने एवढेच म्हणता येते, की जर भाषेमध्ये इंग्रजी, अरबी वगैरे भाषांमधून आलेले शब्द असतील; तर त्या शब्दांमधील ऱ्हस्व-दीर्घाला मराठी ऱ्हस्व-दीर्घाच्या काटेकोर नियमांमध्ये बसविता येत नाही, इतकेच. शक्यतोवर मराठी प्रवृत्ती लक्षात घेऊन त्यांचे लेखन करावे, असे फार तर म्हणता येईल.

व्याकरणातील शुद्धाशुद्ध किंवा भाषाशुद्धी यापेक्षा शुद्धलेखनाचा प्रश्न लेखनातील शुद्धीशी निगडित असतो आणि ही लेखनातील शुद्धी प्रामुख्याने उच्चारणाशी निगडित असते. दामलेंच्या मते, लेखनशुद्धी ही उच्चारणाशी संबंधित ठेवणे योग्य नाही. लिहिण्याची भाषा ही पुष्कळशा प्रमाणात बोलण्याच्या भाषेसारखी करावी, या शुद्धलेखनाच्या नियमाला त्यांचा फारसा विरोध नाही. पण त्यासाठी लिहिण्याच्या भाषेमध्ये बदल करण्यापेक्षा बोलण्याच्या भाषेनेच लेखनासारखे बनावे, असा त्यांचा आग्रह आहे. लिहिण्यास बोलण्याचे वळण लावणे हे तत्त्व वस्तुस्थितीच्या विरोधी आहे; कारण लिहिण्याच्या भाषेमध्ये अधिक सुव्यवस्था असते, अधिक सफाईदार मांडणी असते. (दामले, शुद्धलेखन, पृ. ४८)

हा त्यांचा विचार मान्य होण्यासारखा नाही. एक वेळ व्याकरण हे लिखिताच्या आधारे लिहावे हे मत मान्य केले, तरी लेखनातील शुद्धाशुद्ध ठरविताना उच्चारणाशिवाय प्रमुख दुसरा आधार नाही. लिहिण्याच्या भाषेमध्ये अधिक व्यवस्था असली तरी लिहिण्यासारखे बोलणे हे कृत्रिम होते.

शुद्धलेखनाचा विचार करताना आपली भूमिका त्यांनी पुढीलप्रमाणे स्पष्ट केली आहे– "एकंदरीत भाषासंग्रह, स्पष्टीकरण व सामान्य नियमांचे आविष्करण ही वैयाकरणाची मूळ कर्तव्यें होत. भाषेचे नियमन किंवा बंधन म्हणजे अपवादक गोष्टीस सामान्य नियमांचेंच वळण देणें हा अव्यापारेषु व्यापार होय." (मो. के. दामले, शुद्धलेखन सुधारणा अथवा सरकारी बंडावा, पृ. ७८)

भाषेचे नियम शोधताना जर अपवादक नियमांची संख्या वाढत चालली किंवा जे अपवादक होते त्यांचाच उपयोग समाजमान्य होऊ लागला, तर शुद्धलेखनालाही आपल्या नियमांचा फेरविचार करावा लागतो. शुद्धलेखनाचे नियम हे त्रिकालाबाधित नसून शब्दार्थाच्या निःसंदिग्धतेची ग्वाही देण्यासाठी हे नियम असतात.

लेखनशुद्धीच्या संदर्भातील वरील भूमिकेवरून सामान्य लोकांच्या समाजमान्य उच्चारणाशिवाय त्याला दुसरा प्रमुख आधार नसतो, हे लक्षात घ्यावे लागते. मात्र केवळ उच्चारण हाच काही एकमेव निकष असू शकत नाही. तसेच, संस्कृतमध्ये त्या शब्दाचे जसे लेखन केले जाते त्यालाच शुद्ध म्हणावे, अशा प्रकारच्या आग्रही भूमिकेलाही मर्यादा घालायला पाहिजे. उदा.– तज्ज्ञ की तज्ञ, ब्रम्ह की ब्रह्म, वेदान्त (उपनिषदे) की वेदांत यांसारख्या शब्दांच्या लेखनामध्ये वर्तमानकालीन उच्चार, इतर ठिकाणच्या त्या व्यंजनाचे लेखन इत्यादी अनेक मुद्द्यांचा विचार करून निर्णय घ्यायला हवा.

उच्चारणालाही काही प्रमाणात व्युत्पत्तीचा आधार घेता येणे शक्य असेल, तर घ्यायला पाहिजे. उदा.– उच्चारणदृष्टीने कीर्ती व आरती यांच्यामध्ये फरक नाही, पण लेखनात आहे. 'आर्त' या शब्दाचे लेखन नजरेसमोर असूनही 'आरती' या शब्दाच्या लेखनावर परिणाम झालेला नाही.

एखाद्या शब्दाचे लेखन शुद्ध की अशुद्ध याचा विचार करताना, तो शब्द तत्सम की तद्‌भव याचाही विचार होतो. उदा.– पीठ-पिठाच्या भाकरी, पण विद्यापीठ - विद्यापीठाने त्या शब्दामधील तत्समतेची जाणीव लुप्त झालेली नसल्याने ते लेखन तसे केले जाते. याचा अर्थ, शुद्धलेखन कळण्यासाठी भाषेचा अभ्यास हवा, शब्दाची व्युत्पत्ती परिचित हवी. शुद्धलेखनाचा त्या शब्दाच्या संदर्भातील नेमका नियम आठवायला हवा. शिवाय नियम माहिती असणे आणि शुद्धलेखन करता येणे या दोन गोष्टी भिन्न आहेत. केवळ नियम माहिती असून शुद्ध लिहिता येत नाही; तर त्यासाठी शुद्ध लिहिलेले पाहण्याची, वाचनाची नजरेला सवय हवी.

कोणते लेखन शुद्ध आणि कोणते अशुद्ध, हे ठरविण्याची प्रमुख साधने पुढीलप्रमाणे सांगता येतील. (१) उच्चार, (२) व्युत्पत्ती, (३) लोकव्यवहार किंवा प्रचार, (४) लोकपरंपरा किंवा त्या उच्चाराचा इतिहास, (५) लोकव्यवहार व परंपरा यांमधून व्यक्त झालेली त्या विशिष्ट भाषेची प्रवृत्ती व (६) सोय किंवा सोपेपणा. एखाद्या विशिष्ट शब्दाचा (व लेखनशुद्धीमध्ये वर्णाच्या उच्चाराचा प्रश्न नसतो, तर शब्दाच्या व पदाच्या उच्चाराचा प्रश्न असतो, हे लक्षात घ्यायला पाहिजे.) उच्चार कसा केला जातो, त्याची व्युत्पत्ती काय आहे, तो शब्द लिहिण्याचा आजचा प्रकार कोणता आहे, पूर्वी तो शब्द कसा लिहीत असत, भाषेच्या प्रवृत्तीशी तो शब्द जुळणारा आहे की विरोधी आहे आणि त्याच्या लेखनामध्ये अकारण क्लिष्टता किंवा बोजडपणा नाही ना, या सर्व दृष्टींनी विचार करून त्या शब्दाचे लेखन ठरत असते. काही शब्दांच्या लेखनपरंपरा भिन्न असतात; ती भाषा केवळ सोपेपणासाठी किंवा एकविधतेसाठी परंपरा सोडण्यास तयार नसते. उदा.– इंग्रजीमध्ये govern आणि manage या धातूंपासून governor व manager ही कर्तृवाचक नामे साधली आहेत. पण ती साधताना एकाला or हा प्रत्यय लागला आहे व दुसऱ्याला er हा प्रत्यय लागला आहे. या प्रत्ययांनी एकच अर्थच्छटा व्यक्त केलेली आहे. म्हणजे या प्रत्ययांना अर्थदृष्टीने एकाच समान पातळीवर मानावे लागते. अशा प्रकारच्या शब्दांमध्ये बदल करून, एकच प्रत्यय ठेवून भाषेमध्ये सोपेपणा आणता आला असता. पण असा बदल होऊ शकत नाही. ज्या काळात ते शब्द तयार झाले असतील, त्या काळातील प्रभावी प्रत्यय या शब्दांमधून व्यक्त झाला आहे, एवढेच आपणास म्हणता येते. कारण व्याकरणाला भाषेमध्ये बदल करता येत नाही. भाषा जशी आहे तशी ती रेखाटणे, त्याच प्रकाराने तिचे लेखन करणे हे व्याकरणाचे कर्तव्य आहे. म्हणजे सोपेपणा हा मर्यादित स्वरूपात योजावा लागतो.

मराठीच्या संदर्भात शुद्धलेखनाचा प्रश्न प्रामुख्याने पुढील प्रकारच्या शब्दांबद्दल निर्माण होतो.

(१) ऱ्हस्व-दीर्घता - ऱ्हस्व-दीर्घतेचा प्रश्न इ-उ या स्वरांबद्दलच निर्माण होतो. तोही अन्त्य इ-उ व उपान्त्य इ-उ. मराठीत ऱ्हस्व-दीर्घतेचा प्रश्न नामाला विभक्तिप्रत्यय किंवा शब्दयोगी अव्यय लागतानाही निर्माण होतो.

(२) अनुस्वार व अनुनासिके - मराठीत अनेक शब्दांवर बिंदू दिलेला असतो. त्यांपैकी उच्चारित अनुस्वार, अनुच्चारित अनुनासिके, विभक्त्यन्त अनेकवचने, नपु.लिंगी शब्द, अर्थभेदकारक असे अनेक प्रकारचे बिंदू मराठीत आहेत. त्यांपैकी कोणत्या संदर्भात बिंदूचे लेखन हे शुद्ध, याचा विचार.

(३) तत्सम शब्द

(४) **संयुक्त व्यंजने**

या चार मुद्द्यांच्या अनुषंगाने शुद्धलेखनाचा विचार करताना, मराठीच्या मूलभूत प्रवृत्ती लक्षात घ्यायला पाहिजेत.

ऱ्हस्व इ-उ कारान्त नामाच्या संदर्भात जाणवणारी उच्चारणप्रवृत्ती दीर्घतेकडे झुकणारी आहे. म्हणूनच संस्कृतमधील ऱ्हस्वान्त शब्दही मराठीत दीर्घ लिहिले जातात. संस्कृतवरून आलेले ऱ्हस्व इकारान्त व ऱ्हस्व उकारान्त शब्द मराठीत आज (दीर्घ) ईकारान्त, (दीर्घ) ऊकारान्त लिहिले जातात. तेच शब्द समासात प्रथम आले असता मात्र त्याचे ऱ्हस्व रूपच कायम राहते. उदा.– दृष्टी-दृष्टिकोन, प्रीती-प्रीतिरहस्य इत्यादी. पण या नियमाला मान्यता मिळण्याच्या काळामध्ये अनेक वाद उपस्थित झाले. त्या वादांमधील तात्त्विक चर्चा लक्षात घेणे आवश्यक आहे. तसेच, अनुस्वाराच्या संदर्भातही मराठीने अनुच्चारित अनुस्वार काढून टाकले आहेत. ज्यांना व्युत्पत्तींचा व उच्चाराचा आधार नाही, असे अनुस्वार आज ढोबळपणाने मानलेले नाहीत. ज्यांचा अर्थ संदर्भावरून स्पष्ट होऊ शकतो, ते अनुस्वारही (उदा., नांव-नाव, पांच -पाच इत्यादी) आजच्या मराठीमध्ये मानत नाहीत. पण ही सुधारणा करतानाही जे वाद उपस्थित झाले होते, तेही लक्षात घेणे अगत्याचे आहे. (आणि विशेषत: दादोबांनी 'त्याणें' या रूपाला मान्यता देऊन, आज प्रचारात मात्र 'त्याने' हेच रूप राहिले; त्याप्रमाणे दामलेंनी शुद्धलेखनाविषयी ज्या-ज्या मुद्द्यांना विरोध केला आहे, जवळ-जवळ तेच ते मुद्दे आजच्या मराठीत रूढ झालेले आहेत. उदा.– त्यांनी संस्कृतमधून आलेल्या ऱ्हस्व इकारान्त व ऱ्हस्व उकारान्त शब्दांना दीर्घ करू नये, असे म्हटले; पण आज मराठीत जवळजवळ हे सर्व शब्द दीर्घ मानले जातात. करणे, बोलणे, इत्यादी क्रियावाचक नामांच्या अंत्याक्षरावर असलेला अनुस्वार किंवा बिंदू हा आज देण्याची गरज उरलेली नाही. दामलेंनी मात्र तो बिंदू का दिला पाहिजे, ते व्युत्पत्ती व उच्चार यांच्या आधारे पटवून देण्याचा प्रयत्न केला आहे.)

१. ऱ्हस्व-दीर्घता

प्रथमत: मराठीतील ऱ्हस्व-दीर्घतेचा विचार करू.

हा ऱ्हस्व-दीर्घतेचा विचार प्रमुखपणे अंत्याक्षराच्या व तोही इ-उ या स्वरांच्या संदर्भात निर्माण होतो.

प्रथमत: या ऱ्हस्वान्त शब्दांना दीर्घान्त करण्याच्या भूमिकेला विरोध करण्यामागील कारणे कोणती, ते लक्षात घेऊ.

(१) तत्सम ऱ्हस्वान्त शब्दाच्या संदर्भात त्या शब्दांची संस्कृतमधील रूपे, त्यांच्या प्रथमेची रूपे लक्षात घेऊन मराठीत ती दीर्घान्त करायला विरोध केला गेला.

कवि, प्रीति, भानु इत्यादी शब्दांचे लेखन त्यांच्या व्युत्पत्तीचा आधार घेतल्यास मराठीतही ऱ्हस्व करायला पाहिजे.

(२) वारि, दधि, अस्थि, मधु, अश्रु, अंबु इत्यादी नपुंसकलिंगी शब्दांना दीर्घान्त करण्यास कोणताही आधार नाही.

या दोन्ही गटांमधील शब्दांचे उच्चारण पाहता ते दीर्घ होतात असे वाटत असले, तरी ते उच्चारण साघात असल्याने तसे वाटते; ते दीर्घ उच्चारण नव्हे. म्हणून त्यांचे लेखन ऱ्हस्वच करावे, ही भूमिका संस्कृतनिष्ठ आहे. संस्कृतप्रमाणे लेखन करणे म्हणजे शुद्ध, याच मताचा प्रभाव या भूमिकेवर आहे. लेखनाने व्युत्पत्तीला व संस्कृतमधील उच्चारणाला अवास्तव महत्त्व देण्यापेक्षा मराठीच्या उच्चारणाचा विचार अधिक प्रमाणात करायला पाहिजे. जशी संस्कृतची विसर्गाची प्रवृत्ती मराठीमध्ये आली नाही, तशीच ऱ्हस्वान्त शब्दाची प्रवृत्तीही मानण्याचे कारण नाही. मराठीमध्ये दीर्घान्त उच्चारण असूनही संस्कृतचा पगडा शुद्धलेखनाच्या नियमावर पक्का असल्याने त्या शब्दांचे लेखन ऱ्हस्वान्तच राहिले. आता या लेखनाला मान्यता मिळून ते मराठीच्या वाचकांच्याही अंगवळणी पडले आहे.

आपल्यावर संस्कृतचा इतका जबरदस्त पगडा आहे की, मराठीतील मूळ शब्दाला ऱ्हस्वान्त म्हणून त्याच्या प्रथमेच्या रूपाला दीर्घान्त म्हणावे, असा पर्यायही काही संस्कृतप्रेमींनी सुचवून पाहिला. (उदा. मूळ शब्द प्रीति व त्याचे प्रथमेचे रूप प्रीती) पण मराठीच्या संदर्भात शब्दाचे (नामाचे) मूळ रूप व प्रथमेचे रूप हे एकच असते. मराठीची ती प्रवृत्ती असल्याने दीर्घ इ-दीर्घ-उ यांना प्रथमेचा प्रत्यय म्हणून मूळ शब्द ऱ्हस्व ठेवता येत नाही. शब्द, पद, प्रत्यय व उपसर्ग यांचा 'शब्दविचारा'मध्ये केलेला विचार व 'विभक्तिप्रत्यया'चा विचार लक्षात घेतल्यास संस्कृतपेक्षा मराठीच्या शब्द-पद कल्पनांमध्ये बदल झालेला आहे. संस्कृतमध्ये मूळ नाम वेगळे असून त्याला प्रथमेचा प्रत्यय लागून पद तयार होते. पण मराठीत प्रथमेला प्रत्ययच नाही आणि तरीसुद्धा कर्ता-कर्मादी कारके दाखविण्याचे कार्य तो करीत असल्याने त्याला पदत्व येते. थोडक्यात, संस्कृतची ऱ्हस्वान्त नामे मराठीत दीर्घान्त मानण्याला दुसरा पर्याय नाही.

या शब्दांचा मुद्दा वगळला तरी मराठीने तत्सम शब्दांच्या उच्चारात बदल केला आहे. उदा.– ज्ञानेश्वर, देवालय यांसारख्या तत्सम नामांचे उच्चारण मराठीने व्यंजनान्त केले आहे. तीच भूमिका स्वीकारून संस्कृतपेक्षा मराठीचे वेगळे उच्चारण मान्य व्हायला हरकत नाही.

या संदर्भात दुसराही एक पर्याय सुचविला गेला. मराठीत शब्दाला विभक्तिप्रत्यय किंवा शब्दयोगी अव्यय लागताना त्या शब्दाचे सामान्यरूप होते. ऱ्हस्व इ व ऱ्हस्व उ असलेल्या शब्दांचे हे सामान्यरूप दीर्घ होते. (कवि-कवीने, भानु-भानूला इत्यादी)

प्रथमेला कोणताही प्रत्यय नसला, तरी प्रत्यय लागण्याच्या पूर्वी होणारे सामान्यरूप असायला हरकत कोणती? म्हणून हेच रूप मराठीत या अर्थाने दीर्घ मानावे, असा पर्याय काही व्याकरणकारांनी सुचविला. पण संस्कृतचा आधार घेतल्यास असे दिसते की, कोणत्याही शब्दाचे सामान्यरूप हे त्याच्या संबोधनाच्या एकवचनामध्ये दिसते, प्रथमेच्या एकवचनामध्ये नव्हे. मराठीतही सामान्यरूपास प्रथमेच्या एकवचनी मानावयाचे ठरले तर– घोड्याने, लाडवाने इत्यादी शब्दांतील सामान्यरूपाला प्रथमेचे एकवचन मानावे लागेल व तसे मानायला कोणीही तयार होणार नाही. तसेच घोडेस्वारसारख्या शब्दांमधील घोडे हे घोडा या शब्दाचे मूळ रूप मानावे लागेल; त्यासही प्रथमेच्या एकवचनी मानणे भाग पडेल. पण तसे करणे मराठीच्या प्रवृत्तीशी जुळणारे नसल्याने, कोणीही त्याला तयार होणार नाही. म्हणून ऱ्हस्व इकारान्त व ऱ्हस्व उकारान्त शब्दांबद्दलही हा नियम मानता येत नाही.

या सर्व पर्यायांपेक्षा ऱ्हस्व शब्द तसेच कायम ठेवणे हे सामान्यरूपाच्या दृष्टीने आवश्यक ठरते, हे सांगताना जुन्या परंपरेच्या अभिमानी व्याकरणकारांनी म्हटले आहे की– मराठीत सर्व शब्द दीर्घान्त आहेत असे मानले, तर त्यांच्या सामान्यरूपांमधील फरक सांगताना त्यांच्या मूळ ऱ्हस्व रूपाची जाणीव ठेवावी लागते व त्या ठिकाणी त्याचा निर्देश करावा लागतो. कारण मूळ ऱ्हस्वान्त शब्दाचे सामान्यरूप केवळ दीर्घान्त होते व मूळ दीर्घान्त शब्दाचे सामान्यरूप वेगळे-ईकारान्तचे 'या' व ऊकारांतचे 'वा' होते. (उदा.– कवीला, पण तेली-तेल्याला, भानु-भानूस, लाडू-लाडवास इत्यादी.) वस्तुत: हा मुद्दाही फारसा लक्ष देण्यासारखा नाही. कारण दामलेंच्या व्याकरणात विहीर व तलवार या स्त्रीलिंगी अकारान्त शब्दाचे सामान्यरूप कसे वेगवेगळे होते, ते दाखविले आहे. विहिरीस, पण तलवारीस व तलवारेस किंवा माळेस. दोन्ही शब्द अकारान्त स्त्रीलिंगी असूनही त्यांच्या सामान्यरूपांत असा फरक पडतो. तसाच वरील फरक पुढे समजला जाईल. तेवढ्यासाठी ऱ्हस्वान्त शब्द तसाच कायम ठेवण्याची गरज नाही.

हे शब्द दीर्घ समजले, तर आणखीही एक अडचण लक्षात घ्यावी लागते. हे शब्द जेव्हा समासात प्रथम पद म्हणून येतात, तेव्हा त्यांचे मूळ रूप उच्चारदृष्टीने व व्युत्पत्तिदृष्टीने कायम ठेवावे लागते. तसेच अव्ययांमध्ये कोणताही बदल मान्य केलेला नसल्यामुळे अव्ययांप्रमाणे योजलेल्या अशा प्रकारच्या सामासिक शब्दांमध्ये हे शब्द ऱ्हस्वच राहतात. म्हणजे शक्ती, मती; पण यथाशक्ति, यथामति इत्यादी. एक वेळ समासाच्या अंती हे शब्द ऱ्हस्व न लिहिता, मराठीची दीर्घतेकडे असलेली प्रवृत्ती लक्षात घेऊन दीर्घ म्हणायचे असे ठरविले, तरी समासात प्रथम म्हणून ते शब्द ऱ्हस्वच लिहावे लागतात. तेव्हा सामान्यरूप सांगताना व अशा समासामध्ये त्यांचे मूळ रूप लक्षात ठेवावेच लागते, म्हणून त्यांना दीर्घान्त मानू नये.

समासात शेवटी येणाऱ्या ऱ्हस्व शब्दाला दीर्घ मानले; तर अजातशत्रू, अर्थसिद्धी इत्यादी हा प्रकार सर्वत्र दिसू लागेल. त्यामुळे केवळ एकाच भाषेतील शब्दांचे समास साधावेत, हा समासाबद्दलचा नियम पाळला जाणार नाही. कारण या शब्दांत शत्रू व सिद्धी हे शब्द संस्कृत नसून मराठी आहेत; ते दीर्घान्त आहेत. एक पद संपूर्ण संस्कृत आणि दुसरे पद अर्धवट संस्कृत व अर्धवट मराठी असे मानण्याची वेळ मराठीवर येईल.

विरोधकांच्या या प्रश्नालाही उत्तर देता येते. मराठीत संस्कृतमधून जसेच्या तसे आलेले, अविकृत असे अनेक शब्द आहेत. अजात, अर्थ इ. शब्द अविकृत संस्कृत शब्द मानावेत. मात्र ते जेव्हा मराठीमध्ये योजले जातात, तेव्हा त्यांना संस्कृत न म्हणता मराठी शब्द असे म्हणायला कोणतीही हरकत नाही. दोन्ही शब्द मराठीच, परंतु एक संस्कृतमधून अविकृत स्वरूपात आलेला आणि दुसरा थोडाफार बदललेला, अशा दोन मराठी शब्दांचा समास होण्यास हरकत येऊ शकत नाही.

केवळ एकविधता, सोय किंवा सोपेपणा यासाठी सर्व शब्द दीर्घान्त लिहावेत, हे मतही विरोधकांना मानवणारे नाही. त्यांच्या मते, केवळ सोपेपणासाठी भाषेमध्ये कोणताही असा एक नियम करणे हे भाषेच्या विकासाला रुचणारे नाही. नदी व नारी हे दोन्ही स्त्रीलिंगी, ईकारान्त शब्द; पण दोन्हींचे अनेकवचन वेगवेगळ्या प्रकारचे होते. नदी-नद्या, व नारी-नारी. भाषेमध्ये सोपेपणा व एकविधता आणण्यासाठी नदीचे नदी किंवा नारीचे नाऱ्या असे अनेकवचन करावे, असे कुणी म्हणणार नाही. तसेच, ईकारान्त स्त्रीलिंगी शब्दांमधील कोणते शब्द नदीप्रमाणे चालतात व कोणते शब्द नारीप्रमाणे चालतात, ते सांगण्याची कोणतीही खूण भाषेत नाही. जर या शब्दांचे अनेकवचन एकसारखे व्हावे, असे कुणी म्हणत नाही; तर केवळ एकविधता, सोपेपणा इत्यादींसाठी संस्कृतमधून आलेले हे शब्द दीर्घान्त लिहावेत, असे म्हणायचा कुणाला अधिकार नाही.

एकदा उच्चाराचे व रूढीचे पाठबळ मिळाल्यावर इतर मुद्दे तितकेसे महत्त्वाचे ठरत नाहीत. कारण उच्चाराकडे लक्ष देऊन आज हे दीर्घ लेखन मान्यता पावले आहे. भाषेत कालपरत्वे, पण आपोआप होणारा बदल लेखनाला मानावाच लागतो. हा बदल सुलभता साधण्यामधूनही आलेला असतो. जशी संस्कृतमधील आख्यात-व्यवस्था प्राकृतामध्ये सोपेपणाकडे झुकली, संस्कृतमधील विभक्तिव्यवस्था मराठीत सोपी झाली– ही भाषेची प्रवृत्ती लक्षात घ्यायला पाहिजे. या सोपेपणासाठी भाषेत कोणत्याही तऱ्हेने कृत्रिम बदल करू नयेत, हे निश्चित. नदी किंवा नारी या एकाच गटात आहेत, असे वाटणाऱ्या शब्दांच्या अनेकवचनांमध्ये बदल करण्याचा अधिकार व्याकरणाला नाही. पण जो बदल हळूहळू होत असेल, त्याला मान्यता देणे हे व्याकरणाला आवश्यक आहे. कारण लोकव्यवहार, म्हणजे त्या शब्दाचा उच्चार

समाजात कसा केला जातो, हे व्याकरणाने शुद्धलेखनाद्वारा लक्षात घ्यायला पाहिजे.

अंत्य स्वर दीर्घ असावा की ऱ्हस्व, यातील इ-उ या स्वरांच्या संदर्भात उपस्थित होणारे वादग्रस्त मुद्दे आतापर्यंत लक्षात घेतले. त्याचा थोडक्यात निष्कर्ष– मराठीची प्रवृत्ती अखेरचा अकारान्तेतर स्वर हा दीर्घ करण्याची आहे; तिला अनुसरून संस्कृतमधील ऱ्हस्व इ आणि ऱ्हस्व उ हे अंत्याक्षर असलेले शब्द मराठीत दीर्घ मानावेत. समासात प्रथम पद म्हणून आलेल्या याच शब्दांचा उच्चार ऱ्हस्व होत असल्याने समासात मात्र त्या ठिकाणी ते शब्द ऱ्हस्व लिहावेत. हळूहळू सामासिक शब्दांमध्येही प्रथम शब्द दीर्घान्त होत आहे.

आता उपान्त्य इ, उ यांच्याबद्दल असलेले वाद लक्षात घेऊ या. साधारणपणे असा नियम आहे की, शब्दाच्या अंती जर जोडाक्षर नसेल, तर त्याच्या उपान्त्य अक्षरातील इ व उ हे स्वर दीर्घ असतात. उदा.– तीळ, दूध, तूप इत्यादी. अशा प्रकारचा नियम सांगताना डॉ. भांडारकरांनी म्हटले आहे की, मराठी व दुसऱ्या देशी भाषा यांमध्ये शब्दांच्या शेवटी अ असल्यास त्याचा उच्चार अर्धा होतो व उपांत्य स्वर ऱ्हस्व असल्यास त्याचा उच्चार दीर्घ होतो. (डॉ. भांडारकरांची प्राकृत व देशी भाषांवरील व्याख्याने, पृ. ११९ व ११३) संस्कृतमधून आलेल्या गुण, हित, विष इत्यादी शब्दांतील उपांत्य स्वरही मराठीत दीर्घ उच्चारला जातो. म्हणून त्यांचे लेखन गूण, हीत, वीष इ. असे दीर्घ करावे, अशी सूचना भाषेमध्ये सुधारणा करणाऱ्या व्याकरण-विचारवंतांनी केली होती. या शब्दांचे आजचे लेखन दीर्घ नाही, हे लक्षात घेतले पाहिजे. अशा शब्दांतील उपान्त्य स्वर हा दीर्घ नसून प्रत्येक स्वराचे जे तीन उच्चार अ च्या संदर्भात वर्णमालेत विचारात घेतले आहेत, त्यांपैकी दुसऱ्या प्रकारचा उच्चार ठरेल. वस्तुतः भांडारकरांनी दिलेल्या - 'The accented penaltimate syllable becomes the final and thus we have a long vowel at the end.' या नियमापेक्षा प्रा. शिवराम बापूजी परांजपे यांनी दिलेला 'The tendency of modern languages is to place the accent as near the first syllable as possible.' (मो. के. दामले, शुद्धलेखन सुधारणा अथवा सरकारी बंडावा, पृ. ६४), हा नियम मराठीला पूर्णपणे लागू पडतो. उदा.– नायक, बहिरा, कुलपी इत्यादी अनेक शब्दांमध्ये उपान्त्य अक्षरावर जोर येत नाही, म्हणून मराठीत उपांत्य अक्षर हे ऱ्हस्व व दीर्घ असे दोन्ही प्रकारचे आढळते. उच्चार, व्युत्पत्ती, परंपरा, लोकव्यवहार, मराठीची प्रवृत्ती या सर्व दृष्टींनी ते दीर्घ होणे सदोष आहे.

उपान्त्य इ-उ चा विचार आणखी एका दृष्टीने करावा लागतो. उपान्त्य अक्षर दीर्घ असलेल्या नामाला जेव्हा विभक्तिप्रत्यय/ शब्दयोगी अव्यय लागते, तेव्हा त्याचे उपान्त्य अक्षर ऱ्हस्व होते. उदा.– विहीर-विहिरीचे, पीठ-पिठामधून. मात्र याला तत्सम् शब्द अपवाद आहे.

शब्दसिद्धीमध्ये नामाला लागणारा मूळ प्रत्यय ऱ्हस्व की दीर्घ आहे, हे लक्षात घेतल्यास ऱ्हस्व-दीर्घता कळू शकते. उदा.– समाज-सामाजिक (इक प्रत्यय), इतिहास- ऐतिहासिक इत्यादी.

२. अनुस्वार, अनुनासिक

अनुस्वार, अनुनासिक यांचे लिखितचिन्ह असलेल्या बिंदूच्या संदर्भात अधिक वाद आहेत. ज्यांना व्युत्पत्तीचा आधार नाही आणि प्रमुख म्हणजे ज्यांचा उच्चार होत नाही, असे नासिक्य उच्चार लेखनातून काढून टाकावेत, हा नियम काही अपवाद वगळता आज समाजमान्य झाला आहे. 'कोकणच्या मराठीत पुण्याच्या मराठीपेक्षा अशा अनुनासिक उच्चारांचे प्रमाण पुष्कळ आहे. भाषेमध्ये एकविधता आणण्याच्या दृष्टीने एक तर या सर्व अनुस्वरांना– खरे तर, अनुनासिकांना; कारण अनुस्वाराचा उच्चार खणखणीत असतो, पण हे खणखणीत उच्चार नसून अस्पष्ट आहेत, म्हणून त्यांना अनुनासिके असे म्हणतात– मान्यता द्यायला पाहिजे, किंवा जे उच्चारामधून – अर्थात प्रामुख्याने पुणे, मुंबई इत्यादी ठिकाणच्या लोकांच्या बोलण्यांमधून– गेलेले असतील, त्यांचे लेखन न करणे हे प्रमाण मराठीने मान्य करावे. मराठीत हे अनुस्वार इतके विपुल आहेत की, त्यामुळे लेखनात अनेक अडचणी निर्माण होतात. म्हणून भाषेतून अनुस्वार सहजपणे जात असतील तर काढून टाकावेत, हा मार्ग सोईचा.'

संस्कृतमध्ये बिंदूचा एकच खणखणीत उच्चार आहे; पण मराठीत मात्र बिंदूचे दोन उच्चार आहेत. त्यांपैकी 'कांही, नाहीं, ऊंस, लांकूड, पाणीं, बीं, मोतीं, कुणीं, कुत्रें, जाळें, कुत्रीं, नांव, पांच' अशा अनेक शब्दांमधील बिंदूचा उच्चार हा खणखणीत नसून अस्पष्ट आहे. यांपैकी काही उच्चारांना व्युत्पत्तींचा आधार आहे. नांव (नामन), गांव (ग्राम), पांच (पंच), मोती (मौक्तिकम्); पण उच्चाराचे पाठबळ नसल्याने मराठीने त्यांचे उच्चाटन केले. काही बिंदूंच्या द्वारा अर्थभेद दाखविता येतो. पांच/पाच, नांव/नाव. पण हा अर्थ संदर्भाने स्पष्ट होऊ शकतो, त्यासाठी बिंदूची आवश्यकता नाही. अनेकवचनासाठीही अनुनासिकाचा उपयोग केला जायचा. उदा.– शाळांना, मुलांना. पण अनेकवचन दाखविण्यासाठी एकवचनापेक्षा 'ना' हा वेगळा प्रत्यय असल्याने या अनुनासिकाची गरज नाही. काही उच्चारणाला कसलाही आधार नसताना ते रूढ झाले होते. उदा.– ऊंस, लांकूड, कींव इत्यादी. या प्रकारच्या उच्चारणाला संस्कृतचाही आधार नाही. तरीही या सुधारणेविरोधी फार तीव्र प्रतिक्रिया व्यक्त झाली. या काही बिंदूंच्या उच्चाटनाने भाषेच्या सौंदर्याला धक्का पोहोचतो, असे भावनिक आवाहनही केले गेले; पण तरीही हे बिंदू मराठीतून दूर झाले.

या विचाराला विरोध करताना दामलेंनी म्हटले की, संस्कृतात विसर्गाची

अडचण आहे; पण म्हणून संस्कृतमधून विसर्ग काढून टाकावेत, असे कोणी म्हणत नाही. तसेच इंग्रजी-कानडीत नसलेली लिंगाची अडचण संस्कृतमध्ये आहे, पण म्हणून लिंगव्यवस्थेलाही कोणी आडकाठी घेत नाही. मग मराठीत असलेल्या अनुस्वारांचीच अडचण का वाटावी? (मो. के. दामले, शुद्धलेखनसुधारणा अथवा सरकारी बंडावा, पृ. ७७). याला पुढीलप्रमाणे उत्तर देता येते. केवळ अनुस्वार विपुल आहेत, एवढ्यासाठीच त्याला विरोध करायचा असे नाही; तर ते अनुस्वार आज अनावश्यक आहेत. कालपरत्वे भाषेच्या बदलणाऱ्या रूपामध्ये त्यांना दिवसेंदिवस कमी स्थान मिळत आहे. पण हीच अनुस्वारांची अनावश्यकता विरोधकांना पटत नाही.

ज्या शब्दांतील अनुस्वारांची अजून समाधानकारक अशी व्युत्पत्ती मिळालेली नाही, त्यांची व्युत्पत्ती नंतर मिळण्याची शक्यता आहे, असा मुद्दा विरोधकांतर्फे मांडला जातो. परंतु व्युत्पत्ती हा प्रमुख आधार होऊ शकत नाही, हे मान्य केल्यास या मुद्द्याला वेगळे उत्तर देण्याची गरज नाही.

३. तत्सम शब्द

ऱ्हस्वान्त शब्दाचे दीर्घान्त मान्य झाले तरी मूळ संस्कृत शब्दांमधील ऱ्हस्व-दीर्घता लक्षात ठेवावी लागते. क्रीडा, वीणा, सीमा यांसारखे शब्द मराठीतही तसेच लिहिले जातात. दिनकर, विभावरी, शिशिर, शिरीष इत्यादी अनेक शब्दांमधील ऱ्हस्व-दीर्घाचे नियम शोधण्यापेक्षा ते शब्द तसेच लिहायचे असतात ही दृष्टी ठेवली, तर लेखन आपोआपच शुद्ध होऊ शकेल. मराठीची प्रवृत्ती स्वरान्त लेखनाची असल्याने संस्कृतातील व्यंजनान्त शब्दांचे लेखनही स्वरान्तच केले जाते. संस्कृतप्रमाणे मराठी नामांचे उच्चारण पुष्कळसे व्यंजनान्त आहे, परंतु त्यांचे लेखन मात्र स्वरान्तच असते.

४. संयुक्त व्यंजने

मराठीत संयुक्त व्यंजनांचे म्हणजेच जोडाक्षरांचे लेखन संस्कृतमधील जोडाक्षरांच्या पद्धतीनेच केले जाते. जोडाक्षराच्या संदर्भात सामान्यत: पुढील तीन प्रकारे लेखन होते - (१) उच्चाराच्या क्रमाने डावीकडून उजवीकडे, (२) उच्चाराच्या क्रमाने वरून खाली किंवा (३) जोडाक्षरातील अगोदरचे व्यंजन स्वतंत्रपणे पायमोडीने दाखवून. पण यांपैकी कोणती पद्धती कोणत्या व्यंजनांच्या संदर्भात अनुसरली जाते, यालाही निश्चित असा नियम मिळतोच असे नाही.

हे सगळे विवेचन पाहता, नियमावली समजून घेणे व त्याच्यामागील भाषिक

प्रवृत्तीचे आकलन होणे हे जेवढे महत्त्वाचे आहे; तेवढेच हे असे लिहायचे असते, लिहिले जाते, असे पाहण्याची नजरेला सवय होणे अगत्याचे आहे. लोकव्यवहाराला त्यामध्ये महत्त्व असते. उच्चाराला जास्तीत जास्त महत्त्व येते. शास्त्रापेक्षाही व्यवहाराकडे लक्ष देऊन काळानुसार शुद्धलेखनाच्या नियमांमध्ये बदल करावा लागतो.

एका काळात केलेला बदल हाच योग्य व दुसरे बदल अयोग्य, असे म्हणता येत नाही. कधी कधी एखाद्या शब्दाच्या लेखनातील विविधताही मान्य होऊ शकते. उदा.– 'संत', 'सन्त', 'सनत'. संस्कृतमध्ये अशा तऱ्हेने परसवर्णाच्या लेखनाला जितकी मान्यता आहे, तेवढी मराठीत नाही. पण म्हणून काही शब्दांच्या लेखनात मराठी त्याला मान्यता देतेही. उदा.– दन्त्य, वेदान्त (उपनिषदे).

लेखन करणारा वर्ग समाजात दिवसेंदिवस वाढत आहे. त्याच्यासमोरचे वर्तमानपत्रादी लेखनही शुद्धलेखनाचे नियम काटेकोरपणे पाळणारे आहेच, असे नाही. त्याचा परिणाम त्याच्या लेखनावर होणे स्वाभाविक आहे. याचाही विचार आजचे शुद्धलेखनाचे नियम ठरविताना व्हायला हवा. शुद्धलेखनाचा विचार करताना एक गोष्ट लक्षात ठेवली पाहिजे. ती अशी की, लोकव्यवहाराला व उच्चाराला त्यात महत्त्व द्यावे, काळाप्रमाणे शुद्धलेखनाच्या नियमांमध्ये बदल करावा. एका काळात केलेला बदल हाच योग्य व दुसरे बदल अयोग्य, असे म्हणताच येत नाही. भाषेची लेखनपद्धती भाषेइतकीच चंचल असल्याने, शुद्धलेखनाने या चांचल्याची फक्त नोंद घ्यावी.

बदलत्या उच्चारणाची नोंद लेखनात शुद्धलेखन नेहमीच घेत असते. अशा वेळी उलट-सुलट वाद होऊन भाषेचा विविध अंगांनी विचार केला जातो. यामधून त्या भाषेचे विशेष, तिच्या लेखनातील उणिवा, त्यावर मात करण्याचे होत असलेले प्रयत्न यांची नोंद घेतली जाते. मराठीच्या शुद्धलेखनासंदर्भात असे वादप्रसंग तीन-चारदा आले. त्यामधूनच मराठीचे लेखनविशेष उलगडत आले आहेत. मराठीचे शुद्धलेखन संस्कृतच्या निकषावर तपासू नये.

(१) तत्सम शब्दांचे लेखनही मराठी विशेष घेऊन व्हावे. (ब्रह्म, तज्ञ, विद्यापिठाने, दृष्टिकोन इत्यादी).

(२) अनुनासिकाचा उच्चार होत नसल्याने त्यांचे लेखन होऊ नये.

(३) फुलं, कुंभ, चित्रं (अ. व) अशा ठिकाणी 'अे'च्या ऐवजी येणाऱ्या 'अ'चा स्पष्ट उच्चार दर्शविणारे चिन्ह म्हणून बिंदू यावा.

(४) 'अ'ची बाराखडी प्रचलित करण्याचा प्रयत्न व्हावा.

(५) ऋ, ॠ, ऌ यांचे उच्चार लुप्त होत असल्याने त्यांच्या चिन्हाचा विचार व्हावा.

असे काही ढोबळ नियम सांगता येतील. पण त्यापेक्षाही एक मुद्दा लक्षात

घेतला पाहिजे. लेखनाचा हेतू भाषेला स्थिरता देण्याचा असतो; केवळ संज्ञापन एवढाच मर्यादित हेतू नसून, हे संज्ञापन कालातीत व प्रदेशातीत करण्यासाठी भाषेला लेखनरूप आलेले असते. लेखनाचा हा हेतू लक्षात घेऊन लेखन शुद्ध असण्याची आवश्यकता मानली गेली आहे. या दृष्टीने शुद्धलेखनाचे नियम समजून घेतले पाहिजेत.

बोलण्यातील भाषारूपाला अक्षर करण्याचे कार्य लेखनशुद्धीने केले जात असते. या लेखनरूपाला संदर्भाची मदतही घेता येते. शब्दाच्या आगे-मागे असलेल्या शब्दांच्या, वाक्यांच्या संदर्भानुसार त्या विशिष्ट शब्दाचा अर्थ कळून घेता येतो. उदा.– 'घराजवळ कुत्री हिंडत होती,' या वाक्याच्या पुढे 'तिच्याबरोबर तिची पिल्लेही होती.' या आलेल्या वाक्याने 'कुत्री' या शब्दाचा अर्थ कळून येतो. त्याऐवजी 'घराजवळ कुत्री हिंडत होती. मी त्यांच्यासमोर पावाचे तुकडे फेकले.' या वाक्यामध्येही 'कुत्री' शब्दाचा नेमका अर्थ पुढील वाक्यावरून उलगडतो. शुद्धलेखनाचे नियम देताना अशी संदर्भाची मदत गृहीत धरण्याने नियमांची संख्या मर्यादित ठेवता येते. शुद्धलेखनाचा विचार करताना हेही तत्त्व लक्षात घ्यायला पाहिजे. कारण कितीही नियम केले, तरी पुष्कळ वेळा संदर्भावर भिस्त ठेवावी लागते. उदा.– नाना (नाम, विशेषण), दादा (नाते, गुंड), खोली (जागा, परिमाण), चाळ (पैंजण, जागा), तास, राग, खण इत्यादी अनेक शब्दांचा अर्थ संदर्भावरून कळतो. ऱ्हस्व-दीर्घता, अनुस्वार-अनुनासिकदर्शक बिंदू, जोडाक्षर इत्यादी घटकांमधील नियमांचा अतिरेक न होऊ देणे, ही आजच्या काळातील गरज समजून घेतली पाहिजे.

❖

मराठीतील काही प्रमुख व्याकरणकार

आतापर्यंत मराठी व्याकरणातील महत्त्वाच्या प्रश्नांसंबंधी झालेला तात्त्विक विचार लक्षात घेतला; तसेच मराठी व्याकरणाचा थोडक्यात आढावादेखील घेतला. इ. स. १८०५ ते आजतागायत अनेक छोट्या-मोठ्या व्याकरणकारांनी हे मराठी व्याकरण घडवायला हातभार लावला आहे. त्यांपैकी काही प्रमुख व्याकरणकारांचा परिचय करून घेऊ या.

विल्यम कॅरी

इ. स. १८०५ ला श्रीरामपूरसारख्या महाराष्ट्रापासून दूर असलेल्या शहरी, अर्वाचीन काळातील मराठीचे पहिले व्याकरण लिहिले गेले. A Grammar of the Mahratta Language हे त्याचे नाव होय. विल्यम कॅरीने ते तयार करवून घेतले. हे व्याकरण सर्वस्वी इंग्रजी व्याकरणाच्या धर्तीवर रचलेले आहे. वर्णाची ओळख करून देताना क्ष, ज्ञ या दोन व्यंजनांचा त्यांनी निर्देश केलेला नाही, ही गोष्ट लक्षात घेण्यासारखी आहे. प्रत्येक वर्णाला इंग्रजी प्रतिशब्द दिलेला असणे, हे या व्याकरणात स्वाभाविक आहे. स्वर, व्यंजने या विभागणीच्या जोडीला त्यांनी अल्पप्राण, महाप्राण, सानुनासिक, अनुस्वार, चंद्रबिंदू इत्यादी संज्ञांचीही ओळख करून दिली आहे. अक्षर, जोडाक्षर व बाराखडी देऊन त्यांचे पहिले प्रकरण संपते. दुसऱ्या प्रकरणात स्वरसंधी व व्यंजनसंधी यांचा विचार केला आहे. त्या प्रकरणातच नामाला लागणाऱ्या लिंग-विभक्तिप्रत्ययांची माहिती त्यांनी दिली आहे. नाम, विशेषण, सर्वनाम व धातू

(३ ते ६ प्रकरणे) यांची प्रत्येकी एकेका स्वतंत्र प्रकरणात ओळख करून दिल्यावर समासावर एक स्वतंत्र प्रकरण खर्च केले आहे (७ वे प्रकरण) आणि सर्व प्रकारच्या अव्ययांचा विचार केवळ एका प्रकरणात (८ वे प्रकरण) करून, ९ व्या प्रकरणात मराठी वाक्यरचना समजावून दिली आहे. हे व्याकरण इंग्रजीमध्ये लिहिलेले आहे आणि त्या काळाच्या मानाने पाहता, मराठीचे स्वरूप समजावून देण्याचा केलेला हा प्रयत्न कौतुकास्पद आहे.

कालदृष्ट्या हे व्याकरण पहिले असले, तरीही याला मराठीतील पहिल्या व्याकरणाचा मान दिला जात नाही. याचे कारण, एक तर ते इंग्रजी भाषेमध्ये लिहिले आहे; आणि दुसरे म्हणजे, नंतरच्या मराठी व्याकरणांवर त्याचा कोणताही परिणाम झालेला दिसत नाही. मराठीचे व्याकरण लिहिण्याची काळाने निर्माण केलेली गरज या व्याकरणाने प्रकट केली, एवढेच या व्याकरणाचे प्रमुख कार्य होय.

पंडितत्रय

मराठीचे मराठीत लिहिलेले व्याकरण यानंतर वीस वर्षांनी लिहिले गेले. इ. स. १८२४मध्ये जगन्नाथशास्त्री क्रमवंत, गंगाधरशास्त्री फडके व बाळशास्त्री घगवे या तिघांकडून जॉर्ज जार्विस या नेटिव्ह एज्युकेशन सोसायटीच्या अधिकाऱ्याने 'महाराष्ट्र भाषेचे व्याकरण' हे मराठीत लिहून घेतले. या तीन पंडितांच्या जोडीला रामचंद्रशास्त्री जान्हवेकर हेही या कार्यात त्यांना मदत करणार होते. पण ते शाळा-चौकशीच्या कामामध्ये गुंतलेले असल्याने या लेखनकार्यात मदत करू शकले नाहीत.

फडकेंच्या व्याकरणाच्या प्रस्तावनेत या व्याकरणाबद्दल पुढील प्रकारची माहिती आढळते. फडकेंनी म्हटले आहे :

"या सौसैटीचे (नेटिव एज्युकेशन) अधिकारी जॉर्ज जारवीससाहेब झाले, तेव्हा त्यांनी या कारखान्यांत चार पंडित नवे ठेवले. एक जगन्नाथशास्त्री, दुसरे रामचंद्रशास्त्री, तिसरे गंगाधरशास्त्री, चवथे बाळशास्त्री घगवे. त्यांत रामशास्त्री यांजकडे अन्यत्र शाळांच्या चौकशीचें काम होतें. त्या कामास ते गुंतले, पुढें आम्हां तीन पंडितांस प्रथमत: मराठी भाषेंचें व्याकरण करण्याविषयीं आज्ञा झाली, तेव्हां आम्हां सर्वांस विचार पडला, किं महाराष्ट्र भाषेचें व्याकरण कसें करावें. तेव्हां विचार करितां असें मनांत आलें, किं ही भाषा संस्कृताश्रित होय. तेव्हां संस्कृतांत जसा प्रकृति-प्रत्यय-भाव-विचार असाच या भाषेंतही आहे. मग संस्कृतव्याकरणाध्ययनबलेंकरून महाराष्ट्र-व्याकरणास आरंभ केला. विभक्ति, लिंगें, वचनें, इत्यादि सर्व विषय प्राय: संस्कृताप्रमाणेंच मिळूं लागले. मग अनुगमकल्पना करून एक वर्षांत व्याकरण

सरासरी बरेंच झालें. आतां ती प्रथमच आवृत्ति यामुळें सर्व विषयांचे यथास्थित आकलन झालें नाहीं, तथापि तें राहिल्ये विषयांस सूचक झालें. आजपर्यंत जितके पंतोजी आणि मुलें तयार झालीं, तितकींही याच व्याकरणावरून याच प्रति दूरदेशीं जितके पंतोजी गेले, त्याणीं एकएक लिहून नेली. पुढें प्रश्नोत्तर-व्याकरण म्हणून रामचंद्रशास्त्री याणीं याच व्याकरणाचा लहानसा संक्षेप मुलांसाठी केला. त्याच्या प्रती हातचा मुलांजवळ बहुत आहेत. या रीतीनें या व्याकरणावरून आज बारा वर्षे काम चाललें. परंतु छापण्याचा उद्योग झाला. याचकरितां प्रतींची न्यूनता, यामुळें फार अडचण पडूं लागली. तेव्हां सर्व लहानथोरांच्या मनांत आलें, किं व्याकरण सुधारून छापले, तर बरें. त्याजवरून मला छापण्याविषयीं ईश्वरें बुद्धी दिली.''

फडकेंच्या व्याकरणामागील भूमिकाही यावरून लक्षात येते. तसेच या अवतरणावरून मराठीतील पहिले मुद्रित व्याकरण हे त्यांचे स्वतःचे असून त्यांच्या व्याकरणापूर्वी वर सांगितलेली ही दोन व्याकरणे लिहिलेली होती.

पण या व्याकरणाचे स्मरण लोकांना राहिले नाही. सन १८३६मध्ये मराठीचे व्याकरण रचणाऱ्या दादोबांना या दोन व्याकरणांची– तीन पंडितांनी रचलेले, (म्हणून याचा निर्देश प्रस्तुत पुस्तकात पंडितत्रय असा केला आहे) व रामचंद्रशास्त्री जान्हवेकरांनी लहान मुलांसाठी रचलेले अशी दोन– माहिती होती, असे काही दिसत नाही. त्यांनी म्हटले आहे की, कोश रचण्यासाठी जेव्हा देशोदेशींचे पंडित एकत्र जमले होते, तेव्हाच कोशाच्या कामाबरोबर व्याकरण रचण्याचे कामही सहजपणे झाले असते; पण ते तसे न झाल्यामुळे, ते स्वतः महाराष्ट्र भाषेचे व्याकरण लिहिण्यास प्रवृत्त झाले. त्यांनी आपल्या व्याकरणाच्या प्रस्तावनेत असे म्हटले आहे की, 'ही प्रस्तावना लिहिल्यावर व हे व्याकरण छापण्याचे अगोदर दोन लहानसीं व्याकरणे छापलीं गेलीं;' असा ज्यांचा उल्लेख टीपेत केला, त्यांपैकीच फडके यांचे हे व्याकरण असावे.

तरीही पंडितांनी व्याकरण रचण्याची आवश्यकता त्यांनी प्रतिपादन केली आहे. कदाचित ही व्याकरणे त्यांनी नुसती ऐकलेली असतील, प्रत्यक्ष पाहिलेली नसतील. याचा अर्थ, मराठीच्या या व्याकरणाचा प्रचार व प्रसार जितक्या प्रमाणात व्हायला पाहिजे होता, तितक्या प्रमाणात झाला नाही. दादोबांच्या आत्मचरित्रात रामचंद्रशास्त्री जान्हवेकरांच्या प्रश्नोत्तररूप व्याकरणाचा उल्लेख आढळतो. (दादोबा, दादोबा पांडुरंग 'आत्मचरित्र व चरित्र', १९४७, पृ. ३०६). पण या पंडिती व्याकरणाचा निर्देश मात्र त्यांनी केलेला आढळत नाही. हे व्याकरण अ. का. प्रियोळकरांनी १९५४ मध्ये मराठी संशोधन मंडळ, (मुंबई) या संस्थेतर्फे प्रकाशित केले. मराठी पहिल्या व्याकरणाचा हा इतिहास तिच्याबद्दलची प्रारंभीची अनास्था व्यक्त करणारा आहे.

या पहिल्या व्याकरणात मराठीचे स्वरूप विस्तृतपणे लक्षात घेण्याचा प्रयत्न केलेला आहे. एकंदर २२ प्रकरणांत शब्दशुद्धी व वाक्ययोजन या त्यांनीच सांगितलेल्या व्याकरणाच्या दोन्ही विभागांची माहिती त्यांनी दिलेली आहे. पहिल्या प्रकरणात शब्दशुद्धी व वाक्ययोजना या दोन विभागांचा उल्लेख करून, दुसऱ्या प्रकरणापासून पाचव्या प्रकरणापर्यंत वर्णमालेची त्याच्या स्वर-व्यंजन या विभागणीची, अक्षरांची, बाराखडीची, जोडाक्षरांची ओळख करून दिली आहे. नवल म्हणजे, या बाराखड्या मोडीमध्ये दिलेल्या आहेत. त्या काळातील मोडीलिपीचे प्राबल्य यावरून दिसून येते. कॅरीच्या मराठी व्याकरणातही 'मोडीचे टाईप नसल्याने आपण देवनागरी लिपी योजली आहे.' (कॅरी, पृ. १) असा जो उल्लेख मिळतो, तोही मोडीचा प्रभाव प्रकट करणारा आहे. सहाव्या प्रकरणात पुन्हा अक्षराचा विचार करून, सातव्या प्रकरणात अनुनासिक व विसर्ग यांचा विचार त्यांनी केला आहे. आठव्या प्रकरणात शब्द व शब्दाचे विभाग देऊन, नवव्या प्रकरणात नामाच्या विचारात शब्दांचे सिद्ध व साधित असे दोन विभाग दिले आहेत. दहाव्या प्रकरणात लिंगविचार व अकराव्या प्रकरणात विभक्तिविचार लिंगवचनामुळे होणाऱ्या बदलासह दिला आहे. बाराव्या व तेराव्या प्रकरणांमध्ये विशेषणांचा विचार केला आहे. चौदाव्या प्रकरणात सर्वनाम, पंधराव्या प्रकरणात विभक्त्यार्थ विचार, समासविचार, तद्धितविचार, अभ्यस्तविचार इतक्या विषयांचा विचार एकत्रित केला आहे. सोळाव्या प्रकरणापासून विसाव्या प्रकरणापर्यंत धातूचा, क्रियापदाचा, त्याला लागणाऱ्या वेगवेगळ्या आख्यातप्रत्ययांचा, धातुसाधितांचा, शक्य आणि प्रयोजक यांचा असा सर्व प्रकारचा धातुविषयक विचार केला आहे. या व्याकरणात नामाचा त्याच्या विकरणासह विचार जसा विस्तृत आहे, तसाच धातूचा त्याच्या विकरणासह केलेला विचारही विस्तृत आहे. पुढील दोन प्रकरणांमध्ये त्यांनी क्रियाविशेषणादी अव्ययांचा विचार केला आहे. वाक्ययोजनेचा म्हणजे प्रयोगाचा विचारही ते थोडाफार करतात. ज्या अर्थी प्रारंभी ते वाक्ययोजना हा व्याकरणाचा एक भाग आहे असे म्हणतात; त्या अर्थी त्यांचा समज, क्रियापदविचारात वाक्य गृहीत धरावे लागत असल्याने तेथेच वाक्ययोजना विचारात घेतली जाते, असा असावा. याच कारणासाठी त्यांनी कर्तरी, कर्मणी व भावे या प्रकारच्या क्रियापदांनी साधणाऱ्या प्रयोगांचा विचार क्रियापदविचारात समाविष्ट केला आहे.

या व्याकरणावरूनच जान्हवेकरांचे व्याकरण तयार झाले. त्या काळात १८३६ पर्यंत हीच दोन व्याकरणे वापरली जात होती. दादोबांना या व्याकरणांची माहिती होती, असे दिसत नाही. त्यामुळे दादोबांच्या व्याकरणावर याचा परिणाम नसणे व पर्यायाने पुढील मराठी व्याकरणांवरही या पंडिती व्याकरणाचा परिणाम नसणे स्वाभाविक आहे. पण गंगाधरशास्त्री फडके या पंडितांनी पुढे जे व्याकरण रचले, त्यावर याचा परिणाम असल्याने, या व्याकरणाकडे लक्ष देणे आवश्यक ठरते.

या व्याकरणावर इंग्रजीचा परिणाम नाही; ते 'संस्कृतव्याकरणाध्ययन-बलेंकरून' रचले असल्याची खात्री फडकेंनी दिलेली असली, तरी शब्दांच्या आठ जातीं मानणे, शब्दांच्या विभागणीला भाषाविचारप्रकार असे म्हणणे इत्यादी गोष्टींवरून त्यांच्यावर असलेला इंग्रजीचा परिणाम स्पष्ट होतो. यामध्ये संस्कृतप्रमाणे सूत्ररूपाने विचार सांगितलेला नाही. संस्कृतपद्धतीचा अवलंब करण्याचा प्रयत्न मराठीच्या एकाच व्याकरणकाराने केला. तो व्याकरणकार म्हणजे वेंकटमाधव हा होय. त्याच्या व्याकरणामध्ये सूत्ररूपाने विचार केलेला आहे. पण ते व्याकरण संस्कृतमध्ये रचलेले आहे. या दोन्ही व्याकरणांचा लेखनकाळ मात्र एकच आहे. या पंडितांच्या व्याकरणामध्ये चर्चा किंवा विचार याचा भाग कमी असून, विधाने आणि उदाहरणे यांचाच भाग अधिक आहे. पारिभाषिक शब्दांचा, सूत्रबद्ध सूत्ररूपाने (थोडक्यात) विचार सांगण्याचा प्रयत्न पंडितत्रयांनी केलेला नसल्याने व्याकरण समजून घेण्यास थोडेसे सोपे झाले आहे. कॅरीच्या व्याकरणाच्या तुलनेने हे व्याकरण मराठीचे स्वरूप अधिक सखोलपणे सांगू लागले आणि कॅरीच्या व्याकरणाचा इंग्रजीचा साचा सतत नजरेसमोर ठेवून हे मराठीचे व्याकरण रचलेले असले, तरी या व्याकरणाने असा इंग्रजीचा साचा नजरेसमोर नेहमीच ठेवला नाही. प्रामुख्याने हे व्याकरण परकीय लोकांना मराठी शिकण्यासाठी रचले गेले नसून मराठी लोकांनाच त्यांच्या भाषेचा अधिक परिचय करून देण्यासाठी लिहिले गेले असल्याने त्याचे वेगळेपण लक्षात घेणे आवश्यक आहे.

स्टीव्हन्सन

सन १८३३मध्ये म्हणजे दादोबांच्या व्याकरणाच्या अगोदर स्टीव्हन्सनने 'The Principles of Marathee Grammar' हे मराठी व्याकरण इंग्रजीत रचले होते. त्यासाठी त्याने आठ वर्षे परिश्रम घेतले होते. वेगवेगळ्या विभागांतील ब्राह्मणांना बोलावून त्यांच्या बोलण्यात कोणकोणत्या शब्दांची कसकशी रूपे येतात, याचा त्याने अभ्यास केला होता. मोल्सवर्थ व नेस्बिट यांच्याशी चर्चा केली होती. परशुरामपंत गोडबोले व दाजीशास्त्री शुक्ल यांचेही साह्य घेतले होते. दादोबांनीही स्टीव्हन्सनशी व्याकरणविषयक काही घटकांवर चर्चा करून त्याचा उपयोग आपल्या ग्रंथात करून घेतला होता. यावरून, त्या काळात त्याचा व्याकरणक्षेत्रात असलेला अधिकार स्पष्ट होतो. इतर बोलींचा उल्लेख करून त्यानेही पुण्याच्या भाषेलाच प्रमाण मानले आहे. इंग्रजी व्याकरणाच्या साच्यातून हा होईना, त्याने मराठीतील व्याकरणविषयक सर्व मुद्द्यांचा परामर्श घेतला होता; पण दादोबांच्या व्याकरणामध्ये जो स्वतंत्रपणा व प्रौढता आहे, ती स्टीव्हन्सनच्या व्याकरणात कमी प्रमाणात आढळते.प्रमुख म्हणजे,

ही व्याकरणे इंग्रजांना मराठी शिकविण्यासाठी असल्याने त्यामधील चर्चेला अनेक ठिकाणी बंधने आलेली जाणवतात. स्टीव्हन्सनच्या व्याकरणाची १८५४ मध्ये तिसरी आवृत्ती निघाली.

सन १८३६ मध्ये मात्र एकदम तीन मराठी व्याकरणकार उदयाला आलेले दिसतात. एक बाळशास्त्री जांभेकर, दुसरे गंगाधरशास्त्री फडके आणि तिसरे दादोबा पांडुरंग तर्खडकर. सन १८३६ च्या पूर्वी मराठी व्याकरण असल्याची माहिती फारशी नसल्याने या तिघांपैकी मराठीचा आद्य व्याकरणकार कोण, याबद्दल चर्चा झाली. केवळ अर्वाचीन काळातील व्याकरणांचा विचार केला, तरी १८०५ मधील कॅरीचे व्याकरण, १८२४ मधील पंडितत्रयांचे व्याकरण व त्यांच्यानंतर (पण १८३६ च्या पूर्वी) रचलेले जान्हवेकरांचे व्याकरण, ही तर आज ज्ञात आहेत. केवळ व्याकरणरचना विचारात घ्यायची, तर पहिले व्याकरण म्हणून १८०५ च्या व्याकरणाचा निर्देश करावा लागेल. मराठी भाषेत रचलेले मराठीचे व्याकरण लक्षात घेऊन पहिल्या व्याकरणाचा मान द्यायचा, तर तो पंडितत्रयांच्या व्याकरणाला द्यावा लागेल. एक मात्र निश्चित की, कॅरीचे व्याकरण व पंडितत्रयांचे व्याकरण ही स्वप्रेरणेने रचलेली नसून, दुसऱ्या कोणाच्या तरी सांगण्यावरून रचलेली आहेत. तशी स्थिती १८३६ च्या कोणत्याही व्याकरणाची नाही. पंडितत्रयांच्या व्याकरणात राहिलेला अपुरेपणा दूर करण्यासाठी फडकेंनी व्याकरण लिहिले; मराठीचे व्याकरण नाही, ही गरज दूर करण्यासाठी दादोबांनी व्याकरण रचले. बाळशास्त्री जांभेकरांच्या व्याकरणाची प्रथम आवृत्ती मिळत नसल्यामुळे व्याकरण रचण्यामागील त्यांचा हेतू कोणता होता, ते कळू शकत नाही. पण ही तीनही व्याकरणे स्वप्रेरणेने रचलेली होती, हे निश्चित. काळाची गरज ओळखून या व्याकरणकारांनी हे लेखन केले.

कॅरीच्या व्याकरणाचा अपवाद करता, उरलेली दोन्ही व्याकरणे मुद्रित नव्हती, तर लिखित होती. म्हणून शिळाछापावर असले, तरी पहिले मुद्रित व्याकरण हे गंगाधरशास्त्री फडके यांचे आहे, असे मत प्रा. प्रियोळकरांनी पंडिती व्याकरणाच्या मुद्रित प्रकाशनाच्या प्रस्तावनेत प्रकट केले आहे. दादोबांचे व्याकरण १८३६ च्या डिसेंबरमध्ये प्रकाशित झाले असून १ जानेवारी १८३६ मध्ये फडकेंचे व्याकरण रचलेले आहे. दादोबांनी आपल्या व्याकरणाची प्रस्तावना लिहिल्यावर, त्यांचे व्याकरण छापण्याच्या पूर्वी आधी दोन व्याकरणे छापली आहेत, असा जो निर्देश त्यांनी केला आहे; त्यांपैकी एक व्याकरण हे पंडितत्रयांचे आणि दुसरे फडकेंचे असावे. परंतु काही टीकाकारांच्या मते, एक व्याकरण बाळशास्त्री जांभेकरांचे असून दुसरे व्याकरण फडकेंचे असावे. हे बाळशास्त्री जांभेकरांचे 'बाल-व्याकरण' १८३६ मध्ये प्रकाशित झाले, असा उल्लेख प्रा. प्रियोळकरांनी पंडिती व्याकरणाला जोडलेल्या १८६७ पर्यंतच्या मुद्रित व्याकरणांच्या यादीत आहे. फडकेंच्या व्याकरणाच्या

दुसऱ्या आवृत्तीच्या प्रस्तावनेमध्ये त्यांनी जांभेकरांचा अतिशय आदराने उल्लेख केलेला आहे. त्यांनी म्हटले आहे :

'यांत कुशाग्रबुद्धि असे जे बाळशास्त्री जांभेकर यांसही ज्या एतदुपयोगी युक्ति सुचल्या, त्यांचा संग्रह करून, व जो लेख सिद्ध केला, तो त्यास दाखवून हा ग्रंथ छापिला.' (फडके, प्रस्तावना, पृ. ६)

बाळशास्त्री जांभेकर

बाळशास्त्री जांभेकरांच्या व्याकरणाची दुसरी आवृत्ती व फडकेंच्या व्याकरणाची दुसरी आवृत्ती या एकाच वर्षी म्हणजे १८३८ मध्ये प्रसिद्ध झाल्या. पण १८३८ च्या बाळशास्त्रींच्या व्याकरणावर त्यांचे नाव छापलेले नाही. त्यांच्या व्याकरणाची १८३६ची आवृत्ती उपलब्ध नाही. पण तिच्यावरही त्यांचे नाव छापलेले नसावे. मात्र बाळशास्त्री जांभेकरांनी एक व्याकरण लिहिले असल्याचा उल्लेख त्यांच्या १८३६ च्या 'भूगोलशास्त्र । गणितभाग' या पुस्तकाच्या मुखपृष्ठावर पूर्वीच्या पद्धतीने इंग्रजीत केलेल्या निर्देशात मिळतो. जांभेकरांचे हे व्याकरण साधारणपणे फडकेंच्या व्याकरणापूर्वी प्रसिद्ध झालेले असावे. (जांभेकर शताब्दी-स्मारक-ग्रंथ, खंड ३, पृ. ६२६)

तसेच, जांभेकरांचे व्याकरण १८३६मध्येच प्रसिद्ध झाले आणि त्याच्या रचनेमध्ये त्यांना पाथेन या त्या वेळच्या मुंबई सरकारच्या मुख्य सेक्रेटरीचे सहकार्य झाले, असे डॉ. कृ. भि. कुलकर्णींनी लक्षात आणून दिले आहे. (कृ. भि. कुलकर्णी, **आधुनिक गद्याची उत्क्रांती,** पृ. ८५)

हे व्याकरण कालदृष्ट्या फडकेंच्या आणि दादोबांच्या व्याकरणापूर्वी रचलेले असेलही; पण त्याची उपलब्ध असलेली चौदावी आवृत्ती पाहिली, तर ती फडकेंच्या व दादोबांच्या व्याकरणाच्या मानाने अत्यंत सामान्य वाटते. याचे कारण हे बाल-व्याकरण आहे. 'शाळेतील लहान मुलांस प्रथम व्याकरणातील मुख्य विषयांचे सहज ज्ञान व्हावे, या बुद्धीने हे बाल-व्याकरण करून मुलांस नजर केले आहे. सहा-सात वर्षांच्या मुलासही कळावे, म्हणून हे सुलभ शब्दांनी लिहिले आहे. याचा अभ्यास करून मुलांनी मोठे व्याकरण पाहिले असता त्यांस सुबोध होईल. नंतर इंग्रजी, संस्कृत किंवा दुसरी कोणती भाषा शिकण्यास त्यांस काही श्रम पडणार नाहीत, आणि कोणताही विषय ग्रहण करण्याची शक्ति येईल.' त्यांची या अवतरणामध्ये कोणतीही अपेक्षा व्यक्त झालेली असली, तरी यावरून हे बाल-व्याकरण आहे, हे स्पष्ट होते.

या व्याकरणात 'वर्ण व शब्द यांचा विचार' केला आहे. पण त्यांचा वर्णविचार

एक-दोन पृष्ठांमध्येच संपतो; पुढे केवळ शब्दविचार मात्र उरतो. शब्दांचा नाम, विशेषण, क्रियापद व अव्यय एवढ्या विभागांत त्यांनी विचार केला आहे. वाक्यातील शब्दांचे व्याकरण चालवून दाखविले आहे; शेवटी व्याकरण कसे शिकवावे, याचे दिग्दर्शन केले आहे. मराठी व्याकरणातील शब्दजाती, धातूंचे तीन काळ आणि पाच अर्थ, आठ विभक्ती, सामान्यरूप, इत्यादी व्याकरणातील महत्त्वाचे विषय मुलांना कळतील, अशा सोप्या प्रकाराने सांगितले आहेत. पंडिती व्याकरण हे प्रौढांसाठी आहे हे जसे ते व्याकरण पाहताक्षणी कळू शकते; तसेच हे बाल-व्याकरण बालांसाठी आहे, हे ते व्याकरण पाहताक्षणीच लक्षात येते. त्यामुळे यामध्ये कोणत्याही प्रकारची चर्चा नाही.

हे व्याकरण संवादात्मक आहे. ते मुलांकडून पाठ करवून घेतले जाई. त्याच्या १८६३ पर्यंत चौदा आवृत्त्या निघाल्या, यावरून या पुस्तकाची लोकप्रियता लक्षात येईल.

गंगाधरशास्त्री फडके

सन १८३६ मधील दुसरे व्याकरण म्हणजे फडकेंचे 'महाराष्ट्र भाषेचे व्याकरण' हे होय. दि. १ जानेवारी १८३६ ला हे व्याकरण प्रसिद्ध झाले असल्याने त्याच्या पूर्वी १८३६ मध्ये बाल-व्याकरण प्रसिद्ध झाले असेल असे गृहीत धरले; तरी हा काळ मराठीतील पहिले व्याकरण असे बाल-व्याकरणाला म्हणण्याच्या दृष्टीनेही नगण्य आहे. पंडिती व्याकरण रचल्याने व्याकरण रचण्याचा अनुभव त्यांच्याजवळ होताच. आपला व्याकरण रचण्याचा हेतू सांगताना फडकेंनी म्हटले आहे :

(पंडिती व्याकरण आणि जान्हवेकरांचे व्याकरण यांच्या) "प्रतींची न्यूनता यामुळे फार अडचण पडू लागली. तेंव्हा सर्व लहान थोरांच्या मनांत आले, किं व्याकरण सुधारून छापले, तर बरें. त्याजवरून छापण्याविषयीं ईश्वरें बुद्धी दिली. मग आजपर्यंत व्याकरण पढविण्याचा योगानें मूळचा व्याकरणांतील त्याज्यांश व ग्राह्यांश यांचें विवेचन झालें व नवीन विषय कोणकोणते पाहिजेत, तेंही समजलें. मग मी ह्या सर्व विषयांचे आकलन करून हा नवीन ग्रंथ फार संक्षिप्त केला." (फडके, (१), पृ. ६)

हे व्याकरण अर्थातच प्रौढांसाठी, पण 'गुरुशिष्यसंवादरूपी' आहे. त्यांनी आपल्या व्याकरणात 'पुणें प्रांतींची भाषा' प्रमुख मानली आहे. पुण्याच्या भाषेत जे मराठीचे रूप जाणवते, त्यांच्या लिहिण्या-बोलण्यामधून जे प्रत्यय वेगवेगळ्या प्रकारच्या शब्दांना लागलेले आढळतात; त्यांचा विचार फडकेंनी आपल्या व्याकरणात केला आहे.

या व्याकरणात वर्णविचार, शब्दविचार, प्रत्ययविचार, प्रयोगविचार वगैरे व्याकरणातील प्रमुख विषयांचा विचार विस्तृतपणे केलेला आहे. त्यांनी शब्दांचे नाम, सर्वनाम, विशेषण, धातू, अव्यये असे पाच विभाग मानून नंतर अव्ययांचे पुन्हा क्रियाविशेषणादी चार विभाग केले. त्यांनी नाम व धातू या शब्दजातींचा विचार त्यांना लागणाऱ्या वेगवेगळ्या प्रत्ययांसह केल्यामुळे विस्तृत प्रमाणात झाला आहे. त्यांनी धातूंच्या पाच जाती (सकर्मक, अकर्मक, उभयविध, प्रयोज्य व शास्त्र) मानल्या. क्रियापदाचा विचार करताना संयुक्त क्रियापदांचा विचार त्यांनी केला. प्रमुख म्हणजे, त्यांनी केलेला प्रयोगविचार इतरांच्या प्रयोगविचारापेक्षा वेगळा आहे. त्यांनी (१) केवल कर्तरी, (२) सकर्म कर्तरी, (३) प्रयोज्य कर्तरी, (४) भावकर्तरी, (५) कर्मणी व (६) भावी असे सहा प्रकारचे प्रयोग मानले. संस्कृतपेक्षा मराठीचे हे वेगळेपण त्यांनी लक्षात घेतले, हे काळाच्या दृष्टीने लक्षात घेण्यासारखे आहे.

मराठी भाषेची घटना समजावून देत असताना त्यांना तिच्या अनेक रूपांपैकी एक रूप निश्चित करावे, असे वाटले. ही गोष्ट जशी त्या काळातील भाषेच्या विकासाची द्योतक आहे, तशीच व्याकरणकाराच्या व्याकरणविषयक असलेल्या समजाचीही द्योतक आहे. बाल-व्याकरणासारखे हे व्याकरण बालांसाठी लिहिलेले नसल्याने त्याच्यामध्ये प्रौढता असणे स्वाभाविक आहे. काही ठिकाणी थोडेफार तात्त्विक विवेचनही येते. पण फडकेंचा उद्देश व्याकरणविषयक चर्चा करण्याचा नसून; मराठी व्याकरण, मराठीची घटना समजून देण्याचा असल्याने तत्त्वचर्चा अल्प प्रमाणातच राहते. एवढेच नव्हे, तर त्यांचा भर व्याख्या देण्यापेक्षा वर्णन करण्यावर अधिक आहे. कमीत कमी ठिकाणी व्याख्या देऊन केवळ समजावून देण्यावर भर असल्याने त्यांच्या व्याकरणात शास्त्रीयता कमी असली, तरी सुगमता मात्र आली आहे.

या व्याकरणावरील कृष्णशास्त्री चिपळूणकरांचा अभिप्राय पुढीलप्रमाणे :

"हें व्याकरण पहिल्यापेक्षां मोठें असून त्यांत विषयसंग्रहही पुष्कळ आहे. व त्या विषयाचें विवरणही बरेंच केलें आहे. तथापि, या ग्रंथांत कांही विषय सोडले आहेत; व ज्यांचें उपपादन केलें आहे, त्यांचें तें उपपादन किती एक अंशी न्यून आहे; व किती एक ठिकाणी दूषणग्रस्तही आहे. पंडित बाळशास्त्र्यांच्या व्याकरणाच्या मानानें तें कमी सुगम आहे. प्रश्नोत्तररूप ग्रंथात विवेचन वा उपपादन नीट होऊ शकत नाही."

दादोबांच्या व्याकरणापेक्षा आपले व्याकरण श्रेष्ठ असल्याचा उल्लेख स्वत: गंगाधरशास्त्री फडके करीत असत, असे के. शि. भवाळकर यांच्या आत्मवृत्तावरून वाटते. (**जांभेकर शताब्दी स्मारक ग्रंथ,** खंड २, परिशिष्ट ३, पृ. २०) आपल्या

व्याकरणाचा उल्लेख ते 'गंगाधरी व्याकरण' असा करीत.

त्यांच्या व्याकरणाच्या एकंदर चार आवृत्त्या १८५० पर्यंत प्रसिद्ध झाल्या. दादोबांच्या व्याकरणाच्या फक्त दोनच आवृत्त्या १८५० पर्यंत प्रसिद्ध झाल्या होत्या. हे आकडे लक्षात घेता, फडकेंच्या व्याकरणाची त्या काळातील लोकप्रियता लक्षात येते. फडकेंच्या व्याकरणाच्या तिसऱ्या व चौथ्या आवृत्तीमध्ये व्याकरणविषयक तात्त्विक चर्चाही आढळते. पहिल्या व चौथ्या आवृत्तींच्या परीक्षणावरून हा फरक लक्षात येतो. पहिल्या आवृत्तीत नसलेला संधिविचार त्यांनी चौथ्या आवृत्तीत केला आहे. पहिल्या आवृत्तीतील समासविचारापेक्षा चौथ्या आवृत्तीतील समासविचार अधिक विस्ताराने केलेला आहे. क्रियापदाची म्हणजे धातूची स्पष्ट कल्पना पहिल्या आवृत्तीत नाही. चौथ्या आवृत्तीत मात्र तीन काळ व चार अर्थ (स्वार्थ, संशयार्थ, विध्यर्थ व शक्यार्थ) यांची माहिती ते देतात. संयुक्त क्रियापदाचा विचार करताना, पहिल्या आवृत्तीपेक्षा चौथ्या आवृत्तीत उदाहरणांची संख्या अधिक आहे. संयुक्त क्रियापदांचा व त्यातही विध्यर्थी संयुक्त क्रियापदांचा विचार चौथ्या आवृत्तीत स्वतंत्र प्रकरणात त्यांनी केला आहे. अनेक वादग्रस्त वाक्ययोजनांचा विचारही चौथ्या आवृत्तीत अधिक व्यवस्थितपणे केलेला आहे. प्रयोगाच्या संदर्भातही पहिल्या आवृत्तीत मानलेले सहा प्रकारचे प्रयोग चौथ्या आवृत्तीत मानलेले नाहीत. चौथ्या आवृत्तीत केवळ तीनच प्रयोगांचा विचार ते करतात. सकर्मक, अकर्मक, प्रयोज्य व भावकर्तरी असे कर्तरी प्रयोगांचे चार विभाग करून त्यांनी सहा प्रयोगांऐवजी तीनच प्रयोग मानले; यावरून ते व्याकरणविषयक विचार करीत होते, हे जाणवते. मात्र त्या काळात कर्तरी, कर्मणी व भावे या तीन प्रयोगांची तितकीशी स्पष्ट जाणीव नव्हती, हे त्यांच्या प्रयोगविषयक माहितीवरून कळून येईल.

दादोबा पांडुरंग तर्खडकर

फडके व दादोबा या दोघांनी आपापली व्याकरणे १८३६ मध्ये प्रसिद्ध केली. फडकेंचा व्याकरणविषयक विचार १८५०मध्ये संपला. कारण नंतर त्यांच्या व्याकरणाच्या आवृत्त्या निघाल्या नाहीत. (वस्तुत: पंडितत्रांमध्ये फडके असल्याने त्यांच्या व्याकरणविचाराचा प्रारंभ १८२४ मध्येच झालेला होता, असे म्हणावे लागते.) दादोबांच्या व्याकरणाची केवळ दुसरी आवृत्ती १८५० मध्ये निघालेली असली, तरी त्यांच्या व्याकरणविचाराची ती सुरुवात होती, असे त्यांच्या हयातीत त्यांच्या व्याकरणाच्या निघालेल्या आवृत्त्यांवरून म्हणावे लागते. फडकेंच्या १८३६ च्या व्याकरणापेक्षा दादोबांच्या १८३६च्या व्याकरणात व्याख्या देण्याची शास्त्रीयता, भाषाविषयात अधिक समज व मराठीची रचना अधिक प्रमाणात समजून घेण्यातील

बारकावा लक्षात येण्यासारखा आहे. तो बारकावा १८५० च्या दुसऱ्या आवृत्तीत वाढला, इतकेच. त्यांच्या याच व्याकरणविषयक सुजाण समजामुळे त्यांना 'मराठीचे पाणिनी' ही सार्थ पदवी मिळाली. ज्याप्रमाणे पाणिनीच्या अष्टाध्यायीमुळे त्याच्या अगोदरची सर्व व्याकरणे सहजपणे दुर्लक्षिली गेली, त्याप्रमाणेच दादोबांच्या या व्याकरणाने त्यांच्या अगोदरच्या व्याकरणांना दुर्लक्षित केले. व्याकरण म्हणजे काय? व्याकरणात सामान्यपणे येणारे विषय कोणते? व्याकरणाने भाषेच्या कोणत्या रूपाला व का प्रमाण मानावे? मराठीत संस्कृतच्या तीन प्रयोगांपेक्षा अधिक प्रयोग आहेत काय? - इत्यादी अनेक प्रश्नांवर त्यांनी आपले विचार प्रकट केले आहेत. त्यांनीही पुण्याच्या भाषेला प्रमाण मानून, तिच्या आधारे मराठीची व्यवस्था स्पष्ट केली आहे. सन १८३६ पेक्षा १८५० मध्ये लिखित साहित्याचा प्रसार अधिक झाला. लगेच त्याची नोंद दादोबांच्या दुसऱ्या आवृत्तीने घेतली. व्याकरणाचा इतिहास सांगत असताना प्रस्तुत ग्रंथात यांच्या व्याकरणाबद्दल थोडेफार विस्तृतपणे लिहिले आहे, ते लक्षात घेतल्यास त्यांच्या व्याकरणाचा उद्देश भाषेच्या विविध रूपांमधून एकविधता शोधणे हा होता, हे स्पष्ट होते. व्याकरणाच्या फणीने त्यांना भाषेतील गुंता काढून टाकायचा होता; आणि म्हणून अनेक वादग्रस्त प्रश्नांबद्दल लिहीत असताना त्यांनी 'असे लिहावे व असे लिहू नये' अशी व्याकरणकाराच्या कक्षेत न येणारी हुकूमतही गाजविली आहे.

व्याकरणातील सर्व विषयांचा परामर्श घेताना त्यांनी अनेक ठिकाणी आपल्या मताच्या मंडनार्थ व विरोधी मतांच्या खंडनार्थ ऊहापोह केला आहे. वाद घातला आहे. वेगवेगळ्या प्रकारच्या बोलण्याचे व लिहिण्याचे निर्देश करून, त्यांनी त्या रूपांपैकी कोणते त्याज्य व कोणते स्वीकार्य, तेच का, याबद्दल सविस्तर विवेचन केले आहे. केवळ संस्कृतचे अनुकरण करण्यापेक्षा स्वत:चे रूप शोधण्याचा मराठीने केलेला प्रयत्न दादोबांच्या व्याकरणात अनेक ठिकाणी लक्षात येतो.

गंगाधरशास्त्री फडकेंनी वाक्यविचारापासून आपल्या व्याकरणाची सुरुवात केली असल्याने त्यांनी 'पदांच्या अवयवास वर्ण म्हणतात', अशी वर्णाची कल्पना मांडली. पण दादोबांनी आपल्या व्याकरणाची सुरुवात वर्णविचारापासून केलेली असल्याने त्यांनी वर्णाची केवळ वर्ण म्हणून ओळख करून दिली. नामाच्या संदर्भात लिंग-वचन-विभक्तिप्रत्ययाचा विचार करताना त्यांनी दिलेला सामान्यरूपाचा तक्ता लक्षात घेण्यासारखा आहे. विभक्तिविचारातही 'अर्थ, की प्रत्यय' हा विभक्तीच्या निकषाचा त्यांनी केलेला विचार, द्वितीया-चतुर्थीच्या समान प्रत्ययांमुळे मराठी विभक्तिव्यवस्थेत निर्माण होणारा दोष दूर करण्यासाठी 'साठी' हे शब्दयोगी अव्यय चतुर्थीचा प्रत्यय म्हणून मानता येईल काय याबद्दल त्यांनी केलेला विचार, संयुक्त क्रियापदांना त्यांनी दिलेल्या संज्ञा– या सर्व गोष्टी हेच सुचवितात की, त्यांचे

व्याकरण हे बालांसाठी नसून प्रौढांसाठी आहे. मराठीत संस्कृतपेक्षा वेगळ्या प्रकारची प्रयोगव्यवस्था आहे, हे लक्षात घेऊन त्यांनी एकंदर पाच प्रयोग (कर्तरी, कर्मणी, भावे, कर्मकर्तरी व भावकर्तरी) मानले. कर्मकर्तरी ही रचना त्यांना कर्मणीपेक्षा भिन्न वाटली. याच प्रयोगाचा विचार करताना त्यांनी योजलेली भाषा (कर्म कर्ता होतो) दामलेंना सदोष वाटली. दादोबांच्या व्याकरणात असे अनेक विचार सापडतात की, एक तर त्या विचारावर टीका तरी करावी लागते किंवा दादोबांचे मूलगामी विचार करण्याचे सामर्थ्य तरी मान्य करावे लागते.

दादोबांच्या व्याकरणाच्या पहिल्या आवृत्तीतच त्यांच्या विचारातील वेगळेपणा जाणवतो. त्यांच्या व्याकरणावर अभिप्राय देताना बाळशास्त्री जाभेकरांनी दादोबांचे अनेक दोष दाखवूनही त्यांचे कर्तृत्व मान्य केले. पण नवल असे की, त्यांच्या व्याकरणाची योग्य स्तुती होऊनही त्यांच्यातील 'संशोधक', 'खराखुरा व्याकरणकार' कृतकृत्य होऊन संपला नाही, हे त्यांच्या दुसऱ्या आवृत्तीवरून लक्षात येते. प्रत्येक आवृत्तीमध्ये त्यांनी थोडीफार भर घातली आहे. पण पहिल्या आवृत्तीत भर घालून तयार केलेली दुसरी आवृत्ती पाहिल्यास, हा फरक प्रकर्षाने जाणवतो. सन १८५० मधील द्वितीयावृत्ती हीच दादोबांच्या विचारांची प्रमाण आवृत्ती मानावी लागते. या दुसऱ्या आवृत्तीची जी रचना दिसते तीमध्ये प्रथमत: खंड, त्यामध्ये भाग, त्यांचे पुन्हा विभाग, त्यांचे वर्ग, त्यामध्ये प्रकरणे आणि सगळ्यात अखेरी कलमे अशी पद्धतशीर रचना आढळते. व्याकरणाबद्दल असलेली त्यांची समज या विभागपद्धतीने स्पष्ट होते. पहिल्या खंडामध्ये तर नुसती दोनच कलमे आहेत. एक कलम दीड पानाचे व दुसरे कलम फक्त दोन ओळींचे आहे. शेवटचा खंड म्हणजे नववा खंड, हा केवळ एकाच कलमाचा, पण १५ पृष्ठांचा आहे. म्हणजे त्यांची ही विभागणी विचारदृष्टीने केलेली होती, हे स्पष्ट होते. मराठी भाषेमध्ये तिला व्याकरणरूपी फणीने न विंचरल्यामुळे जी गुंतवळ निर्माण झाली होती, ती सोडवून मराठीला एका आळ्यात आणण्याचा त्यांचा प्रयत्न त्या काळाच्या दृष्टीने किती शास्त्रीय व पद्धतशीर होता, हे यावरून लक्षात यावे.

या दुसऱ्या आवृत्तीमध्ये दादोबांच्या प्रामाणिकपणाचेही दर्शन होते. काही व्याकरणविषयक मुद्द्यांबद्दल त्यांना बाळशास्त्री जांभेकरांनी जे विचार सुचविले, ते स्वत:चे म्हणून न मांडता त्याचे श्रेय त्यांनी जांभेकरांना कृतज्ञतापूर्वक दिले. विभक्ती व प्रयोग यांच्या संदर्भात ही गोष्ट स्पष्ट होते.

दादोबांना पंडिती व्याकरणाची माहिती नव्हती. संस्कृत व्याकरणाचाही त्यांना म्हणण्यासारखा परिचय नव्हता. त्यामुळे त्यांचा हा प्रयत्न संस्कृत व्याकरणाच्या आधाराने झालेला नाही. त्यांनी संस्कृतचा अभ्यास १८४३ च्या सुमारास केला, म्हणजे पहिल्या आवृत्तीच्या प्रकाशनानंतर केला. त्यांच्या व्याकरणाचा शाळेतील

अभ्यास हा काहीसा मिश्र पद्धतीचा होता. जान्हवेकरांच्या हाताखाली शिकताना त्यांना 'उगीच नाम, सर्वनाम, क्रियापद, विभक्ती हे शब्द मात्र ऐकून माहीत झाले होते.' वरच्या एक-दोन वर्गांना बापूशास्त्री शुक्ल हे व्याकरण शिकवत असत. पण ते कोणत्याही पुस्तकाचा आधार न घेता शिकवीत असत. मात्र त्यांची 'व्याकरण सांगण्याची पद्धती इतकी चांगली असे, की ते व्याकरणात काय जे आम्हांस सांगत, ते माझ्या मनात तेव्हाच शिरत असे.' (दादोबा, दादोबा पांडुरंग, पृष्ठ ३०६) इंग्रजी हायस्कुलात गेल्यावर Guy's Grammar, Lindley Murry यांचे लहानसे व्याकरण ते शिकले, त्यावरून त्यांना Passing ची कल्पना आली. अशा प्रकारचे एखादे मराठीचे व्याकरण असावे, असे वाटल्यावरून त्यांनी मराठी व्याकरण रचण्याचा प्रयत्न १८३४ ला सुरू केला व १८३६ मध्ये 'महाराष्ट्र भाषेचे व्याकरण' मराठीच्या प्रांतात अवतरले. प्रथमत: हे व्याकरण प्रश्नोत्तररूपाने लिहावे, असा त्यांचा विचार होता; पण ती पद्धती न आवडून त्यांनी Lindley Murry च्या व्याकरणाच्या पद्धतीप्रमाणे मराठीचे व्याकरण तयार केले. अच्‌संधी, हल्‌संधी यासारखी संस्कृत परिभाषा त्यांनी अनेक ठिकाणी योजली. मरेचे व्याकरण हे शालेय स्वरूपाचे आहे. पण त्याच्या आधाराने दादोबांनी रचलेले हे व्याकरण मात्र प्रौढांसाठी झाले. यावरून दादोबांची स्वतंत्र विचार करण्याची ताकद स्पष्ट होते. यामुळेच या मराठीच्या पाणिनीच्या व्याकरणाने बाकीच्या व्याकरणांना मागे सारले. त्यांच्या व्याकरणातील अनेक प्रकारची न्यूनता दाखवून देणारे कृष्णशास्त्री चिपळूणकरांनीही त्यांच्या कार्याचा गौरव पुढील शब्दांमध्ये केला :

'या ग्रंथांत जे अनेक गुण आहेत, त्यांबद्दल आम्ही त्यांस मोठ्या संतोषानें चाहतो. व त्याच्या योगानें विद्यावृत्तीस जें पुष्कळ साह्य झालें व अद्यापी होत आहे, त्याबद्दल त्या ग्रंथकर्त्याची प्रशंसा करणें व त्यांचे आभार मानणें अवश्य आहे, असें आम्ही समजतो. मराठी व्याकरणरूप विषयास पूर्णता आणण्याविषयीं रावबहादूर दादोबा पांडुरंग यांनी बहुत शोध व पुष्कळ विचार केल्याची साक्ष त्यांचा ग्रंथ स्पष्टपणें देत आहे. त्या श्रमानें त्यांनी पुढील ग्रंथकर्त्याचे श्रम हलके केले, यांत संशय नाहीं. व मदतीबद्दल मराठी व्याकरणकर्त्यांनी रावबहादूर यांचे उपकार मानणें अवश्य आहे, आम्ही पुढे जे निबंध लिहिणार आहोंत, त्यांत आमचा व दादोबा पांडुरंग यांचा बराच मतभेद पडलेला दिसणार आहे व त्यांच्या मताविरुद्ध लेख येणार आहेत, परंतु तसें झालें, तरी त्या ग्रंथकाराचे श्रम व योग्यता आम्ही ओळखत नाहीं व त्यांच्या गुणांबद्दल योग्य मान देत नाहीं, असें वाचणाऱ्यांनी अगदी मनांत आणू नयें.' (चिपळूणकर, पृ. ९, १०)

त्यांच्या व्याकरणातील अनेक दोषस्थळे चिपळूणकर, दामले आदींनी सप्रमाण उजेडात आणली असली; तरी त्यांचे मोठेपणही त्यांना मान्य करावे लागले आहे.

त्यांच्या व्याकरणात त्यांनी अनेक मतांचा ऊहापोह केला आहे. इतरांच्या विचारांची दखल घेतली आहे. वादग्रस्त प्रश्नांबद्दल आपले निश्चित मत दिले आहे. या सर्व विवेचनात त्यांची सूक्ष्म व सखोल विचार करण्याची प्रवृत्ती स्पष्ट होते. म्हणूनच कालदृष्ट्या प्रथमपदाचा मान कोणत्याही व्याकरणकारांकडे जाऊ दे; प्रौढ व्याकरण या शब्दाला पुष्कळसे अनुरूप असलेले व्याकरण मराठीत प्रथमतः दादोबांनीच लिहिले, असे म्हणावे लागते.

दादोबांच्या हयातीत या व्याकरणाच्या सात आवृत्त्या निघाल्या. सातवी आवृत्ती इ. स. १८७९ मध्ये प्रसिद्ध झाली. प्रत्येक आवृत्तीमध्ये त्यांना सुचलेल्या व्याकरणविषयक नव्या विचारांची नोंद त्यांनी केली, पण तेवढ्यानेही त्यांचे समाधान झाले नाही. म्हणूनच त्यांनी इ. स. १८८१ त मोठ्या महाराष्ट्र व्याकरणाच्या सातव्या आवृत्तीची पूरणिका प्रसिद्ध केली. पूरणिकेला इंग्रजी व मराठी अशा दोन भाषांमधून विद्वत्तापूर्ण प्रस्तावनाही जोडल्या. मराठी व्याकरणाबद्दल ते सतत चिंतन करीत होते, हेच यावरून सिद्ध होते. म्हणून मराठी व्याकरणाची गुहा 'दादोबा' या नावाने उघडते, असे म्हटले तर त्यामध्ये अतिशयोक्ती होऊ नये.

त्यांच्या हयातीतच त्यांच्या व्याकरणग्रंथांनी विद्याखात्यावर भुरळ घातली होती. त्यामुळे विद्याखात्याने त्यांना त्यांच्या मोठ्या व्याकरणाचा संक्षेप करून शालेय विद्यार्थ्यांसाठी एक छोटे व्याकरण तयार करावयास सांगितले. त्यांच्या इच्छेला अनुसरून दादोबांनी 'लघुव्याकरण' रचले. 'लघुव्याकरणा'च्या १८६५च्या प्रथम आवृत्तीच्या प्रस्तावनेत दादोबांनी म्हटले आहे :

''पहिल्या शिकणारास व लहान मुलांस माझ्या मोठ्या व्याकरणाची समजूत पाडण्यास शिक्षकांस फार कठीण पडते. म्हणोन पुष्कळ दिवसांपासून बोभाटा चालला होता. याकरता त्याच व्याकरणाचा संक्षेप केला असता तो बोभाटा राहणार नाही, असा विचार करून विद्याखात्यातील अधिकाऱ्यांनी मलाच तें काम करावयास सांगितलें. त्यावरून संतोषानें हे पुढील संक्षिप्त व्याकरण म्यां रचिलें आहे आणि त्याचें नाव लघुव्याकरण असें ठेविलें आहे.''

सन१८८२ पर्यंत दादोबांच्या हयातीतच या लघुव्याकरणाच्याही बारा आवृत्त्या निघाल्या. मराठीत प्रौढांसाठी व बालांसाठी वेगवेगळ्या प्रकाराने व्याकरण सांगावे लागते, याची जाणीव दादोबांच्या या दोन्ही प्रकारच्या व्याकरणांवरून पटते. दोन्ही प्रकारच्या व्याकरणांचे स्वरूप कसे असावे, याची दादोबांना इतर व्याकरणकारांपेक्षा अधिक चांगली कल्पना होती, हे त्यांच्या दोन्ही प्रकारच्या व्याकरणांवरून सिद्ध होते.

या सर्व विवेचनावरून दादोबांचे व्याकरण हाच मराठी प्रौढ व्याकरणाचा प्रारंभ आहे, हेच त्याचे उगमस्थान आहे, असे म्हणावे लागते.

कृष्णशास्त्री चिपळूणकर

मराठी व्याकरणामध्ये ज्या व्याकरणविषयक चर्चेला दादोबांनी आपल्या व्याकरणातील चर्चेद्वारा प्रारंभ करून दिला, त्याचे दृश्य फळ चिपळूणकरांच्या व्याकरणविषयक निबंधामधून स्पष्ट होते. कृष्णशास्त्री चिपळूणकरांनी मराठीचे व्याकरण लिहिले नाही; परंतु व्याकरण कसे असावे, कोणत्या प्रकारे व्याकरणाने विचार करावा, याचे दिग्दर्शन त्यांच्या या व्याकरणविषयक निबंधावरून होते. दादोबांच्या व्याकरणातील सदोषता स्पष्ट करण्याच्या हेतूने हे लेख १८६५ मध्ये लिहिण्यास प्रारंभ झाला. पंडिती व्याकरण, फडकेंचे व्याकरण किंवा दादोबांचे व्याकरण या व्याकरणांपेक्षा या व्याकरणविषयक लेखांचे महत्त्व आगळे आहे. कारण या लेखांमधून व्याकरणात अनेक ठिकाणी आवश्यक ठरणारा कंटाळवाणा तपशील गाळता येतो आणि केवळ तात्त्विक चर्चा व त्या चर्चेला आवश्यक तेवढाच तपशील (किंवा उदाहरणे) देऊन ग्रंथ सुटसुटीत होऊ शकतो. व्याकरणाची कक्षा, व्याकरणाने भाषेच्या कोणत्या रूपाला प्रमाण मानावे, सर्व भाषांना समान व्याकरण असू शकेल काय, व्याकरणाचा उपयोग काय इत्यादी व्याकरणविषयक अनेक प्रश्नांचा त्यांनी स्वतंत्रपणे विचार केला. म्हणून दादोबांचे व्याकरण हे कृष्णशास्त्री चिपळूणकरांच्या निबंधाला केवळ निमित्तमात्र झाले असावे, असे वाटते.

मराठीचे आदर्श व्याकरण तयार करण्याचा प्रयत्न १८६३ मध्ये दक्षिणा प्राईझ कमिटीच्या वतीने झाला होता. त्यासाठी या कमिटीने पुढीलप्रमाणे एक जाहिरात दिली होती :

“मराठी व्याकरणावर उत्तम प्रतीचा ग्रंथ कोणी तयार केल्यास दक्षिणा प्राइझ कमिटी त्या ग्रंथकर्त्यास उत्कृष्ट प्रतीचें बक्षीस देण्यास सिद्ध आहे. हा ग्रंथ मराठी भाषेंत असावा व त्यांतील विषय प्रतिपादन करण्याची शैली युरोपियन अर्वाचीन व्याकरणासारखी असावी. म्हणजे ग्रंथकर्त्यानें एक-दोन उदाहरणांवरून एकादा व्यापक नियम कल्पून त्यावरून इतर सर्व उदाहरणांची उपपत्ति करावयास लागू नये; तर जी वास्तविक उदाहरणें असतील, त्यांवरून नियम बांधावे. तसेंच भाषा कसकशी बदलत गेली, याच धोरणानें ग्रंथकारानें शब्दसिद्धीचे व वाक्यरचनेचे नियम बांधून त्यांचे निरूपण करतांना मूळच्या संस्कृत भाषेंतून प्राकृत भाषा, जिला बालभाषा म्हणतात, तिच्या द्वारें व जुन्या मराठी भाषेच्या (ज्ञानेश्वरीतल्या वगैरे भाषेच्या) द्वारें हल्लीची महाराष्ट्र भाषा कशी निपजली, हें संभवेल व शोभेल, असें दाखवावें. तसेंच हल्लींच्या मराठींत फारशी व अरबी शब्द मिसळले आहेत, त्यांचेंही प्रकृतीप्रत्ययरूपाने विवेचन त्या ग्रंथात बरेंच असावें. त्याप्रमाणेंच जुन्या मराठी कवींच्या ग्रंथांतील शब्दाची व शब्दरचनेची उपपत्ति होईल, असे नियम या

ग्रंथात असावे. या ग्रंथांतील सिद्धांत एकदेशी नसतां होतील तितके व्यापक असावे. ज्याचा ग्रंथ उत्तम होईल, त्यास प्रथम पांचशे रुपये द. प्रै. कमिटी देईल व त्या ग्रंथाच्या विक्रीच्या पैशातून आणखी पांचशे रुपये त्यांस मिळतील. याप्रमाणे एकंदर एक हजार रुपये ग्रंथकर्त्यास मिळतील.''

या जाहिरातीखाली कृष्णशास्त्री चिपळूणकरांची सही होती. हे अवतरण उद्धृत करण्याचे कारण एवढेच की, त्यावरून चिपळूणकरांची आदर्श व्याकरणाची कल्पना कोणती होती, ते स्पष्ट व्हावे. या दृष्टीनेच त्यांनी पुण्याची भाषा प्रमाण न मानता जुन्या पद्याला प्रमाण मानले. दादोबांनी भाषेपेक्षा त्या भाषेच्या व्याकरणाला जे अधिक महत्त्व दिले होते, त्यालाही चिपळूणकरांनी विरोध केला. भाषेतील जे रूप एकदा व्याकरणाने प्रमाण मानले असेल, त्यातील सर्व प्रकारच्या प्रयोगांना शुद्ध मानून व्याकरणाने त्याची नोंद करायला पाहिजे. व्याकरणाने भाषा जशी असेल, तशी सांगावी, त्यामध्ये आवडनिवड करू नये. (चिपळूणकर, पृ. २३, २४), मात्र 'मस', 'तुपून' अशा एकदेशीय रूपांना ते मान्यता देत नाहीत.

मराठी व्याकरणाचा इतिहास देताना त्यांनी म्हटले आहे की, जांभेकरांचे बाल-व्याकरण हे बालांकरिता असल्याने ते अपुरे आहे. फडकेंच्या व्याकरणात पुष्कळ विषयांवर चर्चा असली, तरी विषयविवेचनात काही ठिकाणी अपुरेपणा आहे आणि दादोबांच्या व्याकरणात सखोलता व व्याकरणातील सर्व विषय असले, तरी सदोषता आहे; हे सर्व दोष कसे दूर करता येतील, याची चर्चा त्यांच्या लेखामधून ते करतात.

त्यांनी शब्द व वाक्य हे व्याकरणाचे दोन प्रमुख विभाग मानले. वाक्य हा विभाग वेगळा करण्याचे त्यांचे कारण, वाक्यघटित शब्दांच्या अर्थापेक्षा वाक्याचा अर्थ काही प्रमाणात भिन्न असतो, हे आहे. शब्द हा वर्णांपासून तयार होतो, म्हणून ते वर्णविचार करतात. त्यांच्या वर्ण, स्वर व व्यंजन यांच्या व्याख्या वेगळ्या आहेत. ऋ, ऌ यांना स्वर का मानले असावे; अं, अः ना स्वर वा वर्ण न मानता केवळ लिखित चिन्हे मानावीत; संयुक्त व्यंजने म्हणजे जोडाक्षरे नव्हेत, मराठीत व्यंजनसंधी नाही इत्यादी त्यांची मते त्यांच्या स्वतंत्र विचाराची द्योतक आहेत.

दादोबांचा कल मराठी व्याकरणाला इंग्रजी व्याकरणाच्या धर्तीवर नेण्याचा होता, तर चिपळूणकरांचा कल त्याला संस्कृत व्याकरणाच्या धर्तीवर नेण्याचा होता; हे त्यांनी प्रमुख तीन शब्दजाती मानल्या, यावरून स्पष्ट होते. शुद्ध शब्दयोगी अव्ययासाठी स्वतंत्र शब्दजाती मानण्याचे त्यांचे मत, सर्वनामाला नामाचा विभाग मानावे हे म्हणण्यामधील संस्कृत परंपरेचा त्यांनी केलेला विचार, द्वितीया व षष्ठी या विभक्ती का मानू नयेत, हे सांगण्यातील तर्कशुद्धता व त्या विभक्ती न मानण्यातील बंडखोरी, विभक्तिप्रत्यय व शब्दयोगी अव्यये यांच्यातील त्यांनी

लक्षात घेतलेला नेमका फरक, अकर्तृक क्रियापदांची त्यांनी दिलेली माहिती, दादोबांनी धातूंच्या संदर्भात मानलेल्या रूप-भेदव्यवस्थेला त्यांनी केलेला विरोध, आज्ञार्थाचा विध्यर्थामध्ये केलेला समावेश, प्रयोजक व शक्य धातूंना साधित धातू म्हणणे, इत्यादी अनेक स्थळी चिपळूणकरांनी मराठी व्याकरणाचा बारकाईने केलेला अभ्यास लक्षात येतो. या सर्व गोष्टींमुळे त्यांचे लेख हे मराठी व्याकरणातील अत्यंत महत्त्वपूर्ण स्थान मिळवितात. या त्यांच्या निबंधामुळे पुढील व्याकरणकारांना मार्गदर्शन झाले. या निबंधाच्या आधारे रा. भि. जोशींनी 'प्रौढबोध मराठी व्याकरण' व 'बालबोध मराठी व्याकरण' असे दोन व्याकरणग्रंथही लिहिले. इतरांना व्याकरण लिहिण्यास स्फूर्ती देणारा हा ग्रंथ व्याकरणाइतकाच, किंबहुना त्यापेक्षाही अधिक महत्त्वपूर्ण ठरावा, हे अगदी स्वाभविकच आहे.

कृष्णशास्त्री गोडबोले

दक्षिणा प्राइझ कमिटीने दिलेल्या ज्या जाहिरातीचा उल्लेख वर केला आहे, त्या जाहिरातीला अनुसरून मराठी व्याकरण रचण्याचा प्रयत्न कृष्णशास्त्री गोडबोलेंनी केला. पण ज्या हावर्डसाहेबामुळे त्यांना हे व्याकरण लिहावेसे वाटले, ते हावर्डसाहेब सेवानिवृत्त झाल्यामुळे व दक्षिणा प्राइझ कमिटीच्या अंतर्व्यवस्थेत प्रतिकूल फेरफार झाल्यामुळे आपले व्याकरण कमिटीतर्फे न छापता आपण स्वतःच छापावे, असे त्यांनी ठरविले; आणि ग्रँट या तेव्हाच्या शिक्षणाधिकाऱ्याने या व्याकरणाला सरकारी मान्यता दिल्यामुळे कमिटीकडून मान्यता घेण्याचे प्रयोजनच उरले नाही. कृष्णशास्त्री चिपळूणकरांच्या मार्गदर्शनाखाली इ. स. १८६७मध्ये कृष्णशास्त्री गोडबोलेंचे हे 'मराठी भाषेचे नवीन व्याकरण' रचले गेले. 'परभाषा शिकण्यासाठी स्वभाषेचे व्याकरण बरेच उपयोगी पडते' हीच दृष्टी या व्याकरणलेखनामागे होती. संस्कृत भाषेशी असणारा मराठीचा संबंध दाखविण्याचा प्रयत्न या व्याकरणात केलेला आहे.

या व्याकरणाची द्वितीयावृत्ती १८७४मध्ये प्रसिद्ध झाली. ही दुसरी आवृत्ती विद्याखात्याच्या वतीने छापली जावी, अशी सूचना पुढे आली होती. पण या व्याकरणग्रंथाचा मालकी हक्क विकत घेण्यापूर्वी तेव्हा उपयोगात असलेले दादोबांचे व्याकरण सरकारमान्य पुस्तकांच्या यादीतून काढून टाकावे, असा सूर या सूचनेत होता. मेजर कँडीच्या मते, मराठी व्याकरणाचे कोणते तरी एकच पुस्तक चालू राहावे, असे नाही; तर ज्याने त्याने आपापल्या परीने प्रयत्न करावा. जे पुस्तक योग्य असेल, ते काळाच्या ओघात टिकून राहील. याचा अर्थ उघड होता, तो म्हणजे दादोबांचे व्याकरण सरकारमान्य पुस्तकाच्या यादीतून काढून टाकण्याचा धोका

पत्करण्यास ते तयार नव्हते. दादोबांच्या व्याकरणविषयक विचारांचे हे योग्य प्रकारचे मूल्यमापन होते.

या दुसऱ्या आवृत्तीत संस्कृत-प्राकृत भाषांशी असलेला मराठीचा संबंध, प्राकृत भाषेचे संक्षिप्त व्याकरण, संस्कृत-प्राकृत शब्दकोश इ. गोष्टींचा समावेश असल्याने हे व्याकरण ऐतिहासिक दृष्टीने लक्षात घेण्यासारखे ठरले आणि इतर व्याकरणांपेक्षा अधिक विस्तृत व तपशील देणारे बनले. या दुसऱ्या आवृत्तीत पद्यविचारही जोडलेला आहे, तो व्याकरणाला संपूर्णपणे अनावश्यक आहे. त्यांनी ग्रंथाच्या आरंभी भाषांचे थोडक्यात वर्गीकरण देऊन मराठी भाषेचे त्यामधील स्थान स्पष्ट केले आहे. फारसी व अरबी भाषांमधून मराठीकडे आलेला शब्दसंग्रह हाही या व्याकरणाचा एक वेगळा पैलू आहे. मराठी पूर्वपीठिका, तिच्यावरील परकीय भाषांचा परिणाम हा गोडबोलेंच्या पूर्वी कोणत्याही व्याकरणकाराने विचारात घेतला नव्हता. त्यांनी वाक्यविचारही वेगळ्या पद्धतीवर रचला आहे. वाक्यविचाराबद्दल गोडबोलेंनी म्हटले आहे,

"किती एक म्हणतात, कीं वाक्यविचार मराठींत परकीय आहे आणि तो तिच्या व्याकरणांत आणूं लागल्यास इंग्रजी व्याकरणांतील वाक्यविचाराचा उतारा आणि अनुकरण होईल. परंतु लेखनांत आलेल्या इंग्रजी वगैरे इतर भाषांप्रमाणेच मराठी भाषेसही स्वरूपसिद्ध वाक्यनिर्बंध आहेत, असे बहुत प्रमाणांनी दाखविता येईल. प्रस्तुत विषयाचे उपपादनांत विशेषावरून सामान्याचें अनुकरण करण्याची रीति योजली आहे. मराठी भाषेंतील प्रयोग आणि संप्रदाय ताडून पाहिल्यानें येणारी सामान्य अनुमानें किंवा नियम देऊन उदाहरणांनी आणि प्राचीन कवींच्या लेखांनी त्यांचें स्पष्टीकरण केलें आहे."

मराठी भाषेच्या व्याकरणाकडे शोधक दृष्टीने पाहण्याचा प्रयत्न या व्याकरणाने केला. त्यांच्या शब्दजातींच्या विचारातही याचे प्रत्यंतर येते. नामाच्या विभागात त्यांनी क्रियाविशेषण अव्ययांचा समावेश केला व केवलप्रयोगी अव्यये ही शब्दजाती मानण्याची आवश्यकता कशी नाही, हे सकारण पटवून दिले. कर्मणी व कर्मकर्तरी यांच्यातील लक्षणीय फरक कोणता, याबद्दल विवेचन केले.

या व्याकरणाची तिसरी आवृत्ती १८९५ मध्ये निघाली. पण व्याकरणाच्या ऐतिहासिक वैशिष्ट्यांचे विवरण करणाऱ्या या व्याकरणाचा जेवढा प्रसार होणे आवश्यक होते, तेवढा झाला नाही. कदाचित शालेय व्याकरणापेक्षा किती तरी अधिक माहिती या ग्रंथात दिलेली असल्याने या ग्रंथाला शाळेच्या दृष्टीने फारसे महत्त्व मिळाले नसावे. शालेय विद्यार्थ्यांपेक्षा शिक्षकांनाच या ग्रंथामुळे व्याकरणविषयक अधिक माहिती मिळू शकली.

रा. भि. जोशी

चिपळूणकरांच्या लेखामधील विचारानुसार रा. भि. जोशींनी इ. स. १८८९ मध्ये 'प्रौढबोध मराठी व्याकरण' प्रसिद्ध केले. इ. स. १९२५ पर्यंत याच्या एकंदर सात आवृत्त्या निघाल्या. दादोबांच्या व्याकरणाच्या आवृत्त्यांच्या खालोखाल जोशींच्या व्याकरणाच्या आवृत्त्या निघाल्या, हे यावरून स्पष्ट होईल. दादोबांशी जोशींचे आणखी एका गोष्टीमध्येही साम्य आहे. ते म्हणजे, दादोबांप्रमाणेच आपल्या व्याकरणाच्या प्रत्येक आवृत्तीमध्ये त्यांनी नवा व वेगळा विचारही प्रकट करून भर घातली आहे. या त्यांच्या व्याकरणाच्या सहा आवृत्त्यांपैकी तिसरी आवृत्ती इंग्रजीत लिहिलेली आहे. विद्यापीठाची प्रवेशपरीक्षा व स्कूल फायनल परीक्षा यांना बसणाऱ्या विद्यार्थ्यांना प्रश्नांची उत्तरे इंग्रजीत लिहावी लागत असत. म्हणून त्यांनी ही आवृत्ती इंग्रजीत काढली. इंग्रजी आवृत्तीमध्ये मराठी वृत्ते व अलंकार यांच्यावर निराळी दोन प्रकरणे त्यांनी लिहिली आहेत. मराठीत या विषयावर स्वतंत्र पुस्तके असल्याने त्यांनी मराठीतील आवृत्तीत ही प्रकरणे घातली नाहीत.

फडकेंप्रमाणे त्यांनीही व्याकरणाची सुरुवात वाक्यविचारापासून केली. त्यांच्या मते, व्याकरण हे शब्दशास्त्र नसून वाक्यशास्त्र आहे. शब्द हे वाक्याचे घटक असल्याने व्याकरणात शब्दविचार होतो, हा त्यांचा दृष्टिकोन असल्याने त्यांनी शब्दविचार व वाक्यपृथक्करणशास्त्र या दोन्हींचा सांगोपांग विचार आपल्या व्याकरणात केला. त्यांच्या मताने त्यांनी हे पुस्तक पृथक्करणपद्धतीने लिहिले आहे.

चिपळूणकरांच्या अनेक विचारांचा परिणाम जोशींच्या व्याकरणात दिसत असला, तरी जोशींनी अनेक ठिकाणी स्वतंत्रपणे विचार केला आहे. त्यांनी शक्य व प्रयोजक यांच्या संदर्भांत दिलेले मत किंवा 'क्रियापदाच्या रूपावर अधिकार गाजविणारा शब्द' या अर्थाचे पद संस्कृतात अनावश्यक असले, तरी मराठीत त्याची असलेली आवश्यकता जोशींनीच प्रथम ओळखली. त्यांनी त्या अर्थाने योजलेली कर्ता, कर्तृपद किंवा उद्देश्य या प्रकारची संज्ञा सदोष असेल; पण तशा प्रकारच्या संज्ञेची मराठी व्याकरणाला आवश्यकता होती, हे निश्चित. तसेच, मराठीने संस्कृत प्रयोगव्यवस्थेला समांतर म्हणून तीन प्रयोग मानले आहेत. वस्तुत: मराठीत केवळ एकच प्रयोग (कर्तरी प्रयोग) आहे, हे त्यांचे मत पटणारे नसले तरी त्यांच्या स्वतंत्रपणे विचार करण्याच्या प्रवृत्तीचे द्योतक आहे. वर्णमाला सांगतानाही त्यांनी मूलभूत ध्वनीच्या आधारे किती वर्ण मानता येतील, याची केलेली नोंद त्यांच्या विचारातील वेगळेपणा स्पष्ट करते.

आतापर्यंतच्या सर्व मराठी व्याकरणकारांनी संयुक्त क्रियापदे केवळ विचारात घेतली होती; पण ती मानण्याची आवश्यकता आहे की नाही, याचा विचार केला

नव्हता. जोशींनी व्याकरणदृष्टीने संयुक्त क्रियापदे मानण्याची आवश्यकता कशी नाही, ते पटवून दिले. त्यांनी संयुक्त क्रियापदे मानली, ती केवळ वाक्यपृथक्करणाच्या दृष्टीने; व्याकरणदृष्टीने नाही. यावरून त्यांनी केलेल्या स्वतंत्र विचाराची कल्पना येईल. या व्याकरणांच्या जोडीलाच त्यांनी शालेय स्वरूपाची व्याकरणेही रचली होती; तीही दादोबांच्या शालेय व्याकरणांप्रमाणेच लोकप्रिय झाली होती, असे समजायला हरकत नाही. दामलेंनी आपल्या व्याकरणात जोशींच्या व्याकरणातील अनेक दोष दाखवूनही, शालेय पातळीवर दामलेंच्या विचारांचा कोणताही परिणाम झाला नाही आणि जोशींच्या अनेक बऱ्या-वाईट विचारांचा पगडा इतर शालेय व्याकरणांवर दामलेंच्या नंतरही कायम राहिला, ही गोष्ट जोशींच्या विचारातील सोपेपणा पटवून द्यायला पुरेशी आहे.

त्यांनी केवळ पुण्याची भाषा ही प्रमाण भाषा न मानता, गुंजीकरांप्रमाणेच वाङ्मयामध्ये योजलेल्या भाषेमध्ये त्या भाषेचे प्रातिनिधिक स्वरूप व्यक्त होते, म्हणून या लिखित भाषेला प्रमाण मानले. त्यांची व्याकरणलेखनामागील भूमिका पुढील अवतरणावरून कळून येते,

"प्रौढबोध व्याकरण हें उपपत्तीच्या आणि ऐतिहासिक दृष्टीनें सर्वस्वी संस्कृत व्याकरणाच्या पायावर रचलेलें आहे. त्याची ग्रंथरचना मात्र इंग्रजी व्याकरणाच्या तऱ्हेवर केलेली आहे. नामाचें सामान्यरूप हें काय आहे, तें भाषेंत आलें कसें, विभक्ति कशा आल्या, त्यांच्या प्रत्ययांची व्युत्पत्ति कशी होते, मराठींत आख्यात विभक्ती म्हणजे क्रियापदांची रूपें कोणतीं आहेत, तीं मूळारंभी कशी उत्पन्न झाली, त्यांचे प्रत्यय कसे गणले, मराठी आख्यात विभक्तींपैकी कांहींनाच लिंगभेद कां व कसा आला, मराठीतल्या कर्मणिप्रयोगाचें स्वरूप काय आहे, कर्तरि व कर्मणि हे प्रकार मराठी भाषेंत सार्वत्रिक कां नाहीत, भूतकाळीं आणि विध्यर्थी मात्र कर्मणि आणि भावे प्रयोग का होतात, कृदन्ताचें मूळ काय आहे," (जोशी ७, प्रस्तावना, पृ. ६७) या गोष्टींचे विवरण व विवेचन त्यांनी आपल्या प्रौढबोध व्याकरणात केले आहे.

त्यांच्या या व्याकरणात अनेक वादग्रस्त प्रश्नांचा त्यांनी विचार केलेला असला, तरी पुष्कळदा विचार मांडण्याच्या भाषेत ठामपणा आढळत नाही. एवढेच नव्हे, तर प्रयोगविचारात किंवा संयुक्त क्रियापदांचा विचार करताना भाषेची घटना लक्षात घेण्यापेक्षा भाषेची घटना कशा प्रकारे सोपी करून दाखविता येईल, याच्यावर त्यांचा अधिक भर आहे, असे वाटते.

जोशींच्या व्याकरणापूर्वी नवलकरांचे 'The Students' Marathi Grammar' इ. स. १८८० मध्ये प्रसिद्ध झाले. पण जोशींच्या व्याकरणाइतके हे महत्त्वाचे वाटले नाही. याचे कारण हे व्याकरण इंग्रजीमधून परकीयांना मराठी शिकण्यासाठी रचलेले आहे. अर्थात, इंग्रजी व्याकरणाचा साचा या मराठी व्याकरणाने तंतोतंत

पाळणे स्वाभाविक आहे. या व्याकरणाच्या तीन आवृत्त्या १८९४ पर्यंत निघाल्या. त्याच्या या आवृत्त्यांमध्ये विचारांचा थोडाफार वेगळेपणा आढळतो. उदाहरणार्थ– ते पहिल्या आवृत्तीत अं, अः यांचा उल्लेख स्वर वा व्यंजने यापैकी कोणत्याही विभागात करीत नाहीत. पण तिसऱ्या आवृत्तीत मात्र त्यांनी त्यांना स्वरांमध्ये समाविष्ट केले आहे. तसेच पहिल्या आवृत्तीत ऋ, ॠ, ऌ, ॡ (दीर्घ) हे स्वर शुद्ध मराठी शब्दांमध्ये नाहीत आणि संस्कृतमध्येही पाच-सहा शब्दांमध्येच आढळतात, असे ते सांगतात. पण तिसऱ्या आवृत्तीत मात्र कोणत्याही प्रकारची मल्लिनाथी न करता, त्यांनी त्यांना स्वरांमध्ये समाविष्ट केले आहे. या व्याकरणाचे स्वरूप प्रामुख्याने तपशील देणारे आहे. इंग्रजांना मराठी भाषा शिकविणे हा याचा उद्देश असल्याने त्यांनी विश्वास धरणे-प्रीती करणे, यांसारख्या शब्दसमूहांना संयुक्त क्रियापदांमध्ये स्थान दिले व नामिक संयुक्त क्रियापदे हा विभाग मानला. आपल्या मतांच्या पुष्ट्यर्थ त्यांनी अनेक ठिकाणी बॉप, व्हिटने, मॅक्स मुल्लर आदी भाषाशास्त्रज्ञांची अवतरणे उद्धृत केली आहेत. हा त्यांच्या व्याकरणाचा विशेष लक्षात घेण्यासारखा आहे.

नवलकरांच्या व्याकरणाच्या मानाने खेरांचे इ. स. १८९५ मधील 'Higher Marathi Grammar' हे विचारांच्या दृष्टीने उल्लेखनीय आहे. खेरांचे हे इंग्रजीत लिहिलेले व्याकरणही इंग्रजांना मराठी शिकविण्याच्या भूमिकेतून रचलेले आहे. त्यामुळे शब्दसंख्येचे वैपुल्य त्यांच्याही व्याकरणात आहे. नियमापेक्षा त्यांचाही भर मराठी शब्दांचा अधिकाधिक तपशीलवार परिचय करून देण्यावर आहे. परंतु त्यांच्या व्याकरणात व्याकरणविषयक काही प्रश्नांचा विचार त्यांनी स्वतंत्रपणे केला आहे. अं, अः, ऋ, ॠ, ऌ, ॡ (दीर्घ) इत्यादी स्वरांचा त्यांनी केलेला विचार, कर्मकर्तरी प्रयोगाचा त्यांचा विचार, तशा प्रकारची इंग्रजीतील रचना देताना दोन्हींमधील त्यांना जाणवणारा फरक, अकर्तृक धातूंनी साधलेली इंग्रजी व मराठी वाक्यरचना, पुरुषवाचक सर्वनामांमध्ये 'ते' (नपुंसकलिंगी एकवचनी) हे सर्वनाम केवळ परंपरा म्हणून स्वीकारावे, हे मत मांडताना त्यांनी व्यक्त केलेला विचार– हे लक्षणीय व स्वतंत्र विचाराचे निदर्शक आहेत. जोशींनी ज्याप्रमाणे 'क्रियापदावर अधिकार गाजविणारा शब्द' या अर्थाचे पद असण्याची आवश्यकता पटवून दिली, त्याप्रमाणे तीच गरज पूर्ण करण्यासाठी खेरांनी प्रथमान्त नाम ही पारिभाषिक संज्ञा निवडली. क्रियापदावर फक्त प्रथमेतील शब्दच अधिकार गाजवू शकतो, हे लक्षात घेऊन त्यांनी ही संज्ञा निवडली. संयुक्त क्रियापदाचा विचार करताना मात्र त्यांच्या व्याकरणाचा उद्देश (इंग्रजांना मराठी शिकविणे) स्पष्टपणे जाणवतो.

त्यांच्या व्याकरणात इतरांपेक्षा जाणवणारा वेगळेपणा हा रचनेचा आहे. प्रत्येक शब्दजातीचा व त्यास पदत्व देणाऱ्या प्रत्ययांचा एकत्रितपणे विचार करणारी मराठीतील सर्व व्याकरणांची रचना आहे. पण खेरांच्या व्याकरणात मात्र शब्दजातींच्या

विचारात शब्दांचा केवळ शब्द म्हणून विचार केलेला असून, विकरणाच्या विभागात वेगवेगळ्या प्रकारच्या शब्दजातींना पदत्व प्राप्त करून देण्यासाठी लागणाऱ्या लिंग-वचन-आख्यात-पुरुष इत्यादी प्रकारच्या प्रत्ययांचा स्वतंत्रपणे विचार केला आहे; तर तिसऱ्या विभागात प्रयोगासारख्या वाक्यरचनांचा विचार त्यांनी केला आहे. त्यांच्या या रचनेप्रमाणे दामलेंनीही आपल्या व्याकरणाची रचना केली. यावरून खेरांच्या व्याकरणाच्या रचनेतील व्यवस्थितपणा स्पष्ट होतो.

बाकी अनेक ठिकाणी खेरांनी दादोबांची मते त्यांच्या विरोधकांच्या मतांचे खंडन न करता स्वीकारली आहेत. उदाहरणार्थ – नामाची पाचामधील विभागणी किंवा भेदव्यवस्था मानण्याची आवश्यकता त्यांनी पटवून दिली नाही, पण त्यांना आपल्या व्याकरणात स्थान दिले. कोणत्याही शास्त्रीय ग्रंथात हे शोभत नाही.

रावजीशास्त्री सदाशिव गोडबोले यांचे १८९७मध्ये प्रसिद्ध झालेले मराठी भाषेचे मध्यम व्याकरण हे काही प्रमाणात शालेय आहे. दादोबांच्या व्याकरणाची १८८५च्या सुमारास जेव्हा पुनरावृत्ती काढण्याची वेळ आली, तेव्हा त्या काळाला अनुसरून त्यामध्ये बदल करण्याची गरज उत्पन्न झाली; म्हणून त्या वेळचे शिक्षणाधिकारी चॅटफिल्डनी माजी मराठी ट्रान्सलेटर व दक्षिणा प्राइज कमिटीचे चिटणीस रा. स. गोडबोलेंना एक नवीन व्याकरण रचण्यास सांगितले. त्यांनी १८८५मध्ये दोन विद्वान मित्रांच्या साह्याने आरंभ केलेले हे व्याकरण १८९७मध्ये प्रसिद्ध केले. हा ग्रंथ १८८७मध्येच तयार झाला होता. पण अनेक अपरिहार्य अडचणींमुळे तो प्रसिद्ध होण्यास आणखी दहा वर्षांचा कालखंड जावा लागला. या व्याकरणात असे म्हटले की, मराठी भाषेची संक्रमणस्थिती अजून चालू आहे व पुढेही बराच काळपर्यंत चालू राहणार. यामुळे कोणतेही व्याकरण अपुरे व सदोषच ठरणार. परंतु थोडक्यात, पद्धतशीर व शास्त्रोक्त विवेचन ज्यामध्ये केले आहे, अशा मराठीच्या व्याकरणाची उणीव कुणाला भासणार. ती उणीव अंशतः तरी भरून निघावी, हा या व्याकरणाचा उद्देश आहे.

हे व्याकरण प्रामुख्याने शालेय पातळीवरचे आहे; पण षष्ठीच्या समर्थनार्थ त्यांनी दिलेल्या कारणांमध्ये, सर्वनामाच्या विभागणीमध्ये, संकेतार्थाच्या प्रत्ययांना कालार्थबोधक प्रत्यय म्हणण्यामध्ये त्यांच्या विचारातील वेगळेपणा जाणवतो.

रा. भि. गुंजीकर

रा. भि. गुंजीकरांनी १८८० मध्ये लहान मुलांकरिता 'सुबोध व्याकरण' रचले. या सुबोध व्याकरणामुळे त्यांना व्याकरणकार म्हटले जात असले, तरी त्यांचे व्याकरणसमीक्षक म्हणून असलेले कार्य महत्त्वाचे आहे. रा. भि. जोशींच्या मराठीच्या

व्याकरणावर टीका करण्याच्या निमित्ताने गुंजीकरांनी जे आठ लेख 'विविधज्ञानविस्तार' मधून प्रसिद्ध केले, त्यामुळे मराठी व्याकरणाबद्दल मूलगामी विचार करणारे एक विचारवंत म्हणून त्यांची प्रसिद्धी झाली.

गुंजीकरांनी जेव्हा हे लेख लिहिले, तेव्हा त्यांनी चिपळूणकरांचे व्याकरणविषयक लेख वाचले नव्हते. मात्र जेव्हा त्यांना हे लेख वाचायला मिळाले, तेव्हा दोघांच्या विचारांतील विलक्षण साम्य त्यांना उल्लेखनीय वाटले. (गुंजीकर, पृ. ३१५, ३१६) चिपळूणकरांप्रमाणेच गुंजीकरांनीही मराठी व्याकरणाचा आढावा घेऊन व्याकरणातील बहुतेक महत्त्वाच्या मुद्द्यांवर आपले मत नोंदविले आहे. भाषेच्या व्याकरणाविषयी त्यांनी लिहिले आहे :

"नवीन व्याकरण तयार करणाऱ्यानें मुख्यत्वे भाषेच्या स्वरूपाकडे विशेष लक्ष देऊन जशी भाषा विद्वज्जनांच्या प्रचारांत आहे, तशी दाखविण्याचा प्रयत्न केला पाहिजे. आपल्या पदरचे नियम काढून अमुक तऱ्हाच चांगली व अमुक वाईट हें सांगण्याचा डौल घालूं नये व भाषेचा वास्तविक प्रकार अमुक आहे, परंतु तो व्याकरणदृष्ट्या अशुद्ध, अशा प्रकारचे विचार तर त्यानें आपल्या मनांत कधींच आणू नयेत. शब्दाच्या अनेक रूपांविषयीं लिहितांना त्यानें मूळ संस्कृत, प्राकृत किंवा बालभाषा यांच्या स्वरूपांकडे नीट लक्ष देऊन प्राकृत विषयाची योग्य व्यवस्था केली पाहिजे. शब्दादिकांचीं लक्षणें निर्दोष केलीं पाहिजेत. या सर्व गोष्टींहून विशेष लक्ष देण्याची गोष्ट, सर्व ग्रंथ सरळ आणि सोप्या रीतीनें लिहिण्याचा होईल तितका प्रयत्न झाला पाहिजे, ही होय. मराठी व्याकरणामध्यें संस्कृत संधीविषयीं जे नियम द्यावयाचे, ते ग्रंथाच्या आरंभीं न देता शेवटीं द्यावे, हें बरें वाटतें. आणखी एक गोष्ट लक्षांत ठेवली पाहिजे, ती अशी, की कोणतेंही प्रकरण किंवा कोणतेही पारिभाषिक शब्द घ्यावयाचे असतां, इष्ट विषयांचे प्रतिपादन करण्यास जितक्यांची गरज असेल तितकेच घ्यावे. अधिक घेऊं नयेत. या गोष्टीकडे लक्ष दिल्यानें शिकणाराला फारच मदत होईल व उगाच तो घोटाळ्यात पडणार नाहीं." (गुंजीकर, पृ. १०, ११)

व्याकरणाची गुंजीकरांची कल्पना या अवतरणावरून स्पष्ट होते. व्याकरणापेक्षा भाषा त्यांनी अधिक महत्त्वाची मानली आणि जी रूपे भाषेमध्ये आहेत, त्या रूपांमधील नियम शोधण्याचा प्रयत्न व्याकरणकाराने करावा; एका रूपाला शुद्ध व दुसऱ्या रूपाला अशुद्ध असे म्हणू नये, हा त्यांचा भाषेतील शुद्धाशुद्धाबद्दलचा दृष्टिकोन त्यांना भाषेची असलेली स्पष्ट समज लक्षात आणून देणारा आहे.

व्याकरण हे एक शास्त्र आहे आणि शास्त्रीय ग्रंथातील भाषा कशी असावी, याबद्दल त्यांनी आपले विचार प्रकट केले आहेत. (गुंजीकर, पृ. १८४) त्यांच्या व्याकरणविषयक लेखांची भाषाही नि:संदिग्ध व स्पष्टपणे विचार मांडणारी आहे. संयुक्त क्रियापदे व वाक्ययोजना हे दोन विषय वगळून त्यांनी सर्व विषयांवर मत

दिले आहे. त्यांनी पुष्कळशा प्रमाणात मराठी व्याकरणाला संस्कृत व्याकरणाच्या आदर्शानुसार बसविण्याचा प्रयत्न केला. शब्दांच्या जाती, व्याकरण या शब्दाची व्याख्या, विभक्तींची संख्या, नाम-सर्वनाम-विशेषण या शब्दजाती एकच मानाव्यात हे मत, विभक्तींची नावे इत्यादी अनेक विषयांच्या विचारांत त्यांचा संस्कृतकडे असलेला ओढा लक्षात येतो. संस्कृतमध्ये संबोधन ही विभक्ती मानत नाहीत, हे मत त्यांनी मुद्दाम सांगितले. मराठीतील कर्मणी, कर्मकर्तरी व सकर्म कर्मणी यांचा मूळ संस्कृतातील एकच प्रयोगात (कर्मणी प्रयोगात) असल्यामुळे ती तीनही वाक्ये एकाच प्रयोगाची मानावीत, हे त्यांचे प्रयोगविषयक मतही त्यांच्यावर असलेला संस्कृतचा पगडा स्पष्ट करणारे आहे.

पण मराठीचे स्वतंत्र वैशिष्ट्य लक्षात घेण्याचा प्रयत्न ते करतात, हे त्यांच्या काळाच्या दृष्टीने महत्त्वाचे आहे. मराठीमध्ये संस्कृतइतके संधीला महत्त्व नसल्याने, मराठी व्याकरणात संधिविचार व्याकरणाच्या अखेरीला करावा, हे मत मराठीचे स्वरूप लक्षात घेणारे आहे. केवळ प्रत्ययांचा निकष मानला, तर संस्कृत विभक्तिव्यवस्थेपेक्षा मराठी विभक्तिव्यवस्था ही अधिक शास्त्रीय आहे; संस्कृतमध्ये अनेक ठिकाणी समान प्रत्यय योजावा लागला आहे, मराठीत फक्त द्वितीया-चतुर्थीच्या संदर्भातच हा प्रश्न उद्‌भवतो (गुंजीकर, पृ. २९३, २९४), हा गुंजीकरांनी मांडलेला विचार त्यांचे मराठीबद्दलचे मत व्यक्त करतो. मराठीतील विभक्तिव्यवस्था व धातुव्यवस्था ही इतर व्याकरणकारांना जशी घोटाळ्याची वाटते, तशी ती घोटाळ्याची नसून, या व्याकरणकारांनीच ती अधिक घोटाळ्याची करून ठेवली आहे, हे त्यांचे मतही मराठीची प्रकृती लक्षात घेणारे आहे. मराठी व्याकरणाला इंग्रजी व्याकरणाच्या वळणावर नेण्याचा प्रयत्न झाल्याने ते अधिक गुंतागुंतीचे बनले आहे, हे मत सिद्ध करताना त्यांनी व्याकरण या शब्दाची व्याख्या, धातूऐवजी क्रियापद शब्दाची योजना इत्यादी प्रश्नांचा विचार केला आहे. त्यांनी म्हटले की, मराठी व्याकरणाची व्याख्या देण्याऐवजी अनेक मराठी व्याकरणकारांनी Grammar ची व्याख्या दिल्याने व्याकरणाची निश्चित कल्पना त्यांना करता आली नाही. तसेच, क्रियापद ही शब्दजाती नसताना 'धातू' या शब्दजातीऐवजी क्रियापद असा जो उल्लेख मराठी व्याकरणात केला गेला, त्याचे कारण इंग्रजीत verb हा शब्द धातू आणि क्रियापद या दोन्ही अर्थांनी योजला जातो, हे आहे. तसेच, वर्णव्याख्या देताना Letter ची व्याख्या दिल्याने केवळ लिखितचिन्हांनाच महत्त्व मिळू लागले. या सर्व विवेचनावरून त्यांची स्वतंत्र विचार करण्याची ताकद जशी लक्षात येते; तसेच काही प्रमाणात मराठी व्याकरणाने संस्कृतचे अनुकरण केले, तरी स्वतःचे वैशिष्ट्य गमावू नये, हा विचारही स्पष्टहोतो.

मराठीत संस्कृतमधील पारिभाषिक संज्ञा रुजविण्याचा त्यांनीही चिपळूणकरां-

प्रमाणेच मुद्दाम प्रयत्न केला. आख्यात, अनेकवचन, बिंदू, धातू इत्यादी संज्ञा त्यांनी सतत योजल्या आहेत.

गुंजीकरांनी विभक्तीमधील प्रत्ययांची समानता काढून टाकण्यासाठी चतुर्थीला 'साठी' हा प्रत्यय मानला. पण अशा मार्गाने कोणतीही गोष्ट रूढ होत नसते. तसेच, त्यांनी जोशींच्या व्याकरणातील अनेक उणिवा दाखविल्या; त्याच वेळी बाळशास्त्री जांभेकरांच्या व्याकरणातील विशेष-सामान्यादी नामांच्या व्याख्यांना नावाजले. जांभेकरांच्या बाल-व्याकरणाने मराठी विभक्तीचा पाया संस्कृतच्या व्याकरणपद्धतीवर रचल्यामुळे गुंजीकरांनी त्यांची स्तुती केली; पण बाळशास्त्रींच्या बाल-व्याकरणापेक्षा जोशी, दादोबा यांची व्याकरणे अधिक महत्त्वाची आहेत, हे गुंजीकरांनी लक्षात घेतले नाही.

मराठी व्याकरणाला त्यांच्या या लेखामुळे चालना मिळाली. भाषा व व्याकरण यांचे निश्चित नाते त्यांनीच आग्रहपूर्वक मांडले. लेखनशुद्धी, बंगाली व कानडी भाषांची व्याकरणे त्यांनीच मराठीत प्रथम विचारात घेतली. याच वेळी विचारवंत व मेजर कँडी यांच्यामध्ये भाषाविषयक, व्याकरणविषयक वाद सुरू होता. गुंजीकरांना मेजर कँडीची अनेक मते पटत नव्हती. भाषाविषयक वाद रंगात आलेला असतानाच इ. स. १८६९ मध्ये गुंजीकरांनी 'महाराष्ट्र भाषेची लेखनशुद्धी' या नावाची पुस्तिका प्रसिद्ध करून कँडीनी घालून दिलेल्या भाषेच्या लेखनविषयक नियमांविरुद्ध बंड पुकारले.

दादोबांच्या व्याकरणातील दोषांचे विवेचन करण्याच्या हेतूने चिपळूणकरांनी 'शालापत्रका'तून लेख लिहिले; आणि जोशींच्या प्रौढबोध व्याकरणातील व्याकरण-विषयातील दोष दाखविण्याच्या हेतूने गुंजीकरांनी 'विविधज्ञानविस्तारा'तून लेख लिहिले. पण चिपळूणकर-गुंजीकरांनी केवळ एकाच व्याकरणग्रंथापुरती आपली दृष्टी मर्यादित न ठेवता समग्र मराठी व्याकरणाचा विचार केला. गुंजीकरांनी जोशींच्या ज्या व्याकरणावर टीका केली, ती त्यांची पहिली आवृत्ती होती. गुंजीकरांच्या विचारांचा त्यांच्यावर किती परिणाम झाला, कोण जाणे; पण जोशींच्या प्रत्येक आवृत्तीमध्ये पहिल्या आवृत्तीपेक्षा वेगळा विचार केलेला दिसतो. याचे काही श्रेय रा. भि. गुंजीकरांच्या या लेखाकडे जाते, असे म्हणायला हरकत नाही.

मो. के. दामले

यानंतर १९११मध्ये दामलेंचे 'शास्त्रीय मराठी व्याकरण' प्रसिद्ध झाले. दामलेंच्या काळापर्यंत मराठी व्याकरणाने एका शतकापेक्षा थोडा अधिक प्रवास केला होता. व्याकरणाच्या क्षेत्रात अनेक प्रश्नांचा उलट-सुलट विचार होऊन भिन्न – भिन्न मते मांडली गेली होती. या सर्व मतांचा चिकित्सक दृष्टीने अभ्यास करून, त्यातील सुसंगती-विसंगती लक्षात घेऊन मराठीचे एक सुसंगत प्रौढ व्याकरण रचले जावे,

अशी परिस्थिती निर्माण झाली होती. दामलेंचे हे व्याकरण जसे त्यांच्या कर्तृत्वाचा परिपाक आहे, तसाच या काळाचाही तो परिपाक आहे. दामलेंच्या व्याकरणाचे महत्त्व पुढील तीन दृष्टींनी आहे.

(१) जुन्या व्याकरणांचा त्यांनी बारकाईने व चिकित्सक दृष्टीने केलेला अभ्यास.

(२) मराठी व्याकरणात त्यांनी घातलेली नव्या विचारांची भर.

(३) व्याकरणविषयक विचारांची त्यांनी केलेली तर्कशुद्ध मांडणी.

दादोबा, चिपळूणकर, गुंजीकर आदींच्या मतांचे दामलेंनी खंडन केले; परंतु त्यांच्याबद्दल दामलेंच्या मनात पुरेसा आदर आहे. या सर्वांनी गोळा केलेल्या ज्ञानाची शिदोरी घेऊनच आपण पुढे जात आहोत, ही त्यांना जाणीवही आहे. मात्र, दामलेंचा या सर्वांच्या व्याकरणविषयक मतांशी विरोधच अधिक प्रमाणात आला. त्यांचा वाद प्रामुख्याने विचारांशी असला, तरी त्यांच्या लेखनातील उपरोधाची धार कधी कधी इतकी प्रखर असते की, त्यामुळे ती व्यक्ती दुखावते.

आपल्या व्याकरणाला 'शास्त्रीय' असे म्हणून त्यांनी पूर्वीची व्याकरणे शास्त्रीय नव्हती, असा नकळत आरोप केला. अगोदरच्या व्याकरणांत त्यांना जे दोष आढळले, त्यामध्ये अशास्त्रीयता हा दोष त्यांना अधिक प्रमाणात आढळला; म्हणूनच त्यांनी आपल्या व्याकरणाला 'शास्त्रीय' असे नाव दिले. दामलेंचे व्याकरण तर्कशास्त्राचा आधार कुठेही सोडत नाही. शास्त्रीय ग्रंथात व्याख्येचे असलेले महत्त्व, पारिभाषिक संज्ञांना असलेले महत्त्व अशासारख्या शास्त्रीयतेचा निकष ते योजतात. या शास्त्रीयतेच्या अनावश्यक जाहिरातींमुळे सबनीसांनी दामलेंच्या व्याकरणातील वैचारिक विसंगती, अशास्त्रीयता शोधण्याचा प्रयत्न केला. दामलेंच्या व्याकरणावर सबनीस, राजवाडे व मंगरूळकर यांनी टीका केली आणि शालेय पातळीवर जोशींच्या व्याकरणाचा असलेला परिणाम दामलेंचे व्याकरण दूर करू शकले नाही. त्यामुळे दामलेंचे व्याकरण 'शालेय पातळीला पचले नाही आणि प्रौढ पातळीला रुचले नाही', असेच म्हणावे लागते.

दामलेंच्या पूर्वी ज्यांनी मराठी व्याकरणे रचली, त्या-त्या सर्वांचा त्यांच्या मतमतांतरासह केलेला उल्लेख दामलेंच्या 'शास्त्रीय व्याकरणा'त मिळतो. स्वमत प्रतिपादन करण्यासाठी त्यांना आधी परमतांचे खंडन करणे आवश्यक होते. यासाठी प्रत्येक व्याकरणविषयक मुद्द्याबद्दल त्यांनी चर्चा केली आहे. त्यामुळे त्यांच्या या व्याकरणात चिपळूणकर-गुंजीकर यांच्या निबंधात असलेल्या चर्चेप्रमाणे व्याकरणविषयक चर्चाही आहे आणि दादोबा-जोशींच्या व्याकरणाप्रमाणे व्याकरणाला आवश्यक असलेला तपशीलही आहे. दामलेंनी जोशींबद्दल जे म्हटले आहे की, त्यांना इंग्रजी व संस्कृत या दोन्ही भाषांचे ज्ञान अत्यंत जुजबी प्रमाणतच होते; तेच दामलेंबद्दलही म्हणावे लागते. पण दामले हे तर्कशास्त्राचे प्राध्यापक असल्यामुळे त्यांनी केलेल्या

सर्व प्रकारच्या चर्चेमध्ये तर्कशुद्धता आढळल्याशिवाय राहत नाही; वर्णमालेच्या विचारात आणि शब्दयोगी अव्ययाच्या विचारात त्यांचे संस्कृतविषयीचे अज्ञान व्यक्त होते; शब्दयोगी अव्ययाच्या संदर्भात तर त्यांचे भाषाशास्त्रविषयक ज्ञानही किती मर्यादित होते, ते कळून येते.

दामलेंनी व्याकरणातील सर्व विषयांचा सांगोपांग विचार केला होता, मराठी व्याकरणाबद्दल त्यांची निश्चित एक कल्पना होती; हे त्यांच्या प्रचंड आकाराच्या व्याकरणग्रंथावरून स्पष्ट होते. त्यांनी व्याकरणाला वाक्यशास्त्र मानले. अर्थातच, वाक्यशास्त्राचा अभ्यास त्यांच्या व्याकरणात आल्याशिवाय राहिला नाही. व्युत्पत्तिशास्त्र हा खरे म्हणजे व्याकरणाचा विभाग नव्हे, पण दामलेंच्या व्याकरणात व्युत्पत्तिशास्त्राचाही ऐसपैस विस्तार झालेला आहे. हे व्याकरणशास्त्राच्या कक्षेबाहेरचे विवेचन वगळल्यास दामलेंच्या व्याकरणग्रंथाचा आकार किती तरी लहान होईल, हे सबनीसांचे मत सहज पटण्यासारखे आहे.

वर्गमालेबद्दल केलेला विचार, सार्वनामिक विशेषणाबद्दलचा विचार, चतुर्थी विभक्ती मानावी व द्वितीया मानू नये हे सांगताना त्यांनी मांडलेले विचार, षष्ठीच्या समर्थनार्थ दिलेली सतरा कारणे, संयुक्त क्रियापद मानणे का व कसे आवश्यक आहे हे सप्रमाण पटवून देताना व्यक्त केलेले विचार किंवा मराठीतील सर्व प्रकारच्या प्रयोगांचा एकत्रितपणे आणि अत्यंत शास्त्रशुद्ध पद्धतीने दिलेला तक्ता इत्यादी अनेक विषयांत त्यांचे स्वतंत्र विचार मराठी व्याकरणाला प्रगतिकारक ठरले आहेत.

दामलेंची व्याकरणाकडे पाहण्याची दृष्टीही गुंजीकरांसारखीच आहे. भाषा प्रमुख व तिच्यातील वेगवेगळ्या प्रकारचे नियम लक्षात घेऊन एक आखीव चित्र व्याकरणाने तयार करावयाचे असते. तसे करताना एका रूपाला शुद्ध आणि दुसऱ्या रूपाला अशुद्ध म्हणण्याचा अधिकार व्याकरणाला नाही, याची त्यांना जाणीव आहे.

दामलेंच्या व्याकरणाने ऐतिहासिक दृष्टीने केलेले कार्य इतके प्रचंड आहे की, त्यांचा नामनिर्देश केल्याशिवाय वा त्यांनी मांडलेल्या विचारांचे खंडन केल्याशिवाय नवे विचार मांडणे, हे कोणत्याही व्याकरणकाराला शक्य नाही. त्यांचे व्याकरण-क्षेत्रातील हे स्थान लक्षात घेऊनच सबनीसांनी आपले व्याकरण रचताना केवळ दामलेंच्या व्याकरणावर भिस्त ठेवली आहे.

दामलेंच्या व्याकरणाने मराठी व्याकरणाला प्रतिष्ठा प्राप्त झाली. या प्रचंड व्याकरणातील विचार समजून घेतल्याशिवाय मराठी व्याकरणात आपण काही लिहू शकणार नाही, या कल्पनेमुळे की काय; पण जितके व्याकरणग्रंथ १९ व्या शतकात जितक्या झपाट्याने रचले गेले, तितके व्याकरणग्रंथ तितक्या झपाट्याने २० व्या शतकात रचले गेले नाहीत. पण त्याचबरोबर ज्यांनी दामलेंच्या व्याकरणाचा अभ्यास केला, त्यांना त्यांच्या विचारांप्रमाणेच अनेक ठिकाणी त्यांच्या भाषेमधील

उपरोधही बोचल्याशिवाय राहिला नाही. त्यांच्या व्याकरणग्रंथाच्या नावातील 'शास्त्रीय' या शब्दामुळेच सबनीसांसारखे व्याकरणकार दुखावले गेले व त्यांच्या व्याकरणातील अशास्त्रीयता शोधण्याच्या मागे लागले.

'शास्त्रीय मराठी व्याकरणा'च्या ग. वा. करंदीकरसंपादित आवृत्तीत (१९६५) 'नव्या भाषाशास्त्रीय दृष्टिकोनातून आजच्या मराठीचे स्वरूपदर्शन घडविणे' ही भूमिका आहे. आवृत्तीतील बारा लेखांपैकी काही लेखांमधून हे स्पष्टपणे जाणवते. उदा.– या संपादनात संस्कृत व्याकरणाच्या अनुकरणासंबंधी पुढील अभिप्राय नोंदवलेले आहेत. (१) 'संस्कृत भाषेच्या अभ्यासाची पूर्वीच्या काळात असलेली पकड आज राहिलेली नाही.' - डॉ. द. ह. अग्निहोत्री. (२) 'संस्कृत ही पाणिनीच्या कडक नियमांनी जखडलेली, ग्रांथिक व अपरिवर्तनीय भाषा आहे. तिच्या नियमांची चौकट परिवर्तनशील, व्यवहाराची व प्रगत अशा मराठीला लावणे योग्य नाही.' (४३) व 'प्रगतावस्थेतील भाषेचे व्याकरण प्रत्ययी भाषेच्या संस्कृत व्याकरणाच्या धर्तीवर नेण्याने अधिक गुंता होईल.' (४४) –'डॉ. ग. मो. पाटील.' (३) 'परंतु मराठीतील प्रत्येक प्रयोगास संस्कृतचा आधार शोधलाच पाहिजे, असे नाही.' (८०) प्रा. ह. वा. कुलकर्णी (४) 'जिवंत भाषेच्या संदर्भात एक प्रत्यय एक संबंध ही भूमिका टिकू शकत नाही.' (४९) – डॉ. अडावदकर.(५) '(तत्सम शब्दांचा) अभ्यास मराठीच्या जडण-घडणीच्या दृष्टीने होणे आवश्यक आहे.' (५२) तसेच 'मराठीची रचना वेगळी असल्याने संस्कृतप्रमाणे केलेले सामासिक शब्दांचे वर्गीकरण तिला सर्वच ठिकाणी मानवण्यासारखे नाही.' (६०) –डॉ. सुहासिनी लद्दू आदी. व्यक्त झालेली ही भूमिका एक प्रकारे या काळाची प्रातिनिधिक आहे. दामले यांनाही ही तत्त्वे जाणवल्याचे या लेखकांनी स्पष्ट केले आहे. तरीही दामले यांनी त्याचा पाठपुरावा न करण्याने त्यांच्या व्याकरणात विसंगतीचा दोष आलेला या लेखकांना दिसतो. दामले यांनी असे करण्याचे कारण त्यांच्यावर व त्यांच्या काळावर असलेला संस्कृतादर्शाचा प्रभाव हेच दिसते.

या काळातील सामाजिक भाषाविज्ञानाचा प्रभाव संप्रदानार्थी चतुर्थीच्या संदर्भातील 'त्या काळातील दानप्रधान संस्कृतीचा हा प्रभाव असावा.' (डॉ. ग. मो. पाटील-३४) व 'प्रत्ययांनाही स्वतंत्र असतो, स्वतंत्र उपयोग व स्वतंत्र अर्थ.' या डॉ. ग. मो. पाटलांच्या विचारांचे पदिमविन्यासाशी असलेले साम्य लक्षात येण्याइतके स्पष्ट आहे.

हे लेख त्या काळातील विविध नियतकालिकांतून प्रकाशित होत असलेल्या व्याकरणविषयक लेखांतील विचारांचे एक प्रकारे प्रातिनिधिक दर्शन घडवतात, असे म्हणायला हरकत नाही. सत्यकथा जाने. १९६५ मधील डॉ. अशोक केळकरांच्या 'मराठी व्याकरणाच्या नव्या दिशा' या भाषावैज्ञानिक दृष्टीने केलेल्या विश्लेषणातील

‘पारंपरिक विभक्ती आणि विभक्तिप्रत्यय यांची गणना अर्थशून्य वाटावी इतकी भोंगळ आहे’ व हा भोंगळपणा सोडायचा, तर ‘संस्कृतच्या चौकटीत मराठीला कोंडून बसविण्याचा हा अव्यापारेषु व्यापार सोडून द्यावा.’ (वैखरी, पृ. २३३) ही दृष्टी प्रस्तुत कालखंडाची विचारसरणी व्यक्त करणारी आहे.

व्याकरणाचा अभ्यास विद्यापीठीय पातळीवर करण्यासाठी या ग्रंथाची आवश्यकता वाटू लागली. या ग्रंथाची दुसरी आवृत्ती १९२५मध्ये व त्याची तिसरी आवृत्ती १९६५मध्ये प्रसिद्ध झाली. मध्यंतरी डॉ. भीमराव कुलकर्णींनी कॉलेजमधील विद्यार्थ्यांना झेपेल, त्यांच्या अभ्यासक्रमाला परवडेल, असे स्वरूप देऊन (दामलेंचा सूक्ष्म विचार बारीक टाईपमध्ये देऊन) हा ग्रंथ संपादित केला होता. दामलेंच्या कर्तृत्वाचा आलेख रेखाटून आणि त्यांच्या व्याकरणविषयक मतांचा परामर्श घेऊन प्रा. अर्जुनवाडकरांनीही हा ग्रंथ संपादित केला होता. या सर्व प्रयत्नांवरून दामलेंचे व्याकरणकार म्हणून असलेले महत्त्व स्पष्ट होते.

इतिहासाचार्य राजवाडे

दामलेंच्या व्याकरणावर टीका करण्याच्या निमित्ताने इतिहासाचार्य राजवाडेंनी मराठी व्याकरणाचा थोडाफार विचार केला. मराठीतील सर्व व्याकरणांबद्दलचे त्यांचे मत पुढील शब्दांमधून व्यक्त झाले आहे,

“सारांश, भाषाशास्त्र माहीत नाहीं, व्याकरणशास्त्र माहीत नाहीं, वैदिक भाषा माहीत नाहीं, पाणिनीय माहीत नाहीं, प्राकृत भाषांशी गाढ परिचय नाहीं, अशा स्थितींत मराठीचें व्याकरण रचिलें जाण्याची जितपत शक्यता होती, तितपत ती ह्या सर्व लेखकांच्या लेखांतून गोचर झाली आहे.” (इतिहासाचार्य राजवाडे, लेखसंग्रह, भा.२)

त्यातल्या त्यात दामलेंबद्दल त्यांनी आपले मत जरा बरे दिले आहे. राजवाडेंनी दामलेंच्या नामविचारात (शब्द व पद या दोन्ही प्रकारच्या) व धातुविचारात (शब्द व पद या दोन्ही प्रकारच्या) व्युत्पत्तिशास्त्र व संस्कृतपरंपरा या दोन्ही दृष्टींनी जाणवणारे दोष दाखवून दिले आहेत; पण मराठी व्याकरणाच्या दृष्टीने त्यांचे विचार एकांगी आहेत. उदा.– प्रयोगविचारातील सकर्मक भावेच्या वाक्याची त्यांची फोड पाहता (रामाने रावणास मारिले) त्यांनी व्युत्पत्तीचा व संस्कृतपरंपरेचा घेतलेला आधार आजचे मराठीचे व्याकरण मानणार नाही, असे दिसून येते. त्यांनी ज्ञानेश्वरीचे व्याकरण लिहून त्या काळातील मराठी भाषेचे स्वरूप समजावून दिले. सबनीसांच्या मते, ‘ज्ञानेश्वरीचे व्याकरण’ हा व्याकरणग्रंथच नव्हे. कारण राजवाडेंनी त्यातील प्रकरणांस वर्णेतिहास, आदेशेतिहास व आदेश-विभक्ति-प्रत्यय-इतिहास ही दिलेली

नावे, तो व्युत्पत्तिशास्त्रावरील ग्रंथ आहे, हे स्पष्ट करतात. (सबनीस-प्रस्ता., पृ. २६)

सुबन्त विचारात व तिङ्तविचारात राजवाडेंनी षष्ठीच्या च प्रत्ययाची दिलेली वेगवेगळी व्युत्पत्ती, प्रयोगाबद्दल त्यांनी मांडलेले विचार, संयुक्त क्रियापद न मानण्याची त्यांची कारणे इत्यादी गोष्टी लक्षात घेण्यासारख्या आहेत. पण मराठी व्याकरणाला त्या पोषक नाहीत.

ग. ह. केळकर

दामलेंच्या व्याकरणावर टीका न करणारा, त्याच्या नंतरचा व्याकरणकार म्हणून केळकरांचा निर्देश करता येईल. ग. ह. केळकरांनी इ. स. १९३३मध्ये 'मराठी व्याकरणाची मूलतत्त्वे' प्रसिद्ध केली व १९६४ पर्यंत त्याच्या एकंदर चार आवृत्त्या निघाल्या.

या १९६४च्या चौथ्या आवृत्तीमधील डॉ. सु. बा. कुलकर्णींच्या विवेचक लेखनातून खालील विचार मांडलेला दिसतो. ते लिहितात – 'गेल्या पंचवीसएक वर्षांत जागतिक भाषाशास्त्रविषयक विचारात बरीच क्रांती झालेली आहे. वर्ण व रूप या भाषिक घटकांच्या तत्त्वांचा शोध लागल्याने भाषेच्या अर्थाधिष्ठित विश्लेषणापेक्षा रचनाप्रधान विश्लेषणास महत्त्व प्राप्त झाले आहे. दुर्दैवाने हे नवीन विचार मराठीच्या व्याकरणप्रांतात अजून शिरलेले नाहीत.'(पृ. २९५)

केळकरांच्या व्याकरणात शास्त्रीय दृष्टी व सोपेपणा या दोन्ही गोष्टी आढळतात. त्यांनी आपल्या व्याकरणाचा प्रारंभ वाक्यविचारापासून केलेला आहे. व्याकरणात शब्दाचा शब्द म्हणून व पद म्हणून होणारा विचार स्पष्ट करताना त्यांनी योजलेली यंत्राची कल्पना विषय समजण्याच्या दृष्टीने चांगली आहे. प्रयोगविचारात कर्मकर्तरी म्हणजे इंग्रजीतील Passive Voice, मराठीतील कर्मणी प्रयोग हा खास मराठी आहे; मराठीतील प्रयोगकल्पना इंग्रजीतील Voice पेक्षा व संस्कृतातील प्रयोगापेक्षा भिन्न आहे, हे विचार त्यांच्या व्याकरणविषयक विचारांतील वेगळेपणा स्पष्ट करतात. इतर व्याकरणकारांपेक्षा त्यांचा एक ठळक वेगळा विशेष म्हणजे, त्यांनी वर्णाचा विचार करताना ध्वनिशास्त्राची माहिती दिली आहे. मुखावाटे ध्वनी निघत असताना मुखातील शरीरयंत्राची होणारी विशिष्ट हालचाल कशा प्रकारची असते, याची पुष्कळशी माहिती ते देतात. त्यांच्या पूर्वी ही माहिती कोणत्याही व्याकरणकाराने दिलेली नाही. हे व्याकरण शाळेतील मुलांसाठी असल्याने त्यामध्ये वृत्त, अलंकार इत्यादी माहिती येणे स्वाभाविक होते.

म. पां. सबनीस

दामलेंच्या व्याकरणानंतर मात्र नाव घेण्यासारखे व्याकरण म्हणजे १९५१ मधील सबनीसांचे 'आधुनिक मराठीचे उच्चतर व्याकरण' हे होय. दामलेंच्या व्याकरणाचा जितका विचार झाला आणि टीका करण्यासाठी किंवा स्तुती करण्यासाठी त्यांचा जितका उल्लेख केला गेला, तितका विचार वा उल्लेख सबनीसांच्या व्याकरणाचा झाला नाही. प्रथमावृत्तीच्या पुढे यांची मजल गेली नाही. याला कारण त्यांच्या ग्रंथातील अनेक मते ही परंपरेला धक्का देणारी आहेत. अनेक ठिकाणी त्यांची मते समजून घेणे कठीण पडते. ते 'उच्चतर व्याकरण' असल्यामुळे सर्वसामान्यांच्या कक्षेत आले नसावे.

सबनीसांनी दामलेंच्या व्याकरणाव्यतिरिक्त फारसे व्याकरणग्रंथ वाचलेले नाहीत. एका विद्यार्थिनीला एम्. ए.साठी दामले समजावून देत असताना, त्यांना दामलेंचे अनेक दोष जाणवले; ते खोडण्याच्या प्रयत्नातून सबनीसांचे व्याकरण अवतरले. (सबनीस; प्रस्ता., पृ. ६, ७).

दामलेंवर टीका करणाऱ्या या व्याकरणकाराजवळचे व्याकरणविषयक अभ्यासाचे भांडवल किती? त्यांनी रचलेली शालेय व्याकरणे ही जमेची बाजू. त्याच्या जोडीला गुंजीकरांचे 'संकलित लेख' आणि जेस्पर्सनचे 'The Philosophy of Grammar' या दोन पुस्तकांचा अभ्यास. त्यामुळे दामलेंचे दोष दाखविताना सबनीस अनेक ठिकाणी अपुरे पडतात, असे वाटते. मात्र मराठी व्याकरणाचा विचार करताना अनेक प्रश्नांबद्दलचे त्यांचे निर्णय परंपरेला सोडून असले, तरी ते स्वतंत्र विचाराचे द्योतक आहेत, असे दिसते. त्यांनी केलेला व्याकरणकक्षेचा विचार, शब्दाचे त्यांनी मानलेले चार विभाग; शब्द, प्रातिपदिक आणि पद या त्यांच्या स्वतंत्र कल्पना, प्रयोग व मुखरचना (Vocie) यांची त्यांची स्पष्ट कल्पना; रूप, भेद इत्यादी मानण्याची त्यांनी पटवून दिलेली आवश्यकता इत्यादी गोष्टींची नोंद घेणे आवश्यक ठरते. काही ठिकाणी ते केवळ दामलेंना विरोध करीत आहेत, असेही वाटते. पण एकंदरीत, मराठी व्याकरणाचा वेगळ्या प्रकारे केलेला विचार म्हणून या व्याकरणाचा नामनिर्देश करावा लागतो.

सबनीसांचे संस्कृतचे ज्ञान अत्यंत जुजबी होते, हे 'लृ'च्या संदर्भात, विभक्तींची संख्या किती मानावी, या विचारांत स्पष्ट होते. नामाचे पाच विभाग मानताना किंवा धातूचे दहा विभागांत वर्गीकरण करताना विरोधकांची मते खोडण्याचा प्रयत्न त्यांनी केला नाही.

व्याकरणाकडे भाषेला वळण लावण्याचे कार्य असल्यामुळे शुद्धाशुद्ध सांगण्याचा पूर्ण अधिकार व्याकरणाला आहे, असे त्यांचे मत आहे.

जे विषय व्याकरणाच्या कक्षेमध्ये येत नाहीत असे त्यांना वाटले, ते त्यांनी आपल्या व्याकरणात आणले नाहीत. व्युत्पत्तिशास्त्र, वाक्यपृथक्करणशास्त्र, अलंकार, वृत्तविचार इत्यादी विषय त्यांनी व्याकरणात विचारार्थ घेतले नाहीत.

दामलेंच्या व्याकरणापेक्षाही सबनीसांच्या व्याकरणग्रंथांची उपेक्षा अधिक प्रमाणात झाली. त्यांच्या व्याकरणाबद्दल प्रा. कहाळेकरांनी आपल्या एका लेखात म्हटले आहे :

"सर्वच व्याकरणकारांप्रमाणे सबनीसांचा संकल्प व दिशा स्तुत्य असली, तरी सिद्धी आणि वाटचाल संशयास्पद." (प्रा. कहाळेकर, मराठीतील शब्दयोगी अव्यये, मराठी-स्वाध्याय-संशोधन-पत्रिका, पृ. ६५)

डॉ. अरविंद मंगरूळकर

दामले समजून घेण्याचा प्रयत्न एकूण तीन व्याकरणकारांनी केला. त्यांतील एक राजवाडे, दुसरे सबनीस व तिसरे मंगरूळकर. पण दामलेंचे दुर्दैव असे की, हे तिघेही टीकाकार दामलेंची व्याकरणविषयक कामगिरी मान्य करीत असले, तरी त्यांना दामलेंच्या विचारात अधिक प्रमाणात दिसले ते दोषच!

या तिघांपैकी राजवाडेंची टीका ही त्यांच्या वैचारिक विक्षिप्तपणामुळे आणि संस्कृत व्याकरणाच्या नको तितक्या प्रभावामुळे व्याकरणाच्या क्षेत्रामध्ये दामलेंच्या व्याकरणग्रंथापेक्षाही अधिक अपरिचित राहिली.

सबनीस हे दामलेंवर टीका करताना अनेक ठिकाणी अपुरे पडतात, हे स्पष्टपणे जाणवते.

मंगरूळकरांनी केलेल्या टीकेमध्ये मात्र स्वतंत्रपणा जाणवतो. प्रामुख्याने त्यांनी दामलेंचा नामनिर्देश करून टीका केली आहे, ती षष्ठीला विभक्ती का मानू नये, हे सांगताना. मंगरूळकरांचा हा विचार त्यांनी प्रथमत: भाषणात मांडला आणि १९६५ मध्ये 'मराठीच्या व्याकरणाचा पुनर्विचार' या नावाने आपले मराठी व्याकरण-विषयक विचार एकत्रित प्रसिद्ध केले. त्यांचे हे पुस्तक म्हणजे व्याकरणग्रंथ नव्हे; तर चिपळूणकर, गुंजीकर यांच्या लेखाप्रमाणे हे केवळ व्याकरणविषयक लेख आहेत. तेही प्रामुख्याने शब्दजातीचा आणि विकरणाचा विचार करणारे. ते प्रयोग-विचार करीत नाहीत, आख्यातविचारही त्यांनी केलेला नाही; पण जो विचार केलेला आहे, त्यामध्ये संस्कृत किंवा इंग्रजीची परंपरा न पाळता मराठीने स्वत:चा विचार स्वतंत्रपणे केला पाहिजे, ही भूमिका ठाम आहे. 'विकार' हे तत्त्व एकदा मान्य केल्यास शब्दजातींची विभागणी करताना ते तत्त्व अत्यंत काटेकोरपणे पाळले गेले पाहिजे, यावर मंगरूळकरांचा कटाक्ष आहे. म्हणून विशेषणांना केवळ 'विकारी' म्हणणे त्यांना पसंत नाही. क्रियाविशेषण अव्ययांमध्ये अनेक विकारी शब्द घुसले

आहेत, ते त्या शब्दजातीतून काढून टाकले पाहिजेत, असा विचार ते व्यक्त करतात. वर्णमालेचा विचार करताना, काही परंपरागत वर्ण न मानणे आणि काही नवे वर्ण स्वीकारणे कसे आवश्यक आहे, हे ते ध्वनिशास्त्राच्या आधाराने पटवून देतात. नामाच्या व्याख्येतील सदोषताही त्यांनी स्पष्ट केली आहे. नामाचे विभाग मानण्याची कशी आवश्यकता नाही, नामाच्या विभागात सर्वनाम कसे समाविष्ट होऊ शकते, प्रयोजक मानण्याची कशी गरज नाही इत्यादी मुद्दे त्यांनी सप्रमाण सिद्ध केले आहेत. व्याकरण हे रूपविमर्शाचे शास्त्र असल्याने अर्थावर अवलंबून असलेले संयुक्त क्रियापद मानण्याची व्याकरणाला कशी गरज नाही, हेही त्यांनी स्पष्ट केले आहे.

मंगरूळकरांच्या व्याकरणविषयक विचारामुळे व्याकरणाचा विचार मराठीत पुन्हा एकदा जोमाने सुरू झालेला दिसतो; हे त्यांचे श्रेय मान्य करायला पाहिजे.

MARATHI (१९६५) या ना. गो. कालेलकरांच्या इंग्रजीतील पुस्तकात मराठी वर्णमालेबद्दलचे, "मराठीत 'ष' नाही. मराठीत नव्याने आलेल्या काही ध्वनींना बाळबोध लिपीत स्वतंत्र रेखाकृतीची तरतूद नाही... काही शब्दांचे उच्चार बदलले असूनही त्यांचे जुनेच वर्णयोग (स्पेलिंग) टिकून राहिले आहेत," हे निरीक्षण लक्षात येते. कालेलकर रूपसाधनेच्या दृष्टीने मराठीला प्रत्ययप्रधान मानतात. क्रियाविशेषण अव्ययांच्या संदर्भातील, 'मराठीतील तथाकथित क्रियाविशेषणे ही प्राय: मूळची विशेषणे किंवा प्रतिसर्गयुक्त नामे असतात. मूळची क्रियाविशेषण अव्यये मर्यादितच आहेत.' ही विधाने मराठी भाषेच्या त्यांच्या व्यासंगाची जाणीव करून देणारी आहेत.

'प्रमाण मराठीचा अभ्यास' (१९८३) हा डॉ. सुहासिनी लद्दूंचा ग्रंथ भाषाभ्यासाचा असला, तरी त्यात त्यांनी मराठी व्याकरण दिलेले आहे. त्यांच्या मते, प्रमाण मराठीच्या व्याकरणामध्ये प्रमाणभाषेतील व विविध बोलींमधील भरपूर उदाहरणांची साधकबाधक चर्चा करून निष्कर्ष काढलेले असावेत. दामले यांच्या विवेचनातील त्रुटी दूर करून व अन्य कोणत्याही भाषांचा साचा न मानता हे व्याकरण रचले जावे (पृ. १७९). "भाषा कशी असावी हे सांगणे हा प्रमाणभाषेच्या व्याकरणाचा हेतू, तर बोलींच्या व्याकरणांचा भर उच्चारण समजून देण्यावर असतो. प्रमाणभाषेच्या व्याकरणाचा तो महत्त्वाचा भाग नसतो." (पृ. १५७) असा दोहोंच्या म्हणजे प्रमाणभाषा व बोलीभाषा यांच्या व्याकरणांतील फरक त्यांनी दिला आहे.

डॉ. लद्दू या लिखित भाषा प्रमाण मानत असल्याने त्या 'वर्ण, स्वनिम व रेखिम' (लिखित भाषेतील लहानांत लहान घटक) या घटकांच्या आधारे वर्णविचार मांडतात. शब्दविचारातही अर्थव्यक्ती करणारा लहानांत लहान घटक म्हणजे रूप.

एक किंवा अनेक रूपांनी युक्त असतो, तो शब्द. वाक्यात स्वतंत्रपणे येणारी रूपे म्हणजे निपात व वाक्यात स्वतंत्रपणे न येणारी रूपे म्हणजे संपात. तसेच स्वतंत्रपणे येणारे निपात व वाक्यात स्वतंत्रपणे न येणारे शब्द म्हणजे परतंत्र संपात.

या विचारामागील भाषावैज्ञानिक दृष्टी स्पष्टपणे लक्षात येते. पारंपरिक मराठी व्याकरणाची परिभाषा योजून हा तक्ता पुढीलप्रमाणे सांगता येईल :

रूप (शब्द व प्रत्यय)

- निपात
  (शब्दयोगी अव्यये वगळून इतर अव्ययजाती)
- संपात
  - स्वतंत्र
    १) नाम-सर्वनामादींची प्रत्ययान्त व शब्दयोगी अव्ययान्त रूपे
    २) धातूंची आख्यातप्रत्ययान्त रूपे
  - परतंत्र
    सर्व प्रत्यय व शब्दयोगी अव्यय

'मराठी व्याकरण : वाद आणि प्रवाद' (१९८७) या डॉ. कृष्ण श्रीनिवास अर्जुनवाडकरांच्या ग्रंथामागे प्रामुख्याने १९७०च्या दामले यांच्या शास्त्रीय मराठी व्याकरणाच्या संपादनकार्याच्या निमित्ताने मराठी व्याकरणाचा केलेला सखोल चिकित्सक व्यासंग जाणवतो. भाषेतील बोलण्याच्या रूपाला प्रमाण मानावे, हे मत सांगताना त्यांनी केलेल्या, ''पाणिनीय व्याकरणाचा निकष उच्चारगत भाषा हा आहे.'' (पृ. ५२) व ''मराठी व्याकरण हे असं लेखणीचा कृत्रिम वातावरणात लहानाचं मोठं झालं आहे.. मराठी व्याकरणातले पुष्कळसे वाद लिखित रूपांमधूनच उद्‌भवले आहेत.''(पृ. ६०) या विधानांवरून 'वाद आणि प्रवाद'मधील विचारदृष्टीचा रोख लक्षात येतो. ध्वनिविचार हा व्याकरणाचा विषय नाही, हे स्पष्ट करताना ते लिहितात, ''पाणिनीय व्याकरणात विचार आहे तो ध्वनींचा नव्हे, तर ध्वनींच्या विकृतींचा म्हणजे संधीचा'' (पृ. ३३). याच संधींचा आधार घेऊन ते ऐ, औ यांना स्वर मानतात. अर्थभेदकता या स्वनिम निकषांच्या आधारावर ह्स्व-दीर्घतेचे समर्थन करतात. संस्कृत वर्णमालेत नसलेल्या (कण्या, दऱ्या, पन्हे इत्यादींमधील) पूर्वाक्षरावर आघात न घेणाऱ्या उच्चारणांना 'आघातरहित संयुक्त व्यंजने' मानतात. लेखनात अशा मराठी उच्चारणांना स्वतंत्र लेखाकार नसण्याचे कारण, तेही डॉ. मंगरूळकरांप्रमाणेच 'संस्कृत लिपीचा मराठीने केलेला स्वीकार' (पृ. ८८) हेच देतात.

शब्दजातीचे प्रकृतिवर्गात - १) धातू, २) नामिक व ३) शेष असे तीन; तर पदवर्गात - १) आख्यातान्त, २) विभक्त्यन्त व ३) अव्यय असे तीन विभाग देतात. विभक्तिव्यवस्थेत ते फक्त द्वितीया, पंचमी संबोधन गाळतात. आख्यातव्यवस्थेत दामले यांना अनुसरतात. संयुक्त क्रियापदातील कृदन्ताची सोय लावण्यासाठी 'वाक्यात अव्ययही कर्ता-कर्म ठरविण्यात अडचण येणार नाही', असा पर्याय निवडतात. उदा.– 'मला पोहता येते' – 'पोहता' कर्ता; 'मी पोहू शकतो'– पोहू कर्म; 'त्याला रडू आले'- रडू कर्ता– अशी ही सोय स्वीकारतात.

'मराठी व्याकरणविवेक '(१९९०) या प्रा. माधव आचार्यांच्या ग्रंथातील विवेचनात ''व्याकरणातील समस्यांची सोडवणूक करताना... डॉ. अर्जुनवाडकरांच्या 'वाद-प्रवाद'मधील मतांचे अनुसरण सर्वाधिक दिसेल. मात्र एखाद दुसऱ्या विषयाबाबत मी माझी वेगळी मतेही नोंदविली आहेत.'' (प्रस्तावना) असे म्हटले आहे. डॉ. अर्जुवाडकरांच्या स्वतंत्र शुद्धलेखनाचे अनुसरण डॉ. आचार्यांनी आपल्या ग्रंथात केलेले नाही, हे वेगळेपण मात्र प्रथमदर्शनी दिसते. तसेच त्यांच्या २००१च्या याच ग्रंथाच्या आवृत्तीत प्रास्ताविकच नसल्याने 'डॉ. अर्जुनवाडकरांच्या मतांच्या सर्वाधिक अनुसरणाचा' उल्लेखही नजरेआड गेला आहे. मात्र ''ज्या भाषेचे व्याकरण लिहावयाचे, तिचे स्वतंत्रपणे निरीक्षण करून रूपप्रवृत्ती शोधल्या पाहिजेत.'' (१९९०ची आवृत्ती, पृ.७) ही विचारदृष्टी आणि संयुक्त क्रियापद न मानल्यामुळे त्यासाठी कृदन्तांना कर्ता-कर्म मानण्याची दृष्टी या नव्या आवृत्तीत कायम आहे.

'मराठी व्याकरणाचा इतिहास' हा १९९२ मधील डॉ. कृष्ण श्रीनिवास अर्जुनवाडकरांचा 'मराठीचा व्याकरणेतिहास' दामले यांच्या व्याकरणकार्याचे स्मरण करून देणारा 'संदर्भग्रंथ' आहे. भाषावैज्ञानिक विचारसरणीचा प्रभाव स्थिरावण्याच्या या कालखंडातील (१९५०-२०००) उत्तरार्धात, जवळजवळ पावणेदोनशे वर्षांच्या मराठी व्याकरणाचा इतिहास लिहिला जात आहे, ही मराठी पारंपरिक व्याकरणांच्या क्षेत्रातील एक लक्षवेधी घटना आहे. सन १९९० पर्यंतच्या १०९ मराठी व्याकरणांचा परामर्श या ग्रंथात घेतलेला आहे. जवळपास ३५० ते ४००च्या पृष्ठसंख्येच्या या ग्रंथात १९५० ते १९९० पर्यंतच्या मराठी व्याकरणांच्या विवेचनाला साधारणपणे ७० पृष्ठे मिळालेली आहेत. प्रारंभापासूनच्या मराठी व्याकरणेतिहासाच्या या वाटचालीत या ग्रंथांनी घातलेली भर ही लेखकाने प्रकरणांना दिलेल्या 'पाऊलवाट', 'दादोबांचा राजमार्ग', 'ऊहापोहाचा आखाडा' यांसारख्या शीर्षकांवरून लक्षात येऊ शकते. महत्त्वाच्या व्याकरणकारांच्या विवेचनासाठी दिलेल्या पृष्ठसंख्येवरूनही त्यांची मराठी व्याकरणविश्वाची मूल्यमापनदृष्टी प्रत्ययास येते. दादोबा पांडुरंग (४१ ते ८१) = ४१, कृष्णशास्त्री चिपळूणकर (८२ ते ९८) = १७, रामचंद्र भिकाजी गुंजीकर

(१६१ ते १७७) = १७ इत्यादी. पण मोरो केशव दामले, वि. का. राजवाडे यांना मात्र (२१२ ते २३०) = १९ पृष्ठसंख्येत बसविले आहे. मात्र, मराठी व्याकरणक्षेत्रात ते दामले हा एक टप्पा मानत असल्याचे दिसते. ''(कृष्णशास्त्री) गोडबोले हे दामल्यांच्या दोघा मुख्य धनकोंपैकी एक आहेत. दुसरे धनको दादोबा... या दोघांच्या व्याकरणातील सामग्रीनं दामल्यांच्या व्याकरणाचा निम्मा भाग भरला आहे.'' (पृ. १०४) व ''आगरकरांच्या लेखनाचे हे सगळे गुण-दोष मोरो केशव दामल्यांनी त्यांना गुरुस्थानी मानून उचलले असावेत, असा दाट संशय येतो.'' (पृ. १३६) यांसारखी दामले यांच्यासंबंधीची या ग्रंथातील विधाने याची निदर्शक आहेत. इतिहासलेखनाला ही दृष्टी आवश्यक असते.

डॉ. अर्जुनवाडकरांची प्रत्येक व्याकरणाकाराच्या कार्याचे मूल्यमापन करण्याची पद्धतीही लक्षात घेण्यासारखी आहे. दादोबांच्या विचारांचे खंडन करणाऱ्या चिपळूणकरांच्या शब्दांत ते दादोबांच्या कार्याचे मूल्यमापन देतात. ''दादोबांनी... पायाभरणी केली. पुढच्या वैयाकरणांना चांगली पीठिका तयार करून ठेवली.'' (पृ. ८०), त्याबरोबरच ''चिपळूणकरांनी व्याकरण हे भाषाशास्त्राशी समव्याप्त मानलं'' (पृ. ९८) असे सांगून त्यांच्या परिणामातून आलेले कृष्णशास्त्री गोडबोले - ''व्याकरण हे व्याकरण म्हणून न पाहता मराठीचं एक जुनं भाषाशास्त्रीय अध्ययन म्हणून पाहणं अधिक उचित होईल.'' (पृ. १०३) या दोषाकडेही लक्ष वेधतात. रामचंद्र भिकाजी जोशी यांच्या 'प्रौढबोध व्याकरणा'संबंधी ''मराठी व्याकरणावरचं गेल्या शतकातलं सगळ्यात भंपक पुस्तक असा किताब जर एखाद्या पुस्तकाला द्यायचा झाला, तर तो जोश्यांच्या 'प्रौढबोधाला'च द्यावा लागेल.'' (पृ. १४७), म. पां. सबनीसांच्या संदर्भात ''सबनीसांचं प्रतिपादन म्हणजे इथून-तिथून सगळा अनर्थ आहे. या प्रतिपादनाचा सुसंगत अर्थ लावून दाखविणाऱ्याला वाटेल तेवढं मोठं बक्षीस द्यावयास हरकत नाही.''(पृ. २५९) असे म्हटले आहे. स्वतःच्या 'मराठी व्याकरण : वाद-प्रवाद'बद्दल ''विचार करणं या प्रक्रियेच्या सर्व कक्षांचं भान ठेवून केलेले एक प्रात्यक्षिक... प्रथिनसंपन्न आहार.''(पृ. २८९) असे म्हटले आहे. महत्त्वाच्या काही व्याकरणग्रंथांवरील वरील प्रकाराच्या सारभूत निकर्षांवरूनही डॉ. अर्जुनवाडकरांच्या व्याकरणेतिहासाचे कार्य स्पष्ट होऊ शकेल.

आपल्या या ग्रंथात डॉ. अर्जुनवाडकरांनी व्याकरणप्रवेशिका-भाषाप्रवेशिकांचाही आढावा घेतला आहे. ''...वास्तवाला दुरावलेला मराठी व्याकरणाचा गाडा वास्तवाच्या मार्गावर... (येण्याची)... प्रेरणा अलीकडच्या भाषाप्रवेशिकांमधून आणि आधुनिक भाषाविज्ञानाच्या अभ्यासातून मिळालेली असेल. आधुनिक भाषाविज्ञानाला पाणिनीकडून प्रेरणा मिळाली म्हणतात.'' (पृ. ३८५) लेखकाच्या दृष्टिकोनाचं स्पष्टीकरण यावरून मिळते.

‘मराठी भाषा : भाषाशास्त्र आणि व्याकरण’ हा १९९९ मधील नागपूरच्या डॉ. विजय इंगळेंचा ग्रंथ हा या कालखंडातील शेवटचा ग्रंथ आहे. ‘‘तात्त्विक, ऐतिहासिक, वर्णनात्मक, बोली व व्याकरण या साऱ्या भूमिकांतून वावरणारा हा एक ग्रंथ आहे.’’ ही या ग्रंथलेखनामागील भूमिका आहे. यातील ३२२ ते ४२० या पृष्ठसंख्येत त्यांनी मराठी व्याकरणाचा विचार मांडला आहे.

१) ‘‘स्वातंत्र्योत्तर काळातील बव्हंशी (मराठी व्याकरण) ग्रंथ समीक्षणात्मक... किंवा शालेय आहेत’’ (पृ. ३३०) हे त्यांचे या कालखंडातील मराठी व्याकरणविषयक ग्रंथलेखनासंबंधीचे अवलोकन आहे.

२) ‘‘भाषा पहिले की व्याकरण पहिले, असल्या पोरकट गोष्टींची चर्चा करणे किंवा त्यांची दखल घेऊन वासलात लावणे हे दोन्ही प्रकार’’ त्यांना अप्रस्तुत वाटतात. (पृ. ३२५).

३) ‘‘वाक्यमीमांसा हा व्याकरणाचा विषयच नाही, अशी ठाम शास्त्रोक्त भूमिका घेणारे अर्जुनवाडकर नवलकरांच्या ‘वाक्यमीमांसे’चा विचार व्याकरणात करतात,’’ हे त्यांना खटकते (पृ. ३२९).

४) ‘‘अर्जुनवाडकरांचे व्याकरण ‘फटी’ उत्तम दाखवून देते. विभक्तिचर्चेत मंगरूळकरांनी अन्वय-व्यतिरेक पद्धती शास्त्रनिष्ठ ठेवण्याचा प्रयत्न केला आहे... लद्दू या जेव्हा प्रत्यय-रूपबंधादी तपासतात, तेव्हा त्यांनी अवलोकनाचा अवलंब केला आहे.’’(पृ. ३३१)

या त्यांच्या विधानांवरून मराठी व्याकरणविचारात त्यांना अवलोकन, निरीक्षण व त्या आधारे निष्कर्ष (व आराखडे) द्यायचे आहेत, हे लक्षात येते. त्यांच्या या विवेचनात डॉ. मंगरूळकर व डॉ. अर्जुनवाडकर यांच्या विचारांचा परामर्श घेण्यावर भर आहे. मात्र, इ. स १९८७ नंतरच्या मराठी व्याकरणाची दखल त्यांच्या या विवेचनात नाही. संदर्भ देण्याची पद्धतीही अपुरी आहे.

शब्द, नामादी शब्दजाती, विभक्ती, आख्यात, पदान्वय यांच्या संदर्भातील विपुल उदाहरणे देत त्यांनी आपली मते स्पष्ट केली आहेत. विशेषत: विभक्तिप्रत्यय व शब्दयोगी अन्वये यांची समान कारकार्थे, क्रियाविशेषण कार्य व ती शब्दजाती, तसेच संयुक्त क्रियापद मानण्याची आवश्यकता असे त्यांच्या मतांचे वेगळेपण सांगता येईल. या विचारांच्या पार्श्वभूमीवर ते भाषावैज्ञानिक चौकटीत मराठी व्याकरण बसविण्याचा प्रयत्न करीत आहेत, हा या ग्रंथाचा विशेष आहे.

मराठीतील काही प्रमुख व्याकरणकारांची ही जुजबी ओळख इथे पूर्ण झाली. यांतील प्रत्येक व्याकरणकाराने आपापल्या विचारांप्रमाणे, व्याकरणविषयक कल्पनांप्रमाणे मराठीला व्याकरणाच्या ‘आळ्यात’ आणण्याचा प्रयत्न केला. दीडशे वर्षांतील

तिच्या बदलत्या रूपांमुळे मराठी व्याकरणातही बदल झाला. व्याकरणाकडे बघण्याची भूमिका बदलली, तसतशी शास्त्रदृष्टी अधिकाधिक प्रगल्भ होऊ लागली. जुन्याच्या चुका दाखविताना व्याकरणाला आकार येऊ लागला. ही प्रगती मंदगतीने आहे; पण आजच्या मराठी व्याकरणाची तिने पायाभरणी केली आहे, हे लक्षात घ्यायला पाहिजे.

❖

मराठी व्याकरणाची तात्त्विक जडण-घडण

(१) प्रास्ताविक, (२) इंग्रजी व्याकरणाचा परिणाम, (३) संस्कृत व्याकरणाचा परिणाम, (४) मराठीच्या व्याकरणाची पुनर्रचना, (५) शालेय व्याकरणे, (६) समारोप.

---

१. प्रास्ताविक

कोणतीही भाषा आपल्या जन्माबरोबरच आपली रचना घेऊन अवतरत असते. तिची रचना लक्षात घेऊन रचलेली व्याकरणाची पुस्तके मात्र भाषेनंतर किती तरी वर्षांनी लिहिली जात असतात. प्रामुख्याने, भाषेला जेव्हा ग्रांथिक रूप लाभते, स्थिरता प्राप्त होते, तिच्यामध्ये ललित व शास्त्रीय लेखनाचे प्रमाण वाढू लागते; तेव्हा तिच्या व्याकरणाचे लेखन करणारी पुस्तके-ग्रंथ यांची रचना करण्याची गरज निर्माण होते. जेव्हा शास्त्रीय स्वरूपाच्या लेखनामुळे व सरकारी पातळीवरच्या स्थानामुळे काटेकोर अर्थव्यक्तीची गरज निर्माण होते, तेव्हा त्या भाषेची रचना समजून घेण्याची व समजावून देण्याची आवश्यकता भासते. म्हणून कोश, व्याकरण, व्युत्पत्तिशास्त्र, ध्वनिशास्त्र, अर्थशास्त्र इत्यादी भाषिक ग्रंथ शास्त्रीय दृष्टीने रचले जातात. हे व्याकरणग्रंथ केवळ भाषेचे वर्णन करणारे नसतात, तर तिच्या व्यवस्थेचे तात्त्विक विश्लेषण करण्याची क्षमता त्या ग्रंथांमधून जाणवते. मात्र, हे ग्रंथ आणि भाषा शिकण्याची 'भाषाप्रवेशिके'सारखी केवळ शालेय पातळीवरची व्याकरणे यांच्यामध्ये असलेला फरक लक्षात घ्यावा लागतो. मराठीच्या प्रारंभीच्या काळी महानुभावी ग्रंथकारांनी रचलेली व्याकरणे आणि पोर्तुगीजांनी धर्मप्रसाराच्या हेतूने सामान्य मिशनरी-मंडळींसाठी रचलेली व्याकरणे ही भाषाप्रवेशिकेसारखी आहेत.

या दृष्टीने मराठीचा विचार करू लागले, तर काय दिसते? ज्या संस्कृतशी संघर्ष करून, पण तिचाच आदर्श समोर ठेवून मराठी भाषा विकसित होत होती;

त्या संस्कृतला असलेली भाषिक परंपरा मराठीने इंग्रजपूर्व काळामध्ये का अनुसरली नाही, याबद्दल विचार व्हायला पाहिजे. (१) मध्ययुगीन कालखंडामध्ये मराठीतील ललित लेखन विपुल आणि दर्जेदार असले, तरी शास्त्रीय पातळीवरचे लेखन कमी प्रमाणात आहे. (२) शिवाय जवळजवळ सर्वच ललित साहित्य पद्यस्वरूपी आहे. आणि (३) मराठीला शासकीय पातळीवर मानाचे स्थान कधीही मिळालेले नाही. शिवाजीच्या काळामध्ये ते स्थान संस्कृतला होते व पेशवाईत ते स्थान फारसी भाषेला होते. व्याकरणाची किंवा भाषाशास्त्रीय ग्रंथांची गरज निर्माण व्हावी अशी परिस्थितीच नसल्याने, मध्ययुगीन मराठी वाङ्मयाच्या कालखंडामध्ये व्याकरणे रचली गेली नसावीत.

जी काही रचना 'व्याकरण' या शीर्षकाखाली केलेली आढळते, ती महानुभावी पंडित ग्रंथकारांनी रचलेली आहेत. लीळाचरित्रकार माहिमभट्ट, कवीश्वर भास्करभट्ट बोरीकर, केशव सूरी अथवा केशोबास, वच्छहरणकर्ता दामोदर पंडित, आनेराज व्यास व भीष्माचार्य या महानुभावी ग्रंथकारांनी रचलेल्या व्याकरणांपैकी भीष्माचार्यांच्या 'पंचवार्तिका'चा अपवाद वगळल्यास इतर पुस्तकांना व्याकरण म्हणता येणे कठीण आहे. 'पंचवार्तिका'त संस्कृतच्या धर्तीवर का होईना, भीष्माचार्यांनी मराठीचा विचार केलेला आहे. मध्ययुगीन कालखंडात या महानुभावी पंडितांव्यतिरिक्त समर्थशिष्य गिरिधरस्वामींचे 'व्याकर्ण' उल्लेखिलेले दिसते. पण ते संस्कृत भाषेचे आहे, मराठीचे नाही.

या महानुभाव पंथालाच व्याकरणसदृश लेखनाची गरज का भासली असेल? मराठीच्या प्राथमिक काळात गद्यलेखन करणाऱ्या या पंथाने मराठीला धर्मभाषा मानलेली आहे. तिला सर्वतोपरी संस्कृतचा दर्जा प्राप्त करून देण्यासाठी टीका, ललित साहित्य, तत्त्वज्ञान, आध्यात्मिक, भक्तिपर, गद्य, पद्य, दीर्घ, प्रदीर्घ, स्फुट इत्यादी अनेक प्रकारचे लेखन या पंथाने जाणीवपूर्वक केलेले आहे. संस्कृतची व्याकरणपरंपरा ही त्यांना अनुकरणीय वाटली असावी. व्याकरण व गद्यलेखन यांचा परस्परसंबंधही लक्षात येण्यासारखा आहे. म्हणून व्याकरणसदृश भाषास्वरूप आकलन करण्याचा प्रयत्न या पंथाने केला असावा.

याव्यतिरिक्त याच कालखंडामध्ये फादर स्टीफन्ससारख्या पोर्तुगीज धर्म-प्रसारकानेही कोकणीचे व्याकरण रचले आहे, पण ते पोर्तुगीज भाषेमध्ये आहे. त्या व्याकरणाचा उद्देश सामान्य मिशनऱ्यांना धर्मप्रसाराच्या दृष्टीने त्या प्रदेशातील लोकांची बोलण्यातील भाषा बोलता यावी, हा आहे. 'ग्रामतिका मराश्त' हेही वसईकडील कोकणीचे व्याकरण याच प्रकारचे आहे. त्यांना व्याकरणे म्हणण्यापेक्षा 'भाषाप्रवेशिका' म्हणणे अधिक सयुक्तिक आहे. या दोन्ही व्याकरणांनी 'बोलण्या'तील रूपांना प्रमाण मानणे स्वाभाविक आहे. कारण भाषा बोलता येणे, एवढाच हेतू ठेवून

ती रचलेली आहेत. बोलण्यालाच प्रमाण मानावे; कारण ते भाषेचे मूळ स्वरूप असते, लेखन हे दुय्यम स्वरूप– अशा प्रकारचा विचार या त्यांच्या 'बोलण्या'ला प्रमाण मानण्यामागे नाही.

नंतरच्या मराठी व्याकरणांना बराच काळपर्यंत या व्याकरणांचा परिचयही नव्हता. त्यामुळे व्याकरणलेखनाच्या संदर्भात त्यांचा कोणताही परिणाम मराठीवर नाही.

सर्वच प्रादेशिक भाषांमध्ये व्याकरणरचना करण्याला इंग्रजांनी प्रवृत्त केले. मराठी व्याकरणरचनेचा प्रयत्न इंग्रजांच्या राजवटीत इंग्रजांच्या प्रेरणेने झाला, ही वस्तुस्थिती लक्षात घ्यायला पाहिजे. विल्यम कॅरी, मेजर कँडी यांच्या प्रोत्साहनाने, प्रेरणेने व प्रयत्नाने हा प्रारंभ झाला. शालेय पातळीवर इंग्रजीच्या धर्तीवर मराठीच्या अध्ययनासाठी व्याकरणाची आवश्यकता नव्या शिक्षणपद्धतीमध्ये निर्माण झाल्याने मराठी व्याकरणरचनेचा श्री गणेशा झाला.

संस्कृतमध्ये व्याकरणाची एवढी भव्य परंपरा असूनही एकट्या वेंकटस्वामी-माधवाव्यतिरिक्त कोणत्याही व्याकरणकाराला आदर्श म्हणून संस्कृतची परंपरा का आठवली नाही? संस्कृतपरंपरेबद्दलचे मराठी व्याकरणकारांचे अज्ञान, की संस्कृतचे अनुकरण करणे कालबाह्य ठरले होते? की, इंग्रजी व्याकरणाच्या आदर्शाची नव्या शिक्षणपद्धतीच्या निमित्ताने शासनाने केलेली सक्ती? कारणे कोणतीही असोत; इंग्रजी व्याकरणाच्या चष्म्यातून मराठीचे अवलोकन, निरीक्षण व विवेचन–विश्लेषण होऊ लागले. पण मराठी स्वरूपतः संस्कृतला जवळची असल्याने, तिच्या वर्णविचारापासून ते थेट प्रयोगापर्यंत संस्कृत व्याकरणाचा प्रभाव तिला नाकारता येणे शक्यच नव्हते. म्हणून ज्या घटकांच्या विचाराला इंग्रजीचे व्याकरण अपुरे ठरू लागले, तिथे मराठीने संस्कृत व्याकरणाकडे मोर्चा वळविला.

संस्कृतची व्याकरणव्यवस्था पूर्णतया परिचित असलेले मराठी व्याकरणकार कमी आहेत. उदा.– संस्कृतमध्ये शब्दांच्या जाती किती याची माहिती असली, तरी त्या मानण्यामागील दृष्टिकोन माहीत होताच, असे नाही. पुष्कळदा स्वदेश व स्वभाषा यांच्या अभिमानाचा पगडा प्रभावी होऊन मराठीवर संस्कृत व्याकरण 'बसते' करण्याचा त्यांनी प्रयत्न केला असावा, असे वाटते.

एका गोष्टीत मात्र संस्कृतचे अनुकरण करणे त्यांना शक्य नव्हते. संस्कृत व्याकरण सांगण्याच्या पद्धतीने मराठी व्याकरण रचणे, हे कालबाह्य ठरले असते. त्यामुळे व्याकरण रचण्याची पद्धती संपूर्णपणे इंग्रजी धर्तीवर नेण्याशिवाय पर्याय नव्हता. व्याख्या, उदाहरणे, नियम, अपवाद, उपनियम अशा पद्धतीची इंग्रजीची शालेय पातळीवरची व्याकरणे हीच या सगळ्या– शालेय व तात्त्विक– व्याकरणाची आदर्श होती. तात्त्विक चर्चा-विवेचन करणारी मराठीतील व्याकरणेही याच पद्धतीचा

स्वीकार करतात. जेस्पर्सनच्या 'फिलॉसॉफी ऑफ् ग्रामर'सारखी रचनापद्धतीही त्यांच्या नजरेसमोर नव्हती, तिथे पाणिनीय रचना त्यांनी अनुसरणे अशक्यच होते. मराठी व्याकरणाला संस्कृतवळणावर नेऊ पाहणाऱ्या पंडिती व्याकरणकारांचाही यापुढे नाइलाज होता.

या दोन्ही भाषांच्या प्रभावाचे एक ऋण मान्य करायला पाहिजे. एकीकडे इंग्रजी शालेय व्याकरणाचा आदर्श आणि दुसरीकडे संस्कृत व्याकरणांचा पारिभाषिक संज्ञांचा असलेला प्रभाव, यामुळे मराठी व्याकरणांमध्ये तौलनिक दृष्टीने विचार करण्याची जाणीव थोडी–फार आलेली दिसते. त्यामधूनच मराठीच्या नेमक्या स्वरूपाची, तिच्या नेमक्या विशेषांची दखल घेण्याइतकी काही स्थळे काही व्याकरणांमध्ये आढळतात.

२. इंग्रजी व्याकरणांचा परिणाम

सन १८०५ पासून सुरुवात झालेल्या मराठी व्याकरणाच्या प्रवाहाला आज उणीपुरी दोन शतकांची कालमर्यादा लाभलेली आहे. या कालमर्यादेमध्ये भाषाविषयक समजामध्ये आणि भाषाविषयक दृष्टिकोनामध्ये वेळोवेळी बदल झालेले आहेत. व्याकरणाकडे बघण्याच्या दृष्टिकोनातही वेळोवेळी अनेक स्थित्यंतरे झालेली आहेत. (१) भाषा प्रमुख की व्याकरण प्रमुख? (२) भाषेच्या कोणत्या स्वरूपाला व्याकरणाने प्रमाण मानावे? (३) व्याकरणाची व्याख्या काय? (४) शुद्धाशुद्ध सांगण्याचे कार्य व्याकरणाने करावे की नाही? (५) व्याकरणाच्या कक्षेत कोणते भाषिक विषय येतात? (६) व्याकरण हे शब्दशास्त्र की वाक्यशास्त्र? (७) व्याकरण शिकण्याचे हेतू कोणते? –यांसारख्या अनेक प्रश्नांबाबत व्याकरणकारांची व व्याकरणसमीक्षकांची भूमिका बदलत गेली. शालेय पातळीवरील इंग्रजी व्याकरणांची भूमिका बदलत नसतानाही मराठी व्याकरणकारांनी हा विचार करायला केलेला प्रारंभ विकासाचा द्योतक आहे. तरीही या स्थित्यंतरांपैकी बहुतांशी स्थित्यंतरे मराठीत इंग्रजीच्या मार्गाने आलेली आहेत, हे विसरून चालणार नाही. आजही व्याकरण, भाषाविज्ञान या क्षेत्रांमध्ये इंग्रजी विचारसरणीचा मराठीवर असलेला परिणाम व प्रभाव टाळता येण्यासारखा नाही. मराठीचे वर्णनात्मक व्याकरण लिहिण्याचे प्रयत्न आज 'इंग्रजीला वाट पुसत'च होत आहेत, शालेय पातळीवरील 'कार्यात्मक व्याकरणा'ची वाट इंग्रजीला विचारतच होते आहे.

प्रारंभीच्या काळातील मराठीच्या व्याकरणकारांसमोर इंग्रजी व्याकरणांव्यतिरिक्त दुसरा आदर्श नव्हता. म्हणूनच 'संस्कृताध्ययनबलेकरून' सिद्ध केलेल्या मराठीच्या व्याकरणावर संस्कृतपेक्षा इंग्रजीचाच प्रभाव अधिक दिसतो. संस्कृत जाणकार

पंडितांच्या साह्याने तयार झालेल्या व्याकरणाची ही अवस्था; तर उघड-उघड इंग्रजी प्रमाण मानून रचलेल्या मराठी व्याकरणांची स्थिती कशी असेल, ते जाणता येईल. इंग्रजी भाषा, वाङ्मय, व्याकरणादी शास्त्रीय ग्रंथरचनांची पद्धती हे केवळ आमचे आदर्श होते असे नाही, तर आदराचे विषय होते. या आदरामध्ये केवळ राजसत्ता म्हणून आदर नव्हता, तर ज्ञानभांडार व आधुनिकता यामुळे हा आदर निर्माण झालेला होता. स्वभाषेकडे पाहण्याची एक नवी दृष्टी मिळत होती. शिवाय व्यावहारिक पातळीवरही या लेखनाला मोल येत चालले होते. म्हणूनच मराठीच्या व्याकरणाला या वळणावर नेता येणे हे एक प्रकारचे गरजेपोटी निर्माण झालेले आव्हान होते. शालेय-महाविद्यालयीन शिक्षणासाठी अशा लेखनाला मागणी होती; त्यामध्ये स्पर्धाही होती. शासकीय पातळीवर संमती मिळवून घेण्यासाठी आणि या स्पर्धेमध्ये यश मिळविण्यासाठी मराठीचे स्वरूप समजून घेणे व विश्लेषण करणे, त्याचे नियम बांधणे ही एक गरज ठरत होती. उदाहरणार्थ– दादोबांच्या मराठीच्या व्याकरणासंबंधात जांभेकर-कँडीची मते, दादोबांनी त्यावर केलेला प्रतिवाद यासाठी मराठीचे विशेष लक्षात घ्यावे लागत होते. ('जेणेंकरून', 'तेणेंकरून' ही दादोबांनी मान्य केलेली रूपे आणि 'ज्याणेंकरून', 'त्याणेंकरून' ही जांभेकरांनी सुचविलेली रूपे, त्यावर दादोबांचे मत.) अशा अनेक प्रसंगांमध्ये मराठीच्या प्रकृतीचे ज्याला जमेल तसे आकलन करून नियमव्यवस्था सांगणे आवश्यक होते. यामधूनच मराठी व्याकरणाच्या शालेय पातळीवरील व्याकरण घटकांचे विश्लेषण सुरू झाले आणि तात्त्विक पातळीवरील व्याकरणलेखनाला आकार येऊ लागला. इंग्रजीत अशा प्रकारचे तात्त्विक लेखन इंग्रजीच्या संदर्भात केलेले आहे की नाही, याचा मागोवा फारसा कुणी घेतला नाही; तशी घेण्याची गरजही भासली नाही.

इंग्रजी व्याकरणाचा परिणाम लक्षात घेताना, मराठी शालेय पातळीवरील व्याकरणांवर झालेला परिणाम गृहीतच आहे. तात्त्विक पातळीवर मराठीचा विचार करणाऱ्या व्याकरणांवर असलेला परिणाम लक्षात घेणेही महत्त्वाचे आहे. हा परिणाम व्याख्येपासून जाणवतो. व्याकरण, वर्ण, शब्द, नामादी जाती इत्यादी सर्वांच्या व्याख्या इंग्रजीच्या साच्यातून केलेल्या आहेत. काही व्याकरणकारांची व्याकरणाची व्याख्या Grammar च्या व्याख्येवरून घेतलेली असल्यामुळे तिच्यात सदोषता आली. दादोबा, जोशी आदींच्या व्याकरणाच्या व्याख्या कशा सदोष आहेत, हे सिद्ध करताना गुंजीकर लिहितात,

"या सर्व व्याख्या व्याकरण या शब्दाच्या नसून त्या Grammar या शब्दाच्या आहेत. 'ग्रामा' म्हणजे 'अक्षर' किंवा 'लिहिणे', त्यावरून 'ग्रामर' म्हणजे लिहिण्याची व बोलण्याची विद्या. हा अर्थ मराठीतील व्याकरण शब्दाच्या व्याख्येमध्ये दिला

जातो, तो योग्य नाही. मराठीतील व्याकरण शब्दाची व्याख्या Grammar या शब्दाच्या व्याख्येपेक्षा वेगळी आणि स्वतःचा अर्थ प्रकट करणारी पाहिजे.'' (गुंजी., पृ. १९१)

या व्याकरणांसमोरची इंग्रजीची व्याकरणे केवळ लिखिताला प्रमाण मानणारी असल्याने व्याकरणाने लिखिताच्या भाषास्वरूपाचाच अभ्यास करायचा असतो, 'ग्रांथिक भाषा' हीच व्याकरणाच्या आळ्यात आणायची असते, हा दृष्टिकोन रूढ झाला. चिपळूणकरादी काही व्याकरणकारांनी 'पुणे प्रांतीची भाषा' प्रमाण असे म्हटले असले, तरी 'लिखित भाषेमध्ये नियमांची स्थिरता असते. लिखित व बोलणे यांच्यामध्ये नियमांच्या दृष्टीने फारसा भेदभाव नसतो' अशी भूमिका त्यांनीही स्वीकारलेली दिसते. इंग्रजी व्याकरणाने लिखिताला प्रमाण मानलेले आहे, याचाच तो प्रभाव दिसतो. एवढेच कशाला, नंतरच्या काळामध्ये जेस्पर्सन आणि भाषावैज्ञानिक यांच्या विचारान्वये, बोलण्यातील भाषा प्रमाण मानण्याकडे कल वळताच त्याचा प्रभाव लगेच मराठीवर जाणवायला लागला. इंग्रजीमधील विचारांचा हात धरूनच अजून मराठी व्याकरण, मराठी भाषाविज्ञान यांची वाटचाल होत आहे.

इंग्रजीतील Alphabet किंवा Letters यांच्यापेक्षा मराठीतील वर्णविचार वेगळा आहे. पण वर्णाची व्याख्या करताना इंग्रजीचा Letterचा प्रभाव पडल्यामुळे वर्णाचा ध्वनीशी असलेला महत्त्वाचा संबंध दुर्लक्षित होऊन त्याच्या लिपीमधील लेखाकाराचा विचार महत्त्वपूर्ण ठरू लागला. मराठीच्या क्, च्, ट्, त्, प् या पंचवर्गीय व्यंजनमालांपैकी द्वितीय व चतुर्थ व्यंजनाचा विचार लिपीच्या आधारे केला गेल्याने ती संयुक्त व्यंजने ठरू लागली. (आणि त्याला त्याच पातळीवर विरोधही होऊ लागला. - इंग्रजीचे 'च्' हे व्यंजन ch ने दाखविले जाते, त्याला संयुक्त व्यंजन का म्हणायचे नाही? आणि 'फ्' हे व्यंजन रोमन लिपीमध्ये ph व f अशा दोन्ही प्रकारे होऊ शकते, मग त्याचा समावेश कोणत्या वर्गवारीत करायचा?)

प्रत्येक लिपी त्या-त्या भाषेच्या दृष्टीने परिपूर्ण होण्याचा प्रयत्न करीत असते. तिचा निकष घेऊन दुसऱ्या भाषेतील वर्ण निश्चित करणे, हा आणखी एक दोष मराठी वर्णमालेला चुकीच्या मार्गावर न्यायला कारणीभूत ठरला. पण मुख्य म्हणजे, वर्णनिकष हा लेखाकारावरून ठरवायचा नसतो, ही जाणीव न व्हायला इंग्रजीची शालेय व्याकरणे कारणीभूत ठरतात.

(१) या मार्गाने वर्णमालेचा विचार होऊ लागल्याने पंचवर्गीय द्वितीय-चतुर्थ व्यंजनांना संयुक्त व्यंजने समजून त्यांना वर्णमालेत स्थान नाकारावे, असे मत अनेक

व्याकरणकारांनी मांडले. इंग्रजी भाषाविज्ञानाच्या अभ्यासातूनच जेव्हा 'मूलध्वनी' ही कल्पना मराठीत रुजली, तेव्हा ध्वनी व वर्ण यांची सांगड घालून मूलध्वनी हा वर्णनिकष मानला जाऊ लागला. वर्णविचार लिखिताकडून ध्वनीकडे वळला (तोही इंग्रजीतील विचारांच्या आधारेच!), पण लिखिताकडून ध्वनीकडे सरकूनही मराठी वर्णांचा विचार वर्णमालेला न्याय देऊ शकला नाही; कारण ध्वनीच्या आधारेही ही पंचवर्गीय द्वितीय-चतुर्थ व्यंजने 'वर्ण' ठरू शकली नाहीत.

पंचवर्गीय द्वितीय-चतुर्थ व्यंजनांमध्ये 'ह' हा ध्वनी (महाप्राण) मिश्रित झालेला असला, तरी ती संयुक्त व्यंजने ठरत नाहीत; कारण त्यांच्या पूर्वाक्षरावर आघात येत नाही. ही व्यंजने संयोगाभास आहेत. कोणत्याही व्यंजनामध्ये जसा कोणताही स्वर मिसळू शकतो, तसा इथे 'ह्' मिसळलेला आहे, हे त्यांच्या उच्चारांवरून स्पष्ट होते.

इंग्रजीच्या प्रभावाच्या या परिणामातून सुटायला मराठी व्याकरणाला फार वेळ लागला. अजूनही संयुक्त व्यंजने आणि संयोगाभास या कल्पनांमधील फरक स्पष्ट झालेला नसल्याने 'ह्'प्रमाणेच 'यकार'मिश्रित संयोगाभासांचा समावेश (लेखाकारांमुळे) संयुक्त व्यंजनांमध्ये केला जातो.

(२) इंग्रजी लिपीमध्ये मराठीतील तालव्य च्, ज्, झ् आणि दंततालव्य च्, ज्, झ् यांचे स्वतंत्र लेखाकार नाहीत. त्यामुळे या समान दिसणाऱ्या इंग्रजीतील लेखाकारांना या दोन उच्चारणांतील वेगळेपणा लेखाकारांतून व्यक्त करता येणे शक्य नव्हते. मराठीच्या लिपीमध्येही ही दोन प्रकारची उच्चारणे एकाच लेखाकारांनी दाखविली जात होती. त्यामुळे 'मराठीमध्ये च्, ज्, झ् यांचे दोन उच्चार आहेत', असे काही व्याकरणामध्ये सांगितलेले आढळते. इंग्रजीच्या लिखिताचा मराठीच्या वर्णांवर असा प्रभाव गाजवत असल्याने मराठी वर्णमालेचा विचार लेखाकाराच्या आधारे कसा होऊ लागला, हे यावरून स्पष्ट होते.

(३) अनुनासिके, बिंदू (विसर्ग) यांच्या संदर्भातही याच प्रकारे रोमन लिपी-मधील लेखाकारांचा परिणाम आहे. रोमन लिपीमध्ये N व M ही दोनच चिन्हे अनुनासिके व्यक्त करण्यासाठी आहेत. मराठीत त्यासाठी (१) बिंदू व (२) परसवर्णांच्या मार्गाने ङ्, ञ्, ण्, न्, म्, अशी चिन्हे देवनागरी लिपीमध्ये आहेत. त्यातही बिंदूच्या साह्याने मराठीतील अनुस्वार, अनुनासिके (खणखणीत उच्चार व नासिक्य उच्चार) असे दोन्ही उच्चार दाखविता येतात. या सगळ्या विविधतेचे विश्लेषण करताना मराठी व्याकरणकारांचा गोंधळ उडालेला दिसतो. बिंदू हा स्वर म्हणायचा तर त्याला इंग्रजीत लिपीचा आधार नाही, व्यंजन म्हणायचे तर संस्कृतमध्ये त्याचा समावेश स्वरामध्ये केलेला आहे. या संभ्रमामधून केवळ लिखितातील एक चिन्ह असलेल्या बिंदूने मराठी व्याकरणकारांना किती विचार करायला लावले, त्याचे प्रात्यक्षिक दामलेंच्या व्याकरणात दिसते.

शब्द व शब्दजाती

शब्द व शब्दजातींच्या व्याख्या इंग्रजीच्या आधारे दिलेल्या आढळतात. संस्कृतमध्ये किती शब्दजाती मानल्या जातात, याचीही माहिती पुष्कळशा व्याकरणकारांना नाही. म्हणूनच दामलेंसारखे व्याकरणकार सर्व भाषांमध्ये शब्दजातींची संख्या केवळ आठच आहे असे समजतात, हा त्यांच्यावरचा इंग्रजीचा प्रभाव आहे.

इंग्रजीमधील 'शब्दा'ची व्याख्या 'अर्थ असणे' यावर भर देते. 'अर्थ असणे' व 'स्वतंत्र उपयोग असणे' या दोन्ही विशेषांचा स्वतंत्र उल्लेख करण्याची इंग्रजीला गरज नाही. पण मराठीत शब्दयोगी अव्ययांसारख्या शब्दजातीच्या विचारात त्याची गरज आहे. त्यासाठी सबनीसांना 'पदकल्पने'ची मदत घ्यावी लागली. इंग्रजीला 'पद कल्पने'ची गरज नसल्याने verb या संज्ञेचा अर्थ धातू व क्रियापद असा दोन्ही होऊ शकतो. मराठीत 'धातू' (क्रिया) ही शब्दजाती व 'क्रियापद' हे पद आहे. मराठी व्याकरणातील ही त्रुटी गुंजीकरांनी लक्षात आणून देईपर्यंत शब्दजातीमध्ये 'क्रियापदाची'च व्याख्या दिली जात होती.

नामाच्या विभागणीतील विशेष, सामान्य, भाववाचक, समुदायवाचक, द्रव्यवाचक ही विभागणी इंग्रजीला आवश्यक असेल. उदा.– इंग्रजीत विशेषनामाचे प्रथम अक्षर 'कॅपिटल'मध्ये येते वगैरे. पण मराठीला त्यांची गरज आहे किंवा नाही याचा विचार न होता, ती विभागणी मराठीत रुजली.

सर्वनामाच्या विभागणीतील That व This ही दर्शक सर्वनामे या विभागणी-बद्दलही हेच म्हणता येते. मराठीत दर्शक सर्वनामे व पुरुषवाचक सर्वनामे एकच (तो व हा) आहेत. तरीही ही विभागणी मराठीत मानली गेली. त्यामुळे विशेषणे व दर्शक सर्वनामे यामध्ये फरक दाखविणे आवश्यक ठरले.

विशेषण ही संज्ञा कार्यदर्शक असल्याने विशेष्याबद्दल माहिती देणाऱ्या कोणत्याही शब्दजातीला विशेषण म्हटले जाऊ लागले. त्यातूनच सार्वनामिक विशेषण हा विभाग मानला गेला. षष्ठ्यन्त नामाने व्यक्त होणारा उपपदार्थ व विशेषण यांच्यातील फरक लक्षात न घेतल्याने (लाकडाची खुर्ची– उपपदार्थ व लाकडी खुर्ची– विशेषण) त्याचाही समावेश विशेषणामध्ये केला गेला.

क्रियाविशेषण अव्ययांच्या संदर्भात विकारी व अविकारी या विभागणीने आणखी भर पडली. इंग्रजी भाषा प्रत्ययी नसल्याने तिला ज्या तऱ्हेने या शब्दजातींचा विचार करता आला, त्याच तऱ्हेने मराठीत विचार झाल्याने क्रियाविशेषण (आणि विशेषणही) विकारी-अविकारी अशा दोन गटांत विभागले जाऊ लागले. पण क्रियाविशेषण कार्य करण्याचे मराठीमध्ये तीन प्रकार आहेत, ही गोष्ट इंग्रजीत तशी नसल्याने लक्षात घेतले गेले नाही. क्रियाविशेषणाचे कार्य मराठीत - (१) क्रियाविशेषण अव्यय, (२)

विभक्तिप्रत्ययान्त नामे व (३) शब्दयोगी अव्ययान्त नामे योजून करता येते. या सगळ्यांचा विचार एकाच शब्दाजातीत करण्याचा अट्टहास हा इंग्रजी शब्दजातीचा परिणाम आहे.

शब्दविचारानंतरचा विभाग म्हणजे विकरणाचा होय. या विभागात मराठीला इंग्रजीचे फारसे साह्य घेता आले नाही. कारण मुळातच इंग्रजी भाषा प्रत्ययी नाही; मराठी मात्र संस्कृतइतकी प्रत्ययावर अवलंबून राहणारी नसली, तरी प्रत्ययी आहे. एवढेच नव्हे, तर मराठीने इंग्रजीतील Preposition सारख्या शब्दांना मराठीतील शब्दयोगी अव्ययांच्या रूपामध्ये प्रत्ययासारखे वागविले. जसे प्रत्यय नामादी शब्दजातींना जोडून येतात व जोडून येताना जसे नामादी शब्दांचे सामान्यरूप होते, तसेच शब्दयोगी अव्ययांच्या संदर्भातही घडत असते. त्यामुळे इंग्रजीत जी करण, अधिकरण, अपादान इ. कार्ये by, on, into, in, below, under यांसारख्या शब्दांनी साधली जातात; त्यांना मराठीत तरी विभक्तिकार्ये, प्रत्ययकार्ये समजले जाऊ लागले. इंग्रजी कर्ता–कर्मादी कारकार्थासाठी प्रत्ययावर फारसे विसंबत नसल्यामुळे मराठीतील विभक्तिविचारावर इंग्रजीचा प्रभाव अत्यंत गौण आहे. इंग्रजीतील case व मराठीतील विभक्तिव्यवस्था यांच्यातील साम्याच्या परिणामातून subjective व objective यांसारखी अर्थपूर्ण नावे विभक्तींना यावीत, प्रथमा-द्वितीया यांसारखी निरर्थक नावे देऊ नयेत, यावर वाद झाले. पण यापेक्षा फारसा सखोल परिणाम मराठी विभक्ति-व्यवस्थेवर झालेला दिसत नाही.

लिंग, वचन व आख्यात या तीनही प्रकारच्या विकरणविभागांवर इंग्रजीचा फारच थोडा परिणाम आहे. पण तरीही आख्यातव्यवस्थेमध्ये Tense व Moods या धर्तीवर मराठीने व्याख्या-विभागणी दिलेली आढळते.

संयुक्त क्रियापदाच्या विचारावर इंग्रजीचा प्रभाव आहे. वर्तमान., भूत., भविष्य. या काळांच्या अपूर्ण, पूर्ण इत्यादी भेदांवरून संयुक्त क्रियापदाचा आधार शोधला गेला. इंग्रजीतील to love, to examine, to present, to work यांसारख्या धातूंची मराठीतील रूपे (प्रेम करणे, परीक्षा देणे, बक्षीस देणे, काम करणे) अशी शब्दसमूहाने सिद्ध होत असल्याने यांचाही समावेश 'नामिक संयुक्त क्रियापदे' हा विभाग मानून करावा, असे काही व्याकरणकारांनी म्हटले. यावर उलट-सुलट चर्चा होऊ लागल्या. 'राजाने ब्राह्मणाला एक गाय बक्षीस दिली' यासारख्या वाक्यामध्ये प्रत्यक्ष कर्म, अप्रत्यक्ष कर्म, संप्रदान व संयुक्त क्रियापद यांबद्दल निरनिराळी मते व्यक्त होऊ लागली.

इंग्रजीच्या साच्यातून मराठीचा प्रयोगविचार अधिक गोंधळाचा झाला. मुखरचनेच्या (voice) आधारे– म्हणजे वाक्यरूपान्तराच्या आधारे– मराठी प्रयोगाच्या विचाराला प्रारंभ झाला. म्हणूनच दादोबांनी 'कर्मकर्तरी' हा प्रयोग म्हणजे 'ज्या वाक्यात कर्माचे

कर्ता होते, ती वाक्यरचना' असे म्हटले. दामलेंनी त्याचा समावेश 'नवीन कर्मणी'त केला व Passive voice ला मराठी प्रयोगात बसविले. पण सबनीसांनी त्याला अकर्मक कर्तरी म्हणून पुन्हा Passive voice च्या रचनेत 'कर्म' नसते, या गोष्टीची जाणीव करून दिली. पण मराठीत (शिपायाकडून चोर पकडला जातो) Passive voice व (शिपायाने चोर पकडला) कर्मणी प्रयोग या दोन्ही रचना एकमेकांशी जवळच्या आहेत; तेव्हा त्यासाठी कोणता पर्याय शोधायचा, याचा विचार होऊ लागला. पण मराठी प्रयोग हा मुखरचनेच्या साच्यातून विचारात घेतल्याने त्याचे मूळ विशेष स्पष्ट व्हायला खूप कालखंड जावा लागला.

प्रयोगाच्या विचारामधून कर्ता, कर्म या कारकार्थाच्या विचाराला चालना मिळाली. पण इंग्रजीतील कर्ता हा केवळ वाक्यरचनेच्या दृष्टीने विचारात घेतला जातो, तो 'कृती करणारा' नसून धातुरूपेश असतो. विधानार्थी वाक्यात तो प्रथमारंभी येतो, क्रियापदाच्या आधी येत असतो. या सगळ्याचा विचार मराठीत कर्ता, कर्तृपद, प्रथमान्त नाम, धातुरूपेश इत्यादी मार्गाने सुरू झाला. अर्थदृष्टीने Active voice मध्ये कर्ता Active व Passive voice मध्ये कर्ता उदासीन, हा विचारही मराठीवर प्रभावी ठरला. त्यातून प्रधानकर्तृक कर्मणी, प्रधानकर्तृक भावे हे प्रयोगाचे उपविभाग आले. मराठीच्या वाक्यरचनेमध्ये प्रथमारंभीपेक्षा प्रथमा विभक्तिमध्ये आलेले पद धातुरूपेश असू शकते, हा विचार जोशी-खेर यांच्यासारख्यांनी निश्चित केला. त्यादृष्टीने मराठी वाक्यरचनेचा विचार सुरू झाला. मराठीत कर्मपदही अप्रत्ययी असते, मग कर्ता व कर्म यांचे निकष कोणते? या सगळ्या चर्चेमध्ये काही प्रमाणात मराठी प्रयोगरचना विचारार्थ घेतली गेली. इंग्रजीपेक्षा मराठीचा वेगळेपणा लक्षात येऊ लागला. पण तो वेगळेपणा 'सुधारून' इंग्रजीच्या दोन रचनांमध्ये (Active व Passive मध्ये) बसविण्याच्या अट्टहासातून 'त्याने अभ्यास केला' या वाक्याला 'त्याने अभ्यास केला आहे' असे रूप द्यावे, असे म्हणण्यात झाला. मराठीत असलेल्या वाक्यरचनेऐवजी इंग्रजीवरून प्रमाण मानलेल्या साच्यामध्ये बसविण्यासाठी मराठी वाक्यरचना बदलण्याची तयारी मराठी व्याकरण दाखवू लागले. त्यासाठी इंग्रजीच्या जोडीला संस्कृतचा आधार घेऊन मराठीतील भूतकाळी क्रियापदे धातुसाधित विशेषणांवरून साधलेली असल्याने, संस्कृतप्रमाणे मराठीत त्यांच्यापुढे 'असणे' धातूचे क्रियापद गृहीत धरावे, अशी पुस्ती जोडली गेली. इंग्रजी वाक्यरचनेतील voice ची कल्पना केंद्रवर्ती मानून मराठीतील प्रयोग ठाकठीक करून त्याच्या 'आळ्यात आणण्याचा' हा अट्टहास म्हणजे इंग्रजीने आपला किती ताबा घेतला होता, हे स्पष्ट करणारा आहे. एवढेच नव्हे, तर मराठी वाक्याचा प्रयोग निश्चित करतानाही इंग्रजीमधील त्याचे भाषांतरच या व्याकरणांसमोर प्रथम येत होते. 'मांजराला दूध आवडते' या वाक्याच्या संदर्भात

ही गोष्ट लक्षात येते. या वाक्यात धातुरूपेश 'दूध' आहे. पण ते कर्ता की कर्म यावर हे वाक्य कर्तरी की कर्मणी ठरणार असल्याने त्यावर चर्चा सुरू झाली. उघडपणे 'दूध' हा कर्ता ठरत असतानाही इंग्रजीतील 'A cat likes milk' या वाक्यातील 'मांजर' हे पद कर्ता म्हणून नाकारणे मराठी व्याकरणाला त्रासदायक वाटू लागले. 'मांजराला दूध आवडते' या वाक्याऐवजी 'देवाला भक्त आवडतो', 'नेहरूंना लहान बालके आवडतात' अशा वाक्यांची योजना (म्हणजे कर्मस्थानी सजीवांची योजना) केली असती; तर 'कर्ता' कोण, हे ओळखणे सोपे झाले असते.

इंग्रजीतील to dawn सारख्या धातूंप्रमाणेच मराठीतील उजाडणे, सांजावणे, कळमळणे इत्यादी अकर्तृक धातूंनी साधलेल्या वाक्यांवरही इंग्रजी चष्म्यातून पाहण्याचा परिणाम जाणवतो. इंग्रजीमध्ये अशा क्रियापदांच्या वाक्यामध्ये It हे कर्त्याच्या स्थानी योजता येते. पण मराठीत अशी सोय नसल्याने 'त्याला घरी यायला सांजावले' यासारख्या वाक्यामध्ये कर्ता कोण, यावर ऊहापोह होऊ लागला.

व्याकरण या कल्पनेपासून ते थेट प्रयोगामधील वाक्यविचारापर्यंत मराठी व्याकरणाच्या प्रत्येक घटकावर इंग्रजी व्याकरणाची मोहोर उमटलेली आहे. तरीही नंतरच्या काळात हा साचेबंदपणा मराठीची वैशिष्ट्ये शोधण्याकडे वळलेला आढळतो. म्हणूनच मराठी आणि इंग्रजी यांचा तुलनात्मक विचार होऊ लागला. इंग्रजीतील व्याख्या तारतम्याने योजण्याचे भान येऊ लागले. इंग्रजीपेक्षा वेगळ्या असलेल्या मराठीच्या विशेषांकडे चिपळूणकर-गुंजीकरांच्या आधारे संस्कृत व्याकरणाच्या माध्यमातून पाहणे सोईस्कर आहे याची जाणीव होऊ लागली. दादोबा ते दामले आणि दामले ते मंगरूळकर-अर्जुनवाडकर या दोन टप्प्यांत मराठी तात्त्विक व्याकरणाने इंग्रजीच्या आधारे वाटचाल करूनही काही प्रमाणात प्रगतीची दिशा शोधली आहे. अर्थातच, त्याला फार मर्यादा आहेत. पण ही तात्त्विक वाटचाल शोधताना पुढील गोष्टींची जाणीव ठेवली, तर या प्रगतीचे मोल कळू शकेल.

(१) इंग्रजी शालेय व्याकरणे हा प्रमुख आदर्श, इंग्रजीतील भाषाविषयक वैचारिक लेखनाचा फारसा परिचय नसणे.

(२) मराठी व्याकरणलेखन हे शालेय-महाविद्यालयीन गरज भागविण्याच्या उद्देशाने झालेले असणे.

(३) जवळजवळ पुष्कळसे व्याकरणकार हे शिक्षकी पेशातले असणे; त्यामुळे त्यांच्या अनुभवातून वा कुणाला तरी समजून देण्याच्या दृष्टीने सर्व घटकांचा विचार केलेला असणे.

(४) परस्परांच्या व्याकरणातील उणिवास्थळे शोधण्यावर भर, इत्यादींमुळे या लेखनाला फार मोठी झेप घेता येणे शक्य नव्हते.

तरीही मराठी व्याकरणाला स्वत:चे विशेष लक्षात घेण्याइतकी चालना या सगळ्यातून मिळाली, हे विसरता येत नाही.

३. संस्कृत व्याकरणाचा परिणाम

मराठी व्याकरणासमोर संस्कृत व्याकरणाची परंपरा असूनही आणि शालेय पातळीवर संस्कृतचा अभ्यासक्रमात समावेश असूनही, तत्कालीन परिस्थितीमुळे व इंग्रज राज्यकर्त्यांच्या दृष्टिकोनामुळे संस्कृत व्याकरणपरंपरेचे अनुसरण मराठी व्याकरणाने केले नाही. पण मराठीची स्वाभाविक प्रवृत्ती संस्कृतशी मिळतीजुळती असल्याने त्याला संस्कृत व्याकरणाकडे वळल्याशिवाय गत्यंतर नव्हते. मराठी व्याकरणाची गंगोत्री जरी इंग्रजीच्या आधाराने उगम पावली असली; तरी चिपळूणकर, गुंजीकर, पाध्येशास्त्री, राजवाडे, केळकर आदींसारख्या व्याकरणचिकित्सकांनी मराठी व्याकरणाचे स्वरूप संस्कृत व्याकरणाच्या आधारे उलगडून दाखवून 'ही वाट मराठी व्याकरणाला योग्य' असल्याचे अनेक वेळा पटवून दिले आहे. 'व्याकरण' संज्ञेची व्युत्पत्ती, वर्ण, शब्द, विभक्तिप्रत्यय-आख्यातप्रत्ययादी विकरण व प्रयोग इत्यादी संज्ञांवरूनही मराठी-संस्कृतचे नाते लक्षात येण्याइतके स्पष्ट आहे. त्यामुळेच संस्कृतच्या साच्यामध्ये मराठी व्याकरण जितके व्यवस्थित बसविता येईल तितकी त्यामधील गुंतागुंत सोडविली जाईल, वादग्रस्त प्रश्नांची अचूक उत्तरे मिळतील. मराठी व्याकरणकार या वाटेने चालत नसल्यामुळे मराठीमध्ये विभक्तिव्यवस्था वा अन्य व्यवस्था गोंधळाच्या होत आहेत, असा विचार गुंजीकरांनी वारंवार व्यक्त केला आहे. 'व्याकरण' या शब्दाची व्याख्या देतानाही त्यांनी म्हटले आहे, ''...'कृ' धातूस 'वि' व 'आ' हे उपसर्ग लागून व्याकरण हे भाववाचक नाम तयार झाले आहे. त्याचा अर्थ विशेषेंकरून 'मर्यादा करणें' हा आहे.'' (गुंजी., पृ. १३७) 'व्याकरण' या शब्दाचा अर्थ त्यांनी 'व्युत्पाद्यन्ते प्रकृतिप्रत्ययादिभिः प्रदर्श्यन्ते शब्दा अनेन इति व्याकरणम्' (गुंजी., पृ. १९१) असा दिला आहे. त्यांच्या मराठीच्या व्याकरणाच्या व्याख्येमध्ये याच मुद्द्यावर भर आहे. 'शब्द व त्याला लागणारे विविध प्रकारचे प्रत्यय आणि वाक्यातील शब्दांचा परस्परांशी येणारा संबंध' हाच त्यांच्या मते व्याकरणाचा विषय आहे.

'व्याकरण हे शब्दशास्त्र की वाक्यशास्त्र' या वादात व्याकरणाला शब्दशास्त्र मानणारा गट प्रामुख्याने संस्कृत व्याकरणाला प्रमाण मानून विचार करणारा आहे. अर्थातच, 'वाक्यातील शब्दांचा परस्परांशी येणारा संबंध सांगण्यासाठी येणारा प्रयोगविचार' हा वाक्याचाच विचार असतो आणि इंग्रजीच्या आधारे व्याकरणाला वाक्यशास्त्र म्हणताना voices चा विचार हा वाक्याचाच विचार असतो. पण

वाक्य-विचार म्हणजे केवळ वाक्यपृथक्करणशास्त्र, असा विचार अनेक मराठी व्याकरणकारांचा झालेला आहे. त्यामुळे ज्या व्याकरणकारांनी व्याकरणाला वाक्यशास्त्र असे म्हटले, त्यांनी मराठी व्याकरणामध्ये वाक्यपृथक्करण हेच व एवढेच वाक्यशास्त्र असे समजून त्याचा अंतर्भाव केला. प्रयोगविचार व मुखरचनाविचार (voices) हा वाक्यविचारच आहे, हा विचारच त्यामुळे मागे पडला. पण व्याकरणाला 'केवळ शब्दशास्त्र' समजणाऱ्या व्याकरणकारांनी प्रयोगविचार हा व्याकरणाचा शेवटचा टप्पा मानल्याने ते वाक्यपृथक्करणाला व्याकरणाबाहेर ठेवू शकले.

संस्कृतचा मराठी व्याकरणावरील परिणामही वर्णमालेपासून जाणवतो. मराठी व्याकरणांनी संस्कृतप्रमाणे स्वर-व्यंजन ही विभागणी मानली; पण ही विभागणी संस्कृतमध्ये आहे की नाही, कशा स्वरूपात आहे, याचा मागोवा घेतला नाही. वर्णमालेमधील बिंदू व विसर्ग यांना संस्कृतने स्वर (वा वर्णही) मानलेले नाही. ती केवळ लेखनातील चिन्हे आहेत; त्यांना स्वतंत्र उच्चार नाही, हा चिपळूणकरांचा विचार दामलेंसारख्या व्याकरणकारांच्याही नजरेतून सुटला. संस्कृतमध्ये वर्णाचा, वर्णमालेचा कोणत्या दृष्टीने विचार झालेला आहे याची समज मराठी व्याकरणाने न घेता, केवळ संस्कृतची वर्णमाला संस्कृतमध्ये तशीच आहे असे समजून मराठीची वर्णमाला म्हणून स्वीकारली.

मराठीत शब्दजाती किती मानाव्यात, याचा संस्कृतच्या आधारे विचार करून चिपळूणकरांनी प्रातिपदिक, धातू व अव्यये या तीन जाती प्रमुख मानल्या आणि त्यांच्या उपविभागांशी आठ शब्दजातींचा संबंध जोडला. त्यातही शुद्ध शब्दयोगी अव्ययांसाठी स्वतंत्र नववी शब्दजाती मानावी किंवा त्यांचा समावेश उभयान्वयी अव्ययामध्येच करावा, या त्यांच्या विवेचनात संस्कृतला 'वाट पुसत' पण मराठीचा वेगळेपणाही लक्षात घेण्याचा प्रयत्न जाणवतो. गुंजीकरांनी संस्कृतच्या आधारे नामादी शब्दजातीच्या दिलेल्या व्याख्या व जवळजवळ सर्वच व्याकरणकारांनी धातूंच्या विभागणीत भेदव्यवस्था मानून प्रयोजक-शक्याचा केलेला विचार हा संस्कृतच्या परिणामातून आलेला आहे.

विकरणव्यवस्थेचा विचार करताना मराठीला संस्कृत-विकरणव्यवस्थेशिवाय पर्याय नव्हता. मराठी ही संस्कृतोद्भव भाषा असल्याने मराठीच्या विभक्तिव्यवस्थेतील विभक्तीचा निकष, विभक्तींची संख्या, विभक्तीचे कारकार्थ व उपपदार्थ, दोन्हींतील फरक, विभक्तिप्रत्ययांची व्युत्पत्ती या सगळ्यांचा विचार करताना गुंजीकरांसारखे व्याकरणकार तर "इजमध्ये कोणत्याही प्रकारचा गोंधळ नाही; हे तर काय? पण असेंही म्हणतां येईल, की संस्कृत विभक्तिव्यवस्थेपेक्षाही मराठी विभक्तिव्यवस्था एका अर्थी प्रशस्ततर आहे." (गुंजी., पृ. २९३) असे मत देतात. तसेच संस्कृतप्रमाणेच कर्ता नेहमीच प्रथमेत आणि कर्म नेहमीच द्वितीयेत, हा नियम मराठीलाही तंतोतंत

लावण्याचा प्रयत्न मराठीच्या व्याकरणात झाला. कर्म व संप्रदान या दोन कारकार्थांचा विचार मराठीच्या बदलत्या वाक्यरचनांच्या संदर्भात केला गेला. मराठीत प्रत्यक्ष कर्म अप्रत्ययी असल्याने (त्याने **पुस्तक** वाचले, त्याने **आंबा** खाल्ला इत्यादी) द्वितीयेचे सप्रत्ययी व अप्रत्ययी असे दोन प्रकार मानले गेले. कारण संस्कृतमध्ये कर्म कधीही द्वितीया विभक्तीशिवाय दुसऱ्या विभक्तीमध्ये येऊ शकत नाही. मराठीतही तोच नियम अबाधितपणे पाळला गेलाच पाहिजे, ही आग्रही भूमिका बाळगल्यामुळे प्रत्यय न घेणाऱ्या कर्मासाठी 'अप्रत्ययी द्वितीया' हा द्वितीयेमध्ये उपविभाग निर्माण केला. तरी एक प्रकारे मराठीला संस्कृतच्या साच्यामध्ये बसविण्यात ओढाताण करावी लागत आहे, हे लक्षात येऊ लागले; पण त्याला फार वेळ लागला. एवढेच नव्हे, तर विभक्तिसंख्या आठच राहिली पाहिजे यासाठी द्वितीयेचे प्रत्ययच चतुर्थीला मानावे लागू नयेत यासाठी आणि मराठी पूर्णपणे संस्कृतसारखी असावी या आग्रहापोटी, गुंजीकरांसारख्या समतोल संस्कृततज्ज्ञाने 'साठी' हा प्रत्यय चतुर्थीसाठी स्वीकारावा असे मत मांडून त्यांचे प्रत्ययत्व व छोटेखानी स्वरूप पुढीलप्रमाणे पटवून देण्याचा आटापिटा केला. ते लिहितात, "या शब्दाला अव्यय म्हणण्याचा जितका अधिकार आहे, तितकाच, किंबहुना त्याहून अधिक अधिकार प्रत्यय म्हणविण्याचा आहे ...'स्य' हा संस्कृतातील षष्ठी प्रत्यय आणि 'अर्थे' अर्थ शब्दाची सप्तमी ही दोन्हीं मिळून 'स्यार्थे' असा उच्चार होतो. त्याच्या अंगीं स्वतंत्रपणे प्रातिपदिकत्व नाहीं. तेव्हां 'साठीं' असा याचा जो अपभ्रंश झाला, त्याला तरी स्वातंत्र्य व अव्ययत्व कोठचें? एक प्रत्यय आणि एक विभक्त्यन्तरूप यांचा संयोग होऊन जो लहानसा द्व्यक्षरी शब्द झाला, त्याला अन्य प्रत्ययांच्या अभावी सोईस्तव प्रत्ययसंज्ञा करणें हें काहीं वाईट नाहीं." (गुंजी., पृ. २९७)

समप्रत्ययत्व टाळण्यासाठी आणि त्यापेक्षाही संस्कृतप्रमाणेच विभक्तींची संख्या सिद्ध करण्यासाठी गुंजीकरांसारख्या व्याकरणतज्ज्ञाने केलेली ही 'शब्द, प्रत्यय सोईस्तव' यांची कसरत त्यांच्या संस्कृत ज्ञानापेक्षा संस्कृतप्रेमाचीच अधिक द्योतक आहे. काहीही करून मराठी रचनेला संस्कृत वळणावर नेणे, हे त्यांच्या संस्कृतनिष्ठेतून आलेले आहे. शिवाय विभक्तिप्रत्ययाच्या निवडीचा निकष व त्याची संस्कृतमध्ये दिसणारी व्युत्पत्ती हे तर सर्वच व्याकरणकारांनी स्वीकारलेले गृहीत तत्त्व आहे. तीच गोष्ट कारकार्थांच्या संदर्भातही दिसते. संस्कृतमध्ये हेच कारकार्थ का मानले जातात? यापेक्षाही वेगळे कारकार्थ असू शकतात की नाही? हे कारकार्थ व संस्कृत भाषा यांचा संबंध आहे काय? तेच व तेवढेच कारकार्थ मराठीत असतील काय? याचा विचार करण्याची गरज या संस्कृतप्रेमी मराठी व्याकरणकारांना वाटली नाही.

संस्कृतपेक्षा मराठीतील षष्ठी विभक्तीचे रूप बदललेले आहे. रूपदृष्टीने ती विशेषणसदृश बनली आहे. म्हणून विभक्तिव्यवस्थेत तिला अंतर्भूत करण्यावरून

झालेल्या वादांमध्येही तिच्या प्रत्ययाच्या व्युत्पत्तीचाही आधार घेतला गेला. षष्ठी विभक्ती मानावी की नाही, या वादामध्ये दामलेंसारख्या संस्कृत-परिचित नसलेल्या व्याकरणकारांनी मात्र वेगळे मुद्दे उपस्थित केले आहेत आणि त्यासाठी तत्कालीन मराठीतील उदाहरणे निवडली आहेत. पुष्कळदा संस्कृत-इंग्रजीची जाण कमी असलेले व्याकरणकार मराठीच्या मूळ स्वरूपाकडे जाण्याची शक्यता अधिक असते, असे दामलेंच्या या उदाहरणांवरून म्हणता येते.

प्राकृतमध्ये चतुर्थी विभक्ती मानलेली नाही आणि तरीही प्राकृतचे काही अडलेले नाही, हे एक-दोघा व्याकरणकारांनी लक्षात घेऊन समप्रत्ययाचा दोष टाळण्याचा पर्याय स्वीकारला. पण द्वितीया की चतुर्थी किंवा कर्म की संप्रदान यांचा ऊहापोह करण्यामध्ये बहुतेक व्याकरणकार रंगले.

असे असूनही संस्कृतपेक्षा मराठीचे सोपेपणही गुंजीकरांसारख्यांनी लक्षात घेतले. 'संस्कृतमधील विभक्तिप्रत्यय हे शब्दाच्या लिंगा-अन्त्याक्षरानुसार असतात, पण मराठीत मात्र विभक्तिप्रत्ययांचा एकच गट सर्वच नामांना लावता येतो. संस्कृतमध्ये तीन वचने, तर मराठीत दोनच वचने. यामुळे मराठीची विभक्तिव्यवस्था सोपी झालेली आहे,' हे विशेष ते संस्कृतशी तुलना करून सांगतात. विभक्तिव्यवस्थेप्रमाणेच 'संधिविचारा'बद्दलही संस्कृतपेक्षा मराठीत असलेले वेगळेपण 'मराठीत संस्कृत इतके संधीला महत्त्व नसल्याने मराठी व्याकरणामध्ये संधिविचार व्याकरणाच्या अखेरीला करावा' यासारख्या विचारामधून जाणवल्याचे लक्षात येते. पण त्याला फार मर्यादित स्वरूप आहे. मराठी ही संस्कृतोद्भव भाषा असली, तरी ती एक स्वतंत्र भाषा आहे; तिचे खास वेगळे विशेष असू शकतात, ७०० वर्षांच्या कालखंडामध्ये तिला वर्ण ते थेट प्रयोगापर्यंत वेगळे रूप येऊ शकते आणि मराठीच्या व्याकरणाने त्यांची व्यवस्था सांगायला पाहिजे, हे संस्कृतवादी व्याकरणकारांना संमत होण्यासारखे नव्हते. मराठीने विभक्तिव्यवस्थेचे स्वरूप बदलून टाकले आहे काय? मराठीमध्ये शब्दयोगी अव्ययेही विभक्तिकार्य करीत असल्याने त्यांचा विचार विकरणकक्षेमध्ये करणे आवश्यक आहे. त्यांना 'नवे विभक्तिप्रत्यय म्हणावे' असा विचार रा. भि. जोशी मांडतात. सबनीसही शब्दयोगी अव्ययांच्या या कार्याचा विचार करून भाषेत त्याची व्यवस्था लावू पाहतात. पण एकंदरीत अशा तऱ्हेने नव्या दृष्टीने विचार करायला संस्कृतचाही विरोध असल्याने हे विचार मधेच हिरवळीसारखे केवळ डोके वर काढताना दिसतात, एवढेच.

विभक्तिव्यवस्थेच्या संदर्भात मराठीत प्रत्ययनिष्ठा कमी होऊ लागली आहे, कर्ता व कर्म या प्रयोगदृष्टीने महत्त्वाच्या असलेल्या कारकार्थांना प्रत्यय स्वीकारण्याची गरज राहिलेली नाही. किंवा ही दोन्ही कारकार्थे कधी कधी समान प्रत्ययही स्वीकारतात. (उदा.– त्याला मला असे सांगायचे आहे.) हे लक्षात घेऊन विभक्तिव्यवस्था

सांगण्यापेक्षा तेच ते प्रश्न व तीच ती उत्तरे असे स्वरूप जाणवते. विभक्तिव्यवस्था पुढे न सरकण्याचे मुख्य कारण संस्कृतनिष्ठेशिवाय दुसरे नाही. हीच संस्कृतनिष्ठा प्रयोग विचारातही कायम असल्याने संस्कृतप्रमाणेच मराठी प्रयोगही वाक्यरूपान्तर योजनाच समजून विचारात घेतली गेली. संस्कृतमध्ये अकर्मक कर्तरी प्रयोगाचेच वाक्यरूपान्तर भावे प्रयोगामध्ये होत असल्याने, मराठीमधील 'रामाने रावणास मारले'सारख्या भावे प्रयोगामध्ये कर्म येताच ग. ह. केळकरांसारख्या काही व्याकरणकारांना 'सकर्मक भावे प्रयोग ही अजब चीज आहे,' असे त्याला दूषण द्यावेसे वाटले. या वाक्यामध्ये 'रावणाला' हे उघड-उघड कर्म असूनही ते कर्म नसून 'संप्रदान'च कसे ठरते, यासाठी पोरकट युक्तिवाद करावासा वाटला. त्यांची ही बौद्धिक कसरत त्यांच्या संस्कृतनिष्ठेची खात्री पटवून देणारी आहे.

प्रयोगविचारावर संस्कृतचा जबरदस्त परिणाम असणे स्वाभाविकच आहे. मराठी प्रयोगांची व्यवस्था लावताना या परिणामाची तीव्रता लक्षात येते. काही व्याकरणकारांनी पाच प्रयोग (कर्तरी, कर्मणी, भावे, कर्मकर्तरी व भावकर्तरी) सांगितले. दामलेंसारख्यांनी तीन प्रयोगांमध्ये सर्व वाक्यरचना बसविल्या. याबद्दलच्या त्यांच्या विवेचनात मराठी वाक्यरचनांचे काही विशेष लक्षात घेतले गेले आहेत. मराठी प्रयोग, म्हणजे मराठीतील वाक्यरचना संस्कृत वाक्यरचनेपेक्षा कुठे तरी व थोडी फार वेगळे विशेष स्वीकारत आहे, याची जाणीव जोशींच्या 'प्रौढबोध मराठी व्याकरणा'च्या प्रस्तावनेतील पुढील अवतरणावरून कळून येते. ''मराठीतल्या कर्मणि प्रयोगाचे स्वरूप काय आहे, कर्तरि व कर्मणि हे प्रकार मराठी भाषेत सार्वत्रिक कां नाहींत, भूतकाळी आणि विध्यर्थी मात्र कर्मणि आणि भावे प्रयोग का होतात...'' (जोशी, प्रस्ता., पृ. ६७) मराठीतील वाक्यरचनेचा हा वेगळेपणा त्यांना प्रयोगाच्या साच्यात बसवायचा होता.

कर्मणी प्रयोगाच्या विचारामध्ये एकीकडे इंग्रजीचे Active voice मधील वाक्याचे ते मराठीतील भाषांतर आहे ही गोष्ट, तर दुसरीकडे ते इंग्रजीप्रमाणे कर्तरी न राहता कर्मणी बनते; शिवाय केवळ Passive voice करायचे असून ते कालदृष्ट्या वर्तमानकाली न होता, भूतकाली होते– याचा सुरू झालेला विचार मराठीच्या दृष्टीने लक्षात घेण्यासारखा आहे. या विचारामध्ये Passive voice चे म्हणून मराठी समजले गेलेले, इंग्रजीच्या अनुकरणाने मराठीत रुजलेले नवीन कर्मणीचे वाक्य व खास मराठी कर्मणी प्रयोगी वाक्य यांच्यातील फरक ('शिपायाने चोर पकडला'- मराठी कर्मणी आणि 'शिपायाकडून चोर पकडला गेला-' नवीन कर्मणी– इंग्रजीवरून भाषांतराच्या शिडीवरून आलेले वाक्य) व्यवस्थेमध्ये कसा बसवायचा, याचा विचारही मराठी व्याकरण करू लागले. पण त्यासाठी संस्कृत कर्मणी प्रयोगाच्या साच्याचा विचार आधार म्हणून घेतला जाऊ लागला.

संस्कृतच्या साच्यामधून विचार होऊ लागल्याने मराठीला तौलनिक दृष्टीने स्वत:चे विशेष ओळखायची संधी मिळाली. पण इंग्रजीच्या अनुकरणाला जसे केवळ 'शालेय' पातळीवरचेच व्याकरण मराठीने नजरेसमोर ठेवले, तशीच काहीशी स्थिती संस्कृतच्या संदर्भातही जाणवते. संस्कृतमध्ये दीर्घ (लृ) नाही, बिंदू-विसर्ग हे स्वर मानलेले नाहीत, संस्कृतमध्ये प्रातिपदिक ही संज्ञा वेगळ्या अर्थाने योजली जाते, संबोधनाचा अंतर्भाव विभक्तिसंख्येमध्ये संस्कृत करीत नाही; या संस्कृतविशेषांची माहिती फार थोड्या पंडिती व्याकरणकारांना होती. संस्कृतमध्ये नसलेल्या गोष्टी संस्कृतमधील म्हणून मराठी व्याकरणामध्ये कशा आलेल्या आहेत, याबद्दल गुंजीकरांना मराठी व्याकरणकारांना जाणीव करून द्यावी लागली. उदा.– गुंजीकर, दामले आदींच्या मते, विभक्तिप्रत्ययांच्या व्याख्येमध्ये 'क्रियापदांचा नामादी शब्दाशी संबंध दाखविणे' असा उल्लेख करण्याऐवजी 'शब्दाशब्दांमधील संबंध दाखविणे' असा उल्लेख असणे आवश्यक आहे. गुंजीकरांच्या मते तर, 'मराठीने हे चुकीचे लक्षण कुठून घेतले, कोण जाणे'; कारण संस्कृतमध्ये अशा प्रकारचे विभक्तीचे लक्षण केलेले आढळत नाही. क्रियेशी नामाचा असणारा जो संबंध, तो दाखविणाऱ्या प्रत्ययांनाच विभक्तिप्रत्यय ही संज्ञा करावी आणि कोणत्याही इतर प्रत्ययांना करू नये, या विलक्षण शास्त्राला आधार काय?

ज्या संस्कृतचा आधार पंडिती व्याकरणे घेऊ पाहतात, त्याबद्दलची त्यांची माहिती कशी अपुरी आहे, हे यावरून कळू शकते. ज्या राजवाडेंसारख्यांना संस्कृत व्याकरणाचा पूर्ण परिचय होता, त्यांनी तर मराठी व्याकरणाचे मराठीपणच नाकारले जावे इतक्या पातळीवर संस्कृत व्याकरणाचा आग्रह धरला आहे. 'रामाने रावणास मारिले'सारख्या वाक्याची राजवाडे 'रामाने रावणा समारिले' अशी रचना करून ते प्रयोग-विभक्ती यांचा जो विचार मांडतात, तो मराठीच्या संदर्भात मान्य होण्यासारखा नाही. किंवा 'त्याचे पत्र लिहून झालें' यामधील 'लिहून' हे 'लिहन'चे अपभ्रष्ट रूप व 'पत्र-लिहन' हा समास– यासारखे विवेचन मराठीच्या संदर्भात विचार करण्याच्या पातळीवरचे तरी कसे म्हणता येईल? एकीकडे शास्त्रीयतेचा आदर्श सांगणाऱ्या राजवाडेंनी मराठीच्या व्याकरणकारांवर केलेले दोषारोप विचार करण्यासारखे असले, तरी स्वत: राजवाडेंची मराठीच्या व्याकरणाकडे बघण्याची दृष्टी नको तितकी संस्कृतधार्जिणी आणि मराठीचे विशेष लक्षात न घेणारी आहे. या वळणावर मराठी व्याकरण गेले नाही, हे मराठीचे भाग्यच म्हणायला पाहिजे. तरीही त्यांनी आख्यातांमध्ये चा-आख्यात व णे-आख्यात असलेली वाक्यरचना सुचविली; यामधून त्यांचे मराठी भाषेचे निरीक्षण लक्षात घेण्यासारखे आहे, हे स्पष्ट होते.

संस्कृतचे व्याकरण मराठीच्या संदर्भात अनुकरणीय मानण्यामुळे मराठीच्या विविध विशेषांची चर्चा होऊ लागली, हा मराठीला झालेला फायदा आहे. इंग्रजीच्या

संपर्काने जे नवे विशेष मराठीने आत्मसात केले होते (उदा.– प्रत्ययांपेक्षा वाक्यातील स्थानावरून कर्ता आणि कर्म जाणवणे, संप्रदानार्थाला अप्रत्यक्ष कर्माचा अर्थ येणे, संयुक्त क्रियापदाच्या विचाराला प्रारंभ करणे इ.) त्यांचा विचार त्या-त्या काळातील पंडिती किंवा संस्कृत जाणकार व्याकरणकारांना संस्कृतच्या साच्यातून मांडण्यासाठी मराठी भाषाविशेष व संस्कृत व्याकरण यांचा तौलनिक विचार करावा लागला. त्यामधूनच मराठीच्या वेगळेपणाची जाणीव प्रगल्भ होऊ लागली आणि मराठीच्या व्याकरणाची पुनर्रचना करता येईल, या पर्वाला प्रारंभ झाला.

४. मराठीच्या व्याकरणाची पुनर्रचना

ज्या भाषेला व्याकरणरचनेची अनुसरणीय अशी परंपरा नव्हती, त्या मराठी भाषेने इंग्रजी आणि संस्कृत या प्रगल्भ भाषांच्या व्याकरणांच्या आधारे आपल्या व्याकरणरचनेचा श्री गणेशा केला. त्यातही कालप्रभावाने इंग्रजीचा आधार अधिक घेतला गेला; घ्यावा लागला. व्याकरण सांगण्याची संस्कृतमधील पद्धती कालबाह्य झालेली असल्याने मराठीने व्याकरणलेखनपद्धती इंग्रजीवरून घेतली. पण मराठी संस्कृतोद्भव भाषा असल्याने तिच्या विशेषांचा अभ्यास संस्कृत व्याकरणात अधिक गुंतलेला जाणवायला लागला. पण शेवटी इंग्रजी काय किंवा संस्कृत काय, या मराठीला कमी-जास्त प्रमाणात परक्या असलेल्या भाषांच्या आधारे मराठीचा विचार करणे म्हणजे पांगुळगाड्याचीच मदत घेण्यासारखे आहे. कधी तरी हा पांगुळगाडा सोडून स्वत:ची रचना लक्षात घ्यावी लागते; त्या रचनेतून एकत्रितपणे जाणवणारी व्यवस्था शोधावी लागते. ही भाषेची रचनाही कालपरत्वे एकसारखी नसणे हा त्या भाषेचा नैसर्गिक स्वभाव असतो; त्या भाषेच्या व्याकरणाने (वर्णनात्मक, ऐतिहासिक, आदेशात्मक अशा स्वरूपांच्या व्याकरणांनी आपापल्या दृष्टिकोनानुसार) त्या बदलांसह (व त्या बदलांमधून) व्यक्त होणारी त्या भाषेची नियमव्यवस्था सांगायची असते. केवळ संस्कृत-इंग्रजीच्या तयार साच्यातून मराठीचे व्याकरण सांगतानाही, इंग्रजीच्या शालेय पातळीवरच्या साच्यात बदल नसल्याने व संस्कृतचा साचा काळाबरोबर बदलण्याची शक्यता नसल्याने वर्तमानकालीन मराठीचे विशेष लक्षात घेण्याचे कार्य मराठीच्या व्याकरणाला कठीण गेले. इंग्रजी भाषांतराचा विचार करून मराठीमध्ये कर्ता ठरविणे, (उदा.– मांजराला दूध आवडते) किंवा प्रयोजक-शक्य या दृष्टीने भेदव्यवस्था मानणे (झाड पडले, त्याने झाड पाडले, मालकाने नोकराकडून झाड पाडविले. (तोडले? तोडून घेतले))–असा विचार मराठीला पोषक नाही. दुसऱ्या भाषांच्या साच्यातून विचार करताना स्वभाषेचे काही विशेष निसटून जाण्याची शक्यता नेहमीच असते; कधी कधी तिचे विशेष त्रुटी म्हणून दाखविले जाण्याची

शक्यता असते. म्हणूनच पांगुळगाड्यांचा योग्य तो आदर राखूनही हे पांगुळगाडे लवकरात लवकर सुटणे किंवा सोडता येणे, स्वत:चे भाषा विशेष ओळखता येणे हे आवश्यक असते. या इतक्या वर्षांच्या वाटचालीतून व त्या संबंधींच्या विचारमंथनातून मराठीला स्वत:चे कोणते विशेष गवसले, ते विशेष तिच्यामध्ये केव्हा आले, कोणत्या भाषांच्या संपर्काने आले आणि त्या सगळ्यांची तिने स्वप्रकृतीनुसार कशी व्यवस्था सांगितली, या प्रश्नांच्या उत्तरांमधून मराठीच्या व्याकरणाची पुनर्रचना उलगडता येऊ शकते.

कोणत्याही भाषेच्या संदर्भात व्याकरण हे प्रयोगशरण असले पाहिजे. त्या समाजाच्या लेखना-बोलण्यातून जाणवणाऱ्या नियमांची सुसंगत व्यवस्था व्याकरण सांगत असते. व्याकरण हे भाषेच्या व्यवहारासमोर शरण असते. पण असे म्हणण्यापेक्षा भाषेतील सर्व व्यवहार हे व्याकरणाचे 'शरण्य' असते, तेच एकमेव आधारस्थान असते. उदा.– (१) भाषेमध्ये 'करणे'चे भूतकाळी रूप 'करला' असे नियम पाळून न होता 'केला' असे होते. व्याकरणाने ते लक्षात घेऊन नियम आणि अपवाद यांचा तारतम्याने विचार केला पाहिजे. पण उच्चारात नसलेले 'करला' हे रूप स्वीकारता कामा नये. (२) मराठीत काही भूतकाळी क्रियापदाची रूपे वचनाप्रमाणे-लिंगाप्रमाणे बदलतात. व्याकरणाने त्या रूपांमध्ये बदल करायचा नसतो किंवा त्यांचे क्रियापदाचे स्थानही हिसकावून घेऊन त्यांना विशेषणांच्या गटामध्ये ढकलायचे नसते. कारण भाषेमध्ये सर्वसंमत व प्रचलित असलेल्या प्रयोगांच्या आधारे व्याकरणाने त्या भाषेची व्यवस्था सांगायची असते. भाषेमध्ये कालदृष्ट्या बदल होत असतो. कालपर्यंत जो भाषाविशेष जाणवत होता, तो भाषेमधून नाहीसा होऊ लागलेला असतो. व्याकरणाने त्या बदलाचीही व्यवस्था सांगायची असते. उदा.– सामान्यरूपांसारखा मराठीचा खास विशेष हल्ली काही विशेषनामांसंदर्भात योजला जात नाही. उदा.– 'जोशींनी, कोल्हेंचे मत, काळे-गोरेंचा वाद, अहमदाबादला..' शास्त्रीय लेखनातही असे प्रयोग दिसू लागताच अपवाद म्हणून त्यांना भाषेच्या व्यवस्थेमध्ये स्थान द्यावे लागते.

तीच गोष्ट अनुच्चारित अनुनासिकांच्या लेखनामधील चिन्हांसंबंधींची. संस्कृतपेक्षा मराठीचा वेगळेपणा म्हणून या अनुनासिक, अस्पष्ट उच्चाराचा उल्लेख करता येत होता. कांहीं, तिनें, त्यानें, दहीं, नाहीं अशा अनेक शब्दांमधील अस्पष्ट अनुनासिकाचा उच्चार हा केवळ मराठीचा ठरणारा विशेष आहे. मात्र, सध्याच्या लिपीमध्ये त्यांना स्थान नाही. पण अजूनही नांव-नाव, पांच-पाच अशांसारख्या शब्दांतील अनुनासिकाचे लेखन अर्थदृष्टीने बिंदू महत्त्वाचा म्हणून मान्य करावे, असे म्हटले जाते. लेखन-सुलभता, उच्चारण याच्या जोडीलाच अर्थभेद हेही शुद्धलेखनाचे एक महत्त्वाचे तत्त्व म्हणून मांडले जात आहे. पण तरीही त्याचा

पुनर्प्रवेश होणे कठीण आहे. याचे कारण आज ज्या झपाट्याने लेखनाचा प्रसार होत आहे, तो पाहता, सर्वसामान्य लेखकाला-वाचकाला लेखन सुलभ वाटणे हे तत्त्व पाळायला पाहिजे.

शुद्धलेखनातील ऱ्हस्व-दीर्घतेबद्दलही उच्चारण, सुलभता, अर्थभेद आणि व्युत्पत्ती यांचा विचार करण्याचा आग्रह धरला जातो. (१) शीला-शिला, दीन-दिन, सूत-सुत, पूर-पुर, सूर-सुर अशा शब्दांमधील ऱ्हस्व-दीर्घतेने होणारा अर्थभेद, (२) एकेरी दीर्घान्त शब्द व सामासिक शब्दातील ऱ्हस्व-रूप– कवी, कविसंमेलन, दृष्टी-दृष्टिकोन आणि (३) प्रत्ययान्वित शब्दामधील उपान्त्याक्षर दीर्घ असेल तर त्यांचे ऱ्हस्व होणे– पीठ-पिठाची गिरणी, विहीर-विहिरीचा काठ. या ठिकाणी येणाऱ्या ऱ्हस्व-दीर्घतेबद्दल लेखनाने परत-परत विचार करण्याची गरज निर्माण होते. ऱ्हस्व व दीर्घ स्वर वर्ण ठरतात की नाही, याचा विचार वेगळा व तो लेखनचिन्ह (लेखाकार) म्हणून ठेवायचा की काढून टाकायचा, हा प्रश्न वेगळा.

शुद्धलेखन हा व्याकरणक्षेत्रातील विषय नाही. पण अनेकवचन, नपुंसकलिंगी शब्द, काही विभक्तिप्रत्यय यांच्या संदर्भात बिंदूचा व इतर काही व्याकरणविषयांच्या संदर्भात ऱ्हस्व-दीर्घाचा विचार व्याकरणावर परिणाम करीत असतो. शुद्धलेखन हे व्याकरणाला मदत करते. विशेषत: अजूनही शालेय पातळीवरच्या व्याकरणामध्ये शुद्धलेखन शिकविले जाते, म्हणून त्याचा होणारा पुनर्विचार आवश्यक आहे.

आज वर्तमानकालीन मराठीच्या व्याकरणाच्या पुनर्रचनेचा विचार करताना, तो केवळ एखाद्या दुसऱ्या घटकासंबंधी होता कामा नये; मराठीच्या वर्णमालेपासून ते थेट प्रयोगविचारापर्यंत तिचे एकत्रित स्वरूप नजरेसमोर ठेवून हा विचार व्हायला पाहिजे.

वर्ण, शब्द, प्रत्यय, प्रयोग इत्यादी बाबतीत वापरात असलेली भाषा बदल स्वीकारत असते. या घटकांमध्ये होत असलेल्या बदलांमध्येही एक 'व्यवस्था' असते. व्याकरणाने हे बदल व त्यामधून जाणवणारी ही सुसंगत व्यवस्था लक्षात घ्यायची असते. मराठी भाषेसंदर्भातही वर्णापासून प्रयोगापर्यंत जे बदल जाणवत असतील, त्यामागील व्यवस्था व्याकरणाने नियमांमध्ये कशी बांधता येते याकडे लक्ष पुरवायला पाहिजे.

भाषेमध्ये नवे वर्ण कोणते व किती आले? जुने किती वर्ण बदलले? शब्दाच्या कल्पनेमध्ये कसा बदल होत गेला? प्रत्यय व शब्द का व कोणत्या पातळीवर एकच कार्य करू लागले? प्रयोगव्यवस्थेवर त्याचा कोणता परिणाम झाला? आणि मुख्य म्हणजे, भाषेच्या म्हणून ज्या प्रवृत्ती आहेत, त्यांमध्ये काही बदल घडत गेला आहे काय? या विचारांचा संबंध मराठीच्या संदर्भात तिच्या पुनर्रचनेशी आहे.

या दृष्टीने मराठी वर्णमालेपासून सुरुवात करावी लागते.

(अ) वर्ण व वर्णमाला

आतापर्यंत दिल्या जाणाऱ्या वर्णाच्या व्याख्या व मराठीची वर्णसंख्या याचा विचार पुनर्रचनेत आहे. ध्वनिशास्त्राच्या आधाराने ठरल्या जाणाऱ्या वर्णाव्यतिरिक्त संस्कृत, इंग्रजी, मराठी इत्यादी भाषांमध्ये अधिक काही ध्वनींचा भाषेने वर्ण म्हणून स्वीकार केलेला आहे. तेव्हा वर्णाची व्याख्या केवळ मूलध्वनीशी संबंधित ठेवताना या मूलध्वनी नसलेल्या त्या-त्या भाषांतील वर्णांना कोणत्या कारणामुळे हे वर्णत्व आलेले आहे, याचा विचार भाषेची पुनर्रचना सांगताना करावा लागतो. तसेच उच्चारण हा वर्ण ठरविण्याचा निकष असला, तरी त्या वर्णाचा भाषेतील लेखाकारही ध्वनीचे वर्णत्व स्थिर करण्यात मदत करीत असतो.

हा विचार नजरेसमोर ठेवून मराठीची वर्णव्याख्या व वर्णसंख्या लक्षात घेताना पुढील विशेष लक्षात घ्यायला पाहिजेत. विशेषतः मूलध्वनी व त्या आधारे ठरणारी संयुक्त व्यंजने याच्यामध्ये संस्कृत व मराठी वर्णमालेत असलेल्या संयोगाभासाचा विशेष लक्षात घ्यावा लागतो.

संस्कृतची वर्णमाला तशीच्या तशी मराठीची वर्णमाला म्हणून स्वीकारण्याने मराठी वर्णमालेत सदोषता आलेली आहे. त्यांपैकी काही लेखाकार तसेच असले, तरी त्यांच्या उच्चारात बदल झालेला आहे. १. उदा.– 'अ' व 'आ' हे उच्चार मराठीत एकमेकांचे ऱ्हस्व-दीर्घ म्हणून राहिलेले नाहीत. त्यांच्या उच्चारस्थानांचा विचार करता, ते दोन्हीही मूलध्वनी मानावे लागतात. याचा अर्थ 'अ'चा दीर्घ उच्चार 'अ' हाच आहे, व 'आ'चा ऱ्हस्व उच्चार 'आ' हाच आहे, याची नोंद प्रौढ व्याकरणाने घ्यावी. शालेय व्याकरणांमध्ये यामुळे फारसा फरक येत नाही.

२. सामान्यरूप होणे हा मराठीचा फार मोठा विशेष आहे. या विशेषाचा संबंध मुख्यत्वे नामाशी येतो. नामाला प्रत्यय लागून त्याचे 'पद' बनताना त्याचे उपान्त्य अक्षर ऱ्हस्व होते. ही प्रक्रिया फक्त लेखनातच आहे, असे नाही. पदाच्या उच्चारणामध्येही ती स्पष्ट होत असते. त्यासाठी संस्कृतमध्ये असलेले इ-ई व उ-ऊ हे एकमेकांशी ऱ्हस्व-दीर्घतेचे संबंध असलेले वर्ण मराठीने स्वीकारावेत. त्यांचा वर्ण म्हणून स्वीकार करताना सांगितली जाणारी प्रमुख अडचण म्हणजे, ते मूलध्वनी नाहीत आणि 'वर्ण' ठरविताना तो मूलध्वनी असला पाहिजे हा मुख्य निकष मानला जातो. पण मराठीतील वर्ण व वर्णमाला यांचा संस्कृत वर्ण व वर्णमाला यांच्याशी असलेला साहचर्याचा संबंध लक्षात घेऊन संस्कृतमध्ये असलेले एकमेकांशी ऱ्हस्व-दीर्घतेचा संबंध दाखविणारे ध्वनी मराठीत वर्ण म्हणून स्वीकारणे आवश्यक आहे. संस्कृतमधील अनेक शब्द मराठीत तत्सम-तद्भव मार्गाने येताना ही ऱ्हस्व-दीर्घदर्शक लिखितचिन्हे मराठीच्या वाचकांना परिचित झालेली आहेत. व्याकरणशास्त्राला

‘भाषारूप’ हे ‘शरण्य’ असते. या दृष्टीने इ-ई व उ-ऊ यांना वर्ण म्हणून मान्यता द्यायला पाहिजे.

३. ऋ-ॠ हे उच्चार मराठी उच्चारणातून व लेखनातूनही जात चालले आहेत. तीच वस्तुस्थिती ‘ष’ या वर्णाबद्दलही आहे. पण अजून लेखनात ही लिखितचिन्हे आपले स्थान टिकवून आहेत. म्हणून त्यांना वर्णमालेतून सध्या तरी गाळू नये.

४. तीच गोष्ट ऐ व औ या स्वरांबद्दलची. ते मूलध्वनी ठरत नाहीत; पण संस्कृत भाषेतील अनेक शब्दांमध्ये ते असल्याने मराठीने त्यांच्या लेखाकारांना मान्यता द्यायला पाहिजे. फार तर ‘शास्त्रात् रूढि बलियसी’ या न्यायाने त्यांना घालवू नये, असे म्हणता येईल.

५. अं, अ: किंवा बिंदू व विसर्ग– यांचा समावेश स्वरांमध्ये, वर्णांमध्ये करता येत नाही; पण बाराखडीत त्यांचा समावेश लेखनचिन्ह म्हणून असणे आवश्यक आहे. पंचवर्गीय वा अन्य वर्गीय अनुनासिके लेखनात दाखविण्याचा तो सोपा मार्ग आहे. अनुस्वाराच्या उच्चाराचे दर्शक म्हणून बिंदुलेखन रूढ असल्याने व परसवर्णलेखन कालबाह्य ठरत असल्याने या बिंदुचिन्हाची गरज आहे. हे परसवर्ण-लेखन वेदान्त-वेदांत (वेदांमध्ये) उपान्त्य अशा काही ठरावीक तत्सम शब्दांबाबत ग्राह्य मानले जाते. पण इतर सर्व ठिकाणी अनुस्वारदर्शक उच्चारणासाठी व अनेक वचनदर्शकासाठी बिंदुचिन्हाशिवाय अन्य पर्याय नाही.

६. संस्कृतमध्ये नसलेले व इंग्रजीच्या सहवासाने मराठीत आलेले अॅ, ऑ यांना स्वरमालेत स्थान द्यावे.

७. च्,ज्, झ् - या च-वर्गीय व्यंजनांचा मराठीत दोन प्रकारचा उच्चार होतो. १) तालव्य व २) दंत्यतालव्य. यांपैकी तालव्य उच्चारण संस्कृतमध्ये आहे. पण दंत्यतालव्य उच्चारण केवळ मराठीत आहे. जग(णे), चारा, झगा इत्यादी. संस्कृत-पेक्षा मराठीच्या वर्णमालेतील या वेगळ्या वर्णासाठी मराठीत स्वतंत्र लेखाकार असण्याचीही गरज आहे. मराठीतील च्, ज्, झ् यांच्या दंत्यतालव्य उच्चाराची जाणीव स्टिव्हन्सन, दादोबा यांच्यासारख्या प्रारंभिक काळातील मराठीच्या व्याकरण-कारांना आहे. ते वर्णाची निश्चिती लेखाकाराच्या अंगाने करीत असल्याने ‘एकेका वर्णाचे दोन उच्चार’ अशी भाषा योजून ही जाणीव व्यक्त करतात. ‘लेखनातील लेखाकारांच्या आधारेच वर्णाचा विचार करायचा असतो; संस्कृतमध्ये जे वर्ण नाहीत, ते मराठीत ‘वर्ण’ म्हणून असू शकत नाहीत.’ या दोन्ही कल्पनांमुळे मराठीत या वर्णांचा विचार मर्यादित प्रमाणात झाला. आजही त्यांना स्वतंत्र लेखाकार देणे वास्तवात कठीण आहे, पण त्यासाठी पर्याय शोधला पाहिजे.

८. संस्कृत भाषेच्या वर्णमालेचा विचार करता, तिने वर्णनिश्चिती करताना मूलध्वनीच्या जोडीला भाषेच्या दृष्टीने गरजेचे वाटलेले काही निकष मानले असावेत.

संस्कृत वर्णमालेत दिसणारी स्वर-व्यंजन विभागणी, ऱ्हस्व-दीर्घता व संयोगाभास (पंचवर्गीय व्यंजनमालेतील द्वितीय व चतुर्थ व्यंजने) या त्या भाषेला आवश्यक ठरणाऱ्या प्रवृत्ती वर्णमाला निश्चित करताना तिने स्वीकारलेल्या जाणवतात. या प्रवृत्ती मराठी वर्णमालेतही आहेत. पण काही वर्णांच्या बाबतीत त्यांमध्ये वेगळेपणा आलेला आहे. त्याची नोंद मराठीच्या वर्णमालेने घ्यायला हवी. उदा.– संस्कृतमध्ये स्वरांचे उच्चारण असलेले ऋ व ऌ यांचे मराठीतील उच्चारण व्यंजनसदृश होऊ लागले आहे. संस्कृत वर्णमालेने स्वीकारलेली संयोगाभास प्रवृत्ती मराठीने तशीच स्वीकारणे मराठीला आवश्यक आहे. म्हणूनच पंचवर्गीय द्वितीय व चतुर्थ व्यंजनांचा समावेश वर्णमालेत आवश्यक ठरतो.

९. असेच संयोगाभासयुक्त वर्ण मराठीमध्ये आणखीही आहेत. मराठीत अनेक शब्दांमधून 'यकारयुक्त संयोगाभास' उच्चारणात जाणवतो. (उदा.– कण्या, राण्या, मण्यां(ची), वाण्या(ने)) ते वर्ण मानायला हवेत. संस्कृतमध्ये 'हकारयुक्त संयोगाभास' असल्याने त्यांच्यासाठी त्या भाषेने लिखितचिन्हे निवडली. यकारयुक्त संयोगाभास संस्कृतमध्ये नाही, फक्त मराठीतच आहे. म्हणून अशा वर्णांना वर्णमालेत स्थान द्यावे. त्यांना लिखितामध्ये चिन्हे नाहीत; ती देण्याचा आग्रह काही व्याकरणकार धरतात. पण आज तरी हे यकारयुक्त संयोगाभास फक्त 'या' या वर्णापुरतेच मर्यादित आहेत. हकारयुक्त संयोगाभासाइतके प्रभावी नाहीत. त्यामुळे त्यांना लेखाकार देताना या मुद्द्यांचा विचार व्हावा.

वर्णमाला ठरविताना लेखनातील चिन्हे हा निकष नसावा. पण भाषेत प्रत्येक वर्णाला एक लिखितचिन्ह असणे, हे शुद्धलेखनाच्या दृष्टीने गरजेचे आहे. भाषेचे लेखनरूप हे स्थिरस्वरूपी असल्याने भाषेतील वर्णाचे अस्तित्व त्यावर अवलंबून असते. पुष्कळदा भाषेतील वर्णाचे उच्चार बदलतात, तरीही लेखनातील चिन्हे बदलत नाहीत. संस्कृतमधील 'अ' व 'आ'च्या संबंधात कुठला तरी एक उच्चार बदलला गेला आहे, पण चिन्हे मात्र तीच कायम आहेत. संस्कृतमधील 'ऋ, ॠ' यांच्या उच्चारणाबद्दलही हेच म्हणता येते. असे असूनही वर्णाचे लेखनरूप हे उच्चारापेक्षा स्थिर असल्याने लेखाकारांचा– लिखितचिन्हांचा– विचार टाळून चालत नाही.

(आ) शब्द व शब्दजाती

शब्दाची व्याख्या व शब्दांची विभागणी याबद्दल मराठीत इंग्रजीपेक्षा वेगळा विचार करावा लागतो. शब्दयोगी अव्ययांचा वाक्यात स्वतंत्र उपयोग होत नसल्याने शब्दाच्या व्याख्येत 'अर्थ असणारा ध्वनिसमूह' हाच विशेष द्यावा लागतो. या शब्दजातीच्या संदर्भात मराठीतील 'पद' या कल्पनेचा थोडा फार आधार मिळू

शकतो. शब्दयोगी अव्ययामधून जाणवणाऱ्या स्वल्प अर्थाकडे पाहून 'सार्थ ध्वनिसमूह म्हणजे शब्द' व वाक्यामध्ये योजलेला शब्द– मग तो प्रत्ययान्वित असो वा नसो– ते पद; अशा शब्द व पद यांच्या व्याख्यांद्वारा त्यांची क्षेत्रे मर्यादित करून शब्दजातींची आठ ही संख्या बदलू नये.

(१) रूप, अर्थ व कार्य हा शब्दाच्या विभागणीचा निकष असावा. शब्दजातींच्या व्याख्यांमध्ये रूपदृष्टी, अर्थदृष्टी व कार्यदृष्टी यांचा विचार असावा.

नाम, सर्वनाम व विशेषण - रूपदृष्टीने - विकारी.
नाम, सर्वनाम व विशेषण - अर्थदृष्टीने - वस्तुद्योतक
नाम, सर्वनाम व विशेषण - कार्यदृष्टीने - कारकार्थ व उपपदार्थ दर्शविणे.
(विशेषण हाही एका दृष्टीने उपपदार्थच)

धातू - रूपदृष्टीने विकारी, पण हे विकार वाक्याच्या दृष्टीने वाक्यातील कर्ता-कर्माचे दर्शक.
अर्थदृष्टीने - क्रियाद्योतक
कार्यदृष्टीने - क्रियापद म्हणून येणे.

क्रियाविशेषणादी अव्यये - रूपदृष्टीने - अविकारी.
अर्थदृष्टीने - वस्तुद्योतकत्व व क्रियाद्योतक नसलेली.
कार्यदृष्टीने - क्रियेची विशेषणे, वाक्य जोडणे इत्यादी

यामुळे शब्दशास्त्रामध्ये वाक्यविचारास कसे प्रथमपासून महत्त्व असते, याची कल्पना येईल.

या आठ शब्दजाती व त्यांचे उपविभाग यांचा मराठीच्या उपयोगाच्या दृष्टीने विचार करून त्यांना मान्यता द्यावी.

नाम : नामाच्या व्याख्येत वस्तुद्योतकत्व, विकारीपण व कारकार्थ-उपपदार्थ सांगणे याचा उल्लेख असावा. मराठी नामाचे मूळ रूप व प्रथमान्त रूप एकच असते. त्याची सामान्य, विशेष व भाववाचक विभागणी परंपरा म्हणून द्यावी; पण भाषेच्या प्रत्यक्ष वापरामध्ये तिचा फारसा उपयोग नाही.

सर्वनाम : सर्वनाम ही शब्दजाती मानावी. ती नामाचा उपविभाग समजू नये. सर्वनामांची संख्या मर्यादित असली तरी ती पुष्कळशी निश्चित असते. अन्य भाषांतून तिचे कधीही रूपांतर होत नाही. इंग्रजीतून मराठीत जशी नामे विपुल प्रमाणात आली. तसे सर्वनामांबद्दल म्हणता येत नाही. ती नामाचे भाषिक प्रतिनिधित्व करून वाक्य-रचनेला सुटसुटीतपणा आणतात. मात्र त्यांच्या विभागणीची गरज नाही.

त्यापेक्षा त्यांचे विशेष सांगावेत. उदा.– मी, तू, तो (हा, जो, कोण, काय)– विधानार्थी व तिन्ही पुरुषी वाक्यरचना साधणे.

जो - तो - मिश्र वाक्यरचना.

कोण, काय - प्रश्नार्थक वाक्यरचना.

वाक्यरचनेतील पुरुषदर्शक रचना सर्वनामांशिवाय लक्षात घेता येत नाही, हे नामापेक्षा त्यांचे असलेले वेगळेपण स्पष्टपणे लक्षात घेण्यासाठी त्यांचा समावेश स्वतंत्र शब्दजातीत करावा. या दृष्टीने सर्वनामाच्या व्याख्येत विकारित्व, संदर्भाने वस्तुद्योतकत्व व कारकार्थादी अभिव्यक्तीबरोबरच वाक्यरचनेची विविधता व्यक्त करणे, हा विशेष यायला हवा.

विशेषण : विशेषण म्हणून येणे, हेच तिचे प्रमुख कार्य आहे. तिच्या व्याख्येत विकारित्व, गुण दर्शविण्याच्या पद्धतीने वस्तुद्योतकत्व व विशेषच म्हणून येणे याचा उल्लेख आवश्यक आहे.

भाषेमधील विशेषणाचे कार्य करणाऱ्या इतर शब्दजातींतील शब्दांचा समावेश या जातीत करू नये. सार्वनामिक विशेषण व संबंधी विशेषण हे विशेषणाचे उपविभाग मानता येत नाहीत.

विशेषणाचा विचार विशेष्याशिवाय होऊ शकत नाही. विशेष्याला विभक्ती विकार होत असले, तरी मराठीच्या विशेषणांना विभक्ती विकार होत नाहीत; पण त्यांचे केवळ 'सामान्यरूप' होणे, हेही विकारित्व दर्शविणारे ठरते. शिवाय विशेषणापासून नामे व नामांपासून विशेषणे, तसेच विशेषणांचा नामासारखा उपयोग या सर्वच दृष्टीने त्यांचे विकारित्व, वस्तुद्योतकत्व व विशेषणकार्य व्यक्त होत असते. विशेषणाची गुणसंख्या वगळता अन्य विभाग नकोत.

धातू : वाक्याच्या दृष्टीने ही अत्यंत महत्त्वाची शब्दजाती आहे. तिच्या व्याख्येत विकारित्व, क्रियाद्योतकत्व व क्रियापद म्हणून येणे याचा उल्लेख असावा. मराठीत शक्य-प्रयोजक या रचना असल्या तरी मराठीत भेदव्यवस्था सांगण्याची गरज नाही. मराठीत शक्य-प्रयोजक रचना कमी प्रमाणात होत आहेत. काही ठिकाणी त्यांचा समावेश 'साधित धातू'मध्ये होऊ शकतो. मराठीत सहाय धातूंचा स्वतंत्र गट असला तरी; टाक, लाग, बघ, जा, ये अशा सकर्मक-अकर्मक गटांतील धातूंचा उपयोग सहाय धातू म्हणून केला जातो.

धातूंच्या संदर्भात सकर्मक-अकर्मक या विभागणीपेक्षा अन्य विभागणीची गरज नाही. तसेच मराठी धातूंचा वेगळेपणा म्हणजे काही आख्यातांत त्यांना लिंगदर्शक प्रत्ययही लागतात. अशा धातुरूपांचा विचार विशेषण म्हणून होऊ शकत नाही, हे लक्षात घ्यावे. धातूला वचनाच्या प्रत्ययांबरोबर लिंगदर्शक प्रत्ययही लागतात. हा

मराठीचा खास विशेष आहे. त्याचा संबंध प्रयोगव्यवस्थेशी आहे. मराठीतील प्रयोगव्यवस्था ही वाक्यरूपान्तर योजना नाही; तो एकेरी वाक्याचा विचार आहे. मराठीत धातूची पुरुष, लिंग, वचन यांची रूपे कर्त्याप्रमाणे किंवा स्वतंत्र म्हणजे तृतीयपुरुषी नपुंसकलिंगी, एकवचनी असणे याला प्रयोग म्हणतात. या विवेचनावरून धातूला लिंगदर्शक प्रत्यय लागण्याचा प्रयोगविचारावरही परिणाम होतो, हे लक्षात येईल.

क्रियाविशेषण अव्यय : ही शब्दजाती रूपदृष्ट्या अविकारी व कार्यदृष्टीने धातूचे विशेषणकार्य करणारी आहे. मराठीत क्रियाविशेषणाचे कार्य तीन प्रकारे होते. एक– विभक्तिप्रत्यय लागून, दुसरे– क्रियाविशेषण अव्ययाची योजना करून व तिसरे– नामाला शब्दयोगी अव्यये लावून. पण या सर्व ठिकाणच्या पदांना क्रिया-विशेषण अव्यये मानता येत नाही. वेळ, स्थळ व रीती दाखविणारी क्रियाविशेषण अव्यये एक प्रकारे विभक्तिकार्यच पण शब्दांद्वारा करीत असतात.

शब्दयोगी अव्यय : मराठीच्या शब्दजातींमध्ये शब्द व प्रत्यय या कल्पनांना आव्हान देणारी शब्दजाती म्हणून शब्दयोगी अव्ययांचा उल्लेख करावा लागतो. अशा वेळी मराठीला 'पद'कल्पनेची मदत होऊ शकते. ते शब्द आहेत, पण 'पद' नाहीत.

इतर शब्दजातींपेक्षा या शब्दजातीच्या कार्यामध्येही वेगळेपणा आहे. मराठीत जे विभक्तिकार्य प्रत्ययांनी साधले जाते, तेच कार्य ही शब्दजाती करीत आहे. रूपदृष्टीनेही ही अव्यये प्रत्ययसदृश आहेत. म्हणजे प्रत्ययांप्रमाणे ती नामांना जोडून येतात. त्यांच्यामुळे नामांना पदत्व येते. हे त्यांचे स्वरूप व कार्य लक्षात घेतल्यास त्यांना 'शब्द' म्हणताही तडजोडच करावी लागते.

या अव्ययांच्या कार्यावर लक्ष केंद्रित करून त्यांना 'नवे विभक्तिप्रत्यय' म्हटले जाते. मात्र, शब्दजातींमध्ये त्यांची व्याख्या व त्यांचा परिचय करून देताना त्यांच्या विभक्त्यर्थ सांगण्याच्या कार्यावर अधिक लक्ष द्यावे. तसेच मराठीच्या विभक्तिव्यवस्थेमध्येही त्यांची नोंद घेऊन तिचे बदलते स्वरूप सांगावे. प्रयोगान्तरामध्ये त्याचा उपयोग महत्त्वाचा आहे, हेही या शब्दजातीचे किंवा शब्दसदृश प्रत्ययांचे स्वरूप लक्षात आणून द्यावे.

क्रियाविशेषणे व शब्दयोगी अव्यये या दोन्हींकडून विभक्तिकार्य केले जाते. पण क्रियाविशेषण अव्यये हे शब्द ठरायला हरकत येत नाही. पण शब्दयोगी अव्ययांच्या संदर्भात मात्र हा प्रश्न उद्भवतो.

(इ) विकरण

(१) विकरण – विभक्तिव्यवस्था : वर्तमान मराठीची विभक्तिव्यवस्था सांगताना विभक्तिकार्य करण्याचे सर्व प्रकार लक्षात घ्यायला हवेत. प्रत्ययांच्या जोडीला हे कार्य शब्दयोगी अव्ययेही करू लागली आहेत. त्यांना ना धड शब्द

म्हणता येते, ना धड प्रत्यय. पण त्यांचे कार्य मात्र कारकार्थ-उपपदार्थ सांगण्याचे आहे. क्रियाविशेषण अव्ययांसारखी शब्दजाती ही सप्तमी-तृतीयेचा कारकार्थ सांगणारी आहेच. विभक्तिप्रत्ययांची कारकार्थाशी सांगड घालताना या दोन वेगळ्या मार्गांचा विचार व्हायला पाहिजे. तसेच शब्दयोगी अव्ययांनी कारकार्थ व्यक्त करण्याचे मराठीतील प्रमाण वाढते आहे. शब्दयोगी अव्ययांमुळे हे कारकार्थ व उपपदार्थ बारकाव्याने व्यक्त होऊ शकत आहेत. म्हणजे मराठीच्या विभक्तिप्रत्ययांच्या संदर्भात प्रत्ययान्वितता कमी होत चालली आहे आणि शब्दयोगी अव्यये व क्रियाविशेषण अव्यये यांचा वापर वाढता आहे. याचा अर्थ, प्रत्ययनिष्ठतेपेक्षा शब्दनिष्ठता वाढत आहे.

संस्कृतमधील विशेषणार्थ व षष्ठीचा उपपदार्थ यांमध्ये भिन्नता होती. मराठीत रूपदृष्टीने ही भिन्नता नाहीशी झालेली आहे. षष्ठीसंबंधीच्या वादामध्ये या घटनेकडे लक्ष पुरवायला पाहिजे.

कर्म व संप्रदान हे दोन्ही कारकार्थ मराठीत अप्रत्यक्ष व प्रत्यक्ष या मार्गाने कर्मामध्येच मानण्याचे प्रमाण वाढलेले आहे आणि ते शास्त्रदृष्टीनेही योग्य ठरते.

प्रत्ययनिष्ठता व कारकार्थता यांचेही मराठीमधले स्वरूप संस्कृतपेक्षा वेगळे झालेले आहे. मराठीत एकच प्रत्यय अनेक कारकार्थ व्यक्त करतो आणि एकच कारकार्थ सांगण्यासाठी अनेक प्रत्यय योजता येतात. त्यामुळे विभक्तिसंख्या व त्यासाठी विभक्तीचा निकष कोणता, याबाबतच्या विचारात वेगळेपणा आला पाहिजे.

विशेषत: प्रयोगदृष्टीने महत्त्वाच्या असलेल्या प्रथमा व द्वितीया या दोन्ही विभक्तींना प्रत्यय नाहीत. द्वितीयेचे प्रत्यय न घेता मराठीत कर्म येत असते. कर्मणी प्रयोग करताना कर्तरी प्रयोगातील प्रत्ययहीन कर्माला धातुरूपेश करावे लागते. उदा.– 'ग्रंथपाल विद्यार्थ्यांना पुस्तक देतो' या कर्तरी वाक्याचे कर्मणी वाक्य होताना 'ग्रंथपालाकडून विद्यार्थ्यांना पुस्तक दिले जाते' असे प्रत्ययहीन असलेल्या कर्मपदाला धातुरूपेश केले जाते. मराठीतील प्रत्ययान्वितता कमी होत असल्याची ही चिन्हे आहेत. मराठीत कर्तरी वाक्याचे कर्मणी करताना (Active चे Passive करताना) शब्दयोगी अव्यय 'कडून' याचा उपयोग करावा लागतो, यावरून प्रत्ययापेक्षा शब्दयोगी अव्यये अधिक महत्त्वाची ठरत आहेत. प्रत्यय वापरावर कमी भर दिला जात आहे. हे पुनर्रचनेत लक्षात घ्यावे लागते.

कर्ता व कर्म ओळखण्याचे साधन असलेल्या प्रत्ययांची जागा वाक्यातील त्यांच्या क्रमावरून ओळखली जात आहे. याचा अर्थ कर्ता-कर्माची निश्चिती प्रत्ययांवरून न होता स्थानावरून होऊ लागली आहे.

या सगळ्या विवेचनावरून– प्रथमा विभक्तीपासून सर्वच विभक्ती कोणत्या ना कोणत्या स्वरूपात बदल स्वीकारत आहेत, म्हणूनच विभक्तिव्यवस्थेच्या पुनर्रचनेत

या बदलांचा अंतर्भाव होणे अगत्याचे आहे. याची दखल न घेतली गेल्याने आणि फक्त विभक्तिप्रत्यय-कारकार्थ यावरच विभक्तिव्यवस्था विचारात घेतली गेल्याने विभक्तीच्या संख्येत दोन विभक्तींपासून पाच विभक्ती मानण्याचा आग्रह धरला जातो. मराठी व्याकरणात वर्ण ते प्रयोग अशा चढत्या पायऱ्यांचा एकत्रित आराखडा नजरेसमोर ठेवून विकरणव्यवस्थेतील विभक्तिव्यवस्थेचा विचार व्हायला हवा. या सर्वांचा विचार करता, प्रथमा व द्वितीया या दोन विभक्ती प्रयोगदृष्टीने मानणे आवश्यक आहे. कर्ता व करण या कारकार्थासाठी तृतीया आणि इतर सर्व प्रत्ययांचा समावेश चतुर्थी विभक्तीत करावा. केवळ प्रथमा, द्वितीया व तृतीया या विभक्तींच्या तीन संख्याही वर्तमान मराठी भाषेच्या दृष्टीने पुरेशी आहे.

सामान्यरूप - हे मराठीचे खास वैशिष्ट्य आहे. अशा प्रकारचा नामशब्दाच्या पदामध्ये होणारा बदल संस्कृतमध्ये नाही. या सामान्यरूपाच्या आधारे नामाचे लिंग व अंत्याक्षर ओळखता येते. या दृष्टीने मराठीच्या सामान्यरूपाचा तक्ता विद्यार्थ्यांच्या नजरेसमोर असावा. दामलेंनी तो पद्धतशीर कोष्टकाच्या स्वरूपात मांडून दाखविला आहे. सध्या इंग्रजीच्या प्रभावामुळे व टायपिंगच्या दृष्टीने सामान्यरूप टाळण्याची प्रवृत्ती वाढते आहे. पण तरीही त्याचे अस्तित्व मराठीच्या मूळ प्रवृत्तीशी जुळणारे असल्याने त्याचा तक्ता लक्षात घेणे अगत्याचे आहे.

(२) **आख्यातव्यवस्था** - मराठीत हा घटक सगळ्यात कमी गोंधळाचा आहे, असे म्हणता येईल. आख्यातसंख्या, आख्याताचे निरर्थक प्रत्यय इत्यादी विचार योग्य आहे. ई-आख्यात, ता-आख्यात या आख्यातांमध्ये एकेरी क्रियापदांपेक्षा संयुक्त क्रियापदे रूढ होत आहेत. 'संयुक्त क्रियापद' हा मराठीचा विशेष होऊ पाहत आहे. 'संयुक्त क्रियापद' न मानणाऱ्या व्याकरणकारांना त्यांची नेमकी सोय लावता येत नाही. जशी शब्दयोगी अव्ययांनी मराठीमध्ये विभक्तिकार्ये साधता येतात, तशाच प्रकारे संयुक्त क्रियापदांमध्येही केवळ प्रत्ययांवर भर न येता पदाची मदत घेतली जात आहे. मात्र 'नामिक संयुक्त क्रियापदे' असा संयुक्त क्रियापदाचा विभाग होऊ शकत नाही.

संयुक्त क्रियापदामध्ये दोन धातुरूपेच असावी लागतात. आख्यातप्रत्यय स्वीकारणारे धातुरूप हे सहायक असते. त्याचा मूळ अर्थ संयुक्त क्रियापदात राहत नाही. ते वाक्यातील अर्थदृष्टीने महत्त्वाच्या असलेल्या मूळ धातूच्या अर्थच्छटा व्यक्त करण्यासाठी योजलेले असते. त्या धातूच्या एकेरी रूपामधून या अर्थच्छटा व्यक्त होऊ शकत नाहीत, म्हणून ते सहायक धातूचे साह्य घेत असते. उदा.– बोलणे, बोलून टाकणे, बोलत राहणे, बोलू पाहणे इत्यादी. संयुक्त क्रियापदाच्या संदर्भात जाणवणारा हा मुद्दा कर्मणी प्रयोगात व्यक्त होतो. 'त्याच्याकडून काम केले जाते/ करण्यात येते' या वाक्यात 'करणे' हाच मुख्य धातू मानला जातो आणि 'जाणे'- 'येणे' यामुळे ती

कर्मणी (Passive) रचना आहे, हे स्पष्ट केले जाते. संयुक्त क्रियापद मानण्याची उपयुक्तता अशी प्रयोगान्तरासाठी गरजेची ठरते.

(ई) प्रयोगव्यवस्था

मराठी प्रयोगव्यवस्था संस्कृतपेक्षा वेगळी आहे. ती एका वाक्यातील कर्ता-कर्म-क्रियापद यांच्या परस्परसंबंधांचा विचार करते. संस्कृतमधील प्रयोग ही वाक्यरूपान्तर योजना आहे. संस्कृतमध्ये कर्तरी प्रयोगातील वाक्य हे मूळ वाक्य; ते जेव्हा सकर्मक असते, तेव्हा त्याचे रूपान्तर कर्मणीमध्ये करता येते आणि ते जेव्हा अकर्मक असते, तेव्हा त्याचे रूपान्तर भावे प्रयोगात करता येते. इंग्रजीतही Active voice चे वाक्य हे मूळ वाक्य व त्याचे Passive voice हे रूपान्तर असते. पण मराठीत कर्तरी, कर्मणी व भावे या तीन प्रयोगांतील वाक्ये एकमेकांशी वाक्यरूपान्तराच्या नात्याने जोडलेली नसतात. म्हणून त्यांचा विचार एकेरी वाक्य म्हणून करावा लागतो. मराठी प्रयोगाच्या या वैशिष्ट्याकडे व्याकरणाने लक्ष द्यायला पाहिजे. त्या दृष्टीने तीनही प्रयोग ओळखणे किती सोपे आहे, ते पुढील प्रयोगांवरून स्पष्ट होईल.

(१) तो अभ्यास करतो - कर्तरी प्रयोग.

(२) त्याने अभ्यास केला - कर्मणी प्रयोग.

(३) प्राध्यापकाने विद्यार्थ्यांना शिकविले - भावे प्रयोग.

प्रयोग ठरविण्याच्या दृष्टीने प्रथमान्त पद महत्त्वाचे असते. क्रियापदाच्या रूपावर प्रथमान्त पदच अधिकार गाजवू शकते. वाक्यामध्ये प्रथमस्थानी येणारे पद हे प्रथमा विभक्तीत असेल, तर पुढच्या पदाकडे जाण्याची गरज नसते. ते वाक्य कर्तरी प्रयोगाचेच असते. (मराठी वाक्यरचनेमध्ये कर्ता व कर्म या दोन्हींही पदांना प्रथमेत विभक्तिप्रत्यय लागत नसल्याने त्यांच्या वाक्यातील क्रमाला प्राधान्य द्यावे लागते. हा विचार पूर्वी मांडला आहे.) वाक्यातील प्रथम पद जर प्रथमेत नसेल व दुसरे पद (कर्मपद) प्रथमेत असेल, तर ते वाक्य कर्मणी प्रयोगाचेच असते. वाक्यामध्ये कोणतेही पद प्रथमा विभक्तीत नसेल, तर क्रियापद कोणत्याही पदावर अवलंबून न राहता, नेहमी तृतीयपुरुषी नपुंसकलिंगी एकवचनी येते.

(शास्त्रीयतेचे नाव घेऊन काही व्याकरणतज्ज्ञ प्रथमस्थानी येणारे, द्वितीय स्थानी येणारे या शब्दांच्या संदर्भात पुढील वाक्याच्या उदाहरणाने हरकत घेतील. 'रोज आळस करणारा राम परीक्षा जवळ आली की नेटाने अभ्यास करतो.' या हरकतीला उत्तर देता येते– 'करणारा कोण?' याने कर्तापद कळते व 'तो काय करतो?' किंवा 'त्याचे करणे कोणत्या रोखाने आहे?' या प्रश्नांच्या उत्तराने कर्म कळू शकते.)

कर्तरी आणि भावे या प्रयोगांचे अकर्मक व सकर्मक असे दोन विभाग होऊ शकतात. पण मराठीच्या कर्मणीमध्ये कर्मपद असणे आवश्यक असल्याने त्याचा 'अकर्मक कर्मणी' असा विभाग होऊ शकत नाही. इंग्रजीच्या मुखरचनेच्या (voice) च्या दृष्टीने पाहता Passive voice मध्ये कर्म नसते. मूळ वाक्यातील कर्म हे Passive voice मध्ये कर्ता (धातुरूपेश) बनत असते. मराठी प्रयोगाच्या दृष्टीने मात्र Passive voice चे भाषांतर असलेले वाक्य कर्मणी ठरते. इंग्रजी मुखरचनेपेक्षा मराठी प्रयोगाचा हा वेगळेपणा लक्षात घेतला पहिजे.

तसेच संस्कृतमधील भावे प्रयोग हे अकर्मक कर्तरीचे वाक्यरूपान्तर असल्याने त्यामध्ये कर्म येणे शक्य नसते. पण मराठीत कर्ता-कर्म-क्रियापद यांच्या परस्पर-संबंधांवर प्रयोगाची विभागणी ठरत असल्याने ज्या वाक्यामध्ये ही दोन्ही पदे प्रथमा विभक्तीत न येता अन्य विभक्तीत येतात, त्या वेळी क्रियापद स्व-तंत्र असते. म्हणजे तृ. पु. नपु. ए. व. येते. मराठी भावे प्रयोगाच्या या वैशिष्ट्यांमुळे त्याचे सकर्मक व अकर्मक असे विभाग होऊ शकतात. यावरून प्रयोगादी त्याच पारिभाषिक संज्ञा मराठीत योजलेल्या असल्या, तरी मराठी प्रयोगव्यवस्था संस्कृतपेक्षाही कशी वेगळी झालेली आहे, हे लक्षात येऊ शकते.

प्रयोगव्यवस्थेच्या या वेगळेपणाची जाणीव धातूला लागणाऱ्या लिंगदर्शक प्रत्ययाशी संबंधित आहे. ही जाणीव सबनीसांनी पुढीलप्रमाणे व्यक्त केली आहे. ते म्हणतात,

"मराठी व्याकरणात लिंग, वचन, पुरुष या तिन्ही बाबतींत कर्त्याप्रमाणे, कर्माप्रमाणे किंवा स्वतंत्र म्हणजे तृतीयपुरुषी नपुंसकलिंगी, एकवचनी अशी क्रियापदाची व्यवस्था म्हणजे प्रयोग. अर्थात् अशा प्रकारचा प्रयोग मराठी, गुजराती, हिंदी वगैरे क्रियापदाला लिंग असणाऱ्या भाषांतच संभवतो. संस्कृत, इंग्रजी वगैरे भाषांत क्रियापदाला लिंग नाहीं. त्या भाषांत प्रयोग असणें शक्यच नाही." (सब., पृ. ३७)

प्रयोगाच्या वेगळेपणाची जाणीव अशा तऱ्हेने १९५२ मध्ये मराठी व्याकरणाला झालेली आहे. पण त्या दृष्टीने प्रयोगरचनेचा विचार मराठीत आलेला नाही.

कर्ता, कर्म याच पारिभाषिक संज्ञा संस्कृतमध्ये प्रयोगात योजलेल्या असल्या, तरी त्यांचा अर्थ वाक्यरचनेच्या संदर्भात असतो. 'कर्ता' म्हणजे 'क्रियापदाच्या रूपावर अधिकार गाजविणारे पद असा अर्थ संस्कृतमध्ये धरला जातो. या दृष्टीनेच 'कायम द्वितीयेत असलेले कर्म संस्कृत कर्मणी प्रयोगात प्रथमेत योजलेले असते.' इंग्रजीतील Passive voice मध्येही 'कर्म' 'कर्ता' होते. मराठीत कर्ता व कर्म याच संज्ञा योजलेल्या असल्या, तरी 'कर्ता' ही संज्ञा 'कृती करणारा' या अर्थाने योजली जाते. म्हणून 'क्रियापदाच्या रूपावर अधिकार गाजविणारे पद' या अर्थाने नवी संज्ञा

निर्माण करण्याची गरज फक्त मराठीत जाणवते. दामलेंनी याच दृष्टिकोनातून 'धातुरूपेश' ही संस्कृतच्या टाकसाळीतून आल्यासारखी वाटणारी, पण नवी पारिभाषिक संज्ञा योजून ही गरज पूर्ण केली. मराठीच्या कर्तरी प्रयोगात 'कर्ता' धातुरूपेश असतो, कर्मणी प्रयोगात 'कर्म' धातुरूपेश असते आणि भावे प्रयोगामध्ये 'धातुरूपेश' हे पद असू शकत नाही.

संस्कृतपेक्षा मराठीच्या प्रयोगविचारात दिसणारा हा बदल प्रामुख्याने विकरण-व्यवस्थेशी संबंधित आहे. विभक्तिव्यवस्थेत प्रत्ययान्वितता कमी-कमी होत जाणे, कारकार्थासाठी शब्दयोगी अव्ययांच्या वापराने तिच्यात शब्दनिष्ठता प्रकटणे, संयुक्त क्रियापदांचे साह्य घेऊन प्रयोगान्तर साधणे आणि मुख्य म्हणजे संस्कृतमध्ये असलेले तिचे वाक्यरूपांतर योजना हे स्वरूप पूर्णपणे नाहीसे होऊन ते एकेरी वाक्यपातळीवरची रचना करण्यासाठी योजले जाणे, हे ते विशेष होत. हे तिचे स्वरूप लक्षात घेऊन त्याचा तक्ता सांगण्याचा प्रयत्न फारच कमी प्रमाणात होताना दिसत आहे. तिची पुनर्रचना करताना हे विशेष नियमांमध्ये बांधणे तिच्या विकासाच्या दृष्टीने आवश्यक आहे.

आजच्या सर्व पातळींवरच्या व्याकरणविषयक लेखनातून या कालखंडाच्या मराठीच्या व्याकरणप्रवृत्ती लक्षात घेण्याइतक्या स्पष्ट झालेल्या आहेत. आजच्या मराठी व्याकरणाला मराठी भाषावैज्ञानिक विचारांचे अनुकरण करण्याने विकासाचा मार्ग सापडू शकतो. पण त्याचबरोबरच शालेय पातळीवरील मराठी व्याकरणाची चौकट खिळखिळी होऊ न देण्याची काळजीही तिला घ्यायला पाहिजे. शालेय पातळीवरील मराठी व्याकरणाला निश्चितता येण्यासाठी 'शासनसंमत' असे मराठी व्याकरण सिद्ध व्हावयास पाहिजे. शासन संस्थासंमत शुद्धलेखन नियमावलीप्रमाणेच शासनसंमत मराठी व्याकरणाची गरज डॉ. सुहास लद्दूंनी १९८३मधील आपल्या 'प्रमाण मराठीचा अभ्यास' या पुस्तकात स्पष्ट केली आहेच. मात्र त्यासाठी मराठी भाषा (बोलींसह), मराठी व्याकरण व मराठी भाषाविज्ञान या तीन क्षेत्रांतील व्यासंगी तज्ज्ञांनी एकत्र यायला पाहिजे. मराठीच्या प्रवृत्ती व्यक्त करणाऱ्या रूपबंधांची साधकबाधक चर्चा होऊन निष्कर्ष काढले गेले पाहिजेत आणि त्यांची सुसंगत मांडणीही करता आली पाहिजे. हे करून पाहण्याची हीच वेळ आहे.

५. शालेय व्याकरणे

शालेय व्याकरणावर या तात्त्विक विचारांचा किती प्रभाव आहे? - याचे उत्तर आशाजनक नाही. मराठी व्याकरणाचा वेगळेपणा आणि स्वतंत्र विशेष प्रसारित होणे, परिचित होणे व रुजणे यासाठी शालेय व्याकरणामध्ये हे तात्त्विक विचारातून निघालेले निष्कर्ष मांडले जायला हवेत. दादोबा, जोशी, खेर यांच्यासारख्या काही

व्याकरणकारांनी शालेय व्याकरणे रचल्याने त्यांचा विचार शिक्षणक्रमात स्थिर झाला. पण दामले ते अर्जुनवाडकर या कालखंडातील मराठी तात्त्विक व्याकरणकारांनी केलेला विचार शालेय पातळीवर फारच थोडा आलेला आहे. त्याला कारणेही आहेत. तात्त्विक पातळीवरील व्याकरणात एकमताने निर्णय फारच थोड्या घटकांबद्दल घेतलेले असल्यामुळे शालेय पातळीवरील आदेशात्मक व्याकरणाची पंचाईत झाली त्यांना त्यांपैकी जो विचार पटला, तो त्यांनी अभ्यासक्रमाच्या साच्यातून बसवून सांगितला. तात्त्विक विचार शालेय पातळीपर्यंत पोहोचण्याने तात्त्विक व्याकरणांनाही अधिक ठाशीवपणा येऊ शकेल, हे लक्षात घेऊन शालेय पातळीवरील व्याकरणांकडे पाहायला हवे.

अमराठी माणसांना मराठी शिकविण्यासाठी विभक्तिव्यवस्था फक्त दोन विभक्ती मानते, पण शालेय पातळीवर आठ विभक्ती मानल्या जातात. याबद्दल मराठी व्याकरणाने तात्त्विक पातळीवर निश्चित विचार करायला पाहिजे. तीच गोष्ट संधिविचारांबद्दल. मराठीत संधी नाहीत, असे दादोबा म्हणतात. याचा अर्थ, लेखनामध्ये. संस्कृतमध्ये जशी संधी केली जाते, तशी पद्धती मराठीमध्ये लेखनात नाही. 'तो आला, त्याने उंच उडी मारली. माझे ऐक. त्याला आत यायचे आहे.' अशा सर्वच ठिकाणी मराठी लेखनात स्वर स्वतंत्रपणे लिहिले जातात. म्हणून गुंजीकरांसारखे संस्कृततज्ज्ञ व्याकरणकारही संधिविचाराला मराठीने शेवटी स्थान द्यावे, असे म्हणतात.

शालेय व्याकरणाने या गोष्टींकडे लक्ष द्यायला पाहिजे. इंग्रजीत दर्शक सर्वनाम आहे. संस्कृतमध्ये भेदव्यवस्था आहे, म्हणून मराठीत ती मानणे हे मराठीच्या व्यवस्थेशी किती जुळणारे आहे, याचा विचार तात्त्विक पातळीवर होत आहे; तो शालेय पातळीवर सांगितला गेला पाहिजे. मुख्य म्हणजे, मराठीचा प्रयोगविचार हा इंग्रजी-संस्कृतच्या साच्यातून शिकविला जाता कामा नये.

मराठीचा तात्त्विक पातळीवर विचार करणारे पुष्कळसे व्याकरणकार शिक्षकी पेशातले असल्याने त्यांच्या शालेय पातळीवरील व्याकरणविषयक लेखनातून ते तात्त्विक विचार येऊ शकले. आज तात्त्विक पातळीवरील विचारच व्याकरणाच्या क्षेत्रात कमी प्रमाणात होत आहे. जो होत आहे, त्यामध्ये एकवाक्यता कमी आहे. म्हणूनच शालेय पातळीवर हा विचार पोहोचण्यासाठी स्वतंत्र प्रयत्न होण्याची गरज आहे.

शालेय पातळीवरच्या वर्णमालेतील काही वर्णांचे लेखाकारही भिन्न आहेत. शालेय पातळीवरच्या प्रश्नपत्रिकेतील 'प्रयोग बदला' हा प्रश्न मराठीचे प्रयोगाचे स्वरूप लक्षात न घेणारा आहे. मराठी प्रयोग हा एकेरी वाक्याचा विचार आहे, याच्याकडे त्यामुळे दुर्लक्ष होते. त्यातही 'तो अभ्यास करतो' या कर्तरी प्रयोगाचे 'त्याने अभ्यास केला' असे कर्मणी प्रयोगात रूपांतर दिलेले असते, ते तर अत्यंत सदोष आहे. फार तर 'त्याच्याकडून अभ्यास केला जातो' असं कर्मणी वाक्य देता येईल. पण ते मराठी वाटत नाही. मराठीच्या तात्त्विक पातळीवरच्या विचारात

एकवाक्यता कमी असल्याने व त्याचा प्रसार शालेय पातळीवर करून न दिल्याने Functional Grammarची प्राथमिक पातळीवरची धडपडही तारेवरची कसरत ठरत आहे.

समारोप

मराठी व्याकरणाचा प्रारंभ इंग्रजांच्या प्रेरणेने, प्रयत्नाने व प्रोत्साहनाने इंग्रजी कालखंडात झाला. त्याच्या निर्मितीचे उद्दिष्ट राजकीय दृष्टिकोनाशी संबंधित असल्याने, इंग्रजांच्या इंग्रजी व्याकरणाचा परिणाम त्यावर अधिकाधिक असणे हे मराठी व्याकरणकारांनासुद्धा भूषणावह वाटण्यासारखे होते. इंग्रजी राज्यकर्त्यांना इंग्रजीच्या तात्त्विक विचारांपेक्षा शालेय पातळीवरील व्याकरणे इंग्रजीत (व मराठीतही) तयार करायची होती. या प्रारंभीच्या परिणामातून इंग्रजीची घट्ट पकड मराठी व्याकरणावर बसली. पण मराठीच्या सर्वच्या सर्व विशेषांचा उलगडा इंग्रजी व्याकरणाच्या साच्यातून होऊ शकत नाही याची जाणीव युरोपियन व मराठी या दोन्ही व्याकरणकारांना झाल्याने स्टीव्हन्सन, बर्जेसपासून ते दादोबा, जोशी, दामले यांच्यासारख्या सर्वांनीच संस्कृत व्याकरणाकडे तोंड वळविले. चिपळूणकर, गुंजीकर, मोडक यांसारख्या काही व्याकरणकारांनी संस्कृतमधील मराठीला पोषक ठरणाऱ्या घटकांचा विचार नेमकेपणाने मांडला. पण राजवाडेंसारख्यांनी मराठीला संस्कृतच्या साच्यात बसविण्याचा जो प्रयत्न केला, तो मराठीला मानवणारा व मार्गदर्शक ठरणारा नव्हता. त्यांच्या संस्कृत-व्याकरणाच्या ज्ञानातून आलेला संस्कृतचा आग्रह व मराठी व्याकरणकारांना त्यांनी दिलेली दूषणे मराठी व्याकरणाला विकासक्षम करणारी नव्हती.

तरीही इंग्रजी व संस्कृत व्याकरणांच्या साच्यातून झालेल्या तौलनिक विचाराने मराठी व्याकरणाला स्वभाषेचे स्वरूप उलगडण्याला मदतच झाली, असे म्हणावे लागते. या दोन्ही भाषांच्या दृष्टिकोनातून विचार करणे म्हणजे शास्त्रीय दृष्टी, असाही रूढ होणारा समज कसा घातक आहे याची जाणीव होऊ लागली आहे.

इंग्रजी आणि संस्कृत या दोन्ही भाषांमधून मराठीचे शब्द, पद, विकरण, प्रयोग या सगळ्यांमध्ये आलेले स्वतंत्र विशेष लक्षात घेऊन त्यांची तर्कशुद्ध व्यवस्था सांगणे, हे मराठी व्याकरणाचे आजचे कार्य आहे.

तसेच, शालेय पातळी व अमराठी माणसांसाठी असलेले मराठीचे व्याकरण यांचा मराठीच्या तात्त्विक पातळीवरील विचारांशी संबंध राहिला पाहिजे, तरच तात्त्विक पातळीवरच्या विचाराला काही प्रमाणात पूर्णता येऊ शकेल.

❖

संदर्भ-ग्रंथसूची

अर्जुनवाडकर, कृ. श्री. - 'मराठी व्याकरणाचा इतिहास', मुंबई विश्वविद्यालय, प्रकाशक : विश्वविद्यालय, पुणे, १९९२.

अभ्यंकर, का. वा. - 'A Dictionary of Sanskrit Grammar', ओरिएंटल इन्स्टिटयूट, बडोदा, १९६१.

अस्मिता महाराष्ट्राची - संपादन : भीमराव कुलकर्णी, मराठा मंदिर रौप्यमहोत्सवी ग्रंथ, मुंबई, १९७१.

आगरकर, गो. ग. - 'वाक्यमीमांसा आणि वाक्याचे पृथक्करण', आ. ३, प्रकाशक : वा. म. फडतरे, पुणे.

आपटे, ना. वि. - 'व्याकरणप्रबोध', प्रकाशक : ना. वि. आपटे, पुणे, १९२३

कॅरी, विल्यम - 'The Grammar of Maratha Language', श्रीरामपूर, १८०५.

कालेलकर, ना. वि. - 'ध्वनिविचार', डेक्कन कॉलेज, पुणे, १९५५.
'भाषा आणि संस्कृती', मौज प्रकाशन, मुंबई, १९६२.

कुलकर्णी, कृ. भि. - 'आधुनिक गद्याची उत्क्रांती', प्रका. : कृ. भि. कुलकर्णी

कुलकर्णी, कृ. पां. - 'मराठी व्याकरणाचे व्याकरण', ठोकळ प्रकाशन,
पाटील, ग. मो. पुणे, १९६६.

केळकर, ग. ह. - 'मराठी व्याकरणाची मूलतत्त्वे', आ. ४, सिटी बुक प्रकाशन, पुणे, १९६६.

क्रमवंत, फडके, घगवे (पंडितत्रय) - 'महाराष्ट्र भाषेचे व्याकरण', संपा. : अ. का. प्रियोळकर, मराठी संशोधन मंडळ, मुंबई, १९५४.

खेर, अ. का. - 'A Higher Marathi Grammar', आ. २, प्रकाशक : सगुण, मुंबई, १८९९.

खैरे, विश्वनाथ - 'मराठी भाषेचे मूळ', मुंबई मराठी ग्रंथसंग्रहालय, मुंबई, १९७९.

गुंजीकर, रा. भि. - 'कै. रा. भि. गुंजीकर यांचे संकलित लेख', प्रथम भाग, संपादक : का. रा. गुंजीकर, प्रकाशक : रा. शं. तटणीस, मुंबई, १९४२.

गोडबोले, कृ. य. : - 'मराठी भाषेचे नवीन व्याकरण', आ. ३, प्रकाशक अ. कृ. गोडबोले, मुंबई, १८९५.

गोडबोले, कृ. य. - 'लघुतम मराठी विक्षिप्त व्याकरण', ज्ञानसागर, कोल्हापूर, १८६७.

गोडबोले, रा. स. - 'मराठी भाषेचे मध्यम व्याकरण', प्रकाशक : ह. ग. गोडबोले, रत्नागिरी, १८९७.

ग्रामोपाध्ये, गं. बा. - 'भाषाविचार आणि मराठी भाषा', व्हीनस प्रकाशन, पुणे, १९६४.

चिपळूणकर, कृ. - 'मराठी व्याकरणावरील निबंध', आ. ३, संपा. रा. भि. जोशी, प्रकाशक : शं. न. जोशी, पुणे, १९२३.

जांभेकर, शताब्दी स्मारक ग्रंथ खंड– २, ३ (१८१२ ते १८४६) - संपा. प्रकाशक : रा. गं. जांभेकर, पुणे, १९५०

जेस्पर्सन, ऑटो - 'The Philosophy of Grammar', आ. ७, जॉर्ज अलेन अँड अन्विन लिमिटेड, लंडन, १९५५.

जोशी, रा. भि. - 'प्रौढबोध मराठी व्याकरण', आ. ४, प्रकाशक : शा. म. जोशी, पुणे, १९११.

जोशी, रा. भि. - 'A Comprehensive Marathi Grammar' पुणे, १९००.

तर्खडकर, दादोबा पांडुरंग - 'महाराष्ट्र भाषेचे व्याकरण', आ. १०, प्रकाशक : गणपत कृष्णाजी, मुंबई, १८९४.

तर्खडकर, दादोबा पांडुरंग - 'महाराष्ट्र भाषेचे व्याकरण', आ. १ प्रकाशक : गणपत कृष्णाजी, मुंबई, १८३६.

तर्खडकर, दादोबा पांडुरंग - 'महाराष्ट्र भाषेचे व्याकरण', आ. २, अमेरिकन मिशन, मुंबई, १८५०.

तर्खडकर, दादोबा पांडुरंग - 'महाराष्ट्र भाषेच्या व्याकरणाच्या सातव्या आवृत्तीची पूरणिका', मुंबई, १८८१.

तर्खडकर, दादोबा पांडुरंग - 'दादोबा पांडुरंगी' (आत्मचरित्र चरित्र).

दामले, मो. के. - 'शास्त्रीय मराठी व्याकरण', प्रकाशक : दा. सा. यंदे, १९११.

दामले, मो. के. - 'शास्त्रीय मराठी व्याकरण', आ. ३, संपा. ग. वा. करंदीकर, प्रकाशक : र. दा. यंदे, पुणे, १९६५.

दामले, मो. के. - 'शास्त्रीय मराठी व्याकरण', आ. ३, संपा. ग. वा. करंदीकर, प्रकाशक : र. दा. यंदे, पुणे, १९६५. (पुरवणीतील व्याकरणविषयक लेख)

दामले, मो. के. - 'शुद्धलेखन सुधारणा अथवा सरकारी बंडावा.'

देशपांडे, य. खु. - 'महानुभावीय मराठी वाङ्मय', प्रकाशक : विदर्भ साहित्य संघ.

नवलकर, ग. र. - 'Stundents' Marathi Grammar', आ. ३, एज्युकेशन सोसायटी, मुंबई १८९४.

नवलकर, ग. र. - 'Stundents' Marathi Grammar', आ. १,१८८०.

पाध्ये, पांडुरंग जनार्दन - 'स्वरव्यंजन व्यवस्था', प्रकाशक : पां. ज. पाध्ये, मुंबई, १९११.

प्रियोळकर, अ. का. - 'मराठी व्याकरणाची कुळकथा' (लोकशिक्षणातील लेखांची अतिमुद्रिते) मुंबई, १९३६.

फडके, गंगाधरशास्त्री - 'महाराष्ट्र भाषेचे व्याकरण', आ. १, प्रकाशक : गणपत कृष्णाजी, मुंबई, १८३६.

फडके, गंगाधरशास्त्री - 'महाराष्ट्र भाषेचे व्याकरण', आ. ४ बोर्ड ऑफ् एज्युकेशन, मुंबई, १८५०.

मखबा - 'The Grammar of Mahratha Language' मुंबई, १८२५.

मालशे, स. गं. - 'फादर स्टीफन्स आणि क्रिस्तपुराण', मराठी संशोधन मंडळ, मुंबई, १९६५.

मोडक, गो. कृ. - 'मराठीचे अंतरंगदर्शन', प्रकाशक : गो. कृ. मोडक, पुणे, १९३२.

मोने, मो. स. - 'मराठी भाषेचे व्याकरणकार व व्याकरण निबंधकार', प्रकाशक : शं. मं. जोशी, पुणे, १९२७.

मंगरूळकर, अ. वा. - 'मराठी व्याकरणाचा पुनर्विचार', पुणे विद्यापीठ, पुणे, १९६४.

मराठी वाङ्मयाचा इतिहास खंड - ४ - संपादक : रा. श्री. जोग, म. सा. प. प्रकाशन, १९६५.

राजवाडे, वि. का. - संकीर्ण निबंध (लेखसंग्रह २), प्रकाशक : शं. न. जोशी, पुणे, १९३२.

राजवाडे, वि. का. - श. म. व्या. टीका - सुबन्तविचार, प्रकाशक : सं. चि. मेहेंदळे, पुणे, १९३२.

राजवाडे, वि. का. - ज्ञानेश्वरीतील मराठी भाषेचे व्याकरण, सत्कार्योत्तेजक सभा, धुळे, १९०९.

वेंकटमाधव - 'महाराष्ट्र प्रयोग चंद्रिका',संपादक : कृ. श्री. अर्जुनवाडकर, प्रकाशक : रा. ज. देशमुख, पुणे, १९७२.

सबनीस, म. पां. - 'आधुनिक मराठीचे उच्चतर व्याकरण', प्रकाशक : म. पां. सबनीस, मुंबई, १९५१.

स्टीव्हन्सन, जे. - 'The Principles of Marathee Grammar', आ. ३, Thackar and Co.मुंबई, १८५४.

संदर्भ लेखसूची

अर्जुनवाडकर, कृ. श्री. - 'मराठी व्याकरणातील संयुक्त क्रियापदे' म. सा. प., अं. १६७ व ४३.

कहाळेकर - 'मराठीतील शब्दयोगी अव्यये', मराठी - स्वाध्याय - संशोधन - पत्रिका.

जोशी, वा. म. - पुस्तकपरीक्षण - 'मराठी व्याकरणकार', विविधज्ञानविस्तार.